ഗ്രീൻ ബുക്സ്

ആകാശച്ചില്ലകൾ

ജോയ്സി

കോട്ടയം ജില്ലയിൽ മീനച്ചിൽ താലൂക്കിൽ
തീക്കോയി എന്ന ഗ്രാമത്തിൽ ഒരു കർഷക
കുടുംബത്തിൽ ജനനം. 1981 മുതൽ
ആനുകാലികപ്രസിദ്ധീകരണങ്ങളിൽ എഴുതിത്തുടങ്ങി.
1983-ലെ കുങ്കുമം നോവൽ അവാർഡ്, '84-ലെ മംഗളം
നോവൽ അവാർഡ്, '85-ലെ മനോരാജ്യം നോവൽ അവാർഡ്,
'88-ലെ കാനം മെമ്മോറിയൽ നോവൽ അവാർഡ്,
'95-ലെ നാന മിനിസ്ക്രീൻ തിരക്കഥ അവാർഡ്
തുടങ്ങിയവ ലഭിച്ചിട്ടുണ്ട്.
എൺപതിൽപരം നോവലുകൾ.
ആറ് നോവലുകൾ സിനിമയായിട്ടുണ്ട്.
മോഹപ്പക്ഷികൾ, തപസ്യ എന്നിവ ടി.വി. സീരിയലുകളുമായി.
കൃതികൾ: ജാലകക്കിളി, മനയ്ക്കലെ തത്ത, സംഘഗാനം,
മോഹപ്പക്ഷികൾ, സൂര്യഗ്രഹണം, നൂപുരം, സ്നേഹം നിറഞ്ഞ
വയലേലകൾ, സുഖവാസമന്ദിരം, ഈ നദിക്കരയിൽ,
മൊബൈൽ റ്റു മൊബൈൽ, ധ്രുവനക്ഷത്രം, കാണാപ്പൊന്ന്,
അസുരൻ, ഓമനത്തിങ്കൾ പക്ഷി, പ്രേമസങ്കീർത്തനം,
ചക്രവാകം, ഋതുശാന്തി, ഒരിതൾ പൂവ്,
കഥ ഇതുവരെ, ഭാര്യ തുടങ്ങിയ ധാരാളം
നോവലുകളുടെ രചയിതാവ്.
ജനപ്രിയസാഹിത്യരംഗത്ത് സജീവം.
1991 മുതൽ മനോരമ ആഴ്ചപ്പതിപ്പിന്റെ
പത്രാധിപസമിതിയിൽ ജോലി.
Email: csemmanuel009@gmail.com

നോവൽ

ആകാശച്ചില്ലകൾ

ജോയ്സി

ഗ്രീൻ ബുക്സ്

green books private limited
gb building, civil lane road, ayyanthole,
thrissur- 680 003, kerala, ph: +91 487-2381066, 2381039
website: www.greenbooksindia.com
e-mail: info@greenbooksindia.com

branches:
thrissur 8589095302
thiruvananthapuram 8589095301
kozhikode 8589095307

malayalam
akasachillakal
novel
by
joicy

published september 2024

cover design: rajesh chalode

printed in india

isbn : 978-81-977388-8-3

₹ 530.00

GBPL/1388/2024

ആകാശച്ചില്ലകൾ

ഒന്ന്

മുറ്റത്ത് ഓട്ടോറിക്ഷ വന്നു നില്ക്കുന്ന ശബ്ദംകേട്ട് അജിതമ്മ മുൻവാതിൽക്കൽ വന്നു നോക്കി. ഓട്ടോയിൽനിന്ന് ആദ്യം അപ്പുവാണ് ഇറങ്ങിയത്. അജിതമ്മയെ കണ്ടതും അവൻ ചിരിച്ചുകൊണ്ട് ഓടിച്ചെന്നു. അജിതമ്മ അവനെ വാരിയെടുത്തു കെട്ടിപ്പിടിച്ച് ഉമ്മവച്ചു.

"നീയിങ്ങു വന്നോടാ കുട്ടാ. മുത്തശ്ശീനെ കാണാൻ ന്റെ ചക്കര വന്നല്ലോ."

അപ്പു നാണിച്ച് അജിതമ്മയുടെ ദേഹത്തു നിന്ന് ഊർന്നിറങ്ങി. വലിയ ബാഗും തൂക്കി പവിത്ര വന്നു വരാന്തയിൽ കയറി. അവളുടെ നിൽപും നോട്ടവും കണ്ടപ്പോൾ അജിതമ്മയ്ക്ക് എന്തോ പന്തികേട് തോന്നി.

"നീയെന്നാടീ വേറെ വല്ലവരടേം ഓട്ടോയേ വന്നേ. പ്രകാശന്റെ ഓട്ടോ ഇല്ലാരുന്നോ?"

"അത് രാവിലെ വേറെ ഓട്ടം പോയി. അമ്മേടെ കയ്യിൽ കാശൊണ്ടെങ്കി ഒരു നൂറ്റമ്പത് രൂപാ ഓട്ടോക്കാരനു കൊടുത്തേക്ക്."

"നൂറ്റമ്പതോ?"

"അത്രേമാകും. കൊടുക്കമ്മേ."

പവിത്ര ബാഗുമയി വീടിനുള്ളിലേക്കു കയറി. ജനിച്ചു വളർന്ന വീട്ടിലെത്തുമ്പോഴുള്ള ആശ്വാസവും പ്രതീക്ഷയും ഒന്നു വേറെതന്നെയാണെന്ന് എപ്പോഴത്തേയുംപോലെ ഇപ്പോഴും അവൾക്കനുഭവപ്പെട്ടു. ബാഗ് നിലത്തുവച്ച് അവൾ കട്ടിലിനു കുറുകെ കൈകൾ വിരിച്ചു കിടന്നു.

അജിതമ്മ തയ്യൽമെഷീൻ ടേബിളിന്റെ വലിപ്പിനുള്ളിൽ നിന്ന് നൂറ്റൻപതു രൂപ എണ്ണിപ്പെറുക്കിയെടുത്ത് ഓട്ടോക്കാരനു കൊടുത്തു. കൂടെ ഒരു ചോദ്യവും.

"ഇത് കൊറച്ചു കൂടിപ്പോയില്ലേ?"

"കൊറഞ്ഞുപോയെന്നുള്ളതാ സത്യം." അതും പറഞ്ഞ് ഓട്ടോറിക്ഷയുമായി അയാൾ സ്ഥലംവിട്ടു.

അജിതമ്മ അകത്തേക്കു ചെന്നപ്പോൾ പവിത്ര എഴുന്നേറ്റു.

"എന്താമ്മേ കഴിക്കാൻ? വെശന്നിട്ടു വയ്യ."

“നീയിന്നു രാവിലെ ഒന്നും കഴിച്ചില്ലേ?”

“എവിടുന്ന്! മിക്ക ദിവസോം രാവിലെ പട്ടിണിയാ.”

“പഴഞ്ചോറ് ഇരിപ്പൊണ്ടാരുന്നു. ഞാനത് പുതിയ ചോറിന്റെ കൂടെ ഇട്ടു വാർത്തു.”

“എന്നതാണേലും വേണ്ടില്ല.”

പവിത്ര അടുക്കളയിൽ കടന്നു. കലങ്ങളുടെയും ചരുവങ്ങളുടെയും മൂടി പൊക്കി നോക്കി. ടിന്നുകളിൽ തപ്പി. ഒരു ടിന്നിൽ ഗുഡ്ഡേ ബിസ്കറ്റ് ഇരിക്കുന്നതു കണ്ട് പവിത്ര അതെടുത്തു.

“ഇങ്ങനത്തെ ബിസ്കറ്റൊക്കെ വാങ്ങാനും സ്റ്റോക്ക് ചെയ്യാനും തൊടങ്ങിയോ? മുൻപിവിടെ ടൈഗർ ബിസ്കറ്റല്ലാതെ വേറൊന്നും ഇല്ലാരുന്നല്ലോ?”

“അത് വിഷ്ണുമോന്റെയാ. അവനതാ ഇഷ്ടം. പിന്നെ ഡാർക്ക് ഫാന്റസീം.”

“അമ്മേ ഓർലിക്സ്!” അപ്പു ഹോർലിക്സിന്റെ ജാർ എടുത്ത് സന്തോഷത്തോടെ പറഞ്ഞു.

അവൻ മുൻപ് ഇവിടെ വന്നപ്പോൾ അതു കഴിച്ചിട്ടുണ്ട്.

“എനിക്ക് വേണം. എനിക്കിത് ഇട്ടുവാ.”

“അയ്യോ മേനേ അതെടുക്കല്ലേ അത് കൊച്ചിനു കൊടുക്കാൻ വെച്ചേക്കുന്നതാ.” അജിതമ്മ പറഞ്ഞു.

പവിത്ര അമ്മയെ സൂക്ഷിച്ചൊന്നു നോക്കി. അജിതമ്മ ചൂളി.

പവിത്ര അപ്പുവിന്റെ കയ്യിൽനിന്ന് ഹോർലിക്സ് ജാർ വാങ്ങി ഭിത്തിയലമാരയിൽ തിരികെ വച്ചിട്ടു പറഞ്ഞു: “അത് വിഷ്ണു മാമന്റെയാ മോനേ. ന്റെ മോൻ വലുതായില്ലേ. വിഷ്ണുമാമനിപ്പഴും കൊച്ചല്ലേ. അത് മോനു വേണ്ട കേട്ടോ.”

“അല്ല, ഞാൻ പറഞ്ഞെന്നേയൊള്ളൂ.” അജിതമ്മ വീണിടത്തു കിടന്ന് ഉരുളാൻ ഒരു ശ്രമം നടത്തി.

“മനസ്സിലായി അമ്മേ. ഇരുപതു വയസ്സ് കഴിഞ്ഞ വിഷ്ണു അമ്മയ്ക്കിപ്പഴും കൊച്ചുകുട്ടി. അഞ്ചുവയസ്സു കഴിഞ്ഞ എന്റെ മോനേക്കാളും ചെറുത്.”

“നീ വേണ്ടാത്ത അർത്ഥമൊന്നും ചെകഞ്ഞു പൊറത്തിടണ്ട.” അജിതമ്മ ശാസിച്ചു.

“ഇതിന്റെ അർത്ഥം പിന്നെ എന്നതാ അമ്മേ. വിഷ്ണുമോന്റെ ബിസ്കറ്റ്... വിഷ്ണുമോന്റെ ഹോർലിക്സ്... അവനേക്കാളിലും രണ്ടു വയസ്സിനു താഴെ ഒരു പെങ്കൊച്ചൊണ്ടല്ലോ ഇവിടെ. അവൾടെ ബിസ്കറ്റും ഹോർലിക്സും എന്ത്യേ?”

അജിതമ്മയ്ക്ക് ഉത്തരം മുട്ടി.

“ഇവിടിങ്ങനെ ആർക്കും വേണ്ടി പേരെഴുതി വെച്ചിട്ടില്ല ഒരു സാധനോം.”

“അമ്മതന്നെയല്ലേ പറഞ്ഞത് വിഷ്ണുമോന്റെയാണെന്ന്. ദീപ മോൾടെയാണെന്നു പറഞ്ഞില്ലല്ലോ.”

“എന്റെ നാവിലങ്ങനാ വന്നെ.”

“അമ്മയിനി തിരുത്താനൊന്നും പോകണ്ട. ഞാൻ അന്യവീട്ടവിനിന്ന് വളന്നവളാണെന്നാ അമ്മേടെ ചെലപ്പഴത്തെ വിചാരം. എനിക്കിവിടത്തെ രീതികളൊന്നും അറിയാത്തപോലെ അമ്മ പലപ്പോഴും സംസാരിച്ചിട്ടൊണ്ട്. അതു കേക്കുമ്പോഴേ അറിയാം, ഈ വീട്ടിലെ എന്റെ അംഗത്വം അമ്മ കട്ട് ചെയ്തെന്ന്. റേഷൻ കാർഡീന്ന് പേരു വെട്ടിയില്ലേ. അതുപോലെ.”

“നീയിപ്പം വേറെ കുടുംബത്തിലെ അംഗമായില്ലേ.”

“അത് സമ്മതിച്ചു. ദീപമോളോ?”

“അവൾടെ കല്യാണമായില്ലല്ലോ.”

“കല്യാണം കഴിയുന്നവരെ മാത്രമേ പെൺകുട്ടികൾക്ക് ജനിച്ചുവളർന്ന വീട്ടിൽ മെംബർഷിപ്പൊള്ളൂ, അല്ലേ? അതു കഴിയുമ്പം കട്ട് ചെയ്യും.”

“കട്ട് ചെയ്യാത്തകൊണ്ടല്ലേ നീയിപ്പം ഇങ്ങോട്ടു വന്നതും ഇവിടെ നിന്നോണ്ട് സംസാരിക്കുന്നതും.”

“അമ്മേടെ വേർതിരിവൊക്കെ എനിക്കു പണ്ടേ അറിയാം. നല്ല പലഹാരം കിട്ടിയാൽ ഇത് കൊച്ചിനു കൊടുത്തേക്കാം എന്നു പറഞ്ഞ് മാറ്റി വയ്ക്കും. കോഴി മുട്ടയിട്ടാൽ ഇത് കൊച്ചിനൊള്ളതാ എന്നു പറഞ്ഞു മാറ്റും. ഈ വീട്ടിൽ കിട്ടുന്ന എന്തിന്റെയും നല്ല പങ്ക് കൊച്ചിനുള്ളതാ. ആരാ ഈ കൊച്ച്. അമ്മേടെ മൂന്നു മക്കളിൽ ഒരാൾ. അതിലും ചെറിയ കുട്ടിയുണ്ട്. അത് അമ്മയ്ക്കു കൊച്ചല്ല. അന്നൊക്കെ ഞാനും വിചാരിച്ചിട്ടൊണ്ട് ശരിയാണല്ലോ, ഒരേയൊരു ആൺതരിയല്ലേ, അവൻ എടുത്തോട്ടേന്ന്. ഇപ്പം മനസ്സിലായി. അമ്മയെപ്പോലത്തെ അമ്മമാരാ പെൺമക്കളുടെ ശാപംന്ന്. അമ്മ അമ്മേടെ കൊച്ചിനെ വളർത്തുന്നപോലെ വേറൊരു അമ്മ വളർത്തിയ കൊച്ചാ എന്റെ കെട്ടിയവൻ ജയപ്രകാശ്.”

തർക്കിക്കാൻ നിന്നാൽ താൻ തോക്കുമെന്നു മനസ്സിലാക്കിയ അജിതമ്മ മറുപടിയൊന്നും പറയാതെ പ്ലെയ്റ്റെടുത്തുവച്ച് ചോറ് വിളമ്പി. തന്റെ മകൾ എങ്ങനെയാണ് തനിക്കെതിരായിത്തീർന്നത് എന്നോർത്ത് ആശ്ചര്യപ്പെടുകയും ചെയ്തു. ഇങ്ങനെയൊന്നും ആയിരുന്നില്ല തന്റെ മകൾ കല്യാണത്തിനു മുൻപു വരെ. എന്തുമാത്രം ക്ഷമയുണ്ടായിരുന്നവൾ. അനുസരണയുണ്ടായിരുന്നവൾ. ഒന്നിനും കുറ്റം പറയാത്തവൾ. ശാന്തശീലയും സൗമ്യവതിയുമായിരുന്നവൾ. ഇപ്പോൾ അവൾക്ക് തന്നോടുള്ള അമർഷം പറഞ്ഞാലും പറഞ്ഞാലും തീരുന്നില്ല. ഒരു നോട്ട്ബുക്കോ പെൻസിലോ പോലും വാങ്ങിക്കൊടുക്കാത്ത അച്ഛനോടില്ല ഇത്രേം രോഷം. രാപകലില്ലാതെ കഷ്ടപ്പെട്ട് തയ്യൽയന്ത്രത്തോടു പടവെട്ടിയും കോഴിയെയും ആടിനെയും വളർത്തിയും കുടുംബം നടത്തിയ തന്നോടാണ്. ഓർക്കുമ്പോൾത്തന്നെ അജിതമ്മയ്ക്കു സങ്കടം വന്നു. ആൺകുട്ടികളോടു സ്നേഹക്കൂടുതലില്ലാത്ത അമ്മമാരുണ്ടോ? പെൺകുട്ടികൾ

അന്യവീട്ടിൽ പോയി ജീവിക്കേണ്ടവരാണ്. ആൺകുട്ടികളാണ് കുടുംബം നിലനിർത്തേണ്ടതും വാർധക്യത്തിൽ അച്ഛനമ്മമാരെ സംരക്ഷിക്കേണ്ടതും. ഇതെല്ലാം പരമ്പരാഗതമായി നടന്നുപോരുന്ന ശീലങ്ങളും വിശ്വാസങ്ങളുമാണ്. ഇതിലെവിടെയാണ് തെറ്റ്!

തന്റെ മകളുടെ ഭർത്താവ് ഇങ്ങനൊരു തലതിരിഞ്ഞവനായിപ്പോയത് തന്റെ കുറ്റംകൊണ്ടാണോ? കല്യാണം കഴിക്കുന്നകാലത്ത് നല്ലൊരു ചെറുപ്പക്കാരനായിരുന്നു. ജയപ്രകാശിന്റെ അമ്മ ഒരു ദുഷ്ടസ്ത്രീയാണെന്ന് അറിഞ്ഞുമില്ല. കല്യാണത്തിനുശേഷം ഭർത്താവിനെ അടുപ്പിച്ചു നിർത്താനുള്ള സാമർത്ഥ്യം കാട്ടേണ്ടത് ഭാര്യയാണ്. തന്റെ മകൾക്ക് അതിനുള്ള ചാതുര്യം ഇല്ലാതെ പോയി. തനിക്ക് നല്ല ഭർത്താവിനെയാണോ കിട്ടിയത്. മൂന്നു മക്കളെ ജനിപ്പിച്ചു എന്നല്ലാതെ മറ്റെന്തെങ്കിലും സംഭാവന ആ മനുഷ്യനിൽനിന്നു ലഭിച്ചിട്ടുണ്ടോ? ഇങ്ങനെയൊക്കെ ചിന്തിച്ചും സ്വയം വിചാരണ നടത്തിയും ആത്മപരിശോധനയിൽ തന്റെ ന്യായങ്ങളെ ശരിവച്ചും എല്ലാ കുറ്റാരോപണങ്ങളിൽനിന്നും അജിതമ്മ തന്നത്താൻ വിടുതൽ നൽകി.

എന്നിട്ട് തലതിരിച്ചു നോക്കിയപ്പോൾ പവിത്ര അടുക്കളയിലെ ഡെസ്കിലിരുന്ന് അയലക്കറിയും പാവയ്ക്കാ തോരനും കൂട്ടി ചോറുണ്ണുന്നു. അപ്പുവിന് വാരിക്കൊടുക്കുന്നു. മിക്കവാറും കഴിച്ചു തീരാറായി. ഇതൊക്കെ എപ്പോൾ സംഭവിച്ചു എന്ന് അജിതമ്മ ആശ്ചര്യപ്പെട്ടു.

"നീ പ്രകാശനോടു ചോദിച്ചിട്ടാണോടീ പോന്നത്?"

"ആ ചോദിച്ചാരുന്നു." പവിത്ര അലസമട്ടിൽ പറഞ്ഞു.

"പൊയ്ക്കോളാൻ അവൻ സമ്മതിച്ചാലും അവന്റെ തള്ള സമ്മതിക്കത്തില്ലല്ലോ. അവര് എതിരൊന്നും പറഞ്ഞില്ലേ?"

"അവരോട് സമ്മതമൊന്നും ഞാൻ ചോദിച്ചില്ല."

"നീ പോന്നപ്പം അവരില്ലാരുന്നോ വീട്ടിൽ?"

"ഒണ്ടാരുന്നു."

"എന്നിട്ടും അവരൊന്നും പറഞ്ഞില്ലേ?"

"കേറടീ അകത്ത്, പോകാൻ സമ്മതിക്കത്തില്ല എന്നൊക്കെ ഭീഷണിപ്പെടുത്തി."

"നിങ്ങടെ മകന്റടുത്ത് ചോദിച്ചിട്ടാ പോണേന്ന് നിനക്ക് പറഞ്ഞൂടാരുന്നോ?"

"ചോദിക്കേണ്ട കടമയൊണ്ടല്ലോന്നു വെച്ച് ഞാൻ ചോദിച്ചെന്നേയൊള്ളൂ. പ്രകാശേട്ടൻ സമ്മതിച്ചില്ലാരുന്നു."

"അവന്റെ സമ്മതം ഇല്ലാതെയാണോ നീ പോന്നത്?" അജിതമ്മ അമ്പരന്നു.

"പ്രകാശേട്ടൻ പറഞ്ഞ ഭാഷ ഇവിടെ പറയാൻ കൊള്ളത്തില്ല. ഒരു മാതിരി കൊള്ളാവുന്ന രണ്ടുമൂന്നു വാക്ക് പറയാം. നിന്റമ്മേക്കെട്ടിക്കാനാണോ, നിന്റച്ഛന്റെ അടിയന്തിരത്തിനാണോ എന്നൊക്കെ ചോദിച്ചു. പിന്നെപ്പറഞ്ഞതൊക്കെ സൂപ്പർ തെറിയാ."

അജിതമ്മ കൺമിഴിച്ച് മകളെ നോക്കി.

"അവന്റെ സമ്മതമില്ലാഞ്ഞിട്ടും നീ പോന്നൂന്നറിയുമ്പം അവൻ ഭയങ്കര ബഹളമൊണ്ടാക്കത്തില്ലേ."

"ഒണ്ടാക്കട്ടെ. അമ്മേം മകനും കൂടെ വീട് തലകുത്തനെ മറിച്ചിടട്ടെ."

"അവൻ ഓട്ടോയിക്കേറി ചീത്തേം വിളിച്ചോണ്ട് ഇങ്ങോട്ടു വന്നാലോ?"

"വരട്ടെ. അമ്മയ്ക്കും കേക്കാലോ എന്റെ കെട്ടിയവന്റെ ഭാഷേം ശൈലീം ഒക്കെ. ഞാനെന്നും കേക്കുന്നകൊണ്ട് എനിക്കത് നിസ്സാരമാ. വല്ലപ്പഴും അമ്മേം കേക്കണ്ടേ."

"ഞാനെന്തിനാ കേക്കുന്നെ?"

"അമ്മേം അച്ഛനും വേണം കേക്കാൻ."

"നിന്റെ കെട്ടിയവന്റെ സ്വഭാവം ദുഷിച്ചു പോയതിന് ഞങ്ങളെന്നാ പെഴച്ചു?"

"ഞാൻ തന്നത്താൻ പോയി കെട്ടിയതല്ലല്ലോ. നിങ്ങള് കണ്ടുപിടിച്ചു തന്നതല്ലേ. വേണ്ടാവേണ്ടാന്ന് കരഞ്ഞു പറഞ്ഞിട്ടും കേക്കാതെ തലേലോട്ടു വച്ചുതന്നതല്ലേ. എന്നിട്ട് എന്റെ ദുരിതോം വേദനേം കാണാതെ കണ്ണടച്ച് ഇവിടിങ്ങിനിരുന്നാ മതിയോ? പതിനെട്ടാമത്തെ വയസ്സിൽ ഒരു പെണ്ണിന്റെ കൂമ്പുനുള്ളിക്കളഞ്ഞ് അവൾടെ ഭാവി ഇരുട്ടാക്കിയപ്പം ഓർക്കണാരുന്നു."

അജിതമ്മയ്ക്ക് ദേഷ്യവും സങ്കടവുംകൊണ്ടു വീർപ്പ് മുട്ടുന്നുണ്ടായിരുന്നു.

"എനിക്കെന്റെ ചൊമതല തീർക്കണ്ടാരുന്നോ? ഇനീം രണ്ടുപേര് വളന്നു വരുന്നു. അവരേം ഞാനല്ലാതെ ആര് നോക്കും?"

"അമ്മയെന്നോടു തർക്കിക്കാൻ വരല്ലേ. ഞാൻ പഴയ പവിത്രയല്ല. അളമുട്ടിയ പാമ്പാ."

പവിത്ര എഴുന്നേറ്റ് കൈ കഴുകി. അപ്പുവിന്റെ കയ്യും വായും കഴുകിച്ചു.

വൈകുന്നേരം വിഷ്ണുവും ദീപയും ക്ലാസ്സ് വിട്ട് വീട്ടിലെത്തിയപ്പോൾ പവിത്രയെയും അപ്പുവിനെയും കണ്ട് അതിശയപ്പെട്ടു. ദീപയ്ക്ക് കൊഞ്ചിക്കാൻ ആളായി. എന്നാലും അപ്പുവിന് വിഷ്ണുമാമനോടാണ് കൂടുതലിഷ്ടം. വിഷ്ണുമാമനാണ് അവനെ പഞ്ചായത്തുപടിയിൽ കൊണ്ടുപോവുകയും ചായയും പലഹാരവും വാങ്ങിക്കൊടുക്കുകയും ചെയ്യുക. വിഷ്ണുമാമൻ അവനെ കൂട്ടുകാരുടെ ബൈക്കിൽവച്ച് അയ്യമ്പാറക്കുന്നിലും പള്ളിവാതുക്കലെ പുഴക്കടവിലും ഫുട്ബോൾ ഗ്രൗണ്ടിലുമെല്ലാം കൊണ്ടുപോകാറുണ്ട്.

പവിത്ര വന്നിട്ടുണ്ടെന്നറിഞ്ഞ് സുദർശനനും പാർട്ടി പ്രവർത്തനം മതിയാക്കി രാത്രി ഒൻപതു മണിയോടെ വീട്ടിലെത്തി.

"നീ പ്രകാശനോട് വഴക്കിട്ട് പോന്നതാണോ?" അയാൾ വന്നയുടനെ മകളോടു തിരക്കി.

അജിതമ്മ ഭർത്താവിനു ഫോൺ ചെയ്തപ്പോൾ അങ്ങനെയൊരു സൂചന നൽകിയിരുന്നു.

"ഞാനാരോടും വഴക്കിട്ടില്ലച്ഛാ."

"അല്ലാ, പെണ്ണങ്ങിപ്പോന്നതാണോന്ന്?"

"ആര് പറഞ്ഞു പെണ്ണങ്ങീന്ന്. അമ്മ ഫോൺ ചെയ്തു പറഞ്ഞോ?"

"പ്രകാശൻ നിന്നെ കൊണ്ടെ വിടാഞ്ഞതുകൊണ്ടു ചോദിച്ചതാ."

"പ്രകാശേട്ടന്റെ സ്വഭാവം അച്ഛനറിയാവുന്നതല്ലേ. ഞാനെന്തിനാ പറയുന്നെ."

സുദർശനൻ അപ്പുവിന് ചോക്ലേറ്റ് വാങ്ങി കൊണ്ടുവന്നിട്ടുണ്ടായിരുന്നു. അവനെ വിളിച്ചു മടിയിലിരുത്തി അയാൾ ചോക്ലേറ്റ് കൊടുത്തു.

"അച്ഛനിന്നേവരെ സ്വന്തം മക്കൾക്ക് ഒരു ജീരകമിഠായിപോലും വാങ്ങി തന്നിട്ടില്ല." ദീപ പരിഭവം പറഞ്ഞു.

രാത്രി പത്തു മണിക്ക് അത്താഴം കഴിച്ച്, ടിവിയും കണ്ട് പതിനൊന്നു മണിയോടെ പവിത്ര ഉറങ്ങാൻ പോയി. പണ്ട് അവൾ ഉപയോഗിച്ചിരുന്ന മുറി ഇപ്പോൾ വിഷ്ണുവിന്റെയാണ്. പവിത്ര അപ്പുവിനെയുംകൊണ്ട് ആ മുറിയിലേക്കു കയറി. സാധാരണ ഗതിയിൽ പവിത്ര വീട്ടിൽ വരുമ്പോൾ വിഷ്ണു മുറി ഒഴിഞ്ഞുകൊടുത്ത് ലിവിങ് റൂമിലെ സോഫയിൽ പോയി കിടക്കുകയാണ് പതിവ്.

ആകെ മൂന്നു ബെഡ് റൂമുകളേയുള്ളൂ. അതിലൊരെണ്ണം ദീപയ്ക്ക്. മുൻപ് വിഷ്ണുവും ദീപയും ഒറ്റ മുറിയിലായിരുന്നു. ദീപ പ്രായപൂർത്തിയായതു മുതൽ അവൾക്കൊരു മുറി വിട്ടു കൊടുത്തു.

ഇന്നും വിഷ്ണു പതിവുപോലെ തലയണയും പുതപ്പുമായി ലിവിങ് റൂമിലേക്കു മാറി. അപ്പോൾ പവിത്ര പറഞ്ഞു: "മേനേ, നിനക്ക് അത്യാവശ്യം വേണ്ട സാധനങ്ങളൊക്കെ ഈ മുറീന്ന് മാറ്റിക്കോ. അല്ലെങ്കി അപ്പു ഓരോന്നെടുത്തു വച്ച് കളിക്കും."

"സാരമില്ല ചേച്ചി. അധിക ദിവസമൊന്നും ഇല്ലല്ലോ."

"അറിഞ്ഞൂട വിഷ്ണൂ. ചെലപ്പോ നീണ്ടുപോയേക്കും."

വിഷ്ണു മനസ്സിലാകാത്തപോലെ പവിത്രയെ നോക്കി നിന്നു.

"ഞാൻ പറഞ്ഞെന്നേയൊള്ളൂ. നിന്റെ പേനേം ടേബിൾ ലാംബും ബുക്സും പെൻഹോൾഡറും മൊബൈലും ചാർജറും ടാബും ഒന്നും അവനെടുത്ത് കേടാക്കണ്ട."

"സാരമില്ലന്നേ." വിഷ്ണു പിൻവാങ്ങി.

പവിത്രയുടെ ഫോൺ ലിവിങ് റൂമിലെ ടീപ്പോയിൽ വെച്ചിരിക്കയായിരുന്നു. അത് റിങ് ചെയ്തപ്പോൾ അജിതമ്മ വിളിച്ചു പറഞ്ഞു.

"പവീ, നിനക്ക് ഫോൺ."

പവിത്ര എഴന്നേറ്റ് ചെന്നപ്പോഴേക്കും അജിതമ്മ ഫോൺ എടുത്തു നീട്ടി.

“ഹലോ...” പവിത്ര അറ്റൻഡ് ചെയ്തു.

“എടീ നായിന്റെ മേളേ. നീ ഏത് കോ.....ത്തിലോട്ട് പോയതാടീ പട്ടി ക്കഴു... മോളേ.” ഫോണിലൂടെ ഗർജനം കേൾക്കായി.

“ആരാ മോളേ.” അജിതമ്മ സ്വരം താഴ്ത്തി.

“ദാ, പിടിക്ക്. പ്രകാശേട്ടനാ.” ഫോൺ മാറ്റിപ്പിടിച്ച് പറഞ്ഞിട്ട് പവിത്ര അത് അജിതമ്മയ്ക്കു നൽകി.

അജിതമ്മ ഫോൺ കാതോടു ചേർത്തതും തെറിയുടെ മാലപ്പടക്കം. അജിതമ്മ വെട്ടേറ്റകണക്കെ നിന്നുപോയി. സുദർശനൻ ‘ഈ രാത്രി ആരാ വിളിക്കുന്നെ’ എന്നു ചോദിച്ച് അങ്ങോട്ടു വന്നു. അജിതമ്മ ഫോൺ ഭർത്താവിനു കൊടുത്തു. പാമ്പു കൊത്തിയപോലെ സുദർശനൻ ചെവി ക്കരികിൽനിന്ന് ഫോൺ മാറ്റിക്കളഞ്ഞു.

“കേട്ടല്ലോ രണ്ടുപേരും. ഒരു ഭർത്താവ് ഭാര്യയോടു സംസാരിക്കുന്ന ഭാഷയാ. ഒന്നറിഞ്ഞിരിക്കാൻവേണ്ടി തന്നെന്നേയുള്ളൂ.”

പവിത്ര അച്ഛന്റെ കയ്യിൽനിന്നു ഫോൺ വാങ്ങി കോൾ കട്ട് ചെയ്തു.

രാത്രി ഉറങ്ങാൻ കിടക്കുമ്പോൾ അജിതമ്മ ഭർത്താവിനോടു പറഞ്ഞു: “അവള് പെണങ്ങിപ്പോന്നതാണെന്നാ തോന്നുന്നെ.”

“തോന്നുന്നേയൊള്ളോ? അവന്റെ തെറി കേട്ടപ്പം ഒറപ്പായില്ലേ?”

“അത് വല്യ പ്രശ്നമാണല്ലോ.”

“എന്തോന്നു പ്രശ്നം? കുറച്ചുദിവസം കഴിയുമ്പോ അവള് തിരിച്ചു പൊക്കോളും.”

“അവളങ്ങനെ പോയില്ലെങ്കിലോ?”

“നമ്മള് കൊണ്ടുചെന്നു വിടണം.”

“അന്നേരം അവനവളെ വീട്ടിക്കേറ്റിയില്ലെങ്കിലോ?”

“നാട്ടുകാരും വീട്ടുകാരും ഒക്കെയില്ലേ. പൊലീസിനേം വിളിക്കാം. അതു ഞാൻ നോക്കിക്കോളാം.”

“അവക്ക് പോകാൻ മനസ്സില്ലെങ്കി എന്നാ ചെയ്യും?” അജിതമ്മയ്ക്ക് അതിലാണ് ആശങ്ക.

“അങ്ങനെ പോകാതിരിക്കാൻ പറ്റോ? കെട്ടിച്ചുവിട്ട പെണ്ണ് തിരിച്ചു വീട്ടിവന്നു നിൽക്കുന്നത് ശര്യാണോ?” സുദർശനൻ ചോദിച്ചു.

“അവക്കുംകൂടെ അത് ബോധ്യമാകണ്ടേ.”

“പറഞ്ഞു മനസ്സിലാക്കിക്കൊടുക്കണം.”

“നമ്മളവളോട് ഏതാണ്ട് ഭയങ്കര അനീതി ചെയ്തപോലെയാ അവൾടെ പറച്ചിലും പെരുമാറ്റോം.”

“അനീതിയാണല്ലോ ചെയ്തത്. അല്ലേ?”

“ഇപ്പം നിങ്ങളും കാലുമാറിയോ?”

“സത്യമല്ലേ പറഞ്ഞത്. പഠിച്ചോണ്ടിരുന്ന പെങ്കൊച്ചിനെ പതിനെട്ടാമത്തെ വയസ്സിൽ ഒരു മുട്ടാളനു പിടിച്ചുകൊടുത്തിട്ട് ഇനി നീ എല്ലാം സഹിക്യേം ക്ഷമിക്യേം ചെയ്തോളാൻ പറഞ്ഞാ നമ്മടെ കടമ തീർന്നോ?”

“പിന്നെ നിങ്ങളെന്തിനാ ആ കല്യാണത്തിനു കൂട്ടുനിന്നെ. വേണ്ടാന്ന് അന്നു പറയാരുന്നല്ലോ.” അജിതമ്മ ചൊടിച്ചു.

“നീയല്ലേ ഇവിടുത്തെ ഭരണം. ഞാനെതിരുവല്ലോം പറഞ്ഞാ പിന്നെ എനിക്കിവിടെ കെടന്നു പൊറുക്കണ്ടല്ലോ.”

“ഇപ്പം എല്ലാക്കുറ്റോം എന്റെ തലേലായോ? നിങ്ങളെക്കൊണ്ട് കൊള്ളത്തില്ലാഞ്ഞിട്ടല്ലേ ഞാൻ ഭരിച്ചത്. എന്നാലും ഇന്നേവരെ നിങ്ങളോടു ചോദിക്കാണ്ട് എന്തെങ്കിലും ഞാൻ ചെയ്തിട്ടുണ്ടോ?”

“അതില്ല. വെട്ടാൻ കോടാലിയുമായിട്ട് മരത്തിന്റെ ചോട്ടിൽ ചെന്ന് വെട്ടിക്കോട്ടേന്നു മരംവെട്ടുകാരൻ ചോദിക്കണ മാതിരി നീ ചോദിച്ചിട്ടൊണ്ട്.”

“ഈ പിള്ളാരെയെല്ലാം വളത്തി പഠിപ്പിച്ച് ചെലവിനുമൊണ്ടാക്കിക്കൊടുത്ത് ഈ കുടുംബം നടത്തിക്കൊണ്ടു പോകാൻ ഞാൻ പെടുന്ന പാട് നിങ്ങൾക്ക് അറിയണ്ടല്ലോ.” അജിതമ്മ പരിഭവിച്ചു.

“ആ ക്രെഡിറ്റ് മുഴുവൻ നിനക്കാണല്ലോ. എല്ലാർക്കും അറിയാല്ലോ അത്. അജിതമ്മേടെ അധ്വാനോം സാമർത്ഥ്യോം ഇല്ലാരുന്നെങ്കി ആ കുടുംബം പെരുവഴീലായിപ്പോയേനേന്ന് എല്ലാരും പറയുന്നൊണ്ടല്ലോ.”

അജിതമ്മ കുറച്ചുനേരം മിണ്ടാതെ കിടന്നു. പിന്നെ ആരോടെന്നില്ലാതെ പറഞ്ഞു: “അവളേതാണ്ട് തീരുമാനിച്ചു വന്നപോലെയാ. ഞാനവൾടെ ബാഗ് നോക്കി. ഒണ്ടാരുന്ന ഡ്രസ്സും പഠിച്ചേന്റെ സർട്ടിഫിക്കറ്റും എല്ലാം തൂത്തുപെറുക്കി കൊണ്ടുവന്നിട്ടൊണ്ട്.”

“എന്റെ അജിതമ്മേ, അവളിവിടെ കുറച്ചു ദിവസം സമാധാനമായിട്ട് നിക്കട്ടെ. നിനക്കെന്നാ അവളെ കാണുമ്പം ഇത്രയ്ക്കു പൊറുതികേട്. നീയവൾടെ കോലം കണ്ടില്ലേ. കഴുത്തിലേം കവിളത്തേം എല്ലു മുഴുവൻ ഉന്തി നിക്കുന്നു. കണ്ണു കുഴിഞ്ഞ്, കവിളൊട്ടി... അവൾക്ക് എന്തെങ്കിലും നല്ല ഭക്ഷണം കൊടുക്കുന്ന കാര്യം നീ ആലോചിക്ക്.”

അടുത്ത ദിവസം പവിത്ര അച്ഛനോട് ജിഡിഎ കോഴ്സ് പഠിക്കാനുള്ള ആപ്ലിക്കേഷൻ ഫോം ചോദിച്ചു വാങ്ങി.

“ഞാനാ വാങ്ങിത്തന്നതെന്ന് നിന്റമ്മേോടു പറയണ്ട. അവളെന്റടുത്ത് തട്ടിക്കേറും.”

“പിന്നെ ഞാനെന്നാ പറയും?”

“നിന്റെ കൂട്ടുകാരി അയച്ചുതന്നതാന്നു പറ.”

“ശരിയച്ഛാ. പക്ഷേ, ഇതു പൂരിപ്പിച്ചു കൊടുക്കാൻ അച്ഛനും വരണം എന്റെ കൂടെ കാഞ്ഞിരപ്പള്ളിക്ക്.”

“നമ്മള് രണ്ടുപേരുംകൂടെ ഒന്നിച്ചു പോകണ്ട. നീ നാളെയോ മറ്റോ ഒരു ബസ്സേക്കേറി പേട്ടേ വന്നാ മതി. അവിടുന്ന് നമുക്ക് രണ്ടുപേർക്കും കൂടെ ഒന്നിച്ചു പോകാം.”

"ഞാനെവിടെപ്പോവാണെന്ന് അമ്മ ചോദിച്ചാലോ?"

"ഒരു ഫ്രണ്ടിനെ കാണാൻ പേട്ടയ്ക്കു പോവാണെന്നു പറ. എന്നതാ പറയാൻ മേലാത്തെ."

"ആ... ശരി."

പവിത്ര പകൽ ആപ്ലിക്കേഷൻ ഫോം പൂരിപ്പിച്ചു. അജിതമ്മ അതു കണ്ട് ചോദിച്ചു:

"എന്നതാടീ അത്?"

"ഒരു ആപ്ലിക്കേഷൻ ഫോം."

"മറ്റേ കോഴ്സിന്റെയാണോ?"

"അതെ."

"അതിനു പോകാൻതന്നെ തീരുമാനിച്ചോ?"

"അതിനുവേണ്ടിയല്ലേ ഞാനിങ്ങോട്ടു വന്നതുതന്നെ." പവിത്ര ഒന്നും മറച്ചുവെക്കാൻ ശ്രമിച്ചില്ല.

"പ്രകാശന്റേം തള്ളേടേം സമ്മതമില്ലാതെ?"

"എന്റെ ജീവിതം എല്ലാരുംകൂടെ കൊത്തിക്കീറി ഇട്ടിരിക്കുവല്ലാരുന്നോ ഇതുവരെ. ഇനി ഞാൻ എനിക്കുവേണ്ടി ഒന്നു ജീവിച്ചുനോക്കട്ടെ."

പിറ്റേദിവസം പവിത്ര കാഞ്ഞിരപ്പള്ളിക്കു പോകാനിറങ്ങിയപ്പോഴും അജിതമ്മ പിന്തിരിപ്പിക്കാൻ ശ്രമിച്ചു.

"അവനോന്റെ കുടുംബത്തെക്കാൾ വലുതല്ല ഒന്നും എന്ന് നീ ഓർക്കണം. ഒരു കൊച്ചൊണ്ട് നിനക്ക്."

"അവനവന്റെ ജീവിതത്തേക്കാൾ വലുതല്ല കുടുംബം എന്ന് തിരിച്ചറിയാൻ ഞാൻ കുറച്ചു വൈകിപ്പോയി. ഞാനുണ്ടെങ്കിലേ എനിക്കു കുടുംബമൊള്ളൂ."

"നീയിപ്പം എങ്ങോട്ടാ പോകുന്നെ?"

"കാഞ്ഞിരപ്പള്ളിക്ക്."

"ഒറ്റയ്ക്കോ?"

"എന്റമ്മേ. ബിയാ ഇവിടുന്ന് ഡെല്ലിക്കു പോകുന്നതും വരുന്നതും ഒറ്റയ്ക്കാ. അത്രേം വരുവോ കാഞ്ഞിരപ്പള്ളി."

"നിന്റിഷ്ടംപോലെ ചെയ്യ്."

"എനിക്ക് ഇരുനൂറ് രൂപ വേണം. അടുത്താഴ്ച തിരിച്ചു തന്നേക്കാം."

ഒന്നു സംശയിച്ചശേഷം അജിതമ്മ രൂപ കൊടുത്തു. പവിത്ര ഈരാറ്റുപേട്ടവരെ ബസ്സിൽ പോയി. അവിടെ ബസ്സ്റ്റാൻഡിൽ സുദർശനൻ കാത്തുനിൽപുണ്ടായിരുന്നു. അച്ഛനും മോളും കൂടി ബസ്സിൽ കാഞ്ഞിരപ്പള്ളിയിൽ പോയി ജി.ഡി.എ കോഴ്സിനു ചേരാൻ അപേക്ഷ നൽകി.

തിരിച്ചു വന്നപ്പോൾ ഈരാറ്റുപേട്ടയിൽവച്ച് സുദർശനൻ പറഞ്ഞു: "ഇനി നീ പൊയ്ക്കോ. എനിക്കു വേറെ ഒന്നുരണ്ടിടത്ത് പോകാനുണ്ട്."

തീക്കോയി ബസ്സിൽ കയറി പവിത്ര തിരിച്ചു പോന്നു. പഞ്ചായത്തു പടിയിൽ ബസ്സിറങ്ങി നടക്കവേ അവൾ ജിബിയയ്ക്കു മിസ്കോൾ വിട്ടു. രണ്ടു മിനിറ്റിനുള്ളിൽ ജിബിയയുടെ കോൾ വന്നു. താൻ ജി.ഡി.എയ്ക്ക് ആപ്ലിക്കേഷൻ കൊടുത്ത വിവരം പവിത്ര അറിയിച്ചു.

"പന്ത്രണ്ടായിരം രൂപ ഫീസ്. ആറുമാസം കോഴ്സ്. രണ്ടുമാസം ഇന്റേൺഷിപ്പ്."

"അതൊക്കെ പെട്ടെന്നു കഴിയും. പൈസ ഞാൻ അയച്ചു തന്നേക്കാം. നിനക്ക് ബാങ്ക് അക്കൗണ്ട് ഒണ്ടോ?" ജിബിയ ചോദിച്ചു.

"ഇല്ല."

"അജിതമ്മയ്ക്കില്ലേ?"

"അമ്മയ്ക്ക് രണ്ടു ബാങ്കിലൊണ്ട്."

"പൈസ അതിലിട്ടേക്കാം. നീ വാങ്ങിച്ചാ മതി."

"ബാച്ച് തൊടങ്ങാൻ ഇനി രണ്ടാഴ്ചയേ ഒള്ളൂ." പവിത്ര പറഞ്ഞു.

"അത്രയും ദിവസം നീ റെസ്റ്റെടുക്ക്. പ്രകാശേട്ടനുമായിട്ട് പെണങ്ങിയല്ലേ പോന്നത്?"

"ഞാനാരോടും പെണങ്ങിയില്ല ബിയാ. പ്രകാശേട്ടനോട് അനുവാദം ചോദിച്ചപ്പോ മുട്ടുകാല് തല്ലിയൊടിക്കുംന്ന് പറഞ്ഞു. ഞാനതു വക വെക്കാതെ പോന്നു. അത്രേയുള്ളൂ."

"സാരമില്ല. നിന്നെ വേണംന്നുണ്ടെങ്കി അയാള് വന്നു വിളിച്ചോളും. എന്തായാലും പുഴ നീന്തിക്കടക്കണം. കഴുത്തിൽ അമ്മിക്കല്ല് കെട്ടിക്കൊണ്ടു നിന്തേണ്ട കാര്യമില്ലല്ലോ."

ജിബിയയുടെ താരതമ്യം കേട്ട് പവിത്രയുടെ ചുണ്ടിൽ ചിരിയൂറി.

പവിത്രയുടേയും ജിബിയയുടേയും പൂർവ്വകഥാസൂചിക അവസാന താളിൽ.

രണ്ട്

രാവിലെ ഡ്യൂട്ടിക്കു കയറിയതു മുതൽ ജിബിയയ്ക്കു പിടിപ്പതു ജോലി ഉണ്ടായിരുന്നു. ഐസിയുവിൽ പെരുന്നാളിന്റെ തിരക്കുണ്ടെന്നു കണ്ട് ജിബിയ അതിശയിച്ചു. ചില ദിവസങ്ങളിൽ ഇങ്ങനെയാണ്. ഐ.സി.യുവിലേക്കു പുതിയ അഡ്മിഷനുകൾ, ചില പേഷ്യന്റ്സിനെ മറ്റേതെങ്കിലും വിഭാഗത്തിലേക്കു ഷിഫ്റ്റ് ചെയ്യൽ, ഐസിയുവിൽ വച്ചുതന്നെ അടിയന്തരമായി നടത്തേണ്ടിവരുന്ന മൈനർ സർജറികൾ, അത്യാസന്നനിലയിലുള്ള പേഷ്യന്റ്സിനു കൊടുക്കേണ്ടിവരുന്ന വെന്റിലേറ്ററും മറ്റ് പ്രൊസീജിയേഴ്സും. റൗണ്ട്സിനു വന്ന ഡോക്ടർമാർ, അവരുടെ ജൂനിയർ ഡോക്ടർമാർ, ഹൗസ് സർജൻസി ചെയ്യുന്നവർ, നഴ്സുമാർ, കെയർ അസിസ്റ്റന്റുമാർ, ക്ലീനിങ് ജീവനക്കാർ... ഇങ്ങനെ എവിടെ നോക്കിയാലും തിരക്കും ബഹളവും. ഇതിനിടയിൽ തങ്ങളുടെ ജോലി ഉത്തരവാദിത്തത്തോടെ ചെയ്യുന്നുണ്ടെന്നു ബോധ്യപ്പെടുത്താൻ വേണ്ടി ഇൻചാർജ്മാർ പാഞ്ഞുനടന്ന് നഴ്സ്മാരോടു തട്ടിക്കയറുന്നു. കെയർ അസിസ്റ്റന്റുമാരെ നിർത്തിപ്പൊരിക്കുന്നു.

ഐസിയു ചില നേരത്ത് ഒരു ചന്തയാണല്ലോ എന്നു ജിബിയ ഓർത്തുപോയി. അബോധാവസ്ഥയിലായ ഒരു രോഗിക്കു മിനി വെന്റിലേറ്റർ കൊടുക്കാനുള്ള തിരക്കിലായിരുന്നു അവൾ. അതേ ക്യൂബിക്കിളിൽ തന്നെ നാലു പേഷ്യന്റ്സ് വേറെയുമുണ്ട്. ഓരോ ബെഡ്ഡിനു ചുറ്റും ഡോക്ടർമാരും അസിസ്റ്റന്റ്സും മെഡിക്കൽ സ്റ്റുഡന്റ്സുമൊക്കെയുണ്ട്.

അതിനിടയിൽ നേഴ്സ് മഞ്ജു വന്ന് "ചേച്ചി എന്നെ ഒന്നു ഹെൽപ് ചെയ്യമോ, എന്റെ പേഷ്യന്റിന് സെന്റർലൈൻ ഇടണം" എന്ന് അഭ്യർത്ഥിച്ചു.

"എടി മോളേ, ഞാൻ അതിനെക്കാൾ വല്യതെരക്കിലാ. പത്തു മിനിറ്റ് കഴിഞ്ഞോട്ടെ."

അത്രയും പറഞ്ഞ് ജിബിയ തന്റെ ജോലിയിൽ വ്യാപൃതയായി.

ഏതാനും മിനിറ്റുകൾ കഴിഞ്ഞപ്പോൾ ഒരു ആക്രോശം കേട്ട് ജിബിയ ഞെട്ടിത്തിരിഞ്ഞു.

"ആംബ്യൂ ബാഗ് എന്റെ തലേലാണോ ഇരിക്കുന്നെ? എവിടാണെന്നു പോയി നോക്കണം."

ശ്രീദേവി നഴ്സ് കത്തിക്കയറുകയാണ്.

ക്യുബിക്കിളിലെ ഡോക്ടർമാരും ജൂനിയേഴ്സും മെഡിക്കൽ സ്റ്റുഡന്റ്സും മറ്റ് നഴ്സ്മാരുമടക്കം പതിനഞ്ചോളം പേർ അസ്തപ്രജ്ഞരായി നിൽക്കുന്നു.

"രാവിലെ വേഷോം കെട്ടിക്കൊണ്ട് വന്നോളും. ഒരു വക അറിയാമ്മേല. അറിയാമെങ്കിലും ചെയ്യാൻ കഴിയത്തില്ല. എന്നിട്ട് ബാക്കിയുള്ളവരുടെ തലേലോട്ടു കേറും."

മഞ്ജുവിന്റെ നേർക്കാണ് അധിക്ഷേപം. അവളുടെ കണ്ണുകൾ നിറഞ്ഞൊഴുകുന്നുണ്ട്.

"എന്താ മഞ്ജൂ പ്രശ്നം?"

ചെയ്തുകൊണ്ടിരുന്ന പ്രൊസീജിയർ നിർത്തിവച്ച് ജിബിയ താഴത്തേക്കു ചെന്നു.

"ചേച്ചീ ഞാൻ ആംബ്യുബാഗ് എവിടേന്നു ചോദിച്ചേയൊള്ളൂ." മഞ്ജു വിതുമ്പി.

ജിബിയ ശ്രീദേവിയുടെ നേർക്കു തിരിഞ്ഞു.

"ശ്രീദേവീ, നിന്റെ പിസിഒഡി ഇതുവരെ ശരിയായില്ലേ. അതോ നിനക്ക് പീരിയഡ്സിന്റെ പ്രോബ്ലമാണോ?"

എല്ലാവരുടേയും മുന്നിൽവച്ച് ജിബിയ വെട്ടിത്തുറന്നു ചോദിച്ചപ്പോൾ ശ്രീദേവിയുടെ മുഖം വിളറിപ്പോയി.

"അല്ല, നീ പറഞ്ഞിട്ടൊണ്ടല്ലോ മെൻസസാകുമ്പം നിനക്ക് ഭയങ്കര മൂഡോഫാണെന്നും ആ നേരത്താണ് എല്ലാവരേം ചാടിക്കടിക്കുന്നതെന്നും. അതുകൊണ്ടു ചോദിച്ചതാ."

കേട്ടുനിന്നവർക്കു ചിരിയായി.

"നിന്റടുത്ത് ഞാനെന്തെങ്കിലും പറഞ്ഞോ?" ശ്രീദേവി നാണക്കേടും ദേഷ്യവുംകൊണ്ട് വല്ലാതായി.

"ആംബ്യു ബാഗ് എവിടേന്നു ചോദിച്ചാ ദാ, ആ ഷെൽഫിലിരിക്കുന്നു എന്നു ചൂണ്ടിക്കാണിക്കുന്നേനു പകരം നീ എന്തൊക്കെ ഡയലോഗാ ആ കൊച്ചിനോടു പറഞ്ഞത്. അവളിങ്ങോട്ടു വന്നിട്ട് നാലുദിവസം പോലുമായില്ലല്ലോ. നീ ഓർത്തോടെ ഐസിയുവീന്ന് ഇങ്ങോട്ടു വന്നപ്പം നിനക്കറിയാരുന്നോ ഇവിടത്തെ ഓരോരോ സാധനങ്ങള് എവിടാ വച്ചിരിക്കുന്നേന്ന്. എന്നോട് നീ എത്ര തവണ ചോദിച്ചിട്ടൊണ്ട്. നിനക്കറിയാത്തതെല്ലാം ഞാൻ കൂടെ നിന്ന് പറഞ്ഞുതരികയല്ലേ ചെയ്തിട്ടുള്ളൂ. എന്നിട്ട് നീ വല്യ ആളായപ്പോ ജൂനിയർ സ്റ്റാഫിന്റെ നേർക്കു തട്ടിക്കേറുന്നു. ഈ സൂക്കേട് അത്ര നല്ലതല്ല മോളേ."

ജിബിയ കുറച്ച് ഒച്ചയെടുത്താണു സംസാരിച്ചത്. മറ്റു ക്യുബിക്കിളിൽ ഉണ്ടായിരുന്നവരും ശ്രദ്ധിക്കുന്നുണ്ടായിരുന്നു.

ശ്രീദേവിക്ക് എങ്ങോട്ടെങ്കിലും ഇറങ്ങി ഓടിയാൽ മതിയെന്നേയുണ്ടായിരുന്നുള്ളൂ.

"ഞങ്ങൾക്കും ഒണ്ട് പിസിഒഡി പ്രശ്നങ്ങളും മൂഡ് സ്വിങ്ങുമെല്ലാം. പക്ഷേ, നാലാളെ കാണുമ്പം ഞങ്ങളാരും ജൂനിയേഴ്സിന്റെ പുറത്ത് ചവിട്ടി ഷോ കാണിക്കാറില്ല."

അത്രയുംകൂടി പറഞ്ഞ് ആംബ്യു ബാഗും കൂടി മഞ്ജുവിനു കാണിച്ചു കൊടുത്തിട്ടേ ജിബിയ നിർത്തിയുള്ളൂ. അവൾ മിനി വെന്റിലേറ്ററും ട്യൂബിങ്സും മോണിട്ടറും ക്രമീകരിച്ചശേഷം മഞ്ജുവിനെ സഹായിക്കാൻ നീങ്ങി.

ഒൻപതര കഴിഞ്ഞപ്പോഴേക്കും ക്യുബിക്കിളിലെ തിരക്കൊഴിഞ്ഞു. റൗണ്ട്സിനു വന്ന ഡോക്ടേഴ്സും ജൂനിയേഴ്സും സ്റ്റുഡന്റ്സുമെല്ലാം തിരികെ പോയി. ക്യുബിക്കിൾ ആകെ അലങ്കോലപ്പെട്ടു കിടക്കുകയാണ്. കെയർ അസിസ്റ്റന്റ് വിഷ്ണുപ്രിയ യൂണിഫോമിട്ട് ക്യുബിക്കിളിലേക്കു വന്നു.

"ഹായ് ഗുഡ്മോണിങ് ചേച്ചീ. ചേച്ചിക്കിന്ന് ഈ ക്യുബിക്കിളാണോ?"

"ഉം? ആണെങ്കിൽ?" ജിബിയ ഗൗരവത്തിൽ നോക്കി.

"എനിക്കു സന്തോഷമായി. ചേച്ചീടെ കൂടെ ജോലി ചെയ്യാൻ എനിക്കിഷ്ടാ"

"നീയെന്നാ ലേറ്റായത്?"

"ലേറ്റായില്ലല്ലോ. എനിക്കിന്ന് പത്തുമണീടെ ഷിഫ്റ്റാ."

"ശരി ശരി തുടങ്ങിക്കോ. ക്യുബിക്കിളു കണ്ടില്ലേ. പച്ചക്കറി മാർക്കറ്റ്പോലെ. പേഷ്യന്റ്സിന്റെ യൂറിൻ എംപ്റ്റി ചെയ്യണം, സക്ഷൻ ജാറെല്ലാം ക്ലീൻ ചെയ്യണം, എക്യുപ്മെന്റ്സെല്ലാം ഷിഫ്റ്റ് ചെയ്യണം. ഒരുപാട് പണീണ്ട്."

"എന്താ അവിടെ വല്യ വർത്തമാനം?"

ഇൻചാർജ് ഷീല മാത്യു വാതിൽക്കലെത്തി.

"കഥ പറഞ്ഞോണ്ട് നിൽക്കുവാണോ രണ്ടുപേരും. ഇത് ക്യുബിക്കിളോ അതോ ചന്തയോ? നിനക്കൊന്നും ഒരുത്തരവാദിത്തോം ഇല്ലേടീ."

വിഷ്ണുപ്രിയയെ നോക്കി ഷീല മാത്യു ആക്രോശിച്ചു.

"വെറുതെ ശമ്പളം മേടിച്ച് തിന്നാ മതിയോ? ജോലി ചെയ്യണ്ടേ!"

"മാഡം ഞാനിങ്ങോട്ടു വന്നതേയൊള്ളൂ." വിഷ്ണുപ്രിയ അപേക്ഷാസ്വരത്തിൽ പറഞ്ഞു.

"അതിനു ഞാനെന്തുവേണം? ജോലി ചെയ്യാൻ പറ്റത്തില്ലെങ്കി വീട്ടിപ്പോയിരിക്കണം. നീയൊക്കെ ഇവിടെ അധികപ്പറ്റാ. നീയൊന്നും ഇല്ലെങ്കിലും ഈ ഹോസ്പിറ്റൽ ഭംഗിയായിട്ടു നടക്കും. ക്യുബിക്കിള് കെടക്കുന്ന കെടപ്പ് കണ്ടില്ലേ. എന്നിട്ട് കഥപറച്ചിലും ചിരീം കളീം."

വിഷ്ണുപ്രിയ കണ്ണുനിറഞ്ഞു തുളുമ്പി. ഒരു തെറ്റും ചെയ്യാതെയാണ് ഈ അപമാനം.

ഇത്രയുമായപ്പോൾ ജിബിയ ഇടപെട്ടു. "സിസ്റ്ററേ വിഷ്ണുപ്രിയയുടെ ഡ്യൂട്ടി തൊടങ്ങുന്നേയൊള്ളൂ."

"നിന്നോടു ചോദിച്ചോ? നീയാണോ അവൾടെ വക്കാലത്ത്."

"അതേ. ഞാനാ. ഇവൾടെ ഷിഫ്റ്റ് പത്തുമണിക്കാ. നോക്ക്." ജിബിയ വാൾക്ലോക്കിലേക്ക് കൈ ചൂണ്ടി. "പത്തു മണിയാകാൻ ഇനീം രണ്ടു മിനിറ്റും കൂടിയുണ്ട്. പിന്നെന്തിനാ സിസ്റ്റർ അവൾടെ മെക്കിട്ടുകേറുന്നെ. അവൾടെ കുറ്റമാണോ ഈ ക്യുബിക്കിൾ ഇങ്ങനെ കിടക്കുന്നെ?"

"നീയെന്നെ ചോദ്യം ചെയ്യാനൊന്നും വരണ്ട ജിബിയാ. നീ നിന്റെ പണി നോക്ക്."

"ഞാൻ ചോദ്യം ചെയ്യും. ഇവൾ ചെയ്ത തെറ്റ് എന്താണെന്നു പറ. ഡ്യൂട്ടി സമയത്തിനും രണ്ടു മണിക്കൂർ മുൻപേ വന്നു ജോലി ചെയ്യണ മായിരുന്നോ? നൈറ്റ് ഷിഫ്റ്റുകാർ അവരുടെ ജോലി തീർക്കാതെ ഇട്ടിട്ടു പോയതിന് ഇവളാണോ കുറ്റക്കാരി? ഒരാളെ ചീത്ത പറയുന്നതിന് ഒരു ന്യായം വേണ്ടേ."

"വഴക്ക് ഇൻചാർജും ജിബിയയും തമ്മിലാണെന്നു കണ്ടപ്പോൾ മറ്റു ക്യുബിക്കിളിലെ കെയററർമാരും സ്റ്റാഫും കോറിഡോറിലേക്കു വന്നു.

"നീ എന്നെ പഠിപ്പിക്കാറായോടീ. ഈ ഐസിയുവിന്റെ ഇൻചാർ ജാണു ഞാൻ. ഇവിടെ ഞാൻ പറയുന്നതാ നിയമം. ഞാൻ പറയുന്നതാ ന്യായം." ഷീലാ മാത്യു ജിബിയയുടെ നേർക്ക് ആക്രോശിച്ചു.

"സിസ്റ്റർ എന്നേംകൂടെ ചേർത്താണല്ലോ പറഞ്ഞത്, കഥ പറഞ്ഞും കളിച്ചും ചിരിച്ചും നിൽക്കുവാണെന്ന്."

"ഞാൻ കണ്ട കാര്യവാ പറഞ്ഞത്."

"എട്ടുമണിക്കു ഡ്യൂട്ടിക്കു കയറിയതാ ഞാൻ. ഈ നിമിഷംവരെ ജോലി ചെയ്തോണ്ടു നിൽക്കുവാ. മാഡം ഏതു കണ്ണിക്കൂടിയാ നോക്കു ന്നേന്ന് എനിക്കറിയാം. അരമണിക്കൂറിടവിട്ട് കസേരേന്ന് ചാടിയെണീറ്റ് ഓടിവന്ന് മര്യാദയ്ക്കു ജോലി ചെയ്യുന്നവരേം ജൂനിയർ സ്റ്റാഫിനേം ആക്ഷേപിക്കുന്നതാണോ ഒരു ഇൻചാർജിന്റെ ഡ്യൂട്ടി. നിങ്ങക്ക് എവിടെ ങ്കിലും ചൊറിയുന്നൊണ്ടെങ്കി ബാത്റൂമിക്കേറി വാതിലടച്ചിട്ടിട്ട് ചൊറി ഞ്ഞേക്കണം. അല്ലാതെ കഷ്ടപ്പെട്ട് ജോലിചെയ്യുന്നോരടെ മുതുകിലോട്ട് കേറുവല്ല വേണ്ടത്."

ജിബിയ അതു പറഞ്ഞപ്പോൾ അവിടവിടെ കേട്ടുനിന്ന നഴ്സുമാർ അടക്കിച്ചിരിച്ചു.

"നിന്നെ ഞാൻ കാണിച്ചു തരാമെടീ. ഇന്നുതന്നെ ഞാൻ നേഴ്സിങ് ഓഫീസിൽ കംപ്ലെയ്ന്റ് ചെയ്യുന്നൊണ്ട്."

"ഓ നിങ്ങളു കൊണ്ടുപോയി കാണിക്ക്. ഞാനിതു കൊറച്ചു കണ്ടിട്ടാ ഇങ്ങോട്ടു വന്നിരിക്കുന്നെ. ഇവിടുത്തെ ഓരോ നേഴ്സും വീടുവിട്ട് ബാംഗ്ലൂരോ ചെന്നൈയിലോ ഹൈദരാബാദിലോ എവിടെങ്കിലും പോയി കഷ്ടപ്പെട്ട് നഴ്സിങ് പഠിച്ച്, നാട്ടിലെങ്ങും നല്ല ശമ്പളം കിട്ടാഞ്ഞിട്ട്

പത്തുരണ്ടായിരം മൈലകലെ വന്ന് ദുരിതംപിടിച്ച ജോലി ചെയ്യുവാ. നാലുപേര് ചെയ്യേണ്ട ജോലിയാ ഓരോ നേഴ്സിനെക്കൊണ്ടും ചെയ്യിക്കുന്നെ. അതിനിടയ്ക്ക് ഒരു നല്ല വാക്ക്... ഒരിത്തിരി ദയ... അതൊന്നുമില്ല. ആരെങ്കിലും സന്തോഷമായിട്ടു നിന്ന് ജോലിചെയ്യുന്നതു കണ്ടാ അപ്പത്തന്നെ പാഞ്ഞു വരും. നാലു ചീത്ത പറഞ്ഞ്, ഇല്ലാത്ത കുറ്റം വിളിച്ചു കൂവി, ഒച്ചവച്ച് തട്ടിക്കേറി അവിടെ കരച്ചിലും കണ്ണീരുമായിക്കഴിയുമ്പം നിങ്ങൾക്ക് സമാധാനമായി. കൃമികടി തീർന്നു."

അപ്പോഴും നേഴ്സുമാർക്കിടയിൽനിന്ന് അടക്കിയ കൂട്ടച്ചിരിയുണ്ടായി.

"ഞാനും ഇതുപോലെ കഷ്ടപ്പെട്ട് വന്നവളാണെന്ന ചിന്ത ഒരു ടി എല്ലിനുമില്ല, ഇൻചാർജിനുമില്ല. അധികാരോം സ്ഥാനോം കയ്യിലൊണ്ടെങ്കി എല്ലാരും അമ്മായിയമ്മമാരാ. ഒന്നുമില്ലെങ്കിലും സ്വന്തം നാട്ടുകാരാണെന്നും മലയാളികളാണെന്നുമൊള്ള ഒരു മിനിമം മര്യാദയെങ്കിലും കാണിക്കണ്ടേ. അമ്മേടെ വയറ്റീന്നു ജനിച്ചു വീണപ്പഴേ ഇൻചാർജാണെന്ന മട്ടിലാ. കൂറും സ്നേഹോം ഇല്ലാത്ത വർഗം."

ജിബിയയെ ഭീഷണികൊണ്ട് അടക്കിനിർത്താൻ പറ്റില്ലെന്നു ബോധ്യപ്പെട്ടതോടെ ഷീലാ മാത്യു കലിതുള്ളി തന്റെ ഇരിപ്പിടത്തിലേക്കു പാഞ്ഞുപോയി.

മറ്റ് സ്റ്റാഫ് ജിബിയയെ സമീപിച്ച് മുന്നറിയിപ്പു നൽകി.

"കുറച്ച് കടന്നുപോയില്ലേ. ഇൻചാർജ് എന്തു പറഞ്ഞാലും മറുത്തു പറയാതെ അനുസരിച്ചോളണമെന്നാ നിയമം." സുമിത്ര ശാസിച്ചു.

"ആ നിയമമൊക്കെ മാറ്റണ്ടേ? ഇൻചാർജെന്നു വച്ചാ മഹാറാണീന്നാണോ അർത്ഥം? അവരെന്തു തെണ്ടിത്തരം കാണിച്ചാലും നമ്മളത് സഹിക്കണോ?" ജിബിയ അമർഷം പൂണ്ടു.

"ഇനിയിപ്പം കംപ്ലെയ്ന്റ് പോകുവല്ലോ."

"പോട്ടെന്നേ. ആരെങ്കിലും വേണ്ടേ തൊടങ്ങിവെക്കാൻ. എന്നാലേ മാറ്റം ഒണ്ടാകത്തൊള്ളൂ."

"എന്തായാലും എനിക്കിഷ്ടപ്പെട്ടു." സെലിൻ പറഞ്ഞു. "അവളിവിടെ നേഴ്സായിരുന്നപ്പം പഞ്ചപ്പാവമായിരുന്നു. ഇൻചാർജാക്കിയശേഷം കിരീടം തലേലോട്ടു കേറിയപോലായി. അവള് ഇതിനു മുൻപ് നേഴ്സുമാരെ കണ്ടിട്ടേയില്ല, ശവം."

"ദേ, കംപ്ലെയ്ന്റുമായട്ട് പോണ്. നേഴ്സിങ് ഓഫീസിലേക്കാ." ലേഖ ചൂണ്ടിക്കാട്ടി.

ഷീലാ മാത്യു തിരക്കുപിടിച്ച് നടന്നു പോകുന്നു.

"അവൾടമ്മയ്ക്ക് വായുഗുളികേം കൊണ്ടു പോകുവാ." സുമലത കടുത്ത വൈരാഗ്യത്തോടെ പറഞ്ഞു.

അര മണിക്കൂറിനകം സൂപ്പർവൈസർ വന്ന് ജിബിയയെ നഴ്സിങ് ഓഫീസിലേക്കു വിളിപ്പിച്ചു. മറ്റുള്ളവർക്കു ഭയമായി.

"പണിഷ്മെന്റ് ഉണ്ടാവ്വോ?"

"ഉണ്ടായിക്കോട്ടെ." ജിബിയ കൂസലെന്യെ നഴ്സിങ് ഓഫീസിലേക്കു പോയി.

അവിടുത്തെ ചോദ്യം ചെയ്യലിൽ ജിബിയ നടന്ന സംഭവം അവരെ ധരിപ്പിച്ചു.

"അതെല്ലാം അവിടെ നിൽക്കട്ടെ. ജിബിയ സിസ്റ്റർ മറ്റ് സ്റ്റാഫിന്റെ മുന്നിൽവച്ച് ഇൻചാർജിനെ ഹ്യുമിലിയേറ്റ് ചെയ്തതു ശരിയായില്ല."

"തീരെ ഗതികെട്ടിട്ട് പറഞ്ഞതാണ് സാർ. മറ്റു സ്റ്റാഫിന്റെ മുന്നിൽ വച്ച് ഒരു തവണ മാത്രേ ഞാൻ എതിർത്തു പറഞ്ഞൊള്ളൂ. ആ സ്തീ എല്ലാ ദിവസവും പലതവണ അവരുടെ ഇഷ്ടക്കാരല്ലാത്തവരെയെല്ലാം ചീത്ത വിളിക്ക്യാണ്. അവരെപ്പോലത്തെ മനുഷ്യരാ ഞങ്ങളും. മുപ്പത് നേഴ്സുമാരെ ഡോക്ടേഴ്സിന്റേം അസിസ്റ്റന്റ്സിന്റേം സ്റ്റഡന്റ്സിന്റേം മുന്നിൽവച്ച് ചീത്തവിളിക്കാൻവേണ്ടി മാത്രം ഒരാളെ ഹൈ സാലറി കൊടുത്ത് വെച്ചിരിക്ക്യാണ്."

"അവർക്ക് അവരുടേതായ ജോലിയുണ്ട്."

"ഒരു ജോലിയുമില്ല സാർ. അവരുടെ ഇഷ്ടക്കാർക്ക് ജോലിയിളവ് കൊടുക്കുക, ഡ്യൂട്ടി റോസ്റ്റർ തിരുത്തുക, ആത്മാർത്ഥമായിട്ട് ജോലി ചെയ്യുന്നവരെ പിന്നേം പിന്നേം പണിയെടുപ്പിക്കുക, ചെവിക്കരികെ വന്ന് പരദൂഷണവും കുശുമ്പും അസൂയയും പറയുന്നവർക്ക് ജോലിയൊന്നും ചെയ്യാതെ വെറുതെ അവിടവിടെ കറങ്ങി നടക്കാൻ അനുവാദം കൊടുക്കുക... ഇതൊക്കെയാണ് അവരുടെ ജോലി. സമാധാനത്തിലും സന്തോഷത്തിലും ജോലി ചെയ്യുന്നവരെ കണ്ടാൽ അവർക്കു സഹിക്കാൻ പറ്റത്തില്ല."

"ഇതൊന്നും ജിബിയ സിസ്റ്റർ ചെയ്ത തെറ്റിന്റെ ന്യായീകരണമല്ല."

"പത്തുമണിക്കു ഡ്യൂട്ടിക്കു കയറാൻ വന്ന കെയർ അസിസ്റ്റന്റിനോട് ഒൻപതേ മുക്കാലിന് ജോലി തീർക്കാത്തതിന് ചീത്തവിളിക്കുന്നത് ന്യായമാണെങ്കിൽ എന്റെ ഭാഗത്ത് പത്തിൽ പത്ത് ന്യായമുണ്ട് സാർ." ജിബിയ അചഞ്ചലയായി പറഞ്ഞു. "നൈറ്റ് ഷിഫ്റ്റിൽ നിന്നവർ ജോലി ചെയ്യാതെ പോയതിന് ഡേ ഷിഫ്റ്റിൽ വന്നയാൾ വഴക്ക് കേൾക്കുക. അതും ജോലിക്കു കേറേണ്ട ടൈമിനു മുന്നേ. ഇതിൽ ഒരനീതിയും സാർ കാണുന്നില്ലേ?"

"ഷീലാ മാത്യു ഇൻചാർജാണ്. അവരെ അനുസരിക്കുക എന്നതാണ് നിങ്ങളുടെ ജോലി."

"അവരുടെ അടിമകളാണോ ഞങ്ങൾ? അവരെന്തു കുറ്റം ചെയ്താലും ഒരു കുഴപ്പോം ഇല്ലേ? ചോദ്യം ചെയ്യാനേ പാടില്ല? എത്ര തവണ കംപ്ലെയ്ന്റ് ചെയ്തിരിക്കുന്നു. ആ ഒരൊറ്റ സ്ത്രീ കാരണം എത്രപേർ കരഞ്ഞ് പ്രാകി ജോലി ഇട്ടിട്ടു പോയിരിക്കുന്നു. എന്നാലും ആരും കണ്ണ് തുറക്കില്ല?"

"എന്തൊക്കെ പറഞ്ഞാലും ജിബിയ ചെയ്ത തെറ്റിന് മാപ്പില്ല. ഇൻചാർജിനോടു തട്ടിക്കേറുന്നത് മോശമായ കീഴ്വഴക്കമാണ്."

നഴ്സിങ് ഓഫിസർ വിട്ടുവീഴ്ചയില്ലെന്ന മട്ടിൽതന്നെ നിന്നു.

“സാർ എന്നെപ്പറ്റി അന്വേഷിച്ചു നോക്കണം. മുപ്പത് സ്റ്റാഫില്ലേ സിഐസിയുവിൽ. പത്തുപതിനഞ്ച് ഡോക്ടേഴ്സില്ലേ. ജിബിയ നേഴ്സ് അവളുടെ ജോലി ഭംഗിയായിട്ട് ചെയ്യുന്നുണ്ടോന്ന് സാർ അന്വേഷിച്ചു നോക്കണം.”

“അതല്ല ഇവിടുത്തെ പ്രശ്നം. ഇൻചാർജിനെ ആക്ഷേപിച്ചൂന്നുള്ള താണ്. ഇത് അംഗീകരിച്ചാൽ നാളെ മറ്റ് സ്റ്റാഫും ഇതുതന്നെ ചെയ്യും.”

“എന്തിനാണ് സാറെ ഇങ്ങനെയുള്ള ഇൻചാർജ്മാര്? കഷ്ടപ്പെട്ട് ജോലി ചെയ്യുന്ന നേഴ്സുമാരുടെ മനോവീര്യം നശിപ്പിക്കാനോ? അവ രുടെ അഭിമാനം വ്രണപ്പെടുത്താനോ? കണ്ണീരും മനോവിഷമവുമായിട്ടു നിന്നു ജോലി ചെയ്യേണ്ടിവരുന്നവർ പേഷ്യന്റിനെ എങ്ങനെ നല്ലപോലെ കെയർ ചെയ്യും? അവരുടെ ഫ്രസ്ട്രേഷൻ അവരു തീർക്കുന്നത് ബോധ മില്ലാതെ കിടക്കുന്ന പേഷ്യന്റിനോടാണെന്ന് നിങ്ങളറിയുന്നൊണ്ടോ? രക്ഷ പ്പെട്ടു പോകാൻ സാധ്യതയുള്ള പേഷ്യന്റ് ഒരു നേഴ്സു മനസ്സുവെച്ചി ല്ലെങ്കി ശവക്കുഴീലോട്ടു പോകും. അൺകോൺഷ്യസ് ആയിട്ട് ഐ.സി. യുവിൽ കിടക്കുന്ന പേഷ്യന്റ് അറിയില്ല, ഐസിയുവിനു പുറത്ത് പ്രാർ ത്ഥനയോടെ കാത്തിരിക്കുന്ന ബന്ധുക്കളും അറിയില്ല. അങ്ങനെ പലരും പലേടത്തും പോയിട്ടുണ്ട് സാർ. ഇനീം പോകും. നേഴ്സിങ് സ്റ്റാഫിനെ കണ്ണീരു കുടിപ്പിക്കുന്ന ഇൻചാർജ്മാരും അവരുടെ സിൽബന്ധികളും ഉള്ളിടത്തോളം കാലം. അതാണോ ഒരു ഹോസ്പിറ്റലിനു വേണ്ടത് അതോ, മരണസാധ്യതയുള്ള ഒരാളെ സന്തോഷത്തോടും ഉത്തരവാദിത്ത ത്തോടുംകൂടി ശുശ്രൂഷിച്ച് ജീവിതത്തിലോട്ടു കൂട്ടിക്കൊണ്ടു വരുന്ന നേഴ്സിനെയാണോ?”

നേഴ്സിങ് ഓഫീസറും സൂപ്പർവൈസറും ജിബിയയുടെ മുഖത്തേക്കു തന്നെ നോക്കിക്കൊണ്ടിരുന്നു. അവൾ മുന്നോട്ടുവച്ചത് അവർ ഇതുവരെ അഭിമുഖീകരിക്കാത്ത അതീവഗുരുതരമായ പ്രശ്നമാണ്.

“സാർ എന്തു പണിഷ്മെന്റ് തന്നാലും ഞാൻ സ്വീകരിക്കും. റിസൈൻ ചെയ്തു പൊയ്ക്കോളാൻ പറഞ്ഞാലും ഞാൻ പോകും. ഇവിടല്ലെങ്കിൽ വേറൊരിടത്ത് എനിക്കു ജോലി കിട്ടും. ഞാൻ നന്നായിട്ടു പണി പഠിച്ച വളാ.”

നഴ്സിങ് ഓഫീസറും സൂപ്പർവൈസറും മുഖത്തോടു മുഖം നോക്കി.

ജിബിയ ഒരു കാര്യംകൂടി പറഞ്ഞുവെച്ചു. “സാർ, എംപ്ലോയീസ് റൈറ്റ് എന്നൊരു സംഗതികൂടി ഒണ്ടല്ലോ. ജോലിചെയ്യുന്നത് എവിടെയാണോ, ആ സ്ഥലത്ത് സമാധാനത്തോടെയും സന്തോഷത്തോടെയും സുരക്ഷി തത്വത്തോടെയും ജോലി ചെയ്യാനുള്ള അവകാശം. ഇവിടെ അതില്ല സാർ. ഗവണ്മെന്റ് ഹോസ്പിറ്റലുകളിലൊഴികെ ഒരിടത്തുമില്ല. യാതൊരു മനു ഷ്യത്വവും ഒരു പ്രൈവറ്റ് ഹോസ്പിറ്റലുകളിലും നേഴ്സുമാരോട് കാണി ക്കാറില്ല. എന്തായാലും ശിക്ഷ ഒറപ്പാണല്ലോ. അതുകൊണ്ടാ ഇതുംകൂടി ചേർത്തുപറഞ്ഞത്.”

“കൂടുതൽ വിശദീകരണം വേണ്ട. ജിബിയയ്ക്കു പോകാം. ഡിവിഷൻ ഏതാണെന്ന് പിന്നീടറിയിക്കും.”

“താങ്ക്യൂ സാർ.” ജിബിയ, തനിക്കു നഷ്ടപ്പെടാൻ ഒന്നുമില്ലെന്ന മട്ടിൽ പറഞ്ഞു.

അവൾ തിരിച്ച് ഐസിയുവിൽ എത്തിയപ്പോൾ സ്റ്റാഫ് ചുറ്റും കൂടി.

“എന്തു പറഞ്ഞു, പറഞ്ഞയ്ക്കോ. ഫയറ് ചെയ്തോ? പണിഷ്മെന്റ് ഒണ്ടോ?”

“എനിക്ക് വാണിങ് തന്നു. പണീഷ്മെന്റ് പുറകെ വരുന്നൊണ്ട്.”

“എന്ത് പണിഷ്മെന്റ്?”

“അറിയില്ല. തൂക്കിക്കൊല്ലുമായിരിക്കും.” ജിബിയ ചിരിച്ചു.

“അവൾടെ ചിരി കണ്ടില്ലേ. ഒരു കൂസലുമില്ലേ നിനക്ക്?” സുമലത ചോദിച്ചു.

“ഡെല്ലീ വന്നിട്ട് ഇത്രേം കാലമായില്ലേ. വെള്ളം എത്ര പൊങ്ങിയാലും അതിനു മീതേ നിൽക്കാൻ പഠിച്ചു. ഒരിടത്തു ജോലി പോകുന്ന ലക്ഷണം കണ്ടാ പകരം അഞ്ചിടത്ത് ഞാൻ നോക്കി വയ്ക്കും.”

“അവര് നിന്നെ ഫയറ് ചെയ്തോടീ?” ആനി സിസ്റ്റർ ചോദിച്ചു.

അപ്പോഴേക്കും ഷീലാ മാത്യു പാഞ്ഞു വന്നു.

“എന്താ ഇവിടെ? എന്തു കാണാനാ കൂട്ടംകൂടി നിക്കുന്നെ.”

“ഫയറ് ചെയ്തൊന്നുമില്ല സിസ്റ്ററേ.” അനിതയോടായി ജിബിയ പറഞ്ഞു: ”ഷീലാ മാത്യുവിനെപോലുള്ള ഇൻചാർജ്മാരെ നിലയ്ക്കു നിർത്തണമെന്ന് ഞാൻ പറഞ്ഞു. ഇവിടുത്തെ സ്റ്റാഫ് എല്ലുമുറിയെ പണിയെടുത്താ സാമർത്ഥ്യം കാണിക്കുന്നെ. ചില ഇൻചാർജ്മാര് സ്റ്റാഫിന്റെ മുതുകിൽ കുതുരകേറീട്ടാ മിടുക്കരാകുന്നെ. എല്ലാ ഹോസ്പിറ്റലിലും ഒണ്ട് ദുഷിച്ച മനസ്സുമായിട്ട് അസൂയേം കുശുമ്പും പരദൂഷണോം പറത്തുന്ന കുറേ ടിഎല്ലുമാരും ഇൻചാർജ്മാരും. യൂണിഫോംന്നു വച്ചാ അവർക്ക് പൂതന വേഷമാ.”

ഷീലാ മാത്യു കേൾക്കാനായി ജിബിയ ഒച്ചയെടുത്തുതന്നെ പറഞ്ഞു.

ഇൻചാർജിന്റെ ആക്രോശം കേട്ട് നേഴ്സുമാർ അവരവരുടെ ക്യൂബിക്കിളിലേക്കു പോയി. ജിബിയ, ഷീലാ മാത്യുവിന്റെ മുന്നിൽ നിവർന്നു തന്നെ നിന്നു. അവളെ പകയോടെ തുറിച്ചുനോക്കിയിട്ട് ഷീലാ മാത്യു തിരികെ പോയി.

ഉച്ചയോടുകൂടി ജിബിയയ്ക്ക് പണിഷ്മെന്റ് ഓർഡർ കിട്ടി. ഷീലാ മാത്യു ജിബിയയെ വിളിച്ചു പറഞ്ഞു:

“നാളെ മുതൽ നീ ഇവിടെ വരണ്ട. നിനക്ക് കാഷ്വൽറ്റിയിലാണ് നാളെ മുതൽ ഡ്യൂട്ടി.”

“വളരെ സന്തോഷം. ഞാൻ എത്രമാത്രം കൊതിച്ചതാ, ഇങ്ങനത്തെ

നശിച്ച ഇൻചാർജ്മാരൊള്ള ഐസിയുവീന്ന് ഒരു മാറ്റം കിട്ടാൻ. സിസ്റ്റർ അതു സാധിച്ചുതന്നു. മെനി മെനി താങ്ക്സ്."

"കാഷ്വൽറ്റീലോട്ട് ചെല്ല്. സുഖിക്കും നീ."

"ഷീലാ മാത്യുവിന്റെ കീഴിൽനിന്നു മാറി എവിടെ പോയാലും എനിക്കത് സ്വർഗമാ. നിങ്ങളിവിടെ ഈ നരകം കുറച്ചൂടെ വലുതാക്കിക്കോ."

വൈകുന്നേരം മൂന്നരയ്ക്ക് ഓവർ കൊടുത്ത് യൂണിഫോം അഴിച്ച്, ചുരിദാറിൽ ജിബിയ പോകാനിറങ്ങിയപ്പോൾ മറ്റ് സ്റ്റാഫ് അവളുടെ ചുറ്റും കൂടി. പണിഷ്മെന്റിനെക്കുറിച്ച് അറിഞ്ഞപ്പോൾ അനിത സിസ്റ്റർ പറഞ്ഞു:

"ഇത്രേയുള്ളോ? എന്തെങ്കിലുമൊന്ന് തരാൻ വേണ്ടി മാത്രം തന്നതാ ഈ പണിഷ്മെന്റ്."

"എന്നാലും ജിബീ... നീ ഇവിടുന്നു പോവാണല്ലോ. ഇവിടെ വരുന്ന ജൂനിയേഴ്സിനെല്ലാം വലിയ ഹെൽപ്പായിരുന്നു നീ." സുമലതയ്ക്കു നിരാശയായി.

"ജൂനിയേഴ്സിനു മാത്രമല്ല, സീനിയേഴ്സിനും. സ്വന്തം ജോലി ചെയ്തു തീർത്തിട്ട് ഓടിനടന്ന് മറ്റുള്ളോരെ സഹായിക്കുന്ന എത്ര പേരൊണ്ട് ഈ കൂട്ടത്തിൽ. ഇവളല്ലാതെ ആരും ഇല്ല." അനിത പറഞ്ഞു.

"നോക്കിക്കോ, രണ്ടാഴ്ച കഴിയുമ്പം നിന്നെ ഇങ്ങോട്ടുതന്നെ തട്ടും. അല്ലെങ്കി ഡോക്ടേഴ്സ് സമ്മതിക്കത്തില്ല. ഏതു ഡോക്ടർക്കും അസിസ്റ്റ് ചെയ്യാൻ നിന്നെ വേണമല്ലോ. ഇവിടെയാ നിന്നെക്കൊണ്ട് ആവശ്യം. ഞാനീ പറയുന്നത് കുറിച്ചുവെച്ചോ." അപർണ അക്കാര്യത്തിൽ ബെറ്റ് വയ്ക്കാനും തയാറായിരുന്നു.

ജിബിയ എല്ലാവരോടും ബൈ പറഞ്ഞ് ഹോസ്പിറ്റലിൽനിന്ന് ഇറങ്ങി. ഇരുവശത്തും ചൂളമരങ്ങൾ നിരയൊപ്പിച്ചു നിൽക്കുന്നതിന്റെ മധ്യഭാഗത്തെ എക്സിറ്റ് റോഡിലൂടെ അവൾ മെയിൻഗെയ്റ്റിലെത്തി. അവിടെ കാത്തു നിൽക്കുന്ന ആളെ കണ്ട് ജിബിയ ഷോക്കേറ്റപോലെ നിന്നുപോയി.

ജെയ്സൺ!

മൂന്ന്

ജിബിയ അത്ഭുതസ്തബ്ധയായി നിൽക്കുന്നതുകണ്ട് ജെയ്സൺ അവളുടെ അടുത്തേക്കു ചെന്നു.

"എന്നാ പറ്റി? വിശ്വസിക്കാൻ പറ്റുന്നില്ലേ?"

"ഇല്ല. എങ്ങനെ ഇവിടെയെത്തി. ഞാനിവിടെയാണെന്ന് എങ്ങനറിഞ്ഞു. എപ്പഴാ വന്നെ?"

"ഞാൻ വെളുപ്പിനെ വന്നതാ. രണ്ടു ദിവസത്തെ യാത്രാക്ഷീണം. വന്നയുടനെ റൂമെടുത്ത് ഒറങ്ങി. എനിക്കറിയാരുന്നു നീ ഡ്യൂട്ടിക്ക് കേറിയെന്ന്. അതു കഴിഞ്ഞിട്ടു കാണാമെന്നു വച്ചു."

"ഇവിടെങ്ങനെ?"

"നിന്റെ കൂടെ പഠിച്ച ലയന വർക്ക് ചെയ്യുന്നത് സഫ്ദർജംഗ് ഹോസ്പിറ്റലിലല്ലേ. അവൾടെ ചേച്ചി കോട്ടയത്ത് മെഡിക്കൽ ട്രസ്റ്റിലൊണ്ട്. മമ്മിയെ അവിടെ കൊണ്ടുചെന്നപ്പം പരിചയപ്പെട്ടതാ."

"ഓ... റൂട്ട്മാപ്പ് ഒക്കെ സംഘടിപ്പിച്ചു വന്നതാ. എന്നെ നേരിട്ടു വിളിച്ചാ ഞാൻ പറഞ്ഞുതരുമായിരുന്നല്ലോ."

"നീ തരില്ലെന്ന് എനിക്കു തോന്നി."

"തരാതിരിക്കത്തില്ല. പക്ഷേ, അതിനു മുൻപു ഞാൻ ചിലതൊക്കെ ചോദിച്ചേനെ." ജിബിയയുടെ സ്വരത്തിനൽപം മൂർച്ച കൈവന്നു.

"ചില കാര്യങ്ങൾ ഫോണിൽകൂടി ചോദിക്കേം പറയേം ചെയ്താ ശരിയാകാതെ പോകും." ജെയ്സൺ അർത്ഥഗർഭമായി പറഞ്ഞു.

"കല്യാണമൊക്കെ കഴിഞ്ഞാരുന്നോ. എവിടുന്നാ കെട്ടിയത്. അവള് മമ്മിയെ നല്ലോണം നോക്കുന്നൊണ്ടോ?"

മറുപടി പറയാതെ ജെയ്സൺ അവളുടെ മുഖത്തേക്കുതന്നെ നോക്കിക്കൊണ്ടിരുന്നു.

"ഇതാ ഞാനാദ്യമേ പറഞ്ഞത്, നേരിട്ടു കണ്ട് പറഞ്ഞില്ലെങ്കി ശരിയാവത്തില്ലെന്ന്."

"ഇപ്പം നേരിട്ടാണല്ലോ. പറഞ്ഞോ." ജിബിയ മാറത്തു കൈ കെട്ടി കേൾക്കാൻ സന്നദ്ധയെന്നോണം നിന്നു.

"റോഡിൽവച്ച് സംസാരിക്കണ്ട. നമുക്കു റൂമിൽ പോയി സംസാരിക്കാം."

"എന്റെ ഹോസ്റ്റലിൽ പുരുഷന്മാരെ കേറ്റത്തില്ല."

"കളിയാക്കല്ലേ ജിബൂ. എന്റെ റൂമിലിരുന്നു സംസാരിക്കാമെന്നാ പറഞ്ഞത്."

"അത് ഹോട്ടൽ റൂമല്ലേ."

"അതിനെന്താ കുഴപ്പം?"

"ഞാനൊരു പുരുഷനല്ലല്ലോ."

"പേടിയാണോ?"

"ജെയ്സൺ ചേട്ടായിയെ പേടിയില്ല. എനിക്ക് എന്നെയാ പേടി."

"ഞാൻ നിന്റെ ദേഹത്തു തൊടുകപോലുമില്ല."

"ഛെ... ഞാനും അത്ര ചീപ്പല്ല. എന്റെ മനസ്സിനിപ്പം കുറച്ചു കട്ടിയൊണ്ട്. എന്റെതന്നെ കണ്ണീരുവീണ് അത് അലിഞ്ഞുപോകരുത്."

"ശരി. നമുക്ക് ഏതെങ്കിലും കോഫി ബാറിലോ റസ്റ്റോറന്റിലോ ഇരുന്നു സംസാരിക്കാം."

"അതാ നല്ലത്."

ഹോസ്പിറ്റലിൽനിന്ന് അധികം ദൂരമില്ലാത്ത ഒരു റസ്റ്റോറന്റിൽ ചെന്ന് കയ്യും മുഖവും കഴുകി, ഫാമിലി കാബിനിൽ കടന്ന് മേശയ്ക്കിരുവശത്തുമായി ഇരുന്നിട്ടു ജിബിയ ചോദിച്ചു: "മമ്മിക്കിപ്പം എങ്ങനൊണ്ട്?"

"ഇപ്പഴെങ്കിലും ചോദിച്ചല്ലോ. നന്നായി." ജെയ്സൺ പരിഭവസ്വരത്തിൽ പറഞ്ഞു. "നീ നാട്ടിൽ വന്നിട്ടു തിരിച്ചു പോകുമ്പം ട്രെയിനിലിരുന്നു നിനക്കു കഴിക്കാൻ പലവട്ടം ചോറും കറികളും വെച്ച് പൊതിഞ്ഞു കെട്ടി തന്നു വിട്ടിട്ടൊണ്ട് എന്റെ മമ്മി."

"അത് എന്നോടൊള്ള സ്നേഹംകൊണ്ടാണോ? ഒരിക്കലും നേരിട്ടു കണ്ടിട്ടില്ലാത്ത എന്നോട്..."

"പിന്നല്ലാതെ?"

"മകനോടൊള്ള വാത്സല്യം. ആ മകൻ വേറെ പെണ്ണു കെട്ടിയതോടെ ഞാൻ അന്യയായല്ലോ."

"നിർത്ത് ജിബൂ. ഞാൻ കല്യാണം കഴിച്ചെന്ന് ആരു പറഞ്ഞു? അങ്ങനാണെങ്കി നിന്നെ കാണാൻ വരേണ്ട കാര്യമെന്നതാ?"

"എന്നാ പറ്റി? പെണ്ണുകാണാൻ ചെന്ന വീടുകളിലൊന്നും മനസ്സിനു പിടിക്കുന്ന ഒന്നിനേം കണ്ടുകിട്ടിയില്ലേ?"

"ഞാനൊരിടത്തും പെണ്ണുകാണാനൊന്നും പോയില്ല."

"തന്നത്താൻ വിശ്വസിപ്പിച്ചാ മതി. എന്നോടു പറയണ്ട. കണ്ണും ചെവീം അടച്ചു വെച്ചോണ്ടല്ല ഞാൻ ജീവിക്കുന്നെ. മൂവായിരം കിലോമീറ്റർ ദൂരം വലിയൊരു മറയാണെന്നു വിചാരിക്കേം വേണ്ട ഇന്നത്തെ കാലത്ത്."

ജെയ്സൺ അൽപസമയം മൗനം അവലംബിച്ചു.

ജിബിയ ടേബിളിനു മീതെ നഖം കോറിക്കൊണ്ടിരുന്നു. ബെയറർ വന്നപ്പോൾ ജെയ്സൺ ജിബിയയോടു ചോദിച്ചു: "എന്താ വേണ്ടത്?"

"കോഫി."

"കഴിക്കാൻ?"

"സ്നാക്സ് എന്തെങ്കിലും..." ജെയ്സൺ ഓർഡർ കൊടുത്തു.

"ജിബൂ, ഞാൻ പറയുന്നതു കേൾക്ക്. ഞാനിതുവരെ ആരേം കല്യാണം കഴിച്ചിട്ടില്ല."

"ഞാനുമായിട്ടുള്ള എല്ലാ ബന്ധോം കട്ട് ചെയ്തില്ലേ. കല്യാണം കഴിക്കാൻ പെണ്ണു നോക്കി നടന്നില്ലേ. എന്തുകൊണ്ടാണു നടക്കാതെ പോയേന്ന് എനിക്കറിയണ്ട. കല്യാണം കഴിച്ചിരുന്നെങ്കി ഞാനാരായേനെ."

"ജിബൂ, നടക്കാതെ പോയ ഒരു കാര്യത്തെക്കുറിച്ചു പറഞ്ഞ് നീ ഇമോഷണൽ ആകുന്നതിന്റെ ലോജിക്ക് എന്നതാ. നടന്നിരുന്നെങ്കി നിനക്കു ചോദിക്കാം."

"നടന്നിരുന്നെങ്കി? ഞാൻ മൂവായിരം കിലോമീറ്റർ യാത്ര ചെയ്ത് നിങ്ങടെ വീട്ടിൽവന്നു ചോദിക്കണോരുന്നോ എന്നെ തേച്ചിട്ട് വേറെ കെട്ടിയതെന്തിനാണെന്ന്? എന്റെ പട്ടി വരത്തില്ലല്ലോ ചോദിക്കാന്."

"ജിബൂ... ചൂടാകാതെ. അന്നത്തെ സാഹചര്യം അങ്ങനാരുന്നു. മമ്മി ബെഡ്റിഡൻ ആയിട്ടു കിടക്കുന്നു. അനിയൻ പഠിക്കുന്നു. പപ്പാ ജോലിക്കു പോകുന്നു. കുടുംബം കഴിയണ്ടേ? എനിക്കു മമ്മിയെ നോക്കി വീട്ടിൽ നിൽക്കാൻ പറ്റോ? അതുകൊണ്ടാ നിന്നെ നിർബന്ധിച്ചത്, കല്യാണം നടത്താംന്ന്. നീ വീട്ടിലൊണ്ടെങ്കി മമ്മിയെ ഏൽപിച്ചു തന്നിട്ട് എനിക്കു ജോലിക്കു പോകാം. ഞാനങ്ങനെ ചിന്തിച്ചത് വല്യ തെറ്റായിപ്പോയീന്നൊന്നും ഇപ്പഴും എനിക്കു തോന്നുന്നില്ല."

"പിന്നെ ഞാൻ ചിന്തിച്ചതാണോ തെറ്റ്? എനിക്കുമൊണ്ട് അപ്പനും അമ്മേം കൂടപ്പിറപ്പുകളും. കെടപ്പാടംവരെ പണയപ്പെടുത്തി എന്നെ പഠിപ്പിച്ചവരെ പാതിവഴിക്കു വിട്ടുകളഞ്ഞിട്ടു ഞാൻ തന്നിഷ്ടം നോക്കി ഇറങ്ങിപ്പോരണാരുന്നോ? ഇപ്പഴും ഞാൻ പൈസ അയച്ചു കൊടുത്തില്ലെങ്കി എന്റെ വീട്ടിൽ പട്ടിണിയാ."

"അന്ന് എങ്ങനൊക്കെ ശ്രമിച്ചിട്ടും വേറൊരു നിവൃത്തീം കാണാത്തതുകൊണ്ടാ ഞാൻ കല്യാണത്തിനു നിർബന്ധിച്ചത്. അങ്ങനൊരവസ്ഥയായിരുന്നു."

"അതൊക്കെ എനിക്കു മനസ്സിലാകും. എന്റെ അവസ്ഥ ഞാനും പറഞ്ഞാരുന്നല്ലോ. എനിക്കെന്റെ വീട്ടുകാരോടു നന്ദികേടു കാണിക്കാൻ പറ്റത്തില്ലെന്ന്. എനിക്കിഷ്ടപ്പെട്ടയാളെ കല്യാണം കഴിക്കാൻ പോകുവാന്ന് അവരോടു പറയുന്നതുതന്നെ ആ സമയത്ത് മഹാപാപമാ. ചേട്ടായിക്ക് മമ്മീനെ നോക്കണം, അനിയനെ പഠിപ്പിക്കണം, ജോലിക്കു പോകണം ഇങ്ങനെ സ്വന്തമായിട്ടൊള്ള താൽപര്യങ്ങള് കാണും. പക്ഷേ, അതിനു

വേണ്ടി ഞാനെന്റെ വീട്ടുകാരെ ഇട്ടെറിഞ്ഞിട്ടു പോരണംന്നു പറഞ്ഞാ അതിലെന്തു ന്യായമാ ഒള്ളത്? കല്യാണം കഴിച്ചു ഭർത്താവിന്റെ വീട്ടിലെത്തുന്ന പെണ്ണ് ആ വീട്ടിലുള്ളവരെ ഏറ്റെടുക്കും. പക്ഷേ, കല്യാണം കഴിച്ച പെണ്ണിന്റെ വീട്ടുകാരെ ഏതെങ്കിലും ഭർത്താവ് സംരക്ഷിക്കാറൊണ്ടോ?"

"അങ്ങനൊരു കീഴ്‌വഴക്കോം പാരമ്പര്യോം ഒന്നും നമ്മുടെ നാട്ടിലില്ല."

"ഇല്ലല്ലോ? അതുകൊണ്ടാ ചേട്ടായി വിളിച്ചപ്പം ഞാനിറങ്ങി വരാഞ്ഞത്."

"അതെല്ലാം കഴിഞ്ഞുപോയില്ലേ ജിബൂ."

"ഇല്ല. ഞാനവിടെത്തന്നെ നിൽക്കുവാ. ചേട്ടായി എന്നെ ഉപേക്ഷിച്ചു പോയ അതേ പെരുവഴീൽത്തന്നെ നിൽക്കുവാ. കഴിഞ്ഞ രണ്ടു വർഷമായിട്ടു ഞാൻ അവിടുന്നു മാറീട്ടില്ല. കൊള്ളാവുന്ന വേറൊരുത്തൻ എവിടെങ്കിലും ഒണ്ടോന്ന് തെരക്കിപ്പോയിട്ടില്ല."

"നീയിങ്ങനൊന്നും സംസാരിക്കാറില്ലാരുന്നല്ലോ ജിബൂ. നിനക്ക് എന്തൊരു മാറ്റം! വാക്കിനൊക്കെ ബ്ലേഡിന്റെ മൂർച്ച." ജെയ്സൺ വിസ്മയം പ്രകടിപ്പിച്ചു.

"ഞാൻ പറഞ്ഞില്ലേ, കഴിഞ്ഞ രണ്ടു വർഷമായിട്ട് എന്നെ എവിടെ ഉപേക്ഷിച്ചോ അവിടെത്തന്നെ നിൽക്കുവാണെന്ന്. അതിനുശേഷം വന്ന കാറ്റും മഞ്ഞും മഴയും വെയിലുമെല്ലാം ഏറ്റ് ഞാനിങ്ങനെയായി."

"നമ്മളിതുവരെ പിണങ്ങിപ്പിരിഞ്ഞിട്ടൊന്നുമില്ല. സ്നേഹമുള്ളതുകൊണ്ടാ ഞാൻ നിന്നെ തേടി വന്നത്."

"ഇതാണോ സ്നേഹം? വർഷങ്ങളായിട്ട് ഒരു പുരുഷനെ മനസ്സിൽ വച്ച് സ്നേഹിച്ചു ധ്യാനിച്ചു നടന്ന പെണ്ണിന് ഒരു ദിവസം അന്ത്യശാസനം കൊടുക്കുക. കല്യാണത്തിന് ഇപ്പം തയാറാണോ, യെസ് ഓർ നോ? നോ പറഞ്ഞപ്പോൾ ഇനിയെന്നെ വിളിക്കരുത്, ഞാനും വിളിക്കില്ല എന്നു പറഞ്ഞ് കോൾ കട്ട് ചെയ്യുക. പിന്നെ ഫോൺ സ്വിച്ചോഫ് ചെയ്തു വെക്കുക. സിം കാർഡും ഫോൺ നമ്പറും മാറ്റുക. ഇതൊക്കെയാണോ സ്നേഹം? വർഷമെത്രയായി?"

"ജിബൂ, അന്നത്തെ സാഹചര്യത്തിൽ നിന്നോടു കുറച്ചു ദേഷ്യം തോന്നിപ്പോയി. അതുകൊണ്ടു ചെയ്തതാ. അല്ലാതെ ഞാൻ നിന്നെ ഉപേക്ഷിച്ചിട്ടൊന്നുമില്ലാരുന്നു."

"ഇല്ലേ? ഉപേക്ഷിക്കാതെയാണോ പെണ്ണുകാണാൻ നാടുനീളെ നടന്നത്? ഇണങ്ങിയ ബന്ധം ഒത്തുവന്നിരുന്നെങ്കി ഉപേക്ഷിക്കാൻ പാകത്തിൽ മനസ്സിന്റെ മൂലയ്ക്കു കെട്ടിയിട്ടിരിക്കുവായിരുന്നോ? ആരും പറഞ്ഞില്ലെങ്കിലും എനിക്കറിയാം എന്തുകൊണ്ടാ കല്യാണം നടക്കാതെ പോയതെന്ന്. സ്ട്രോക്ക് വന്നു തളർന്നുകിടക്കുന്ന അമ്മ വീട്ടിലൊണ്ടെന്നറിഞ്ഞപ്പോ ഒരു പെണ്ണും ഗ്രീൻ സിഗ്നൽ തന്നില്ല കല്യാണത്തിന്. പെണ്ണിന്റെ വീട്ടുകാരും സമ്മതിച്ചിട്ടുണ്ടാവില്ല. അമ്മായിയമ്മയുടെ മലോം മൂത്രോം

എടുക്കാനും കുളിപ്പിച്ചു കെടത്താനും അടുക്കളവേല ചെയ്യാനും അല ക്കാനും തൂക്കാനും തൊടയ്ക്കാനുമൊന്നുമല്ല ഓരോ മാതാപിതാക്കള് പെൺമക്കളെ വളർത്തിക്കൊണ്ടുവരുന്നെ. അതൊന്നും ചെയ്യത്തില്ലെന്നല്ല. വേണ്ടിവന്നാൽ ചെയ്യും. പക്ഷേ, അതിനുവേണ്ടി മാത്രം പെണ്ണിനെ അന്വേ ഷിച്ചാൽ കിട്ടത്തില്ല."

"ജിബൂ, നമ്മൾ തമ്മിൽ ആർഗ്യുമെന്റ്സൊന്നും വേണ്ട. എന്റെ ഭാഗത്തു തെറ്റുണ്ടായിരിക്കാം. മനസ്സുവച്ചാ അതു ക്ഷമിക്കാവുന്നതേ യുള്ളൂ."

"വേറൊരു കല്യാണം നടക്കാതെപോയതുകൊണ്ടാണ് ഈ ക്ഷമ ചോദിക്കൽ എന്നുള്ളത് എനിക്കത്ര പെട്ടെന്നു മറക്കാൻ പറ്റത്തില്ല."

"ഞാനെന്തു ചെയ്യണമെന്നു നീ പറ. എന്തായാലും ഇങ്ങനെല്ലാം സംഭവിച്ചുപോയി. ഇതിനൊരു പരിഹാരമില്ലേ?"

ബെയറർ കോഫിയും സ്നാക്സും കൊണ്ടുവന്നു വച്ചു. ജിബിയ ഒരു കപ്പെടുത്ത് ചുണ്ടോടുചേർത്ത് അൽപാൽപമായി കുടിച്ചുകൊണ്ട് ഏതോ സാങ്കൽപികശൂന്യതയിലേക്കു നോക്കിയിരുന്നു.

"സ്നാക്സ്." ജെയ്സൺ ഓർമ്മിപ്പിച്ചു.

ജിബിയ യാന്ത്രികമായി പ്ലെയ്റ്റിൽനിന്ന് ഉരുളക്കിഴങ്ങും മസാലയും ചേർത്തുണ്ടാക്കിയ ആലു ടിക്ക എടുത്ത് പച്ചനിറമുള്ള ചട്ണിയിൽ മുക്കി. ജെയ്സൺ സമോസയാണ് എടുത്തത്.

"എനിക്കീ നോർത്തിന്ത്യൻ സ്നാക്സൊന്നും ഇഷ്ടമല്ല. ഭയങ്കര സ്പൈസിയാണ്." അവൻ പറഞ്ഞു.

"ഞാനതൊന്നും നോക്കാറില്ല. കിട്ടിയാ എന്തും തിന്നും. ഏതു നേരത്തും തിന്നും. രാത്രി മൂന്നുമണിക്കു കിട്ടിയാലും തിന്നും. കാര്യമെ ന്താന്നു വച്ചാ ഞങ്ങൾക്കു ദിവസം ഏതാണെന്നറിയില്ല. സോമവാർ, ശുക്ര വാർ, രവിവാർ എന്നൊക്കെ വല്ലപ്പോഴും കേക്കാം. ലഞ്ച് കഴിക്കേണ്ട സമയത്ത് ബ്രേക്ഫാസ്റ്റ് കഴിക്കും. രാത്രി ലഞ്ച് കഴിക്കും. ഓടിക്കൊണ്ടിരി ക്കുന്നതിനിടയിൽ പലപ്പോഴും വെള്ളം കുടിക്കാൻ പോലും സമയം കിട്ടാ റില്ല."

"എനിക്കറിയാം. ഞാനും നോർത്തിൽ കുറെക്കാലം വർക്ക് ചെയ്തത ല്ലേ." ജെയ്സൺ പറഞ്ഞു.

ജിബിയ ഒരു സമോസകൂടി എടുത്തു കഴിച്ചു. അവൾക്കു നല്ല വിശപ്പു ണ്ടായിരുന്നു.

"ഇവിടുത്തെ ജോലി നിർത്തീട്ട് നാട്ടിലേക്കു പോന്നാലോ?" ജെയ് സൺ ചോദിച്ചു.

"കല്യാണം കഴിക്കാനോ?"

"അല്ല. അവടിപ്പം ശമ്പളം കുറച്ചു മെച്ചപ്പെട്ടിട്ടുണ്ട്. അയ്യായിരം ആറാ യിരമൊക്കെ കിട്ടും കോട്ടയത്ത്. പെരിന്തൽമണ്ണേലൊരു കോ-ഓപ്പറേറ്റീവ്

ഹോസ്പിറ്റലൊണ്ട്. അവിടെ നഴ്സസ് വേക്കൻസിയൊണ്ടെന്നു കേട്ടു. മറ്റ് ഹോസ്പിറ്റൽ പോലെയല്ല, അവര് നല്ല ശമ്പളം തരും."

"എനിക്കിവിടെ ഇരുപതിനായിരത്തിനടുത്ത് കിട്ടുന്നൊണ്ട്. പതിനാറാ യിരത്തി അഞ്ഞൂറിലാരുന്നു സ്റ്റാർട്ടിങ്. ഇതിട്ടിട്ട് എങ്ങോട്ടും പോകാൻ തൽക്കാലം ഉദ്ദേശിക്കുന്നില്ല."

"വയസ്സെത്രയായി നിനക്ക്? ഇരുപത്തിനാല് കഴിഞ്ഞില്ലേ. ഇനിയെ ങ്കിലും ജീവിച്ചുതൊടങ്ങണ്ടേ?"

"ചേട്ടായി എന്നതാ ഉദ്ദേശിക്കുന്നേ?"

"കല്യാണം കഴിച്ച് ഒരു കുടുംബമൊക്കെ ഉണ്ടാക്കണ്ടേ?"

"അതിനുവേണ്ടി ഒന്നുകിൽ ജോലി ഉപേക്ഷിക്കണം. തൽക്കാലം അതിനു നിവൃത്തിയില്ല. പിന്നെ ചെയ്യാൻ പറ്റുന്നത് നാട്ടിൽ വന്ന് ഏതെ ങ്കിലും പ്രൈവറ്റ് ഹോസ്പിറ്റലിൽ കേറുകാന്നുള്ളതാ. ഇവിടെ കിട്ടുന്ന തിന്റെ പകുതി ശമ്പളംപോലുമില്ലാതെ പന്ത്രണ്ടു മണിക്കൂർ നേരം ആശു പത്രിക്കാരടേം പേഷ്യന്റ്സിന്റേം ബൈസ്റ്റാൻഡർമാരടേം തെറീം കേട്ട് കണ്ണീരുമൊലിപ്പിച്ച് വീട്ടിച്ചെല്ലുമ്പം നൂറുകൂട്ടം കുറ്റങ്ങൾ. അടുക്കള, ചൂല്, എച്ചിപ്പാത്രങ്ങൾ, അലക്കുകല്ല്, അമ്മായിയച്ഛൻ, അമ്മായിയമ്മ, അതി നെല്ലാം പൊറമേ കെട്ടിയവന്റെ പരാതികളും ആജ്ഞകളും. അതിനിട യ്ക്ക് ഒരു നാലു മണിക്കൂർ ഉറങ്ങാൻ കിട്ടിയാ ഭാഗ്യം. ഒരു കുഞ്ഞു ണ്ടായിക്കഴിഞ്ഞാലോ. അപ്പോഴേക്കും ഓർഡർ വരും, ജോലി മതിയാ ക്കിയേക്ക്. കുടുംബം നോക്കീട്ടു മതി ബാക്കി. ഇതിന്റെ പേരല്ലേ ചേട്ടായീ ഇനിയെങ്കിലും തൊടങ്ങണമെന്നു പറഞ്ഞ ജീവിതം."

"പിന്നെ ഇങ്ങനെതന്നെ എല്ലാക്കാലത്തും ജീവിക്കാനാണോ ഉദ്ദേശ്യം?"

"നോക്കട്ടെ. ജീവിക്കാൻ പറ്റിയ സാഹചര്യം എപ്പോഴെങ്കിലും കിട്ടു മോന്ന്."

"ഞാൻ ഇനി എന്തു ചെയ്യണം?"

"അതെനിക്കറിയത്തില്ല. നമ്മൾ തമ്മിലുള്ള ബന്ധം ഇടയ്ക്കു നഷ്ട പ്പെട്ടുപോയി. പല്ലി വാലു മുറിച്ചിട്ടിട്ട് രക്ഷപ്പെടാറില്ലേ. അതുപോലെ എന്നെ മുറിച്ചിട്ടിട്ട് ഓടിപ്പോയവനാ ചേട്ടായി. അതെനിക്കു മറക്കാൻ പറ്റത്തില്ല."

"അപ്പോൾ ഞാൻ ഇനി നിനക്കുവേണ്ടി വെയ്റ്റ് ചെയ്യണ്ട."

"എനിക്കു വേണ്ടി വെയ്റ്റ് ചെയ്തില്ലല്ലോ."

"പിന്നെന്തിനാ ഞാനിവിടെ വന്നത്?"

"കല്യാണം കഴിക്കണമെന്നു തോന്നുന്നൊണ്ടായിരിക്കും. വീട്ടിൽ ഒരാളു വേണമായിരിക്കും. അങ്ങനെ പല കാരണങ്ങളും കാണും. നിങ്ങൾക്കു കുടുംബയന്ത്രത്തിലെ ഒരു സ്ക്രൂ മാത്രമാ ഭാര്യ. വേറെയും കുറെ സ്ക്രൂകൾ ഉണ്ട്. അപ്പൻ, അമ്മ, സഹോദരങ്ങൾ, ബന്ധുക്കൾ, ഫ്രണ്ട്സ് അങ്ങനെ കുറെ. പെണ്ണിന് ഒറ്റ സ്ക്രൂവേ ഒള്ളൂ. അത് അവളുടെ ഭർത്താവാ."

“നിന്റെ വർത്തമാനം കേട്ടാത്തോന്നുമല്ലോ നിനക്കു കല്യാണം കഴിച്ച് കുറെ എക്സ്പീരിയൻസൊണ്ടെന്ന്.”

“അതിന് കല്യാണം കഴിക്കണ്ട ചേട്ടായീ. ഓരോ ദിവസോം നമ്മള് കണ്ടോണ്ടിരിക്കുവല്ലേ. കൂടെ ജോലി ചെയ്യുന്നവരുടെ ജീവിതം. പേഷ്യന്റ്സ് പറയുന്ന കഥകൾ.”

“നീ വല്ലാതെ മാറിപ്പോയി.” ജെയ്സൺ വല്ലായ്മയോടെ പറഞ്ഞു.

“ഞാനീ സമോസകൂടി എടുക്കുവാണേ. നല്ല വെശപ്പ്.” ജിബിയ സ്നാക്സ് ഒരെണ്ണംകൂടി എടുത്തു കഴിച്ചു.

കോഫി കുടിച്ചു തീർത്തു. രണ്ടുപേരും പോയി കൈ കഴുകി വന്നു. ബിൽ മേശപ്പുറത്ത് എത്തിയിരുന്നു.

“നീ ഇനി എന്തു ചെയ്യാൻ പോണു?”

“റൂമിൽ ചെന്ന് കുളിക്കണം. കുറെ വാഷ് ചെയ്യാനൊണ്ട്. പിന്നെ ഒറങ്ങണം.”

“അപ്പോൾ ഞാൻ വന്നത് വെറുതെയായി. നിനക്കിനി എന്നെ വേണ്ട. ഞാൻ കാത്തിരിക്കണ്ട.”

“അങ്ങനൊന്നും ഞാൻ പറഞ്ഞില്ല. എനിക്കുവേണ്ടി കാത്തിരുന്ന ആൾ, എനിക്കുവേണ്ടി എത്ര വേണമെങ്കിലും ഇനിയും കാത്തിരിക്കുന്ന ഒരാൾ എന്ന് എനിക്കുംകൂടി തോന്നണമല്ലോ.”

ബെയറർ വന്നപ്പോൾ ജിബിയ പഴ്സ് എടുത്തു.

പോക്കറ്റിൽനിന്ന് പൈസ എടുത്തു കൊടുത്തിട്ട് ജെയ്സൺ ചോദിച്ചു: “നീ എന്നാ വല്യ മുതലാളിയായത്?”

“സോറി.” അവൾ പേഴ്സ് മടിയിലേക്കു മാറ്റി.

ഹോട്ടലിൽനിന്നിറങ്ങി ഹോസ്പിറ്റലിന്റെ പ്രവേശന കവാടം വരെ രണ്ടുപേരും ഒപ്പം നടന്നു. ഗേറ്റിനു മുന്നിൽവച്ച് ജെയ്സൺ ചോദിച്ചു.

“ഇവിടെ നമ്മൾ പിരിയുകയാണല്ലേ.”

“ഞാൻ പിരിയുന്നില്ല. ഈ ഗേറ്റിനപ്പുറം ഞങ്ങടെ കോമ്പൗണ്ടാണല്ലോ.”

“ശരി. ഞാൻ പൊയ്ക്കോട്ടെ?” ജെയ്സൺ യാത്ര ചോദിച്ചു.

ജിബിയ ഷേക്ക്ഹാൻഡിനായി കൈ നീട്ടി. ജെയ്സൺ ആ കയ്യിലേക്കു നോക്കി നിമിഷങ്ങളോളം അനങ്ങാതെ നിന്നു. എന്നിട്ട് അവളുടെ മുഖത്തേക്കു നോക്കി.

“ഇങ്ങനെ കൈ കൊടുത്തു പിരിയാൻ നമ്മൾ വെറും ഫ്രണ്ട്സൊന്നുമല്ല. പോട്ടെ.”

ജെയ്സൺ തിരിഞ്ഞു നടന്നു.

ജിബിയ അവിടെത്തന്നെ നിന്നു. അവൻ ഒരു റിക്ഷയിൽ കയറി മറഞ്ഞതോടെ എന്തിനെന്നറിയാതെ അവളുടെ കണ്ണുകളിലേക്കു ജലകണങ്ങൾ വന്നു മൂടി. അവ ഓരോന്നായി അടർന്നു വീണുകൊണ്ടിരുന്നു.

എങ്ങനെ റൂമിലെത്തിയെന്നുപോലും ജിബിയയ്ക്ക് അറിയില്ല. ബെഡ്ഡി ലേക്കു വീണു. പുതപ്പെടുത്തു മുഖത്ത് അമർത്തിപ്പിടിച്ചു.

ഇനി പൊട്ടിക്കരയാം. ആരും കേൾക്കാനില്ല.

* * *

സുദർശനൻ പതിവുപോലെ രാവിലെ ചായയും കുടിച്ച് രാഷ്ട്രീയപാത യിലേക്കു ഖദറുമിട്ട് ഇറങ്ങിയപ്പോൾ പവിത്ര പറഞ്ഞു: "അച്ഛനിപ്പം എങ്ങോട്ടും പോകല്ലേ. എന്റെകൂടെ തീക്കോയി സ്കൂളുവരെ വരണം."

"അവിടെന്തിനാ?"

"അപ്പുവിനെ സ്കൂളിൽ ചേർക്കണ്ടേ."

"നീയിവനെ പാതാമ്പുഴ സ്കൂളിൽ ചേർത്തില്ലാരുന്നോ?"

"ഇല്ല. ഇവിടെ ചേർക്കാമല്ലോന്നു വിചാരിച്ച് വിട്ടില്ല." പവിത്ര കൂസ ലെന്യേ പറഞ്ഞു.

"അവനെ ഇവിടെ ചേർത്താ എങ്ങനാ? അവൻ മുന്നോട്ടു പഠിക്ക ണ്ടത് പാതാമ്പുഴ സ്കൂളിലല്ലേ."

"ഇപ്പം ഞാനിവിടല്ലേ താമസിക്കുന്നെ. ആറു മാസത്തെ കോഴ് സൊണ്ട്. അതുവരെ അപ്പു ഇവിടെ പഠിക്കട്ടെന്നേ."

"മോളേ, പിന്നീടവനെ പാതാമ്പുഴയ്ക്കു മാറ്റണ്ടേ?"

"സാരമില്ലെന്നേ. അന്നേരം ടിസി വാങ്ങിച്ചോണ്ട് പോയാ മതിയല്ലോ."

ഇത്രയുമായപ്പോൾ അജിതമ്മ ഇടപെട്ടു.

"നീ ആറു മാസം ഇവിടെ താമസിക്കാനാണോ ഉദ്ദേശ്യം?"

"തീർച്ചയില്ല. ചെലപ്പോ അതിലും കൂടുതൽ വേണ്ടിവന്നേക്കും."

"പ്രകാശൻ സമ്മതിക്കുവോടീ?"

"സമ്മതിച്ചില്ലെങ്കി വേണ്ട."

"എന്നാപ്പിന്നെ അവനോടു ചോദിച്ചിട്ട് കൊച്ചിനെ ഇവിടെ ചേർത്താ പ്പോരെ?"

"എന്റെയമ്മേ, പ്രകാശേട്ടനല്ല ഇനി എന്റേം എന്റെ മോന്റേം കാര്യ ങ്ങള് തീരുമാനിക്കുന്നെ. ഞാനാ."

"അങ്ങനെ നീ മാത്രം തീരുമാനിച്ചാ മതിയോ?"

"മതിയോന്നു നോക്കട്ടെ. അച്ഛാ, എന്റെ കൂടെ സ്കൂളിൽ വരാൻ പറ്റുമെങ്കി വരണം. ഇല്ലെങ്കി ഞാൻ പാലത്തിങ്കലെ ജോയിച്ചായനെ കൂട്ടി ക്കൊണ്ടു പൊയ്ക്കോളാം." പവിത്ര പറഞ്ഞു.

അതു കേട്ടതോടെ സുദർശനൻ മെരുങ്ങി. ഒൻപതു മണിക്ക് അയാ ളെയും കൂട്ടി മകനുമൊത്ത് പവിത്ര തീക്കോയി എൽപി സ്കൂളിലേക്കു നടന്നു പോയി. അത്രയ്ക്കുള്ള ദൂരമേയുള്ളൂ.

ഹെഡ്മിസ്ട്രസിനു സുദർശനനെ പരിചയമുണ്ടായിരുന്നു.

“അഡ്മിഷനുള്ള സമയം കഴിഞ്ഞു പോയല്ലോ. മാസം രണ്ടായി. എവിടാരുന്നു ഇതുവരെ?”

“സിസ്റ്ററേ ഞങ്ങൾ പാതാമ്പുഴയിലായിരുന്നു താമസം. ഹസ്ബെൻഡിന്റെ വീട് അവിടാ. പക്ഷേ, അടുത്ത് സ്കൂളൊന്നുമില്ല. ഇവിടാകുമ്പോ നടന്നു വരാനുള്ള ദൂരമേയൊള്ളൂ. പഞ്ചായത്തുപടിക്കടുത്തല്ലേ ഞങ്ങടെ വീട്.” പവിത്ര പറഞ്ഞു.

“നീ ഇവിടല്ലേ പഠിച്ചത്. ഞങ്ങക്കറിയാം. എല്ലാറ്റിനും എ പ്ലസ് വാങ്ങി ജയിച്ച നീ പഠിത്തം കണ്ടിന്യൂ ചെയ്യാതെ കല്യാണം കഴിച്ചു പോയെന്നറിഞ്ഞപ്പം നിന്നെ പഠിപ്പിച്ച ടീച്ചേഴ്സിനൊണ്ടായ വെഷമം!”

“എനിക്കു പഠിക്കാനാശയില്ലാഞ്ഞിട്ടല്ല സിസ്റ്ററേ. എല്ലാരുംകൂടെ നിർബന്ധിച്ചു കല്യാണം നടത്തി എന്റെ ഭാരം ഒഴിവാക്കിയതാ.”

“കഷ്ടം! സുദർശനൻ സാറിന് ഇത്രേം വിവരോം പിടിപാടും എല്ലാം ഒണ്ടായിരുന്നിട്ടും...”

സിസ്റ്റർ സ്റ്റെല്ലാ മരിയ താടിക്കു കൈ കൊടുത്ത് അനുകമ്പയോടെ സുദർശനനെയും പവിത്രയെയും മാറിമാറി നോക്കി.

“സിസ്റ്റർ എന്റെ മകനെ കൈവിടരുത്.”

“ഇപ്പം ക്ലാസ് കുറെ കഴിഞ്ഞല്ലോ.”

“ഞാനിവനെ അക്ഷരങ്ങളൊക്കെ പഠിപ്പിച്ചിട്ടൊണ്ട്. നൂറുവരെ എണ്ണാനും അക്കത്തിൽ എഴുതാനും അറിയാം. കെജിയിൽ പഠിക്കേണ്ടതെല്ലാം ഞാനിവനു പറഞ്ഞുകൊടുത്തിട്ടുണ്ട്.”

“ആങ്ഹാ! അതു കൊള്ളാമല്ലോ. ഞാനിവനെ ഒന്ന് ടെസ്റ്റ് ചെയ്തു നോക്കട്ടെ. നിങ്ങള് പുറത്തോട്ടു നിൽക്ക്.”

സുദർശനനും പവിത്രയും അപ്പുവിനെ വിട്ടുകൊടുത്തിട്ടു പുറത്തേക്കിറങ്ങി.

“ഞങ്ങള് പോയി മുട്ടായി വാങ്ങിച്ചോണ്ട് ഇപ്പ വരാട്ടോ.” പവിത്ര അവനെ ആശ്വസിപ്പിച്ചിട്ടാണു പോയത്. താഴെ റോഡരികിലെ കടയിൽ പോയി സുദർശനൻ ചോക്ലേറ്റ് വാങ്ങി.

അവർ തിരിച്ചെത്തിയപ്പോൾ ഹെഡ്മിസ്ട്രസ് അഡ്മിഷൻ ഫോം പൂരിപ്പിച്ചു വച്ചിട്ടുണ്ടായിരുന്നു.

“ഇതിൽ ഒരു ഒപ്പിട്ടേക്ക്. പിന്നെ ചെറിയൊരു ഡൊണേഷനും തരേണ്ടി വരും.” അവർ പവിത്രയോടു പറഞ്ഞു.

നാല്

അപ്പുവിനെ സ്കൂളിൽ ചേർത്തിട്ട് പഞ്ചായത്തുപടിയിലേക്കു നടന്നു വരുമ്പോഴാണു പവിത്ര ഷീബാ മേരി തോമസിനെ കണ്ടത്. തലനാട് ബോർഡ് വച്ചു വന്ന കെഎസ്ആർടിസി ബസിൽനിന്നിറങ്ങി നടന്നുവരികയായിരുന്നു ഷീബാ മേരി തോമസ്. പവിത്രയെ കണ്ടതും അവൾ ആശ്ചര്യസ്തബ്ധയായി നിന്നുപോയി. ഒരു സംശയവും അവളുടെ കണ്ണുകളിൽ മിന്നി.

"പവിത്രയല്ലേടാ ഇത്?"

മനോരാജ്യത്തിൽ മുഴുകി നടക്കുകയായിരുന്ന പവിത്രയ്ക്കു ചോദ്യം കേട്ടപ്പോഴാണ് പരിസരബോധം വന്നത്.

ഷീബാ മേരി തോമസ്!

"അയ്യോടി ഷീബേ. ഞാൻ നിന്നെ കണ്ടതേയില്ല."

"എനിക്കു തോന്നി, ഒറക്കത്തിലെണീറ്റു നടക്കുന്നപോലത്തെ നിന്റെ വരവ് കണ്ടപ്പം."

അപ്പു കുറച്ചു മുന്നിലായിക്കഴിഞ്ഞു.

"മോനേ അപ്പുക്കുട്ടാ, നിക്ക്."

പവിത്ര ഒച്ചയെടുത്തു. അവൻ തിരിഞ്ഞുനോക്കിക്കൊണ്ടു നിന്നു.

"നിന്റെ മോനാണോ അത്?"

"അതെ. സ്കൂളിച്ചേർത്തിട്ട് വരുവാ."

"അത്രയൊക്കെ ആയോ? ഞാനിതുവരെ കല്യാണം പോലും കഴിച്ചിട്ടില്ല."

"സത്യം പറഞ്ഞാ നിന്നെ കണ്ടിട്ട് എനിക്കാദ്യം മനസ്സിലായില്ല. നമ്മള് പ്ലസ്ടുവിന് പഠിക്കുമ്പം നീ ഒരുമാതിരി ഈർക്കിലിപോലെയിരുന്ന പെണ്ണല്ലേ."

"ങ്ഹാ ടീ. എല്ലാർക്കും അതിശയമാ." ഷീബാ മേരി ചിരിച്ചുംകൊണ്ടു പറഞ്ഞു. "രണ്ടു വർഷത്തിനകത്ത് ഞാൻ കേറിയങ്ങ് കൊഴുത്തു. പിന്നെ പിറകോട്ടു പോയിട്ടേയില്ല."

“ഇപ്പം നീ എന്തു ചെയ്യുവാ?”

“എം.ബി.എ. കഴിഞ്ഞ് എറണാകുളത്ത് ഒരു കമ്പനീൽ ജോലിക്ക് കേറി. ഇൻഫോ പാർക്കിലാ.”

“നല്ല സാലറിയൊക്കെ കിട്ടോ?”

“സ്റ്റാർട്ടിങ്ങിൽ കുറവാ. എന്നാലും നമ്മടെ കാര്യങ്ങളൊക്കെ ഭംഗിയായിട്ടു നടക്കും.”

“എറണാകുളത്ത് താമസമൊക്കെ എങ്ങനാ?”

“ഞങ്ങൾ ആറു പേരുകൂടി ഒരു ഫ്ളാറ്റ് റെന്റിനെടുത്തു. കുക്കിങ്ങൊക്കെ ഞങ്ങള് തന്നെയാ. നല്ല രസാടീ. ഞങ്ങള് ഇടയ്ക്ക് ലുലുമാളിൽ പോകും. പിന്നെ മൂവി കാണാൻ പോകും.”

“നിങ്ങള് പെണ്ണുങ്ങള് ഒറ്റയ്ക്കു പോകുവോ?”

“ഞങ്ങള് കൂട്ടുകൂടി പോയി കാണും. ചിലര് ബോയ്ഫ്രണ്ട്സിന്റെ കൂടെ പോകും.”

“നിനക്ക് ബോയ്ഫ്രണ്ടൊക്കെ ഒണ്ടോടീ?” പവിത്ര ഒരു കള്ളച്ചിരിയോടെ ചോദിച്ചു.

“പൊന്നുമോളെ വേണ്ട. ഞാനവിടൊന്നു പിടിച്ചുനിന്നോട്ടെ.” ഷീബാ മേരി ചിരിയോടെ പറഞ്ഞു. “പക്ഷേ, നല്ല അടിപൊളി ലൈഫാടീ.”

“ഇന്ന് ജോലിയില്ലാരുന്നോ?”

“ഇന്നെനിക്ക് ഓഫാ. ഞാനിന്നലെ വൈകീട്ട് വരാനിരുന്നതാ. അപ്പഴാ ദുൽഖറിന്റെ പടം റിലീസ്. എന്നാ അതു കണ്ടിട്ടേ ഒള്ളൂന്നു വച്ചു. എനിക്കു ദുൽഖറിനെ ഭയങ്കരിഷ്ടാ.”

പവിത്രയുടെ കണ്ണുകളിൽ വല്ലായ്മ നീന്തി. ഇവൾ, പഠിക്കാൻ ശരാശരി കഴിവ് മാത്രമുണ്ടായിരുന്നവൾ, പ്ലസ്ടുവിന് രണ്ടോ മൂന്നോ ‘എ’ ഗ്രേഡും ബാക്കിയെല്ലാം ബി പ്ലസും സി പ്ലസും കിട്ടിയവൾ, ജീവിതം ആസ്വദിക്കുന്നു. എല്ലാറ്റിനും എ പ്ലസ് വാങ്ങി പാസായ താൻ...?

“നീയെന്താടീ ആലോചിക്കുന്നെ?”

ഷീബാ മേരിയുടെ ചോദ്യം കേട്ട് അവൾ സ്മരണയിലെ നഷ്ടാവശിഷ്ടങ്ങളിൽ നിന്നു തലപൊക്കി.

“ഞാനോർക്കുവായിരുന്നു.”

“നീയെന്നാത്തിനാ അത്രേം കൊച്ചിലേ കല്യാണം കഴിക്കാൻ പോയത്? ഞങ്ങളൊക്കെ വിചാരിച്ചോണ്ടിരുന്നത് നീ ഡോക്ടറോ ഐ.എ.എസ്സുകാരിയോ സി.എ.ക്കാരിയോ ആകുമെന്നാ. പഠിക്കാനും എഴുതാനും പ്രസംഗിക്കാനും ഡിബേറ്റ്സിനുമൊക്കെ നമ്പർ വൺ ആയിരുന്നല്ലോ നീ. ഇപ്പം നിനക്ക് ഇരുപത്തഞ്ചിൽ താഴെയല്ലേയൊള്ളൂ പ്രായം. അതിനിടയ്ക്ക് സ്കൂളീപ്പഠിക്കുന്ന ഒരു മോൻ! നിന്നെക്കണ്ടാലിപ്പം മുപ്പത്തഞ്ചു വയസ്സിൽ കൂടുതല് തോന്നിക്കും.”

"പറഞ്ഞിട്ടൊന്നും കാര്യമില്ലെടീ. എനിക്കിതാ വിധിച്ചത്. അനുഭവിക്കാതെ പറ്റത്തില്ലല്ലോ."

"നിന്റെ ഹസ്ബൻഡ് എന്തു ചെയ്യുന്നു?"

"ഓട്ടോറിക്ഷ ഓടിക്കുന്നു."

"കല്യാണം കഴിക്കുമ്പഴും അതു തന്നെയല്ലാരുന്നോ? അതീന്ന് മെച്ചപ്പെട്ടില്ലേ?"

പവിത്ര വല്ലായ്മ കലർന്ന ഒരു ചിരിയോടെ നിന്നു.

"നിന്റെ മോനെ ഒന്നടുത്ത് കണ്ടില്ലല്ലോ."

ഷീബാ മേരി അവൻ നിൽക്കുന്നിടത്തേക്കു നോക്കി.

"മോനേ. അപ്പുക്കുട്ടാ. ഇങ്ങ് വന്നേ." പവിത്ര വിളിച്ചു.

"ജിബി ഇപ്പം എവിടേയാടീ. അവള് നഴ്സിങ്ങിനു പോയെന്നൊക്കെ അറിഞ്ഞാരുന്നു."

"ഡെല്ലീലാ. അവിടൊരു വല്യ ഹോസ്പിറ്റലിൽ ജോലിയാ."

"മാരേജ് കഴിഞ്ഞില്ലല്ലോ?"

"ഇല്ല."

അപ്പു അടുത്തു വന്നപ്പോൾ പവിത്ര, ഷീബാ മേരിയെ പരിചയപ്പെടുത്തി.

"അമ്മേടെ കൂടെ പഠിച്ച ചേച്ചിയാ. എന്റെ കൂട്ടുകാരിയാ."

അപ്പു നാണിച്ച് അവളെ നോക്കി. ഷീബ അവന്റെ കവിളത്തു പിടിച്ചു മെല്ലെ പിച്ചി.

"അത്രവല്യ കൂട്ടൊന്നും ഇല്ലാരുന്നടാ ചക്കരേ. ജിബിയാരുന്നു നിന്റെ അമ്മയ്ക്ക് പ്രാണൻ."

"ആ അസൂയ ഇപ്പഴും തീർന്നിട്ടില്ല അല്ലേ?" പവിത്ര ചിരിച്ചുകൊണ്ടു ചോദിച്ചു.

"അത് തീരുല്ലെടീ. ഊണിലും ഒറക്കത്തിലും നടപ്പിലും എടുപ്പിലും പോക്കിലും വരവിലും ഇങ്ങനെ ഇണപിരിയാത്ത രണ്ടേണ്ണം! സയാമീസ് ഇരട്ടകളെന്നാ ഞങ്ങള് പറഞ്ഞോണ്ടിരുന്നെ."

"എന്നാ ഞാൻ പോട്ടേടീ. കല്യാണമാകുമ്പം വിളിക്കാൻ മറക്കല്ലേ."

"ഓ.. ഷുവർ. നിന്റെ കല്യാണസദ്യ ഉണ്ടതിന്റെ കടം കെടപ്പൊണ്ടല്ലോ."

"മോന് വെശക്കുന്നൊണ്ട്. പൊയ്ക്കോട്ടെ."

"ശരി. കാണാം."

പവിത്ര മോനെയും കൂട്ടി നടന്നു. ഷീബാ മേരി റോഡ് ക്രോസ് ചെയ്തു നടന്നു പോയി.

പവിത്ര, മോനെയും കൂട്ടി വീട്ടിലെത്തിയപ്പോൾ അജിതമ്മ ചോദിച്ചു: "അച്ഛനെവിടെപ്പോയി, നിന്റെ കൂടെ വന്നിട്ട്?"

"അച്ഛൻ പള്ളിവാതുക്കേന്ന് ബസ്സുകേറി പേട്ടയ്ക്ക് പോയി."

"ങാഹാ. മോനെ ചേർത്തോ?"

"ങാ... ചേർത്തു."

"ചേർക്കേണ്ട സമയം കഴിഞ്ഞുപോയിരുന്നല്ലോ."

"അത് കുഴപ്പമില്ല."

"ഇനി നാളെ മുതല് സ്കൂളി വിടണ്ടേ."

"വേണം. ബാഗ്, കുട, ടിഫിൻ ബോക്സ്, സ്ലേറ്റ്, പെൻസിൽ, ബുക്ക് എല്ലാം വാങ്ങണം."

"നാളെ മുതൽ നാട്ടുകാരോട് സമാധാനം പറയേണ്ടി വരൂലോ മോനെ എന്നാത്തിനാ ഇവിടത്തെ സ്കൂളിക്കൊണ്ടു ചേർത്തതെന്ന്."

"പഠിപ്പിക്കാനാണെന്നു പറഞ്ഞാ മതി."

"മോന്റെ കാര്യം പോട്ടെ. പഠിപ്പിക്കാൻ കൊണ്ടുവന്നു നിർത്തിയതാ. പക്ഷേ, നിന്റെ കാര്യത്തിൽ എന്നാ പറയും. ഇപ്പത്തന്നെ ഓരോരുത്തര് ചോദ്യം തൊടങ്ങി."

"അമ്മയ്ക്കിഷ്ടമൊള്ളതൊക്കെ പറഞ്ഞോ?"

"ഞാൻ പറയുന്നതും നീ പറയുന്നതും ഒരുപോലിരിക്കണ്ടേ. രണ്ടു പേരും രണ്ടുതരത്തിപ്പറഞ്ഞ നാട്ടുകാരെന്നാ വിചാരിക്കും."

"അമ്മയിങ്ങനെ പറഞ്ഞാ മതി. പവിത്ര ഒരു കോഴ്സ് പഠിക്കാൻ വേണ്ടി വന്നതാ. പാതാമ്പുഴേന്ന് കാഞ്ഞിരപ്പള്ളിക്കു പോകുന്നതിനേക്കാളും എളുപ്പം ഇവിടുന്ന് പോകുന്നതാ. ആ കോഴ്സ് പഠിച്ചുതീർന്നിട്ടേ അവളിനി തിരിച്ചുപോകുന്നൊള്ളൂ."

"നാട്ടുകാര് വിശ്വസിക്കോടീ അത്? നിന്നേം മോനേം നിന്റെ കെട്ടിയവൻ പഠിക്കാൻ വേണ്ടി വിട്ടിരിക്കയാണെന്ന്?"

"നാട്ടുകാരെ വിശ്വസിപ്പിക്കേണ്ടത് എന്റെ ജോലിയല്ല. അവര് വിശ്വസിച്ചാലും ഇല്ലെങ്കിലും അതാണല്ലോ സത്യം. ഞാൻ കോഴ്സ് പഠിക്കാൻ വന്നതാ."

"ഇവിടത്തുകാർക്ക് അറിയാം പ്രകാശന്റെ സ്വഭാവം. നീ പെണങ്ങിപ്പോന്നതാണെന്നേ എല്ലാരും പറയത്തൊള്ളൂ."

"ആ... പറഞ്ഞോട്ടെ."

"എനിക്കാ അതിന്റെ നാണക്കേട്."

"അമ്മ അതങ്ങ് സഹിച്ചേക്ക്. സ്വന്തം മകൾക്കു വേണ്ടിയല്ലേ."

"എനിക്കു നീ മാത്രമല്ല മകൾ. ഇനിയൊരെണ്ണം കൂടെ വളർന്നുവരുന്നൊണ്ട്."

"എന്നോട് ചെയ്തപോലത്തെ മഹാപാപം അമ്മ അവളോടു ചെയ്യല്ലേ." പവിത്ര കൊഞ്ചുന്നപോലെ പറഞ്ഞു. "ഞാനിങ്ങോട്ടു വരുമ്പം എടാട്ടുകുന്നേലെ ഷീബാ മേരിയെ കണ്ടു. പ്ലസ്ടുവിന് അവൾക്ക് അറുപത് പേർസെന്റ് മാർക്ക് തെകച്ചു കിട്ടീല്ല. ഇപ്പം ഇൻഫോപാർക്കിലാ

ജോലി, എറണാകുളത്ത്. കല്യാണം കഴിച്ചിട്ടില്ല ഇതുവരെ. സന്തോഷ മായിട്ടു ജീവിക്കുവാ. ഞാൻ ഐഎഎസ്സുകാരിയാകുമെന്നാരുന്നു അവൾടെ വിശ്വാസം."

തന്റെ നെഞ്ചിലേക്കാണ് അസ്ത്രത്തിന്റെ മുന തിരിയുന്നതെന്നു കണ്ടപ്പോൾ അജിതമ്മ പരിച എടുത്തണിഞ്ഞു.

"ഓരോരുത്തർക്കും ഓരോ വിധിയൊണ്ട്. അതു തിരുത്താൻ ആരെ ക്കൊണ്ടും പറ്റത്തില്ല."

"ഞാൻ തിരുത്തിക്കാണിച്ചുതരാം. അമ്മ ഒന്നു ക്ഷമയോടെ ഇരിക്ക്."

"നീയിനി എന്നാ തിരുത്താനാ. പഠിച്ചു കളക്ടറാകാൻ നിന്നെക്കൊണ്ട് പറ്റ്വോ?"

"ഇല്ല. പറ്റിയേനെ. പക്ഷേ, അമ്മ ആ വഴി അടച്ചുകളഞ്ഞു. ഒന്നു മാകാൻ പറ്റിയില്ലെങ്കിലും എന്തെങ്കിലും ജോലി ചെയ്ത് സ്വന്തം കാലിൽ നിക്കണം. അത്രേം മതി."

"എന്തെല്ലാം കഷ്ടപ്പാട് സഹിച്ചാ ഒരു പെണ്ണിന്റെ കല്യാണം നട ത്തിവിടുന്നെ. അത് പിന്നേം വീട്ടിൽ വന്നു നിക്കുകാന്നുവെച്ചാ എന്നാ കഷ്ടമാ." അജിതമ്മയ്ക്കു ക്ഷമയറ്റു.

"അമ്മയോടു ഞാൻ പറഞ്ഞാരുന്നോ എന്നെ കല്യാണം കഴിപ്പിച്ചു വിടാൻ? എട്ടുംപൊട്ടും തിരിയാത്ത പ്രായത്തിൽ സ്നേഹോം നന്ദീം ഇല്ലാത്ത ഒരു നീചന്റെ കൂടെ പറഞ്ഞയച്ചിട്ട് കടമ തീർത്തെന്നും പറഞ്ഞ് കയ്യും കഴുകി ഇരിക്കുവല്ലേ അമ്മ. എന്റെ കൂടെ പഠിച്ച ഇരുപത്തിമൂന്നു പെൺകുട്ടികളും പ്ലസ് ടൂ കഴിഞ്ഞ് പഠിക്കാൻ പോകുവാ ചെയ്തത്. കല്യാണം കഴിച്ചത് ഞാൻ മാത്രം. കഴിഞ്ഞ രണ്ടോ മൂന്നോ വർഷത്തി നിടയ്ക്ക് മൂന്നുപേരുടെ കല്യാണം കൂടി നടന്നു."

"ഇതൊക്കെ നീയെങ്ങനെ അറിയുന്നെടീ?"

"ബിയായ്ക്ക് അറിയാം. അവൾക്കിപ്പഴും കൂട്ടുകാരുമായിട്ട് കമ്യൂണി ക്കേഷൻസൊണ്ട്. എന്നെ മാത്രമല്ലേ പൊട്ടക്കെണറ്റിലോട്ട് തള്ളിയി ട്ടൊള്ളൂ. ബാക്കിയെല്ലാരും മറ്റു മനുഷ്യരുമായിട്ട് സമ്പർക്കമൊള്ള ലോകത്താ ജീവിക്കുന്നെ."

"ഓരോ കുടുംബത്തീന്നു കെട്ടിച്ചുവിട്ട പെണ്ണുങ്ങളൊക്കെ കെട്ടി യോന്റെ വീട്ടിൽ പോയി സുഖിച്ചും ചിരിച്ചും കളിച്ചുമല്ല ജീവിക്കുന്നെ. കൊറേയൊക്കെ സഹിച്ചിട്ടും ക്ഷമിച്ചിട്ടുമൊക്കെയാ."

"കൊറെയൊന്നുമല്ലമ്മേ ഞാൻ സഹിച്ചതും ക്ഷമിച്ചതും. ഭൂമിയോളം ക്ഷമിച്ചു. അമ്മയ്ക്കറിയാത്ത കാര്യമൊന്നുമല്ല അത്. എന്നെക്കൊണ്ടു പറ്റാതെപോയ ഒരു കാര്യമേ ഒള്ളൂ. ആത്മഹത്യ. ഞാനതു ചെയ്യാത്ത തിന്റെ പേരിലാ അമ്മയിപ്പം എന്നെ കുറ്റപ്പെടുത്തുന്നെ. ഇപ്പം കച്ചി ത്തുരുമ്പേ പിടിച്ച് കിടക്കുവാ ഞാൻ. നിവൃത്തിയില്ലാതെ വന്നാ ഞാനതും ചെയ്യും. കെട്ടിയവന്റെ വീട്ടിലല്ല. ഈ വീട്ടിൽവച്ച്."

അന്ത്യശാസനമെന്നപോലെ പറഞ്ഞിട്ടു പവിത്ര മുറിക്കുള്ളിലേക്കു കയറിപ്പോയി. അജിതമ്മ താടിക്കു കയ്യുമൂന്നി മരവിച്ച കണക്കേ നിന്നു പോയി.

ഉച്ചതിരിഞ്ഞ് നാലുമണിനേരത്ത് പവിത്ര ജിബിയയെ ഫോണിൽ വിളിച്ചു. മിസ് കോളായിരുന്നു ഉദ്ദേശിച്ചതെങ്കിലും പെട്ടെന്നു തന്നെ കോൾ കണക്ടായി.

“ഹലോ...”

“അയ്യോ എടുത്തോ? ഡ്യൂട്ടി കഴിഞ്ഞാരുന്നോ?”

“ഞാനിറങ്ങിയെടീ. എന്നാ വിളിച്ചെ? പറഞ്ഞോ?”

“തെരക്കില്ലല്ലോ?”

“ഇല്ലെടാ പറ.”

“മോനെ ഞാൻ തീക്കോയി സ്കൂളിൽ ചേർത്തു.”

“നല്ലകാര്യം.”

“കാഞ്ഞിരപ്പള്ളീപ്പോയി ജി.ഡി.എ. കോഴ്സിന്റെ അഡ്മിഷനെടുത്തു. മറ്റന്നാൾ മുതൽ പോകണം.”

“ഓകെ. ഞാൻ അജിതമ്മേടെ അക്കൗണ്ടിലോട്ട് കുറച്ചു പൈസയിട്ടു തരാം. നീ അക്കൗണ്ട് നമ്പർ അയച്ചു തന്നേക്ക്.”

“ശരി അയച്ചേക്കാം.”

“നീ തിരിച്ചുവന്നതിന്റെ റിയാക്ഷൻസ് എന്തൊക്കെയാ? രണ്ടു കയ്യും നീട്ടി സ്വീകരിച്ചോ?”

“അമ്മയ്ക്ക് തീരെ ഇഷ്ടപ്പെട്ടില്ല. അപ്പുമോനെ ഇവിടുത്തെ സ്കൂളിൽ ചേർത്തതും ഞാൻ കോഴ്സിനു ചേരാൻ പോയതും ഒന്നും ഇഷ്ടപ്പെട്ടില്ല.”

“നീ ആരടേം ഇഷ്ടക്കേട് നോക്കണ്ട കേട്ടോ.”

“ങും.”പവിത്ര അനുസരണയുള്ള കുട്ടിയെപ്പോലെ മൂളി.

“അവരൊക്കെ അവരുടെ ഇഷ്ടത്തിനൊപ്പിച്ച് സ്വന്തം വീടും വീട്ടിലുള്ളവരേം ഓരോരോ സ്ഥാനങ്ങളിൽ അടുക്കിവച്ചിരിക്കുന്നവരാ. അതിലൊരാള് സ്ഥാനം മാറിയിരിക്കുന്നതു കണ്ടാ അവർക്കു ചൊറിയും. നമ്മള് സഹിച്ചതും സഹിക്കാനുള്ളതും ഒന്നും അവർക്കു പ്രശ്നമല്ല. ചില അമ്മമാര് മക്കളെ വടി കാണിച്ചു ഭീഷണിപ്പെടുത്തി ‘അവിടിരുന്നോളണം’ എന്നു പറഞ്ഞ് ഒരിടത്തിരുത്തീട്ടു പോയി അവരുടെ ജോലി ചെയ്യാറില്ലേ. അങ്ങനെ കൊണ്ടിരുത്തിയതാ നിന്നെ ഒരു ദുഷ്ടന്റടുത്ത്. നീ എണീച്ചു പോന്നത് അജിതമ്മയ്ക്ക് ഇഷ്ടപ്പെട്ടില്ല. അങ്ങനെ കരുതിയാ മതി.”

പവിത്ര പുഞ്ചിരിയോടെ അതും മൂളിക്കേട്ടു.

“വെറുതെ മൂളിയപ്പോരാ. നിനക്ക് നിന്റെ അഭിപ്രായം പറയാം.”

“ഞാനോർക്കുവാരുന്നു. നീയെന്തുമാത്രം മാറിപ്പോയെന്ന്. പണ്ടൊക്കെ നീ വെറും പൊട്ടിയാരുന്നു. ഇപ്പം നീ വല്യ കാര്യവിവരമുള്ളവളായി.”

"ഞാനേ പതിനെട്ടാം വയസ്സിൽ വീട്ടീന്നു പോന്നതാ. കൃത്യമായിട്ട് പറഞ്ഞാ രണ്ടായിരത്തിപ്പത്ത് ജൂലൈ മാസത്തിൽ. ആ സെപ്റ്റംബറിൽ നിന്റെ കല്യാണം കഴിഞ്ഞു. അതോടെ നിന്റെ ലോകം ചുരുങ്ങിപ്പോയി. ഞാൻ ഏഴു വർഷമായി ലോകം കാണാൻ തുടങ്ങീട്ട്. എണങ്ങീം പെണങ്ങീം ഇതിനിടയ്ക്ക് നൂറുകണക്കിനു പേര് എന്റെ മുന്നിക്കൂടെ കടന്നുപോയി. അവരൊക്കെ ഓരോരോ പാഠങ്ങള് പഠിപ്പിച്ചിട്ടാ പോണെ. അതാ വെത്യാസം."

"ഞാൻ ഒന്നിനുംകൊള്ളാത്തവളായിപ്പോയി അല്ലേ ബിയാ. വെറും പാഴ്."

"അങ്ങനെ നിരാശപ്പെടണ്ട. നിനക്ക് ഇരുപത്തഞ്ചു വയസ്സേ ആയി ട്ടൊള്ളൂ. ഇനീം ഇഷ്ടംപോലെ സമയംണ്ട്."

"നീയാ എന്റെ ഊന്നുവടി. വേറാരുമില്ലടീ."

"മോനെ സ്കൂളിച്ചേർത്ത സ്ഥിതിക്ക് അവന് യൂണിഫോമും ബാഗും പുസ്തകോം ഒക്കെ വേണ്ടേ? ഞാനതിനും കൂടിയുള്ള പൈസയിട്ടേക്കാം."

"അതു വേണ്ട. അമ്മേടടുത്ത്ന്ന് വാങ്ങിച്ചോളാം. എന്റെ മോനു വേണ്ടീട്ട് അത്രയെങ്കിലും ചെയ്യാൻ പറ്റിയില്ലെങ്കിപ്പിനെ ഇവരൊക്കെ എന്തിനാ ആ സ്ഥാനത്തിരിക്കുന്നെ?"

"നിനക്കാ മനസ്സുണ്ടായാ മതി. ഫൈറ്റ് ചെയ്യണം. നമ്മടെ അവകാശ ത്തിനു വേണ്ടീട്ട്. നമ്മള് വായടച്ച് മിണ്ടാതിരുന്നാ ഒന്നും കിട്ടൂല്ല."

ഇതിനിടയിൽ അജിതമ്മ വാതിൽക്കൽ വന്ന് പവിത്രയെ നോക്കി ക്കൊണ്ടുനിന്നു.

"നീയെന്താടീ മിണ്ടാത്തെ?"

"ദേ. അമ്മ വന്ന് നോക്കിനിൽക്കുന്നു."

പെട്ടെന്ന് അജിതമ്മ തിരിച്ചു നടന്നു.

"അമ്മയ്ക്കൊന്നു കൊടുക്കെടീ. അക്കൗണ്ടിലോട്ടു പൈസയിടുന്ന കാര്യം പറയാല്ലോ."

"പോയി. ഞാൻ പറഞ്ഞതെന്തോ കേട്ടെന്നു തോന്നുന്നു."

"ങാ. എന്നാ ഞാൻ പിന്നെ വിളിച്ചോളാം."

"നിന്റെ വിശേഷമൊന്നും പറഞ്ഞില്ലല്ലോ?"

"വിട്ടുപോയതാ. ഒരു വിശേഷംണ്ടായി. ജെയ്സൺ എന്നെ കാണാൻ വന്നിട്ടുണ്ടാരുന്നു."

"'ഡെല്ലീലോ. ഈശ്വരാ. ഇതുവരെ കല്യാണമൊന്നും കഴിച്ചില്ലേ?"

"കഴിച്ചെങ്കി കാണാൻ വരോ?"

"ഇപ്പഴും നിനക്കുവേണ്ടി വെയ്റ്റ് ചെയ്യുവാണോ?"

"ആണെന്നുള്ള മട്ടിലൊക്കെയാ വന്നത്. പെണ്ണുകാണലിനു നടന്ന തൊക്കെ ഞാനങ്ങോട്ട് പറഞ്ഞതോടെ പുള്ളിക്കാരൻ പ്ലിങ്."

"പെണ്ണുകാണലൊക്കെ നടത്തിയാരുന്നോ?"

"ഞാനൊരു മൂന്നുമാസം മുൻപാ അറിഞ്ഞത്. എന്റെ കൂടെ നഴ്സിങ് പഠിച്ച ഷേർളീടെ അനുജത്തിയെ പെണ്ണുകാണാൻ ചെന്നിരുന്നൂന്ന്. ഷേർളി ഇവിടെ ഗുഡ്ഗാവിലെ വിശ്വദീപ്തി ഹോസ്പിറ്റലിലാ വർക്ക് ചെയ്യുന്നെ. അവരുടെ വീട് തിരുവല്ലയാ."

"കള്ളനാണല്ലോ. എന്നിട്ടു സംഭവം നടന്നില്ല?"

"പെൺവീട്ടുകാര് ചെറുക്കന്റെ വീടും ചുറ്റുപാടുമൊക്കെ അന്വേഷിക്കുവല്ലോ. ചെറുക്കന്റെ അമ്മ കെടപ്പുരോഗിയായിട്ടുള്ള വീട്ടിലോട്ട് ഏതെങ്കിലും അപ്പനമ്മമാര് മകളെ കെട്ടിച്ചയയ്ക്കോ? വേറെ സ്ത്രീകളാരുമില്ലെന്നും കൂടി ഓർക്കണം."

"എന്റെ അച്ഛനും അമ്മേം അതൊന്നും നോക്കത്തില്ല. കൊണ്ടുപൊയ്ക്കോന്നു പറഞ്ഞ് അപ്പഴേ പറഞ്ഞയയ്ക്കും." പവിത്ര പറഞ്ഞു. "പുള്ളിക്കാരൻ വേറെയും പെണ്ണുകാണലിനു പോയിട്ടുണ്ടാവും ല്ലേടീ.."

"സംശയമെന്താ? എവിടെച്ചെന്നാലും ഇതല്ലേ പ്രശ്നം. ഒടുക്കം മനസ്സിലായിക്കാണും വിചാരിച്ചപോലെ അത്ര ഈസിയല്ല പെണ്ണുകിട്ടലെന്ന്. മനസ്സിനിണങ്ങിയതു കൂടി ഒത്തുവരണ്ടേ."

"പാവം! ഒരുകണക്കിന് ഓർത്താൽ കഷ്ടംണ്ടല്ലേ. അമ്മയെ നോക്കാൻ ആളില്ലാഞ്ഞിട്ടല്ലേ."

"എടീ, അതൊക്കെ എനിക്കും മനസ്സിലാകും. എന്റെ വീട്ടിലെ നിവൃത്തികേടുകൊണ്ടാ അന്ന് ജെയ്സൺ വിളിച്ചപ്പം പോകാതിരുന്നെ. അത് അവനും മനസ്സിലാക്കണ്ടെ. പകരം ഫോൺ സ്വിച്ചോഫ് ചെയ്തുവയ്ക്കുക, നമ്പർ മാറ്റീട്ട് ആ വിവരം അറിയിക്കാതിരിക്കുക. ഞാൻ കന്നു കരയുന്നപോലെ പൊതപ്പിനു കീഴെ കെടന്ന് രാവെളുക്കോളം കരഞ്ഞിട്ടൊണ്ട്. നിനക്കറിയ്യോ? ഒരു കോൾ... ഒരു വാക്ക്..."

ജിബിയയുടെ ശബ്ദം ഇടറിയപ്പോൾ പവിത്രയ്ക്കു സങ്കടമായി.

"പോട്ടെടീ. സാരംല്ല പോട്ടെ. നീ വെഷമിക്കാതെ."

മറുവശത്തുനിന്ന് മൂക്കു വലിക്കുന്ന ഒച്ചയും ദീർഘനിശ്വാസവും മാത്രമേ കേൾക്കാനുള്ളൂ.

കുറച്ചു കഴിഞ്ഞ് പവിത്ര ചോദിച്ചു: "നീ ബാക്കി പറഞ്ഞില്ല. ഒടുവിലെങ്ങനെ പിരിഞ്ഞു?"

"ഞാൻ പറഞ്ഞു, എനിക്കുവേണ്ടി കാത്തിരുന്ന ആളാണെന്നും ഇനിയും എത്രവേണെങ്കിലും കാത്തിരിക്കുമെന്നും എനിക്കും കൂടി തോന്നുമ്പം ഞാനൊരു മറുപടി പറയാംന്ന്."

"അപ്പോ എന്നാ പറഞ്ഞു?"

"ഒന്നും പറഞ്ഞില്ല. പോയി."

"ശ്ശൊ. നിനക്ക് വെഷമമൊന്നും തോന്നിയില്ലേടാ."

"ഓ. എന്ത് വെഷമം! ഞാൻ പോയി പുതപ്പിനടീക്കേറീട്ട് ഒറ്റക്കരച്ചിലങ്ങ് കരഞ്ഞു."

"അച്ചോ ഡാ... ന്റെ ചക്കരപ്പൊന്നിന് ഇപ്പഴും സങ്കടം മാറീട്ടില്ല അല്ലേ."

"സങ്കടമൊന്നും ഇല്ലടീ. എനിക്കിപ്പം നെല്ലിക്കുന്നേലെ റോബിൻസും മുട്ടമ്പലത്തെ ജെയ്സണും ഒരുപോലെയാ."

"അങ്ങനെ പറയല്ലേടീ. റോബിൻസ് പണോം പകിട്ടും നോക്കിപ്പോയവനാ. ജെയ്സൺ സ്വന്തം അമ്മയോടുള്ള സെന്റിമെന്റ്സ് കൊണ്ടല്ലേ."

"ങ്ഹാ... ആ സെന്റിമെന്റ്സ് എന്റെ മനസ്സിലും ഞാൻ സൂക്ഷിച്ചു വച്ചിട്ടുണ്ട്. ഇല്ലെങ്കി ഞാൻ പറഞ്ഞേനെ. ഇനി എന്നെ നോക്കണ്ടെന്ന്."

"ചെലപ്പം എന്നെങ്കിലും എല്ലാം ശരിയാകുമായിരിക്കും. അല്ലേടീ?"

"എടീ ഞാൻ ഹോസ്പിറ്റലിലെത്തി. പിന്നെ വിളിക്കാമേ."

"ശരി."

കോൾ കട്ടായി.

പവിത്ര കട്ടിലിലേക്കിരുന്നു. അജിതമ്മ വാതിൽക്കലേക്കു വന്നു.

"നീ എന്തോന്നാടീ അവളോടു പറഞ്ഞത് നിന്റെ അച്ഛനും അമ്മേം ആണെങ്കി എങ്ങോട്ട് പറഞ്ഞയയ്ക്കുമെന്നാ."

"ഏത് നരകത്തിലോട്ടു വേണെങ്കിലും."

"നിന്നെ ഞങ്ങള് ഏതു നരകത്തിലോട്ടാ അയച്ചത്?"

"അമ്മേ, എന്റടുത്ത് പോരിന് നിക്കല്ലേ. രാജവെമ്പാലേടെ കൂടെ ഏഴു വർഷം ജീവിച്ചിട്ടുവന്നേക്കുവാ. അപ്പഴാ നീർക്കോലീടെ വേഷംകെട്ട്."

പവിത്ര ദേഷ്യപ്പെട്ട് അടുത്ത മുറിയിലേക്കു പോയി. കേട്ടുകൊണ്ടു നിന്ന വിഷ്ണു ചിരി തുടങ്ങയിട്ട് നിർത്തുന്നില്ല.

"എന്നതാടാ ഇത്ര ഇളിക്കാൻ?"

"ചേച്ചി പറഞ്ഞത് കറക്റ്റാണല്ലോന്ന് ഓർത്തിട്ടാ."

"ഞാനണോടാ നീർക്കോലി?"

"പിന്നല്ലാതെ. അമ്മയ്ക്ക് വേറെ പണിയൊന്നുമില്ല. ചേച്ചി ചാവേറായിട്ടാ തിരിച്ചുവന്നേക്കുന്നെ. എന്തും പറയും, എന്തും ചെയ്യും."

അജിതമ്മ തെല്ലു പകച്ചു വിഷ്ണുവിനെ നോക്കി. തന്റെ മക്കൾ ആവശ്യത്തിലധികം വളർന്നുപോയോ എന്ന് ആശ്ചര്യപ്പെടുന്ന നോട്ടം.

രാത്രി അജിതമ്മയ്ക്ക് ജിബിയയുടെ കോൾ വന്നു. ആമുഖമൊന്നുമില്ലാതെ അവൾ പറഞ്ഞു.

"അമ്മേടെ അക്കൗണ്ടിലേക്ക് ഏഴായിരം രൂപ ഞാൻ ട്രാൻസ്ഫർ ചെയ്തിട്ടൊണ്ട്. അത് നാളെ എടുത്ത് അവൾക്കു കൊടുത്തേക്കണേ."

"നിന്നോടാരു പറഞ്ഞു എന്റെ അക്കൗണ്ടിലോട്ടു പൈസയിടാൻ. ഞാനാവശ്യപ്പെട്ടോ?" അജിതമ്മ നീരസപ്പെട്ടു.

"ഇതിനുമുൻപും നിങ്ങളാവശ്യപ്പെടാതെ ഞാൻ പൈസ കൊണ്ടു ത്തന്നിട്ടൊണ്ട്. അന്ന് ഈ ചോദ്യം കേട്ടില്ലല്ലോ."

"നീയവളെ വഴിപെഴപ്പിക്കാൻ എറങ്ങിയിരിക്കുവാണോടീ. അവ ക്കൊരു കുടുംബമൊണ്ട്. ആ വിവരം നിനക്കറിയാവോ?"

"കുടുംബമല്ല നരകം. എല്ലാരുംകൂടെ അവളെ അതിനകത്തോട്ടു തള്ളിയിട്ടിരിക്കുവായിരുന്നല്ലോ ഇത്രേം കാലം. ഇപ്പം അവള് അവിടുന്നു രക്ഷപ്പെട്ടു വന്നേക്കുവാ. ഇനിയെങ്കിലും അവളെ ഉപദ്രവിക്കരുത്." ജിബിയയുടെ സ്വരത്തിൽ ഒരൽപം ശാസനകൂടി കലർന്നു.

"എന്റെ മോൾടെ കാര്യം ഞങ്ങളു തീരുമാനിച്ചോളാം. ഞങ്ങക്ക് അവളെ ഈ വീട്ടിൽ നിർത്താൻ മനസ്സില്ലെങ്കി നീയെങ്ങനെ പഠിപ്പിക്കും അവളെ നിന്റെ കോഴ്സ്?"

"നിങ്ങൾക്ക് പറ്റത്തില്ലെങ്കി ഒരു വാക്ക് പറഞ്ഞാ മതി. അവള് മോനേം കൂട്ടി എന്റെ വീട്ടിവന്ന് താമസിച്ചു പഠിച്ചോളും."

"നിനക്കെന്നാടീ അവകാശം അവൾടെ കാര്യത്തിൽ?"

"അവകാശമൊന്നുമില്ലായിരിക്കും. പക്ഷേ, അവളു കൊണ്ടുവരുന്ന ഉച്ചച്ചോറ് ഞാനുംകൂടെ പങ്കിട്ടുതിന്ന ഒരു കാലമൊണ്ടാരുന്നു. ഇല്ലായ്മ കൊണ്ട് വെശപ്പനുഭവിച്ച കാലം. അന്നവള് കൊച്ചാ. രണ്ടിലോ മൂന്നിലോ ഒക്കെയാ പഠിക്കുന്നെ. എന്നാലും എനിക്കുംകൂടി വേണ്ടി പാത്രം നിറച്ച് അമക്കി ചോറെടുത്തോണ്ടു വരും. ആ മനസ്സൊന്നും നിങ്ങക്കറിയത്തില്ല."

അതു കേട്ടതും അജിതമ്മ ഒന്നു മയപ്പെട്ടു.

"അവൾടെ കുടുംബം നീയായിട്ട് ഇല്ലാതാക്കരുത്. എനിക്കത്രയേ പറ യാനൊള്ളൂ."

"ഇതിന്റെ മറുപടി ഞാൻ രണ്ടു വർഷം കഴിഞ്ഞിട്ടു പറയാം. നാളെ പൈസയെടുത്തു കൊടുത്തേക്കണേ അവൾക്ക്, വെക്കുവാ."

കോൾ മുറിഞ്ഞു.

അജിതമ്മയ്ക്ക് എന്തൊക്കെയോ കൂടി പറയണമെന്നുണ്ടായിരുന്നു.

പിറ്റേന്ന് ഉച്ചയ്ക്ക് അജിതമ്മ ബാങ്കിൽ പോയി നോക്കി. അക്കൗണ്ടി ലേക്കു പണം വന്നിട്ടുണ്ടായിരുന്നു. അവർ അതെടുത്തുകൊണ്ടുവന്ന് പവിത്രയെ ഏൽപിച്ചു.

"ഞാനൊന്നുംകൂടി പറയുവാ. നല്ലപോലെ ആലോചിച്ചിട്ടുവേണം ഓ രോന്നു ചെയ്യാൻ. ഒരു കോപംകൊണ്ട് അങ്ങോട്ടു ചാടിയാ ഇരുകോപം കൊണ്ട് ഇങ്ങോട്ടു കേറാമോന്നു നീയും പഠിച്ചിട്ടൊണ്ടല്ലോ. പ്രകാശനോട് ചോദിക്കാതെയും പറയാതെയും ഇറങ്ങിത്തിരിച്ചാ ആ ബന്ധം മുറിഞ്ഞു പോകുമെന്ന് കരുതിക്കോ. അവൻ പോയി വേറെ പെണ്ണുകെട്ടും."

"വളരെ സന്തോഷം."

"തന്തയില്ലാത്ത കൊച്ചിനേം കൊണ്ട് നീ എവിടെപ്പോയി, എങ്ങനെ ജീവിക്കുമെടീ?"

“അങ്ങനെ എത്രപേർ ജീവിക്കുന്നു. ഭർത്താവ് മരിച്ചുപോയവർ, ഭർത്താവ് ഉപേക്ഷിച്ചുപോയവർ, ഭർത്താവിനെ ഉപേക്ഷിച്ചവർ...”

“നിന്നോട് ഞാൻ ഇനി ഒന്നും പറയുന്നില്ല.”

അജിതമ്മ കലിതുള്ളി അവളുടെ മുന്നിൽനിന്നു പോയി. അതോടെ അമ്മയുടെ എതിർപ്പിന്റെ മുന ഒടിഞ്ഞുവെന്നാണു പവിത്ര കരുതിയത്. പക്ഷേ, വൈകുന്നേരമായപ്പോഴേക്കും മനസ്സിലായി, അമ്മ വജ്രായുധം പുറത്തെടുക്കുന്നതേയുള്ളൂ എന്ന്.

ഞണ്ടുകല്ലിൽനിന്നു അവിചാരിതമെന്നോണം, അജിതമ്മയുടെ അമ്മയും അച്ഛനും ആങ്ങളമാരും എത്തിച്ചേർന്നു. മേലുകാവിൽനിന്നു സുദർശനന്റെ അനുജനും അമ്മയും കൂടി വന്നുകൂടിയതോടെ പവിത്രയ്ക്കു ചിത്രം വ്യക്തമായി.

അഞ്ച്

ചായസൽക്കാരം കഴിഞ്ഞു. വിഷ്ണുവാണ് പഞ്ചായത്തുപടിയിലെ ചായ ക്കടയിൽ പോയി പരിപ്പുവടയും പഴംപൊരിയും വാങ്ങിക്കൊണ്ടു വന്നത്. ചായ കുടിക്കുന്നതിനിടയിൽത്തന്നെ ക്ഷേമാന്വേഷണങ്ങളും കഴിഞ്ഞു.

"അവനെ മടീന്നെറക്കിവിട് മുത്തശ്ശീ." പവിത്ര അജിതമ്മയുടെ അമ്മ യോടു പറഞ്ഞു: "വയസ്സ് ആറ് തെകയാൻ പോകുന്നു. മോനേ, മടീന്നെ റങ്ങ്. മുത്തശ്ശിക്കു നിന്നെ താങ്ങാനൊള്ള ശേഷിയൊന്നും ഇല്ല."

"എന്റെ മോളേ, നീയെന്നെ കിഴവിയൊന്നും ആക്കല്ലേ. വയസ്സറുപത് തെകഞ്ഞിട്ടില്ല്യ. സത്യേട്ടനുപോലും അറുപത്തഞ്ചാകുന്നോയൊള്ളൂ. നിന്റെ വർത്തമാനം കേട്ടാത്തോന്നും ഞങ്ങക്കൊക്കെ ഒരുപാട് പ്രായം ചെന്നൂന്ന്."

ശരിയാണല്ലോന്ന് പവിത്ര ഓർമിച്ചു. തനിക്കാണ് പ്രായം കൂടിയത്. ആറുവയസ്സുള്ള തന്റെ മകന് നാൽപത്തിമൂന്നു വയസ്സുള്ള തന്റെ അമ്മ മുത്തശ്ശിയാണ്. മുതുമുത്തശ്ശിക്ക് അറുപതാകുന്നതേയുള്ളു.

"നിങ്ങളെല്ലാരും കൂടെ എന്നെ നേരത്തേ കല്യാണം കഴിപ്പിച്ചിട്ട്, ഞാനിപ്പം ഒരു 35-40 വയസ്സിന്റെ അവസ്ഥേലായി. അതനുസരിച്ച് നിങ്ങൾ ക്കാർക്കും പ്രായം കൂടിയുമില്ല." ചെറുചിരിയോടെ പവിത്ര പറഞ്ഞു.

"നിനക്ക് മുപ്പത്തഞ്ച് വയസ്സോ?" ഇന്ദിര ആശ്ചര്യപ്പെട്ടു.

"കല്യാണം കഴിഞ്ഞിട്ടുതന്നെ പതിനഞ്ചു വർഷമായതുപോലെ തോന്നുന്നു. ജീവിച്ചു മടുത്തുപോയതുകൊണ്ടായിരിക്കും." പവിത്ര പറഞ്ഞു.

"മടുത്തെന്നോ തൊടങ്ങീട്ടല്ലേയൊള്ളൂ." സത്യാനന്ദൻ പറഞ്ഞു.

"എന്നെ കണ്ടാൽ മുപ്പത്തഞ്ചൊക്കെ തോന്നിക്കത്തില്ലേ മുത്തച്ഛാ?"

"കുറച്ച് ക്ഷീണംണ്ടന്നേയൊള്ളൂ."

"എടി മോളേ, നീ കാഞ്ഞിരപ്പള്ളീലോ മറ്റോ എന്തോ കോഴ്സിന് പഠിക്കാൻ ചേർന്നെന്ന് കേട്ടല്ലോ. ശര്യാണോ?" ശിവരാജൻ ചോദിച്ചു.

"ശരിയാണ് മാമാ. അഡ്മിഷനെടുത്തു."

"നീ പാതാമ്പുഴേന്ന് പെണങ്ങിപ്പോന്നതല്ലേ ശരിക്കും?"

"ഞാൻ പെണങ്ങീട്ടില്ല."

"പ്രകാശനും അവന്റമ്മേം സമ്മതിച്ചിട്ടില്ലല്ലോ?"

"അതില്ല."

"ഇത്രേം കാലം നമ്മടെ ഭാഗത്തൊരു ന്യായം ഒണ്ടാരുന്നു. ഭർത്താവിനേം കൊച്ചിനേം നോക്കി അമ്മായിയമ്മയെ ശുശ്രൂഷിച്ച് അടങ്ങിയൊതുങ്ങി വീട്ടിൽ നിൽക്കുന്ന ഭാര്യ. അത് തീർന്നില്ലേ. ഇനിയെന്തു ന്യായം പറയും?"

"ആരോട് പറയണം?"

"നമ്മളൊരു സമൂഹത്തിലല്ലേ മോളേ ജീവിക്കുന്നെ." സത്യാനന്ദൻ ഉപദേശിച്ചു. "അതിനു ചില രീതികളും ചിട്ടകളും മര്യാദകളും ഒക്കെയില്ലേ. ഇപ്പം നീ ഭർത്താവിനേം ആ വീട്ടുകാരേം ധിക്കരിച്ച് തന്നിഷ്ടത്തിനു ചാടിപ്പോന്ന പെണ്ണായി."

"അതുകൊണ്ടെന്നാ കൊഴപ്പം?" പവിത്ര ചേദിച്ചു.

"ആര് നോക്കിയാലും നിന്റെ ഭാഗത്ത് ന്യായം ഇല്ല."

"എന്റെ ഭർത്താവിന്റേം അയാൾടമ്മേടേം ഭാഗത്ത് അന്യായോം അനീതീം കൊടികുത്തി നിന്നപ്പം ആരേലും വന്ന് നോക്കിയാരുന്നോ?"

"അതൊന്നും ആളുകളുടെ കണ്ണിൽപെടത്തില്ല. അവനൊരാണല്ലേ. പക്ഷേ, നമ്മളെന്തെങ്കിലും തെറ്റു ചെയ്താ അത് പെരുപ്പിച്ചു കാണും. കാരണം നീയൊരു പെണ്ണാ."

"അതൊക്കെ കാണുന്നോരടെ കണ്ണിന്റെ കൊഴപ്പവാ മുത്തച്ഛാ. അവരുപോയി കണ്ണ് ഡോക്ടറെ കണ്ട് ചികിത്സിക്കട്ടെ."

"മോളേ നീ അങ്ങനൊന്നും പറയാതെ." ഇന്ദിര ശാസനാസ്വരത്തിൽ പറഞ്ഞു. "പെണ്ണാകുമ്പം കൊറച്ച് താഴ്മയായിട്ട് നിക്കണം. നമ്മടെ കീഴ്വഴക്കം അങ്ങനെയാ."

"താഴ്മയായിട്ടാ നിക്കുന്നെ. ഇനി താണുകൊടുക്കാൻ വയ്യ. താഴാൻ ഇനി സ്ഥലമില്ല മുത്തശ്ശീ. തല മണ്ണിലോട്ട് ചവുട്ടിത്താഴ്ത്തി വെച്ചേക്കുവാ."

"മോളേ, നീ പാതാമ്പുഴയ്ക്കു തിരിച്ചുപോകണം. ഞങ്ങളുംകൂടി വരാം. പ്രകാശനോടു സംസാരിച്ച് അവനെക്കൊണ്ടു സമ്മതിപ്പിക്കാം." ശിവരാജൻ പറഞ്ഞു.

"ഒന്നും നടക്കത്തില്ല ശിവമാമാ. ഭീഷണിപ്പെടുത്തിയാ ചെലപ്പം സമ്മതിക്കുവാരിക്കും. പക്ഷേ, നിങ്ങളിങ്ങോട്ടു തിരിച്ചു പോന്നു കഴിയുമ്പം മുതല് പറയുന്ന തെറിക്ക് ഒരന്തോം കാണത്തില്ല. രണ്ടോ മൂന്നോ ദിവസം എനിക്കു കോഴ്സിനു പോകാൻ പറ്റിയേക്കും. അതു കഴിയുമ്പം ഒരലർച്ചകേക്കാം, വീടിനു വെളീലെറങ്ങിപ്പോകരുത്! ഉപദേശിച്ചിട്ടുപോയ നിങ്ങടെ പൊടിപോലും കാണാൻ കിട്ടത്തില്ല ആ നേരത്ത്. ഞാനിത് കുറേ അനുഭവിച്ചതാണേ."

"എന്റെ മോളേ നിനക്ക് ഇരുപത്തഞ്ച് തെകഞ്ഞിട്ടില്ല. കുടുംബോന്നു പറയുന്നത് എന്നതാണെന്നു നീ മനസ്സിലാക്കി വരുന്നതേയൊള്ളൂ. ഒരിക്കൽ തകർന്നുപോയാ പിന്നൊരിക്കലും പഴയപോലെ കൂട്ടിയോജിപ്പിക്കാൻ പറ്റാത്ത കണ്ണാടിച്ചില്ലാ അത്. എത്ര ഒട്ടിച്ചാലും പൊട്ടിയ പാടുകൾ അങ്ങനെതന്നെ കെടക്കും. ഒരിക്കലും പഴയ ബലം കിട്ടത്തുമില്ല." രമേശനാണ് ഉപമ പറഞ്ഞത്.

"ഒട്ടിക്കണ്ട മാമാ. പൊട്ടിത്തകർന്നു പൊക്കോട്ടെ. ഇതാർക്കു വേണം? എന്തിനു വേണം?"

"എടീ, കുടുംബംന്നു പറഞ്ഞാ ഒരിക്കലേ ഒള്ളൂ. ജനനം ഒന്നേയൊള്ളൂ. മരണം ഒന്നേയൊള്ളൂ. അതുപോലെയാ ഇതും. ഒരിക്കൽ നഷ്ടപ്പെട്ടു പോയാ പോയി." ശിവരാജൻ പറഞ്ഞു.

"പോട്ടെ മാമാ. എനിക്കും എന്റെ മോനും യാതൊരു ഗുണോം ഇല്ലാത്ത, ഞങ്ങടെ ജീവിതം ഓരോ ദിവസോം നരകമാക്കുന്ന ആ സംഗതി എനിക്കു വേണ്ടെന്നേ."

"ഞങ്ങൾ നിന്നെ ഇതിനല്ല വളത്തിക്കൊണ്ടു വന്നത്. ഇങ്ങനൊന്നുമല്ല ഉദ്ദേശിച്ചത്." ഖേദത്തോടെ സത്യാനന്ദൻ പറഞ്ഞു: "നീ തിരിച്ചു പോകണം. നിന്റെ വെഷമങ്ങളൊക്കെ പിന്നീട് മാറും."

"ഇത് ഞാൻ കൊറേ കേട്ടതാ. മുത്തച്ഛാ." പവിത്ര പറഞ്ഞു: "എല്ലാരുംകൂടെ നിർബന്ധിച്ചാ ഞാനങ്ങ് തിരിച്ചുപോകാം. പക്ഷേ, രണ്ടു ദിവസത്തിനകത്ത് ഇവിടെ മരണം അറിയിച്ച് ആളുവരും. പവിത്ര പാതാമ്പുഴ ഭർതൃഭവനത്തിൽ തൂങ്ങിനിൽക്കുന്നെന്ന്. ഒറ്റയ്ക്ക് ഞാൻ പോവില്ല. മോനേം കൊണ്ടു പോകും. എന്നാ നിങ്ങക്ക് തൃപ്തിയാകുവോ?"

പൊടുന്നനെ ഒരു നിശ്ശബ്ദതയുണ്ടായി.

ഒടുവിൽ സത്യാനന്ദൻ ചോദിച്ചു: "എന്നാ വർത്തമാനമാ മോളേ നീയിപ്പം പറഞ്ഞത്. നിനക്കിത് പറയാൻ കൊള്ളാവോ, നിന്നെ കണ്ണിലുണ്ണിപോലെ വളർത്തിക്കൊണ്ടുവന്ന ഞങ്ങടെ മുഖത്തുനോക്കി..."

"ഒരിക്കലും പറയരുതെന്നാ ഞാൻ വിചാരിച്ചിരുന്നെ. ചെയ്തു കാണിക്കുമ്പഴേ നിങ്ങള് അറിയാവൂന്ന്. എന്റെ മോനില്ലായിരുന്നെങ്കി ഇതൊക്കെ പണ്ടേ കഴിഞ്ഞേനെ. ഒരു ചാൻസുകൂടി നോക്കിയേക്കാമെന്നു വിചാരിച്ചാ മോനേം കൂട്ടി ഇങ്ങോട്ടു വന്നെ. ജീവിക്കാനൊള്ള കൊതികൊണ്ടല്ല, എന്റെ മോനെങ്കിലും ജീവിച്ചോട്ടേന്നു വിചാരിച്ചിട്ട്."

വീണ്ടും മുറിയിൽ നിശ്ശബ്ദതയായി. ഇനി എന്തുപറയാൻ എന്ന മട്ടിൽ ശിവരാജൻ അജിതമ്മയുടെ നേർക്ക് കൈ രണ്ടും മലർത്തിക്കാട്ടി. കുറച്ചു സമയം എല്ലാവരും മൗനമായിരുന്നു. പിന്നെ ഇന്ദിര മെല്ലെ സംസാരിച്ചു തുടങ്ങി.

"മോളേ നീ ദീപയെ കൂടി ഓർക്കണ്ടേ. അവളെ കല്യാണം കഴിപ്പിച്ചു വിടണ്ടേ?"

"ഒടനെ അവൾക്ക് കല്യാണം നടത്തുന്നൊണ്ടോ. ഞാൻ സമ്മതിക്കത്തില്ല." പവിത്ര പറഞ്ഞു.

“ഇപ്പഴല്ല. എന്നാലും മൂന്നാലു കൊല്ലത്തിനകം നടത്തണമല്ലോ. നീ ഭർത്താവിനെ ഉപേക്ഷിച്ചിട്ട് വീട്ടിൽ വന്നു നിൽക്കുന്നവളാണെന്നറിഞ്ഞാ അവൾക്കൊരു നല്ല കല്യണാലേചന കിട്ടുവോ?”

“ഞാനത്രയൊന്നും ഇവിടെ നിൽക്കത്തില്ല മുത്തശ്ശീ. കൂടി വന്നാ ഒരു വർഷം.”

“അതു കഴിയുമ്പം നീ പാതാമ്പുഴയ്ക്ക് തിരിച്ചുപോകുവോ?”

“എന്തിനാണീ പാതാമ്പുഴ പാതാമ്പുഴേന്നു പറയുന്നെ. അത് പാതാളനരകമാണെന്നെത്ര തവണ പറഞ്ഞു. എന്നിട്ടും എന്നെ അങ്ങോട്ടു പറഞ്ഞയയ്ക്കണമെന്നാണോ എല്ലാർക്കും നിർബന്ധം. ഈ ഭൂമീൽ വേറെ എന്തുമാത്രം സ്ഥലങ്ങളൊണ്ട്.” പവിത്രയ്ക്കു സഹികെട്ടു.

“എടി മോളെ, നിന്റെ ഭർത്താവ് അവിടല്ലേ?”

“ഒരു കരിമൂർഖനെ പിടിച്ച് തന്നിട്ട് ഇതു നിന്റെ ഭർത്താവാണെന്നു പറഞ്ഞു. ഞാനതിനേം കഴുത്തിൽ ചുറ്റി ഏഴ് വർഷം ജീവിച്ചു. ഇപ്പം അതിനെ അഴിച്ച് താഴെ വെച്ചിട്ട് വന്നിരിക്കുവാ. ഇനീം ഞാൻ പോയി അതിനെ എടുത്ത് കഴുത്തിൽ ചുറ്റണംന്ന് ആർക്കാ ഇത്ര വാശി?” പവിത്ര രോഷാകുലയായി.

“എന്റെ കുഞ്ഞേ. ചേച്ചി എന്തുമാത്രം കഷ്ടപ്പെട്ടാ നിന്റെ കല്യാണം നടത്തി അയച്ചെ. ഇപ്പം നീ തിരിച്ചു വന്നേക്കുന്നു. അവൾക്കിന് മനുഷ്യന്റെ മുഖത്തു നോക്കാൻ പറ്റ്വോ?”

പവിത്രയ്ക്കു പറയാൻ ഒരുപാടുണ്ടായിരുന്നു. പറഞ്ഞാലും പറഞ്ഞാലും തീരില്ല. അതുകൊണ്ടുതന്നെ അവൾ ചുണ്ടുകളമർത്തിവച്ച് മിണ്ടാതിരുന്നു.

“നീയൊന്ന് ആലോചിച്ചുനോക്കിക്കേ മോളേ. നിന്റെ കാര്യം മാത്രം നോക്കിയാ മതിയോ? നിന്റെ കുഞ്ഞിന് ചൂണ്ടിക്കാണിക്കാൻ ഒരച്ഛൻ വേണ്ടേ?” സത്യാനന്ദൻ ചോദിച്ചു.

പവിത്ര അച്ഛമ്മയെ നോക്കി. സുദർശനന്റെ അമ്മ ഓമനയമ്മയും ഇളയ മകൻ സഹദേവനും ഇതുവരെ ഒരക്ഷരം ഉരിയാടിയിട്ടില്ല.

“നിങ്ങളെന്താ ഒന്നും മിണ്ടാതെ വായും പൂട്ടി ഇരിക്കുന്നെ. എല്ലാം കണ്ടും കേട്ടും രസിക്കാൻവേണ്ടി വന്നതാണോ?” അജിതമ്മ ഈർഷ്യയോടെ ഓമനയമ്മയേയും സഹദേവനേയും നോക്കി.

“പിന്നേ... നല്ല രസല്ലേ ഇത് കാണാനു കേക്കാനും. അന്നേ ഞങ്ങള് പറഞ്ഞതാ ഈ കൊച്ചിനെ ഇത്ര ചെറുതിലേ കല്യണം കഴിപ്പിക്കണ്ടാന്ന്. ആരും കേട്ടില്ല. നിങ്ങക്കെല്ലാർക്കും ഇവിടിരുന്ന് ഉപദേശിച്ചാ മതി. അനുഭവിച്ചതും ഇനി അനുഭവിക്കേണ്ടതും അവളല്ലേ. അവൾടെ തീരുമാനം എന്നതാണോ അതാണ് ശരി.”

ഓമനയമ്മയ്ക്ക് ആരെയും പറഞ്ഞു സുഖിപ്പിക്കുന്ന ശീലം പണ്ടേ ഇല്ല. സഹദേവനാണെങ്കിൽ ഈ വിഷയത്തിൽ തന്റെ വായിൽ കമ്പിട്ടു കുത്തിയാലും മിണ്ടില്ലെന്ന് ഉറച്ച മട്ടിലായിരുന്നു.

സുദർശനൻ മാത്രം ഒരഭിപ്രായവും പറയാതെ എല്ലാം കേട്ടുകൊണ്ടിരുന്നു.

“ഒരാള്ന്ന് വെച്ചാ അയാള് മാത്രമല്ല അയാളുമായിട്ട് ബന്ധപ്പെട്ടു കിടക്കുന്ന ഒരുപാട് കാര്യങ്ങളും സ്വന്തക്കാരായിട്ടൊള്ളവരും എല്ലാംകൂടി ചേർന്നതാ മനുഷ്യൻ.” രമേശൻ പറഞ്ഞു. “ഒറ്റയ്ക്കുനിന്നു ചിന്തിക്കുമ്പം തോന്നും ഞാനൊറ്റയാണല്ലോ, എന്റെ ഇഷ്ടമാണ് എനിക്കു വലുത് എന്നൊക്കെ. പക്ഷേ, എന്തെല്ലാം നോക്കണം. അച്ഛൻ, അമ്മ, കൂടെപ്പിറപ്പുകൾ, വലിയമ്മ, ചെറിയമ്മ, വല്യച്ഛൻ, ചെറിയച്ഛൻ, മാമന്മാർ, മാമിമാർ, മക്കൾ, മുത്തച്ഛന്മാർ, മുത്തശ്ശിമാർ, ഭർത്താവ്, ഭർത്താവിന്റെ കുടുംബക്കാർ... സ്വന്തം കുടുംബത്തിന്റെ പാരമ്പര്യം, സൽപ്പേര്, പിന്നെ സമുദായം, നാട്ടിലെ നീതി, നിയമം... അങ്ങനെ എല്ലാംകൂടി നോക്കീട്ടാ ഒരു മനുഷ്യൻ മനുഷ്യനായിട്ട് ജീവിക്കുന്നെ. തെറ്റിച്ചു നടക്കുന്നോര് ഇല്ലെന്നല്ല. പക്ഷേ ഭൂരിപക്ഷം പേരും ഞാനാദ്യം പറഞ്ഞപോലെയാ. അതിനുവേണ്ടീട്ട് സ്വന്തം ഇഷ്ടങ്ങള് വേണ്ടെന്നുവയ്ക്കേണ്ടി വരും. സങ്കടങ്ങളും ദുരിതങ്ങളും അനുഭവിക്കേണ്ടി വരും. അപമാനവും വേദനയും സഹിക്കേണ്ടിവരും. അല്ലാതെ എല്ലാരും തന്നിഷ്ടത്തിനു ജീവിക്കാൻ പോയാ ബന്ധങ്ങളൊന്നും നിലനിൽക്കത്തില്ല.”

“അത് വളരെ ശരിയാ.” സത്യാനന്ദൻ മകനെ പിന്താങ്ങി.

“രമേശൻമാമൻ പറഞ്ഞതൊക്കെ ഞാനും സമ്മതിച്ചു. പക്ഷേ, ഞാനൊരു കാര്യം ചോദിച്ചോട്ടെ. ഞാനൊരു പെൺകുട്ടിയായതുകൊണ്ടല്ലേ എന്റെ മേൽ നിങ്ങളെല്ലാരുംകൂടെ ഒരു കല്യാണം അടിച്ചേൽപ്പിച്ചത്?” പവിത്ര ചോദിച്ചു. “എന്റെ ഇഷ്ടം ആരും നോക്കിയില്ല. ഞാൻ എതിർത്തിട്ടുപോലും സമ്മതിച്ചില്ല. അങ്ങനെ നിങ്ങടെയൊക്കെ തോന്ന്യാസത്തിന് എടുത്തിട്ടു പന്തുതട്ടാനൊള്ളതാണോ പെണ്ണിന്റെ ജീവിതം. പതിനെട്ടാം വയസ്സിൽ കല്യാണം കഴിച്ച ഏതെങ്കിലും പുരുഷനൊണ്ടോ നമ്മുടെ കുടുംബത്തിൽ. അപ്പോ നിങ്ങളെല്ലാരും കൂടി അങ്ങു തീരുമാനിക്കുവാ, ഇവളെ ഈ ചങ്ങലയിട്ട് തളച്ചേക്കാം. അവിടെ കെടക്കട്ടേന്ന്. എന്നിട്ട് സഹിച്ചോളാനും ക്ഷമിച്ചോളാനും. ആദ്യം ലിസ്റ്റിട്ടു പറഞ്ഞ കുടുംബക്കാരൊക്കെ ഇതുവരെ എവിടാരുന്നു. ആരേം കണ്ടില്ലല്ലോ എന്റെ സങ്കടോം വേദനേം കഷ്ടപ്പാടും വന്ന് നോക്കാനും ആശ്വസിപ്പിക്കാനും. എന്റെ ഇല്ലായ്മകളേക്കുറിച്ച് ആരും അന്വേഷിച്ചില്ലല്ലോ. ഞാൻ ആഹാരമില്ലാതെ വെശന്നുപൊരിഞ്ഞ് കഴിയുമ്പോ ഒരു നേരത്തെ ഭക്ഷണം തരാത്തവരാ മനുഷ്യത്വോം നീതീം നിയമോം പാരമ്പര്യോം പറയുന്നെ.”

പവിത്ര പറഞ്ഞുതീർന്നതോടെ രമേശൻ പറഞ്ഞുവച്ചതൊക്കെ തകിടം മറിഞ്ഞു. പവിത്ര ഇത്രയുംകൂടി കൂട്ടിച്ചേർത്തു. “ആട്ടിൻകുട്ടിയെ പിടിച്ച് അറവുകാരനു കൊടുത്തിട്ട് മുതലക്കണ്ണീര് കാണിക്ക്യാ. അയ്യോ അതിന്റെ വിധി അങ്ങനെയായിപ്പോയല്ലോന്ന്.”

ആരും മിണ്ടുന്നില്ല. ഇനിയെന്തു പറയാൻ എന്ന മട്ടിൽ പരസ്പരം നോക്കുന്നുണ്ട്. നിശ്ശബ്ദത കുറച്ചു നീണ്ടുപോയി.

ഒടുവിൽ ഒരു നെടുവീർപ്പിന്റെ അകമ്പടിയോടെ സത്യാനന്ദൻ പറഞ്ഞു: "മോളേ, നീ നല്ലോണം ആലോചിക്ക്യ. എന്നിട്ട് നിനക്ക് ശരിയെന്നു തോന്നുന്നപോലെ ചെയ്യ്."

"എനിക്കിനി ആലോചിക്കാൻ ഒന്നുമില്ല. നിങ്ങളെല്ലാരും ഒത്തുകൂടീട്ടൊണ്ടല്ലോ ഇപ്പം. നിങ്ങള് തന്നെ ആലോചിച്ച് പറഞ്ഞാ മതി. പവിത്രേം അവൾടെ മോനും ജീവിച്ചിരിക്കണോ, അതോ ആത്മഹത്യ ചെയ്യണോന്ന്."

പവിത്ര ലിവിങ്റൂമിൽനിന്ന് മകനെയും കൂട്ടി അവളുടെ മുറിയിലേക്കു പോന്നു. കുറച്ചുനേരത്തേക്കു കൂടി എന്തൊക്കെയോ സംഭാഷണങ്ങൾ നടക്കുന്നതിന്റെ പൊട്ടും പൊടിയും മുറിയിലിരുന്നുകൊണ്ട് അവൾ കേട്ടു. ഒടുവിൽ ഞണ്ടുകല്ലിലെ തറവാട്ടിൽനിന്ന് എത്തിയവർ സത്യാനന്ദനും ഭാര്യ ഇന്ദിരയും മക്കളും മുറിയിലേക്കു വന്ന് അവളോടു യാത്രപറഞ്ഞു. അവരിന്നുതന്നെ തിരിച്ചു പോവുകയാണ്.

"നിന്നോടുള്ള വിരോധംകൊണ്ടല്ല ഞങ്ങള് പറഞ്ഞതൊക്കെ."

ഇന്ദിര അവളെ അനുനയിപ്പിക്കാൻ ഒരു ശ്രമം നടത്തി.

"അതെനിക്കറിയാം മുത്തശ്ശീ. സ്നേഹമില്ലാഞ്ഞിട്ടാണെന്ന്."

"ഞങ്ങൾക്ക് നിന്നോടു സ്നേഹമില്ലെന്നോ?"

"തരിമ്പുപോലും ഇല്ല. ഒണ്ടാരുന്നു, ഒരു കാലത്ത്."

"നീ നന്നായിരിക്കണംന്നു മാത്രമേയുള്ളൂ ഞങ്ങൾക്ക്."

"അതും മനസ്സിലായി. നീ ചത്തുകെടന്നാലും വേണ്ടില്ല, ചമഞ്ഞു കെടന്നോളണംന്നല്ലേ."

"നിന്നോടിനി ഞാനൊന്നും പറയണില്ല." ഇന്ദിര പിന്തിരിഞ്ഞു.

ഞണ്ടുകല്ലിൽനിന്നു വന്നവർ തിരികെ പോയി. മേലുകാവിൽനിന്നു വന്ന ഓമനയമ്മയും സഹദേവനും പിറ്റേന്നാണു തിരിച്ചുപോയത്. പോകും മുൻപ് ഓമനയമ്മ പവിത്രയെ സമീപിച്ച് ആശ്വസിപ്പിച്ചു.

"എന്റെ മോന്റെ പിടിപ്പുകേടുകൊണ്ടാ നിന്റെ ജീവിതം ഇങ്ങനായിപ്പോയത്. കുടുംബം നന്നാക്കാതെ അവൻ നാടു നന്നാക്കാൻ നടക്കുവല്ലേ ഇപ്പഴും. നീ പഠിച്ചോ, ജോലി ചെയ്തോ എങ്ങനെങ്കിലും രക്ഷപ്പെടാൻ നോക്ക്."

ആയിരം രൂപ അവർ അവളുടെ ഉള്ളംകയ്യിൽ വച്ചു കൊടുത്തു. വേണ്ട മുത്തശ്ശീ എന്നു പവിത്ര നിരസിക്കാൻ ശ്രമിച്ചു.

"എനിക്കറിയാം, മുത്തശ്ശിക്കിത് പലരും തരുന്നതീന്ന് കൂട്ടിക്കൂട്ടി ശേഖരിച്ചു വെച്ചതാണെന്ന്."

"സാരമില്ല മോളേ. നിനക്കാ ഇപ്പം എന്നെക്കായിലും ഈ കാശിന്റെ ആവശ്യം."

ഓമനയമ്മയും സഹദേവനും മേലുകാവിലേക്കു മടങ്ങി.

പവിത്ര കുളിച്ചൊരുങ്ങി കാഞ്ഞിരപ്പള്ളിക്കു പോകാൻ തയ്യാറായി. അജിതമ്മയോട് അവൾ അഡ്മിഷനുള്ള പൈസ ചോദിച്ചപ്പോൾ അവർ

തയ്യൽ മെഷീന്റെ വലിപ്പിനുള്ളിൽനിന്ന് എടുത്തു കൊടുത്തു. എന്നിട്ടു പറഞ്ഞു: "ഇത് ഞാൻ നിനക്കു തരേണ്ടെന്നു വിചാരിച്ചതാ. ഇതു നീ നന്നാകാനൊള്ള പൈസയല്ല. നശിക്കാനൊള്ളതാ."

"നല്ല അനുഗ്രഹം! താങ്ക് യൂ. തരേണ്ടെന്നു വിചാരിക്കാൻ ഇത് അമ്മേടെ ദാനമൊന്നും അല്ലല്ലോ. ബിയാ അയച്ചു തന്നതല്ലേ."

"ആരയച്ചാലും ഞാൻ തന്നില്ലങ്കി നീ എന്നാ ചെയ്യും?"

"ഒന്നു പോ അമ്മേ."

"ജയിച്ചെന്നു വിചാരിക്കണ്ട, കേട്ടോടീ. നിനക്ക് തെറ്റിപ്പോയെന്ന് അധികം വൈകാതെ നിനക്കു മനസ്സിലായിക്കൊള്ളും."

"എന്നെ പിന്തിരിപ്പിക്കാൻ വേണ്ടി അമ്മ പതിനെട്ടടവും നോക്കിയില്ലേ. അതിനുവേണ്ടിയല്ലേ ഞണ്ടുകല്ലീന്നും മേലുകാവീന്നുമൊക്കെ ബന്ധുക്കളെ വിളിച്ചുകൂട്ടിയത്. എനിക്കു ശ്വാസമൊണ്ടെങ്കി ഞാൻ ഫൈറ്റ് ചെയ്യും അമ്മേ. അത് നിൽക്കണതുവരെ."

അപ്പുവിനെ അജിതമ്മയുടെ അടുക്കൽ ഏൽപിച്ച് ആശ്വസിപ്പിച്ചിട്ട് പവിത്ര കാഞ്ഞിരപ്പള്ളിക്കു പോയി.

ആദ്യത്തെ കുറേ ദിവസങ്ങൾ വലിയ പ്രശ്നങ്ങളൊന്നുമില്ലാതെ പോയി. കോഴ്സ് പഠിക്കാൻ വന്ന സഹപാഠികൾ, പഠിക്കേണ്ട വിഷയം, ജിബിയയുമായി നടത്തുന്ന ഫോൺ കോളുകൾ, അങ്ങോട്ടുമിങ്ങോട്ടുമുള്ള ബസ് യാത്ര അങ്ങനെ.

ഒരു ദിവസം പവിത്ര ഈരാറ്റുപേട്ട ബസ്സ്റ്റാൻഡിൽ വന്ന് കാഞ്ഞിരപ്പള്ളിക്കുള്ള ബസ്സിൽ കയറി ഇരിക്കവേ പിന്നിൽനിന്ന് ഒരലർച്ച കേട്ടു.

"എടീ..."

പവിത്ര ഞെട്ടിത്തിരിഞ്ഞുനോക്കുമ്പോൾ ജയപ്രകാശ്, കാക്കി ഷർട്ടിട്ട് മുണ്ട് മാടിക്കുത്തി ചീറിക്കൊണ്ടു വരുന്നു. അയാൾ സീറ്റിനു പിന്നിലേക്കു വന്ന് മുടിക്കു കുത്തിപ്പിടിച്ച് പവിത്രയെ സീറ്റിൽനിന്നു വലിച്ചെഴുന്നേൽപ്പിച്ചു.

"നീ എന്നാ ഒണ്ടാക്കാൻ പോകുവാടീ എരണംകെട്ടവളെ."

അയാൾ അവളുടെ മുഖത്തേക്കു നോക്കി ചീറി. പവിത്ര കുതറിയെങ്കിലും ജയപ്രകാശ് അവളെ പിടിച്ചുവലിച്ച് ബസ്സിനു പുറത്തിറക്കാൻ ശ്രമിച്ചു. മറ്റ് യാത്രക്കാരും കണ്ടക്ടറും വന്ന് അയാളെ തടയാൻ ശ്രമിച്ചു.

"ഒറ്റയെണ്ണം അടുക്കരുത്. എന്റെ ഭാര്യയാ ഇത്. ഇവള് വല്ലവന്റേം കൂടെ വെഭിചരിക്കാൻ വേണ്ടി പോകുവാ. ഞാൻ കയ്യോടെ പൊക്കിയതാ."

അതോടെ തടയാൻ വന്നവർ നിശ്ചലരായി.

"ഇങ്ങോട്ടിറങ്ങി വാടീ."

ജയപ്രകാശ് പവിത്രയെ ബസ്സിനുള്ളിൽനിന്നു വലിച്ചിഴച്ച് പുറത്തിറക്കി. ബസ്സിനുള്ളിലുണ്ടായിരുന്നവർ എന്തു ചെയ്യണമെന്നറിയാതെ സ്തബ്ധരായി നിന്നു.

ആറ്

ബസ്സ്റ്റാന്റിൽ നാനാഭാഗത്തുനിന്നും ആളുകൾ ഓടിക്കൂടി. ബസ്സി നരികെ പൊരിഞ്ഞ മൽപ്പിടിത്തം നടക്കുകയാണ്.

പവിത്രയുടെ ഹാൻഡ് ബാഗും ചുരിദാറിന്റെ ഷോളും ഗുസ്തിക്കിട യിൽ എവിടെയോ വീണുപോയി. ജയപ്രകാശിനു തുടക്കത്തിൽ കിട്ടിയ മേൽക്കൈ പിന്നീടു നഷ്ടമായി. പവിത്ര അയാളെ വട്ടംപിടിച്ചിരിക്കുക യാണ്. പിടി വിടുവിക്കാൻ വേണ്ടി എത്ര കുതറിയിട്ടും രക്ഷയില്ല. രണ്ടു പേരും കെട്ടിമറിഞ്ഞ് നിലത്തു വീണു. അവിടെക്കിടന്ന് ഉരുട്ടിപ്പിടിത്ത മായി. അവർക്കു ചുറ്റും ആൾക്കൂട്ടത്തിന്റെ വലിയ വൃത്തം രൂപപ്പെട്ടു.

തിക്കിത്തിരക്കി എത്തുന്നവരോടു മുന്നിൽ നിന്നവർ പറഞ്ഞു: "ഭാര്യേം ഭർത്താവുമാ. അവര് പ്രശ്നങ്ങളു പറഞ്ഞു തീർക്കുവാ. അതാ ആരും ഇടയ്ക്ക് കേറാത്തത്."

ജയപ്രകാശിന്റെ ഓട്ടോറിക്ഷ ബസിന്റെ മുന്നിൽ കൊണ്ടുചെന്നു നിർത്തിയതു കാരണം ഡ്രൈവർക്കു ബസ് മുന്നോട്ടെടുക്കാനും കഴിയു ന്നില്ലായിരുന്നു.

"ആ പെണ്ണിനെ സമ്മതിക്കണം. നീറുപോലെ കടിച്ചുപിടിച്ചേക്കു വല്ലേ."

ആൾക്കൂട്ടത്തിന്റെ വലുപ്പം കണ്ടപ്പോൾ ജയപ്രകാശിനു കുതറി രക്ഷ പ്പെടണമെന്നുണ്ടായിരുന്നു. പക്ഷേ, പവിത്രയുടെ പിടി വിടുവിച്ച് എഴു ന്നേൽക്കാൻ പറ്റുന്നില്ല. ഈരാറ്റുപേട്ട സ്റ്റേഷനിൽനിന്നു പൊലീസ് വണ്ടി ചീറിപ്പാഞ്ഞെത്തിയപ്പോൾ ആൾക്കൂട്ടം വകഞ്ഞുമാറി വഴി തുറന്നു. പൊലീസ് ജീപ്പ് കണ്ടതോടെ പവിത്ര ജയപ്രകാശിനെ വട്ടംപിടിച്ചിരുന്ന കൈകളയച്ചു. പൊലീസ് എത്തുന്നതുവരെ പിടിവിടില്ലെന്ന് അവൾ ഉറപ്പി ച്ചിരുന്നു. ജയപ്രകാശ് വിചാരിച്ചത് പവിത്രയെ ഓട്ടോയിലേക്കു വലിച്ചു കയറ്റി ഓട്ടോയുമായി പാതാമ്പുഴയ്ക്കു വിടാം എന്നായിരുന്നു. അയാൾ ഉദ്ദേശിച്ചപോലെ കാര്യങ്ങൾ നടന്നില്ലെന്നു മാത്രമല്ല, മൽപിടിത്തം മതി യാക്കി അയാൾ രക്ഷപ്പെടാൻ ശ്രമിച്ചപ്പോൾ പവിത്ര അയാളെ വിട്ടയച്ചു മില്ല.

പവിത്രയുടെ പിടിത്തം വിട്ടതോടെ ജയപ്രകാശ് എഴുന്നേറ്റ് തല കുനിച്ചു നിന്നു.

“എന്താടാ ഇവിടെ? ഗുസ്തിയോ? ബോക്സിങ്ങോ ബസ്സ്റ്റാന്റിലാണോടാ ഇതൊക്കെ. നീ പാസ്സെടുത്തിട്ടോണ്ടോ ഇവിടെ വച്ച് നടത്താൻ?” എസ്.ഐ. ചോദിച്ചു.

ജയപ്രകാശ് തല എത്ര താഴ്ത്താമോ അത്രയും താഴ്ത്തിയാണു നിൽപ്. പവിത്രയ്ക്ക് ഒരു നാണക്കേടും തോന്നിയില്ല. അവൾ അതിന്റെ മറുകര കടന്നുകഴിഞ്ഞിരുന്നു. പൊലീസ് ചോദിച്ചപ്പോൾ അവൾ നടന്ന സംഭവം അതേപടി പറഞ്ഞു. ബസ്സിലുണ്ടായിരുന്നവരുടെയും കണ്ടക്ടറുടെയും ഡ്രൈവറുടെയും മൊഴികൂടി പൊലീസ് രേഖപ്പെടുത്തി. ബസ്സിൽ നിന്ന് ഇറങ്ങിയതു മുതലുള്ള ദൃശ്യങ്ങൾ ആരൊക്കെയോ മൊബൈലിൽ പകർത്തിയിട്ടുണ്ടായിരുന്നു. പൊലീസ്, അതിന്റെ പകർപ്പും എടുത്തു.

പവിത്രയുടെ ചെരിപ്പുകളും ബാഗും ഷോളും ചിലർ എടുത്ത് അവൾക്കു കൊടുത്തു. അവളുടെ കൈമുട്ടുകളും നെറ്റിയും പൊട്ടി ചോര ഒലിക്കുന്നുണ്ടായിരുന്നു. കാൽപ്പാദങ്ങളിലുമുണ്ട് പരുക്ക്. ജയപ്രകാശിന്റെ കാൽമുട്ടുകളിലെ തൊലി ഇളകിയിട്ടുണ്ട്. കോൺക്രീറ്റ് തറയിൽ വീണു കിടന്ന് മൽപിടിത്തം നടത്തിയതിനിടയിൽ സംഭവിച്ചതാണ്.

പൊലീസ് രണ്ടുപേരെയും അവരുടെ വാഹനത്തിൽ കയറ്റി സ്റ്റേഷനിലേക്കു കൊണ്ടുപോയി. ജയപ്രകാശിന്റെ ഓട്ടോറിക്ഷയും കസ്റ്റഡിയിൽ എടുത്തു.

“എന്താ ചെയ്യേണ്ടത്?” എസ്.ഐ. പവിത്രയോടു ചോദിച്ചു. “കേസാക്കണോ അതോ നിങ്ങൾ ഭാര്യേം ഭർത്താവും ഇവിടെ വച്ച് ഒരൊത്തുതീർപ്പിലെത്തുന്നോ?”

“ഒത്തുതീർപ്പായിട്ട് പോകാം സാറെ.” ജയപ്രകാശ് ഇടയ്ക്കു കയറിപ്പറഞ്ഞു.

“നീയവിടെ നിൽക്ക്. ഞാൻ ഇവളോടാ ചോദിച്ചത്.”

“സാറേ, കേസു മതി. എന്നെ ഹോസ്പിറ്റലിൽ എത്തിക്കണം. സാറ് കണ്ടില്ലേ, എനിക്കു നല്ലപോലെ പരുക്ക് പറ്റീട്ടൊണ്ട്.” പവിത്ര പറഞ്ഞു.

“കേസാക്കണെങ്കി റിട്ടൺ കംപ്ലെയ്ന്റ് തരണം.”

“ഞാനെന്തു വേണെങ്കിലും ചെയ്യാം.”

ആ സമയത്ത് തിടനാട് ഒരു മീറ്റിങ്ങിൽ പങ്കെടുത്തുകൊണ്ടിരുന്ന സുദർശനൻ ആരോ ഫോൺ ചെയ്ത് അറിയിച്ചതനുസരിച്ച് ഒരു ഓട്ടോറിക്ഷയിൽ കയറി പൊലീസ് സ്റ്റേഷനിലേക്കു തിരിച്ചു. പവിത്ര അപ്പോൾ പൊലീസ് കൊടുത്ത കടലാസിൽ പരാതി തയാറാക്കുകയായിരുന്നു.

അച്ഛനെ കണ്ട് പവിത്ര എഴുന്നേറ്റു. മകൾ തന്നെ കണ്ട് കരയുമെന്നാണ് സുദർശനൻ പ്രതീക്ഷിച്ചത്.

“അച്ഛന് ടെൻഷനൊന്നും വേണ്ടട്ടോ. ഞാനിതിന്റെ അപ്പുറം കണ്ടിട്ടാ

പോന്നത്. ഈ പരാതി എങ്ങനെ എഴുതണ്ടേന്ന് അച്ഛനൊന്നു പറഞ്ഞു തന്നാ മതി."

സുദർശനന് അതെല്ലാം നല്ല പരിചയമാണ്. എസ്.ഐ. അവരുടെ അടുത്തേക്കു വന്ന് സുദർശനനോടു ചോദിച്ചു: "കേസ് വേണോ? ഭാര്യേം ഭർത്താവുമല്ലേ. നല്ലപോലെ ആലോചിച്ചിട്ടു പോരേ?"

"സാറേ, ഞാനാ ഭർത്താവിനെ ഉപേക്ഷിച്ചതാ. എനിക്കും എന്റെ മോനും രണ്ടു നേരമെങ്കിലും ആഹാരം തരാൻ പറ്റാത്ത ഭർത്താവിനെ എന്തിനാ സാറേ? എന്നിട്ട് അയാള് പട്ടിണിയാണോ? അല്ല. രാവിലെ ചായക്കടേന്ന് പൊറോട്ടേം മുട്ടേം. ഉച്ചയ്ക്ക് ഹോട്ടലീന്ന് ചോറും ഫിഷ് ഫ്രൈയും. രാത്രി അര ലീറ്റർ ബ്രാണ്ടീം ചപ്പാത്തീം ചിക്കൻകറീം. നട്ടപ്പാതിരയ്ക്ക് എനിക്ക് പാഴ്സല് കൊണ്ടുവരും, തെറി. സാറൊന്നും ഇന്നുവരെ കേട്ടിട്ടില്ലാത്ത തരം തെറി."

"അതൊക്കെ ശരിയാ. പക്ഷേ, കേസാക്കിയാ ഞങ്ങൾക്ക് അയാളെ കോടതീൽ ഹാജരാക്കേണ്ടിവരും. കോടതി അയാളെ കുറഞ്ഞത് പതിനഞ്ചു ദിവസത്തേക്കെങ്കിലും റിമാൻഡ് ചെയ്യും. സബ്ജയിലിപ്പോയി ക്കിടക്കണം."

"പതിനഞ്ച് പോര സാർ. മുപ്പതോ അറുപതോ ആയിക്കോട്ടെ. ഇങ്ങനത്തവർക്കു പറ്റിയ സ്ഥലമല്ലേ ജയിൽ. ശിക്ഷ കിട്ടി അഞ്ചാറു വർഷം സെൻട്രൽ ജയിലിപ്പോയി കെടന്നാ അത്രേം നല്ലത്. ഞാനാ ഭർത്താവിന്റെ വീട്ടീന്ന് എറങ്ങിപ്പോന്നത് തിരിച്ചുപോകാൻ വേണ്ടിയല്ല. എന്റെ കുഞ്ഞിനെ വളർത്തണം. പഠിപ്പിക്കണം. എനിക്കൊരു ജോലി വേണം. അതിനു വേണ്ടി ഞാൻ ഒരു കോഴ്സ് പഠിച്ചോണ്ടിരിക്കുവാ. അതിനും സമ്മതിക്കത്തില്ലെന്നു വച്ചാ ഞാനെന്നാ ചെയ്യണം."

സുദർശൻ ആശ്ചര്യത്തോടെ മകളുടെ മുഖത്തേക്കു നോക്കിനിന്നു. അവൾ എവിടെനിന്നു സ്വായത്തമാക്കി ഇത്രയും ധൈര്യവും ദാർഢ്യവുമെന്ന് അയാൾക്കു മനസ്സിലായില്ല.

പവിത്ര പരാതി കൊടുത്തതോടെ പൊലീസ് എഫ്.ഐ.ആർ. ഇട്ട് അയാളെ കോടതിയിൽ ഹാജരാക്കാൻ വേണ്ടി കൊണ്ടുപോയി. സുദർശനൻ മകളെയും കൂട്ടി ഹോസ്പിറ്റലിലേക്കും പോയി.

വീട്ടിനുള്ളിൽ, ഒരു ബ്ലൗസ് തയ്ച്ചുകൊണ്ടിരുന്ന അജിതമ്മ, വീട്ടുമുറ്റത്ത് ഓട്ടോറിക്ഷയുടെ ശബ്ദം കേട്ട് എഴുന്നേറ്റു ചെന്നു. അച്ഛനും മകളും ഓട്ടോയിൽനിന്ന് ഇറങ്ങിവരുന്നു. പവിത്രയുടെ കൈകാലുകളിലും നെറ്റിയിലും ബാൻഡേജ്.

"അയ്യോ! ഇതെന്നാ പറ്റിയതാ. വല്ലടത്തും വീണോ?" അജിതമ്മ അമ്പരന്നു.

"പറയാം, നീ കുടിക്കാൻ നാരങ്ങാവെള്ളമോ ചായയോ എന്തെങ്കിലും എടുക്ക്." സുദർശനൻ പറഞ്ഞു.

അജിതമ്മ ചെറുനാരങ്ങ പിഴിഞ്ഞു രണ്ടുപേർക്കും മധുരമിട്ട ജ്യൂസ് കൊടുത്തു. പവിത്ര ഇതിനിടയിൽ അമ്മയുടെ പിറകേ നിന്നു കാര്യങ്ങൾ വിവരിച്ചു.

എല്ലാം കേട്ടിട്ട് ഒടുവിൽ അജിതമ്മ അഭിപ്രായപ്പെട്ടു.

"കേസിനു പോകണ്ടാരുന്നു."

"എനിക്കറിയാരുന്നു. അമ്മ ഇതേ പറയത്തൊള്ളൂന്ന്." പവിത്ര നീരസപ്പെട്ടു.

"എടീ ആ വഴി അടഞ്ഞുപോയില്ലേ?"

"അതടഞ്ഞു കെടന്നോട്ടെ. തൊറക്കണ്ട."

"നീയെങ്ങനെ..."

"തർക്കിക്കാൻ വരല്ലേ അമ്മേ. പ്ലീസ്."

പവിത്ര തടഞ്ഞു പറഞ്ഞതോടെ അജിതമ്മ വായടച്ചു.

വൈകുന്നേരമായപ്പോൾ സുഭദ്ര ഒരോട്ടോറിക്ഷയിൽ വന്ന് വീട്ടുമുറ്റത്തേക്കു പാഞ്ഞുകയറി പവിത്രയുടെ പേരു വിളിച്ച് ആക്രോശിച്ചു.

"എടീ എരണം കെട്ടവളെ എന്റെ കുടുംബം നശിപ്പിച്ചവളേ... ഇങ്ങോട്ടെറങ്ങി വാടീ."

അജിതമ്മ വാതിൽക്കൽ ചെന്നു നോക്കുമ്പോൾ താടകവേഷം പൂണ്ടു നിന്ന് അലറുകയാണു സുഭദ്ര.

"നിന്റെ മോളെ ഇങ്ങോട്ട് വിളിക്കെടീ. അവളെ ഞാനീ വീട്ടുമുറ്റത്ത് അരിഞ്ഞിട്ടിട്ടേ പോന്നൊള്ളടീ."

സുഭദ്ര എളിയിൽനിന്നു ചെറിയ കൊയ്ത്തരിവാൾ മാതൃകയിലുള്ള ഒരു കത്തി എടുത്തു കാട്ടി.

"എന്റെ മോനെ ജയിലിക്കേറ്റിയില്ലേടീ. അവളെ ഞാൻ കൊല്ലും. എന്നിട്ട് ഞാനും കൂടെ ജയിലിപ്പോയി കെടക്കുമെടീ. നിന്റെ മോക്ക് കണ്ടവന്റെ കൂടെ പോയി കെടക്കാം വേണ്ടി ഓരോ കള്ളക്കോഴ്സും പറഞ്ഞ് കാഞ്ഞിരപ്പള്ളീലേം കോട്ടയത്തേം പാലായിലേം ലോഡ്ജിലോട്ടല്ലേടീ പൊയ്ക്കൊണ്ടിരുന്നെ."

"വീട്ടിക്കേറിവന്ന് വേണ്ടാതീനം പറയല്ല്." അജിതമ്മ താക്കീത് ചെയ്തു.

"പറയുമെടീ. പറയും. നിന്റെ സൊബാവം തന്നെയാ നിന്റെ മോക്കും. നിന്റെ കെട്ടിയവന്റെ ഒരൊറ്റ സന്തതിയെങ്കിലും ഈ വീട്ടിലൊണ്ടോടീ. എല്ലാം വല്ലവന്റേയുമല്ലേ." സുഭദ്ര നിന്ന് ചീറി.

പവിത്ര വിഷ്ണുവിനെ വിളിച്ച് അവന്റെ മൊബൈൽ ഫോണിൽ, അവരുടെ ചീത്തവിളിയുടെ വീഡിയോ എടുക്കാൻ നിർദേശിച്ചിട്ട് ഒരു ബക്കറ്റുമെടുത്ത് പിന്നാമ്പുറത്തുകൂടി അടുത്ത വീട്ടിലേക്കു പോയി.

വിഷ്ണു ജനലിൽക്കൂടി സുഭദ്രയുടെ പ്രകടനം ചിത്രീകരിച്ചുകൊണ്ടിരുന്നു. അയൽക്കാരിൽ ചിലർ വേലിയിറമ്പിലും റോഡരികിലും മതിൽക്കെട്ടിനപ്പുറത്തും നിന്ന് എത്തിനോക്കുന്നുണ്ടായിരുന്നു.

പത്തുമിനിറ്റിനകത്ത് പവിത്ര തിരിച്ചെത്തി. അവൾ ബക്കറ്റുംകൊണ്ട് മുൻവശത്തേക്കു പോകുന്നതു കണ്ട് അജിതമ്മ ചോദിച്ചു.

"നീ എന്തെടുക്കാൻ പോകുവാ?"

"കൊറേ നേരമായില്ലേ അമ്മേ, നമ്മുടെ വീടിന്റെ പടീലോട്ടു കേറി നിന്ന് ചീത്ത വിളിക്കാൻ തൊടങ്ങീട്ട്."

"കൊറേ പറഞ്ഞിട്ട് പോട്ടെ. അല്ലാതെ നമ്മളെന്നാ ചെയ്യാനാ?"

"ഒരു ചൂലെടുത്ത് അടിച്ചെറക്കാനൊള്ള ധൈര്യം പോലും അമ്മയ്ക്കില്ലേ?"

"എന്നിട്ടു വേണം അവര് മിറ്റത്തു കെടന്ന് നെലവിളിച്ചോണ്ടു ചീത്ത പറയാൻ." അജിതമ്മ സ്വരം താഴ്ത്തിപ്പറഞ്ഞു.

പവിത്ര ചെന്ന്, ചാരിയിട്ടിരുന്ന മുൻവാതിൽ തുറന്ന് തിണ്ണയിലേക്കിറങ്ങി. അവളെ കണ്ടതോടെ സുഭദ്ര അരിവാൾ ഓങ്ങിക്കൊണ്ട് ഉറഞ്ഞു തുള്ളി.

"ഇങ്ങോട്ടെറങ്ങി വാടീ ഒരുമ്പെട്ടവളെ. എന്റെ മോനെ നീ ജയിലിക്കേറ്റിയില്ലേടീ. നീ എന്റെ ചെറുക്കനെ ഒറ്റിക്കൊടുത്തീല്ലേടീ. നീയിനി ജീവിച്ചിരിക്കണ്ട. നിന്റെ കയ്യും കാലും ഞാൻ വെട്ടി അരിയുമെടീ. എന്നിട്ട് ജയിലിപ്പോയിക്കെടക്കും."

പവിത്ര ഒന്നും പറയാതെ നടക്കല്ലിലേക്ക് ഒരു ചുവടിറങ്ങി നിന്നിട്ട് ബക്കറ്റിലുണ്ടായിരുന്ന കൊഴുത്ത ചാണകവെള്ളം സുഭദ്രയുടെ തലവഴി ഒഴിച്ചുകൊടുത്തു. ഞെട്ടിപ്പോയ സുഭദ്ര അരിവാളും കയ്യിൽ പിടിച്ച് അന്തം വിട്ടുനിന്നു. അവരുടെ തലയിൽനിന്നു നെറ്റിയിൽ കൂടിയും മുഖത്തു കൂടിയും ചാണകവെള്ളം താഴേക്ക് ഒഴുകി. റോസ് നിറമുള്ള കോട്ടൺ സാരി ചാണകവെള്ളം വീണ് ഇരുണ്ട പച്ചനിറമായി.

"നിങ്ങള് കൊല്ല്. കൊല്ലാനായിട്ട് കേറിവാ." പവിത്ര ചീറി.

സുഭദ്രയ്ക്ക് നേരാംവണ്ണം കണ്ണു തുറന്നു നോക്കാൻ പോലും കഴിയുമായിരുന്നില്ല.

"ഏഴുകൊല്ലം എന്നെയിട്ട് നരകിപ്പിച്ച പിശാചല്ലേ നിങ്ങള്. ഇത്രയെങ്കിലും ചെയ്തില്ലെങ്കി ഈ ജന്മത്ത് എനിക്കു സമാധാനം കിട്ടത്തില്ല."

സുഭദ്ര ഇടതുകൈകൊണ്ട് മുഖത്തെ ചാണകവെള്ളം വടിച്ചുമാറ്റി. കാഴ്ച കണ്ട് ചുറ്റുപാടുകളിൽ അങ്ങിങ്ങ് നിൽക്കുന്നവരെ നോക്കി.

"ഇതിനു നിന്നെ ഞാൻ പൊലീസ് സ്റ്റേഷനിലും ജയിലിലും കേറ്റിയില്ലെങ്കി എന്റെ പേര് സുഭദ്രേന്നല്ലടീ."

വെല്ലുവിളിച്ചിട്ട് സുഭദ്ര കയ്യിലിരുന്ന അരിവാൾ പവിത്രയുടെ നേരെ എറിഞ്ഞു. പവിത്ര കയ്യിലിരുന്ന ബക്കറ്റുകൊണ്ട് തടഞ്ഞതോടെ അതു താഴെ വീണു.

സുഭദ്ര കൊടുങ്കാറ്റുപോലെ മുറ്റത്തുനിന്ന് ഇറങ്ങിപ്പോയി ഓട്ടോറിക്ഷയിൽ കയറി. ഓട്ടോ വന്ന ദിക്കിലേക്കു തന്നെ തിരിച്ചുപോയി.

"നീ എന്നാ പണിയാടീ കാണിച്ചത്?"

അകത്തുനിന്നും അജിതമ്മ വരാന്തയിലേക്കിറങ്ങി വന്നു.

“പിന്നേ ഈ ഇറയത്തോട്ട് കേറിനിന്ന് എന്നേം, അമ്മേം വിളിച്ച തെറി മുഴുവൻ കേട്ടോണ്ട് അനങ്ങാതെ നിൽക്കണായിരുന്നോ?”

“ഇനിയിപ്പം അവര് നേരെ പൊലീസിലോട്ടു ചെന്ന് പരാതി കൊടുക്കൂലോ.”

“കൊടുക്കട്ടെ. എനിക്കൊരു പേടീം ഇല്ല. മൂക്കോളം മുങ്ങീട്ട് പിന്നെ എന്നാ നോക്കാനാ.”

പവിത്ര വീട്ടിനുള്ളിലേക്ക് കയറിപ്പോയി.

“ചേച്ചീ ആ പ്രകടനം അസ്സലായി. സിനിമേപ്പോലും കണ്ടിട്ടില്ല.” ദീപ അവളെ അഭിനന്ദിച്ചു. “ഒരു തെങ്ങും മടലെടുത്തോണ്ടുവന്ന് അവർക്കിട്ട് കൊടുത്താലോന്ന് ഞാനാലോചിച്ചതാ. എന്നാ ചീത്തവിളിയാരുന്നു.”

അയൽക്കാരിൽ ചിലർ വീട്ടുമുറ്റത്തേക്കു വന്നു.

“ആ ചെയ്തത് നന്നായി. എന്തൊക്കെ ചീത്തയാ അവര് അജിതമ്മേപ്പറ്റീം മക്കളെപ്പറ്റീം വിളിച്ചു പറഞ്ഞത്. നിങ്ങളതെല്ലാം കേട്ടോണ്ട് വെറുതെ ഇരിക്കുന്നല്ലോന്നോർത്തിട്ട് ഞങ്ങള് അതിശയം വിചാരിച്ചു.”

പവിത്ര ചെന്ന് ചാണകം എടുത്ത വീട്ടിലെ അച്ചാമ്മച്ചേടത്തി പറഞ്ഞു. അവർക്കു പശു വളർത്തലുണ്ട്.

“ശരിക്കും പവിത്രമോള് കെട്ടിയോന്റെ വീട്ടുകാരോട് വഴക്കിട്ടു പോന്നതാ അല്യോ.”

അത് മുരിക്കുംതോട്ടത്തിലെ ത്രേസ്യാമ്മയുടെ സന്ദേഹത്തിന്റെ ശബ്ദമാണ്.

“ഇതുപോലൊരു അമ്മായിയമ്മേടെ കൂടെ ഇത്രേം കാലം പിടിച്ചു നിന്നതാ അദ്ഭുതം.”

അയൽക്കാരുടെ പ്രതികരണങ്ങൾ അങ്ങനെ പോയി.

പിറ്റേന്നു രാവിലെ എട്ടുമണിക്ക് ഈരാറ്റുപേട്ട സ്റ്റേഷനിൽനിന്ന് ഒരു പൊലീസ് ജീപ്പ് അജിതമ്മയുടെ വീട്ടിലെത്തി. സുദർശനൻ വീട്ടിലുണ്ടായിരുന്നു. എസ്.ഐ. പവിത്രയെ വിളിച്ച് സുഭദ്രയുടെ പരാതിയെപ്പറ്റി പറഞ്ഞു.

“മകനെ രക്ഷിക്കണം എന്നു പറയാൻ വന്ന ഒരമ്മയല്ലേ അത്. അവരുടെ പ്രായമെങ്കിലും ഓർക്കേണ്ടതായിരുന്നു. വീട്ടിലൊരപേക്ഷയുമായി വരുന്നവരോട് ഇത്രയും മോശമായിട്ടു പെരുമാറിയത് ഭയങ്കര അന്യായമായിപ്പോയി.”

“അപേക്ഷയുമായി വന്നതൊന്നുമല്ല സാർ.”

വിഷ്ണു മൊബൈലിൽ പിടിച്ച വീഡിയോ പവിത്ര എസ്.ഐയ്ക്കു കാട്ടിക്കൊടുത്തു.

“സാർ ഇതൊന്നു കണ്ടു നോക്കണം.”

എസ്.ഐ ആ വീഡിയോ മുഴുവൻ കണ്ടിട്ടു പറഞ്ഞു: “ഇത് എന്റെ ഫോൺ നമ്പറിലേക്ക് സെൻഡ് ചെയ്യണം.”

എസ്.ഐ. പറഞ്ഞുകൊടുത്ത നമ്പറിലേക്ക് വിഷ്ണു ആ വീഡിയോ അയച്ചു കൊടുത്തു.

"ഇനി ആ സ്ത്രീ ഇവിടെ വന്ന് ഇതുപോലെ സംസാരിച്ചാൽ ചൂലെടുത്ത് അടിച്ചേക്ക്. ബാക്കി ഞാൻ നോക്കിക്കോളാം."

എസ്.ഐയും പൊലീസുകാരും അവരുടെ വാഹനത്തിൽ കയറി അപ്പോൾത്തന്നെ മടങ്ങി.

അവർ പോയിക്കഴിഞ്ഞും അജിതമ്മ പിറുപിറുത്തു.

"ആ സ്ത്രീ ഒരു ദിവസം എന്നെ അപമാനിച്ചതിന്റേം നിന്ദിച്ചതിന്റേം ഭയപ്പെടുത്തിയതിന്റേം പോലും പകരമായിട്ടില്ല. ഏഴുവർഷത്തെ കണക്ക് ബാക്കി കെടക്കുവാ, അത്രേം ഓർത്താ മതി." പവിത്ര പറഞ്ഞു

"ഇനി നിനക്ക് എന്നെങ്കിലും അങ്ങോട്ട് തിരിച്ചു പോകാൻ പറ്റുവോടീ?" അജിതമ്മ കുറ്റപ്പെടുത്തി.

"എനിക്കു പോകണ്ടെന്ന്. നിർബന്ധാണെങ്കി അമ്മ പോയേച്ചാ മതി. എനിക്കങ്ങനൊരു ഭർത്താവും വേണ്ട. അമ്മായിയമ്മയും വേണ്ട." പവിത്ര തീർത്തു പറഞ്ഞു.

അജിതമ്മയുടെ സ്വാസ്ഥ്യം കെട്ടു. ഭർത്താവിനെ ഉപേക്ഷിച്ചു തിരിച്ചു വന്ന മകൾ. അവളുടെ കുഞ്ഞ്. ഇളയ മക്കളുടെ പഠിപ്പ്. ദീപയുടെ വിവാഹം! കാറ്റത്ത് ഉലഞ്ഞു താഴെ വീണു തകർന്നുപോയ കിളിക്കൂടാണ് തന്റെ വീടെന്ന് അവർക്കു തോന്നി. ഇനിയും ആദ്യം മുതൽ പണിതു തുടങ്ങണം.

* * *

ജിബിയ പേഷ്യന്റിനു കെയർ കൊടുത്ത് മലവും മൂത്രവും പുരണ്ട അണ്ടർ പാഡുകളും ഷീറ്റും ടോപ്പും ചുരുട്ടി മാറ്റിവച്ച്, ബെഡ് പാനിൽ നിന്നു ജാറിലേക്ക് ഒഴിച്ച് മൂത്രവും കഫവും രക്തവും കലർന്ന സക്ഷൻ ജാറും നീക്കം ചെയ്യാനുള്ള തിരക്കിലായിരുന്നു.

അപ്പോഴാണ് നഴ്സ് സുമിത്രയുടെ ശകാരരൂപേണയുള്ള ആജ്ഞ പിന്നിൽനിന്നു കേട്ടത്.

"ഇത് എന്തോന്നു ചെയ്യുവാ. കെയറ് കഴിഞ്ഞില്ലേ. വേഗം പോയി ജാറിലെ യൂറിൻ എംപ്റ്റി ചെയ്യ്. സക്ഷൻ ജാറ് ക്ലീൻ ചെയ്തോണ്ടുവാ. അണ്ടർപാഡെല്ലാം എടുത്തു മറ്റ്. ഇതെല്ലാം എന്തിനാ കൂട്ടിയിട്ടിരിക്കുന്നെ?"

ജോലി ചെയ്തുകൊണ്ടിരുന്ന ജിബിയ തിരിഞ്ഞു നിന്നു.

"എനിക്കറിയാം എന്റെ ജോലി ചെയ്യാൻ. എന്നെ പഠിപ്പിക്കണ്ട."

സുമിത്ര ഒരു നിമിഷം അന്ധാളിച്ചു നിന്നു.

സുമിത്ര എന്തു പറഞ്ഞാലും ആരും മറുത്തൊന്നും പറയാറില്ല. അത്രയ്ക്കു സീനിയറാണു സുമിത്ര.

“നിന്നോടു ജോലി ചെയ്യാൻ പറഞ്ഞതാണോടീ വലിയ തെറ്റായിപ്പോയത്?” സുമിത്ര കുപിതയായി.

“ഞാനതല്ലേ ചെയ്തോണ്ടിരിക്കുന്നെ. ചേച്ചി പിന്നെന്തിനാ പുറകിനു നിന്ന് ആജ്ഞാപിക്കുന്നെ? നിങ്ങക്ക് നിങ്ങടെ ജോലി ചെയ്താപ്പോരേ. അതിനിടയ്ക്ക് സീനിയറ് കളി.”

ഇത്രയുമായപ്പോഴേക്കും മറ്റു ബെഡുകളിലെ രോഗികളും സ്റ്റാഫും ബൈസ്റ്റാൻഡർമാരും അവിടേക്കു ശ്രദ്ധിച്ചു.

“ആര് സീനിയറ് കളിച്ചു?”

“നിങ്ങള് ഞാൻ ഇവിടെ വന്നപ്പം മുതലേ കാണുന്നതാ നിങ്ങടെ സീനിയറ് കളി. പുതുതായിട്ടു വരുന്ന പാവങ്ങൾടെ അടുത്തു നടക്കും നിങ്ങടെ അഭ്യാസം. എന്റടുത്തു വേണ്ട. ഞാനിതൊക്കെ കുറേ കണ്ടിട്ടാ വന്നിരിക്കുന്നെ.”

ജിബിയ ഒട്ടും വിട്ടുകൊടുത്തില്ല. വാഗ്വാദം കേട്ട് ഇൻചാർജ് അവിടേക്കു വന്നു.

“എന്താ പ്രശ്നം?”

“ജോലി ചെയ്യാൻ പറഞ്ഞതിന് ഇവളെന്റെ നേരെ തട്ടിക്കേറുന്നു.” സുമിത്ര ആവലാതിപ്പെട്ടു.

“എന്താ ജിബിയ? നീ പ്രശ്നക്കാരിയാണല്ലോ. സിഐസിയുവിൽ പ്രശ്നമുണ്ടാക്കീട്ട് പണിഷ്മെന്റ് കിട്ടി വന്നവളല്ലേ നീ. ഇവിടേം നീ കൊഴപ്പം ഉണ്ടാക്കുന്നോ?”

“ഇല്ല സിസ്റ്ററേ. ഞാനെന്റെ ജോലി ചെയ്യുവാ. ഞാൻ ചെയ്തോണ്ടിരിക്കുമ്പം ഇവള് പുറകെ വന്നുനിന്നോണ്ടു കൽപിക്കുവാ. അതു ചെയ്യ്... ഇതു ചെയ്യ്... എന്നൊക്കെ. കേൾക്കുന്നോർക്കു തോന്നണം ഇവള് യജമാനത്തീം ഞാനിവൾടെ അടിമേം ആണെന്ന്. ഇത് ഞാൻ വന്നപ്പം മുതൽക്കു കാണുന്നു. ഇവള് പറഞ്ഞിട്ടാണോ ഞാൻ ജോലി ചെയ്യുന്നെ. ഇവൾടെ സെർവന്റാണോ ഞാൻ?”

“സീനിയേഴ്സ് അങ്ങനെ അഡ്വൈസ് തന്നെന്നിരിക്കും. അതൊക്കെ അനുസരിക്കുന്നതാ ഇവിടുത്തെ ശീലം.” ഇൻചാർജ് പറഞ്ഞു.

“ഇതാണോ അഡ്വൈസ്. ഒരു ജോലീം ചെയ്യാതെ വായിനോക്കി തെക്കുവടക്ക് നടക്കുക. ജോലി ചെയ്യുന്നോരടെ പുറകിൽ ചെന്നുനിന്ന് അവരെ ഹരാസ് ചെയ്യുക. ഇതാണോ ഇവിടുത്തെ സീനിയേഴ്സിന്റെ പണി? ഈ സൂക്കേടൊക്കെ എന്താന്ന് എനിക്കറിയാം. എന്റടുത്തു വേണ്ട. ഞാൻ ആത്മാർത്ഥമായിട്ട് ജോലിയെടുത്തിട്ടാ ഇവിടെ നിക്കുന്നെ. ഇവളെപ്പോലെ കള്ളത്തരം കാണിച്ചോണ്ടല്ല. നാണമില്ലല്ലോ സ്വന്തം ജോലീം കൂടി ജൂനിയേഴ്സിനെക്കൊണ്ട് ചെയ്യിച്ചിട്ട് ആ ശമ്പളം മേടിച്ചോണ്ടുപോയി തിന്നാൻ!”

ജിബിയയ്ക്ക് ഒരു കൂസലുമില്ലായിരുന്നു.

"നീ കൂടുതൽ സംസാരിക്കണ്ട. പോയി നിന്റെ ജോലി ചെയ്യ്. ഞാനിത് നഴ്സിങ് ഓഫീസിൽ റിപ്പോർട്ട് ചെയ്യാൻ പോകുവാ."

"വളരെ സന്തോഷം."

ജിബിയ കൈ കൂപ്പി പറഞ്ഞിട്ടു തിരിഞ്ഞ് തന്റെ ജോലിയിൽ മുഴുകി. എന്തു ശിക്ഷ വന്നാലും അതിനെ നേരിടാൻ അവൾ തയ്യാറായിരുന്നു. നഴ്സുമാർ തമ്മിൽ അനീതിക്കും ചൂഷണത്തിനും എതിരെ ഐക്യ ദാർഢ്യമില്ലാത്തതാണ് എല്ലാ ആശുപത്രികളിലേയും ദുരിതകാരണമെന്ന് അവൾക്കു ബോധ്യമായിക്കഴിഞ്ഞിരുന്നു. പ്രതികരിക്കാനും അന്യായത്തെ ചെറുക്കാനും ആർക്കുമില്ല ധൈര്യം.

ജിബിയ ധീരമായി നടത്തിയ ചെറുത്തുനിൽപിനു ഫലമുണ്ടായി. സുമിത്രയുടെ ഇടപെടലും ജൂനിയർ നഴ്സുമാരെക്കൊണ്ടു പണിയെടുപ്പിക്കലും നന്നേ കുറഞ്ഞു.

മൂന്നു ദിവസങ്ങൾക്കുശേഷം ജിബിയയെ നഴ്സിങ് ഓഫീസിലേക്കു വിളിക്കുന്നതായി ഇൻചാർജ് വന്ന് അറിയിച്ചു.

ജോലി പോകുന്നെങ്കിൽ പോട്ടെ എന്ന നിസ്സാരഭാവം മുഖത്തണിഞ്ഞുകൊണ്ട് ജിബിയ നഴ്സിങ് ഓഫീസിലേക്കു പോയി.

ഏഴ്

നഴ്സിങ് ഓഫീസർ രാജീവ് നാരായൺ ആർക്കോ ഫോൺ ചെയ്യുകയാണ്. ഹിന്ദിയിലാണ് സംസാരം. ജിബിയ അയാളുടെ മുന്നിൽ കയ്യും കെട്ടി നിൽക്കാൻ തുടങ്ങിയിട്ട് പത്തു മിനിറ്റിലധികമായി. തീരെ ലാഘവത്തിലാണ് ഫോൺ സംസാരം. നിസ്സാരകാര്യങ്ങളാണ് പറയുന്നത്. ഏതോ പൂച്ചെടിയുടെ വിത്ത് കിട്ടുമോ എന്നൊക്കെ. അതെല്ലാം മനഃപൂർവമാണെന്ന് ജിബിയയ്ക്കു തോന്നി.

“എക്സ്ക്യൂസ്മി സാർ. ബിസ്സിയാണെങ്കി ഞാൻ കുറച്ചു കഴിഞ്ഞു വരാം.”

ജിബിയ പിന്തിരിഞ്ഞു നടന്നു. വാതിൽക്കലെത്തിയപ്പോൾ പിന്നിൽ നിന്നു വിളി വന്നു.

“അവിടെ നിൽക്ക്.”

ജിബിയ തിരിഞ്ഞു നോക്കി. നഴ്സിങ് ഓഫീസർ കൈകൊണ്ട് ആംഗ്യം കാട്ടി, തിരികെ ചെല്ലാൻ. ജിബിയ ചെന്നു.

“എന്താ ഞാൻ പറയാതെ തിരിച്ചു പോയത്?”

“സാർ ബിസിയായതുകൊണ്ടാ. ഡിസ്റ്റർബ് ചെയ്യണ്ടാന്നു വിചാരിച്ചു.”

“ഞാൻ ബിസിയാണെങ്കിൽ വെയ്റ്റ് ചെയ്യണം.”

“ജോലി തീർക്കണ്ടേ സാർ.”

“നിന്നെപ്പറ്റി വീണ്ടും കംപ്ലെയ്ന്റാണല്ലോ. സീനിയേഴ്സിനോട് അപമര്യാദയായി പെരുമാറുക, ഇൻചാർജിനോടു തട്ടിക്കയറുക, എന്താ ഇതൊക്കെ? നിനക്ക് എന്തെങ്കിലും മാനസികപ്രശ്നങ്ങളൊണ്ടോ? അതോ വീട്ടിൽ എന്തെങ്കിലും പ്രോബ്ലം ഒണ്ടോ?”

“എനിക്കല്ല സാർ, എന്റെ കൂടെ വർക്ക് ചെയ്യുന്ന ചിലർക്കാണ് ഈ പ്രശ്നങ്ങൾ.” ജിബിയ കൂസലെന്യേ പറഞ്ഞു.

“എന്നിട്ട് അവരെപ്പറ്റിയല്ലല്ലോ പരാതി.”

“എന്നോട് അന്യായം കാണിച്ചാ ഞാൻ മുഖത്തുനോക്കി ചോദിക്കും സാർ. മറ്റ് ജൂനിയേഴ്സൊക്കെ സീനിയോഴ്സിന്റെ ആട്ടും തുപ്പും കേട്ട് കരഞ്ഞും ശപിച്ചും സഹിച്ചു നിൽക്കും. ഞാനങ്ങനെ നിൽക്കാറില്ല. നൂറു

ശതമാനം ആത്മാർത്ഥതയോടെ ഞാൻ ജോലി ചെയ്യുന്നൊണ്ട്. പിന്നെന്തിനാ ഞാൻ മറ്റുള്ളോരടെ ചീത്ത കേൾക്കുന്നെ."

"ജോലി ചെയ്യുന്നൊണ്ടെന്ന് തന്നത്താൻ സർട്ടിഫൈ ചെയ്താ മതിയോ?" രാജീവ് നാരായണൻ നെറ്റി ചുളിച്ചു.

"വേണ്ട. ഞാൻ അസിസ്റ്റ്ചെയ്യുന്ന ഡോക്ടേഴ്സിനോടു ചോദിച്ചു നോക്കണം സാർ. ഞാൻ നോക്കുന്ന പേഷ്യന്റ്സിനോടും ബൈസ്റ്റാൻഡർമാരോടും ചോദിച്ചു നോക്കണം. അസൂയേം വെറുപ്പും ഇല്ലാത്ത മറ്റ് സ്റ്റാഫിനോടു ചോദിച്ചു നോക്കണം ഞാൻ ജോലി ചെയ്യുന്നുണ്ടോന്ന്."

"നീ ധിക്കാരമാണ് പറയുന്നത്. നിന്റെയൊന്നും വർക്കിന്റെ പെർഫെക്ഷൻ നോക്കലല്ല എന്റെ ജോലി. അതിനാണ് ഇൻചാർജിനെ വെച്ചിരിക്കുന്നത്." നഴ്സിങ് ഓഫീസർ സ്വരം കടുപ്പിച്ചു.

"സത്യസന്ധമായിട്ട് ജോലിചെയ്യുന്ന ഒരു ഇൻചാർജിനെപോലും ഞാനിതേവരെ കണ്ടിട്ടില്ല. പല ഹോസ്പിറ്റലിൽ ഞാൻ ജോലി ചെയ്തിട്ടൊണ്ട്. സീനിയേഴ്സ് ചെയ്യേണ്ട ജോലികൂടി ജൂനിയർ സ്റ്റാഫിനെക്കൊണ്ട് ചെയ്യിക്കുകേം, ജൂനിയർ നഴ്സുമാരുടെ നേരെ ഇല്ലാത്ത കുറ്റം പറഞ്ഞ് കടിച്ചു കീറാൻ ചെല്ലുകേം, ലീവും മറ്റ് ആനുകൂല്യങ്ങളും ഇഷ്ടക്കാർക്ക് വീതിച്ചു കൊടുക്കുകേം ചെയ്യുന്ന ഇൻചാർജുമാരാണ് എല്ലായിടത്തും. ഹോസ്പിറ്റൽ നന്നായില്ലെങ്കിലും അവർക്ക് ഒരു പ്രശ്നോം ഇല്ല. അവരുദ്ദേശിച്ചതെന്താണോ അതു നടക്കണം."

"ഇൻചാർജ്മാരുടെ കാര്യം നോക്കാൻ ഹോസ്പിറ്റൽ അതോറിറ്റിയുണ്ട്."

"ആരുണ്ടായിട്ടെന്താ? ആരും ഒന്നും കാണുന്നില്ലല്ലോ. എല്ലാവരേം സ്നേഹത്തിലും സഹകരണത്തിലും ഒത്തൊരുമിച്ചു കൊണ്ടുപോയാ ഓരോ ഹോസ്പിറ്റലിലും അദ്ഭുതങ്ങൾ സംഭവിക്കേണ്ടതാണ്. പക്ഷേ, കുത്തിത്തിരിപ്പിന്റെ ഇൻചാർജ്മാര് ഇരിക്കുന്നിടത്ത് ഒന്നും നടക്കില്ല. മേൽനോട്ടത്തിനു സൂപ്പർവൈസർമാരുണ്ടല്ലോന്നാ നഴ്സിങ് ഓഫീസിന്റെ മനസ്സിലിരുപ്പ്. രാത്രി രണ്ടരമണിക്ക് അലാറം വച്ച് ഉറക്കെണീറ്റിട്ട് പതുങ്ങിച്ചെന്നു നൈറ്റ്ഡ്യൂട്ടിക്കാർ ഒറങ്ങുന്നുണ്ടോന്നു നോക്കി റിപ്പോർട്ട് ചെയ്യലാണ് അവരുടെ ജോലി. എന്നിട്ടു പിന്നേം പോയിരുന്ന് നേരം വെളുക്കുംവരെ ഉറങ്ങും. അവരെയാണ് നഴ്സിങ് ഓഫീസ് കണ്ണടച്ച് വിശ്വസിക്കുന്നത്."

"ഇതൊന്നും നീ നോക്കുകയോ ഇടപെടുകയോ ചെയ്യേണ്ട കാര്യങ്ങളല്ല. നിന്റെ ജോലി അതല്ല." രാജീവ് നാരായൺ ശാസിച്ചു.

"എന്റെ ജോലി ഭംഗിയായിട്ട് ചെയ്യുന്നുണ്ട് സാർ. മറ്റു ചിലർ ജോലി ചെയ്യാതെ എന്നെ തടസ്സപ്പെടുത്താൻ നോക്കുവാണ്. അതിൽ പെട്ടതാണ് ഈ പരാതീം. ഹോസ്പിറ്റലിന് പരദൂഷണക്കാരേം, പക്ഷപാതം കാണിക്കുന്നവരേം ജോലിയിൽ കള്ളത്തരം കാണിക്കുന്നവരേം ആണ് കൂടുതൽ താൽപര്യമെങ്കിൽ എന്നെ പിരിച്ചുവിട്ടേക്കണം സാർ. എനിക്ക് ഉണ്ണുന്ന ചോറിനോടു കൂറുകാണിക്കാതിരിക്കാൻ പറ്റത്തില്ല."

“നിനക്കിവിടുന്നു പോയാ വേറെ ഹോസ്പിറ്റലിൽ ജോലിക്കു കേറാമെന്ന അഹങ്കാരം കാണും. പക്ഷേ, ഇവിടെ കിട്ടുന്ന ശമ്പളം നിനക്കെവിടെങ്കിലും കിട്ടുമോ?”

“ഇല്ല സാർ. ശമ്പളം കുറഞ്ഞെന്നുവച്ച് ഞാൻ സൂയിസൈഡ് ചെയ്യാനൊന്നും പോണില്ല. കിട്ടുന്ന ശമ്പളത്തിനനുസരിച്ച് ചെലവ് ചുരുക്കാനും എനിക്കറിയാം സാർ.”

“നിനക്ക് ഒരു വിഷമോം തോന്നില്ലേ?”

“ഞാനെന്തിനാ വിഷമിക്കുന്നെ. എന്നെ പിരിച്ചുവിടുന്നത് ഞാനെന്തെങ്കിലും തെറ്റു ചെയ്തിട്ടല്ലെന്ന് എനിക്കറിയാല്ലോ. അസൂയക്കാരും ഏഷണിക്കാരുംകൂടി എനിക്കെതിരെ പാരവെച്ചപ്പോ മരമണ്ടന്മാരായ ഹോസ്പിറ്റൽ മാനേജ്മെന്റ് എന്നെ പിരിച്ചുവിടുന്നു. അത് അവരുടെ തെറ്റ്. തെറ്റു ചെയ്തവരല്ലേ വെഷമിക്കേണ്ടത്.”

“നിന്റെ അഹങ്കാരമാ നിന്നെക്കൊണ്ട് ഇങ്ങനെ പറയിക്കുന്നത്. ശരി. നീ പൊയ്ക്കോ. നിനക്കുള്ള പണിഷ്മെന്റ് പുറകെ വരുന്നുണ്ട്.”

“താങ്ക്യൂ സാർ.”

ജിബിയ പിന്തിരിഞ്ഞു നടന്നു പോയി.

“അവളെ എന്താ ചെയ്യേണ്ടത്?” രാജീവ് നാരായൺ സൂപ്പർവൈസറെ വിളിച്ച് അഭിപ്രായം ചോദിച്ചു.

“വാർഡിലേക്കു തട്ടിയാലോ? പണിഷ്മെന്റ് ട്രാൻസ്ഫർ.”

“എവിടെച്ചെന്നാലും അവളുടെ സ്വഭാവത്തിനു മാറ്റമൊന്നും വരില്ല. അതൊരു പ്രത്യേക ജനുസ്സാ.” രാജീവ് നാരായൺ പറഞ്ഞു.

“ടെർമിനേറ്റ് ചെയ്യണോ?”

“അവളുടെ എഫിഷ്യൻസി വച്ചു നോക്കുമ്പോ അങ്ങനെ ചെയ്യാനും തോന്നുന്നില്ലല്ലോ.”

“അത് ശരിയാ. സിഐസിയുവിലുള്ളപ്പോ ഡോക്ടേഴ്സിന് അസിസ്റ്റ് ചെയ്യാൻ അവളെ മതി. ഇരുപതു വർഷം സീനിയോറിറ്റിയുള്ള സ്റ്റാഫിനേക്കാൾ അവൾക്ക് ജോലിയറിയാം. ട്രക്കിയേസ്ട്രെമി, സെന്റർലൈൻ, ആൾട്ടീരിയൽ ലൈൻ, വെന്റിലേറ്റർ, സിപിആർ, കത്തിറ്ററൈസേഷൻ എല്ലാം മിനിറ്റ് വച്ച് സെറ്റ് ചെയ്യും. ഡോക്ടേഴ്സ് ഒന്നും പറഞ്ഞു കൊടുക്കണ്ട. അവൾക്കറിയാം എന്തു ചെയ്യണംന്ന്. പേഷ്യന്റ് ക്രാഷ് ആകുമ്പോ ഏതു ഡോക്ടറും ആദ്യം വിളിക്കുന്ന പേര് ജിബിയ എന്നാണ്.”

“എന്നിട്ടുമെന്താ അവളോടിത്ര ശത്രുത, സീനിയേഴ്സിനും ഇൻചാർജ്മാർക്കും?”

“സോ സിമ്പിൾ. അന്യായം കണ്ടാ അവൾ ചോദ്യം ചെയ്യും. ജൂനിയേഴ്സിനെ ദ്രോഹിക്കുന്നതു കണ്ടാ അപ്പോ ഇടയ്ക്കു കേറും.”

“വാർഡിലോട്ടു വിട്ടാ അവൾടെ കഴിവൊന്നും നമുക്ക് പ്രയോജനപ്പെടില്ലല്ലോ.”

"അത് വാസ്തവം. സിഐസിയുവിൽ ഒരു ബ്ലൂ അലർട്ട് വന്നാ ഡോക്ടറില്ലെങ്കിലും അവൾ മാനേജ് ചെയ്യും. ഷീ നോസ് എവരിതിങ് വാട്ട് ടു ഡു ഇൻ ആൻ എമർജൻസി. മെഡിസിനു ചേർന്നുന്നെങ്കി സ്പെഷലിസ്റ്റ് ഡോക്ടറാകേണ്ടവളാ."

സൂപ്പർവൈസർക്ക് കഴിഞ്ഞ തവണത്തെ വിചാരണയ്ക്കുശേഷം ജിബിയയെപ്പറ്റി മതിപ്പാണ്. അവളുടെ പ്രവർത്തനശൈലിയും ജോലി ചെയ്യുന്ന രീതിയും അവർ നിരീക്ഷിക്കുന്നുണ്ടായിരുന്നു.

"നൂറുശതമാനം ആത്മാർത്ഥത എന്ന് അവൾ പറഞ്ഞതു സത്യമാണ്. ഇത്രേം ഡ്യൂട്ടി കോൺഷ്യസായ ഒരു സ്റ്റാഫിനെ കാണാൻ കിട്ടില്ല. ആരെയും ഹെൽപ് ചെയ്യും. ജൂനിയേഴ്സിന് അറിയില്ലെങ്കി എന്താണു ചെയ്യേണ്ടതെന്നു ചിട്ടയായി പറഞ്ഞു കൊടുക്കും. ഒരു പേഷ്യന്റിന് കൂടുതൽ കെയറിങ് ആവശ്യമാണെങ്കിൽ ഡ്യൂട്ടി ടൈം കഴിഞ്ഞും ഒന്നോ രണ്ടോ മണിക്കൂർ നിൽക്കും." സൂപ്പർവൈസർ വെളിപ്പെടുത്തി.

"ചുരുക്കിപ്പറഞ്ഞാൽ നല്ലവൾക്കു നല്ലവളാണ്,"

"ഒഫ്കോഴ്സ് സാർ."

"അപ്പോ വന്ന സ്ഥലത്തേക്കുതന്നെ തിരിച്ചയയ്ക്കാം. സിഐസിയു."

"അതായിരിക്കും കറക്ട് പണിഷ്മെന്റ്."

സൂപ്പർവൈസർ പറഞ്ഞതുകേട്ട് രാജീവ് നാരായൺ പുഞ്ചിരി തൂകി.

ഡ്യൂട്ടികഴിഞ്ഞ് ജിബിയ പോകാൻ നേരം ഇൻചാർജ് അവളെ സീറ്റിലേക്കു വിളിപ്പിച്ചിട്ട് പറഞ്ഞു:

"നിനക്ക് പണിഷ്മെന്റ്. സിഐസിയുവിലേക്ക് ട്രാൻസ്ഫർ. നാളെ മുതൽ."

"അവിടുന്നു പണിഷ്മെന്റ് കിട്ടിയാ ഞാനിങ്ങോട്ടു വന്നത്. ഇവിടുത്തെ പണീഷ്മെന്റ് എന്നെ തിരിച്ചങ്ങോട്ടു തട്ടിയോ? താങ്ക്യൂ സിസ്റ്റർ."

"അങ്ങോട്ടു ചെല്ല്. അവിടെ നിനക്കു കിട്ടും നല്ല സ്വീകരണം."

"എവിടെയായാലും ജോലി ചെയ്യണം. പിന്നെന്താ പേടിക്കാൻ. എന്തായാലും സിസ്റ്ററിന് ഒരു താങ്ക്സും കൂടെ. എന്നെ തിരിച്ചങ്ങോട്ടു വിടുന്നത് സിസ്റ്ററിന്റെ കംപ്ലെയ്ന്റ് കാരണമല്ലേ. ഉർവശീശാപം ഉപകാരം."

പിറ്റേന്ന് മോണിങ് ഡ്യൂട്ടിക്ക് ജിബിയ സിഐസിയുവിൽ എത്തിയപ്പോൾ എല്ലാവർക്കും അതിശയം.

"നീ ഇങ്ങോട്ടു തിരിച്ചു വന്നോടീ." സിസ്റ്റർ സെലിൻ ചോദിച്ചു.

"എനിക്കവിടുന്നും കിട്ടി പണിഷ്മെന്റ്." ജിബിയ ചിരിയോടെ പറഞ്ഞു.

"പോടീ അവിടുന്ന്. പണിഷ്മെന്റ്!"

"സത്യം. അവിടുത്തെ ഇൻചാർജ് കംപ്ലെയ്ന്റ് ചെയ്തിട്ട് എന്നെ അവിടുന്ന് ഓടിച്ചതാ."

“പണിഷ്മെന്റായിട്ട് പ്രമോഷൻ കൊടുത്തൂന്ന് ആദ്യമായിട്ട് കേൾക്കുവാ.” സെലിൻ വായ്പൊത്തി ചിരിച്ചു.

ജിബിയ ഷീലാ മാത്യുവിന്റെ ടേബിളിനു മുന്നിൽ ചെന്നു.

“മേഡം. എന്റെ ശിക്ഷ തീർന്നു. എന്നെ ജെയിലീന്നു മോചിപ്പിച്ചു.”

ഷീലാ മാത്യുവിന്റെ മുഖം ഇരുണ്ടു.

“നീ എന്റടുത്തോട്ടല്ലേ വന്നിരിക്കുന്നെ. ഞാൻ ശരിയാക്കിത്തരാം.”

“സിസ്റ്ററ് പള്ളീപ്പോകാറില്ലേ. പ്രാർത്ഥിക്കാറില്ലേ. കുമ്പസാരിക്കേം കുർബാന സ്വീകരിക്കേം ചെയ്യാറില്ലേ. അറ്റ്ലീസ്റ്റ് നാട്ടിൽ പോകുമ്പോഴെങ്കിലും?” ജിബിയ ചോദിച്ചു. “അൾത്താരേടെ മുന്നിൽ മുട്ടുകുത്തുമ്പം സ്വയം ഒന്നു ചോദിച്ചു നോക്കണം. ദൈവമേ, അങ്ങ് എന്നെ ഏൽപിച്ച ജോലി എന്താണ്? എന്റെ കീഴിലുള്ള സ്റ്റാഫിനെ ദ്രോഹിക്കലാണോ? എന്റെ കീഴിൽ ജോലിചെയ്യുന്ന ജൂണിയേഴ്സിനെ കണ്ണീരു കുടിപ്പിക്കലാണോ? എന്റടുത്ത് പരദൂഷണോം ഏഷണീം പറഞ്ഞ് ഒട്ടിനിൽക്കുന്നോർക്ക് ജോലിയിളവു കൊടുത്ത് സുഖിപ്പിക്കലാണോ? ആത്മാർത്ഥമായി ജോലിചെയ്യുന്നോരെ പാരവയ്ക്കലാണോ? അന്നേരം മനസ്സിലൊരുത്തരം തെളിഞ്ഞു കിട്ടും. അതാണ് ശരിയുത്തരം. എന്നെ ശരിയാക്കിത്തരാംന്നു പറഞ്ഞല്ലോ. ശരിയാക്കിത്തരുന്നോരെ ശരിയാക്കാനും ഒരുത്തൻ മുകളിലിരിപ്പൊണ്ട്. അതു മറക്കണ്ട.”

“പോ എന്റെ മുന്നീന്ന്. നീ എന്റടുത്ത് സംസാരിക്കാൻ വരരുത്.” ഷീലാ മാത്യു കൈ ചൂണ്ടിക്കൊണ്ട് ചീറി.

“സോറി സിസ്റ്റർ. ഇനിയില്ല.”

ജിബിയ പിന്തിരിഞ്ഞ് നടന്നു പോയി.

* * *

രാത്രി വീട്ടിലെത്തിയ സുദർശനൻ പവിത്രയെ വിളിച്ചു പറഞ്ഞു: “പ്രകാശൻ ജാമ്യത്തിലെറങ്ങീട്ടൊണ്ട്.”

“എറങ്ങിക്കോട്ടെ. എല്ലാക്കാലത്തും ജെയിലിപ്പിടിച്ചിടാൻ പറ്റത്തില്ലല്ലോ.”

“പതിനഞ്ചു ദെവസം തെകഞ്ഞോ അവനെ ജെയിലിലോട്ട് കേറ്റീട്ട്?” അജിതമ്മ ചോദിച്ചു.

“അതൊക്കെ എടുപിടീന്ന് കഴിഞ്ഞുപോയില്ലേ.”

“പ്രകാശന്റെ സ്വഭാവത്തിന് അവൻ എന്നതെങ്കിലും ഒരു പ്രതികാരം ചെയ്യാതിരിക്കത്തില്ല.” അജിതമ്മ പറഞ്ഞു.

“എന്തു പ്രതികാരം? നീ വെറുതെ മോളെ പേടിപ്പിക്കല്ലേ.”

“കൊറച്ചു പേടിച്ചോട്ടെ. ഞാനന്നേ പറഞ്ഞതാ ഒന്നിനും പോകണ്ടാന്ന്. ആരു കേക്കാൻ. അച്ഛനും മോക്കും നെനച്ചത് നടത്തണം. പിടിവാശി. ഇനീപ്പം അവനെ പേടിച്ചു നടക്കണ്ടേ.” അജിതമ്മ കുറ്റപ്പെടുത്തി.

“ആർക്കു പേടി. അമ്മയ്ക്കോ? എനിക്ക് അശേഷം പോലുമില്ല.”

“കുറച്ചു ദിവസം അനങ്ങാണ്ട് ഒരിടത്തിരിക്കെടീ. അവന്റെ മനസ്സൊന്നു തണുക്കട്ടെ.”

“അമ്മ ചെന്നു തണുപ്പിച്ചു കൊടുത്താ മതി. എനിക്കു നാളേം മറ്റന്നാളുമെല്ലാം ക്ലാസ്സൊണ്ട്. അവധി ദിവസം വരുമ്പം ഞാനിവിടെ അനങ്ങാണ്ടിരുന്നോളാം.”

“നിനക്ക് എന്നാത്തിന്റെ കേടാടീ. അച്ഛനും മോക്കും ഒന്നും അറിയണ്ട. രാവിലെ എറങ്ങി കയ്യും വീശിയങ്ങ് പോയാ മതി. മനുഷ്യരോടു സമാധാനം പറയേണ്ടത് ഞാനാ.” അജിതമ്മ ഒച്ചയെടുത്തു.

“ആരോട് സമാധാനം പറയണം അമ്മ. ഏത് മനുഷ്യരോട്. എന്തിനു പറയണം സമാധാനം?” പവിത്ര വിട്ടില്ല.

“ചോദിക്കുന്നവരോട്. ഓരോരുത്തരുടെ ചോദ്യത്തിന് ഒരന്തമൊണ്ടോ? എന്തെല്ലാം അറിയണം അവർക്ക്. ഇനി മോള് കെട്ടിയോന്റെ വീട്ടിലോട്ട് ഒരിക്കലും പോകത്തില്ലേ. തീർത്തും ഉപേക്ഷിച്ചതാണോ? എന്നാപ്പിന്നെ ബന്ധം വേർപ്പെടുത്തുന്നതല്ലേ നല്ലത്. കൊടുത്ത കാശും പൊന്നും തിരിച്ചു വാങ്ങിച്ചോ. കോടതീപ്പോയാ ചെലവുകാശ് കിട്ടത്തില്ലേ. മോളിനി പഠിച്ചിട്ട് എന്നാ ചെയ്യാനാ. വേറെ കല്യാണം വല്ലതും നോക്കുന്നൊണ്ടോ? ഇതിനെല്ലാം ഉത്തരം പറയേണ്ടത് ഞാൻ.”

അജിതമ്മ വെകിളി പിടിച്ചതുപോലെയായി.

“അമ്മ ഉത്തരം പറയണ്ട. ചോദിക്കുന്നോരെ എന്റടുത്തോട്ടു വിട്ടേക്ക്. ഞാൻ പറഞ്ഞു കൊടുക്കാം ഉത്തരം.”

“നിനക്ക് ചുമ്മാ വായിത്തോന്നിയതു പറയാം. ഈ ചുറ്റുവട്ടത്തൊള്ള മനുഷ്യർക്കെടേൽ ഇനീം ജീവിക്കേണ്ടവളാ ഞാൻ. അവരൊക്കെ തരുന്ന തയ്യൽകൂലികൊണ്ടാ ഈ കുടുംബം കഴിഞ്ഞു പോകുന്നെ.”

“അതല്ലേ പറഞ്ഞത്. അമ്മയവരെ രസിപ്പിച്ചും ചിരിപ്പിച്ചും സുഖിപ്പിച്ചുമൊക്കെ നിന്നോ. ഒറ്റ വാക്കു പറഞ്ഞാ മതി ചോദിക്കുന്നവരോട് നിങ്ങളെന്റെ മോളോടു പോയി ചോദിക്കാൻ.”

“അവരോട് നീ എന്നാ മറുപടി പറയും?”

“എന്റടുത്ത് വരട്ടെ. അന്നേരം ഞാൻ പറഞ്ഞോളാം.”

“വെറുതെ അയലത്തുകാരെക്കൂടി പെണക്കണ്ട.”

“ഇല്ല. അവർക്ക് സന്തോഷമാകുന്നപോലെ സംസാരിച്ചോളാം.”

“നിന്നോടു ചോദിക്കുന്ന ചോദ്യങ്ങളല്ല എന്നോടു ചോദിക്കുന്നെ.”

“എന്റമ്മേ. ചുമ്മാ വീണിടത്തു കിടന്ന് ഉരുളല്ലേ. അമ്മേടെ മനസ്സിൽ തന്നെയാ അയലത്തുകാരും നാട്ടുകാരും അവരുടെ ചോദ്യങ്ങളും ഉത്തരങ്ങളും എല്ലാം.”

“ഞാൻ ചമച്ചൊണ്ടാക്കിപ്പറയുന്നതാണോടീ എല്ലാം?” അജിതമ്മയ്ക്കു ദേഷ്യം വന്നു.

“കല്യാണം കഴിപ്പിച്ചുവിട്ട മകൾ, ഭർത്താവിനേം വീട്ടുകാരേം ഉപേക്ഷിച്ച് മോനേം കൂട്ടി തിരിച്ചുവന്ന് ഇവിടെ താമസിക്കുന്നത് അമ്മയ്ക്ക് അശേഷം പിടിക്കുന്നില്ല. അതാണ് കാര്യം.”

“ഒരമ്മയ്ക്കും അത് അഭിമാനമല്ലെടീ.”

“മകള് കെട്ടിയോന്റെ വീട്ടിൽ തൂങ്ങിച്ചത്തുകളഞ്ഞാൽ അമ്മയ്ക്ക് അഭിമാനമാണോ?”

“നിന്നോടു തർക്കിക്കാൻ നിൽക്കുന്ന എന്നെ തെങ്ങുംമടലിന് തല്ലണം.” അജിതമ്മ കലിതുള്ളി മുറിയിൽ കയറി വാതിലടച്ചു.

പവിത്ര പിറ്റേദിവസം കാഞ്ഞിരപ്പള്ളിക്ക് ബസ്സിൽ കയറിപ്പോയി. ക്ലാസ് അറ്റൻഡ് ചെയ്തു. പിന്നീടുള്ള ദിവസങ്ങളിലും അത് ആവർത്തിച്ചു. അവൾക്ക് യാത്ര ചെയ്യാനുള്ള ബസ്കൂലിയും കോഴ്സിന്റെ ഫീസും ജിബിയ മുറതെറ്റാതെ അയച്ചുകൊടുത്തിരുന്നു.

ആറുമാസം നീണ്ട കോഴ്സ് തീരുന്നതുവരെ പിന്നെ ജയപ്രകാശിന്റെ ഉപദ്രവം ഉണ്ടായതേയില്ല. ജാമ്യത്തിൽ നിൽക്കുകയും കേസിന്റെ വിചാരണ തുടങ്ങാനിരിക്കുകയും ചെയ്യുന്ന സാഹചര്യത്തിൽ ജയപ്രകാശ് പവിത്രയ്ക്കെതിരെ എന്തെങ്കിലും അതിക്രമത്തിനു മുതിരുമെന്ന സംശയം തന്നെ അസ്ഥാനത്തായിരുന്നു.

ജനറൽ ഡ്യൂട്ടി അസിസ്റ്റന്റ് കോഴ്സിന്റെ പരീക്ഷ നടന്നത് കോഴ്സ് തീർന്ന് രണ്ടുമാസത്തിനു ശേഷമായിരുന്നു. എഴുത്തു പരീക്ഷയും പ്രാക്ടിക്കലും വൈവയും ഉൾപ്പെടെയുള്ള എല്ലാത്തിനും പവിത്ര നന്നായി തയ്യാറെടുത്തിട്ടുണ്ടായിരുന്നു. പരീക്ഷകൾ കഴിഞ്ഞതോടെ അടുത്തപടി എന്തെന്നറിയാതെ പവിത്ര വീട്ടിലിരുന്നു. അപ്പുവിനു പാഠഭാഗങ്ങൾ പറഞ്ഞുകൊടുത്തും ദീപയ്ക്ക് ട്യൂഷൻ കൊടുത്തും സമയം ചെലവിട്ടു.

അജിതമ്മ കുറേശ്ശെ പ്രതിഷേധം പ്രകടിപ്പിച്ചുതുടങ്ങി.

“നീ വല്യ കോഴ്സൊക്കെ പഠിച്ചിട്ടെന്തായി? എവിടെ കിട്ടും ജോലി. ചുമ്മാ പഠിച്ചാ മാത്രം മതിയോ?”

“കിട്ടും അമ്മേ. അമ്മയൊന്ന് അടങ്ങിയിരി.”

“ഓ, ഞാനടങ്ങാത്തതാണോ കൊഴപ്പം?” അജിതമ്മ അമർഷം പൂണ്ടു.

പവിത്ര ജിബിയയെ ഫോണിൽ വിളിച്ച് ഇനി എന്തുചെയ്യണമെന്നു തിരക്കി.

“ഏതെങ്കിലും ഹോസ്പിറ്റലിൽ ഇന്റേൺഷിപ്പിന് ചേരണം.” ജിബിയ നിർദേശിച്ചു.

“അങ്ങനൊക്കെ ഒണ്ടോ?”

“ക്ലാസ്സിൽ പഠിച്ചതു ചെയ്തു പരിശീലിക്കണ്ടേ.” ജിബിയ ചോദിച്ചു.

“ഇന്റേൺഷിപ്പിന് നല്ല ഹോസ്പിറ്റൽ നോക്കണ്ടേ. അതിനു പാലായിൽ പോകേണ്ടി വരും.”

“പോകണം.”

"ഇനീം ഞാനെങ്ങനാ ബസ്സുകൂലിക്ക് നിന്റെ മുന്നിൽ കൈ നീട്ടുന്നെ."

"സാരമില്ല. ഞാൻ തരാം. രണ്ടുമാസത്തെ കാര്യമല്ലേ. നിന്റെ എക്സാം റിസൾട്ട് വന്നോ?"

"ഇല്ല."

"ശരി. ഞാൻ പറഞ്ഞപോലെ ചെയ്യ്."

പവിത്ര സുദർശനനെ സമീപിച്ച് തനിക്കു പാലായിലെ ഏതെങ്കിലും ഹോസ്പിറ്റലിൽ ഇന്റേൺഷിപ്പ് ഏർപ്പാടാക്കിത്തരണമെന്ന് അഭ്യർത്ഥിച്ചു. സുദർശനൻ തന്റെ രാഷ്ട്രീസ്വാധീനം ഉപയോഗിച്ച് നേതാവിന്റെ ശുപാർശക്കത്തു വാങ്ങി പാലായിലെ ഹോളിക്രോസ് ഹോസ്പിറ്റലിൽ പോയി മാനേജർ അച്ചനെ കണ്ടു കത്ത് കൊടുത്തു. കത്തു വാങ്ങി നോക്കിയ ശേഷം അച്ചൻ ചോദിച്ചു.

"ഇത് ഹോസ്പിറ്റലിൽ പ്രാക്ടീസ് ചെയ്യേണ്ട കേഴ്സ് തന്നെയാണോ?"

"അതെ. അങ്ങനാ പറഞ്ഞത്."

"ഞാൻ കേട്ടിട്ടില്ല. ജിഡിഎ! നഴ്സിങ് കോഴ്സും നഴ്സിങ് അസിസ്റ്റന്റ്സ് കോഴ്സും എക്സ്റേ, ലാബ് ടേക്നീഷ്യൻ. അങ്ങനെ പലതും കേട്ടിട്ടൊണ്ട്. ഇതു പഠിച്ചവര് എന്താ ചെയ്യുന്നെ?"

"നഴ്സുമാരെ സഹായിക്കാനുള്ളതാ. അങ്ങനെയാ മോള് പറഞ്ഞത്." സുദർശനനും അതേപ്പറ്റി വലിയ പിടിപാടില്ല.

"നഴ്സുമാരെ സഹായിക്കാനല്ലേ നഴ്സിങ് അസിസ്റ്റന്റ്സ്. ഈ ജിഡിഎ എന്നുവച്ചാ എന്നതാ?"

"ജനറൽ ഡ്യൂട്ടി അസിസ്റ്റന്റ്. നഴ്സുമാര് ചെയ്യുന്ന പല ജോലീം അതിലൊണ്ടെന്നാ മോള് പറഞ്ഞത്."

"ങാ... എന്തായാലും വരട്ടെ. നോക്കാം. ശമ്പളോം കിമ്പളോം ഒന്നും കിട്ടത്തില്ല കേട്ടോ. അലവൻസൊന്നും ചോദിച്ചേക്കരുത്. ഇവിടെ നഴ്സുമാരുടെ എണ്ണംതന്നെ കൂടുതലാ."

"നാളെത്തന്നെ വരാം അച്ചോ."

"മര്യാദക്കാരിയാണല്ലോ, അല്ലേ? ഇവിടെ ചുറ്റിക്കളിയൊന്നും നടക്കത്തില്ലെന്ന് പറഞ്ഞേക്കണം. പറപ്പിക്കും ഞാൻ."

"ശരി അച്ചോ."

കാര്യം സാധിച്ച സന്തോഷത്തിൽ സുദർശനൻ മടങ്ങി വീട്ടിലെത്തി പവിത്രയോട് അടുത്ത ദിവസം പ്രിപ്പയറായി ചെല്ലണമെന്ന് ഉപദേശിച്ചു.

"പഠിച്ചത് എന്താണെന്ന് അച്ചനെ ബോധിപ്പിക്കണം. ആശുപത്രിക്കു പറ്റിയ കോഴ്സ് തന്നെയല്ലേ."

"അച്ഛനും സംശയമാണോ?"

"എന്റെ കാര്യം സാരമില്ല. നീ മാനേജരച്ചനെ ബോധ്യപ്പെടുത്തിയാ മതി."

“അടുത്ത ദിവസം സുദർശനൻ മകളെയും കൂട്ടി ഹോളിക്രോസിലെത്തി മാനേജരച്ചനെ കണ്ടു.

“എന്താണ് ജിഡിഎ? എന്തൊക്കെയാണ് നിന്നെ പഠിപ്പിച്ചത്. ഒരു ഹോസ്പിറ്റലിന് അത്യാവശ്യമുള്ള സംഗതികളാണോ?”

“ഇംജക്ഷനെടുക്കുക, മെഡിസിൻ കൊടുക്കുക ഇതൊഴികെ ഒരു നഴ്സ് ചെയ്യുന്ന എല്ലാ ജോലീം ചെയ്യണം. സൂപ്പർ സ്പെഷൽറ്റി ഹോസ്പിറ്റലുകളിലൊക്കെ കെയർ അസിസ്റ്റന്റ് എന്നാണു പറയുക.” പവിത്ര വെളിപ്പെടുത്തി.

“ങാഹാ... എന്തായാലും ഇന്നു തുടങ്ങിക്കോ. ഞങ്ങളു നോക്കട്ടെ ഇവിടെ പറ്റുന്ന കാര്യമാണോന്ന്. മര്യാദയ്ക്കൊക്കെ നിന്നേക്കണം.”

“താങ്ക് യൂ ഫാദർ.”

പവിത്ര കൈകൂപ്പി നന്ദി പറഞ്ഞു.

എട്ട്

ജിബിയയുടെ കോൾ വന്നപ്പോൾ ദീപയാണ് മൊബൈൽ എടുത്തു കൊണ്ടുപോയി പവിത്രയ്ക്കു കൊടത്തത്. അവൾ അപ്പുവിനെ കുളുപ്പിക്കുകയായിരുന്നു.

"മോളേ, നീയിതു പിടിച്ചേ."

ഇടംകൈ കൊണ്ട് ഫോൺ വാങ്ങി വലംകയ്യിലെ തോർത്ത് പവിത്ര ദീപയെ ഏൽപിച്ചു.

"തല നല്ലപോലെ തൊടച്ചേക്കണേ. ജലദോഷം പിടിപ്പിക്കണ്ട."

ദീപ അപ്പുവിനെ തുവർത്തുന്ന ജോലി ഏറ്റെടുത്തു. പവിത്ര ഫോൺ അറ്റൻഡ് ചെയ്തുകൊണ്ട് മുറ്റത്തേക്കിറങ്ങിപ്പോയി. ജിബിയയോട് ക്ഷേമാന്വേഷണം നടത്തിയും നാട്ടിലെ വിശേഷങ്ങൾ പറഞ്ഞും അവൾ പൂച്ചെടികൾക്കരുകിലൂടെ നടന്നു. ജിബിയ അവളുടെ ഭാവി പരിപാടികളെപ്പറ്റി ചോദിക്കുകയായിരുന്നു.

"നിന്റെ സർട്ടിഫിക്കറ്റ് കിട്ടിയോ?"

"ഇല്ല. ഇന്റേൺഷിപ്പ് കംപ്ലീറ്റ് ചെയ്തൂന്ന് ഹോസ്പിറ്റലിന്റെ സർട്ടിഫിക്കറ്റ് വാങ്ങിച്ചു കൊടുത്താലേ കോഴ്സ് പാസായതിന്റെ സർട്ടിഫിക്കറ്റ് കിട്ടത്തൊള്ളൂന്നാ ട്യൂട്ടർ പറഞ്ഞത്."

"അതെന്താ അങ്ങനെ? ശരിക്കും ഞാൻ പറഞ്ഞ കോഴ്സ്തന്നെയല്ലേ നീ പഠിച്ചത്?"

"സംഗതി അതുതന്നെ. ഇതുവല്യ മലമറിച്ചിടുന്ന മാതിരിയുള്ള കോഴ്സൊന്നുമല്ലല്ലോ. ഹോംനഴ്സ് ലെവലിലുള്ള കോഴ്സല്ലേ."

"നിനക്ക് കോഴ്സ് പാസായ സർട്ടിഫിക്കറ്റ് എന്നാണ് കിട്ടുന്നത്?"

"ഞാൻ പറഞ്ഞില്ലേ. ഹോസ്പിറ്റലീന്നുള്ള സർട്ടിഫിക്കറ്റ് വാങ്ങി അയച്ചുകൊടുക്കണം. അതുകഴിഞ്ഞേ കിട്ടത്തൊള്ളൂ."

"ഇത് പഠിച്ചുകഴിഞ്ഞപ്പം നിനക്കെന്നാ തോന്നുന്നെടീ. പഠിച്ചതു നന്നായെന്നോ, അതോ വേണ്ടായിരുന്നെന്നോ?"

"എനിക്കറിഞ്ഞുകൂട ബിയാ. എന്തൊക്കെയോ പഠിച്ചു. അതൊക്കെ ആവശ്യമൊള്ളതാണോ, അതുകൊണ്ട് എന്തെങ്കിലും ഗുണം കിട്ടോ

എന്നൊന്നും ഒരു നിശ്ചയോം ഇല്ല. എക്സാം അറ്റൻഡ് ചെയ്തവർ ക്കെല്ലാം സർട്ടിഫിക്കറ്റ് കിട്ടുംന്നാ കേട്ടത്. ക്ലാസ്സിൽ ഹാജരായതിന്റെ റജിസ്റ്റർകൂടി നോക്കും. പിന്നെ ഇന്റേൺഷിപ്പ് സർട്ടിഫിക്കറ്റ്. ഇത്രേം ഒണ്ടെങ്കി എല്ലാരേം ജയിപ്പിക്കും. ആ സർട്ടിഫിക്കറ്റിന് എന്തെങ്കിലും വാല്യു ഒണ്ടോന്നാ എനിക്കിപ്പം സംശയം." പവിത്ര തന്റെ ആശങ്ക വെളി പ്പെടുത്തി.

"നീയത്രയ്ക്കു നിസാരമാക്കല്ലേടീ. ഏതെങ്കിലും ഒരു ഹോസ്പിറ്റലിൽ കെയറർമാരുടെ ജോലിക്ക് അപ്ലൈ ചെയ്യുമ്പോ അവര് ചോദിക്കും എന്നാ ക്വാളിഫിക്കേഷനാ ഒള്ളതെന്ന്. അന്നേരം ഒരു സർട്ടിഫിക്കറ്റെങ്കിലും നമ്മുടെ കയ്യിൽ വേണ്ടേ കാട്ടിക്കൊടുക്കാൻ."

"അതും ശരിയാ. ഇപ്പം ഇന്റേൺഷിപ്പ് കഴിയാറായി. അതിന്റെ സർട്ടി ഫിക്കറ്റ് കഴിയുന്നതോടെ പിന്നെ എന്നാ ചെയ്യണംന്ന് എനിക്കൊരു പിടീം കിട്ടുന്നില്ല ബിയാ."

"ജോലിക്ക് അപ്ലൈ ചെയ്യണം."

"എവിടെ? ഗവണ്മെന്റ് ഹോസ്പിറ്റലിൽ കിട്ടത്തില്ലല്ലോ. പിന്നെ പ്രൈവറ്റ് ഹോസ്പിറ്റൽ. പാലായിലെ ഹോളിക്രോസ് ഹോസ്പിറ്റലു കാർക്ക് ഞാൻ പഠിച്ച കോഴ്സ് എന്താണെന്നോ, അതു പഠിച്ചവര് എന്തു ജോലിയാ ചെയ്യേണ്ടതെന്നോപോലും അറിയത്തില്ല. തൊടുപുഴയിലും കോട്ടയത്തുമൊക്കെ ഞാൻ അച്ചനെക്കൊണ്ട് അന്വേഷിപ്പിച്ചു. അവി ടൊന്നും ഒരു ഹോസ്പിറ്റലിലും ഇല്ല ജിഡിഎ പഠിച്ചവർ. അതുകൊ ണ്ടിപ്പം എനിക്കാകെ വേവലാതിയാ. എവിടെക്കിട്ടും ഇതിന്റെ ജോലി." പവിത്ര തന്റെ അവസ്ഥ വിവരിച്ചു.

"അവിടെ അങ്ങനൊരു പ്രശ്നം ഒണ്ടല്ലേ. സൂപ്പർ സ്പെഷൽറ്റി ഹോസ്പിറ്റലുകളിലാ ഇതിന്റെ വേക്കൻസിയൊള്ളത്. ഇവിടൊക്കെ മിക്ക ഹോസ്പിറ്റലുകളിലും ഒണ്ട്."

"സർട്ടിഫിക്കറ്റ് കിട്ടിക്കഴിയുമ്പം ഞാനെന്താ ചെയ്യണ്ടേ? ഇവിടാ ണെങ്കി അമ്മ എന്റെ സൈര്യം കെടുത്തിക്കൊണ്ടിരിക്കുവാ. ഞാൻ പ്രകാ ശേട്ടന്റെ വീട്ടിലോട്ട് തിരിച്ചുപോകണം. ഞാനവിടെപ്പോയി ചത്താലും വേണ്ടില്ല ജീവിച്ചാലും വേണ്ടില്ല. അമ്മായിയമ്മയാ ഇതിൽ ഭേദമന്നു തോന്ന്വാ എനിക്കിപ്പം."

"അവർക്കു പലരുടേം ചോദ്യങ്ങൾക്ക് ഇത്തരം പറയണ്ടേ. അതു കൊണ്ടായിരിക്കും പവീ."

"നമ്മളെ ചേർത്തുപിടിക്കാനൊള്ള മനസ്സില്ല. അതാ കാര്യം. അമ്മേടെ കടമ തീർത്തു വിട്ടതാ. ഇനിയെന്നെ വേണ്ട. കല്യാണം കഴിഞ്ഞു വിരു ന്നിനു വന്നപ്പഴേ എനിക്കത് ബോധ്യമായതാ. എന്റെ യൂണിഫോമും ലാച്ചേം പട്ടുപാവാടേം ബ്ലൗസും എന്റെ ബുക്സും എന്നുവേണ്ട എന്റേ തായ സകല സാധനങ്ങളും അമ്മ കണ്ടവർക്ക് പെറുക്കിക്കൊടുത്തു. മനസ്സാക്ഷിയൊള്ള ആരെങ്കിലും ചെയ്യുവോ? ഓരോ അച്ഛനമ്മമാര് സ്വന്തം മക്കൾടെ കളിപ്പാട്ടംപോലും എടുത്ത് സൂക്ഷിച്ചുവെക്കും. അവര് കുഞ്ഞാ യിരുന്ന കാലം ഓർക്കാൻ വേണ്ടി."

“നീ അമ്മയോട് വഴക്കിനൊന്നും നിൽക്കണ്ട. നിനക്കിനി ജോലി കിട്ടുന്നതുവരെ അവിടെ താമസിച്ചല്ലേ പറ്റൂ.”

“ക്ഷമിച്ചു ക്ഷമിച്ചാ ഞാൻ ഓരോ ദിവസോം തള്ളി വിടുന്നെ. അമ്മയിപ്പം കണക്കുപറയാനും തൊടങ്ങീട്ടൊണ്ട്. കഴിക്കുന്ന ഭക്ഷണത്തിനും ചെലവാക്കുന്ന കറന്റിനും വരെ.”

“നിനക്കുവേണ്ടി ഞാനുംകൂടി തെരഞ്ഞുനോക്കാം. എവിടെങ്കിലും കെയർ അസിസ്റ്റന്റിന്റെ ഒഴിവൊണ്ടോന്ന്. എറണാകുളത്തും തിരുവനന്തപുരത്തുമൊക്കെ സൂപ്പർ സ്പെഷൽറ്റി ഹോസ്പിറ്റൽസൊണ്ട്. ഞാനൊന്നു നോക്കട്ടെ.”

“എന്നതേലും ഒന്നു ചെയ്യണേടാ. എനിക്കിനി തിരിച്ചു പോകാൻ സ്ഥലമില്ല.”

“വീട്ടിൽ പത്രം വരുത്തുന്നൊണ്ടെങ്കി അതിന്റെ ക്ലാസിഫൈഡ് പേജ് എന്നും നോക്കണം.”

“പത്രമൊക്കെ അമ്മ നിർത്തിച്ചു.”

“സാരമില്ല. നീ അച്ഛനോടു പറഞ്ഞ് വരുത്തിച്ചോ. കാഷ് ഞാനിട്ടു തന്നേക്കാം.”

“നിന്റെ കടങ്ങളൊക്കെ ഞാനെങ്ങനെ വീട്ടും? അതും മനസ്സിലൊരു ഭാരമാ.”

“തൽക്കാലം നീയതേപ്പറ്റി വെഷമിക്കണ്ട. ഒരു വല്യ കടക്കാരി വന്നിരിക്കുന്നു.”

“ബിയാ, നീയിനി എന്നാ നാട്ടിലോട്ടു വരുന്നെ?” പവിത്ര വിഷയം മാറ്റി.

“ഡിസംബറിൽ വരും.”

“നിനക്ക് കല്യാണാലോചന വല്ലതും ഒണ്ടോ? ഇപ്പം വയസ്സ് ഇരുപത്തഞ്ചിനടുത്തായില്ലേ.”

“ഒടനെ ഇല്ലെടീ. എനിക്ക് ഐഇഎൽടിഎസ് എടുത്ത് അക്കരെ കടക്കണം.”

“എവിടെയാ അമേരിക്കയ്ക്കോ?”

“ഓപ്ഷൻസ് മൂന്നാലെണ്ണമുണ്ട്. യുകെ, അയർലൻഡ്, കാനഡ, ഓസ്ട്രേലിയ...”

“അങ്ങനെയൊക്കെ പോണെങ്കി ലക്ഷക്കണക്കിനു രൂപ വേണ്ടേ?”

“വേണം. അതില്ലാഞ്ഞിട്ടാ പോകാത്തെ. ഒണ്ടാരുന്നെങ്കി ഞാൻ പണ്ടേ പോയേനെ.”

“ഇനി പോണെങ്കിലും പൈസ എങ്ങനെ ഒണ്ടാക്കും. എന്തെങ്കിലും ഐഡിയ ഒണ്ടോ?”

“ഒരു വർഷം ദുബായിലോ കുവൈറ്റിലോ പോയി പണിയെടുക്കണം. എന്നിട്ട് ആ പൈസകൊണ്ട് യുകെയിലോ അയർലൻഡിലോ പോകണം.

അതിനിടയ്ക്ക് ഐഇഎൽടിഎസ് എഴുതിയെടുക്കണം. അതൊക്കെയാ മനസ്സിലെ പ്ലാൻ."

"നടക്കുമെടാ. നീ വിചാരിച്ചാ നടക്കും. പണ്ടത്തെ ബിയായല്ല ഇപ്പോ നീ. നീ സംസാരിക്കുന്ന കേട്ടാലറിയാം. നമുക്കുകൂടി ഒരു പോസിറ്റീവ് എനർജി കിട്ടും."

"കളിയാക്കല്ലേ മോളേ."

"അല്ലെടാ. ഞാൻ സത്യം പറഞ്ഞതാ."

"ഊം... പറഞ്ഞതൊക്കെ ഓർമ്മയൊണ്ടല്ലോ. ജോലിക്കുവേണ്ടി ഇപ്പത്തന്നെ ട്രൈ ചെയ്തു തൊടങ്ങണം. സർട്ടിഫിക്കറ്റ് കിട്ടാനൊന്നും കാത്തിരിക്കണ്ട. അത് കിട്ടേണ്ട സമയത്ത് കിട്ടിക്കോളും. നമ്മൾ മറ്റുള്ളവരേക്കാൾ ഒരു കാതം മുന്നേ ഓടിത്തുടങ്ങണം."

"ശരി, ഞാൻ ട്രൈ ചെയ്യാം. ഒറപ്പായിട്ടും നോക്കിക്കോളാം." പവിത്ര അവൾക്ക് വാക്ക് കൊടുത്തു.

ഫോൺ ചെയ്തുകഴിഞ്ഞു വീട്ടിനുള്ളിലേക്കു കയറിച്ചെന്നപ്പോൾ അജിതമ്മ തിരക്കി:

"ആരായിരുന്നെടീ ഫോണിൽ?"

"ബിയാ."

"അവളെന്നാ പറഞ്ഞു?"

"അമ്മയോടു പറയാനായിട്ട് ഒന്നും പറഞ്ഞില്ല."

"നിന്റെ കാര്യത്തിലെന്നാ പറഞ്ഞെന്നാ ചോദിച്ചെ. അവളല്ലേ നിന്നെ വഴിയാധാരമാക്കിയത്."

"അവളെന്നെ വഴിയാധാരമാക്കിയെന്നോ!"

"പിന്നല്ലാതെ. മര്യാദയ്ക്ക് ഭർത്താവിനേം കൊച്ചിനേം നോക്കി കെട്ടിയവന്റെ വീട്ടിൽ കഴിഞ്ഞിരുന്ന നിന്നെ ഓരോന്നു പറഞ്ഞ് മനസ്സെളക്കി ആ വീട്ടീന്ന് പൊറത്തു ചാടിച്ചത് അവളല്ലേ."

"അതെ. അതിനിപ്പം എന്നാ വേണം?" പവിത്രയ്ക്കു ദേഷ്യം വന്നു.

"അവളിനി നിനക്ക് കാശയച്ചു തരുവോ? നിന്റെ പഠിത്തം തീർന്നില്ലേ. ഇനി എന്നാ പറഞ്ഞ് നീ കാശ് ചോദിക്കും."

"ഞാൻ ചോദിക്കുന്നില്ല. ചോദിക്കാതെയാ അവള് ഇതുവരെ തന്നത്. അവളെന്റെ കറവപ്പശുവൊന്നും അല്ലല്ലോ എനിക്കു വേണ്ടപ്പഴെല്ലാം കാശ് വാരിത്തരാൻ."

"പിന്നെ നീ എങ്ങനെ ജീവിക്കും? ഇപ്പത്തന്നെ പഠിപ്പ് തീർന്നിട്ട് രണ്ടു മാസമാകുന്നു. ചെലവ് കഴിയണ്ടേ. ഒരാളിന്റെ മാത്രമല്ലല്ലോ. അപ്പു കുഞ്ഞാണെങ്കിലും അവനും വേണ്ടേ ഉണ്ണാനുള്ളതും ഉടുക്കാനുള്ളതും."

"അതിനൊക്കെയുള്ള വക അമ്മയുണ്ടാക്കിത്തരണം. അമ്മയാ എന്നെ ഇങ്ങനൊരു ഗതികേടിലെത്തിച്ചത്."

“നിനക്ക് നാണമില്ലേടീ ഞാനീ പ്രായത്തിൽ നടും പൊറോം പൊട്ടി തയ്ച്ചുണ്ടാക്കുന്ന പൈസായീന്ന് കയ്യിട്ടു വാരാൻ?”

“എനിക്കൊരു നാണോം ഇല്ല. അമ്മ തയ്ച്ചോ നയിച്ചോ എങ്ങന യുണ്ടാക്കീന്ന് എനിക്കറിയേം വേണ്ട. എന്റെ ജീവിതം ഇങ്ങനെ നശി ക്കാൻ കാരണക്കാരി അമ്മയാ. എനിക്കുവേണ്ടി അമ്മ എന്തൊക്കെ ചെയ്തു തന്നാലും അത് ഒന്നുമാവത്തില്ല.”

“ഈ മനസ്സിലിരിപ്പും വെച്ചോണ്ട് നീ ഗതിപിടിക്കേ്വാടീ.”

“അമ്മ ശപിക്ക് മുടിഞ്ഞുപോട്ടേന്ന്. എനിക്കു വേണ്ടി ഇനി അതും കൂടിയേ അമ്മ ചെയ്യാനൊള്ളൂ.”

“നീയിങ്ങനെ നന്ദീം സ്നേഹോം ഇല്ലാത്തവളായിപ്പോയല്ലോടീ.”

“നന്ദീം സ്നേഹോം ഇല്ലാത്തത് എനിക്കല്ല. അമ്മയ്ക്ക്. അമ്മ ഒരി ക്കലും എന്നെ സ്നേഹിച്ചിട്ടുമില്ല, എന്നോട് അലിവ് കാട്ടീട്ടുമില്ല. അതിന്റെ കാരണോം എനിക്കറിയാം. അമ്മയല്ല എന്നെ വളർത്തിയത്. മുത്തച്ഛനും മുത്തശ്ശിയും മാമന്മാരും കൂടിയാ. എന്റെ ഹൈസ്കൂൾ പഠിത്തം തീരു ന്നതുവരെ. അതുകൊണ്ട് അമ്മയ്ക്കെന്നോട് ഒരടുപ്പോം തോന്നിയിട്ടില്ല. പക്ഷേ, ദീപയോടും വിഷ്ണുവിനോടും അമ്മ അങ്ങനല്ലാരുന്നു.”

“നിന്നോടു ഞാൻ വേർതിരിവ് കാണിച്ചെന്നോ?”

“എന്താ സംശയം? നൂറുശതമാനവും സത്യമാ. അമ്മയ്ക്കെന്നോട് ഒരു സ്നേഹോം ഇല്ലാരുന്നു. എന്റെ കല്യാണം കഴിഞ്ഞതോടെ എന്റേ തായ സാധനങ്ങളെല്ലാം എടുത്ത് അമ്മ വല്ലവർക്കും ദാനം ചെയ്തു.”

“അത് ഇനി നിനക്കതിന്റെ...”

“ഞാനൊന്നു പറഞ്ഞുതീർക്കട്ടെ അമ്മേ. ഏഴാം മാസത്തിൽ എന്നെ പ്രസവത്തിനു വിളിച്ചോണ്ടുവരുന്ന ചടങ്ങ് നടത്തീട്ട് അമ്മ പറഞ്ഞത് ഞാനിപ്പഴും മറന്നിട്ടില്ല. രണ്ട് ദിവസം കഴിയുമ്പം പ്രകാശേട്ടന്റെ വീട്ടി ലോട്ടു തിരിച്ചു പൊയ്ക്കോളാൻ. എല്ലവരും അങ്ങനാ ചെയ്യുന്നേന്ന്. മോനും തള്ളേംകൂടി എന്നെ ആ വീട്ടിലിട്ട് നരകിപ്പിക്കുന്ന കാലമാണെന്നു കൂടി ഓർക്കണം. പ്രസവിക്കുന്നതുവരെ എങ്കിലും സമാധാനത്തിലും സന്തോഷത്തിലും കഴിയാമല്ലോന്ന് ആശ്വസിച്ച് ഞാൻ വന്നപ്പം അമ്മ എന്റെ നമ്പർവൺ ശത്രു.”

“ഞാനങ്ങനെ പറഞ്ഞെങ്കി അതാരുന്നു നാട്ടുനടപ്പ്. ഇപ്പഴും അങ്ങ നൊക്കെത്തന്നെയാ.”

“അന്നെനിക്ക് ആ വീട്ടീന്ന് നേരാംവണ്ണം ഭക്ഷണംപോലും കിട്ടുന്നി ല്ലെന്ന് പറഞ്ഞിട്ടും അമ്മയ്ക്ക് നാട്ടുകാരടെ ചോദ്യോം പറച്ചിലുമാരുന്നു. വലുത്.”

“എനിക്കിപ്പഴും അഭിമാനംതന്നെയാടീ വലുത്.”

“അമ്മേടെ ദുരഭിമാനത്തിന്റെ ഫലമാണല്ലോ എന്റെ ജീവിതം ഇങ്ങനെ നശിച്ചുപോയത്.”

“അത് നിന്റെ അഹങ്കാരം കൊണ്ട്. പെണ്ണുങ്ങളായാ കൊറച്ച് അടക്കോം ഒതുക്കോം സഹനോം ക്ഷമേം വിട്ടുവീഴ്ച്ചേം ഒക്കെ വേണം.”

“എന്നിട്ട് അമ്മേടെ ജീവിതത്തിൽ അതൊന്നും ഇന്നേവരെ കണ്ടിട്ടില്ലല്ലോ. അച്ഛൻ എന്നാ പറഞ്ഞാലും അമ്മ അതിന് എതിര് പറയൂല്ലോ. അമ്മേടെ ഇഷ്ടത്തിനല്ലേ ഈ വീട്ടിലെ എല്ലാ കാര്യങ്ങളും?”

“ഇതെന്റെ വീടാടീ. നീ ഇവിടെക്കേറിവന്ന് എന്നെ പഠിപ്പിക്കാനൊന്നും നോക്കണ്ട. കൂടി വന്നാ ഒന്നോ രണ്ടോ മാസംകൂടെ നിനക്കിവിടെ താമസിക്കാം. അതു കഴിഞ്ഞാ നീ നിന്റെ കെട്ടിയവന്റെ വീട്ടിലോട്ട് തിരിച്ചു പൊക്കോളണം. ഇവിടെല്ലാക്കാലത്തും താമസിച്ച് സുഖിക്കാംന്ന് നീ വിചാരിക്കണ്ട.”

“ഞാനീ വീട്ടീന്ന് പോകുന്ന പ്രശ്നമേയില്ല. വേണെങ്കി അമ്മ ഇറങ്ങിപ്പൊയ്ക്കോളണം. അമ്മേടെ വീട്ടിലോട്ട്. അമ്മയിവിടെ വന്നുകേറിയവളാ. ഞാനിവിടെ ജനിച്ചു വളർന്നവളാണെന്ന ഓർമ വേണം. എന്റച്ഛന്റെ വീടാ ഇത്.”

പവിത്ര വീറോടെ ചെറുത്തുനിന്നു.

അജിതമ്മ കണ്ണുമിഴിച്ച് മകളുടെ മുഖത്തേക്കുതന്നെ തുറിച്ചു നോക്കി.

“ഇതെന്നാ രണ്ടുപേരുംകൂടെ കോഴിപ്പോര് നടത്തുന്ന മാതിരി. കൊറേ നേരമായല്ലോ തൊടങ്ങീട്ട്.” വിഷ്ണു വന്ന് ഇടയ്ക്കു കയറി.

“ഇവളെന്നോട് പറയുവാ ഈ വീട്ടീന്ന് ഇറങ്ങിപ്പോണംന്ന്.” അജിതമ്മ പരാതിപ്പെട്ടു.

“ഇപ്പം അങ്ങനെയായോ. എന്നെ ഇറക്കിവിടുമെന്നു പറഞ്ഞപ്പഴാ ഞാൻ പറഞ്ഞത്.” പവിത്ര വാദിച്ചു.

“ചേച്ചിക്ക് നാണമില്ലേ അമ്മയോട് തർക്കിക്കാൻ. വിവരമൊള്ള ആരെങ്കിലും അമ്മേടടുത്ത് ഗുസ്തിക്കു നിക്കോ?”

“നീയൊരു കല്യാണം കഴിച്ചോണ്ട് വാ മോനേ. നാലഞ്ചു വർഷത്തിനകം. നിനക്കത് വേണ്ടി വരൂല്ലോ. അപ്പഴാ നീ അമ്മേടെ തനിനിറം കാണാൻ പോകുന്നെ. ഒരമ്മായിയമ്മയൊന്നുമല്ല സ്വന്തം മകളോടിങ്ങനെ. അപ്പപ്പിന്നെ വന്നുകേറുന്നവൾടെ അവസ്ഥ എന്തായിരിക്കും.”

അത്രയും പറഞ്ഞിട്ട് പവിത്ര വീടിനുള്ളിലേക്കു കയറിപ്പോയി.

“എന്തുവാ അമ്മേ ഇത്?” വിഷ്ണു ചോദിച്ചു.

“അല്ല, അവള് പറയുന്ന വർത്തമാനം കേട്ടില്ലേ.”

“നിങ്ങളെല്ലാരുംകൂടെ അതിനെ ചതിച്ച് അതിന്റെ ജീവിതം കോഞ്ഞാട്ടയാക്കീട്ട് ഇനി സ്വൈര്യം കൊടുക്കത്തില്ലേ. ആ കൊച്ചിനേം കൊണ്ട് അതെങ്ങനെങ്കിലും ഇവിടെ ജീവിച്ചുപോട്ടെ. നമ്മളിത്രം പേരിവിടെ കഞ്ഞികുടിച്ചല്ലേ കഴിയുന്നെ. ഒരു പാത്രത്തിലുംകൂടെ വെളമ്പണംന്നല്ലേയൊള്ളൂ. അതിനു ചെലവാകുന്ന പൈസ എത്രയാണെന്നു വച്ചാ ജോലിചെയ്യുന്ന കാലത്ത് അമ്മയ്ക്കു തന്നുതീർത്തോളാം.”

"അതുകൊണ്ട് തീരുവോടാ എല്ലാം. നാട്ടുകാരോട് ആര് സമാധാനം പറയും?"

"നാട്ടുകാരെയെല്ലാം ഞാൻ തല്ലിക്കൊന്നു കെണറ്റിലിടും, പറഞ്ഞേക്കാം. അമ്മേടെയൊരു നാട്ടുകാർ..." വിഷ്ണു ദേഷ്യപ്പെട്ട് പുറത്തേക്കിറങ്ങിപ്പോയി.

"ഇതിനെയെല്ലാം ഞാൻ കഷ്ടപ്പെട്ട് തീറ്റിപ്പോറ്റുന്നത് വെറുതെയാ. ഒറ്റയെണ്ണത്തിനില്ല നന്ദീം സ്നേഹോം."

പിറുപിറുത്തുകൊണ്ട് അജിതമ്മ, ലോകവുമായുള്ള എല്ലാ ബന്ധവും വിച്ഛേദിച്ച് തയ്യൽമെഷീന്റെ പിന്നിലെ സ്റ്റൂളിൽ പോയി സകലരോടും പിണങ്ങി ഇരുന്നു.

* * *

രാവിലെ പാർട്ടിപ്രവർത്തനവുമായി ഇറങ്ങിയ സുദർശനനോട് പവിത്ര ഒരാവശ്യം ഉന്നയിച്ചു.

"അച്ഛൻ വൈകിട്ട് വരുമ്പം ഇന്നലത്തെ ഒരു മനോരമപത്രം വാങ്ങിച്ചോണ്ടു വരണം."

"ഇന്നലത്തെ എന്തിനാ? ഇന്നത്തെ പത്രമല്ലേ ഒന്നുകൂടി നല്ലത്. ദീപിക മതിയെങ്കി പ്ലാക്കന്റെ വീട്ടീന്നെടുക്കാല്ലോ."

"അച്ഛാ, എനിക്കിന്നലത്തെ പത്രവാ വേണ്ടത്."

"ശരി. നോക്കട്ടെ. പരിഗണിക്കാം."

"പരിഗണിച്ചാപ്പോര. അച്ഛൻ കൊണ്ടുവരണം. അതിലൊരു ജോലി സാധ്യത ഒണ്ടായിട്ടാ."

"എന്തു ജോലി?"

"അച്ഛാ, ഞാൻ പഠിച്ച കോഴ്സില്ലേ. ജിഡിഎ. ആ കോഴ്സ് പഠിച്ചവരെ ആവശ്യംണ്ടെന്നുള്ള ഒരു അഡ്വർടൈസ്മെന്റ് ഇന്നലത്തെ പത്രത്തിലൊണ്ടെന്ന് എന്നോട് ഗ്രീഷ്മ വിളിച്ചു പറഞ്ഞു."

"അതാരാ ഗ്രീഷ്മ?"

"ജിഡിഎയ്ക്ക് എന്റെ ബാച്ചിലൊണ്ടായിരുന്നതാ. അവളോടു പറഞ്ഞത് ഞങ്ങടെ ഇൻസ്റ്റിറ്റ്യൂട്ടിലെ ട്യൂട്ടറാ. അച്ഛൻ നോക്കിയാ ഇന്നലെത്തെ മനേരമ പത്രം കിട്ടത്തില്ലേ?"

"ശരി. കൊണ്ടുവരാം."

"മറക്കല്ല്."

"ആറുമണിയാകുമ്പം നീയൊന്നു വിളിച്ച് ഓർമ്മിപ്പിച്ചേക്കണം."

"ഓക്കെ."

സുദർശനൻ പോയി. സംഭാഷണം കേട്ടുനിന്ന അജിതമ്മ ചോദിച്ചു.

"നിനക്ക് പരീക്ഷ പാസ്സായ സർട്ടിഫിക്കറ്റ് ഇതുവരെ കിട്ടിയില്ലല്ലോ. പിന്നെങ്ങനാ ജോലിക്ക് അപേക്ഷിക്കുന്നെ?"

"കോഴ്സിന്റെ കംപ്ലീഷൻ സർട്ടിഫിക്കറ്റൊണ്ടല്ലോ. തൽക്കാലം അതു മതി."

"നിന്റെ ഇന്റേൺഷിപ്പ് തീർന്നോ? ഹോളിക്രോസീന്ന് അതിന്റെ സർട്ടിഫിക്കറ്റ് കിട്ടിയോ?"

"കിട്ടിയില്ല. അതു വാങ്ങണം. അത് അയച്ചുകൊടുത്താലേ ജിഡിഎ പാസായ സർട്ടിഫിക്കറ്റ് കിട്ടത്തൊള്ളൂ."

"ജോലിക്ക് ആളെ ആവശ്യമൊള്ളത് എവിടെയാ?"

"എറണാകുളത്ത്."

"നീ ഇവിടുന്ന് എറണാകുളത്തു പോയി ജോലി ചെയ്യാനോ? അങ്ങോട്ടുമിങ്ങോട്ടുംകൂടെ ബസ്കൂലി എത്രയാകും. നൂറ്റമ്പതോ, ഇരുനൂറോ?"

"ആദ്യം ജോലി കിട്ടോന്നു നോക്കട്ടെ. എന്നിട്ടല്ലേ ബസുകൂലി. ജോലി കിട്ടുവാണെങ്കി ഹോസ്റ്റലിൽ താമസിക്കാനൊള്ള സൗകര്യം ഒണ്ടെങ്കിലോ?"

"അപ്പൂനെ നീ എന്തു ചെയ്യും?"

"അവനിവിടല്ലേ. ഇവിടുത്തെ സ്കൂളിൽ പഠിച്ചോണ്ടിരിക്കുവല്ലേ."

"എന്നെ ഏൽപ്പിച്ചിട്ട് പോകാനാണോ നിന്റെ ഉദ്ദേശ്യം?"

"അല്ല, അച്ഛനെ ഏൽപ്പിച്ചിട്ടു പോകും."

"പഷ്ട്. അച്ഛനിവിടെ കുത്തിയിരുന്ന് കണ്ണിലെണ്ണയൊഴിച്ച് നോക്കിക്കൊള്ളുമല്ലോ."

"അച്ഛനു പറ്റത്തില്ലെങ്കി അച്ഛന്റെ ഭാര്യ നോക്കിക്കോളും." കൂടുതൽ പറയാൻ നിൽക്കാതെ പവിത്ര ഒഴിഞ്ഞുമാറി പൊയ്ക്കളഞ്ഞു.

വൈകുന്നേരം അച്ഛനെ വിളിച്ച് ഓർമിപ്പിക്കാൻ പവിത്ര മറന്നുവെങ്കിലും രാത്രി, തലേ ദിവസത്തെ മനോരമ പത്രവുമായിട്ടാണ് സുദർശനൻ വീട്ടിലെത്തിയത്. അതു കയ്യിൽ കിട്ടിയപാടെ പവിത്ര ക്ലാസിഫൈഡ് കോളങ്ങൾ അരിച്ചുപെറുക്കി പരിശോധിച്ചു. ഗ്രീഷ്മ ഫോണിൽ വിളിച്ച് അറിയിച്ച പരസ്യം അവൾ കണ്ടുപിടിച്ചു.

കൊച്ചി വരാപ്പുഴയിൽ സ്ഥിതിചെയ്യുന്ന ദീപജ്യോതി സൂപ്പർ സ്പെഷ്യാലിറ്റി ഹോസ്പിറ്റലിലേക്ക് ബിഎസ്സി, ജിഎൻഎം, നഴ്സുമാരെയും കെയർ അസിസ്റ്റന്റ്മാരെയും ക്ലീനിങ് ജോലിക്കാരെയും ആവശ്യമുണ്ട് എന്നായിരുന്നു പരസ്യത്തിന്റെ ചുരുക്കം..

താൽപര്യമുള്ളവർ സർട്ടിഫിക്കറ്റുകൾ, മതിയായ തിരിച്ചറിയൽ രേഖകൾ എന്നിവ സഹിതം ദീപജ്യോതി സൂപ്പർ സ്പെഷ്യാൽറ്റി ഹോസ്പിറ്റലിന്റെ എച്ച്ആർഡി ഓഫീസിൽ ഈ മാസം പതിനേഴാം തീയതി രാവിലെ പത്തിന് എത്തിച്ചേർന്ന് ഇന്റർവ്യൂവിൽ പങ്കെടുക്കണമെന്നാണ് പരസ്യത്തിൽ പറഞ്ഞിരിക്കുന്നത്.

സർട്ടിഫിക്കറ്റുകൾ, മതിയായ രേഖകൾ എന്നീ പരാമർശങ്ങൾ പവിത്രയെ ചിന്താക്കുഴപ്പത്തിലാക്കി. അവൾ തന്റെ ബാച്ച്മേറ്റായ ഗ്രീഷ്മയെ ഫോണിൽ വിളിച്ച് എന്തു ചെയ്യണമെന്ന് ആരാഞ്ഞു.

ഗ്രീഷ്മയ്ക്കും അതേപ്പറ്റി ഗ്രാഹ്യമൊന്നുമില്ല. ഒടുക്കം പവിത്ര ജിബിയയെതന്നെ ആശ്രയിച്ചു.

ഫോണിൽ വിളിച്ച് കാര്യങ്ങൾ വിശദീകരിച്ചപ്പോൾ ജിബിയയുടെ ഉപദേശം വന്നു.

"എടി മോളെ, നീ പ്ലസ്ടു പാസ്സായ സർട്ടിഫിക്കറ്റും എസ്എസ്എൽസി ബുക്കും ഐഡി പ്രൂഫും ജിഡിഎയുടെ കോഴ്സ് കംപ്ലീഷൻ സർട്ടിഫിക്കറ്റുമായി ഇന്റർവ്യൂവിനു പൊയ്ക്കോ. ജിഡിഎ സർട്ടിഫിക്കറ്റ് കിട്ടീട്ടില്ല, ജോലിയിൽ ജോയിൻചെയ്യുമ്പോ അത് സബ്മിറ്റ് ചെയ്യാമെന്നു പറ."

"ധൈര്യമായിട്ട് പോകാമല്ലോ, അല്ലേ?"

"പൊയ്ക്കോടീ. ഞാനല്ലേ പറയുന്നെ."

പവിത്ര പിറ്റേന്നുതന്നെ ഗ്രീഷ്മയോടു വിവരം പറഞ്ഞു. അവളും ഇന്റർവ്യൂവിനു വരാമെന്നു സമ്മതിച്ചു. പവിത്രയ്ക്ക് തുണയായി എറണാകുളത്തിന് വിഷ്ണു ചെല്ലാമെന്നേറ്റു.

നിശ്ചിത ദിവസം അവൾ വിഷ്ണുവിനെയും കൂട്ടി ഈരാറ്റുപേട്ടയിൽ എത്തി. അവിടെനിന്ന് എറണാകുളം ബസ്സിൽ കയറി യാത്ര തിരിച്ചു. ബസ്സിലിരിക്കുമ്പോൾ അവളുടെ മനസ്സിൽ ശക്തമായ ഒരു തോന്നലുണ്ടായി, ഇതൊരു വഴിത്തിരിവാണ്.

ഒമ്പത്

ഓട്ടോറിക്ഷയിൽനിന്ന് ഇറങ്ങിയശേഷം പവിത്ര ചുറ്റും നോക്കി. ഡയമണ്ട് ആകൃതിയിൽ ടെറക്കോട്ട നിറത്തിലുള്ള ഫ്ളോർ ടൈലുകൾ പാകിയ വീതിയേറിയ റോഡ്. ഭീമാകാരമായ ഇരുമ്പ് ഗേറ്റ് തുറന്നു വെച്ചിരിക്കുന്നു. ഗേറ്റിനപ്പുറത്ത് രണ്ടു റോഡുകൾ. ഒരെണ്ണം അകത്തേക്കുള്ളതും ഒരെണ്ണം പുറത്തേക്കുള്ളതും. വേ ഇൻ എന്നും വേ ഔട്ട് എന്നും ഗേറ്റിനു മുകളിലെ വലിയ ആർച്ചിൽ എഴുതിയിട്ടുണ്ട്.

വിഷ്ണു ഓട്ടോറിക്ഷാക്കാരന്റെ ചാർജ് കൊടുത്തു.

“ദാ, നേരെ അകത്തോട്ടു പോയാ മതി.” ഓട്ടോ ഡ്രൈവർ അതി വിശാലമായ കോമ്പൗണ്ടിലേക്കു കൈ ചൂണ്ടി.

ഗേറ്റിനു മുകളിലെ കോൺക്രീറ്റ് കമാനത്തിൽ കറുത്ത മാർബിൾ പതിപ്പിച്ച പ്രതലത്തിൽ വെള്ള മാർബിൾ അക്ഷരങ്ങൾ. ദീപജ്യോതി മൾട്ടി സ്പെഷൽറ്റി ഹോസ്പിറ്റൽ. മലയാളത്തിൽ മാത്രമല്ല, ഇംഗ്ലീഷിലുമുണ്ട് എഴുത്ത്. ഒളിമ്പിക്സ് ദീപശിഖയുടെ മാതിരി ഒരു ദീപം കയ്യിലേന്തി നിൽക്കുന്ന നഴ്സിന്റെ പ്രതിമ. വിഷ്ണുവും പവിത്രയും ആശ്ചര്യപ്പെട്ട് ചുറ്റുപാടും നോക്കിക്കൊണ്ട് അകത്തേക്കുള്ള റോഡിലൂടെ നടന്നു.

“ദൂരം കൊറേ ഒണ്ടല്ലോ ചേച്ചീ.” വിഷ്ണു അതിശയത്തോടെ പറഞ്ഞു.

തങ്ങൾ വേറൊരു ലോകത്തേക്കു പ്രവേശിച്ചതുപോലെയാണ് പവിത്രയ്ക്ക് തോന്നിയത്. കുറേ ദൂരം നടന്നു ചെന്നപ്പോൾ റോഡുകളുടെ ഇരുവശത്തും വിശാലമായ പാർക്കിങ് ഗ്രൗണ്ടുകൾ കാണായി. നൂറുകണക്കിനു കാറുകൾ പാർക്ക് ചെയ്തിരിക്കുന്നു.

“ഇതൊക്കെ ഹോസ്പിറ്റലിൽ വന്നോരടെ കാറാണോ?” വിഷ്ണു വിശ്വസിക്കാൻ പറ്റാത്ത മാതിരി പവിത്രയെ നോക്കി.

“വല്യ ഹോസ്പിറ്റലല്ലേ.” പവിത്ര പറഞ്ഞു.

മുന്നോട്ടു പോയപ്പോൾ പിന്നെയും പാർക്കിങ് ഗ്രൗണ്ടുകൾ കണ്ടു. കുറേ മുന്നിലായി ബഹുനില കെട്ടിടങ്ങളുടെ സമുച്ചയം.

“ആ കാണുന്നതെല്ലാം ഹോസ്പിറ്റലാണോ ചേച്ചീ?”

വിഷ്ണുവിന് അത്ഭുതം അടക്കാൻ കഴിയുന്നില്ല. പത്തിരുപതു നിലകളുള്ള ഏഴ് കെട്ടിടങ്ങൾ. ഓരോ കെട്ടിടവും വേറിട്ടു നിൽക്കുകയാണെങ്കിലും അവയെ തമ്മിൽ ബന്ധിപ്പിക്കാൻ ഇടയ്ക്കിടെ കോൺക്രീറ്റ് പാലങ്ങൾ. നടുവിലെ കെട്ടിടത്തിനു മുകളിൽ ഹെലിപാഡ്. ഹോസ്പിറ്റൽ സമുച്ചയത്തിനു മുന്നിലായി വിശാലമായ ഗാർഡൻ. അവിടെ കൃത്യമായ അകലത്തിലും നിരയൊപ്പിച്ചും വളർത്തിയ പൂച്ചെടികളും പൂമരങ്ങളും പൂച്ചട്ടികളും പൊയ്കകളും ഫൗണ്ടനുകളും മനുഷ്യരുടെയും മൃഗങ്ങളുടെയും പക്ഷികളുടെയും മറ്റും പ്രതിമകളും. അവയ്ക്കിടയിലൂടെയെല്ലാം നെടുകെയും കുറുകെയും ടൈൽസ് പാകിയ നടവഴികൾ. ഇരിക്കാൻ മാർബിൾ ബെഞ്ചുകൾ.

ഡോക്ടർമാരുടെ കാറുകൾ പാർക്ക് ചെയ്യാനുള്ള പാർക്കിങ് ഗ്രൗണ്ടുകൾ കെട്ടിടങ്ങളോടു ചേർന്നുതന്നെ അടയാളപ്പെടുത്തിയിരുന്നു. ഹോസ്പിറ്റൽ സ്റ്റാഫിന്റെ വാഹനങ്ങൾ, ആംബുലൻസുകൾ എന്നിവ പാർക്ക് ചെയ്തിരിക്കുന്ന സ്ഥലങ്ങളും പ്രത്യേകമായി വേർതിരിച്ചിട്ടുണ്ട്.

“സെക്യൂരിറ്റിയോടു ചോദിച്ചിട്ട് അകത്തോട്ടു കേറിയാ മതി.” പവിത്ര പറഞ്ഞു.

ഹോസ്പിറ്റലിന്റെ മുഖ്യ പ്രവേശന കവാടത്തിലൂടെ രണ്ടുപേരും അകത്തേക്കു കടന്നിട്ട് അവിടെ കണ്ട സെക്യൂരിറ്റി സ്റ്റാഫിനോട് നഴ്സിങ് ഓഫീസ് എവിടെയാണെന്നു ചോദിച്ചു.

എൻക്വയറിയിൽ ചോദിക്കാൻ പറഞ്ഞ് അയാൾ ഒരു കൗണ്ടർ ചൂണ്ടിക്കാട്ടി. അവിടെച്ചെന്ന് അന്വേഷിച്ചപ്പോൾ നഴ്സിങ് ഓഫീസിൽ എന്താണു കാര്യം എന്ന ചോദ്യം വന്നു. ഒടുവിൽ ഒരു സെക്യൂരിറ്റി അവരെ നഴ്സിങ് ഓഫീസിലേക്കു കൂട്ടിക്കൊണ്ടുപോയി. അതിവിശാലമായ ഹാളിലൂടെ സെക്യൂരിറ്റിയുടെ പിന്നാലെ അവർ നടന്നു. ഹാളിലെമ്പാടും അങ്ങോട്ടുമിങ്ങോട്ടും നടക്കുന്ന ആളുകൾ. ഇരിപ്പിടങ്ങളിൽ കാത്തിരിക്കുന്നവർ.

ഹോസ്പിറ്റൽ സ്റ്റാഫ് ഉരുട്ടിക്കൊണ്ടു പോകുന്ന വീൽചെയറുകൾ, അതിലിരിക്കുന്ന രോഗികൾ, അറ്റൻഡർമാർ തള്ളി നീക്കുന്ന സ്ട്രെച്ചറുകൾ... ഈ തിരക്കിനിടയിൽ കൈവിട്ടുപോയാൽ കണ്ടുപിടിക്കുക എളുപ്പമല്ലെന്നു മനസ്സിലാക്കിയ പവിത്ര വിഷ്ണുവിന്റെ കയ്യിൽ മുറുകെ പിടിച്ചിട്ടുണ്ടായിരുന്നു.

സെക്യൂരിറ്റി നടക്കുകയാണ്. വലിയ ഉരുളൻ തൂണുകൾ പുറകിൽ മറയുന്നു. നീണ്ട കോറിഡോറുകൾ. ആളുകൾ അങ്ങോട്ടുമിങ്ങോട്ടും തിക്കിത്തിരക്കി നടക്കുന്ന വിശാലമായ ലോഞ്ചുകൾ, പാർലറുകൾ, ചെറുതും വലുതുമായ കാന്റീനുകൾ. ഇടയ്ക്ക് സെക്യൂരിറ്റി അവരെയും കൂട്ടി ലിഫ്റ്റിൽ കയറുന്നു. ലിഫ്റ്റ് ഉയർന്നു പോകുന്നു. അതിൽനിന്നിറങ്ങുന്നു. വീണ്ടും വിസ്താരമുള്ള ഇടനാഴികൾ പിന്നിടുന്നു. മറ്റൊരു ബഹുനില കെട്ടിടത്തിലേക്കുള്ള ബ്രിഡ്ജിലൂടെ നടന്നു പോകുന്നു, വീണ്ടും ലിഫ്റ്റിൽ കയറുന്നു.

“ചേച്ചീ, ഇതിനകത്ത് ഒറ്റയ്ക്കു പെട്ടുപോയാ പുറത്തിറങ്ങാൻ പറ്റത്തില്ല.” വിഷ്ണു സംശയിച്ചു.

“മണ്ടത്തരം പറയാതെ വാ.”

“ചേച്ചിക്ക് ഇവിടെ ജോലി കിട്ടുംന്ന് തോന്നുന്നൊണ്ടോ? അതിനൊള്ള ക്വാളിഫിക്കേഷനൊണ്ടോ ചേച്ചിക്ക്. കാഞ്ഞിരപ്പള്ളീൽ പോയി പഠിച്ച ആറുമാസത്തെ കോഴ്സ് മതിയോ ഇതുപോലൊരു ഹോസ്പിറ്റലിൽ കേറാൻ?”

“എനിക്കും അങ്ങനെ തോന്നുന്നൊണ്ടെടാ.” പവിത്ര പതിയെ പറഞ്ഞു.

“ചേച്ചി പത്രപ്പരസ്യം ശരിക്കു നോക്കിയാരുന്നോ? ജിഡിഎ ക്വാളിഫിക്കേഷന്റെ കാര്യം അതിലൊണ്ടാരുന്നോ?”

“നഴ്സിങ് അസിസ്റ്റന്റ്മാരേം കെയർ അസിസ്റ്റൻന്റ്മാരേം ആവശ്യമുണ്ടെന്ന് പരസ്യത്തിലുണ്ടായിരുന്നു.

“ജിഡിഎ കെയർ അസിസ്റ്റന്റാണോ? അല്ലല്ലോ.”

“ജനറൽ ഡ്യൂട്ടി അസിസ്റ്റന്റ്.”

“എന്തു കുന്തമായാലും ചേച്ചി പഠിച്ച കോഴ്സ് പോരെന്നാ എനിക്കു തോന്നുന്നെ. നാണം കെടേണ്ടി വരുവോ?”

“എന്തായാലും വന്നതല്ലേ. നോക്കീട്ടു പോകാം. എനിക്കു വേണ്ടത്ര ക്വാളിഫിക്കേഷനില്ലെന്നുവച്ച് അവരെന്നെ പിടിച്ച് ജയിലിൽ ഇടോ? ഇല്ലല്ലോ.”

മുൻപേ നടന്നുപോയ സെക്യൂരിറ്റിക്കാരൻ ഒരു വാതിൽ തുറന്നുപിടിച്ചു കൊണ്ടു നിന്നു. “ദാ, ഇതിനകത്തോട്ടു കേറിക്കോ.”

പവിത്രയും വിഷ്ണുവും അകത്തു കയറി. വിശാലമായ ഒരു ഹാൾ. അവിടവിടെ ചില കൗണ്ടറുകൾ. ഹാളിൽ ആണും പെണ്ണുമായി നൂറു കണക്കിന് ആളുകൾ.

“ഇവരെല്ലാം ഇന്റർവ്യൂവിനു വന്നവരാണോ? എന്റീശ്വരാ...” വിഷ്ണു കണ്ണു മിഴിച്ചു.

“ഗ്രീഷ്മ ഒണ്ടോന്നു നോക്കട്ടെ.”

ഹാളിൽ തേനീച്ചക്കൂട്ടിലെ ഇരമ്പലാണ്. പവിത്ര ആളുകൾക്കിടയിലൂടെ ഗ്രീഷ്മയെ തെരഞ്ഞു നടക്കവേ എവിടുന്നോ ഒരു വിളിയൊച്ച.

“പവിത്രേ... പവിത്ര...”

പവിത്ര തിരിഞ്ഞു നോക്കി. ഗ്രീഷ്മ ഒരു കൂട്ടം യുവതികൾക്കിടയിലൂടെ നുഴഞ്ഞു കയറി വന്നു.

“നീ എപ്പഴാ വന്നെ?” പവിത്ര ചോദിച്ചു.

“അര മണിക്കൂറായി.”

“എങ്ങനൊണ്ടിവിടെ. വല്ല രക്ഷേം ഒണ്ടോ?”

"കണ്ടില്ലേ. ഒരുപാട് പേര് വന്നിട്ടൊണ്ട്. കിട്ടുന്ന കാര്യം സംശയമാ."

"ഇതെല്ലാം ജിഡിഎക്കാരാണോ?"

"നഴ്സുമാരൊണ്ട്, ജിഡിഎ ഒണ്ട്, നഴ്സിങ് അസിസ്റ്റന്റ് ഒണ്ട്, ക്ലീനിങ്ങുകാരൊണ്ട്, അറ്റൻഡേഴ്സ് ഒണ്ട്, ഹൗസ് കീപ്പിങ് ഒണ്ട്."

"ഈ ആണുങ്ങളെല്ലാം അറ്റന്റർമാരായിട്ടു വന്നതാണോ?"

"മെയിൽ നഴ്സും മെയിൽ കെയർ അസിസ്റ്റന്റ്മാരുമൊക്കെ ഒണ്ടെന്നു പറയുന്നു. നീ ചെന്ന് പേരുകൊടുത്ത് ടോക്കണെടുക്ക്."

"അങ്ങനെയൊക്കെ വേണോ?"

"വേണം. ടോക്കൺ കിട്ടിക്കഴിഞ്ഞ് അവരു പേരു വിളിക്കുന്നതുവരെ നമ്മൾ വെയ്റ്റ് ചെയ്യണം."

"നമ്മുടെ ബാച്ചിലെ വേറെ ആരെങ്കിലുമൊണ്ടോ?"

"അമൃതേം അശ്വതീം വരുമെന്നു പറഞ്ഞാരുന്നു. പക്ഷേ കണ്ടില്ല. ഇതാരാ കൂടെ?"

"എന്റെ ബ്രദറാ."

"ഞാനച്ഛനെ കൂട്ടിക്കൊണ്ടു പോന്നു. അവിടെ മാറിയിരിപ്പൊണ്ട്."

ഗ്രീഷ്മ അച്ഛനിരിക്കുന്ന സ്ഥലം ചൂണ്ടിക്കാട്ടി.

പവിത്ര കൗണ്ടറിൽചെന്ന് പേരുകൊടുത്തു ടോക്കൺ വാങ്ങി. അഞ്ചു കൗണ്ടറുകളിൽ ടോക്കൺ വിതരണം നടക്കുന്നുണ്ടായിരുന്നു.

പവിത്രയുടെ പേര് വിളിച്ചപ്പോൾ ഒരുമണി കഴിഞ്ഞു. പ്രത്യേക ഡ്രസ് കോഡ് അണിഞ്ഞ ഒരു മധ്യവയസ്ക പവിത്രയോടു സംസാരിച്ചു. മുഖത്തുനോക്കാതെ അവർ ഒരു റൈറ്റിങ് പാഡിൽ എഴുതിക്കൊണ്ടു ചോദ്യങ്ങൾ ഉതിർത്തു.

"എന്താണ് ക്വാളിഫിക്കേഷൻ?"

എസ്എസ്എൽസി, പ്ലസ്ടു."

"പ്ലസ്ടു പാസ്സാണോ?"

"അതെ."

"പിന്നെന്തു പഠിച്ചു? നഴ്സിങ്ങാ?"

"ജിഡിഎ. ജനറൽ ഡ്യൂട്ടി അസിസ്റ്റന്റ് കോഴ്സ്."

"എവിടെ പഠിച്ചു?"

"കാഞ്ഞിരപ്പള്ളിയിലെ ഒരു ഇൻസ്റ്റിറ്റ്യൂട്ടിൽ."

"എത്ര വർഷം?"

"ആറുമാസത്തെ കോഴ്സായിരുന്നു."

"പാസ്സായോ?"

"പാസ്സായി. സർട്ടിഫിക്കറ്റ് കിട്ടിയിട്ടില്ല. ഉടനെ കിട്ടും."

"എക്സ്പീരിയൻസ്?"

“പാലായിലെ ഹോളി ക്രോസ് ഹോസ്പിറ്റലിൽ മൂന്നുമാസം ഇന്റേൺ ഷിപ്പ് ചെയ്തിട്ടുണ്ട്.”

“ഈ കോഴ്സ് പഠിക്കാനുള്ള കാരണം?”

“എനിക്കൊരു ജോലി വേണം. മാത്രമല്ല, ഒരു ഡോക്ടറോ നഴ്സോ ആകാൻ ആഗ്രഹിച്ചിട്ടൊണ്ട്. അതു നടന്നില്ല.”

“അതെന്താ നടക്കാതെ പോയത്?”

“അതിനുള്ള സാമ്പത്തികം ഇല്ലായിരുന്നു.”

“ഒരു ഹോസ്പിറ്റലിൽ നമ്മൾ ഏറ്റവും ബഹുമാനിക്കേണ്ട വ്യക്തി ആരാണ്?”

പവിത്ര മലച്ചു പോയി.

ഡോക്ടർ? ആശുപത്രി സൂപ്രണ്ട്? മാനേജിങ് ഡയറക്ടർ? ഹോസ് പിറ്റൽ ചെയർമാൻ?

“ഉത്തരമില്ലേ?”

“ഹോസ്പിറ്റലിന്റെ മാനേജിങ് ഡയറക്ടർ.”

“അതാണോ ശരിയുത്തരം?”

“എനിക്കറിയില്ല മാം.”

“പേഷ്യന്റ്! രോഗിക്കുവേണ്ടിയാണ് ഹോസ്പിറ്റൽ. രോഗിയില്ലെങ്കിൽ ഹോസ്പിറ്റലുമില്ല.”

“സോറി മാം.”

“വൈറ്റൽ എടുക്കാൻ പറഞ്ഞാൽ പവിത്ര എന്തു ചെയ്യും?”

“പേഷ്യന്റിന്റെ ഹൈറ്റും വെയ്റ്റും എടുക്കും. ബിപി ചെക്ക് ചെയ്യും.”

“നിങ്ങൾ ഡ്യൂട്ടിയിലുള്ളപ്പോൾ പെട്ടെന്നൊരു ദുരന്തമുണ്ടായാൽ ആദ്യം എന്തു ചെയ്യും?”

“സോറി മാം. ദുരന്തമെന്നുവെച്ചാൽ?”

“ഒരു തീപിടുത്തം. അല്ലെങ്കിൽ ഭൂകമ്പം. അതുമല്ലെങ്കിൽ ഒരു ഭീക രാക്രമണം.”

പവിത്ര ഒന്നറച്ചു. ഡോക്ടറെ വിളിച്ചു പറയണ്ടേ. അതോ പൊലീസി ലറിയിക്കണോ? ഫയർഫോഴ്സിനെ വിളിക്കണോ? പെട്ടെന്നൊരു ബുദ്ധി തോന്നി.

“പേഷ്യന്റിനെ രക്ഷിക്കാൻ ശ്രമിക്കും.”

ഇപ്പോൾ ആ സ്ത്രീ കണ്ണുകളുയർത്തി പവിത്രയെ ഒന്നു നോക്കി.

“ആധാർ കാർഡിന്റെ കോപ്പി, ഫോൺ നമ്പർ ഇത്രയും തന്നിട്ടു പോകണം. ഈ ജോലിക്ക് ആവശ്യത്തിൽ കൂടുതൽ അപേക്ഷകൾ വന്നി ട്ടുണ്ട്. ക്വാളിഫിക്കേഷനും എക്സ്പീരിയൻസിനുമാണ് ഇവിടെ മുൻ ഗണന. സെലക്ട് ചെയ്യപ്പെട്ടാൽ ഫോൺ ചെയ്തു വിവരം അറിയിക്കും.”

പവിത്ര ആധാർ കാർഡിന്റെ കോപ്പിയും ഫോൺ നമ്പറും കൊടുത്തു.

“ഇനി പൊയ്ക്കോളൂ.”

പവിത്ര വിഷ്ണുവിന്റെ അടുത്തേക്കു വന്നു.

“ഗ്രീഷ്മ എവിടെ?”

“അവരുടെ അച്ഛനേം കൂട്ടി ഫുഡ് കഴിക്കാൻ പോയി. അച്ഛൻ ഡയബറ്റിക്കാണെന്ന്. സമയത്തു ഭക്ഷണം കഴിച്ചില്ലെങ്കി പ്രശ്നമാ. ചേച്ചിയോടു പറയാൻ പറഞ്ഞു.”

“ശരി. നമുക്കു പോയേക്കാം.”

“കഴിഞ്ഞോ ഇന്റർവ്യൂ?”

“ഇന്റർവ്യൂ നടന്നില്ലെടാ. ചുമ്മാ ഏതാണ്ടൊക്കെ ചോദിച്ചു. മുഖത്തു പോലും നോക്കാതെ. ഇതിന് ഒരുപാട് പേര് അപേക്ഷിച്ചിട്ടൊണ്ടെന്നാ പറഞ്ഞെ. നല്ല ക്വാളിഫിക്കേഷനും എക്സ്പീരിയൻസും ഉള്ളവർക്കേ കിട്ടത്തൊള്ളൂ.”

“ഞാനപ്പഴേ പറഞ്ഞില്ലേ.”

“ഛെ... വെറുതെ ഇല്ലാത്ത പൈസ മൊടക്കി വന്നിട്ട്...”

“ചേച്ചിയോട് എന്തൊക്കെയാ ചോദിച്ചെ?”

“ഹോസ്പിറ്റലിൽ ഏറ്റവും കൂടുതൽ ബഹുമാനിക്കേണ്ട വ്യക്തി ആരാണെന്നു ചോദിച്ചു.”

“ആരാ?”

“നീ പറ.”

“ഡോക്ടർ. ഓപ്പറേഷനൊക്കെ നടത്തുന്ന സർജൻ.”

“പോടാ അവിടുന്ന്. പേഷ്യന്റ്.”

“ചേച്ചി എന്താ പറഞ്ഞത്?”

“മാനേജിങ് ഡയറക്ടർ എന്ന്. ആദ്യത്തെ ഉത്തരംതന്നെ തെറ്റി. പക്ഷേ വൈറ്റൽസിന്റെ ചോദ്യം വന്നപ്പം ഞാൻ റൈറ്റ് ആൻസറാ പറഞ്ഞത്. ഹോസ്പിറ്റലിൽ തീപിടുത്തമോ ഭൂകമ്പമോ ഉണ്ടായാൽ ആദ്യം എന്തു ചെയ്യുമെന്നു ചോദിച്ചപ്പം പേഷ്യന്റിനെ രക്ഷിക്കാൻ ശ്രമിക്കുമെന്നു പറഞ്ഞു. തെറ്റിപ്പോയ ലക്ഷണമാ.”

“ഇതൊക്കെ പഠിച്ചോണ്ടു വരണ്ടേ?”

“ഇതൊന്നും ഞങ്ങളെ പഠിപ്പിച്ചിട്ടില്ല.”

“അതിന്റർത്ഥമെന്നതാ. ചേച്ചി പഠിച്ച കോഴ്സ് പോരാ.”

“നിനക്ക് പുറത്തു കടക്കാനൊള്ള വഴി അറിയാവോ?” പവിത്ര വിഷയം മാറ്റി.

“'നമുക്ക് ചോയ്ച്ചു ചോയ്ച്ചു പോകാം.” വിഷ്ണു ചിരിയോടെ പറഞ്ഞു.

ചേച്ചിയും അനുജനും തീക്കോയി പഞ്ചായത്തുപടിയിൽ ബസ്സിറങ്ങിയപ്പോൾ സമയം ആറുമണി കഴിഞ്ഞു. ബസ്സ്റ്റോപ്പിനടുത്തുള്ള കടയിൽ കയറി അപ്പുവിനുള്ള ചോക്കലേറ്റ് കൂടി വാങ്ങിച്ചുകൊണ്ടാണ് അവർ വീട്ടിലേക്കു പോയത്. സ്കൂളിൽനിന്നു വന്നപ്പോൾ മുതൽ അമ്മ വരാൻ വേണ്ടി കാത്തുനിന്ന അപ്പു പവിത്ര മുറ്റത്തേക്കു കാൽ വച്ചതും ഓടി വന്നു കെട്ടിപ്പിടിച്ചു. പവിത്ര അവനെ വാരിയെടുത്ത് വട്ടം കറക്കി. വാങ്ങിച്ചു കൊണ്ടുവന്ന മിഠായി കൊടുത്തു. ഇതിനിടയിൽ അജിതമ്മ വിഷ്ണുവിനോട് എറണാകുളത്തുപോയ വിശേഷം തിരക്കുന്നുണ്ടായിരുന്നു.

"എന്റമ്മേ അത് വേറൊരു ലോകമാ. നമ്മള് കണ്ടിട്ടൊള്ള ഹോസ്പിറ്റലുപോലൊന്നുമല്ല അത്. വല്യ പണക്കാർക്ക് മാത്രമൊള്ള സ്ഥലമാ." വിഷ്ണു വിവരിച്ചു.

"അവളു പഠിച്ച ജോലി അവിടെ കിട്ടത്തില്യോടാ?"

"അവിടെ അതൊന്നും പോരേന്നേ. നൂറുകണക്കിനാൾക്കാരാ ജോലിക്കുവേണ്ടി വന്നേക്കുന്നെ. അവിടെ ജോലി കിട്ടണെങ്കി അതിന്റേതായ പഠിപ്പു വേണം."

"ഇന്റർവ്യു ഇല്ലാരുന്നോ?"

"ചേച്ചിയോട് ഏതാണ്ടൊക്കെ ചോദിച്ചു. അതിന്റെ ആൻസറ് പറഞ്ഞതു തെറ്റിപ്പോയെന്നാ ചേച്ചിതന്നെ പറയുന്നെ."

അപ്പുവിനേയുംകൊണ്ട് അകത്തേക്കു വന്ന പവിത്രയോട് അജിതമ്മ ചോദിച്ചു.

"ജോലി കിട്ടുമെന്നു പറഞ്ഞുപോയിട്ട് എന്തായി?"

"തീർച്ചയില്ലമ്മേ. സെലക്ട് ചെയ്യുവാണെങ്കി വിളിക്കാംന്നു പറഞ്ഞു. ഫോൺ നമ്പറ് വാങ്ങിച്ചു വെച്ചിട്ടൊണ്ട്."

"എന്റെ മേളേ, വല്ലവളുമാര് പറയുന്ന കേട്ടോണ്ട് നീ ഇവിടെക്കെടന്നു തുള്ളിയാ വല്ലോം നടക്കുവോ. കാഞ്ഞിരപ്പള്ളീലെ ഏതോ തട്ടിപ്പുകാര് ഫീസുമേടിക്കാൻ വേണ്ടി തട്ടിക്കൂട്ടിയ കോഴ്സ് പഠിച്ചോണ്ട് എറണാകുളത്തോട്ടൊക്കെ ചെന്നാ വല്ല രക്ഷേം ഒണ്ടോ? ചെറിയ ഏതെങ്കിലും ആശുപത്രീം നോക്കാനൊള്ളതിന്..."

"ഇപ്പം ഞാൻ എറണാകുളത്ത് ജോലി അന്വേഷിച്ചു പോയതാണോ വല്യ കുറ്റം?" പവിത്ര നീരസപ്പെട്ടു.

"ഞാനൊന്നും പറയുന്നില്ല. അവനോന്റെ വീടും കുടുംബോം നോക്കി വീട്ടിൽ അടങ്ങിയൊതുങ്ങി കഴിയേണ്ടതിനു പകരം..."

"പകരം?" പവിത്ര നെറ്റി ചുളിച്ചു.

"ഞാനൊന്നും പറയുന്നില്ലെന്നു പറഞ്ഞല്ലോ."

"പറയണ്ട. അമ്മയ്ക്കെന്നെ കുറ്റപ്പെടുത്താൻ ഒരവകാശോം ഇല്ല. എന്നെ ഇങ്ങനെയൊക്കെ ആക്കിത്തീർത്തത് അമ്മതന്നെയാ."

അതോടെ അജിതമ്മ നാവടച്ചു.

രാത്രി പവിത്ര ജിബിയയെ വിളിച്ച് എറണാകുളത്തു പോയി വന്ന കാര്യങ്ങൾ വിശദമായി പറഞ്ഞു.

"നീ നിരാശപ്പെടുകയൊന്നും വേണ്ട കേട്ടോ." ജിബിയ അവളെ സാന്ത്വനപ്പെടുത്തി. "എത്ര വല്യ ഹോസ്പിറ്റലായാലും അവിടെ ജോലി ചെയ്യേണ്ടത് നഴ്സുമാരും ഡോക്ടർമാരും കെയറർമാരുമൊക്കെത്തന്നെയാ. യന്ത്രങ്ങളല്ല. രോഗം കണ്ടുപിടിക്കാൻവേണ്ടി മാത്രമാ യന്ത്രങ്ങൾ. രോഗികളെ ശുശ്രൂഷിക്കേണ്ടത് എന്നേം നിന്നേം പോലത്തെ സാധാരണ മനുഷ്യരാ."

ജിബിയയുടെ വാക്കുകൾ എന്തെന്നില്ലാത്ത സമാധാനവും പ്രത്യാശയുമാണ് പവിത്രയ്ക്കു നൽകിയത്. ജോലി കിട്ടിയില്ലെങ്കിൽ പോലും സാരമില്ലെന്ന് അവൾ വിചാരിച്ചു.

ആഴ്ചകൾ പിന്നെയും കടന്നുപോയി. ഒരു തിങ്കളാഴ്ച ദിവസം പവിത്രയ്ക്ക് ഒരു കോൾ വന്നു. അവൾ ഫോണെടുത്തു സംസാരിച്ചപ്പോൾ ദീപജ്യോതി ഹോസ്പിറ്റലിൽനിന്നാണെന്നു മനസ്സിലായി.

"എച്ച്ആർഡിയിൽനിന്നാണ് വിളിക്കുന്നത്. ദീപജ്യോതിയിൽ കെയർ അസിസ്റ്റന്റിന്റെ തസ്തികയിലേക്ക് ആപ്ലിക്കേഷൻ കൊടുത്തിരുന്ന പവിത്രയാണോ സംസാരിക്കുന്നത്?"

"അതെ. പവിത്രയാണ്."

"ഓകെ. ഇവിടെ ജോലി ചെയ്യാൻ താൽപര്യമുണ്ടെങ്കിൽ ഞാനൊരു ലിസ്റ്റ് പറയാം. നോട്ട് ചെയ്തേക്കണം."

"ശരി സാർ. പേനയെടുത്തോട്ടെ. വൺ സെക്കന്റ്."

"സാരമില്ല. ഞങ്ങൾ ലെറ്റർ സെൻഡ് ചെയ്തിട്ടുണ്ട്. എന്നാലും കേട്ടോളൂ. ദീപജ്യോതിയിലേക്ക് ഇന്റർവ്യൂവിനു വരുമ്പോൾ കൊണ്ടുവരേണ്ട സംഗതികളുടെ ലിസ്റ്റാണ്. ജിഡിഎ കോഴ്സ് പാസായതിന്റെ സർട്ടിഫിക്കറ്റ്. എക്സ്പീരിയൻസ് സർട്ടിഫിക്കറ്റ് ഉണ്ടെങ്കിൽ അത്. എസ്എസ്എൽസി, പ്ലസ്ടു സർട്ടിഫിക്കറ്റ്സ്, മാരീഡാണെങ്കിൽ മാരേജ് സർട്ടിഫിക്കറ്റ്, പഞ്ചായത്തിൽ അല്ലെങ്കിൽ മുനിസിപ്പാലിറ്റിയിൽ ആണോ താമസിക്കുന്നത് അവിടുത്തെ വാർഡ് മെമ്പറുടെ സർട്ടിഫിക്കറ്റ്, പൊലീസ് ക്ലിയറൻസ് സർട്ടിഫിക്കറ്റ്, വോട്ടേഴ്സ് ഐഡി അല്ലെങ്കിൽ ആധാർ കാർഡ്, പാസ്പോർട്ട് സൈസ് ഫോട്ടോ രണ്ടെണ്ണം ഇവയയെല്ലാം കളക്ട് ചെയ്തോണ്ട് രണ്ടാഴ്ചയ്ക്കുള്ളിൽ ഇവിടെ വന്ന് ഇന്റർവ്യു അറ്റൻഡ് ചെയ്യേണ്ടതാണ്."

"സാർ... ഇന്റർവ്യൂവിന്റെ ഡേറ്റ്?"

"അങ്ങനെ ഡേറ്റൊന്നുമില്ല. പവിത്രയെ ഞങ്ങൾ സെലക്ട് ചെയ്തു കഴിഞ്ഞു. ഇനി ചില ഒഫീഷ്യൽ ഫോർമാലിറ്റീസ് മാത്രേയുള്ളൂ. നിങ്ങൾ ഹാജരാക്കുന്ന ഡോക്യുമെന്റ്സ് എല്ലാം പരിശോധിച്ച് നിങ്ങളാ ജോലിക്ക് എലിജിബിളാണെന്ന് ഉറപ്പുവരുത്തുകയാണ് ഇന്റർവ്യുകൊണ്ട് ഉദ്ദേശിക്കുന്നത്."

“സാർ ജിഡിഎ സർട്ടിഫിക്കറ്റ് ഇതുവരെ കിട്ടിയിട്ടില്ല. എക്സാം കഴിഞ്ഞിട്ട് കുറേ മാസങ്ങളായി.”

“അതെല്ലാം കളക്ട് ചെയ്തോണ്ടു വരണം. അതിനാണ് രണ്ടാഴ്ച സമയം തന്നിരിക്കുന്നത്. ഓകെ?”

“ഓകെ സാർ.”

“ഹാവ് എ ഗുഡ് ഡേ.”

“താങ്ക് യൂ സാർ.”

കോൾ കട്ടായി.

ഇതു വിശ്വസിക്കണോ വിശ്വസിക്കാതിരിക്കണോ? ജോലി കിട്ടിയെന്നോ അതോ, കിട്ടിയേക്കുമെന്നോ? ഒന്നും വ്യക്തമായില്ലെങ്കിൽ കൂടിയും പവിത്രയുടെ മിഴികളിൽ വെള്ളം വന്നു നിറഞ്ഞു. അത് ഒപ്പിക്കളഞ്ഞ്, മനസ്സിന്റെ വികാരവിക്ഷോഭങ്ങളടക്കി അവൾ അജിതമ്മയെ സമീപിച്ചു പറഞ്ഞു: “അമ്മേ, ദീപജ്യോതീന്ന് എന്നെ സെലക്റ്റ് ചെയ്തതായിട്ട് ഇപ്പ വിളിച്ചു പറഞ്ഞു.”

“ഇങ്ങോട്ടു വിളിച്ചു പറഞ്ഞോ?”

“ഇപ്പം അവരാ വിളിച്ചത്. വേണ്ട ഡോക്യുമെന്റ്സൊക്കെ സംഘടിപ്പിച്ചോണ്ടു ചെല്ലാൻ പറഞ്ഞു.”

തയ്യൽ മെഷീൻ അതിന്റെ ടേബിളിലേക്കു ചരിച്ചുവച്ച് എണ്ണയിടുകയായിരുന്നു അജിതമ്മ.

“എന്നാ കിട്ടും ശമ്പളം?”

“അതൊന്നും പറഞ്ഞില്ല.”

“ജോലിക്കു പോയാ നീയെവിടെ താമസിക്കും? ആര് ഭക്ഷണം തരും?”

“അതിനൊക്കെ എന്തെങ്കിലും വഴിയുണ്ടാകും.”

“ഇവിടെ നിന്റെ കൊച്ചിന്റെ കാര്യങ്ങൾ ആര് നോക്കും? അതിനെ വളർത്തണ്ടേ?”

“എന്റച്ഛൻ നോക്കും. പറ്റത്തില്ലെങ്കി ബിയാടെ വീട്ടിൽ കൊണ്ടുപോയി വിടും. അതുമല്ലെങ്കി ഏതെങ്കിലും അനാഥാലയത്തിൽ...”

“നീയെന്തിനാ എന്റടുത്ത് ദേഷ്യപ്പെടുന്നെ?”

“ദേഷ്യപ്പെട്ടതല്ല. ഒരിഞ്ചു പിന്നോട്ടില്ലെന്നു പറഞ്ഞതാ.”

അജിതമ്മ മിഷ്യൻ നേരെയാക്കി. തുണിയെടുത്തുവച്ച് തയ്ച്ചു തുടങ്ങി.

പവിത്ര ദീപജ്യോതിയിലേക്ക് സെലക്ട് ചെയ്യപ്പെട്ടുവെന്നറിഞ്ഞപ്പോൾ വിഷ്ണുവിന് ആദ്യം വിശ്വാസമായില്ല.

“നേരാണോ ചേച്ചീ? സത്യമാണോ? ചേച്ചിക്കവിടെ ജോലി കിട്ട്വോ. ഒറപ്പാണോ. അവര് വിളിച്ചുപറഞ്ഞോ സെലക്ട് ചെയ്തെന്ന്. ഒള്ളതാണോ ചേച്ചീ?”

ദീപയാണെങ്കിൽ അപ്പുക്കുട്ടനെ വാരിയെടുത്ത് മുഖം നിറയെ മുത്തം നൽകി.

"നിന്റമ്മയ്ക്കു ജോലി കിട്ടിയെടാ ചക്കരേ. എന്റെ പേരാ നിന്റമ്മേടെ ഹോസ്പിറ്റലിന്. ദീപ. ദീപജ്യോതി."

രാത്രി സുദർശനൻ വീട്ടിൽ വന്നപ്പോൾ ഓടിച്ചെന്ന് വിവരം കൊട്ടി ഘോഷിച്ചതും ദീപയായിരുന്നു.

"അച്ഛാ, ചേച്ചിക്കു ജോലി കിട്ടി."

സുദർശനൻ, ഗാർഹികബാധ്യതകൾ അറിയാത്ത, കളങ്കവും കാപട്യ വുമേശാത്ത ശിശുവിനെപ്പോലെ പുഞ്ചിരി തൂകി.

പത്ത്

ദീപജ്യോതിയിൽനിന്ന് ആവശ്യപ്പെട്ട മിക്കവാറും എല്ലാ സർട്ടിഫിക്കറ്റുകളും പവിത്ര ഒരാഴ്ചയ്ക്കുള്ളിൽതന്നെ ശേഖരിച്ചു. ജിഡിഎ സർട്ടിഫിക്കറ്റ് കിട്ടാനായിരുന്നു താമസം. പവിത്ര അതിനായി സുദർശനനെയാണ് ചുമതലപ്പെടുത്തിയത്. പരീക്ഷ കഴിഞ്ഞിട്ട് മാസങ്ങളായി. നിർബന്ധിത പരിശീലനവും കഴിഞ്ഞു. സർട്ടിഫിക്കറ്റ് പ്രിന്റ് ചെയ്തു തരാനാണ് കാലതാമസം. സുദർശനൻ, തന്റെ രാഷ്ട്രീയ സ്വാധീനം പരമാവധി ഉപയോഗിച്ചുകൊണ്ട് ആഞ്ഞുശ്രമിക്കുന്നുണ്ടായിരുന്നു.

ദിവസങ്ങൾ കഴിയുന്തോറും പവിത്രയ്ക്ക് വേവലാതി കൂടിക്കൂടി വന്നു. ഗവണ്മെന്റിന്റെ അംഗീകാരമുള്ള കോഴ്സ് ആയതിനാൽ അതിന്റെ സർട്ടിഫിക്കറ്റിലും സർക്കാരിന്റെ മുദ്ര ചാർത്തിക്കിട്ടണം. നാടിന്റെ ക്ഷേമപ്രവർത്തനങ്ങൾക്കും വികസനത്തിനുംവേണ്ടി വിനിയോഗിക്കേണ്ടുന്ന പൊതുജനങ്ങളുടെ നികുതിപ്പണത്തിന്റെ തൊണ്ണൂറു ശതമാനവും ശമ്പളവും പെൻഷനും മറ്റാനുകൂല്യങ്ങളുമായി കൈപ്പറ്റിക്കൊണ്ട് സർക്കാർ ഉദ്യോഗസ്ഥർ കാണിക്കുന്ന അനാസ്ഥയ്ക്കും നിസ്സഹകരണത്തിനും നിരവധി തവണ സാക്ഷിയായിട്ടുണ്ട് സുദർശനൻ.

പന്ത്രണ്ടാമത്തെ ദിവസവും രാത്രി സർട്ടിഫിക്കറ്റ് കിട്ടാതെ മടങ്ങി വന്ന സുദർശനനോട് പവിത്ര ആശങ്കപ്പെട്ടു.

“ഇനി എന്തു ചെയ്യും അച്ഛാ. ആ സർട്ടിഫിക്കറ്റില്ലാണ്ട് ജോലി കിട്ടത്തില്ലല്ലോ.”

“നാളെ ഒന്നൂടെ പോയി നോക്കാം.” സുദർശനൻ പ്രത്യാശ വിടാതെ പറഞ്ഞു.

പക്ഷേ, പിറ്റേന്നും നിരാശതന്നെയായിരുന്നു ഫലം. രാത്രി പവിത്ര ജിബിയയെ വിളിച്ച് ആവലാതിപ്പെട്ടു.

“ആ സർട്ടിഫിക്കറ്റ് കിട്ടിയില്ല ജിബീ. കൈവെള്ളയിൽ വെച്ചുകിട്ടിയ ജോലിയാ. അത് നഷ്ടപ്പെടുന്ന ലക്ഷണമാ.”

“എന്താ പ്രശ്നം സർട്ടിഫിക്കറ്റ് കിട്ടാൻ?”

“ഓരോ ദിവസോം ഓരോ തടസങ്ങളാ. ഒപ്പു വയ്ക്കേണ്ട ആൾ ഒരു ദിവസം ഇല്ലെങ്കിൽ അടുത്ത ദിവസം സീൽ ചെയ്യേണ്ട ആൾ ഇല്ല.

പ്രിന്റിങ് മെഷീൻ വർക്ക് ചെയ്യുന്നില്ല. മാർക്ക് ലിസ്റ്റ് ഡയറക്ടർ അപ്രൂവ് ചെയ്തു കിട്ടണം ഇവരൊക്കെ എന്താ അവിടിരുന്ന് ചെയ്യുന്നെ!"

"നീ ടെൻഷനടിക്കണ്ട. നല്ല ദിവസം നോക്കി കയ്യിലൊള്ള സർട്ടിഫിക്കറ്റുകളുമായി നീ എറണാകുളത്ത് ചെല്ല്. എക്സാം പാസായിട്ടുണ്ടല്ലോ. കോഴ്സ് കംപ്ലീഷൻ സർട്ടിഫിക്കറ്റും മാർക്ക് ലിസ്റ്റിന്റെ ഡ്യൂപ്ലിക്കേറ്റും ഇല്ലേ. പിന്നെ മറ്റ് അക്കാഡമിക് സർട്ടിഫിക്കറ്റുകൾ. എച്ച്ആർഡിയിൽ അതൊക്കെ കാണിച്ചിട്ട് പറ, ജിഡിഎ സർട്ടിഫിക്കറ്റ് കിട്ടാൻ കുറച്ചു ലേറ്റാകും. ബാക്കിയെല്ലാം ഒണ്ടെന്ന്."

"അങ്ങനെ പറഞ്ഞാ മതിയോ?"

"മതിയെന്നേ. അവർക്ക് സത്യം മനസ്സിലാക്കാനൊള്ള ബോധം ണ്ടല്ലോ. സർക്കാരുദ്യോഗസ്ഥന്മാരാണെങ്കി നമുക്ക് ആ ജോലി എങ്ങ നെങ്കിലും കിട്ടാതിരിക്കാൻ നോക്കും. ഇത് പ്രൈവറ്റ് ഹോസ്പിറ്റലല്ലേ. അവർക്കാവശ്യമുണ്ടെങ്കിൽ തീർച്ചയായിട്ടും നിനക്ക് ജോലി തന്നിരിക്കും."

"പോയി നോക്കാം അല്ലേ? എന്റെ പ്രതീക്ഷയെല്ലാം പോയി."

"നിനക്ക് കിട്ടുമെടീ. നിന്നെപ്പോലൊരു മിടുക്കിയെ അവരെന്തായാലും വേണ്ടെന്നു വെക്കില്ല."

പോകേണ്ട ദിവസം നിശ്ചയിച്ച് പവിത്ര തലേദിവസംതന്നെ അച്ഛ നോടു പറഞ്ഞുവെച്ചു. "അച്ഛാ, നാളെ എന്റെ കൂടെ എറണാകുളത്ത് വരണേ. വേറെ കേസൊന്നും പിടിച്ചേക്കരുത്."

"നാളെയോ? എനിക്കൊരു മീറ്റിങ്ങൊണ്ടല്ലോ നാളെ."

"ആ മീറ്റിങ് എറണാകുളത്തേക്കു മാറ്റാം."

"തമാശയല്ല മോളേ."

"അച്ഛാ, ഇതും തമാശയല്ല. എന്റെ ജോലിക്കാര്യമാ."

"നിനക്ക് ജിഡിഎ സർട്ടിഫിക്കറ്റ് കിട്ടിയിട്ടില്ലല്ലോ. പിന്നെങ്ങനാ?"

"അതൊന്നും സാരമില്ലച്ഛാ. "

അപ്പോഴേക്കും അജിതമ്മ ഇടയ്ക്കു കയറി.

"പഠിച്ച കോഴ്സിന്റെ സർട്ടിഫിക്കറ്റ് പോലുമില്ലാതെ വെറുതെ കയ്യും വീശി അങ്ങോട്ടു ചെന്നിട്ടെന്നാ കാര്യം? വെറുതെ വണ്ടിക്കൂലി കളയാം ന്നല്ലാതെ."

"അമ്മ ഇതിലെടപെടണ്ട. അമ്മയ്ക്കു താൽപര്യമില്ലെന്ന് എനിക്കു പണ്ടേ അറിയാം. എനിക്കു ജോലി കിട്ടാതിരിക്കാൻ അമ്മ എവിടൊക്കെയാ വഴിപാട് നേർന്നിരിക്കുന്നെ."

"ഞാനൊന്നും പറയുന്നില്ല. നിന്റിഷ്ടംപോലെ ചെയ്തോ."

"അമ്മയെന്തിനാ നെഗറ്റീവ് പറയുന്നെ, ബാക്കിയുള്ളോരുടെ മനസ്സി ടിക്കാൻ വേണ്ടി."

"ഇതായിപ്പം നന്നായത്. എനിക്കു വാ തൊറക്കാൻ പറ്റത്തില്ല." അജി തമ്മ പിറുപിറുത്തു.

പിറ്റേന്നു രാവിലെ സുദർശനനെയും കൂട്ടി പവിത്ര എറണാകുള ത്തേക്കു തിരിച്ചു. ഹോസ്പിറ്റൽ കണ്ടപ്പോൾ സുദർശനനും വലിയ അദ്ഭുതമായി.

"ഇതൊരു മായാലോകം പോലുണ്ടല്ലോ. വല്യ എയർപോർട്ടിലൊക്കെ ചെല്ലുന്ന പോലെയാണല്ലോ."

"അച്ഛനിഷ്ടമല്ലേ ഞാൻ ജോലിക്കു പോണത്?"

"എന്താ നിനക്കിപ്പം അങ്ങനൊരു സംശയം? എനിക്കിഷ്ടമാ. ഞാനല്ലേ നിനക്ക് ആ കോഴ്സ് പഠിക്കാനൊള്ള അഡ്മിഷനൊക്കെ വാങ്ങിത്തന്നത്."

സർട്ടിഫിക്കറ്റുകളുമായി ആദ്യം പവിത്ര എച്ച്ആർഡിയിൽ ചെന്നു. അതെല്ലാം വാങ്ങി നോക്കിയിട്ട് ഓഫീസർ പറഞ്ഞു: "ഇതെന്താ ഇത്രേം ലേറ്റായത്? ഇപ്പത്തന്നെ ടൂ വീക്സിനടുത്തായില്ലേ?"

"സർട്ടിഫിക്കറ്റ്സെല്ലാം കളക്ട് ചെയ്യാൻ സമയമെടുത്തു." പവിത്ര വിനയാന്വിതയായി.

"അപ്പോൾ ഇടയ്ക്ക് ഒന്ന് ഇൻഫോം ചെയ്യണ്ടേ."

"രണ്ടാഴ്ച സമയമുണ്ടെന്നു പറഞ്ഞതുകൊണ്ടാ."

"ജിഡിഎ സർട്ടിഫിക്കറ്റില്ലല്ലോ. അതെവിടെ?"

"അതിനു വേണ്ടിയാ ഇത്രേം വെയ്റ്റ് ചെയ്തത്. അതുമാത്രം കിട്ടി യില്ല. അതു ഞാൻ പിന്നീട് സബ്മിറ്റ് ചെയ്തോളാം. കോഴ്സ് കംപ്ലീ ഷൻ സർട്ടിഫിക്കറ്റും മാർക്ക് ലിസ്റ്റും ഉണ്ട്."

"അതെല്ലാം ഒറിജിനലാണോന്ന് എങ്ങനെ അറിയും?"

"സാർ, ഓൺലൈനിലൊണ്ട് ഇതിന്റെ ഡീറ്റെയ്ൽസ്."

ഓഫീസർ സർട്ടിഫിക്കറ്റുകളെല്ലാം ഒരിക്കൽ കൂടി പരിശോധിച്ചശേഷം പവിത്രയോടു വെയ്റ്റ് ചെയ്യാൻ നിർദ്ദേശിച്ചു. ഓഫീസർ ആരെയോ ഫോണിൽ വിളിച്ച് സംസാരിക്കുന്നത് ആശങ്കയോടെ നോക്കി പവിത്ര ഓഫീസിന്റെ വാതിൽക്കൽ വന്നു നിന്നു. കുറച്ചു കഴിഞ്ഞപ്പോൾ ഓഫീ സർ പവിത്രയെ വിളിപ്പിച്ചിട്ട് സർട്ടിഫിക്കറ്റുകളുമായി നഴ്സിങ് ഓഫീ സിലേക്കു ചെല്ലാൻ നിർദ്ദേശിച്ചു. പവിത്ര അച്ഛനെയും കൂട്ടി അവിടെ എത്തി.

നഴ്സിങ് ഓഫീസിലെ സ്റ്റാഫ് പവിത്രയുടെ സർട്ടിഫിക്കറ്റുകൾ വാങ്ങി പരിശോധിച്ചശേഷം ചോദിച്ചു: "ജിഡിഎ സർട്ടിഫിക്കറ്റ് ഒരു മാസത്തി നകം ഹാജരാക്കാൻ പറ്റുമോ?"

പവിത്രയ്ക്ക് അറിയില്ല ഒരു മാസത്തിനുള്ളിൽ കിട്ടുമോ എന്ന്. എങ്കിലും അവൾ പറഞ്ഞു.

"ഒരു മാസത്തിനുള്ളിൽ കൊണ്ടുവരാം സാർ."

"ഇല്ലെങ്കിൽ പിന്നെ ഈ ജോലി പ്രതീക്ഷിക്കണ്ട."

"കൊണ്ടു വരാം."

“എന്ന് ജോയിൻ ചെയ്യാൻ പറ്റും?”

നഴ്സിങ് ഓഫീസിലെ ഉദ്യോഗസ്ഥൻ ചോദിച്ചപ്പോൾ ഒരു നിമിഷം പവിത്ര സ്തബ്ധയായി.

“ജോയിൻ ചെയ്യാൻ?”

“നാളെ പറ്റുമോന്ന്. അല്ലെങ്കിൽ മറ്റന്നാൾ... ജോയിൻ ചെയ്യുന്നതിനു മുൻപ് മെഡിക്കലെടുക്കണം. അതിന് രണ്ടായിരം രൂപയോളമാകും. മെഡിക്കലെടുത്താൽ പിറ്റേന്ന് ജോയിൻ ചെയ്യണം. അതുകൊണ്ടാണു ചോദിക്കുന്നത്.”

“മെഡിക്കൽന്നു വെച്ചാ... ഞങ്ങൾ പുറത്തവിടെങ്കിലും എടുത്തിട്ട്...”

“അതു പോര. കംപ്ലീറ്റ് മെഡിക്കൽ ചെക്കപ്പാണ് ഉദ്ദേശിക്കുന്നത്. അച്ഛനല്ലേ കൂടെയുള്ളത്. ആലോചിച്ചിട്ട് ഡിസൈഡ് ചെയ്താ മതി.”

പവിത്ര അച്ഛനുമായി കൂടിയാലോചിച്ചു.

“ഇവിടെത്തന്നെ ചെയ്യണംന്നു പറഞ്ഞു.”

“രണ്ടായിരം രൂപ വേണ്ടേ. എന്റെ കയ്യിൽ ഇരുനൂറ് തെകച്ചെടുക്കാനില്ല.”

“മെഡിക്കൽ ചെക്കപ്പ് കഴിഞ്ഞ് പിറ്റേദിവസം ജോയിൻ ചെയ്യണംന്ന്.”

“ശ്ശെടാ. ഇന്നു ചെയ്യണെങ്കി പൈസ വേണ്ടേ. നിന്റെ കയ്യിലൊണ്ടോ?”

“തികയുംന്നു തോന്നുന്നില്ല. ഞാൻ ചോദിച്ചുനോക്കട്ടെ.”

പവിത്ര നഴ്സിങ് ഓഫീസിനെത്തന്നെ അഭയം പ്രാപിച്ചു.

“ഇന്നുതന്നെ മെഡിക്കലെടുക്കണംന്നുണ്ട്. നാളെത്തന്നെ ജോയിൻ ചെയ്യാം. പക്ഷേ, മെഡിക്കലിനുള്ള പൈസ കരുതീട്ടില്ല. നാളെ വന്നു മെഡിക്കലെടുത്തിട്ട് വീണ്ടും വീട്ടിൽ പോയി വരികാന്നു വെച്ചാ... അങ്ങോട്ടുമിങ്ങോട്ടും കുറേ...”

“സാരമില്ല. ഇന്നുതന്നെ മെഡിക്കലെടുത്തോ. നാളെ ബില്ല് പേ ചെയ്താ മതി. പവിത്ര മാരീഡല്ലേ പ്രഗ്നൻസി ടെസ്റ്റ്കൂടെ വേണ്ടി വരും.”

പവിത്ര എന്തു പറയണമെന്നറിയാതെ നിന്നു. ഭർത്താവുമായി അകന്നു ജീവിക്കാൻ തുടങ്ങിയിട്ട് ഏതാണ്ട് ഒരു വർഷത്തോളമായെന്ന് പറയാനും വയ്യ.

“സാർ, എവിടെപ്പോയിട്ടാണ് മെഡിക്കലിനുള്ള കാര്യങ്ങൾ?”

“നേരെ കാഷ്വൽറ്റിയിൽ ചെല്ലുക. അവിടുള്ള ഏതെങ്കിലും സ്റ്റാഫിനോടു പറഞ്ഞാൽ നിങ്ങളെ റിസപ്ഷനിൽ കൊണ്ടുപോയി ഒരു എം ആർസി കാർഡ് തരും അവരോടു പറയണം, ജനറൽ മെഡിസിനിലെ ഏതെങ്കിലും ഡോക്ടറെ കാണണമെന്ന്. ഇവിടെ ജോലിക്കു വന്നതാണെന്നും അതിന്റെ ഭാഗമായുള്ള മെഡിക്കൽ ചെക്കപ്പാണെന്നും പറയണം. ഡോക്ടർ ടെസ്റ്റെല്ലാം കുറിച്ചു തരും. അതുമായി ലാബിലോട്ടു ചെന്നാ മതി. അവിടുന്നൊരു ടോക്കൺ കിട്ടും. സ്പെസിമെൻ എല്ലാം ലാബിൽ കൊടുത്തിട്ട് പോവുക. കുഴപ്പമൊന്നുമില്ലെങ്കിൽ നാളെത്തന്നെ ജോയിൻ ചെയ്യാം.”

“ഒരു ദിവസത്തെ സാവകാശംകൂടി കിട്ടില്ലേ സാർ. ജോലിക്കു തയ്യാറായിട്ടു വരണ്ടേ?”

“വിതിൻ ഫോർട്ടി എയ്റ്റ് അവേഴ്സ്. ഓകെ?”

“നാളെ വിളിച്ചിട്ടു വന്നാ മതിയോ മെഡിക്കലിൽ എന്തെങ്കിലും കുഴപ്പംണ്ടെങ്കിൽ വെറുതെ വരണ്ടല്ലോ.”

“മെഡിക്കലിന്റെ റിസൽട്ട് നിങ്ങളിവിടെ തന്നിരിക്കുന്ന ഫോൺ നമ്പറിൽ വിളിച്ചറിയിക്കും. ഇ മെയിലിലും സെൻഡ് ചെയ്യും. ഇന്നു തന്നെ. ആരോഗ്യ പ്രശ്നങ്ങളൊന്നുമല്ലല്ലോ പവിത്രയ്ക്ക്, ഉണ്ടോ?”

“ഇല്ല സാർ.”

“ഓകെ. അപ്പോൾ പറഞ്ഞതുപോലെ. ചെയ്യുക. സീ യൂ.”

“താങ്ക് യൂ സാർ.”

പവിത്ര അച്ഛനെയും കൂട്ടി മെഡിക്കൽ ചെക്കപ്പിനു പോയി. എല്ലാം കഴിഞ്ഞ് ദീപജ്യോതിയിൽനിന്നു പുറത്തു കടക്കുമ്പോൾ മൂന്നു മണി കഴിഞ്ഞു. സുദർശനൻ ഈരാറ്റുപേട്ടയിൽ ഇറങ്ങിയിട്ട് പവിത്രയെ തീക്കോയി ബസ്സിൽ കയറ്റി വിട്ടു.

വീട്ടിൽ തിരിച്ചെത്തിയപ്പോൾ അജിതമ്മ ചോദിച്ചു: “അച്ഛനും മോളും കൂടി പോയിട്ട് അച്ഛനെന്ത്യേ?”

“പേട്ടേലിറങ്ങി. അവിടല്ലേ പാർട്ടിയാപ്പീസ്.”

“ജോലീടെ കാര്യം എന്തായി?”

“മെഡിക്കലും കൂടി കഴിയണം. നാളെ അറിയാം.”

അജിതമ്മയ്ക്ക് അത് ശരിക്കു മനസ്സിലായില്ല. പവിത്ര കൂടുതൽ വിശദീകരിക്കാൻ നിൽക്കാതെ മുറിയിലേക്കു പോയി. അടുത്ത ദിവസം രാവിലെതന്നെ ദീപജ്യോതിയിൽനിന്ന് പവിത്രയ്ക്കു കോൾ വന്നു. മെഡിക്കൽ ചെക്കപ്പിൽ കുഴപ്പമൊന്നുമില്ല. അടുത്ത ദിവസംതന്നെ ജോലിക്കു ഹാജരാകണം.

പവിത്ര താമസം എറണാകുളത്തേക്കു മാറ്റാനുള്ള ഒരുക്കങ്ങളിൽ മുഴുകി. ഡ്രസ്സും അത്യാവശ്യസാധനങ്ങളും പാക്ക് ചെയ്തു വച്ചു. ദീപ തന്റെ ചില ചുരിദാർ ടോപ്പുകൾ പവിത്രയ്ക്കു നൽകി. പവിത്രയ്ക്കു കൊള്ളാവുന്ന ഡ്രസ് രണ്ടോ മൂന്നോ ജോഡിയേ ഉണ്ടായിരുന്നൊള്ളൂ. അതെല്ലാം ജിബിയ പലപ്പോഴായി സമ്മാനിച്ചതുമാണ്.

അജിതമ്മ, അച്ചാറും ഉപ്പേരിയുമൊക്കെ ഉണ്ടാക്കി തന്നയയ്ക്കാം എന്നു പറഞ്ഞെങ്കിലും പവിത്ര അത് നരസിച്ചു.

“അവിടെ ഹോസ്റ്റലിലായിരിക്കും താമസം. ഒരു മുറിയിൽ നാലും അഞ്ചും പേരൊക്കെ ഒന്നിച്ചാണെന്നാ അറിഞ്ഞത്. ആദ്യം അവിടെച്ചെന്ന് അവിടുത്തെ അവസ്ഥയൊന്നു മനസ്സിലാക്കട്ടെ.”

രാത്രി പവിത്ര ജിബിയയെ വിളിച്ച് താൻ നാളെ മുതൽ ജോലിയിൽ പ്രവേശിക്കുകയാണെന്ന വിവരം അറിയിച്ചു. കുറച്ചു രൂപ അമ്മയുടെ അക്കൗണ്ടിലേക്ക് ഇട്ടു തരണമെന്ന് ആവശ്യപ്പെടുകയും ചെയ്തു.

"ഞാനിപ്പത്തന്നെ ട്രാൻസ്ഫർ ചെയ്തേക്കാം. എത്ര രൂപയാ വേണ്ടത്?" ജിബിയയുടെ മറുപടി വന്നു.

"നാലായിരം. രണ്ടായിരം രൂപ മെഡിക്കലിന്റെ ബില്ല് കൊടുക്കണം.

"ഫൈവ് തൗസന്റ് ഇട്ടേക്കാം."

"താങ്ക് യൂ ബിയാ."

"പിന്നെ നിന്നോടെനിക്കു പറയാനുള്ളത് എന്താന്നു വെച്ചാ ആരോടും വല്യ ചങ്ങാത്തത്തിനൊന്നും പോകണ്ട. മനുഷ്യർക്ക് പൊതുവെ ഒരു കൊഴപ്പംണ്ട്. മറ്റുള്ളവർ നന്നായിരിക്കുന്നതു കാണാൻ വയ്യ. തനിക്കില്ലാത്ത ഒന്നും മറ്റാർക്കും ഉണ്ടാകാൻ പാടില്ല. മൃഗങ്ങൾക്കുപോലുമില്ല അങ്ങനൊരു ദുസ്സ്വഭാവം. അതുകൊണ്ട് എപ്പളും ആ ചിന്ത മനസ്സിലിരിക്കണം. നമ്മൾ നല്ല രീതിയിൽ പെരുമാറുന്നതും നല്ലപോലെ ജോലി ചെയ്യുന്നതും വൃത്തിയായി വസ്ത്രം ധരിക്കുന്നതും നല്ല ഭക്ഷണം കഴിക്കുന്നതും നല്ല ശീലങ്ങൾ പാലിക്കുന്നതും നല്ല സന്തോഷത്തോടെ ഇരിക്കുന്നതും ഇഷ്ടപ്പെടാത്തവരാണ് കൂടുതൽ പേരും. ചിരിക്കുന്ന ചിരിയെല്ലാം ചിരിയല്ല. കാണിക്കുന്ന സ്നേഹമെല്ലാം സ്നേഹമല്ല. പ്രകടിപ്പിക്കുന്ന അനുകമ്പയൊന്നും അനുകമ്പയുമല്ല. അത് മനസ്സിൽ കണ്ട് നിന്നോളണം. ഓർക്കാപ്പുറത്ത് തലയ്ക്കടി കിട്ടിയപോലെ നമ്മൾ ഞെട്ടിപ്പോകും, ഇന്നലെ തോളിൽ കയ്യിട്ടു നടന്നവർ ഇന്നു രാവിലെ പെരുമാറുമ്പം. നമ്മൾ പെണ്ണുങ്ങളാണ്. ഹോർമോൺ ബാലൻസ് സ്ത്രീക്ക് കൂടുതലാണ്. ശരീരത്തിൽ പലതരം മാറ്റങ്ങൾ വരും. അതിനനുസരിച്ച് മൂഡ് ചെയ്ഞ്ച് വരും. കൂടാതെ അസൂയയും കുശുമ്പും നമ്മുടെ രക്തത്തിൽ അലിഞ്ഞുചേർന്നിരിക്കുന്നതാണ്. ഇതൊന്നും നിഷേധിച്ചിട്ട് കാര്യമില്ല. നല്ല ആത്മധൈര്യമുള്ള ഒരു പെണ്ണിന് പത്ത് ആണുങ്ങളുടെ ഇടയിൽ തന്റേടത്തോടെ പിടിച്ചു നിൽക്കാൻ പറ്റും. രണ്ടു പെണ്ണുങ്ങൾക്കിടയിൽ പറ്റില്ല. അവർ തകർത്തു കളയും."

"ശ്ശൊ, നീയെന്നെ പേടിപ്പിക്കുവാണോ ബിയാ?"

"ഞാനിത് കുറേ അനുഭവിച്ചതാ. നീ നല്ല സ്വഭാവമൊള്ള പെണ്ണായതുകൊണ്ട് നല്ലപോലെ സൂക്ഷിക്കണം. തോന്നിയപോലെ ജീവിക്കുന്നോർക്ക് ഒരു പ്രശ്നോം ഇല്ല. അവർക്ക് ജോലിയിൽ കള്ളത്തരം കാണിക്കാം. മറ്റുള്ളവർക്കിട്ട് പാര വയ്ക്കാം. പലതരം കള്ളത്തരങ്ങൾ പറഞ്ഞു ലീവെടുക്കാം. അവരെ ആരും ചോദ്യം ചെയ്യാനോ കുറ്റപ്പെടുത്താനോ നിൽക്കില്ല. പക്ഷേ, സത്യസന്ധതയോടെ ജോലിചെയ്തു ജീവിക്കുന്നവർക്ക് ഒരു കൈത്തെറ്റ് പറ്റിയാ നാനാഭാഗത്തുനിന്ന് കല്ലേറ് വരും. അതും മനസ്സിൽ വെച്ചോ."

"പറഞ്ഞതു നന്നായി. നോക്കീം കണ്ടും നിൽക്കാല്ലോ."

"പിന്നേ... നീ ആ മെഡിക്കൽ ചെക്കപ്പ് ബിൽ കൊടുക്കണ്ട, കേട്ടോ."

"അവര് തന്ന ബില്ല് എന്റെ കയ്യിലിരിക്കുവാ."

"നീയത് അടയ്ക്കണ്ട. ആരും ചോദിക്കാനൊന്നും വരില്ല. അഥവാ ചോദിച്ചാൽ പറഞ്ഞേക്കണം, ഇങ്ങോട്ടു ജോലിക്കു വരാൻവേണ്ടി പലതും വാങ്ങാനുണ്ടായിരുന്നു. കയ്യിലുണ്ടായിരുന്ന പൈസ തീർന്നു പോയീന്ന്."

"അവർക്ക് ഇഷ്ടപ്പെട്ടില്ലെങ്കിലോ?"

"മെഡിക്കലൊക്കെ ഫ്രീയായിട്ട് ചെയ്യേണ്ടതാ. അവരുടെ ഹോസ്പിറ്റലിൽ ജോലിക്കെടുക്കാൻ വേണ്ടി അവരാണ് പൈസ മുടക്കേണ്ടത്. നമ്മളല്ല."

"പിന്നെ അവര് ബില്ലടയ്ക്കണംന്നു പറഞ്ഞതോ?"

"കിട്ടുന്നതു പോരട്ടേന്നാ. തരുന്നവരോടു വാങ്ങും. ഇവിടേം അങ്ങനൊക്കെയാ. മെഡിക്കലിനു ബില്ല് ഈടാക്കുന്നത് നിയമപരമായിട്ട് ശരിയല്ല. ഫിറ്റ്നസ് ഇല്ലാത്തവർക്ക് അവര് ബില്ലടച്ച പൈസ തിരിച്ചു കൊടുക്കുവോ? പൈസ അടച്ചതിന്റെ പേരിൽ ഫിറ്റല്ലാത്തവരെ അവര് ജോലിക്കെടുക്കുവോ?"

"അപ്പോ കൊടുക്കണ്ട, അല്ലേ?"

"അത്ര നിർബന്ധമാണെങ്കി അവര് സാലറീന്ന് കട്ട് ചെയ്യട്ടെ."

പവിത്ര ഉവ്വെന്നു മൂളി.

രാത്രി അത്താഴത്തിനുശേഷം പവിത്ര ദീപയേയും വിഷ്ണുവിനെയും വിളിച്ച് അപ്പുവിന്റെ കാര്യങ്ങൾ അവരെ ഏൽപ്പിച്ചു.

"ഇവിടുള്ളപ്പം നിങ്ങടെ ശ്രദ്ധ വേണം. അമ്മയ്ക്കു നോക്കാൻ സമയം കിട്ടത്തില്ല. സ്റ്റിച്ചിങ് നല്ല കോൺസൻട്രേഷൻ വേണ്ട സംഗതിയാ. അവൻ ഒറ്റപ്പെട്ടുപോയീന്ന് തോന്നരുത്."

"അപ്പക്കുട്ടന്റെ കാര്യം ഞങ്ങളേറ്റു ചേച്ചീ." ദീപ വാക്കുകൊടുത്തു.

രാത്രി അപ്പുവിനെ കെട്ടിപ്പിടിച്ചു കിടക്കുമ്പോൾ പവിത്രയുടെ നെഞ്ചിനുള്ളിൽ സങ്കടക്കടൽ അലതല്ലി. അച്ഛന്റെയും അമ്മയുടെയും സാമീപ്യമില്ലാതെ വളരേണ്ടി വരുന്ന പാവം കുഞ്ഞ്. അച്ഛന്റെ അഭാവം അവനെ അധികമൊന്നും വേദനിപ്പിച്ചിട്ടില്ലെന്ന് പവിത്രയ്ക്കറിയാം. എന്നാൽ അമ്മ അവന്റെ സ്നേഹക്കൂടാരമാണ്. അവന്റെ പുതപ്പാണ്. അവന്റെ നെഞ്ചിലെ ചൂടാണ്. അവന്റെ സർവ്വവും അമ്മയാണ്. മകനെ തഴുകിത്തലോടി, ഉമ്മവച്ച് പവിത്ര ഏറെനേരം ഉറങ്ങാതെ കിടന്നു.

രാവിലെ അപ്പുവിനോടു യാത്ര പറയുമ്പോൾ പവിത്രയുടെ കണ്ണു നിറഞ്ഞൊഴുകി.

"അമ്മ ഒരിടത്തു ജോലിക്കു പോകുവാ. മൂന്നാലു ദിവസം കഴിഞ്ഞേ തിരിച്ചു വരത്തൊള്ളൂ. മോൻ വഴക്കൊന്നും ഉണ്ടാക്കാതെ മിടുക്കനായിട്ട് ഇരിക്കണം." ഇത്രയുമേ അവൾ പറഞ്ഞൊള്ളൂ.

ദിവസങ്ങളുടെ എണ്ണവും ആഴ്ച മാസങ്ങളുടെ ദൈർഘ്യവും മനസ്സിലാക്കാനുള്ള തിരിച്ചറിവായിട്ടില്ല അപ്പുവിന്.

അച്ഛനോടും അമ്മയോടും യാത്ര പറഞ്ഞ് ദീപയെ ആശ്ലേഷിച്ച് അപ്പുക്കുട്ടന്റെ നെറുകയിൽ മുത്തമിട്ട് പവിത്ര വിഷ്ണുവിനെയും കൂട്ടി വീടുവിട്ടിറങ്ങി.

ദീപജ്യോതിയിൽ എത്തിയശേഷം എച്ച്ആർഡിയിൽ ചെന്ന് ജോലിക്കു ജോയിൻ ചെയ്യാൻ വന്നതാണെന്ന് അറിയിച്ചു. എച്ച്ആർഡിയിൽ

പൂരിപ്പിച്ചു കൊടുക്കേണ്ട ചില അപേക്ഷാഫോറങ്ങൾ പവിത്രയ്ക്കു കിട്ടി. പവിത്രയും വിഷ്ണുവുംകൂടി സന്ദർശകർക്കുള്ള ഹാളിൽ പോയിരുന്ന് അവയെല്ലാം പൂരിപ്പിച്ചു. പവിത്ര ഒപ്പിടേണ്ട പേപ്പറുകൾ അനേകമുണ്ടാ യിരുന്നു. അതിലെല്ലാം സൈൻ ചെയ്തു കഴിഞ്ഞപ്പോഴേക്ക് നേരം ഉച്ച യായി. മെഡിക്കൽ ചെക്കപ്പിന്റെ ബില്ലടയ്ക്കുന്നതിനെപ്പറ്റി ആരും സൂചി പ്പിച്ചുപോലുമില്ല.

എച്ച്ആർഡിയിൽ വച്ചുതന്നെ പവിത്രയുടെ ഫോട്ടോ എടുത്തു. അത് എൻട്രി പാസിനുവേണ്ടിയുള്ളതായിരുന്നു. കുറച്ചു സമയത്തിനുള്ളിൽ പവിത്രയുടെ ഫോട്ടോ പ്രിന്റ് ചെയ്ത എൻട്രി പാസ് കിട്ടി. ഇനി നഴ്സിങ് ഓഫീസിൽ ചെല്ലണം.

വിഷ്ണുവിന്റെ ജോലി കഴിഞ്ഞു. അവനെ മെയിൻ എൻട്രൻസിൽ കൊണ്ടുപോയി യാത്രയാക്കിയശേഷം പവിത്ര നഴ്സിങ് ഓഫീസിലേക്കു പോയി. അവിടെ വിശാലമായ കോറിഡോറിൽ പവിത്രയെപോലെ ചിലർ കാത്തുനിൽപ്പുണ്ടായിരുന്നു. രണ്ടുപേർ നഴ്സായി ജോയിൻ ചെയ്യാൻ വന്നവർ. ഒരാൾ ഹൗസ്കീപ്പിങ്ങിലേക്ക് അപ്പോയ്ന്റ് ചെയ്യപ്പെട്ട ആൾ. പവിത്രയെപോലെ കെയർ അസിസ്റ്റന്റായി ജോലിയിൽ ചേരുന്ന ഒരു യുവതിയും.

അവിടെയുള്ള കസേരകളിൽ ഒന്നിൽ പവിത്ര ഇരുന്നു. കുറച്ചു കഴി ഞ്ഞപ്പോൾ നഴ്സിങ് സൂപ്രണ്ട് വന്നു. ഓരോരുത്തരുടെയും സർട്ടിഫി ക്കറ്റുകളുടെ ഒറിജിനൽ വാങ്ങി നോക്കി. എല്ലാവരോടും ഒരു ചെറിയ പ്രഭാഷണം.

"ദീപജ്യോതി ഇന്ത്യയിലെതന്നെ ഏറ്റവും വലിയ ഹോസ്പിറ്റലുകളിൽ ഒന്നാണ്. ഇവിടെ ജോലിചെയ്യുക എന്നതുതന്നെ അഭിമാനമുള്ള സംഗതി യാണ്. എല്ലാ ജോലികളും സേവനമാണെങ്കിലും ഹോസ്പിറ്റലുകളിലെ ജോലിയുടെ പ്രത്യേകത ആതുരസേവനമാണെന്നുള്ളതാണ്. അനു കമ്പയും കരുണയും സ്നേഹവുമാണ് ഇവിടെ അഭയം പ്രാപിക്കുന്ന വർക്കുള്ള ഏറ്റവും വലിയ ചികിത്സ. ഔഷധങ്ങളും പരിശോധനകളും ശസ്ത്രക്രിയകളുമെല്ലാം അതിനു താഴെയാണ്. നമ്മുടേതായ എല്ലാ വിഷമങ്ങളും വേദനകളും മാറ്റിവച്ച് നമ്മുടെ മുന്നിലുള്ള രോഗിയുടെ സൗഖ്യത്തിനും രോഗശാന്തിക്കും വേണ്ടി കാരുണ്യത്തോടെ അവരെ ശുശ്രൂഷിക്കുകയും ചികിത്സാവിധികൾക്കായി ഒരുക്കുകയും ചെയ്യുക എന്നുള്ളതാണ് നിങ്ങളുടെ കടമ. നിങ്ങൾക്ക് ജോലിയിൽ ആവശ്യമായ നിർദ്ദേശങ്ങൾ നിങ്ങൾ ഏതു ഡിപ്പാർട്ടുമെന്റിലാണോ ജോയിൻ ചെയ്യു ന്നത് അതത് ഡിപ്പാർട്ടുമെന്റിലെ ഇൻചാർജ്മാരും ടിഎൽമാരും മറ്റ് സീനി യോഴ്സും നൽകുന്നതായിരിക്കും."

നഴ്സിങ് സൂപ്രണ്ടിനു പറയാനുള്ളത് കഴിഞ്ഞു. എംഐസിയു ഡിപ്പാർട്ടുമെന്റിലേക്കാണ് പവിത്രയെ പോസ്റ്റ് ചെയ്തിരിക്കുന്നത്.

ഒരു സെക്യൂരിറ്റിയുടെ സഹായത്തോടെ പവിത്ര എംഐസിയുവിന്റെ മുന്നിലെത്തി. അതിന്റെ മുന്നിൽനിന്ന സെക്യൂരിറ്റി പവിത്രയോടു ചോദിച്ചു: "പുതിയ അപ്പോയ്ന്റ്മെന്റാണോ?"

"അതെ."

"എംഐസിയു ആണോ കിട്ടിയത്?"

"അതെ. ഇവിടല്ലേ അത്?"

"ഇവിടെത്തന്നെയാ. പക്ഷേ, വേറേതെങ്കിലും ഡിപ്പാർട്ടുമെന്റായിരുന്നു ഭേദം."

"ഇവിടെന്നാ കുഴപ്പം?"

"കുഴപ്പമൊന്നുമില്ല. പിടിച്ചുനിൽക്കാൻ പാടുപെടും. പുതുതായിട്ടു വന്നവരെല്ലാം ഇട്ടിട്ടു പോയി."

"ബുദ്ധിമുട്ടുള്ള ജോലിയാണോ?"

"ബുദ്ധിമുട്ടോ? ആ വാക്കൊന്നും ഇവിടെ ചേർത്തുവയ്ക്കാൻ പറ്റില്ല. ഇതൊരു നരകമാ. പക്ഷേ, ഇവിടെ പിടിച്ചുനിന്നാലൊണ്ടല്ലോ. ലോകത്തെവിടെ ചെന്നാലും പിടിച്ചുനിൽക്കാം. ഒരിടത്തും തോറ്റുപോകത്തില്ല."

അതു കേട്ടതോടെ പവിത്രയുടെ നെഞ്ചിൽ ഭീതിയുടെ കരിനിഴൽ വീണു.

അൽപം കഴിഞ്ഞപ്പോൾ ഇൻചാർജ് വന്ന് പവിത്രയെ ഐസിയുവിലേക്കു കൂട്ടിക്കൊണ്ടു പോയി. അവൾക്ക് ഒരു ജോഡി യൂണിഫോം കിട്ടി.

"ഇതാണ് ചേഞ്ചിങ് റൂം. വസ്ത്രം മാറാനുള്ള ഇടം. യൂണിഫോം ധരിക്കാതെ ഐസിയുവിൽ പ്രവേശിക്കാൻ പാടില്ല. നിങ്ങളുടെ ബാഗ് സാധനങ്ങൾ എന്നിവ സൂക്ഷിക്കാൻ വാർഡ്റോബിൽ ഒരു ക്യാബിൻ ഉണ്ടാകും. അതിന്റെ കീ ഉടനെ തരും. യൂണിഫോം ഇട്ടോളൂ. എന്നിട്ട് ആ വാതിൽ കടന്ന് അകത്തേക്കു വരണം."

ഇൻചാർജ് പോയി. പവിത്ര ബാഗ് കാബിനുള്ളിൽ വെച്ചു. ഡ്രസ് മാറി യൂണിഫോം ധരിച്ചു. അയഞ്ഞു കിടക്കുന്ന ക്രീം കളർ പാന്റും ഷർട്ടും. അവൾ സ്വയം ഒന്നു നോക്കി.

"കൊള്ളാം. നീ ദീപജ്യോതി മൾട്ടി സ്പെഷൽറ്റി ഹോസ്പിറ്റലിലെ ഒരു കെയർ അസിസ്റ്റന്റാണ്." അവൾ തന്നത്താൻ മന്ത്രിച്ചു.

പതിനൊന്ന്

യൂണിഫോമിനൊപ്പം കിട്ടിയ ക്രീം നിറത്തിലുള്ള ചപ്പലുമിട്ട് പവിത്ര എംഐസിയുവിന്റെ വാതിൽക്കലെത്തി. ഇരുവശത്തും സെക്യൂരിറ്റി ഗാർഡ്സ്. വിശാലമായ പാസേജിൽ നിരത്തിയിട്ട ഇരിപ്പിടങ്ങളിൽ പേഷ്യന്റ്സിന്റെ ബൈസ്റ്റാൻഡർമാർ കാത്തിരിക്കുന്നു.

പവിത്ര ഈശ്വരനെ മനസ്സിൽ ധ്യാനിച്ച് നെഞ്ചിൽ കൈപ്പടം വച്ച് ഒരു നിമിഷം പ്രാർത്ഥിച്ച് ഡോർ തുറന്ന് അകത്തേക്കു കടന്നതും എയർ ഫ്രഷ്നറിന്റെ സുഗന്ധമുള്ള തണുത്ത വായു അവളെ പൊതിഞ്ഞു. പക്ഷേ, കാഴ്ചയിൽ സിനിമയിലെ മീൻചന്തയെ ഓർമ്മിപ്പിക്കുംവിധം ബഹളമയമായ അന്തരീക്ഷം. നഴ്സുമാർ അങ്ങിങ്ങ് പാഞ്ഞുനടക്കുന്നു. ആരോ ഡോക്ടറെ വിളിക്കാൻ വിളിച്ചു പറയുന്നു. രണ്ടു നഴ്സുമാർ അതിവേഗം ട്രോളി തള്ളിക്കൊണ്ട് നീങ്ങുന്നു. ക്ലീനിങ് സ്റ്റാഫിൽപെട്ട രണ്ടുപേർ മോപ്പ് ഉപയോഗിച്ച് തറ തുടയ്ക്കുന്നു. വീൽചെയറിൽ ഒരു രോഗിയെ ഇരുത്തി ഉരുട്ടിക്കൊണ്ടുപോകുന്നു. ആരൊക്കെയോ ഒച്ചയെടുത്ത് ശാസിക്കുന്നു. ഇതിനെല്ലാം പുറമെ ഡോക്ടർമാർ, ജൂണിയർ ഡോക്ടർമാർ, ഹൗസ് സർജൻസ്, മെഡിക്കൽ വിദ്യാർത്ഥികൾ, നഴ്സിങ് വിദ്യാർത്ഥിനികൾ...

ഓരോ രോഗിയുടെയും കിടക്കയ്ക്ക് ചുറ്റുമായി ആറും ഏഴും പേർ വീതം. നെഞ്ചൊപ്പം ഉയരത്തിൽ ഭിത്തികെട്ടി, ബാക്കി ചില്ലിട്ടു മറച്ച ചതുരാകൃതിയിലുള്ള ക്യൂബിക്കിളുകൾതന്നെ അനേകം. ഓരോ ക്യൂബിക്കിളിലും മൂന്നും നാലും രോഗികൾ. ഓരോ ബെഡ്ഡിന്റെ മുകളിലും ഭിത്തിയിൽ എങ്ങോട്ടു വേണമെങ്കിലും തിരിക്കാവുന്നവിധം ക്ലാമ്പിട്ടുറപ്പിച്ച മോനിട്ടറുകളും അവയിൽ നിന്നു രോഗികളുടെ ശരീരത്തിലേക്കു നീളുന്ന കേബിളുകളും. ഒരു രോഗിക്ക് ഡോക്ടറും നഴ്സുമാരും ചേർന്ന് സിപിആർ കൊടുക്കുന്ന ബഹളം. മറ്റൊരു ക്യൂബിക്കിളിലേക്ക് ഒരു കെയർ അസിസ്റ്റന്റ് വെന്റിലേറ്റർ തള്ളിക്കൊണ്ടു നീങ്ങുന്നു.

പവിത്ര ഇതെല്ലാം കണ്ട് അന്തംവിട്ട് സ്വപ്നാടനംപോലെ പതിയെ നടന്നുനീങ്ങി. അവൾ കണ്ടിട്ടുള്ള വലിയ ഐസിയു പാലായിലെ ഹോളി ക്രോസ് ഹോസ്പിറ്റലിലേതാണ്. അവിടെപ്പോലും എട്ടോ പത്തോ കിടക്കകളേ ഉള്ളൂ. ഇവിടുത്തെ ഐസിയുവിന് ഹോളിക്രോസ് ഹോസ്പിറ്റലിന്റെ

മൊത്തം വലിപ്പത്തേക്കാൾ വിസ്തൃതി. ഇവിടെ താൻ എന്തു ജോലി യാണ് ചെയ്യേണ്ടതെന്നു പോലും അവൾക്കു മനസ്സിലായില്ല. തന്നെ ആരും നോക്കുന്നപോലുമില്ല. പവിത്ര ഹാളിന്റെ മധ്യത്തിലുള്ള കൗണ്ടറിനു മുന്നി ലെത്തി.

"പുതിയ അപ്പോയ്ന്റ്മെന്റല്ലേ?" ഇൻചാർജ് അടിമുടി നോക്കിയിട്ട് ചോദിച്ചു.

"അതെ മാം."

അരമണിക്കൂർ മുൻപുകണ്ട ഇൻചാർജല്ല ഇപ്പോൾ കസേരയിലുള്ളത്. ഇൻചാർജ് എഴുന്നേറ്റ് പിന്നിലുള്ള കബോർഡിൽനിന്ന് ഒരു ബുക്കെ ടുത്തു.

"ന്യൂ സ്റ്റാഫ് റജിസ്റ്ററാണിത്. ഇതിൽ നിങ്ങളുടെ പേര്, അഡ്രസ്സ്, ഹസ്ബെൻഡിന്റെയോ അച്ഛന്റെയോ പേരും ഫോൺ നമ്പറും നിങ്ങ ളുടെ ഫോൺ നമ്പർ ഇത്രയും എഴുതണം."

ഇൻചാർജ് ഒരു പേന വെച്ചു നീട്ടി. പവിത്ര അതു വാങ്ങി കരുത ലോടെ തന്റെയും അച്ഛന്റെയും പേരും അഡ്രസ്സും ഫോൺ നമ്പറുകളും എഴുതി.

ഇൻചാർജ് പാസേജിലേക്കു നോക്കി ഒരു പേർ വിളിച്ചു.

"ട്രീസാ... ട്രീസാ... ദാ, ഇവിടെ..."

പാസേജിൽ ബൈപാപ്പ് ഉന്തിക്കൊണ്ടു പോവുകയായിരുന്ന ട്രീസാ തലതിരിച്ചു നോക്കി.

"ഇങ്ങോട്ടു വാ."

ട്രീസാ ബൈപാപ്പുമായി കൗണ്ടറിലെത്തി.

"ന്യൂ സ്റ്റാഫാ. പേര് പവിത്ര. കെയർ അസിസ്റ്റന്റ്. ഇവളെ നീ കൂടെ നിർത്തിക്കോ. ഓരോ കാര്യങ്ങൾ കാണിച്ചും പഠിപ്പിച്ചും കൊടുക്ക്."

"വാ." ട്രീസാ പവിത്രയെ ക്ഷണിച്ചു.

പവിത്ര അവളുടെ പുറകെ പോയി. നടക്കുന്നതിനിടെ പവിത്രയുടെ ഊരും പേരും വീടുമെല്ലാം ട്രീസാ ചോദിച്ചു. കല്യാണം കഴിച്ചതാണെന്ന് അറിഞ്ഞപ്പോൾ ട്രീസായ്ക്ക് അത്ഭുതം.

"ഇത്ര ചെറുപ്പത്തിലേയോ? കണ്ടാൽ പ്ലസ്ടുവിനു പഠിക്കുവാണെന്നേ തോന്നത്തൊള്ളൂ."

"ആറുമാസം മുൻപ് എന്നെ കണ്ടാ മുപ്പത്തഞ്ചു വയസ്സ് തോന്നിക്കു മായിരുന്നു." പവിത്ര പറഞ്ഞു.

"അതെന്താണ് അങ്ങനെ?"

"കഷ്ടപ്പാടും ദുരിതോം..."

"കെട്ടിയോനെന്താ ജോലി?"

"ഓട്ടോ ഡ്രൈവറാ."

"പിന്നെന്തിനാ ഈ പണിക്ക് വന്നെ. ഓട്ടോക്കാർക്കൊക്കെ കൊയ്ത്തല്ലേ. ചോദിക്കുന്ന പൈസയല്ലേ ചാർജ്."

"കിട്ടുന്നൊണ്ടാരിക്കും. വീട്ടിലോട്ടു കിട്ടാറില്ല."

"കുടിയനാണോ?"

"സാമാന്യം നന്നായിട്ട് കുടിക്കും."

"എന്നാപ്പിന്നെ ഗതി പിടിക്കത്തില്ല."

"അതു മനസ്സിലായതുകൊണ്ടാ ഞാൻ തുനിഞ്ഞിറങ്ങിയത്."

"ആറുമാസം കൊണ്ട് എങ്ങനാ നന്നായത്?"

"കോഴ്സ് പഠിക്കാൻവേണ്ടി ഞാൻ എന്റെ വീട്ടിൽ വന്നുനിന്നു. മനസ്സമാധാനമാണല്ലോ ഏറ്റോം നല്ല ടോണിക്ക്."

"ഏതു കോഴ്സാ പഠിച്ചെ. നഴ്സിങ് അസിസ്റ്റന്റോ?"

"അല്ല. ജിഡിഎ. ജനറൽ ഡ്യൂട്ടി അസിസ്റ്റന്റ്."

"ഞാൻ നഴ്സിങ് അസിസ്റ്റന്റാണ്. പവിത്രയ്ക്ക് കുട്ടികളുണ്ടോ?"

"ഒരാൾ. മോനാണ്."

"എത്ര വയസ്സൊണ്ട്?"

"ആറുവയസ്സ് കഴിഞ്ഞു. ഒന്നാം ക്ലാസിലാ പഠിക്കുന്നെ."

"ശ്ശോ. ഇത്രേം ചെറുപ്പത്തിലേ ആറു വയസ്സുള്ള മോൻ, എത്ര വയസ്സിലായിരുന്നു കല്യാണം?"

"പതിനെട്ട്."

"എനിക്ക് ഇരുപത്തിനാലായി. ഞാനിതുവരെ കല്യാണക്കാര്യം ആലോചിച്ചിട്ടേയില്ല."

ട്രീസയും പവിത്രയും ഒരു ക്യൂബിക്കിളിൽ എത്തി.

"ഇത് നമ്പർ ഫൈവ്. ഇതിനപ്പുറത്തെ നമ്പർ സിക്സും എന്റെ ക്യൂബിക്കിളാ. രണ്ടും ഞാൻ മാനേജ് ചെയ്യണം."

പവിത്ര ചുറ്റും നോക്കി. തന്റെ വീടിന്റത്രയും വിസ്താരമുള്ള ചതുര ക്യൂബിക്കിളിൽ നാലു കിടക്കകൾ. ഓരോന്നിലും രോഗികൾ. ഓരോ രോഗികളുടെയും അരികെ ഓരോ നഴ്സ്.

"ഡോക്ടർമാരുടെയും അവരുടെ ജൂനിയേഴ്സിന്റെയും ബഹളായിരുന്നു ഇതിനകത്ത് അഞ്ചു മിനിറ്റ് മുൻപു വരെ." ട്രീസാ പറഞ്ഞു.

"ഞാനിവിടെ എന്തു ജോലിയാ ചെയ്യേണ്ടത്?"

"പറയാം. ഞാനീ ബൈപാപ്പ് അരുണ സിസ്റ്ററിനെ ഏൽപിച്ചോട്ടെ."

ട്രീസ അത് ക്യൂബിക്കിളിലെ ഒരു രോഗിയുടെ അടുത്തുണ്ടായിരുന്ന നഴ്സിന്റെ സമീപമെത്തിച്ചു കൊടുത്തു.

"അരുണച്ചേച്ചീ ഞാൻ കെയറിനു പൊയ്ക്കോട്ടെ."

"ബൈപാപ്പ് ട്യൂബിങ്സും മാസ്കും ബെൽറ്റുമൊക്കെ എടുത്തോ?"

"ബോക്സിന്റെ താഴത്തെ തട്ടിലൊണ്ട് ചേച്ചീ."

ട്രീസ പവിത്രയുടെ അടുത്തേക്കു തിരിച്ചു വന്നു.

"നമ്മള് കെയറ് തുടങ്ങാൻ പോകുവാ. ക്യൂബിക്കിൾ നമ്പർ ഫൈവിലും സിക്സിലുംകൂടി എട്ട് പേഷ്യന്റ്സ് ആണ്. ഒരാൾക്ക് പാതി ബോധമേയുള്ളൂ. അറിയാമല്ലോ ഐസിയൂന്ന് പറയുമ്പോ അത്യാസന്ന നിലയിലുള്ള രോഗികളെ ശുശ്രൂഷിക്കുന്ന സ്ഥലമാണെന്ന്. ഇതു പോലത്തെ പന്ത്രണ്ട് ക്യൂബിക്കിൾസ് ഉണ്ട്. ആറ് കെയർ അസിസ്റ്റന്റ്സും."

പവിത്ര മനസ്സിലായെന്ന മട്ടിൽ തലയാട്ടി.

"ആദ്യം നമ്മൾ പേഷ്യന്റിന് ഫീഡ് പോകുന്ന റൈൽസ് ട്യൂബ് സ്റ്റോപ്പ് ചെയ്യണം. ഇതുകണ്ടോ മൂക്കിൽകൂടിയുള്ള ട്യൂബ്. ഇതിൽ കൂടിയാണ് ഫുഡ് കൊടുക്കുന്നത്. ഇത് ലോക്ക് ചെയ്യണം. അതുകഴിഞ്ഞ് ദാ, സൈഡ് റെയിൽസ് താഴ്ത്തണം."

ബെഡ്ഡിനിരുവശവും വെച്ച സ്റ്റീൽ കമ്പി വേലികൾ ട്രീസാ താഴ്ത്തി.

"എന്നിട്ട് മോനിട്ടറിൽനിന്നുള്ള കേബിളുകൾ, ഐവി സ്റ്റാന്റിൽ നിന്നുള്ള ട്യൂബിങ്സ്, ഇൻഫ്യൂഷൻ പമ്പ്, സിറിഞ്ച് പമ്പ് ഇതൊന്നും വിട്ടുപോകാതെ ശ്രദ്ധിച്ച് പേഷ്യന്റിനെ ഒരു വശത്തേക്കു ചരിച്ചു കിടത്തണം. അതിനു മുൻപ് ബെഡ്ഡ് താഴ്ത്തി ഫ്ളാറ്റാക്കണം."

ട്രീസാ ഓരോന്നും ചെയ്തു കാണിച്ചുകൊണ്ടായിരുന്നു വിശദീകരണം.

"ഇനി യൂറിൻബാഗ് എടുത്ത് യൂറോ മീറ്റർ നോക്കി പേഷ്യന്റിന്റെ യൂറിന്റെ അളവ് നഴ്സിനോടു പറയണം. യൂറിൻ പോട്ടിലേക്ക് അതൊഴിച്ചു വെക്കണം. പേഷ്യന്റ് മിക്കവാറും മോഷൻ പാസ്സ് ചെയ്തിട്ടുണ്ടാവും. പേഷ്യന്റിന്റെ ബ്ലാങ്കറ്റും പുതച്ച ഷീറ്റും മാറ്റിവെച്ചിട്ട് കോട്ടൺ നനച്ച് ചെറിയ പീസുകളാക്കണം. കയ്യിൽ രണ്ടോ മൂന്നോ ഗ്ലൗസുകളിട്ടിട്ട് പേഷ്യന്റിന്റെ കാൽമുട്ടു രണ്ടും മടക്കി പൊക്കിവച്ചിട്ട് മുൻഭാഗം മുഴുവൻ കോട്ടൺകൊണ്ടു തുടയ്ക്കണം. ദാ, ഇതുകണ്ടോ ലൂസ് മോഷനാണ്. ആകെ കുളമായി കിടക്കുവാ."

ട്രീസാ നിർദേശിച്ചതനുസരിച്ച് പവിത്ര ഒന്നിനു പുറകെ ഒന്നായി രണ്ടു കയ്യിലും മൂന്നു ഗ്ലൗസുകൾ ഇട്ടു.

"നഴ്സിങ് പഠിച്ചിട്ടുവന്ന സ്റ്റാഫും ഇതു ചെയ്യാതെ പറ്റില്ല. ബിഎസ്സി നഴ്സുമാരായാലും ശരി. അപ്പുറത്തോട്ടുചെന്ന് കാൽമുട്ട് രണ്ടും മറിഞ്ഞു പോകാതെ പിടിക്ക്. ഗ്ലൗസിലൊക്കെ മോഷൻ പറ്റുമെന്നേ. അറച്ചിട്ടും വെറച്ചിട്ടും ഒരു കാര്യോം ഇല്ല. ഇതാണ് കെയറിങ്."

പവിത്ര ബെഡ്ഡിന്റെ മറുവശത്തു ചെന്ന് ചരിച്ചുകിടത്തിയ പേഷ്യന്റിന്റെ കാൽമുട്ടുകളിൽ പിടിച്ചു. രണ്ടു കയ്യിലേയും ഗ്ലൗസിൽ മലം പുരണ്ടു.

"അതൊന്നും നോക്കണ്ട. പേഷ്യന്റിനെ അങ്ങനെതന്നെ പിടിച്ചോ. എന്നിട്ടു ഞാൻ ചെയ്യുന്നതു കാണ്."

ട്രീസാ, മുറിച്ചുവച്ച കോട്ടൺ നനച്ച് പേഷ്യന്റിന്റെ മലം പുരണ്ട ശരീര ഭാഗങ്ങൾ തുടയ്ക്കാൻ തുടങ്ങി.

“പേഷ്യന്റിനെ ഞാനിങ്ങോട്ടു ചരിച്ചു പിടിക്കുമ്പോ അവിടെ നിന്നോണ്ട് ഇതേപോലെ തൊടയ്ക്കണം. അടീൽ വിരിച്ചിരിക്കുന്ന ഈ മൂന്ന് അണ്ടർപാഡ് ഞാനിപ്പം ചുരുട്ടി പേഷ്യന്റിന്റെ അടീൽ വയ്ക്കും. ചേച്ചി മറുവശം തൊടയ്ക്കുമ്പം ബാക്കികൂടി ചുരുട്ടിയെടുത്ത് കൊണ്ടു പോയി മഞ്ഞക്കളറിലുള്ള വേസ്റ്റ്ബിന്നിൽ കൊണ്ടിടണം. മനുഷ്യശരീര ത്തീന്നുള്ള സ്റ്റെയ്ൻ പറ്റിയ എല്ലാം യെല്ലോ ബിന്നിലാണിടേണ്ടത്. ബ്ലഡ്, പസ്, മോഷൻ, യൂറിൻ, ബോഡി ഫ്ളൂയിഡ്സ് തുടങ്ങിയ എല്ലാ സ്റ്റെയ്ൻസും യൂസ്‌ലെസ്സായ ട്യൂബിങ്സ്, പ്ലാസ്റ്റിക് ബോട്ടിൽസ് ഒക്കെ റെഡ് ബിൻ, ഗ്ലാസ് ഐറ്റംസ് പൊട്ടുന്ന സാധനങ്ങൾ എല്ലാം ബ്ലുബിൻ. പേപ്പർ, ഡിസ്പോസിബിൾ സ്പൂൺ, ഡിസ്പോസിബിൾ ഗ്ലാസ് തുടങ്ങി യവ ബ്ലാക് ബിൻ, നീഡിൽ, ബ്ലേഡ് തുടങ്ങിയ മൂർച്ചയുള്ള സാധന ങ്ങൾക്ക് വൈറ്റ് ബിൻ. ഫുഡ് വേസ്റ്റും അതുപോലുള്ളതും ഗ്രീൻ ബിന്നിൽ. ഇതെല്ലാം ഓർത്തിരുന്നോണം. എപ്പഴും സംശയം ചോദി ച്ചോണ്ടു ചെന്നാ മറ്റുള്ളോർക്ക് ദേഷ്യം വരും. കാര്യംന്താന്നുവെച്ചാ ഇവിട തിനൊന്നും മറുപടി പറഞ്ഞോണ്ടു നിക്കാൻ നേരം കിട്ടൂല്ല.”

“എന്നെയണോ ചേച്ചീന്നു വിളിച്ചെ?” പവിത്ര ചോദിച്ചു.

“ആറുവയസ്സുള്ള മോന്റെ അമ്മയല്ലേ. ഒരു ബഹുമാനം ഇരിക്കട്ടെ.”

“നമ്മൾ ഒരേ പ്രായമല്ലേ.”

“എന്നാലും ബഹുമാനിച്ചേക്കാം.” ട്രീസാ ചിരിച്ചു.

“ദേ... പേഷ്യന്റിന്റെ ബട്ടക്സും നടുവും കണ്ടോ? ബെഡ്സോർ ആണ്. ഇത് നമ്മൾ ഗോസ് സലൈനിൽ മുക്കി ക്ലീൻ ചെയ്യണം. ഓയിന്റ് മെന്റ് പുരട്ടണം. ഇന്നിപ്പോ ചേച്ചി അതൊന്നും ചെയ്യണ്ട. ചെയ്താ തീര ത്തില്ല. ഇതുപോലെ ഏഴു പേഷ്യന്റ്സ് കൂടിയുണ്ടെനിക്ക്. ഒരുവട്ടം എത്തി ക്കഴിയുമ്പേക്കും ഇവിടെ മോഷൻ പാസ് ചെയ്തു കിടക്കുവാരിക്കും. വീണ്ടും ഒന്നേന്നു തൊടങ്ങണം.”

ട്രീസാ ബെഡ്സോർ ക്ലീൻ ചെയ്യാൻ തുടങ്ങി.

“ഇങ്ങനെയൊക്കെ ചെയ്യുമ്പം പേഷ്യന്റിന്റെ ശരീരത്ത് ഘടിപ്പിച്ചിരി ക്കുന്ന ട്യൂബിങ്സ്, കേബിൾസ് ഒന്നും വലിഞ്ഞു വിട്ടുപോകാതെ നോക്കി ക്കോണം. പ്രത്യേകിച്ച് ബൈപാപ്പിന്റെയൊക്കെ കണക്ഷൻ. നമ്മളറിയ ത്തില്ല. കെയറ് കഴിയുമ്പം പേഷ്യന്റിന് ഒരനക്കോം കാണൂല്ല. മോനിട്ട റിൽ എല്ലാം സീറോ ആയിരിക്കും.”

“ഒരുപാട് നാളായോ ഇങ്ങനെ കിടക്കാൻ തുടങ്ങീട്ട്?”

“നാൽപത്തിരണ്ടു ദിവസം കഴിഞ്ഞു. ഈ അച്ഛൻ ആദ്യമൊക്കെ വർത്തമാനം പറയുവാരുന്നു. എപ്പഴും കരിക്കിൻവെള്ളം കുടിക്കണം. പാവ ത്താനാ. എന്നാ പറഞ്ഞാലും അനുസരിച്ചോളും. പിന്നെപ്പിന്നെ ബോധ മില്ലാണ്ടായി.”

"രക്ഷപ്പെട്ടു വരുവോ?" പവിത്ര തിരക്കി.

"എവിടുന്ന്. പാസ്പോർട്ട് റെഡിയാക്കി വെച്ചിരിക്കുവല്ലേ. ചേച്ചീ, ഇപ്പുറത്തോട്ട് ചെരിക്കുവാണേ..."

ട്രീസാ പേഷ്യന്റിനെ അവൾ നിന്ന വശത്തേക്കു ചരിച്ചു. പവിത്രയെ വിളിച്ച് ട്രീസ നിന്നിടത്തു നിർത്തി. പവിത്ര പേഷ്യന്റിന്റെ ശരീരം മറി യാതെ പിടിച്ചുകൊണ്ടു നിന്നു. ട്രീസ മറുവശത്തു പോയി പേഷ്യന്റിന്റെ ശരീരം തുടച്ചു. അണ്ടർ പാഡുകൾ ചുരുട്ടിയെടുത്തുകൊണ്ടുപോയി വേസ്റ്റ് ബിന്നിൽ ഇട്ടിട്ടു തിരികെ വന്നു.

"ബെഡ്ഷീറ്റിനൊന്നും കുഴപ്പമില്ല. ചുളിവ് നിവർത്തി വിരിച്ചാ മതി. ഇപ്പം നമ്മൾ മൂന്ന് അണ്ടർപാഡ് മാറ്റിയില്ലേ. പകരം വേറെ വയ്ക്കണം."

അണ്ടർപാഡുകൾ വയ്ക്കുന്നവിധം ട്രീസാ കാട്ടിക്കൊടുത്തു. രണ്ടെണ്ണം ഇങ്ങനെ വിലങ്ങനെ. ഒരെണ്ണം ബട്ടക്സിനടിയിൽ നീളത്തിൽ വച്ചിട്ട് രണ്ടുകാലിന്റെ നടുക്കുകൂടെ വളച്ചെടുത്ത് വയറിന്റെ ഭാഗത്തു കൊണ്ടുപോയി മൈക്രോപോർ വച്ച് ഒട്ടിക്കണം. ദാ ഇതുപോലെ."

പറയുന്നതിനിടയിൽ ട്രീസാ അസാമാന്യമായ കൈവിരുതോടെ തന്റെ ജോലി തീർക്കുന്നുമുണ്ട്.

"ഇനി ഗൗൺ ശരിക്കിട്ട്, ഷീറ്റ് ദാ ഇങ്ങനെ അറ്റം മടക്കി രണ്ടു കക്ഷ ത്തിലേക്കും കേറ്റിവെച്ച് ബ്ലാങ്കറ്റ് പുതപ്പിച്ച്, ബെഡ് തലഭാഗവും കാലിന്റെ ഭാഗവും കാലിന്റെ സൈഡ് കുറച്ചു പൊക്കിയാ മതി കേട്ടോ. തലഭാഗം കുറച്ചൂടെ പൊക്കി ഇങ്ങനെ കേറ്റിക്കിടത്തിക്കഴിയുമ്പം ഒരു പേഷ്യന്റിന്റെ കെയർ കഴിഞ്ഞു."

താനാണെങ്കിൽ ഇതെല്ലാം ചെയ്തുതീരാൻ നാലുമണിക്കൂർ എടുക്കു മെന്ന് പവിത്രയ്ക്കു തോന്നി. മലം പുരണ്ട ഗ്ലൗസ് എല്ലാം നേരത്തെ തന്നെ രണ്ടുപേരും വേസ്റ്റ്ബിന്നിൽ കളഞ്ഞിട്ടുണ്ടായിരുന്നു.

"അച്ഛൻ മിടുക്കനായല്ലോ. കെടപ്പ് കണ്ടില്ലേ. ഒന്നും അറിയാത്ത പോലെ."

ട്രീസ പേഷ്യന്റിനെ നോക്കിക്കൊണ്ടു പറഞ്ഞു. മോനിട്ടറിലേക്കു നോക്കിയതും അവൾ ഒന്നു പകച്ചു.

"സിസ്റ്ററേ... ശാന്തിനി സിസ്റ്ററേ... ഓടിവാ." ട്രീസാ നിന്നനിൽപ്പിൽ ഒച്ചവച്ചു.

പവിത്ര ഞെട്ടിപ്പോയി. ഇൻചാർജിനോടു സംസാരിച്ചു നിന്ന ശാന്തിനി സിസ്റ്റർ പാഞ്ഞു വന്നു.

"എന്താ... എന്താടീ?"

"ദേ... അച്ഛൻ പോകുന്നു."

ട്രീസ മോനിട്ടറിലേക്കു വിരൽ ചൂണ്ടി.

മോനിട്ടറിൽ ഇസിജി തരംഗങ്ങൾ താളംതെറ്റി വരുന്നു. ബ്ലഡ്പ്രഷർ താഴ്ന്നു പോകുന്നു. എൺപത്, എഴുപത്, അറുപത്... സാച്ചുറേഷനും താഴേയ്ക്കുതന്നെ. എൺപത്തഞ്ച്, എൺപത്, എഴുപത്...

“ഓ2 കൂട്ടിക്കൊടുക്ക്. ബൈപാപ്പ് ശരിക്കാണോന്ന് നോക്ക്.” ശാന്തിനി ബഹളം വച്ചു.

“സിസ്റ്ററേ, പേഷ്യന്റ് ബ്രാഡി പോകുവാ. ഡോക്ടറെ വിളിക്ക്.” ട്രീസാ പറഞ്ഞു.

ശാന്തിനി സിസ്റ്റർ ക്യൂബിക്കിളിനു പുറത്തേക്ക് ഓടി. ഇൻചാർജ് വന്നു നോക്കിയിട്ട് ട്രീസയോട് ക്രാഷ്കാർട്ട് കൊണ്ടുവരാൻ നിർദ്ദേശിച്ചു. പവിത്ര ഒന്നും മനസ്സിലാകാതെ കണ്ണുമിഴിച്ചു നിന്നു. ശാന്തിനി സിസ്റ്റർ ഡോക്ടർ ശിൽപാ വേലായുധനെ കൂട്ടിക്കൊണ്ട് ഓടി വരുന്നുണ്ടായിരുന്നു.

“ഡോക്ടറേ പേഷ്യന്റ് ക്രാഷായതാ. സിപിആർ കൊടുക്കണ്ടേ?” ഇൻചാർജ് ചോദിച്ചു.

ഡോക്ടർ വന്നു പേഷ്യന്റിനെ നോക്കി. മോനിട്ടർ നോക്കി. മോനിട്ടറിൽ സംഖ്യകളുടെ വീഴ്ചയ്ക്കു വേഗം കൂടിയിരിക്കുന്നു. ഇസിജി വേവ്സ് ശക്തി കുറഞ്ഞ് അവിടവിടെ മാത്രം കുന്നുകൾ പ്രത്യക്ഷപ്പെടുന്ന സമതലം പോലെയായി.

ക്രാഷ്കാർട്ട് എത്തി.

“ഡോക്ടർ... സിപിആർ? പൾസ് പോയി.” ശാന്തിനി സിസ്റ്റർ വേവലാതിപ്പെട്ടു.

ഡോക്ടർ അൽപസമയം നോക്കി നിന്നു.

“ഒന്നും ചെയ്യണ്ട.” ഡോക്ടർ ക്യൂബിക്കിളിൽനിന്ന് ഇറങ്ങിപ്പോയി.

“രക്ഷയില്ലെന്നു മനസ്സിലായിക്കാണും. ഇല്ലെങ്കിൽ എന്തെങ്കിലും ചെയ്തേനെ.” രഞ്ജിനി സിസ്റ്റർ ആരോടെന്നില്ലാതെ പറഞ്ഞു.

മോനിട്ടറിൽ എല്ലാ സംഖ്യകളും താഴേയ്ക്ക് ഓടിക്കൊണ്ടിരുന്നു. ഒടുവിൽ എല്ലാം സീറോയിൽ എത്തി നിന്നു. ഇസിജി ഗ്രാഫും നേർരേഖയായി മാറി.

“അച്ഛൻ പോയി.”

ക്യൂബിക്കിളിന്റെ വാതിൽക്കൽ വന്നു നോക്കിയ സഹപ്രവർത്തകരോട് ശാന്തിനി സിസ്റ്റർ പറഞ്ഞു.

ക്യൂബിക്കിളിലേക്കുവന്ന കെയർ അസിസ്റ്റന്റ് ഷീന പവിത്രയെ നോക്കി ചോദിച്ചു:

“പുതിയ അപ്പോയ്ന്റ്മെന്റാണോ?”

അതെ എന്നു ട്രീസാ പറഞ്ഞു.

“നല്ല ഐശ്വര്യം! വലതുകാൽ വച്ചു കേറിയപ്പഴേ ഡെത്ത്.”

“എന്നാ വർത്തമാനമാടീ ഷീനേ! ഇതു കൊള്ളത്തില്ല കേട്ടോ.” ആരതി സിസ്റ്റർ കുറ്റപ്പെടുത്തി.

ഇതിനിടയിൽ കെയർ അസിസ്റ്റന്റ് നിമിഷ ചിരിച്ചുകൊണ്ടു ക്യൂബിക്കിളിലേക്കു വന്നു. ചിരി പൊട്ടാതിരിക്കാൻ വായ് പൊത്തിപ്പിടിച്ചിരിക്കുകയാണ്.

"എന്തുവാടീ?" ട്രീസാ ചോദിച്ചു.

"അവളൊണ്ടല്ലോ ആ പൊട്ടത്തി സുമതി. അവൾക്കെന്നോടു പറയണം പേഷ്യന്റിന്റെ യൂറിൻ എംപ്റ്റി ചെയ്യണംന്ന്. ധൃതിപിടിച്ച് അവളെന്നോടു പറയുവാ, എടീ പേഷ്യന്റിന്റെ യൂത്രം എംപ്റ്റി ചെയ്യണേന്ന്."

അതു കേട്ടതും ട്രീസാ പൊട്ടിച്ചിരിച്ചു. ശാന്തിനി സിസ്റ്ററും ചിരിച്ചു പോയി.

"യൂറിനെന്നാണോ പറയേണ്ടത് മൂത്രംന്നാണോ പറയേണ്ടത് എന്ന് ആലോചിച്ചു വന്നപ്പഴേക്കും രണ്ടുകൂടെ മിക്സായിപ്പോയെടീ."

നിമിഷ വായ്പൊത്തി ചിരിക്കുകയാണ്. ക്യൂബിക്കിളിലെ മറ്റ് സ്റ്റാഫിനും സംഭവം കേട്ട് ചിരി പൊട്ടി. അപ്പോഴേക്കും സിസ്റ്റർ രേണുക ക്യൂബിക്കിളിന്റെ വാതിൽക്കലെത്തി.

"എല്ലാവരും ഇൻചാർജ് റൂമിലേക്കൊന്നു വരണേ. അവിടെ ഡോക്ടർ ശ്യാം സുന്ദറിന്റെ ബെർത്ത്ഡേ കേക്ക് കട്ട് ചെയ്യാൻ പോകുവാ."

ക്യൂബിക്കിളിൽ നിന്ന് ഓരോരുത്തരായി ഇറങ്ങി ഇൻചാർജ് റൂമിന്റെ ഭാഗത്തേക്കു പോയി. പവിത്ര പകച്ച് ചുറ്റും നോക്കി. ക്യൂബിക്കിളിലെ മറ്റു മൂന്നു രോഗികൾക്കരികെ ഓരോ നഴ്സുമാർ. തന്റെ മുന്നിൽ ഒരു ശവം! നീണ്ടുനിവർന്ന് പുതച്ചു കിടക്കുന്നു. അൽപം മുൻപുവരെ ജീവനുണ്ടായിരുന്നു. ഇപ്പോൾ എല്ലാം നിശ്ചലം. ബൈപാപ്പ് മാറ്റിയിട്ടില്ല. മോനിട്ടറിൽനിന്നു നീണ്ടുവരുന്ന കേബിളുകളും ദേഹത്തുനിന്നു നീക്കം ചെയ്തിട്ടില്ല.

ഇൻചാർജ് റൂമിന്റെ ഭാഗത്തുനിന്നു കരഘോഷം. അവിടെ ബെർത്ത്ഡേ കേക്ക് മുറിക്കുകയാണ്. പവിത്ര വീണ്ടും കൺമുന്നിലെ ഡെഡ് ബോഡിയിലേക്കു നോക്കി.

ഭയം അവളുടെ ശരീരത്തിലുടനീളം കുളിരായി പടർന്നു കയറി. രോമകൂപങ്ങൾ നിവർന്നു വന്നു.

പന്ത്രണ്ട്

എച്ച്ആർഡിയിൽ നിന്നുള്ള തുണ്ടുകടലാസ് പവിത്ര വാർഡന്റെ കൈയിൽ കൊടുത്തു. അതു നോക്കിയിട്ട് അവർ ചോദിച്ചു: "പുതിയ അപ്പോയ്ന്റ്മെന്റാ?"

"അതെ."

"ഇവിടെ നിൽക്ക്. ഏതു റൂമിലാ ഒഴിവുള്ളതെന്നു നോക്കട്ടെ."

വാർഡൻ പോയി. പവിത്ര അവിടെത്തന്നെ നിന്നു. വേറെയും രണ്ടു വാർഡന്മാർകൂടി അവരുടെ ഓഫീസിനു മുന്നിലുണ്ടായിരുന്നു. അവരിലൊരാൾ പവിത്രയെക്കൊണ്ട് റജിസ്റ്ററിൽ പേരും വയസ്സും അഡ്രസ്സും ഫോൺ നമ്പറും ജോലിചെയ്യുന്ന ഡിപ്പാർട്ടുമെന്റും എഴുതിച്ച് ഒപ്പുവയ്പ്പിച്ചു.

ലിഫ്റ്റിൽകയറി മുകളിലേക്കുപോയ വാർഡൻ തിരിച്ചെത്തി പവിത്രയോടു പറഞ്ഞു: "ഫൈവ് സെവനിലോട്ട് പൊയ്ക്കോ. അവിടെ ബെഡ് ഒഴിവൊണ്ട്. ഫൈവ് സെവനെന്നുവച്ചാ, അഞ്ചാമത്തെ നിലയിൽ ഏഴാമത്തെ മുറി."

വാർഡൻ പവിത്രയെ ലിഫ്റ്റിൽ കയറ്റി വിട്ടു. ബാഗും സ്യൂട്ട്കേസുമായി അഞ്ചാം നിലയിലെത്തിയ പവിത്ര ചുറ്റിത്തിരിഞ്ഞ് ഏഴാം നമ്പർ മുറി കണ്ടുപിടിച്ചു. വൃത്തിയുള്ള മുറി. രണ്ട് ഡബിൾ ഡെക്കർ കട്ടിലുകൾ. നാലുപേർക്കുള്ള റൂമാണ്.

മൊബൈൽ ഫോണിൽ നോക്കിക്കൊണ്ട് ഒരു യുവതി ലോവർ ബെഡ്ഡിൽ കിടപ്പുണ്ടായിരുന്നു. ഷോർട്ട്സും ബനിയനും വേഷം. അവൾ പവിത്രയെ നോക്കി.

"നീയാണോ പുതിയ ആൾ?"

ഉവ്വെന്നു പവിത്ര തലയാട്ടി.

"അപ്പർ ബെഡ്ഡ്." കിടന്നുകൊണ്ട് അവൾ മുകളിലേക്കു വിരൽ ചൂണ്ടി.

പവിത്ര കട്ടിലിന്റെ കീഴിൽ ലഗേജ് വെച്ച് അപ്പർബെഡ്ഡിൽ കയറി ഇരുന്നു. കുളിക്കണം. ഭക്ഷണം കഴിക്കണം. ടോയ്‌ലെറ്റ് എവിടെയെന്ന് അറിയില്ല.

എട്ടുമണിയായപ്പോൾ ഒരു യുവതി അകത്തേക്കു വന്നു. പവിത്രയെ കണ്ട് ഇതാരാ എന്നു തിരക്കി. പവിത്രയോടു മിണ്ടുന്നില്ല. അവർ തമ്മിലാണു സംസാരം.

ടോയ്‌ലെറ്റ് എവിടെയെന്നു പവിത്ര തിരക്കിയപ്പോൾ പാസേജിന്റെ അങ്ങേയറ്റത്താണെന്ന്, ലെഗ്ഗിൻസും ടോപ്പും ധരിച്ച നീരജ എന്ന യുവതി പറഞ്ഞു. അവൾ സ്റ്റാഫ് നഴ്സാണ്. കട്ടിലിൽ കിടന്നവൾ വന്ദന. അവളും നഴ്സ് തന്നെ. ഇനിയൊരാൾ നൈറ്റ് ഡ്യൂട്ടിക്കു പോയിരിക്കുകയാണ്.

പവിത്ര ടോയ്‌ലെറ്റ് തെരഞ്ഞ് പോയി. ഒരിടത്ത് ടോയ്‌ലെറ്റുകളുടെ നീണ്ട നിര.

കുളികഴിഞ്ഞുവന്ന് അത്താഴം കഴിക്കാൻ കാന്റീനിലേക്കു പോയി. എല്ലായിടത്തും പവിത്രയ്ക്ക് ആശയക്കുഴപ്പങ്ങൾ ഉണ്ടായിരുന്നു. ഓരോരോ സ്ഥാപനങ്ങൾ എവിടെയെന്ന് കൃത്യമായി അറിഞ്ഞുകൂടാ. കാന്റീനുകൾ പല കെട്ടിടങ്ങളിലുണ്ട് നഴ്സസ് ക്വാർട്ടേഴ്സിലേക്കു തിരിച്ചെത്താനുള്ള വഴി തെറ്റിപ്പോകുന്നു. സെക്യൂരിറ്റി ഗാർഡ്സിനോടു ചോദിച്ചാണ് ഒരിടത്ത് എത്തിച്ചേരുന്നത്.

രാത്രി പവിത്ര വീട്ടിലേക്കു വിളിച്ച് അജിതമ്മയോട് അപ്പുവിന്റെ കാര്യങ്ങൾ തിരക്കി.

"സ്കൂളീന്നു വന്നപ്പം മുതൽക്ക് അവൻ അമ്മയെ തെരക്കിക്കൊണ്ടു നടക്കുവാ. സന്ധ്യാകുന്നതുവരെ മുറ്റത്തിന്റെ കോണിൽ പോയി റോഡിലോട്ടും നോക്കി നിൽക്കുവാരുന്നു. ദീപമോള് എന്തെല്ലാം പറഞ്ഞ് സമാധാനിപ്പിച്ചിട്ടാ. അല്ലേങ്കി വീടിനകത്തോട്ടു കേറാതെ വാശിക്ക് ഒരേ നിൽപ്പാ. കുറച്ചുനേരം മുറീൽ പോയിരുന്ന് കരഞ്ഞു."

പവിത്രയ്ക്ക് അതു കേട്ടപ്പോൾ എന്തെന്നില്ലാത്ത സങ്കടം വന്നു. അവളുടെ രണ്ടു കവിൾതടങ്ങളിലൂടെയും കണ്ണീർ പൊട്ടി വീണു.

"അമ്മ അവനൊന്നു കൊടുത്തേ."

അജിതമ്മ അപ്പുവിനെ വിളിക്കുന്നത് അവൾ കേട്ടു. അൽപസമയത്തിനകം അപ്പു ലൈനിൽ വന്നു.

"അലോ..." ഒരു ഈറൻ സ്വരം!

"അപ്പുക്കുട്ടാ, പൊന്നുമണീ. അമ്മയാ വിളിക്കുന്നെ. ന്റെ പൊന്നുമോൻ എന്തുചെയ്യുവാരുന്നു."

"അമ്മയെന്നാ വരാത്തെ. അമ്മയെവിടെയാ?"

"അമ്മ ഒരിടത്ത് ജോലിക്കു വന്നതല്ലേ മോനേ. വല്യ ഒരാശുപത്രീല്."

"അമ്മ പോവണ്ട. ഇങ്ങട് വന്നാ മതി. എനിക്ക് കാണണം. അമ്മയിങ്ങ് വാ."

"അയ്യോടാ ചക്കരേ. ഇവിടുന്നങ്ങനെ അമ്മേനെ വിടത്തില്ല മോനേ. ജോലി ചെയ്തുതീർത്തിട്ടല്ലാതെ എങ്ങട്ടും വിടത്തില്ല."

"എനിക്കമ്മേനെ കാണണം. അമ്മയിങ്ങ് വാ." അവൻ ഒരേ ശാഠ്യത്തിൽതന്നെ നിന്നു. ഒടുവിൽ കരച്ചിലായി.

"കരയല്ലേടാ മുത്തേ. ന്റെ ചക്കരയ്ക്കു സ്കൂളീപ്പോവാൻ നല്ല ഉടുപ്പു വേണ്ടേ. നല്ല ഷൂസ് വേണ്ടേ. നല്ല ബാഗ്. നല്ല ടിഫിൻ ബോക്സ്, അങ്ങനെ എല്ലാം വേണ്ടേ. അതിനല്ലേ അമ്മ ജോലിക്ക് പോകുന്നെ. എന്റെ പൊന്നു മോൻ കരയല്ലേടാ."

പവിത്ര തൊണ്ടയിടറിക്കൊണ്ട് അവനെ തന്നാലാവുംവിധം ആശ്വസിപ്പിക്കാൻ ശ്രമിച്ചുകൊണ്ടിരുന്നു. ഒടുക്കം കണ്ണീരോടെ അപ്പുറത്ത് അപ്പുവും ഇപ്പുറത്ത് പവിത്രയും സംഭാഷണം നിർത്തി.

"നീ കല്യാണം കഴിച്ചതാണോ?" താഴത്തെ ബെഡിൽനിന്നു വന്ദന ചോദിച്ചു.

"അതെ." പവിത്ര പറഞ്ഞു.

"എത്ര കുട്ടികളാ?"

"ഒരാളേയുള്ളൂ. ആറുവയസ്സൊണ്ട്. ഒന്നാംക്ലാസ്." വരാനിടയുള്ള ചോദ്യത്തിനും ചേർത്ത് പവിത്ര മറുപടി പറഞ്ഞു.

"അതിനെ ഒറ്റയ്ക്കിട്ടിട്ടാണോ ജോലിക്ക് വന്നിരിക്കുന്നെ? കഷ്ടം തന്നെ." വന്ദന പിറുപിറുത്തു.

"ഇതിന് മുൻപെവിടാരുന്നു?" നീരജ തിരക്കി.

"ഞാനാദ്യമായിട്ടാ ജോലിക്ക് കേറിയത്."

"ഓ അതുശരി. ഏതാ ഡിപ്പാർട്ടുമെന്റ്?"

"എംഐസിയു."

"ബിഎസ്സി ആണോ ജിഎൻഎം ആണോ?"

"ഞാൻ കെയർ അസിസ്റ്റന്റാ."

"അതാ ഇവിടുത്തെ കുഴപ്പം." വന്ദന അതൃപ്തിയോടെ പറഞ്ഞു. "നഴ്സസ് ക്വാർട്ടേഴ്സെന്നു പേര്. എന്നിട്ട് എല്ലാത്തിനേംകൂടി ഒന്നിച്ച് ഒരേ തൊഴുത്തിൽ. ഡെസിഗ്നേഷൻ അനുസരിച്ച് വേർതിരിക്കണ്ടേ."

അതു ശരിയാണെന്ന് നീരജ പിന്താങ്ങി.

കുറച്ചു കഴിഞ്ഞപ്പോൾ അജിതമ്മയുടെ കോൾ വന്നു.

"നിന്റെ ജോലിക്കാര്യമൊന്നും പറഞ്ഞില്ലല്ലോ."

"ജോലിക്ക് കേറിയതല്ലേയൊള്ളൂ."

"എങ്ങനൊണ്ട്. എളുപ്പമൊള്ള ജോലിയാണോ?"

"അറിയില്ല. എനിക്ക് കാര്യമായിട്ടൊന്നും ചെയ്യേണ്ടി വന്നില്ല. സീനിയേഴ്സ് പറഞ്ഞുതന്നും കാണിച്ചുതന്നും ഓരോന്നു പഠിപ്പിച്ചോണ്ടിരിക്കുവാ."

"ശമ്പളം എത്രയാ?"

"സ്റ്റാർട്ടിങ്ങിൽ ഏഴായിരംന്നാ പറഞ്ഞത്. ഇപ്പം ട്രെയ്നിങ് പീരിയഡല്ലേ. പെർമനന്റാകുമ്പം പതിന്നാലൊക്കെ കിട്ടുമെന്നു പറയുന്നു."

"അത് എന്നാണ്?"

"ട്രെയിനിയായിട്ട് രണ്ടുവർഷം ജോലി ചെയ്യണം."

"ആണോ? ഏഴായിരം കിട്ടീട്ട് എന്നാ ചെയ്യാനാ? നിന്റെ ചെലവ് നടക്കണ്ടേ. മാസം നാലഞ്ചുതവണ ഇവിടെ വന്നു പോകണ്ടേ. കൊച്ചിനു വല്ലതും വാങ്ങിച്ചു കൊടുക്കണ്ടേ? പിന്നെ എന്നാ ഒണ്ട് ബാക്കി."

"ബാക്കിവെക്കാൻ വേണ്ടിയല്ലല്ലോ അമ്മേ. എനിക്കും എന്റെ മോനും ജീവിക്കാൻ വേണ്ടിയല്ലേ."

"നിനക്കും നിന്റെ മോനും ജീവിക്കാൻ നീ വല്ലടത്തും പോയി ജോലി ചെയ്യേണ്ട ഒരാവശ്യോം ഇല്ലാരുന്നല്ലോ. ഓട്ടോറിക്ഷ ഓടിച്ച് കുടുംബം നോക്കുന്ന ഒരുത്തന്റെ കയ്യിലേൽപ്പിച്ചു വിട്ടതാണല്ലോ നിന്നെ."

"ആണോ? അമ്മയെന്തിനാ രാവും പകലും അവിടിരുന്ന് വല്ലവരുടേയും തുണി തയ്ച്ച് പൈസയൊണ്ടാക്കുന്നേ? നല്ല ആരോഗ്യമുള്ള ഒരു പുരുഷന്റെ കൂടെ കല്യാണം കഴിപ്പിച്ചു വിട്ടതല്ലേ അമ്മയെ?"

"നിന്റച്ഛനെക്കൊണ്ട് കൊള്ളാഞ്ഞിട്ട്. അല്ലെങ്കി എനിക്കിങ്ങനെ കഷ്ടപ്പെടണായിരുന്നോ?"

"സ്വന്തം അനുഭവത്തീന്നു പഠിക്കാത്ത അമ്മ എനിക്കു തന്നതും അങ്ങനൊരുത്തനെയാ. അതുകൊണ്ടാ എനിക്കീ കഷ്ടപ്പാട്."

"ശരി. ഫോൺ വെച്ചോ. ഞാൻ വെക്കുവാ."

അജിതമ്മ പെട്ടെന്നു കോൾ കട്ട് ചെയ്തുകളഞ്ഞു. അമ്മയ്ക്ക് ഒട്ടും ഇഷ്ടപ്പെട്ടില്ലെന്ന് പവിത്രയ്ക്കു മനസ്സിലായി.

അപ്പർ ബെഡ്ഡിലുള്ള കിടപ്പ് ഒട്ടും സുരക്ഷിതത്വബോധം നൽകുന്നില്ലെന്ന് അവൾ ചിന്തിച്ചു. ബെഡ് ഒരു വശത്തേക്കു കാർ മറിയുന്നപോലെ മറിഞ്ഞുവീണാലോ എന്നൊരു പേടി. അപരിചിതരായ രണ്ടുപേർ ലോവർ ബെഡ്ഡിൽ കിടക്കുന്നതിന്റെ അശാന്തി. എല്ലാറ്റിനുമുപരി, ഇന്നലെവരെ തനിക്കജ്ഞാതമായിരുന്ന ഏതോ ഒരിടം എന്ന തോന്നൽ. പവിത്ര സീലിങ്ങിലേക്ക് കണ്ണുംനട്ട് കുറേ നേരം കിടന്നു. കൂടെയുള്ളവർ ലൈറ്റണച്ചിട്ടില്ല. പവിത്ര മെല്ലെ ഉറങ്ങി.

പിറ്റേന്നു രാവിലെ ഉണർന്ന് ജിബിയയെ വിളിച്ച് ജോലിക്കു ചേർന്ന വിവരങ്ങൾ അറിയിച്ചു. പിന്നെ ഡ്യൂട്ടിക്ക് പോകാനിറങ്ങി.

ആദ്യത്തെ കുറേ ദിവസങ്ങൾ പരിശീലനത്തിന്റേതായിരുന്നു. രോഗികളുടെ കെയറിങ് മാത്രമല്ല താൻ ചെയ്യേണ്ട ജോലികൾ എന്ന് അവൾക്കു ബോധ്യമായി. മറ്റനേകം ജോലികളുണ്ട്. അന്തമില്ലാത്തത്ര ജോലികൾ. യൂണിഫോമിന്റെ പോക്കറ്റിൽ ഇരുനൂറുമില്ലി വെള്ളത്തിന്റെ ബോട്ടിൽ സൂക്ഷിച്ചിരുന്നാൽപോലും ഒരു പകൽ നീളുന്ന ജോലിയ്ക്കിടയിൽ അതെടുത്ത് അടപ്പുതുറന്നു കുടിക്കാൻ സമയം കിട്ടാത്തത്ര ജോലികൾ. മൂന്നുമണിക്കോ നാലുമണിക്കോ ഊണുകഴിക്കാനായി ഓടിച്ചെന്നു ചോറുപാത്രത്തിൽ കയ്യിടുമ്പോഴേക്കും സ്റ്റാഫ് നഴ്സുമാർ പുറകെ വന്ന്, മതി കഴിച്ചത് എഴുന്നേറ്റു വാ എന്നുപറഞ്ഞു വിളിച്ചോണ്ടു പോകുന്നത്ര തിരക്കുപിടിച്ച ജോലികൾ.

നിർദ്ദിഷ്ഠ ജോലിസമയം കഴിഞ്ഞിട്ടും ഒന്നും ഒന്നരയും രണ്ടും മണിക്കൂർ നേരം അധികനേരം നിന്നു തീർക്കേണ്ടതായ ജോലികൾ.

എച്ച്ആർഡിയിൽവച്ച് നടത്തപ്പെട്ട ആദ്യത്തെ മോട്ടിവേഷൻ ക്ലാസ്സിൽ പവിത്ര പങ്കെടുത്തു. നഴ്സിങ് സൂപ്രണ്ടിന്റെ ക്ലാസ്സായിരുന്നു അത്.

"ഏഷ്യയിലെതന്നെ ഏറ്റവും മികച്ച ഹോസ്പിറ്റലുകളിൽ ഒന്നാണ് ദീപജ്യോതി മൾട്ടി സ്പെഷ്യാലിറ്റി ഹോസ്പിറ്റൽ. ഇവിടെ ജോലി ചെയ്യുന്നു എന്നതുതന്നെ നിങ്ങൾക്കേവർക്കും അഭിമാനിക്കാവുന്ന സംഗതിയാണ്. ആതുരാലയം എന്നാൽ ഒരു ബിസിനസ് സ്ഥാപനമല്ല. ആതുരസേവനം എന്നാണ് നമ്മൾ പറയുക. അരോഗദൃഢഗാത്രരായ മനുഷ്യരല്ല നമ്മുടെ സേവനം ആവശ്യപ്പെട്ട് ഇവിടെ വരുന്നത്. ശാരീരികവും മാനസികവുമായ വിവിധ രോഗങ്ങളാൽ കഷ്ടപ്പെടുന്ന ആയിരക്കണക്കിനു രോഗികളാണ്. അവർക്കു നമ്മളല്ലാതെ വേറൊരാശ്രയമില്ല. ആ സത്യം നമ്മളാദ്യം ഉൾക്കൊള്ളേണ്ടതായിട്ടുണ്ട്.

ഒരിക്കൽ പോയിട്ടുള്ളവരോ ഒരിക്കലും പോകാത്തവരോ ആയ ഏതൊരു മനുഷ്യനും പോകാൻ ഇഷ്ടപ്പെടുന്ന സ്ഥലമല്ല ഹോസ്പിറ്റൽ. സാധാരണ മനുഷ്യരെ ആകർഷിക്കാനായി അവിടെ യാതൊന്നുമില്ല. ഇനിയും ഇവിടെ വരുത്താൻ ഇടവരുത്തരുതേ എന്ന പ്രാർത്ഥനയോടെയാണ് നമ്മുടെ കസ്റ്റമേഴ്സ്, അതായത് രോഗികൾ ആശുപത്രിവിട്ട് പോകുന്നത്. അങ്ങനെ ആരും വരാൻ താൽപര്യപ്പെടാത്ത ഒരിടത്തേക്ക് എങ്ങനെയാണ് ആളുകൾ എത്തുന്നത്? ഹോസ്പിറ്റലിലെ ജീവനക്കാരുടെ അലിവും കാരുണ്യവും സ്നേഹവും മികച്ച പരിചരണവും ഒന്നാന്തരം ചികിത്സയും രോഗികൾക്കു കൊടുത്താൽ മാത്രമേ നമ്മുടെ ആശുപത്രിയിലേക്ക് രോഗികൾ എത്തിച്ചേരുകയുള്ളൂ.

സൂപ്പർ സ്പെഷ്യാലിറ്റി ഹോസ്പിറ്റലുകൾ ഇപ്പോൾ എറണാകുളത്ത് അര ഡസനോളമുണ്ട്. നമ്മളിൽനിന്ന് അകലെയല്ലാതെതന്നെ മൂന്നെണ്ണം. അവരുടെ ശക്തമായ സാന്നിധ്യം നമ്മളെ പിന്നോട്ടടിക്കാൻ പാടില്ല. ഒരു മൾട്ടി സ്പെഷ്യാലിറ്റി ഹോസ്പിറ്റലിന്റെ ഏറ്റവും വലിയ മൂലധനം എന്നു പറയുന്നത് അതിനായി പണിതുയർത്തിയ കെട്ടിടസമുച്ചയങ്ങളോ, വിശാലവും മനോഹരവുമായ കോമ്പൗണ്ടോ, ആയിരം കാറുകൾ പാർക്ക് ചെയ്യാനുള്ള ഇടമോ, രണ്ടായിരത്തഞ്ഞൂറ് കിടക്കകൾ ഇടാനുള്ള സൗകര്യമോ അല്ല. മറിച്ച് ചികിത്സാ നൈപുണ്യമുള്ള ഡോക്ടർമാരും മാലാഖമാരെപോലെ രോഗികളെ ആശ്വസിപ്പിക്കുകയും ശുശ്രൂഷിക്കുകയും ചെയ്യുന്ന നഴ്സിങ് സ്റ്റാഫും മറ്റ് ഹോസ്പിറ്റൽ ജീവനക്കാരുമാണ്.

എന്നാൽ ഇതൊന്നുമല്ല, ഒരു ഹോസ്പിറ്റലിന്റെ വിജയകരമായ നടത്തിപ്പിന്റെ അടിസ്ഥാനം. നമ്മളിൽ വിശ്വാസമർപ്പിച്ചുകൊണ്ട് ചികിത്സയ്ക്കായി ഇവിടെ എത്തിച്ചേരുന്ന രോഗികളാണ്.

ആതുരസേവനത്തേക്കാൾ വലുതല്ല മറ്റേതൊരു സേവനവും എന്ന സത്യം നമ്മൾ മനസ്സിലാക്കിയിരിക്കണം. ഇവിടെ വരുന്ന ഓരോ രോഗിയും നമ്മുടെ സ്നേഹവും കാരുണ്യവും സേവനവും അർഹിക്കുന്നുവെന്ന ബോധ്യം നമുക്കുണ്ടാകണം.

മേലധികാരികൾ നിങ്ങളെ ശാസിച്ചേക്കാം, സൂപ്പർവൈസർമാർ നിങ്ങളുടെ ചെറിയ തെറ്റുകൾപോലും കണ്ടുപിടിച്ചേക്കാം. ഇൻചാർജ്ജ്മാർ നിങ്ങളെ രൂക്ഷമായ ഭാഷയിൽ കുറ്റപ്പെടുത്തിയേക്കാം. നഴ്സിങ് സൂപ്രണ്ട് ചിലപ്പോൾ നിങ്ങൾക്കു ശിക്ഷ നൽകിയേക്കാം. പക്ഷേ, അതൊന്നും നിങ്ങളുടെ സേവനത്തെയോ, രോഗികളുടെ അവകാശങ്ങളെയോ ബാധിക്കാൻ ഇടവരരുത്. രോഗിയാണ് നമ്മുടെ അതിഥി. വിരുന്നു വന്ന അതിഥികളെ നമ്മൾ വീട്ടിലെ കലഹങ്ങൾ അറിയിക്കാറില്ലല്ലോ.

നിങ്ങൾക്കുവേണ്ട് ഇവിടെ ക്ഷേമപ്രവർത്തനങ്ങളുണ്ട്. പരാതികളുണ്ടെങ്കിൽ പരിഹരിക്കാൻ ഒരോഫീസ് പ്രവർത്തിക്കുന്നുണ്ട്. നിങ്ങളുടെ അവകാശങ്ങൾ സംരക്ഷിക്കപ്പെടും എന്നുറപ്പാക്കാനുള്ള സംവിധാനങ്ങളുമുണ്ട്."

കേട്ടിരുന്നപ്പോൾ പവിത്രയ്ക്ക് ഒരഭിമാനം തോന്നി. താൻ ലോകമെമ്പാടും ഖ്യാതിയുള്ള ഒരു വലിയ ഹോസ്പിറ്റൽ ശ്രംഖലയിലെ ജീവനക്കാരിയാണ്. ദീപജ്യോതി മൾട്ടി സ്പെഷ്യാൽറ്റി ഹോസ്പിറ്റൽ കുടുംബത്തിലെ ഒരംഗം.

* * *

പള്ളിവാതുക്കൽ ജംഗ്ഷനിൽ ബസ്സിറങ്ങിയിട്ട് ജിബിയ ചുറ്റുപാടും ഒന്നു നോക്കി. പറയത്തക്ക മാറ്റമൊന്നുമില്ല. പഞ്ചായത്തു കിണറിന്റെ ആൾമറയിൽ ചാരി രണ്ടുപേർ വർത്തമാനം പറഞ്ഞു നിൽപ്പുണ്ട്.

ഒരു തോൾബാഗും ഒരു ട്രോളിബാഗും. ഇത്രയുമാണ് ലെഗേജ്. തനിക്കു ചുമന്നുകൊണ്ടു പോകാവുന്നതേയുള്ളൂ എന്ന് ആദ്യം കരുതി. ഓട്ടോ വിളിച്ചാൽ നൂറുരൂപ കൊടുക്കേണ്ടി വരും. പട്ടിണിക്കാലത്തെ പിശുക്കത്തി മനസ്സിലിരുന്നു നഖങ്ങൾ നീട്ടുന്നു. കളയണോ നൂറു രൂപ?

ജിബിയ ഓട്ടോ വിളിക്കുകതന്നെ ചെയ്തു. അറുകോമ്മലയിലെ ജെയിംസുകുട്ടിയുടെ ഓട്ടോയാണ് കിട്ടിയത്. വീട്ടിലേക്കുള്ള യാത്രയ്ക്കിടയിൽ ജെയിംസുകുട്ടി വിശേഷങ്ങൾ ചോദിച്ചു.

"ജിബിയേനെ കണ്ടാ ഇപ്പം ഒരു ഹിന്ദിക്കാരിയെപോലിരിക്കുന്നു." ജെയിംസുകുട്ടി പറഞ്ഞു.

"ഡെല്ലീലല്ലേ. ഹിന്ദിക്കാരടെ സ്ഥലമല്ലേ. അതുകൊണ്ടായിരിക്കും." ജിബിയ ചിരിച്ചു.

"കൊറേ നാളായി ഇങ്ങോട്ടൊക്കെ വന്നിട്ട്, അല്ലേ?"

"ഒന്നര വർഷം. കൂടെക്കൂടെ വന്നുപോകാൻ ഞങ്ങക്കങ്ങനെ ഒരുപാട് ലീവൊന്നും കിട്ടത്തില്ലന്നേ. ഇവിടൊക്കെ എന്നാ ഒണ്ട് വിശേഷം?"

"ഓ, ഒന്നുമില്ലന്നേ. റബ്ബറിന്റെ വെല പോയതോടെ എല്ലാം പോയില്ലേ? ഞാനൊരു കല്യാണം കഴിച്ചാരുന്നു. അതേയൊള്ളൂ വിശേഷം."

"ഉവ്വോ. അത് വിശേഷമല്ലേ?"

"ഇപ്പം വേണ്ടാരുന്നെന്നു തോന്നുവാ. വല്യ പാടാന്നേ നടത്തിക്കൊണ്ടുപോകാൻ. ഒറ്റാന്തടിയാരുന്നപ്പം നേരത്തിനു കഴിക്കണംന്നുമില്ല, രാത്രി

വീട്ടിലോട്ട് ചെല്ലണംന്നുമില്ല. കയ്യില് കാശുമൊണ്ടാരുന്നു. എന്നാ സുഖ മായിരുന്നു. കൂട്ടുകാരുടെ കൂടെ എവിടെ വേണേലും പോകാം. തോന്നുമ്പം കേറിവരാം. എറങ്ങുന്ന പടമൊക്കെ കാണാം. ഇപ്പം എല്ലാം പോയില്ലേ?"

ജെയിംസുകുട്ടിയുടെ വർത്തമാനം കേട്ട് ജിബിയ ചിരിച്ചു. ജെയിംസു കുട്ടിയെ പണ്ടേ അറിയാം. പഠിക്കുമ്പോൾ തന്നേക്കാൾ മൂന്നു ക്ലാസ് സീനിയറായിരുന്നു.

വീടിനു മുന്നിലെത്തി. ഓട്ടോ നിർത്തിയിട്ട് ജെയിംസുകുട്ടി ഇറങ്ങി വന്നു ലെഗേജ് എടുക്കാൻ സഹായിച്ചു. അപ്പോഴേക്കും ബിൻസിയും ജോസ്നയും വീട്ടിൽനിന്ന് ആഹ്ലാദത്തോടെ ഓടിയിറങ്ങി വന്നു. ജോസ്ന വന്നു ജിബിയയെ കെട്ടിപ്പിടിച്ചു. മുഖം പിടിച്ച് അങ്ങോട്ടുമിങ്ങോട്ടും തിരിച്ച് സൂക്ഷിച്ചുനോക്കിക്കൊണ്ട് ജോസ്ന പറഞ്ഞു

"വെളുത്തു വെളുത്ത് മദാമ്മയായി."

ബിൻസിയും വന്ന് മകളെ ആലിംഗനം ചെയ്തു.

"ഓ, ചേച്ചീടൊരു സന്തോഷം. പൊന്നുമോളിങ്ങു വന്നല്ലോ." ജെയിം സുകുട്ടി ചിരിച്ചുകൊണ്ട് പറഞ്ഞു.

ജിബിയ നൂറ്റൻപതു രൂപ കൊടുത്തപ്പോൾ അവൻ നിരസിച്ചു.

"വേണ്ട. നൂറു മതി."

"ഇരിക്കട്ടെന്നേ. ഒത്തിരി ഒണ്ടായിട്ടല്ല, നമ്മളൊക്കെ ഒരു സ്കൂളിൽ പഠിച്ചവരല്ലേ?"

"അതിന്റെയൊരു സ്നേഹം ഒന്നു വേറെയാ കേട്ടോ."

ജെയിംസുകുട്ടി ആ പൈസ വാങ്ങി. അവൻ ഓട്ടോയുമായി പോയി ക്കഴിഞ്ഞപ്പോൾ ജിബിയ തിരക്കി.

"പപ്പയെന്ത്യേ?"

"പാറക്കടവിലിരുന്ന് ചീട്ടു കളിക്കുന്നൊണ്ടാരുന്നു. നീ വന്നത് കണ്ടി ല്ലാരിക്കും."

"കാശുവെച്ചാണോ മമ്മീ?"

"അല്ലെന്നേ. ചെവിയേൽ കുണുക്കും തൂക്കിയിട്ടോണ്ടാ ചെലപ്പം ചോറു ണ്ണാൻ വരുന്നെ."

"ഇവളങ്ങ് വലുതായല്ലോ. എന്നേക്കായിലും മുൻപേ ഇവളെ കെട്ടി ക്കണമല്ലോ."

"പോ ചേച്ചീ അവിടുന്ന്." ജോസ്ന മുഖം വീർപ്പിച്ചു.

അല്പനേരത്തിനുള്ളിൽ ജോർജുകുട്ടി വീട്ടിലേക്കു കയറി വന്നു. ജിബിയ പപ്പയെ അടിമുടി നോക്കി.

"ക്ഷീണമാണല്ലോ പപ്പാ."

"പ്രായമായി വരുവല്ലേ."

അയാൾ അതിരറ്റ വാത്സ്യത്തോടെ മകളെ നോക്കി. കുട്ടിത്തം വിട്ടു മാറാത്ത പ്രകൃതവുമായി രണ്ടുകൊല്ലം മുൻപുവരെ ഓടിക്കളിച്ചു നടന്ന വൾ. ഇപ്പോൾ ഇരുത്തംവന്ന നോട്ടവും ഭാവവും.

"പപ്പയെന്നാ നോക്കുന്നെ?" ജിബിയ പുഞ്ചിരി തൂകി.

"നിനക്കുവന്ന മാറ്റം!"

"എനിക്കൊരു മാറ്റോം ഇല്ല. ഞാനാ പഴയ ജിബിയ തന്നെയാ."

അവൾ ബാഗുകൾ തുറന്ന്, കുടുംബാംഗങ്ങൾക്കായി വാങ്ങിക്കൊണ്ടു വന്ന തുണിത്തരങ്ങളും മധുരപലഹാരങ്ങളും വിതരണം ചെയ്തു. ബിൻസി മകൾക്ക് ചോറും കറികളും വിളമ്പി. അവൾ അത് ആർത്തി യോടെ, രുചിയോടെ വാരി ഉണ്ണുന്നതു കണ്ടപ്പോൾ ബിൻസിയുടെ കണ്ണു നിറഞ്ഞു.

"മമ്മിയെന്തിനാ കരയുന്നെ?" ജിബിയ അമ്പരന്നു.

"പോടീ. കരഞ്ഞൊന്നുമില്ല." ബിൻസി പുറംകൈകൊണ്ടു കവി ളത്തെ കണ്ണീർ തൂത്തു. "സന്തോഷംകൊണ്ടായിരിക്കും."

"എത്ര നാളായി ഇതുപോലെ രുചിക്ക് എന്തേലും കഴിച്ചിട്ട്."

ജിബിയ വയർ നിറച്ചുണ്ട്, എണീറ്റ് കൈ കഴുകി.

"മമ്മീ. ഞാനൊറങ്ങാൻ പോവാണേ. ആരു വന്നാലും വിളിച്ചേക്കല്ലേ."

മൂന്നു ദിവസം നീണ്ട ട്രെയിൻ യാത്രയുടെ ക്ഷീണം അവളെ വേഗം ഗാഢനിദ്രയിലേക്കു വലിച്ചു താഴ്ത്തി.

ജിബിയ ഉണരുമ്പോൾ പകൽ മങ്ങിത്തുടങ്ങിയിരുന്നു. ബിൻസി അവളുടെ മൊബൈൽ ഫോൺ കൊണ്ടുവന്നു കൊടുത്തു.

"കൊറേ മിസ്ഡ് കോളൊണ്ട്. ആരാണ്ടോക്കെ വിളിച്ചിട്ടൊണ്ടാരുന്നു."

ജിബിയ ഫോൺ വാങ്ങി നോക്കി. എന്നിട്ടു പറഞ്ഞു: "സന്ധ്യയ്ക്കു മുൻപ് എനിക്ക് ആറ്റിൽ മുങ്ങിക്കുളിക്കണോരുന്നു."

"എന്നാ വേഗം ചെല്ല്." ബിൻസി പറഞ്ഞു.

ജിബിയ ജോസ്നയെയും കൂട്ടി പാറക്കടവിൽ പോയി ഇളം ചൂടാർന്ന വെള്ളത്തിൽ മുങ്ങിക്കുളിച്ചു. രാത്രി പ്രാർത്ഥനയും അത്താഴവും കഴിഞ്ഞ ശേഷം അവൾ വിളിക്കേണ്ടവരെയെല്ലാം വിളിച്ച് താൻ വീട്ടിലെത്തിയ വിവരം അറിയിച്ചു. മിസ്ഡ് കോളുകളുടെ കൂട്ടത്തിൽ പവിത്രയുടെ പേരും അവൾ കണ്ടു. കൂടുതൽ സംസാരിക്കാൻ വേണ്ടി പവിത്രയെ അവൾ ഒടുവിലാണു വിളിച്ചത്.

"എടീ, ഞാൻ വീട്ടിലെത്തി. ഉണ്ടു, ഉറങ്ങി, കുളിച്ചു. ഇപ്പം അത്താ ഴവും കഴിച്ചു." ജിബിയ പറഞ്ഞു.

"യാത്രാക്ഷീണമൊക്കെ മാറിയോ?" പവിത്ര ചോദിച്ചു.

"ഉം... മാറി. നീയെന്താടീ ഒരു ഉത്സാഹമില്ലാത്തപോലെ?"

"ഓ... ഒന്നുമില്ല."

“എന്തേലും പ്രശ്നമൊണ്ടോ? ജോലിയൊക്കെ നന്നായിട്ട് പോകുന്നില്ലേ?”

മറുപടിയില്ല.

“എന്തെങ്കിലും വെഷമമൊണ്ടെങ്കി പറ. മനസ്സിൽ വെച്ചോണ്ടിരുന്ന് നീറ്റല്ലേ. എന്നതാ നിന്റെ മനഃപ്രയാസം?”

മറുപടി ഒരു പൊട്ടിക്കരച്ചിലായിരുന്നു. ജിബിയ അന്ധാളിച്ചു.

“കാര്യമെന്താന്നു പറയെടീ.”

കരച്ചിൽ പക്ഷേ നിൽക്കുന്നതേയില്ല. കാരണം ചോദിച്ചിട്ട് പറയുന്നുമില്ല.

“നിനക്കെന്നാണ് ഓഫ്?” ജിബിയ ചോദിച്ചു.

“മറ്റന്നാൾ.”

“ഓകെ. ഓഫ് കിട്ടിയാ അപ്പത്തന്നെ നീയിങ്ങോട്ടു വാ.”

മറുവശത്ത് ചിതറിയ തേങ്ങലുകൾ മാത്രം അവശേഷിച്ചു.

പതിമ്മൂന്ന്

രാവിലെ പത്തുമണിയോടെ പവിത്ര ജിബിയയുടെ വീട്ടിലെത്തി. അവളെ കണ്ടപാടെ ജിബിയ ചാടിയിറങ്ങിച്ചെന്ന് ആശ്ലേഷിച്ചു.

“നീയെന്താടീ ഇന്നലെ വരാഞ്ഞത്?”

“നൈറ്റ് ഡ്യൂട്ടി തീർന്നപ്പം എട്ടുമണി. ഓവർ കൊടുത്ത് ഹോസ്പിറ്റലീന്ന് ഇറങ്ങിയപ്പം ഒൻപത്. രാത്രി മുഴുവൻ ഒറക്കളച്ചതല്ലേ. ഒന്നു തല ചായ്ക്കാതെ എങ്ങനെ പോരും. കണ്ണിലാണെങ്കി മണലുവാരിയിട്ട പോലെയാ കിരുകിരുപ്പും പുളിപ്പും. ഹോസ്റ്റലിൽ ചെന്നു കിടന്ന് ഉറങ്ങി. എണീറ്റപ്പം മണി പന്ത്രണ്ട്. വല്ലതും കഴിക്കണ്ടേ. രണ്ടുമണിക്കാ ബസ് കിട്ടിയത്. അതിൽ കേറി വീട്ടിലെത്തിയപ്പം അഞ്ചര മണി. പിന്നെ എപ്പം വരാനാ?” പവിത്ര ഒറ്റ ശ്വാസത്തിൽ പറഞ്ഞു തീർത്തു.

“നിന്നെ കണ്ടാലിപ്പം ഒന്നു മെനയായിട്ടുണ്ട്. എന്റെ പഴയ പവിത്രക്കുട്ടീടെ ലക്ഷണങ്ങളൊക്കെ തിരിച്ചു വരുന്നൊണ്ട്.”

ജിബിയ അവളുടെ കവിളത്തു തലോടി.

“ഞാൻ ആറുമാസം വീട്ടിൽവന്നു നിന്നില്ലേ. പഠിക്കാൻ വേണ്ടി. വീട്ടിൽ പട്ടിണിയൊന്നും ഇല്ലല്ലോ.”

“എത്ര ദിവസംണ്ട് ഓഫ്?”

“ഇന്നലെ രാത്രി മാത്രം ഓഫ്. ഹോസ്പിറ്റലുകാരുടെ അഭ്യാസം. നൈറ്റ്ഡ്യൂട്ടി ചെയ്തിട്ടിറങ്ങുന്നവർക്ക് അവകാശപ്പെട്ടതല്ലേ പകലുറക്കം. അത് ഓഫായിട്ട് കൂട്ടാൻ പറ്റ്വോ? ഇല്ലല്ലോ. ഇന്നലെ രാത്രി നൈറ്റ് ചെയ്യേണ്ടി വന്നില്ല. അതാണ് എനിക്കു കിട്ടിയ ഓഫ്. ഇന്നു രാവിലെ പത്തുമണിക്ക് എനിക്കു ഡ്യൂട്ടി ഇട്ടിരിക്കുവാ. കണ്ടിന്വസായിട്ട് അഞ്ചു നൈറ്റ് ചെയ്തിട്ട് ഇറങ്ങിയ എനിക്ക് കിട്ടിയത് പന്ത്രണ്ട് മണിക്കൂർ ഓഫ്.”

“ഇങ്ങനെയാടീ ഹോസ്പിറ്റലുകാർ നമ്മളെ ചൂഷണം ചെയ്യുന്നെ. ഞാനിതൊക്കെ എത്ര അനുഭവിച്ചു.”

“ഇന്നു രാവിലെ ഇൻചാർജിനെ വിളിച്ച് പറഞ്ഞു, എനിക്കിന്നുകൂടെ ഓഫ് വേണം, വരാൻ പറ്റത്തില്ലെന്ന്. അവരൊടനെ ഫോണിക്കൂടെ അലറിക്കൊണ്ട് എന്റെ നേർക്ക് ചീറ്റപ്പുലി മാതിരി ചാടുന്നു. ഒരു ലീവ് എടുക്കാൻ പറ്റാത്ത ജോലി എന്തോരു ജോലിയാ ബിയാ?”

"എന്നാ രണ്ടുപേരുംകൂടെ മിറ്റത്തുതന്നെ നിന്നോണ്ടു വർത്തമാനം?" ബിൻസി വരാന്തയിലേക്കു വന്ന് ചോദിച്ചു. "പവിത്ര മോളെ കണ്ടിട്ട് എത്ര കാലമായി. ഇങ്ങോട്ടു കേറിവാ പിള്ളേരെ."

ജിബിയ പവിത്രയെ കൈയ്ക്കു പിടിച്ച് വീട്ടിലേക്കു കയറ്റി.

"നീ എങ്ങനെയാ മോളേ വന്നത്, ഓട്ടോയിലാ?" ബിൻസി തിരക്കി.

"ഞാൻ നടന്നിങ്ങു പോന്നു. ആറ്റിൽ വെള്ളം കുറവല്ലേ. ഇറങ്ങി കടക്കാം."

"നീ ജോലിക്കു പോയിത്തുടങ്ങീന്ന് ബിയാമോള് പറഞ്ഞാരുന്നു. എങ്ങനൊണ്ട് നിന്റെ ജോലി?"

"വല്യ കഷ്ടപ്പാടാ മമ്മീ. ജീവിക്കാൻ വേറെ നിവൃത്തിയില്ലാത്തോണ്ട് ചെയ്യുവാ."

"നീയാ കോഴ്സിനു ചേർന്നു പഠിച്ചപ്പം മനസ്സിലായില്ലാരുന്നോ കഷ്ടപ്പാടൊള്ള പണിയാണെന്ന്?" ബിൻസി ചോദിച്ചു.

"കോഴ്സ് പഠിക്കണ പോലല്ലല്ലോ ഹോസ്പിറ്റലിൽ ചെല്ലുമ്പം. പഠിപ്പിച്ചത് വൈറ്റൽസ് എടുക്കാനും ബെഡ് വിരിക്കാനും ഇൻജക്ഷനെടുക്കാനും സിപിആർ കൊടുക്കാനും ബെഡ്സൈഡിൽ നിന്നോണ്ട് ഡോക്ടറേം നഴ്സിനേം അസിസ്റ്റ് ചെയ്യാനുമൊക്കെയാ. പക്ഷേ, ഹോസ്പിറ്റലിൽ നമ്മൾ ചെയ്യേണ്ടാത്ത പണിയില്ല. മിഷ്യനിൽവെച്ച് റബ്ബർഷീറ്റ് അടിക്കത്തില്ലേ. അതുപൊലൊരു മിഷ്യനാ ആശുപത്രി. റബ്ബർഷീറ്റടിക്കുന്നപോലെ അതിനകത്തിട്ട് നമ്മളേം പിഴിയും പേഷ്യന്റിനേം പിഴിയും."

"ബിയാമോള് കാശുമൊടക്കി പഠിപ്പിച്ചത് ഇപ്പം വല്യ കുറ്റമായിപ്പോയോ?"

"അങ്ങനെയല്ല മമ്മീ പറഞ്ഞത്. നീതി, ന്യായം, കരുണ, ദയ, അനുകമ്പ ഇതൊക്കെ ലോകത്ത് ഒണ്ടെന്നു നമുക്കൊരു വിശ്വാസോം പ്രതീക്ഷേം ഒണ്ടല്ലോ. ഒരു ഹോസ്പിറ്റലിപ്പോയി രണ്ടോ മൂന്നോ ആഴ്ച ജോലി ചെയ്താ മതി ആ പ്രതീക്ഷ മുഴുവൻ പോകും." പവിത്ര വെളിപ്പെടുത്തി.

"ഇവളീ പറയുന്നത് നൂറുശതമാനം സത്യമാ മമ്മീ." ജിബിയ കൂട്ടുകാരിയെ പിന്താങ്ങി.

"നീ വല്ലതും കഴിച്ചിട്ടാണോ വീട്ടീന്നു പോന്നെ?" ബിൻസി പവിത്രയെ തോണ്ടി.

"കഴിച്ചാരുന്നു. അമ്മയിന്ന് പുട്ടും കടലേമാ ഒണ്ടാക്കിയത്."

"വാടീ, മുറീപ്പോയിരിക്കാം."

ജിബിയ അവളെ മുറിയിലേക്കു കൂട്ടിക്കൊണ്ടു പോയി. ബിൻസി രണ്ടു പേർക്കും ചായ കൊടുത്തു.

"മോനേം കൂടെ കൂട്ടിക്കൊണ്ടുവരാൻ മേലാരുന്നോ?"

"മോൻ സ്കൂളിൽ പോയി മമ്മീ." പവിത്ര പറഞ്ഞു.

ചായ കുടിച്ചിട്ട് ജിബിയ പവിത്രയെ ആറ്റിൻകരയിലേക്കു കൂട്ടിക്കൊണ്ടു പോയി. അവിടെ പാറക്കടവിൽ, വലിയ വരിക്കപ്ലാവിന്റെ തണലിൽ രണ്ടുപേരും ഇരുന്നു.

“വൈകുന്നേരം ആണുങ്ങളിരുന്നു ചീട്ടുകളിക്കുന്ന സ്ഥലമാ.” ജിബിയ പറഞ്ഞു.

“നിനക്കെന്നാ തിരിച്ചു പോകണ്ടേ?” പവിത്ര ചോദിച്ചു.

“രണ്ടാഴ്ചത്തെ ലീവൊണ്ട്. അതു തീരുന്നതിന്റെ പിറ്റേ ദിവസം നമ്മളവിടെ ഡ്യൂട്ടിക്ക് ഒണ്ടായിരിക്കണം.”

“ഇപ്പം ജോലിചെയ്യുന്നിടത്ത് നിനക്കു സുഖമാ, അല്ലേ?”

“എന്തു സുഖം? എല്ലുമുറിയെ പണിയെടുക്കണം. എല്ലാ ദിവസോം ഇൻചാർജ്മാരോടും ടിഎൽമാരോടും സൂപ്പർവൈസറോടും ഗുസ്തി പിടിക്കണം. നീയെന്തിനാടീ ഫോണിൽ വിളിച്ചപ്പം കരഞ്ഞത്?”

“അതെന്റെ സങ്കടംകൊണ്ടാ. പിന്നെ എനിക്കു തോന്നി വേണ്ടാരുന്നെന്ന്. പിടിവിട്ടുപോകുമ്പം നമുക്ക് എന്നതാ ചെയ്യണ്ടേന്ന് അറിയാമ്മേല.”

“ഭയങ്കര കഷ്ടപ്പാടാണോ നിനക്ക്?”

“ആണോന്നോ! നമ്മളെ അവിടിട്ട് കൊല്ലാക്കൊല ചെയ്യുവാ.” പവിത്ര തന്റെ കാലു രണ്ടും നീട്ടിവച്ച് കാണിച്ചു. “കണ്ടോ ചെരുപ്പിട്ട് ഹോസ്പിറ്റലിക്കൂടെ നടന്നിട്ട് കുമിളച്ച് പൊട്ടി തൊലിയിളകിപ്പോയതാ.”

രണ്ടുകാലിലും തൊലിയിളകിപ്പോയിട്ട് ചുവന്ന മാംസം ചോരക്കിനിപ്പോടെ തെളിഞ്ഞു കാണാം.

“നിന്റെ ചെരുപ്പിന്റെ വള്ളിയെന്താ മുള്ളുകൊണ്ടോണോ നിർമിച്ചിരിക്കുന്നെ?”

“ഐസിയുവിൽകൂടെ ഓടുന്നതാ ബിയാ. പേഷ്യന്റിന് കെയർ കൊടുത്തോണ്ടു നിക്കുമ്പത്തന്നെ പലേടത്തുനിന്നു കേൾക്കാം വിളി. പവിത്രേ, പവിത്രേ, .ഒന്നിങ്ങോട്ടു വരൂ. നമ്മളോടനെ അങ്ങോട്ടോടും. അവിടെ ധൃതിപിടിച്ച് ജോലി തീർത്തോണ്ടിരിക്കുമ്പം വേറൊരു ക്യൂബിക്കിളീന്ന് വിളി വരും. ചെന്നില്ലെങ്കി നമ്മുടെ നേർക്ക് കുരച്ചോണ്ടു വരും.”

“നിനക്ക് അസൈൻമെന്റില്ലേ? ഇത്ര പേഷ്യന്റ്... ഇത്ര ബെഡ്...”

“അതൊക്കെയുണ്ട്. ഓരോ ദിവസോം എട്ടും പത്തും പേഷ്യന്റിനെ നോക്കണം. പത്തുപേരുടെ കെയർ ഒന്നാലോചിച്ചു നോക്കിക്കേ. ചില പേഷ്യന്റ്സിന് രണ്ടും മൂന്നും തവണ മലോം മൂത്രോം എടുത്ത് കെയർ കൊടുക്കണം. പത്തു പേഷ്യന്റ്സ് ഒണ്ടെങ്കിലത്തെ കാര്യം പറയാനൊണ്ടോ? ഓരോ രണ്ടു മണിക്കൂറിലും അവരുടെ പൊസിഷൻ ചെയ്ഞ്ച് ചെയ്തു കിടത്തണം. എൺപതും തൊണ്ണൂറും കിലോ ഒള്ള പേഷ്യന്റിനെ കേറ്റിക്കിടത്താനും ചരിക്കാനും മറിക്കാനുമൊക്കെ എന്നാ ബുദ്ധിമുട്ടാ. യൂറിൻ ബാഗ്, സക്ഷൻ ജാർ എല്ലാം ക്ലീൻ ചെയ്യണ്ടേ. ട്യൂബിങ്സെല്ലാം കഴുകണ്ടേ.”

“അതൊക്കെ എല്ലാടത്തുമൊണ്ട് പെണ്ണേ. ഞാനിതൊക്കെ ഒരുപാട് അനുഭവിച്ചതാ പവീ. കരയാത്ത ദിവസങ്ങളില്ലാരുന്നു.”

“എന്നെക്കൊണ്ട് ഈ ജോലി ചെയ്യാൻ പറ്റുംന്ന് തോന്നുന്നില്ല ബിയാ.” പറയുമ്പോൾതന്നെ പവിത്രയുടെ കണ്ണു നനഞ്ഞു.

“അതിനാണോ നീ എന്നെ ഫോണിൽ വിളിച്ചപ്പം കരഞ്ഞത്?”

“എനിക്കു വയ്യ. സങ്കടംകൊണ്ടു കരഞ്ഞുപോയതാ. മിനിഞ്ഞാന്നും അതിന്റെ തലേദിവസോം ഒക്കെ നൈറ്റാരുന്നല്ലോ എനിക്ക്. അസൈൻമെന്റിട്ടപ്പം എനിക്കു രണ്ട് ക്യൂബിക്കിൾ. ഐസിയു അല്ലേ. എല്ലാരും അത്യാസന്നക്കാരാ. പേഷ്യന്റ്സിനെ ട്രാൻസ്ഫർ ചെയ്യും വേറെ ക്യൂബിക്കിളിലോട്ട്. ഒരു പേഷ്യന്റിനെ ഒരു റൂമീന്നു മാറ്റാൻ എന്തെല്ലാം പ്രൊസീജിയറാ. അന്നെനിക്കു രണ്ടു ട്രാൻസ്ഫറൊണ്ടായിരുന്നു. രണ്ടു പുതിയ അഡ്മിഷൻ. രണ്ടു പേഷ്യന്റ്സിലൊരാൾക്ക് ട്രക്കിയോസ്ട്രമി. മറ്റെയാൾക്ക് വെന്റിലേറ്റർ. അതിന്റെയൊക്കെ പ്രൊസീജിയർ. നൂറുകൂട്ടം എക്വിപ്മെന്റ്സ്. ഓരോ സ്ഥലത്തോട്ടും ഓടിയോടി മടുത്തു. രാത്രി പതിനൊന്നേ മുക്കാലിന് ഫുഡ് കഴിക്കാൻ ടീ റൂമിലോട്ടുവന്നു പൊതിയഴിച്ച് ചോറിലോട്ടു കയ്യിട്ടതേയുള്ളൂ. പുറകിൽ ഇൻചാർജ് ഭൂതം വന്ന് അലറുന്നു. ആങ്ഹാ, തിന്നാനിരുന്നോ, അതിനുമാത്രം ഒരു കുറവും വരുത്തരുത്. ക്യൂബിക്കിൾ അഞ്ചിലെ മൂന്നാം നമ്പർ ബെഡ്ഡിലെ പേഷ്യന്റ് മോഷൻ പാസ്ചെയ്തു കിടക്കുന്നു. ചെല്ല്. ഞാൻ ചോറുപൊതി ചുരുട്ടിക്കൂട്ടി വേസ്റ്റ്ബാസ്ക്കറ്റിലോട്ടിട്ടിട്ട് ഓടി. ചെന്നു മോഷനും യൂറിനും മാറ്റി ക്ലീൻ ചെയ്തു കിടത്തി. രാത്രി രണ്ടുമണിക്ക് തളർന്ന് ഒരു വീൽചെയറിലോട്ടിരുന്നതേയുള്ളൂ. എവിടുന്നു വന്നെന്നറിയില്ല ചാടി വീഴുവാ സൂപ്പർവൈസർ. ഇരുന്നൊറങ്ങുന്നോ. ഞാനിത് നഴ്സിങ് സൂപ്രണ്ടിനു റിപ്പോർട്ട് ചെയ്യും. എന്നു ഭീഷണി. ജോലി ഒരു വിധം ഒതുക്കീട്ട് ഒന്നിരുന്നുപോയതു തെറ്റ്. ഒന്നും ചെയ്യാനില്ലെങ്കിലും എന്തെങ്കിലും ചെയ്തോണം. വെളുപ്പിനു മൂന്നുമണിക്ക് കെയർ തുടങ്ങിയാലേ എട്ടുമണിക്കു തീരത്തൊള്ളൂ. അതും തീർന്നു നിക്കുമ്പം പൂതന വരുന്നപോലെ ചീറിക്കൊണ്ടു വരികയാ ഇൻചാർജ്. ആരാ ട്രോളി പാസേജിലിട്ടത്? എടുത്തു ക്യൂബിക്കിളിലിട്. നിനക്കൊക്കെ വെറുതെ ശമ്പളം തരുന്നതാ. നിന്നെയൊന്നും ആവശ്യമില്ലിവിടെ.

ഞാൻ പറഞ്ഞു, “ഇന്നലെ ക്യൂബിക്കിളിൽ ഇട്ടതിന് സിസ്റ്റർ വഴക്കു പറഞ്ഞതുകൊണ്ടാ ഇന്നു പാസേജിലിട്ടത്.” “അതിന്നലെ. ഇന്നു പറയുന്നതു കേട്ടാ മതി. ചുമ്മാ അവിടേം ഇവിടേം ചുറ്റിത്തിരിഞ്ഞ് ശമ്പളം മേടിച്ചാപ്പോര. ജോലി ചെയ്യണം. പവിത്രയ്ക്ക് ജോലിചെയ്യാനെന്താ ഇത്ര മടി.” എന്റെ ബിയാ, എനിക്കു നിന്നനിൽപ്പിൽ ഭൂമീലോട്ടു താണുപോയാ മതി. ഡോക്ടർമാരും ജൂനിയേഴ്സും നഴ്സിങ് സ്റ്റാഫും ഹൗസ് സർജൻമാരും നഴ്സിങ് സ്റ്റുഡന്റ്സും കേട്ടു നിൽക്കുവാ എന്നെ വിളിക്കുന്ന ചീത്ത.”

കരച്ചിൽ വന്നിട്ട് പവിത്ര ഒന്നു നിർത്തി.

"എന്റെ മോളേ, ഇതാണ് പ്രൈവറ്റ് ഹോസ്പിറ്റലിലെ ജോലി. ഹോസ്പിറ്റൽ നടത്തുന്നത് ദൈവത്തിന്റെ പേരിലായാലും ചാരിറ്റീടെ പേരിലായാലും മതത്തിന്റെ പേരിലായാലും നടക്കുന്നതു മുഴുവൻ കൊള്ളയും ക്രൂരതയുമാ." ജിബിയ പറഞ്ഞു.

"ഇവർക്കൊന്നും മനസ്സാക്ഷിയില്ലേ ബിയാ. മുമ്പോക്കെ റോഡരികിലെ അറവുശാലേൽ ആടിന്റേം മാടിന്റേം തല അറുത്തു വെച്ചേക്കുന്നതും കാലും കയ്യുമടക്കം ചോരയൊലിക്കുന്ന ഇറച്ചി ഇരുമ്പു കൊളുത്തിൽ തൂക്കിയിട്ട് മുറിച്ചുവിൽക്കുന്നതും കണ്ട് വിചാരിച്ചിട്ടൊണ്ട് ആ മിണ്ടാപ്രാണികളെ കൊന്ന് കഷണങ്ങളാക്കി വിൽക്കുന്നവരാണ് ലോകത്തിലെ ഏറ്റവും വലിയ ക്രൂരന്മാരെന്ന്. പക്ഷേ അവരൊന്നുമല്ല ബിയാ, ഹോസ്പിറ്റൽ നടത്തുന്നവരുടേം ഇൻചാർജ്മാരുടേം ടിഎൽമാരുടേം ക്രൂരത വച്ചു നോക്കുമ്പം അറവുകാരൊക്കെ പാവങ്ങളാ. ഒന്നുമില്ലെങ്കിലും മൃഗങ്ങളെയാണല്ലോ കൊല്ലുന്നെ."

അമർഷവും വേദനയും അപമാനവുമെല്ലാം പവിത്രയുടെ മുഖത്തു ജ്വലിച്ചു.

"നിനക്കിപ്പം ജോലി വേണ്ടെന്നാണോ?" ജിബിയ ചോദിച്ചു.

"ചെയ്യാണ്ടിരിക്കാനും പറ്റില്ലല്ലോ. ജീവിക്കണ്ടേ." പവിത്ര പുറംകൈകൊണ്ടു കണ്ണും കവിളും തുടച്ചു. "ഇന്നു ഞാൻ ഡ്യൂട്ടിക്കു ചെല്ലാത്തതിന് എന്തുമാത്രം ചീത്ത കേൾക്കണം. വാസ്തവത്തിൽ ഇന്നാണെന്റെ ഓഫ് ഡേ. പക്ഷേ അവരുടെ കണക്കു വേറെയാ. നാളെ ചെല്ലുമ്പം സൂപ്പർവൈസറെ കാണാൻ പറയും. സൂപ്പർവൈസർ താടകവേഷം കെട്ടിയിരിക്കുന്ന ഒരു സ്ത്രീയാ. അവർക്കു നമ്മൾ പറയുന്നതൊന്നും കേൾക്കണ്ട. ഇങ്ങോട്ട് ചീറിക്കൊണ്ടേയിരിക്കും. എന്നിട്ട് നഴ്സിങ് സൂപ്രണ്ടിനെ കാണാൻ പറയും. അവിടെ ചെല്ലുമ്പം അവര് പറയും ജോലി ചെയ്യാൻ മനസ്സില്ലെങ്കി വീട്ടിപ്പോയിരുന്നോളാൻ. അവരടെ വാ കഴയ്ക്കുമ്പഴാ നിർത്തുന്നെ. പിന്നെ ലീവ്ഫോം കിട്ടണെങ്കി എച്ച്ആർഡിയിൽ ചെല്ലണം. അതു സൂപ്പർവൈസറെക്കൊണ്ടു സൈൻ ചെയ്യിക്കണെങ്കി പിന്നേം നഴ്സിങ് ഓഫീസ്. സീൽ ചെയ്യണെങ്കി എച്ച്ആർഡി. പിന്നെ ഇൻചാർജിന്റെ ഒപ്പ്. കുറഞ്ഞതു മൂന്നു കിലോമീറ്റർ ആങ്ങോട്ടുമിങ്ങോട്ടും ഓടണം. അമ്മ ചത്താലും ആരും ലീവെടുക്കരുത്. അതിനുവേണ്ടി ഒരുപാടു നൂലാമാലകളുണ്ടാക്കി വെച്ചിരിക്കുവാ. ഓടിയോടി നമ്മള് വെഷമിക്കണം. അതിനിടയ്ക്ക് പാരവയ്പ്പും ചതീം. കെയർ അസിസ്റ്റന്റ്മാര് തമ്മിൽ തമ്മിൽ. ചില നഴ്സുമാരുടെ കണ്ണിൽചോരയില്ലാത്ത പെരുമാറ്റം. എന്റെ ബിയാ, ചില നേരത്തു നമ്മള് പൊട്ടിക്കരഞ്ഞുപോകും. പക്ഷേ ഒരു മിനിറ്റ് നിന്നോണ്ടു കരയാൻ സമയമില്ല. ഓടിക്കൊണ്ടാ കരയുന്നെ."

"നീ പറയുന്നത് എനിക്കു മനസ്സിലായി പവീ. ഞാനിത് എന്നും കാണുന്നതല്ലേ. കെയർ അസിസ്റ്റന്റുമാരുടെ ജോലീമായിട്ടു തട്ടിച്ചുനോക്കിയാ നഴ്സുമാർക്ക് പരമ സുഖമാ. പക്ഷേ, നീ ഒരു വർഷം പിടിച്ചു നിൽക്കണം. എംഐസിയുവിൽ ഒരു വർഷമെങ്കിലും ജോലിചെയ്തു പരിചയിച്ച ഒരു കെയർ അസിസ്റ്റന്റിന് പിന്നെ എത്ര കഠിനപ്പെട്ട ജോലീം പുല്ലുപോലെയാ.

കുറച്ചുകൂടെ സഹിച്ചു നിൽക്ക്. ഒരു എക്സ്പീരിയൻസ് സർട്ടിഫിക്കറ്റ് കയ്യിൽ വേണം ഒരു വർഷത്തെ എങ്കിലും. നമുക്ക് കടലുകടന്നു പോകാം. യുകെയിലും അയർലൻഡിലും കാനഡായിലും ഗൾഫ് രാജ്യങ്ങളിലുമൊക്കെ നല്ല ജോലിസാധ്യതയാ. ഒന്നൊന്നര ലക്ഷം രൂപ ശമ്പളം കിട്ടും. ഇവിടുത്തെപ്പോലെ ചത്തു പണിയെടുക്കണ്ട. ഒന്നോ രണ്ടോ പേഷ്യന്റിനെ നോക്കിയാ മതി. ഇപ്പഴത്തെ കഷ്ടപ്പാടിനെല്ലാം പ്രതിഫലം കിട്ടും."

"ഞാനെങ്ങനെ പോകാനാ വിദേശത്തൊക്കെ. എന്നെ ആരു കൊണ്ടു പോകാനാ?" പവിത്ര കൈ മലർത്തി.

"ഞാനില്ലേടീ നിനക്ക്. ഞാനീ വർഷംതന്നെ പോകും. അതിനൊള്ള വഴിയൊക്കെ ഞാൻ തെളിച്ചോണ്ടു വരുന്നൊണ്ട്. ഞാൻ രക്ഷപ്പെട്ടാ എന്നതാ അതിനർത്ഥം? നീയും രക്ഷപ്പെട്ടെന്നു തന്നെയാ."

അവർ സംസാരിച്ചിരുന്ന പാറക്കടവിലേക്ക് ജോസ്ന തിരക്കിവന്നതോടെ രണ്ടുപേരും എഴുന്നേറ്റു. അവൾ രണ്ടുപേരെയും ശാസിച്ചു.

"ഇതെന്നാ ഇരുപ്പാ. എത്ര നേരമായി. ചോറുണ്ണണ്ടേ. ഇങ്ങനേമൊണ്ടോ വർത്തമാനം?"

"എടീ, ഞങ്ങളെത്ര നാളായി കണ്ടിട്ട്. സങ്കടം മുഴുവൻ പറഞ്ഞു തീരണ്ടേ." പവിത്ര ചോദിച്ചു.

"സങ്കടം മാത്രേയുള്ളോ. സന്തോഷമില്ലേ?"

"സന്തോഷത്തിനു മാർക്കിട്ടാ ഞാൻ തോറ്റു തുന്നം പാടും. നൂറിൽ രണ്ട്, അല്ലെങ്കിൽ മൂന്ന്." പവിത്ര ചിരിച്ചു.

ജിബിയയുടെ വീട്ടിൽ ചെന്ന് ഊണും കഴിച്ചിട്ടാണ് പവിത്ര മടങ്ങിയത്. പോകാൻനേരം അവൾ പറഞ്ഞു:

"എന്തൊരു സമാധാനമാണെന്നോ നിന്നോടു വർത്തമാനം പറഞ്ഞു കഴിഞ്ഞപ്പം."

ജിബിയ അവളെ പാറക്കടവിൽ കൊണ്ടുപോയി ആറു കടത്തി വിട്ടു. പവിത്ര വീട്ടിലെത്തിയപ്പോൾ, മുറ്റത്തും സിറ്റൗട്ടിലുമായി അപരിചിതരായ ചിലർ നിൽക്കുന്നതുകണ്ട് അമ്പരന്നു.

വീട്ടിനുള്ളിലേക്കു കയറിയപ്പോൾ ജയപ്രകാശും സുഭദ്രയും അമ്മയോടും അച്ഛനോടും സംസാരിച്ചിരിക്കുന്നതു കണ്ടു. പവിത്ര ആരോടും മിണ്ടാതെ നേരെ മുറിയിൽ കയറി വാതിലടച്ചു.

പതിന്നാല്

സുഭദ്ര പറയുകയാണ്: "എന്റെ ഭാഗത്തുനിന്ന് ചില തെറ്റുകുറ്റങ്ങളൊക്കെ സംഭവിച്ചിട്ടൊണ്ട്. അതിപ്പം ഏതമ്മായിയമ്മയാ ശകലം പോരെടുക്കാത്തത്. ഞാനൊക്കെ എന്തുമാത്രം പോര് സഹിച്ചതാ. അതുവെച്ചു നോക്കുമ്പം പവിത്രയോട് ഞാനൊന്നും കാണിച്ചിട്ടില്ല."

"അവളെ നിങ്ങള് ഒരുപാട് ബുദ്ധിമുട്ടിച്ചിട്ടുണ്ട്. ഇല്ലെന്നൊന്നും പറയണ്ട. അവൾക്കു വെശക്കുമ്പം ഒരുതവി കഞ്ഞി കേരിക്കുടിക്കണെങ്കി നിങ്ങടെ അനുവാദം വേണമാരുന്നു." അജിതമ്മ പറഞ്ഞു.

"അങ്ങനെ തോന്നുമ്പോഴെല്ലാം കോരിത്തിന്നാനും മാത്രം നമ്മളാരും അത്രവല്യ മൊതലാളിമാരൊന്നും അല്ലല്ലോ." സുഭദ്ര ചെറുത്തുനിന്നു.

"അങ്ങനെ തോന്നുമ്പോഴൊക്കെ കോരിത്തിന്നിട്ടാരിക്കും ഞങ്ങടെ മോള് എല്ലരിച്ച് എല്ലരിച്ച് ചാവാറായത്. ഇവിടെവന്ന് ആറു മാസം വല്ലതും കഴിച്ചിട്ടാ അവൾക്കു നല്ല ജീവൻ തിരിച്ചു കിട്ടിയത്." അജിതമ്മയും വിട്ടുകൊടുത്തില്ല.

അപ്പോഴേക്കും പഞ്ചായത്തു മെമ്പർ പ്രമീളാ ശ്രീധരൻ ഇടപെട്ടു.

"പഴയ കഥകളൊന്നും ആരും പറയണ്ട. അതുകൊണ്ട് യാതൊരു ഗുണോം ഉണ്ടാകാനും പോകുന്നില്ല."

"ആ... പറയാത്തതാ നല്ലത്." അജിതമ്മ പിറുപിറുത്തു.

"ഇനിയൊള്ള കാര്യങ്ങൾക്ക് ഒരു തീരുമാനം ഒണ്ടാകുകയാ വേണ്ടത്. ഒരു കൊച്ചൊണ്ട്. അതിനെ പഠിപ്പിക്കണ്ടേ, വളർത്തണ്ടേ? അച്ഛനും അമ്മേം കൂടിയാ മക്കളെ വളർത്തേണ്ടത്. അമ്മ ഒറ്റയ്ക്കു വളർത്തിയാലും അച്ഛൻ ഒറ്റയ്ക്കു വളർത്തിയാലും ശരിയാവത്തില്ല. കഴിഞ്ഞതൊക്കെ മറന്നും ക്ഷമിച്ചും ഒരു കുടുംബമായിട്ട് ഒന്നിച്ചു ജീവിക്കാൻ നോക്കുവാ വേണ്ടത്. അജിതമ്മയ്ക്ക് അതിലെന്തെങ്കിലും എതിരഭിപ്രായം ഒണ്ടോ?" പ്രമീളാ ശ്രീധരൻ ചോദിച്ചു.

"അവരൊന്നിച്ചു ജീവിക്കാൻ വേണ്ടിയല്ലേ കല്യാണം കഴിപ്പിച്ചു വിട്ടത്. ഈ സുഭദ്ര കണ്ണിച്ചോരയില്ലാതെ ഓരോ കാട്ടായങ്ങള് കാണിച്ചതുകൊണ്ടു മാത്രമാ എന്റെ മോൾടെ കുടുംബം ഇങ്ങനെയായിപ്പോയത്." അജിതമ്മ പറഞ്ഞു.

"സുഭദ്രച്ചേച്ചീടെ ഭാഗത്തൂന്ന് ഇനി അങ്ങനൊന്നും ഉണ്ടാവത്തില്ല." പ്രമീള ഉറപ്പു നൽകി.

"നിങ്ങളിപ്പം ഇങ്ങനൊക്കെ പറയും. എന്നിട്ടു നിങ്ങടെ പാട്ടിനു പോകും. പിന്നെ അനുഭവിക്കേണ്ടത് എന്റെ മോളാ. ഈ സ്ത്രീ വല്ല തെമ്മാടിത്തരോം കാണിച്ചാ നിങ്ങളാരെങ്കിലും പോയി അന്വേഷിക്കോ?"

"ഇതൊന്നും എനിക്കറിയത്തില്ലാരുന്നല്ലോ. ഞാൻ കഴിഞ്ഞ വർഷ മല്ലേ മെമ്പറായത്. ഇനി സുഭദ്രച്ചേച്ചി മോശമായിട്ടു പെരുമാറിയാ എന്റ ടുത്തു പറഞ്ഞാ മതി. ഞാൻ നോക്കിക്കോളാം." പ്രമീള ഉറപ്പു നൽകി.

"സുഭദ്ര മാത്രമല്ല, പ്രകാശനും കണക്കാ. അവന്റെ ഭാര്യേം കൊച്ചും പട്ടിണി കെടക്കുമ്പം അവൻ കള്ളുഷാപ്പീന്ന് കപ്പേം, മീൻകറീം, ബീഫ് ഫ്രൈയും പൊറോട്ടയുമൊക്കെ വാങ്ങിക്കൊണ്ടുവന്ന്, കൂട്ടുകാരേം വിളിച്ച്, ബ്രാണ്ടീം കുടിച്ച് ആഘോഷിക്കും. മനസ്സാക്ഷി തൊട്ടുതീണ്ടിയിട്ടുള്ളവ നാണെങ്കി അങ്ങനെ ചെയ്യോ?" സുദർശനൻ തന്റെ അമർഷം വെളി പ്പെടുത്തി.

"ഞാനാദ്യമേ പറഞ്ഞല്ലോ. എനിക്കും പല തെറ്റും സംഭവിച്ചിട്ടൊണ്ട്. അതിനൊക്കെ മാപ്പ് പറയാൻ തയാറാ. ഞാൻ കുടി നിർത്തി. ഇനി മര്യാദ യ്ക്ക് കുടുംബമായിട്ടു ജീവിക്കാമെന്നു വിചാരിച്ചിട്ടാ." ജയപ്രകാശ് തന്റെ തിരുത്തൽ സന്നദ്ധത വെളിപ്പെടുത്തി.

മുറ്റത്തു നിൽക്കുകയായിരുന്ന സന്തോഷും അജികുമാറുംകൂടി അക ത്തേക്കു കയറിവന്നു. അജികുമാർ ജയപ്രകാശിന്റെ അമ്മാവന്റെ മക നാണ്. സന്തോഷ് ഓട്ടോറിക്ഷാ തൊഴിലാളി യൂണിയൻ പ്രവർത്തകൻ. അവരും ജയപ്രകാശിനു വേണ്ടി സത്യവാങ്മൂലം നൽകി.

"പ്രകാശൻ കുടി നിർത്തീന്നുള്ളത് സത്യമാ. അക്കാര്യത്തിലൊരു സംശയം വേണ്ട."

"എന്റെ കൂടെപ്പെറപ്പല്ലേ. ഇനി അവന്റെ ഭാഗത്ത്ന്ന് യാതൊരു തെറ്റു കുറ്റോം ഒണ്ടാകത്തില്ല." അജികുമർ ആണയിടുംപോലെ പറഞ്ഞു.

മുറ്റത്തു ബൈക്കിന്റെ ശബ്ദം കേട്ടു.

ഹോൺ കേട്ടയുടനെ ദീപ പറഞ്ഞു: "മാമനാ."

അവൾക്കു ശിവരാജന്റെയും രമേശന്റെയും ബൈക്കിന്റെ ശബ്ദം തിരി ച്ചറിയാം. അതിന് ഹോൺ അടിക്കുകപോലും വേണ്ട. അജിതമ്മ ഫോൺ ചെയ്തു വിവരമറിയിച്ചു വരുത്തിയതായിരുന്നു ശിവരാജനെയും രമേശ നെയും. അവരു രണ്ടുപേരും വീടിനുള്ളിലേക്കു കയറിവന്നു.

"ആങ്ഹ! പതിവില്ലാത്ത അതിഥികളൊക്കെ ഒണ്ടല്ലോ." ശിവരാജൻ അവിടെയുള്ളവരെയെല്ലാം നോക്കിക്കൊണ്ടു പറഞ്ഞു.

"അവളെവിടെ, പവിത്രമോള്?" രമേശൻ ചോദിച്ചു.

"അവള് അക്കരെ ബിയാടെ വീട്ടിപ്പോയിരിക്യാരുന്നു. ഇപ്പഴിങ്ങു വന്നിട്ട് അകത്തേക്കു കയറിപ്പോയി." അജിതമ്മ പറഞ്ഞു.

"ഇപ്പഴൊന്നുമില്ല. അര മണിക്കൂറായി വന്നിട്ട്. ഞങ്ങളെ കണ്ടൊടനെ

കടന്നലു കുത്തിയ മാതിരി ഒരൊറ്റ ഓട്ടം. മുറീക്കേറി വാതിലടച്ചിട്ട് ഈ നിമിഷം വരെ പൊറത്തൊന്നു കണ്ടിട്ടില്ല." സുഭദ്ര അനിഷ്ടം മറച്ചുവച്ചില്ല.

"അവളെയെന്നാ ചേച്ചി വിളിക്കാത്തെ?" ശിവരാജൻ ചോദിച്ചു.

"ഞങ്ങളെ കണ്ടത് അവക്കിഷ്ടപ്പെട്ടില്ല." സൂഭദ്ര കുറ്റപ്പെടുത്തി.

"അതുകൊണ്ടൊന്നുമല്ല."

"പിന്നെന്തുകൊണ്ടാ. മോന്ത കണ്ടാലറിയരുതോ. അവള് കൊറച്ചു നന്നാകാനൊണ്ടേ." സുഭദ്ര തന്റെ തനിനിറം കാട്ടിത്തുടങ്ങി.

"ആട്ടെ. നിങ്ങള് നന്നായോ?" ശിവരാജൻ ചോദിച്ചു.

"അതുകൊണ്ടല്ലേ ഇങ്ങോട്ടുവന്നത്. അല്ലേങ്കി എന്റെ മേത്ത് ചാണക വെള്ളം ഒഴിച്ചുവിട്ടിടത്ത് എന്റെ പട്ടിപോലും വര്വോ?"

സുഭദ്രയുടെ സ്വരത്തിൽ പകയുടെ തീപ്പൊരികൾ മിന്നി.

"നിങ്ങള് നന്നായതിന്റെ ലക്ഷണമൊന്നും കാണാനില്ലല്ലോ." രമേശൻ പറഞ്ഞു.

"ഇതിൽ കൂടിതലെന്നാ വേണം. പ്രകാശൻ പവിത്രേം കൊച്ചിനേം വിളിച്ചോണ്ടു പോകാൻ വന്നതാ. അവനോട് അവള് ചെയ്തതെല്ലാം അവൻ ക്ഷമിച്ചു. കള്ളുകുടി നിർത്തി. കുടുംബം വേണ്ടപോലെ നോക്കിക്കൊള്ളാമെന്നു സമ്മതിച്ചു. അമ്മേംകൂടി വരണംന്നു പറഞ്ഞ് എന്നെക്കൂടെ വിളിച്ചോണ്ടു പോന്നു. ആരെങ്കിലും ചെയ്യുവോ ഇന്നത്തെക്കാലത്ത്." സുഭദ്ര ചോദിച്ചു.

"പവിത്രമോളെ വിളിക്കൂ ചേച്ചീ. അവളല്ലേ തീരുമാനിക്കേണ്ടത് ഇവരടെകൂടെ പോണോ അതോ ഇവിടെ നിക്കണോന്ന്."

അജിതമ്മ ദീപയെ പറഞ്ഞയച്ചു പവിത്രയെ വിളിക്കാൻ. എന്നിട്ട് ചായ ഉണ്ടാക്കാനായി അടുക്കളയിലേക്കു പോയി. വിഷ്ണു ഇതിനകം കടയിൽ പോയി പാൽ വാങ്ങിക്കൊണ്ടു വന്നു.

പവിത്ര ഇരിപ്പുമുറിയിലേക്കു വന്നു. അവൾ ജയപ്രകാശിനെയോ അവരുടെ കൂടെ വന്നവരെയോ കണ്ടതായിപോലും ഭാവിച്ചില്ല. ശിവരാജനോടും രമേശനോടും അവൾ കുശലം ചോദിച്ചു. രമേശൻ അവളോടു ജോലിയെപ്പറ്റി തിരക്കി.

"വല്യ കഷ്ടപ്പാടാ മാമാ. നമ്മള് പുറമേ നിന്നു കാണുന്നപോലെയല്ല. നഴ്സുമാരേം അതിനു താഴെയുള്ള ജോലിക്കാരേം എല്ലുമുറിയെ പണിയെടുപ്പിക്കും."

"നിങ്ങക്ക് യൂണിയനും സംഘടനേം ഒന്നുമില്ലേ. നിങ്ങടെ വെഷമങ്ങള് പറയാൻ?" ശിവരാജൻ ചോദിച്ചു.

"ആരും ഇല്ല. നമ്മള് സഹിച്ചോളണം. ഹോസ്പിറ്റലുകാർക്ക് നമ്മളെ എത്ര വേണമെങ്കിലും കഷ്ടപ്പെടുത്താം. തോന്നുമ്പം പറഞ്ഞയയ്ക്കാം. ആരുമില്ല ചോദിക്കാൻ."

"അതിനുതക്ക ശമ്പളം അവരു തരില്ലേ."

“ഇല്ല മാമാ. നഴ്സുമാർക്ക് കൊടുക്കുന്നതിന്റെ മൂന്നിലൊന്നാ എനിക്കു കിട്ടുന്ന സാലറി. അവര് ചെയ്യുന്നതിന്റെ പത്തിരട്ടി ജോലി ചെയ്യണം. അവര് നഴ്സിങ് പഠിച്ചു. നമ്മൾ അതു പഠിച്ചില്ല എന്ന വ്യത്യാസമേയുള്ളൂ. എനിക്കു ചെയ്യണ്ടാത്ത രണ്ടു ജോലിയേ അവര് ചെയ്യുന്നൊള്ളൂ. പേഷ്യന്റിന് ഇൻജക്ഷനെടുക്കും, മെഡിസിൻ കൊടുക്കും. മാമനൊന്ന് ആലോചിച്ചേ. ഏതെങ്കിലും വീട്ടിൽ വയ്യാതെ കിടക്കുന്ന ഒരച്ഛനെയോ അമ്മയെയോ നോക്കാൻ ഹോംനഴ്സിനെ കിട്ടണെങ്കി എത്ര രൂപ കൊടുക്കണം?”

“ഒരു പന്ത്രണ്ട് പതിനഞ്ചായിരം രൂപയെങ്കിലും കൊടുക്കണം. പിന്നെ ഭക്ഷണോം.”

“ഞങ്ങക്ക് അതിന്റെ പകുതിയാ ശമ്പളം. അതുപോലത്തെ എട്ടു പത്തു പേഷ്യന്റ്സിനെ നോക്കണം. പക്ഷേ, പുറമേ നമുക്കു വല്യ ഗമയ്ക്കു പറയാം, ദീപജ്യോതീലാ എനിക്കു ജോലി എന്ന്. ബോധമില്ലാതേം അനങ്ങാൻ വയ്യാതേം കെടക്കുന്ന പത്തു പേഷ്യന്റ്സിന്റെ മലോം മൂത്രേം എടുത്ത്, ബെഡ്സോറും മുറിവും പൊള്ളലുമൊക്കെ ക്ലീൻ ചെയ്ത് മരുന്നു പുരട്ടി, അവരടെ ഷീറ്റും പുതപ്പും എല്ലാം പലവട്ടം മാറ്റി, തിരിച്ചും മറിച്ചും കിടത്തി, അവർക്കു വേണ്ടി ഉപയോഗിക്കുന്ന സകല സാധന സാമഗ്രികളും കഴുകിവെച്ച്, പഞ്ഞിത്തുണ്ടിന്റെ വരെ കണക്കും എഴുതി, സൂപ്പർവൈസറുടേം ഇൻചാർജിന്റേം ചീത്തേം വഴക്കും കേട്ട്, തീരെ സഹിക്കാൻ പറ്റാതാകുമ്പം ടോയ്ലെറ്റിൽ കേറി ഭിത്തിക്കു തലയിടിച്ച് പൊട്ടിക്കരയേണ്ടിവരുന്ന ജോലിയാണെന്ന് ആരറിയുന്നു.”

പറഞ്ഞുതീരുമ്പോഴേക്കും പവിത്രയുടെ സ്വരമിടറിപ്പോയി. അൽപനേരത്തേക്ക് ആരും ഒന്നും മിണ്ടിയില്ല.

“വേറെ ഏതെങ്കിലും ഹോസ്പിറ്റലിൽ നോക്കിക്കൂടെ?” ശിവരാജൻ ചോദിച്ചു.

“എല്ലാടത്തും ഇതുതന്നെയാ ശിവമ്മാമാ. ജോലിക്കാരോട്, പ്രത്യേകിച്ച് സ്ത്രീകളായിട്ടുള്ള ജോലിക്കാരോട്, ഒരു തരിയെങ്കിലും കരുണയോ ദയയോ മനുഷ്യത്വമോ കാണിക്കുന്ന ഒരൊറ്റ ഹോസ്പിറ്റൽ പോലുമില്ല. വല്യവല്യ ഹോസ്പിറ്റലുകളിൽ ജോലിചെയ്ത് നരകിച്ചിട്ട് ദീപജ്യോതീലോട്ടു വന്ന പലരും എന്റെ കൂടെ വർക്ക് ചെയ്യുന്നൊണ്ട്. ഇനി എങ്ങോട്ടു പോകുമെന്നറിയാതെ നെഞ്ചത്തടിക്യാ അവരും. ചിലരൊക്കെ ഗൾഫിലോട്ടും അയർലൻഡിലോട്ടുമൊക്കെ രക്ഷപ്പെട്ടു പോകുന്നൊണ്ട്. പക്ഷേ, അതിനു ലക്ഷക്കണക്കിനു രൂപ വേണം.”

“ഇതല്ലാതെ വേറെ ജോലിയൊന്നും കിട്ടാനില്ലേടീ മോളേ?” ശിവരാജൻ ചോദിച്ചു.

“എനിക്കു പഠിപ്പില്ലല്ലോ മാമാ. പ്ലസ്ടു കഴിഞ്ഞപ്പം എല്ലാരും ചേർന്നു കൂടമെടുത്ത് എന്റെ തലമണ്ടയ്ക്ക് ഒറ്റടി തന്നില്ലേ. ഇനി നീ വളരണ്ട. ഇത്രേം മതി എന്നു പറഞ്ഞ്. ബിയാടെ കൂടെ നഴ്സിങ്ങിനു പോയാ മതിയാരുന്നു. കാലുപിടിച്ച് പറഞ്ഞതാ. വിട്ടില്ല.”

ശിവരാജനും രമേശനും അന്യോന്യം കണ്ണിൽ കണ്ണിൽ നോക്കി. ആ പാപത്തിൽ അവരും പങ്കാളികളാണ്. മുറ്റത്ത് ആരോ ഓടുന്ന ശബ്ദം കേൾക്കായി.

"അയ്യ... യ്യോ...എന്തോരം ചെരിപ്പാ. ഒത്തിരിപ്പേര് വന്നിട്ടൊണ്ടോ!"

സ്കൂൾ വിട്ട് ഓടിവന്ന അപ്പുവിന്റെ ആത്മഗതം ഉച്ചത്തിലായിപ്പോയതാണ്. അവൻ അറച്ചറച്ച് ഇരിപ്പുമുറിയിലേക്കു കയറി.

"അപ്പുക്കുട്ടൻ വന്നോ. അയ്യോടാ... ഇങ്ങു വന്നേടാ മോനേ." സുഭദ്ര കൈകാട്ടി വിളിച്ചു.

അവൻ തല താഴ്ത്തിപ്പിടിച്ച് പവിത്ര നിൽക്കുന്നിടത്തേക്കു നീങ്ങി.

"എടാ അപ്പൂ. അച്ഛമ്മ വിളിച്ചതു കേട്ടില്ലേ?" ജയപ്രകാശ് അവന്റെ കയ്യിൽ കയറിപ്പിടിച്ചു. അവൻ അയാളെ നോക്കുകപോലും ചെയ്യാതെ കൈ കുതറിച്ചുകൊണ്ട് പവിത്രയുടെ അടുത്തേക്ക് ഓടി.

"കണ്ടോ. കുറച്ചുനാളുകൊണ്ട് അവനൊണ്ടായ മാറ്റം കണ്ടോ? അച്ഛമ്മേ അച്ഛമ്മേന്നു കൊഞ്ചി വിളിച്ചോണ്ട് എന്റെ മടീന്ന് എറങ്ങാതിരുന്ന കൊച്ചാ. സ്വന്തം അച്ഛനെപ്പോലും അവനിപ്പം വേണ്ട." സുഭദ്ര ആരോടെന്നില്ലാതെ പറഞ്ഞു.

അപ്പു ചെന്ന് പവിത്രയെ കെട്ടിപ്പിടിച്ചു നിന്നു.

"ഇതിങ്ങനെ പോയാ ശരിയാവത്തില്ല." ജയപ്രകാശ് പ്രമീളയോടായി പറഞ്ഞു.

"പവിത്രേ..." പ്രമീളാ ശ്രീധരൻ വിളിച്ചു. "ഇവിടിപ്പം വേണ്ടപ്പെട്ടവരെല്ലാം ഒണ്ടല്ലോ. പവിത്രേടെ അച്ഛനും അമ്മേം മാമന്മാരും. നിന്നെ തിരിച്ചു വിളിച്ചോണ്ടുപോകാൻ വേണ്ടിയാ ജയപ്രകാശ് അമ്മേം ഞങ്ങളേം കൂട്ടി വന്നിരിക്കുന്നെ. ചിതറിപ്പോയ ഒരു കുടുംബത്തെ ഒന്നിപ്പിക്കുന്നിടത്തോളം വലിയ പുണ്യമില്ലെന്ന് എനിക്കും തോന്നി. ജയപ്രകാശാണെങ്കി പറ്റിപ്പോയ തെറ്റുകളെല്ലാം തിരുത്താനും തയ്യാറാ. കുടി നിർത്തിയതു തന്നെ വല്യ കാര്യം."

"എന്നാ കുടി നിർത്തിയത്? ഇന്നലെയോ മിനിഞ്ഞാന്നോ? അതിനി നാലു ദിവസം കഴിഞ്ഞ് തൊടങ്ങണംന്നുവെച്ചാ എവറസ്റ്റ് കൊടുമുടി കേറുന്നത്രേം ബുദ്ധിമുട്ടുള്ള പണിയാണോ? സ്വന്തം ഓട്ടോറിക്ഷ ഇപ്പഴും ഒണ്ടോ? അതോ പണിയൊന്നുമില്ലാതെ തെക്കുവടക്ക് നടക്കുവാണോ?"

പ്രമീളയോടായിരുന്നു പവിത്രയുടെ ചോദ്യം.

"സ്വന്തം ഓട്ടോയേക്കാൾ ലാഭം വാടകയ്ക്ക് ഓടിക്കുന്നതാ." അജികുമാർ പറഞ്ഞു: "സ്വന്തമായിട്ട് ഓട്ടോ ഓടിക്കുന്നത് ഭയങ്കര നഷ്ടമാ. പൈസയെല്ലാം റിപ്പയറിങ്ങിനു പോകും."

"മനസ്സിലായി. ഓട്ടോറിക്ഷ വിറ്റ് കള്ളു കുടിച്ചു. ഓട്ടോറിക്ഷ വാങ്ങി വാടകയ്ക്ക് ഓടാൻ കൊടുക്കുന്നവന് ഒരു നഷ്ടോമില്ല. അതിനു റിപ്പയറിങ്ങും വേണ്ട, അല്ലേ? അതു പോട്ടെ. വീടൊണ്ടോ ഇപ്പഴും? അതിനെത്ര ജപ്തി നോട്ടീസ് കിട്ടി. കക്കൂസിലും കുളിമുറീലും ബൾബൊണ്ടോ?

കാണത്തില്ല. വരാന്തയിലോട്ട് കേറുന്നിടത്ത് ഒരു ചവിട്ടി വാങ്ങി ഇട്ടിട്ടൊണ്ടോ റബർ മാറ്റ്? ഒന്നും വേണ്ട, വക്കുപൊട്ടാത്ത ബക്കറ്റോ കപ്പോ ഒണ്ടോ? ഒണ്ടെങ്കിപ്പറ. കള്ളം പറയരുത്. ഇപ്പത്തന്നെ അച്ഛനേംകൂട്ടി വന്നു നോക്കും." പവിത്ര ചോദ്യങ്ങളുടെ കെട്ടഴിച്ചിട്ടു.

"ഇല്ലായ്മകളൊക്കെ നമുക്ക് പരിഹരിക്കാവുന്നതല്ലേയുള്ളൂ." പ്രമീള പറഞ്ഞു. "ജയപ്രകാശ് ഓട്ടോ ഓടിക്കുന്നുണ്ട്. ഇപ്പം പവിത്രയ്ക്കും ജോലിയൊണ്ടല്ലോ. ഇല്ലാത്തതൊക്കെ വാങ്ങിക്കാൻ പറ്റുമല്ലോ. അല്ലെങ്കിലും കുടുംബജീവിതത്തിൽ ബൾബിനും ചവിട്ടിക്കും ബക്കറ്റിനുമൊക്കെയാണോ സ്ഥാനം? പരസ്പരം വിശ്വാസത്തിനും സ്നേഹത്തിനുമല്ലേ."

"പരസ്പര വിശ്വാസോം സ്നേഹോം ഒക്കെ ഇവരടെ കൂടെ ഞാൻ കുറേ അനുഭവിച്ചതാ. കുടി നിർത്തീന്ന് വന്നു പറഞ്ഞാ ഞാനെല്ലാം അങ്ങ് വിശ്വസിക്കുംന്നാണോ നിങ്ങടെ വിചാരം. തിരുത്താൻ തയ്യാറായി വന്നേക്കുന്നു. ഈ കൊച്ചിനെ കാണാൻ ഒരു ദിവസമെങ്കിലും വന്നിട്ടൊണ്ടോ കഴിഞ്ഞ ഒരു വർഷത്തിനെടയ്ക്ക്. അവന്റെ എന്തെങ്കിലും കാര്യം തെരക്കീട്ടൊണ്ടോ?"

"അതിന്റെ കാര്യം നോക്കാൻ നീ ഒണ്ടാർന്നല്ലോ. പിന്നെ പ്രത്യേകിച്ചെന്തിനാ ഒരു നോട്ടോം അന്വേഷണോം." സുഭദ്ര തർക്കിച്ചു. "മാത്രമല്ല, നീ അവനോട് ചോദിച്ചിട്ടാണോ കൊച്ചിനേം എടുത്തോണ്ടു ചാടിയെറങ്ങിപ്പോന്നത്?"

"ഭാര്യേം മകനും വീട്ടീന്നെറങ്ങിപ്പോയിട്ട് ഒരു വർഷം കഴിഞ്ഞാലും അന്വേഷിക്കാൻ കൂട്ടാക്കാത്ത ആളിന്റെ കൂടെ വേണോ ഇനീം ഞാൻ പോയി ജീവിക്കാൻ. അതിനു പറ്റിയ കാരണം കണ്ടുപിടിച്ചോണ്ടു വന്നിരിക്കുന്നു. കുടി നിർത്തിയത്രെ. നിർത്തിയെങ്കിൽ അവനവന്റെ ആരോഗ്യത്തിനു കൊള്ളാം." പവിത്രയുടെ വാക്കുകളിൽ അമർഷം പുകഞ്ഞു.

"പവിത്രേ, നിനക്കെന്റെ ഇളയ അനുജത്തീടെ പ്രായമേയുള്ളൂ." പ്രമീള ഗുണദോഷിച്ചു. "ഭർത്താവ്, കുടുംബം എന്നൊക്കെ പറയുന്നതാണ് ഒരു സ്ത്രീയുടെ ജീവിതത്തിന്റെ അച്ചുതണ്ട്. അതില്ലാതായാ ചരട് പൊട്ടിപ്പോയ പട്ടംപോലെയാ. ഭർത്താവിന്റെ തണൽ നഷ്ടപ്പെട്ടു പോകുമ്പഴേ അതിന്റെ വിലയറിയൂ."

"തണലോ? തുടലെന്നു പറ. ചങ്ങല. അതും കഴുത്തിലിട്ടോണ്ടാ ആറു വർഷം ഞാൻ ജീവിച്ചത്. വളർത്തുപട്ടിക്ക് തിന്നാനെങ്കിലും കൊടുക്കും. ഉച്ഛിഷ്ടം മതി. എനിക്കതുമില്ലായിരുന്നു. പോരാത്തതിന് അമ്മായിയമ്മേടെ വക മൂക്കുകയറും. പിന്നെ സുഖമല്ലേ ജീവിതം." പവിത്ര പരിഹസിച്ചു.

"പവിത്രയുടെ അച്ഛനും മാമന്മാരും എന്താ മിണ്ടാത്തെ. നിങ്ങൾക്കാർക്കും ഒന്നും പറയാനില്ലേ. നിങ്ങടെ പെണ്ണിന്റേം കൊച്ചിന്റേം ഭാവിയെക്കുറിച്ചല്ലേ ഈ പറഞ്ഞോണ്ടിരിക്കുന്നെ." പ്രമീള സുദർശനനെ നോക്കി.

"അവര് മിണ്ടത്തില്ല." സുഭദ്ര പറഞ്ഞു. "പവിത്ര ഇവിടെ വന്നു നിൽക്കുന്നത് അവർക്ക് വല്യ സൗകര്യമല്ലേ. മാസംതോറും കിട്ടുന്ന ശമ്പളം

പത്തിരുപതിനായിരം രൂപ വെട്ടി വിഴുങ്ങാലോ. കൊച്ചിന് എന്തേലും തൊട്ടുനക്കാൻ കൊടുത്താ മതിയല്ലോ."

"കേട്ടല്ലോ മാഡം ഈ സ്ത്രീയുടെ മനസ്സിലിരുപ്പ്. ഇവരാണോ തിരുത്താൻ തയ്യാറായിട്ട് വന്നേക്കണത്? പിശാചിന്റെ മനുഷ്യ ജന്മം. തള്ളേം മോനുംകൂടി ഇപ്പോൾ ഒത്തുതീർപ്പ് ഫോർമുലായുമായിട്ടു വന്നതെന്തിനാണെന്ന് മാഡത്തിനറിയോ? ഞാൻ ജോലിക്കു പോകുന്നൊണ്ടല്ലോ. എന്നെ കൂടെക്കൂട്ടി ആ ശമ്പളം എങ്ങനെങ്കിലും വാങ്ങിച്ചെടുക്കണം. പിന്നെ, പ്രകാശേട്ടന്റെ പേരിലൊരു കേസൊണ്ട്. ചെലപ്പം ജെയിലിക്കേറേണ്ടി വരും. അതൊഴിവാക്കണെങ്കി എന്നെക്കൊണ്ട് കേസ് പിൻവലിപ്പിക്കണം. കാഞ്ഞ ബുദ്ധിയാ തള്ളയ്ക്കും മോനും. പക്ഷേ, ഒരു കൊഴപ്പംണ്ട്. ബാക്കിയുള്ളോരെല്ലാം പൊട്ടന്മാരും പൊട്ടത്തികളുമാണെന്നാ വിചാരം."

ശിവരാജനും രമേശനും സ്തബ്ധരായി ഇരിക്കുകയാണ്. പവിത്ര ഇങ്ങനെ ശരംതൊടുക്കുന്ന മാതിരി സംസാരിച്ചു കേട്ടിട്ടില്ല. അവർ കൊഞ്ചിച്ചും ലാളിച്ചും വളർത്തിയ കുഞ്ഞ്. സദാ ചിരിച്ചും സന്തോഷിച്ചും കളി പറഞ്ഞും പൂമ്പാറ്റയെപ്പോലെ നടന്നവൾ.

അജിതമ്മ ഒരു താലത്തിൽ ചായയുമായി അങ്ങോട്ടുവന്നു. മറ്റൊരു ട്രേയിൽ പഴങ്ങളും പലഹാരങ്ങളുമായി ദീപയും.

"ആർക്കാ അമ്മേ ഈ ചായേം സ്നാക്സും?" പവിത്ര നെറ്റി ചുളിച്ചു.

"വന്നവർക്കു കൊടുക്കാൻ വേണ്ടി ഞാൻ..." അജിതമ്മ അമ്പരപ്പിൽ മകളെ നോക്കി.

"ശിവമാമനും രമേശൻമാമനും ഈ ഇരിക്കുന്ന ചേച്ചിക്കും കൊടുത്തോ. വേറെയാർക്കും കൊടുക്കണ്ട."

"അതെന്നാ വർത്തമാനമാടീ നീ പറയുന്നെ. കൊടുക്കെണ്ടെന്നോ?"

"കഴിഞ്ഞ ആറു വർഷത്തിനിടയ്ക്ക് നിങ്ങളെത്ര തവണ പ്രകാശേട്ടന്റെ വീട്ടിൽ വന്നിട്ടൊണ്ട്. എപ്പഴെങ്കിലും ഈയിരിക്കുന്ന സ്ത്രീ ഒരു ചായ, അല്ലെങ്കി ഒരു ഗ്ലാസ് വെള്ളം എടുത്തു നിങ്ങൾക്കു തന്നിട്ടൊണ്ടോ? കേറിയിരിക്കാൻ പറഞ്ഞിട്ടൊണ്ടോ? എന്റെ രണ്ടു മാമൻമാരും ഇവിടിരിപ്പൊണ്ടല്ലോ. നിങ്ങക്ക് കിട്ടീട്ടൊണ്ടോ? ഒണ്ടെങ്കി പറ. ഇല്ലെങ്കി ഇല്ലെന്നു പറ."

പവിത്ര കലിപ്പിലാണെന്ന് എല്ലാവർക്കും മനസ്സിലായി.

"നീ പറഞ്ഞതു ശരിയാ. തന്നിട്ടില്ല." ശിവരാജൻ പറഞ്ഞു.

"ഞാൻ വല്ലപ്പഴും രണ്ടും കൽപിച്ച് കട്ടൻകാപ്പിയോ ചായയോ തന്നിട്ടൊണ്ട്. അതിന്റെ പേരിൽ ഈ തള്ളേടെ വായിലിരിക്കുന്ന ചീത്ത ദിവസം മുഴുവൻ ഞാൻ കേട്ടിട്ടുമൊണ്ട്. ഞാനും പ്രകാശേട്ടനും കൂടെ ഒരു കട്ടിലേൽ കെടക്കാൻ സമ്മതിക്കത്തില്ലായിരുന്നു ഈ തള്ള. വാതിലിനു കുറ്റിയിടാൻ സമ്മതിക്കത്തില്ല. കുറ്റിയിട്ടാ രാത്രി വന്നു കതക് ലേശം തൊറന്നു

വെച്ച് ഒളിഞ്ഞുനോക്കാൻ പറ്റത്തില്ലല്ലോ. ചേച്ചി വിചാരിക്കുന്നൊണ്ടാരിക്കും ഏതു നൂറ്റാണ്ടിലെ കാര്യമാ ഇവള് പറയുന്നേന്ന്. കഴിഞ്ഞ ആറു വർഷത്തിനിടയ്ക്കു നടന്ന കാര്യങ്ങളാ."

പ്രമീള ആകെ ആശയക്കുഴപ്പത്തിലായി.

"മോളേ... കഴിഞ്ഞതൊക്കെ മറന്നിട്ട് ഒരു പുതിയ ജീവിതം തുടങ്ങാൻ പറ്റത്തില്ലേ. നിങ്ങളെ തമ്മിൽ ഒന്നിപ്പിക്കാൻ വേണ്ടിയാ ഞാനിവിടെ വന്നത്. അല്ലാതെ എനിക്കെന്തെങ്കിലും നേട്ടം കിട്ടാൻ വേണ്ടിയല്ല."

"കഴിഞ്ഞതൊന്നും മറക്കാൻ പറ്റത്തില്ല ചേച്ചീ. വെട്ടിപ്പറമ്പിലെ ഇവരടെ വീടു കണ്ടിട്ടാ എന്റച്ഛനമ്മമാരും മാമന്മാരും കൂടെ എന്നെ ഇവരടെ മകനു കല്യാണം കഴിപ്പിച്ചുകൊടുത്തത്. ഞാനാ വീട്ടിൽ കഴിഞ്ഞിരുന്നപ്പം മുതൽക്ക് ഈ തള്ളയ്ക്ക് എന്നെ കണ്ടുകൂടാ. നല്ല സൗകര്യങ്ങളുണ്ടായിരുന്ന വീടാ. നിന്നെ ഈ വീട്ടിൽ കിടത്തി സുഖിപ്പിക്കില്ലെടീന്നു പറഞ്ഞാ ആ വീടു വിറ്റത്. മറ്റുള്ളവരോടു പറഞ്ഞൂ കടം വീട്ടാനാണെന്ന്. എന്നിട്ടു പാതാമ്പുഴെ കറന്റും വെള്ളോം വെറകും ഇല്ലാത്ത ഒരു ഷെഡ് പണിത് അവിടെ കൊണ്ടിട്ടു നരകിപ്പിച്ചപ്പം അവർക്കു തൃപ്തിയായി. എന്നിട്ടു വിളിച്ചോണ്ടു പോകാൻ വന്നിരിക്കുന്നു. ചേച്ചിയുള്ളതുകൊണ്ടാ ഞാനിവരുടെ മുഖത്തു തുപ്പാത്തത്. ഇവര് ചത്തിട്ട് ശവം എരിയുന്ന ചിതയിലെ പുക അടങ്ങുന്നതുവരെ ഞാനിവരോടു ക്ഷമിക്കത്തില്ല."

പവിത്ര അപ്പുവിനെയും കൂട്ടി മുറിയിലേക്കുതന്നെ തിരിച്ചു പോയി.

മറ്റുള്ളവർ അസ്തപ്രജ്ഞരായി ഇരിക്കുകയാണ്.

"അവളങ്ങനെ പറയും. നിങ്ങളേതായാലും ചായ കുടിക്ക്." ശിവരാജൻ പറഞ്ഞു. "ചേച്ചീ... ചായ കൊടുക്ക്."

അജിതമ്മ ചായട്രേയും പലഹാരത്തട്ടവും ടീപ്പോയിൽ കൊണ്ടു വച്ചു. പ്രമീളാ ശ്രീധരൻ ഒരു ഗ്ലാസ് ചായ എടുത്തു. മറ്റുള്ളവരോട് എടുത്തു കൊള്ളാൻ പറഞ്ഞു. ജയപ്രകാശോ സുഭദ്രയോ കൂടെ വന്ന കൂട്ടുകാരോ ചായഗ്ലാസ് തൊട്ടതേയില്ല.

"നിങ്ങളനുഭവിക്കും. നിങ്ങടെ മകള് പുഴുത്തു ചാകും. ഞാനിന്നേവരെ പ്രാർത്ഥിച്ചിട്ടൊണ്ടെങ്കി അത് അച്ചട്ടാണെന്നോർത്തോ." സുഭദ്ര കലിതുള്ളി എഴുന്നേറ്റു.

"വാടാ പോകാം." അവർ ജയപ്രകാശിന്റെ കൈ പിടിച്ച് എഴുന്നേൽപിച്ചു.

"അവളെ ഞാൻ വെറുതെ വിടത്തില്ല. അവളോടു പറഞ്ഞേക്ക്. ഏതായാലും ഒരു കേസൊണ്ട്. അതിന്റെ കൂടെ ഒരെണ്ണംകൂടി ആയിക്കോട്ടെ. കരുതിയിരുന്നോ."

വെല്ലുവിളിച്ചിട്ട് ജയപ്രകാശ് ഇറങ്ങി നടന്നു. കൂടെ വന്നവർ പിറകെയും.

പതിനഞ്ച്

സുഭദ്രയും ജയപ്രകാശും കൂടെ വന്നവരും പോയിക്കഴിഞ്ഞപ്പോൾ അജിതമ്മ, പവിത്രയെ മുറിയിൽനിന്നു വിളിച്ചിറക്കി.

"നീ മുറിക്കകത്തുകേറി അടച്ചിരിക്കാതെ ഇങ്ങോട്ടൊന്നു വന്നേ."

പവിത്ര കൂടെച്ചെന്നു. അച്ഛനും അമ്മയും മാമൻമാരും വിചാരണയ്ക്കു തയാറായി ഇരിക്കയാണെന്ന് അവൾക്കു തോന്നി.

"എന്തിനാ വിളിച്ചെ?"

"എടി മോളെ, ഞങ്ങള് നിന്നെയൊന്നു കാണട്ടെ. നീ അകത്തുപോയിരുന്നാലെങ്ങനാ?" ശിവരാജൻ ചോദിച്ചു.

"മുത്തശ്ശിക്കും മുത്തച്ഛനുമൊക്കെ സുഖമല്ലേ?" പവിത്ര അന്വേഷണം നടത്തി.

"അതെ." ശിവരാജൻ സമ്മതിച്ചു. ചോദ്യവും ഉത്തരവും യാന്ത്രികമായിരുന്നു.

"എടി മോളെ. നീയവരോട് വെട്ടിമുറിച്ചപോലെ സംസാരിച്ചത് ശരിയാണോ? നമുക്കൊരു ക്ഷമേം നയോം ഒക്കെ വേണ്ടേ?"

"എന്തിനാ ശിവമാമാ?"

"അല്ല, കോൾക്കുന്നോർക്ക് തോന്നരുതല്ലോ നീയൊരു അഹങ്കാരീം നിഷേധീം ഒക്കെയാണെന്ന്."

"അവർക്കു തോന്നിക്കോട്ടെ മാമാ. നമുക്കെന്താ?"

"നീ ആ തള്ളേടെ ദേഹത്ത് ചാണകവെള്ളം ഒഴിച്ചപ്പോ ഏറക്കുറെ അറ്റുപോയ ബന്ധമാ ഇത്. പിന്നെ നിന്റെ നല്ലനേരത്താ അവർക്കു വരാൻ തോന്നിയത്. അതിപ്പം ഇങ്ങനെയുമായി. അവരുടെ ഭാഗത്ത്ന്ന് ഒരു കോംപ്രമൈസ് ഉണ്ടായപ്പം നമ്മളുകൂടി ഒരൽപം താഴ്ന്നു കൊടുക്കുവല്ലാരുന്നോ ചെയ്യേണ്ടത്."

"അവര് കോംപ്രമൈസിനു വരുന്നത് എന്തിനാണെന്ന് മാമന് ഇനീം മനസ്സിലായില്ലേ. എന്റെ ശമ്പളം. പിന്നെ ജെയിലിക്കേറാതിരിക്കാനുള്ള കൗശലം. അവർക്ക് ഒരു കടുകിന്റത്രപോലും മാറ്റം വന്നിട്ടില്ല."

“ആയ്ക്കോട്ടെ പക്ഷേ, നിനക്കവരുടെ മുന്നിൽ പിടിച്ചു നിൽക്കാൻ ഒരു ബലം ഒണ്ടല്ലോ. നിന്റെ ജോലി.” രമേശൻ പറഞ്ഞു.

“എന്റെ രമേശൻമാമാ. ഞാനെന്തിനാ ഇനീം അവിടെപ്പോയി അവരോടു ഗുസ്തി പിടിക്കണെ. എന്തു കിട്ടാൻ വേണ്ടി?”

“ഒരു കുടുംബമല്ലേ മോളെ.”

“ഞാൻ വെറുത്തു വെറുത്തു വെറുത്തു പേപ്പട്ടിയെക്കാൾ വെറുത്തു പോയ സ്ത്രീയാ അത്. പിന്നെ എന്റെ കെട്ടിയവൻ. ഞാനും എന്റെ കുഞ്ഞും ദിവസം മുഴുവൻ വിശന്നു വലഞ്ഞ് ഇരിക്കുമ്പം രാത്രി ചിക്കൻ ഫ്രൈയും പൊറോട്ടേം കള്ളും മേടിച്ചു വീട്ടിക്കൊണ്ടുവന്ന് കൂട്ടുകാരെ വിളിച്ചുവരുത്തി സൽക്കരിച്ച ആ മനുഷ്യനോട് അൽപംപോലും സ്നേഹമോ ബഹുമാനമോ എന്റെ മനസ്സിലില്ല.”

“എടി മോളേ, അതൊക്കെ ഒന്നിച്ചു താമസിക്കുമ്പം മാറും. അടിക്കുകേം ചവിട്ടുകേം തെറിവിളിക്കുകേം എന്നുവേണ്ട കൊല്ലാൻവരെ ശ്രമിച്ച ഭർത്താവിന്റെ കൂടെ ഓരോരോ ഭാര്യമാര് അതെല്ലാം മറന്ന് ജീവിക്കുന്നില്ലേ?”

“എന്നെക്കൊണ്ടു പറ്റത്തില്ല മാമാ. അയാള് ദേഹത്തു തൊടുമ്പം എനിക്ക് അറയ്ക്കും. എന്റെ ഓവറീലൊരു സിസ്റ്റ് വന്നിട്ട് അതുമായി മരണവേദന സഹിച്ചാ ഞാൻ ജീവിച്ചത്. അത് ഓപ്പറേറ്റ് ചെയ്തു കളഞ്ഞില്ലെങ്കി ഞാൻ ചത്തുപോകുമെന്ന് ഡോക്ടർ പറഞ്ഞിട്ടും തള്ളേം മോനും ഒന്നും ചെയ്തില്ല. ഓപ്പറേഷൻ പൈസയുണ്ടാക്കിത്തന്ന് ബിയാ സഹായിച്ചില്ലെങ്കി ഞാനിപ്പം ജീവനോടെ ഉണ്ടാവില്ലായിരുന്നു. അന്ന് ബിയാ ഓപ്പറേഷനു തന്ന പൈസയെടുത്ത് കള്ളു കുടിക്കാൻ കൊടുക്കാഞ്ഞിട്ട് പുഴുത്ത തെറി പറഞ്ഞ് എന്നെ ഉപദ്രവിച്ചയാളാ. മരിച്ചാലും ഞാനതൊന്നും മറക്കത്തില്ല.”

“എന്നതായാലും ശരി, ഒത്തുപോകാനൊരു ചാൻസ് കിട്ടിയതാ. അതു കളഞ്ഞുകുളിച്ചു.” അജിതമ്മ പറഞ്ഞു.

“നിങ്ങൾക്കൊക്കെ എന്നതാ വേണ്ടത്. ആരെങ്കിലും ചോദിക്കുമ്പം ഞെളിഞ്ഞു നിന്ന് പറയണം, എന്റെ മോള് ഭർത്താവിന്റെ വീട്ടിലാ. ഒരാൺകുട്ടിയൊണ്ട്. സുഖമായിട്ട് കഴിയുന്നു എന്ന്. നിങ്ങടെ ഭാഗം എപ്പഴും വെടിപ്പാക്കി വെക്കണം. മകളേതു നരകത്തിപ്പോയി തുലഞ്ഞാലും വേണ്ടില്ല.”

പവിത്ര അത്രയും പറഞ്ഞിട്ട് തിരികെ പോന്നു. അതോടെ ചർച്ച അവസാനിച്ചു. ചായയും കുടിച്ച് ശിവരാജനും രമേശനും തിരികെ പോയി. അജിതമ്മ പവിത്രയോട് മിണ്ടാതെ മുഖം വീർപ്പിച്ചു നടന്നു.

പിറ്റേന്ന് അപ്പുമോൻ ഉണരുന്നതിനു മുൻപ് പവിത്ര എറണാകുളത്തേക്കു യാത്രയായി. വെളുപ്പിന് അഞ്ചുമണിക്ക് എണീറ്റിട്ടാണ് ആറേകാലിന്റെ ബസ്സിനു പുറപ്പെടാനൊത്തത്.

എറണാകുളത്തു ചെന്ന് ദീപജ്യോതിയിലെ നഴ്സസ് ക്വാർട്ടേഴ്സിലുള്ള മുറിയിൽ ബാഗ് വച്ചശേഷം കാന്റീനിൽ പോയി ഭക്ഷണം കഴിച്ചു.

മെഡിക്കൽ ഐസിയുവിലേക്ക് ഫോൺ ചെയ്തപ്പോൾ എട്ടുമണിയുടെ ഡ്യൂട്ടിയാണ് റോൾ ബുക്കിൽ എന്നറിഞ്ഞു. അതോടെ സമാധാനം പോയി. വീട്ടിൽ പോയി വരുന്നവർക്ക് പത്തുമണിയുടെ ഡ്യൂട്ടിയാണ് കൊടുക്കാറ്.

തിരിച്ചു റൂമിൽ ചെന്ന് ചെറിയ ഷോൾഡർ ബാഗിൽ യൂണിഫോമും കുടിവെള്ളവും എടുത്തുവച്ച് പവിത്ര ഐസിയുവിലേക്കു പോയി. ചെയ്ഞ്ചിങ് റൂമിൽ കയറി യൂണിഫോം ധരിച്ചു. ബാഗ് ക്യാബിനിൽവച്ച് പൂട്ടി. ഒൻപതര കഴിഞ്ഞപ്പോൾ അവൾ ഐസിയുവിനുള്ളിൽ ഡ്യൂട്ടിക്ക് റെഡിയായി കയറി. ഇൻചാർജ് നീതു സിസ്റ്റർ ആണെന്നു കണ്ടപ്പഴേ മനസ്സിടിഞ്ഞു. കണ്ണിൽ ചോരയില്ലാത്ത ജീവിയാണ്.

"നിനക്കിന്ന് ഡ്യൂട്ടി ഇട്ടിരിക്കുന്നത് ഏതു ഷിഫ്റ്റിലാണെന്ന് അറിയാമോ?"

"ഞാനിവിടെ വന്നശേഷമാ സിസ്റ്ററെ അറിഞ്ഞത്."

"എന്തുകൊണ്ട് ഇന്നലെ വിളിച്ചു ചോദിച്ചില്ല?"

"ഞാനിന്നലെ വിളിച്ചിട്ട് കിട്ടിയില്ല. സാധാരണ നൈറ്റ് കഴിഞ്ഞ് വീട്ടിൽ പോകുന്നവർക്ക് പത്തുമണീടെ ഷിഫ്റ്റാണല്ലോ കൊടുക്കാറ്."

"അതെ. ഇന്നലെയല്ലാരുന്നോ നീ ഡ്യൂട്ടിക്കു വരേണ്ടത്. നിനക്ക് പത്തുമണിയാ വെച്ചിരുന്നത്."

"ഇന്നലെ എനിക്ക് ഓഫ് തരണംന്ന് ഫോണിൽ വിളിച്ച് പറഞ്ഞാരുന്നു സിസ്റ്റർ."

"നിനക്ക് എന്ന് ഓഫ് തരണംന്ന് നീയാണോ തീരുമാനിക്കുന്നെ. അതോ ഞാനാണോ?"

"സിസ്റ്ററ് തന്നയാ. "

"എന്നിട്ടെന്താ ഇന്നലെ വരാഞ്ഞത്?"

"സിസ്റ്ററേ മിനിഞ്ഞാന്ന് നൈറ്റ്ഡ്യൂട്ടി കഴിഞ്ഞു പോയതല്ലേ ഞാൻ. രാത്രി മുഴവൻ ഒറക്കളച്ചിട്ട് കുറച്ചുനേരം ഉറങ്ങാതെങ്ങനാ യാത്ര ചെയ്യുന്നെ. ഒന്നൊറങ്ങിയെണീച്ച് കുളിച്ചിട്ട് പോകുമ്പളേക്കും മണി രണ്ടു കഴിഞ്ഞു. വീട്ടിലെത്തിയപ്പം വൈകുന്നേരമായി. ആറു വയസ്സുള്ള ഒരു മോനൊണ്ട്. കുറച്ചുനേരം അവന്റെ കൂടെ ഇരിക്കണ്ടേ സിസ്റ്ററേ. അതാ ഞാനിന്നലെ ഓഫ് ചോദിച്ചെ."

"എനിക്കു കേക്കണ്ട. സൂപ്പർവൈസറെ കണ്ടിട്ട് ഡ്യൂട്ടിക്കു കേറിയാ മതി. എട്ടുമണീടെ ഷിഫ്റ്റിന് എത്താതിരുന്നതിന്റെ എക്സപ്ലനേഷൻ കൊടുക്കണം."

"സിസ്റ്ററേ നൂറ് കിലോമീറ്ററോളം യാത്ര ചെയ്തു വരവാ. എങ്ങനെ ഞാൻ എട്ടുമണിക്ക് എത്തും? ബസു കിട്ടണ്ടേ. രണ്ടര മണിക്കൂർ യാത്ര ചെയ്യണം."

"അതൊന്നും എനിക്കറിയണ്ട. ബസ് കിട്ടത്തില്ലെങ്കി നീ ഇന്നലെ വൈകുന്നേരം വന്ന് ഹോസ്റ്റലിൽ സ്റ്റേ ചെയ്യണമായിരുന്നു."

"സിസ്റ്ററേ, ഒരു ഓഫെടുക്കുമ്പം നമുക്കു പകലും രാത്രീം കിട്ടണ്ടേ."

"വേണ്ട വേണ്ട. എന്റടുത്ത് ന്യായമൊന്നും വിളമ്പണ്ട. പോ... പോ... പോ... പോയി സൂപ്പർവൈസറെ കണ്ടിട്ടു വാ."

മുഖമടച്ച് ആട്ടിയതുപോലെയാണ് പവിത്രയ്ക്ക് തോന്നിയത്. അവൾ തിരിച്ച് ക്യൂബിക്കിളുകൾക്കു നടുവിലെ ഹാളിലത്തിയപ്പോൾ സൗമ്യ അടുത്തേക്കു വന്നു.

"കണ്ണൊക്കെ നിറഞ്ഞിരിക്കുന്നല്ലോടീ, എന്തു പറ്റി?"

"ഞാനിന്നലെ ഓഫെടുത്തു. നൈറ്റ് കഴിഞ്ഞിറങ്ങിയ എനിക്കൊരു നൈറ്റ് ഓഫ് മാത്രമാണ് തന്നത്. ഒരോഫ് എന്നു പറഞ്ഞാ പന്ത്രണ്ട് മണിക്കൂറെയൊള്ളോ?"

"അത് ഈ (പിന്നെ ഒരു തെറി) മക്കളുടെ (വീണ്ടും തെറി) പറ്റിപ്പാ. നമ്മുടെ വിയർപ്പും ചോരേം മാത്രം പോര ഈ അട്ടകൾക്ക്. എല്ലിന്റകത്തെ മജ്ജേംകൂടി വേണം."

"ഇങ്ങനെ ചീത്ത പറയല്ലേ സൗമ്യച്ചേച്ചീ. കേട്ടിട്ട് എനിക്ക് എന്തോ പോലെ. ഇതൊക്കെ കള്ളുകുടിയൻമാരും കവലച്ചട്ടമ്പികളും പറയുന്ന ചീത്തയല്ലേ."

"നീ പോടീ പുല്ലേ. ഞാനിവിടെ വരുന്നകാലത്ത് സങ്കടം വന്നാലും ദേഷ്യം വന്നാലും വേദന വന്നാലും എന്റെ വായീന്ന് ദൈവമേ, ഈശ്വരാ... എന്നൊക്കെയാ വന്നോണ്ടിരുന്നെ. രണ്ടു വർഷം കഴിഞ്ഞപ്പോഴേക്കും 'മ'യും 'പൂ'വും 'കു'വും ഒക്കെ തുരുതുരാ വന്നു തുടങ്ങി. ഇവിടുത്തെ കെട്ടവള്മാർ അങ്ങനെ ആക്കിത്തീർത്തതാ. പണ്ട് ആരെങ്കിലും ഒരു തെറി പറയുന്ന കേട്ടാ ഞാൻ ഞെട്ടിപ്പോകുമായിരുന്നു. ഇപ്പം എനിക്കു മലയാളത്തിലെ തെറി തെകയുന്നില്ല. തമിഴിൽ നല്ല സൂപ്പർ തെറിയുണ്ടെന്നാ കേട്ടത്. അതും കൂടി പഠിച്ചെടുക്കണം. അല്ലാതെ ഇവിടെ പിടിച്ചുനിൽക്കാൻ പറ്റത്തില്ല. നീയും പഠിച്ചോളും. നീ വന്നതല്ലേയൊള്ളൂ. രണ്ടു കൊല്ലം തികഞ്ഞോട്ടെ."

"എന്നോടു സൂപ്പർവൈസറെ ചെന്നു കണ്ട് എക്സ്പ്ലനേഷൻ കൊടുക്കാൻ പറഞ്ഞു."

"ആര്? നീതു സിസ്റ്ററോ?"

"ആങ്ഹ്."

"ആ നായിന്റെ മോൾക്ക് സൂക്കേടാ. അവളൊന്നും വെള്ളമിറങ്ങി ചാകത്തില്ലെടീ. പുഴുവരിച്ച് പുഴുവരിച്ച് കെടക്കും നാലുകൊല്ലം കെടന്നകെടപ്പിൽ. എത്ര സ്റ്റാഫിന്റെ പ്രാക്കാ .എത്ര കെയർ അസിസ്റ്റന്റിന്റെ പ്രാക്കാ. അതൊന്നും അനുഭവിക്കാതെ പോകത്തില്ല."

"സൂപ്പർവൈസർ എന്തു പറയുംന്നോർത്തിട്ട് എനിക്കു പേടിയാകുന്നു."

"നീ കുറച്ച് കോട്ടൺ എടുത്തു ചെവീൽ തിരുകിക്കൊണ്ട് പൊയ്ക്കോ."

"എന്തേലും പണിഷ്മെന്റ് കിട്ടോ ചേച്ചീ?"

"കോപ്പാ. അവള് കൊറേ നാക്കിട്ടലയ്ക്കും. നരകത്തീന്ന് പ്രമോഷൻ കിട്ടി വന്ന പിശാചാ. നരകത്തിലവൾക്ക് ജീവനോടെ മറ്റുള്ളോരടെ തൊലി ഉരിച്ചെടുക്കുന്ന ജോലിയാരുന്നു. ആ സാമർത്ഥ്യം കണ്ടിട്ടാ അവളെ ഇങ്ങോട്ടയച്ചത്. ചെല്ല്."

പവിത്ര സൂപ്പർവൈസറുടെ ഓഫീസിലേക്കു നടന്നു. വനിതാ മാഡം കറങ്ങുന്ന കസേരയിൽ ഞെളിഞ്ഞിരുന്ന് ഫോണിൽ തോണ്ടുകയാണ്. പവിത്ര ടേബിളിനു മുന്നിൽ ചെന്നുനിന്നു വിളിച്ചു: "മാഡം"

മുഖത്തു നോക്കാതെ വലതു കയ്യുടെ ചെറുവിരലുയർത്തി വനിതാ മാഡം പറഞ്ഞു, "വെയ്റ്റ്."

എന്നിട്ട് ഫോണെടുത്ത് ആരെയോ വിളിച്ചു സംസാരം തുടങ്ങി. അത് പത്തു മിനിറ്റോളം നീണ്ടു. ഫോൺവെച്ചശേഷം സൂപ്പർവൈസർ വനിത ഒരു നോട്ട്ബുക്ക് എടുത്തുവെച്ച് പേജുകൾ മെല്ലെ മറിക്കാൻ തുടങ്ങി. എഴുതിയ പേജുകളിലൂടെ കണ്ണോടിച്ച് എഴുതാത്ത പേജുകളിലേക്കു വന്നു. എഴുതിയ പേജുകൾ നോക്കിയതുപോലെതന്നെ അവർ എഴുതാത്ത പേജുകൾ സസൂക്ഷ്മം പരിശോധിച്ചുകൊണ്ടിരുന്നു. അര മണിക്കൂറായി പവിത്ര മുൻപിൽ നിൽക്കുകയാണ്. മാഡം നോക്കുന്നുപോലുമില്ല. ഒടുവിൽ പവിത്ര ഒന്നു ചുമച്ചു. സൂപ്പർവൈസർ മാഡം കണ്ണുകളുയർത്തി നോക്കി ആദ്യം കാണുന്നതുപോലെ.

"എന്താണ്?"

നീതു സിസ്റ്റർ ഫോൺചെയ്ത് എല്ലാം പറഞ്ഞിട്ടുണ്ടെന്നു പവിത്രയ്ക്കറിയാം. പക്ഷേ, മാഡം തൊലി ഉരിക്കൽ നാടകം അഭിനയിച്ചു തുടങ്ങുകയാണ്. പവിത്ര കാര്യകാരണങ്ങൾ പറയാൻ തുടങ്ങിയപ്പോൾ മാഡം തടഞ്ഞു.

"വേണ്ട. ഇവിടെ ജോലിക്കു ചേർന്നിട്ട് മൂന്നുമാസത്തോളമായില്ലേ. അതോ നാലോ? ഇതിനകം ഇവിടുത്തെ അടവുകളെല്ലാം പഠിച്ചു കഴിഞ്ഞു. എന്താണ് നിന്റെ ഉദ്ദേശ്യം?"

പവിത്ര മിണ്ടാതെ നിന്നു.

"നീയിവിടെ ഞങ്ങൾടെ നോട്ടപ്പുള്ളിയാണ്. അറിയാമോ? ജോലി ചെയ്യാതെ എങ്ങനെ സമയം കളയാമെന്ന് പഠിക്കയാണ് നീ. പല തവണ നിന്നെ ഞാൻ ശ്രദ്ധിച്ചിട്ടുണ്ട്. ക്യൂബിക്കിളുകളിലും കോറിഡോറിലും വെറുതെ ഓടിക്കൊണ്ടിരിക്കുന്നു. നീ ഒരു ജോലീം ചെയ്യുന്നതായിട്ട് ഞാനിതുവരെ കണ്ടിട്ടില്ല. ഇടയ്ക്ക് ഒരത്യാവശ്യത്തിന് നിന്നെ നോക്കിയാൽ നിന്റെ പൊടിപോലും കാണത്തില്ല. വെന്റി റൂമിൽ കയറി ഒളിച്ചിരിക്കും. അല്ലെങ്കി ഒരു ട്രോളിയും തള്ളിക്കൊണ്ട് എങ്ങോട്ടെങ്കിലും പോകും ഇവിടെ ഇങ്ങനത്തെ കള്ളത്തരമൊന്നും നടപ്പില്ല."

പവിത്ര ഷോക്കടിച്ചപോലെ തരിച്ചു നിന്നു. തന്നെക്കുറിച്ചാണോ പറയുന്നത്. വനിതാ മാഡം പറയുന്നപോലെ ഈ കള്ളത്തരങ്ങൾ കാണിക്കുന്ന കെയർ അസിസ്റ്റന്റ്സിനെ അവൾ കണ്ടിട്ടുണ്ട്. സ്മിത, ഷീന,

ട്രേസി... അങ്ങനെ ചിലരുണ്ട്. നല്ല ജോലിത്തിരക്കുള്ളപ്പോൾ വെന്റിലേറ്ററുകൾ സൂക്ഷിക്കുന്ന റൂമിൽ കയറി പതുങ്ങിയിരിക്കും. അല്ലെങ്കിൽ ഒരു വീൽചെയർ തള്ളിക്കൊണ്ട് എങ്ങോട്ടെങ്കിലും പോകും. അവരുടെ ക്യൂബിക്കിളിൽ പേഷ്യന്റിന് കെയർ കൊടുക്കേണ്ടിവരുമ്പോൾ മറ്റു ക്യൂബിക്കിളിലെ കെയർ അസിസ്റ്റന്റ്സിനെ വിളിച്ചു ചെയ്യിക്കും. അങ്ങനെ പവിത്രയ്ക്കു പലതവണ ഇരട്ടി ജോലി ചെയ്യേണ്ടി വന്നിട്ടുണ്ട്. പവിത്രയുടെ മിഴികൾ നിറഞ്ഞു തുളുമ്പി.

"മാസാമാസം ശമ്പളം എണ്ണിത്തരുന്നത് ജോലി ചെയ്യാൻ വേണ്ടിയാ. അതിനു പറ്റത്തില്ലെങ്കി റിസൈൻ ചെയ്തു പൊയ്ക്കൊള്ളണം."

"മാഡം, ഞാനിന്നുവരെ ആത്മാർത്ഥമായിട്ടാ..."

"വേണ്ട. എനിക്കൊന്നും കേൾക്കണ്ട"

മാനസികമായി പീഡിപ്പിക്കുക എന്നാൽ എന്താണെന്ന് പവിത്രയ്ക്കു മനസ്സിലായി.

"ആരോടു ചോദിച്ചിട്ടാ ഓഫെടുത്തത്. നിന്റെ സൗകര്യത്തിനു വന്ന് ഡ്യൂട്ടി ചെയ്യാൻ ഇതു നിന്റെ തറവാട്ടു സ്വത്തൊന്നുമല്ല. മനസ്സിലായോ? പോ... പൊയ്ക്കോ. ലീവെഴുതി എച്ചാർഡിയിൽ കൊടുക്ക്."

"മാഡം, എനിക്ക് രണ്ട് ഓഫ് പെൻഡിങ് കിടപ്പുണ്ട്."

"പത്ത് ഓഫ് പെൻഡിങ് ഉണ്ടെങ്കിലും ഇന്നലത്തേത് എൽഒപി ആക്കിയാ മതി. ചെല്ല്. പോ."

സൂപ്പർവൈസറുടെ ഓഫീസിൽനിന്ന് കണ്ണീരോടെ ഇറങ്ങുമ്പോൾ പവിത്ര ഓർത്തു. സൗമ്യ പറഞ്ഞതു ശരിതന്നെ. തൊലിയുരിക്കൽ ജോലിയിലെ പ്രാവീണ്യം കണ്ടിട്ട് നരകത്തിൽനിന്നു ഭൂമിയിലേക്കു പ്രമോഷൻ കൊടുത്തയച്ച പിശാച്!

പവിത്ര ലീവ്‌ലെറ്റർ തയാറാക്കി എച്ച് ആർഡിയിലേക്ക് പോയി. അത് മറ്റൊരു കെട്ടിടത്തിലാണ്. കോൺക്രീറ്റ് കാട്ടിലൂടെ അരകിലോമീറ്റർ നടക്കണം.

"ഇതിൽ ഇൻചാർജിന്റെ സൈൻ ഇല്ലല്ലോ." എച്ച്ആർഡി ഓഫീസർ പറഞ്ഞു.

"സൈൻ ചെയ്യിച്ചോളാം സാർ."

"അതു പോര. സൈൻ വേണം."

വീണ്ടും അര കിലോമീറ്റർ നടന്ന് ഐസിയുവിൽ എത്തി. നീതു സിസ്റ്റർ ചോദിച്ചു: "ലീവാക്കി, അല്ലേ?"

"അതെ."

"ഇനി ആരോടും ചോദിക്കാതെ ഓഫ് എടുക്കരുത്. ഇതു കൊണ്ടുപോയി സൂപ്പർവൈസറെ കൊണ്ട് ഒപ്പിടീക്കണം."

നീതു സിസ്റ്റർ സൈൻ ചെയ്തു കൊടുത്തു.

അതുമായി സൂപ്പർവൈസറുടെ അടുത്തെത്തി മനസ്സില്ലാമനസ്സോടെ അവരും ഒപ്പിട്ടു. ഇനി എച്ച്ആർഡിയിൽ കൊണ്ടുപോയി സീൽ വയ്പ്പിക്കണം. അര കിലോമീറ്റർ. സീൽ ചെയ്തു കിട്ടിയ ലെറ്ററുമായി വീണ്ടും ഇൻചാർജിന്റെ അടുത്തേക്ക് അര കിലോമീറ്റർ. ഒടുവിൽ ഡ്യൂട്ടിക്കു കയറാൻ അനുമതി.

“പത്തുമണീടെ ഷിഫ്റ്റല്ല. പന്ത്രണ്ടിനു കേറിക്കോ. രാത്രി എട്ടിനേ പോകാൻ പറ്റൂ.”

ഇതുവരെ ഓടിയ ഓട്ടവും കേട്ട ശകാരങ്ങളും അനുഭവിച്ച മനോപീഡയും ഓൺഡ്യൂട്ടിയിൽ പെടുത്താൻ ഇൻചാർജ് തയ്യാറല്ല. രണ്ടു മണിക്കൂർ അധികം ജോലി ചെയ്യണം.

“ഞാൻ ഒന്നും കഴിച്ചിട്ടില്ല സിസ്റ്റർ. രാവിലെ ഒരു കട്ടൻ കാപ്പി മാത്രം കുടിച്ചിട്ട് വീട്ടീന്നിറങ്ങിയതാ.”

“അതൊന്നം എനിക്കറിയണ്ട. പന്ത്രണ്ടിന് ഇനി അഞ്ചു മിനിറ്റേയുള്ളൂ.” ദയാലേശമില്ലാതെ നീതു സിസ്റ്റർ പറഞ്ഞു.

എരിയുന്ന വയറോടെ പവിത്ര ജോലിക്കു കയറി. ഇന്നത്തെ അസൈൻമെന്റ് നോക്കിയപ്പോൾ രണ്ടു ക്യൂബിക്കിൾ തനിക്കാണ്. അവിടെ പത്തുമണി മുതൽ ചെയ്യേണ്ട ജോലികൾ ബാക്കിയാണ്. പവിത്ര ക്യൂബിക്കിളിൽ ചെന്നു നോക്കി. ആറു രോഗികൾ. നാലുപേരും അൺകോൺഷ്യസ്. രണ്ടു ബെഡ് ഒഴിഞ്ഞു കിടക്കുന്നു. ബെഡ് ഒഴിഞ്ഞു കിടക്കുന്നതു കണ്ടാൽ പവിത്രയ്ക്കു പേടി വരും. ഒഴിഞ്ഞ ബെഡ്ഡിലേക്ക് ഏതു നിമിഷവും അത്യാസന്നനിലയിലുള്ള രോഗികൾ വരും.

പുതിയ അഡ്മിഷൻ എടുക്കുന്നത് വലിയ ചടങ്ങാണ്. ബെഡ്ഡ് വിരിച്ചു റെഡിയാക്കിയിടണം. പുതപ്പ്, ബെഡ്കവർ ഷീറ്റ്, അണ്ടർ പാഡുകൾ എന്നിവ തയാറാക്കി വയ്ക്കണം. രോഗിയുടെ അത്യാസന്ന നിലയ്ക്കനുസരിച്ച് മറ്റു സൗകര്യങ്ങൾ ഒരുക്കണം. ബൈപാപ്പ്, അല്ലെങ്കിൽ വെന്റിലേറ്റർ. അബോധാവസ്ഥയിലുള്ള രോഗിയാണെങ്കിൽ കഴുത്തിലെ ഞരമ്പു തുളച്ചും കയ്യിലെ ഞരമ്പ് കുത്തിയും മരുന്നുകൾ നൽകാനുള്ള ഉപകരണങ്ങൾ, ഇൻജക്ഷൻ പമ്പ്, ഇൻഫ്യൂഷൻ പമ്പ്, മോനിട്ടർ കേബിളുകൾ, മറ്റ് ട്യൂബുകൾ ഇവയെല്ലാം ഡോക്ടർ കൈ നീട്ടുമ്പോൾ എടുത്തു കൊടുക്കാൻ പാകത്തിൽ എടുത്തുവെച്ചിരിക്കണം.

പവിത്ര ആടിയാടി ജോലിചെയ്യുന്നതുകണ്ട് കെയർ അസിസ്റ്റന്റ് ശ്രുതി മറ്റൊരു ക്യൂബിക്കിളിൽ നിന്നു വന്നു.

“എന്തു പറ്റിയെടാ ഭയങ്കര ക്ഷീണം?”

“ഒന്നും കഴിച്ചിട്ടില്ല. എന്റെ കാലു രണ്ടും വിറയ്ക്കുന്നു. എപ്പഴാ കുഴഞ്ഞു വീഴുന്നതെന്നറിഞ്ഞുകൂടാ.”

“ഇൻചാർജിനോടു പറഞ്ഞിട്ട് കാന്റീനിൽ പോയി എന്തെങ്കിലും കഴിക്ക്.”

“ഞാൻ പറഞ്ഞതാ. പോവണ്ടെന്നു പറഞ്ഞു. എനിക്കാണെങ്കി കണ്ണിലിരുട്ടു കേറുന്നപോലെ തോന്നുവാ.”

'ഇതു വല്യ കഷ്ടമാണല്ലോ' എന്നു പിറുപിറുത്തുകൊണ്ട് ശ്രുതി പോയി. അൽപം കഴിഞ്ഞപ്പോൾ ടിഷ്യു പേപ്പർകൊണ്ടു മൂടിയ ഒരു ഗ്ലാസ്സിൽ കരിക്കിൻ വെള്ളവും പ്ലാസ്റ്റിക്കിൽ പൊതിഞ്ഞ രണ്ട് ബണ്ണു മായി വന്നു.

"ടീ റൂമിൽ പോയിരുന്നു വേഗം കഴിച്ചോ."

"അയ്യോ ഇതെവിടുന്നാ?"

"റൂം നമ്പർ സിക്സിലെ ഒരച്ഛനുവേണ്ടി കൊണ്ടുവന്നതാ."

"പേഷ്യന്റിനു കൊടുത്തില്ലേ?"

"അച്ഛൻ വല്യ താമസമില്ലാതെ പോകും."

"എങ്ങോട്ടു പോകും. ഷിഫ്റ്റിങ്ങാണോ?"

"ഇവിടെ വരുന്നവരൊക്കെ എങ്ങോട്ടാ പോകുന്നെ. അങ്ങോട്ട്. ഷിഫ്റ്റി ങ്ങല്ല, ട്രാൻസ്ഫറാ."

ശ്രുതി മുകളിലേക്കു വിരൽ ചൂണ്ടി. പവിത്രയ്ക്ക് ആദ്യം ഒന്നും മനസ്സി ലായില്ല.

"എടാ, അച്ഛൻ ഉച്ചയ്ക്കു മുൻപേതന്നെ അൺകോൺഷ്യസാ. എല്ലാം ഡൗണായിക്കൊണ്ടിരിക്കുവാ. അച്ഛന് ഇനി ബണ്ണും കരിക്കുംവെള്ളോം ഒന്നും വേണ്ട."

"വെന്റിലേറ്ററിലോട്ടു മാറ്റുന്നില്ലേ?"

"ഒന്നും വേണ്ടെന്നാ ബൈസ്റ്റാൻഡർ പറഞ്ഞിരിക്കുന്നെ. കഴിഞ്ഞ മാസം പതിമൂന്നു ദിവസം വെന്റി കെടന്നിട്ട് പോയ തഹസിൽദാരില്ലേടീ. മൂപ്പരാ. മിനിഞ്ഞാന്ന് പിന്നേം തിരിച്ചുവന്നു. നീ ഇതു കൊണ്ടുപോയി കഴിക്ക്."

ഇന്നോ നാളെയോ മരിച്ചുപോകാനുള്ള രോഗിയുടെ ഭക്ഷണം! പവിത്ര അതും കയ്യിൽപിടിച്ച് മരവിച്ചു നിന്നു.

"നീ ചെല്ലടീ സമയം കളയാതെ." ശ്രുതി നിർബന്ധിച്ചു.

"ഒരു കെയറുംകൂടി ബാക്കിയൊണ്ട്."

"അത് ഞാൻ നോക്കിക്കോളാം."

ശ്രുതി ആ ജോലി ഏറ്റെടുത്തു കഴിഞ്ഞു. ഇത് ഐസിയുവിലെ സഹ പ്രവർത്തകർക്കിടയിൽ അപൂർവ്വമായി പ്രത്യക്ഷപ്പെടുന്ന മനുഷ്യത്വ ത്തിന്റെ തിളക്കമാണെന്ന് പവിത്ര ഓർത്തു. അവൾ ടീ റൂമിൽ ചെന്ന് നിന്നുകൊണ്ട് ആ ബണ്ണുകൾ തിന്നു. കരിക്കിൻവെള്ളം കുടിച്ചു. എന്തെ ന്നില്ലാത്ത ആശ്വാസം. എരിവെയിലിൽ വാടിവീഴാൻ ഭാവിച്ച ഇളം തണ്ടിനുമേൽ വേനൽമഴ വീണതുപോലെ ഒരുണർവ്.

പവിത്ര തിരികെച്ചെന്നു ജോലി ഏറ്റെടുത്തു.

"ഇപ്പം ക്ഷീണമെല്ലാം മാറിയല്ലോ." ശ്രുതി പുഞ്ചിരിയോടെ ചോദിച്ചു.

"മാറി. താങ്ക്സ് ചേച്ചീ. ശ്ശോ, ചേച്ചി അതു കൊണ്ടുവന്നു തന്നില്ലെങ്കി ഞാനിവിടെ കൊഴഞ്ഞു വീണേനെ."

ശ്രുതി അവളുടെ കവിളത്തു പിച്ചിയിട്ട് ക്യൂബിക്കിൾ വിട്ട് പോയി.

പവിത്രയ്ക്ക് പുതിയ അഡ്മിഷൻ എത്തി. ശ്വാസതടസ്സങ്ങളുള്ള ഒരു പേഷ്യന്റ്. കൂടെ ഡോക്ടർ, രണ്ട് നഴ്സുമാർ, ഒരു കെയർ അസിസ്റ്റന്റ്. ഇനി എണ്ണയിട്ടയന്ത്രം പോലെയാണ് ജോലി. ബെഡ്സൈഡിലെ സ്ലൈഡിങ് ഹാൻഡിൽ പാരലലാക്കിയിട്ട്, ട്രോളി ബെഡ്ഡിൽവന്ന രോഗിയെ ക്യൂബിക്കിളിലെ ബെഡ്ഡിലേക്കു മാറ്റിക്കിടത്തണം. ഞരങ്ങാനും മൂളാനുമുള്ള ബോധമേയുള്ളൂ പേഷ്യന്റിന്. പവിത്ര ബെഡ്ഡും അണ്ടർ പാഡുകളും വിരിച്ച് റെഡിയാക്കിയിരുന്നു. ബെഡ്ഡിലേക്കു മാറ്റിയശേഷം പേഷ്യന്റിന്റെ അതുവരെയുണ്ടായിരുന്ന ബൈപാപ്പ്മാറ്റി ഐസിയുവിലെ ബൈപാപ്പ് ഘടിപ്പിച്ചു. ഓക്സിജൻ സിലിണ്ടറിൽനിന്നുള്ള ട്യൂബിങ്സ് ഘടിപ്പിച്ചു. മോണിട്ടറിൽനിന്നുള്ള കേബിളുകൾ പേഷ്യന്റിന്റെ ശരീരത്തിൽ വേണ്ട ഭാഗങ്ങളിലേക്ക് കണക്ട് ചെയ്തു. കൊണ്ടുവന്ന പേഷ്യന്റിന്റെ വസ്ത്രങ്ങൾ, ഷീറ്റ്, പില്ലോ, തുടങ്ങിയ എല്ലാ സാധനങ്ങളും ഏതു വാർഡിൽനിന്നാണോ പേഷ്യന്റിനെ കൊണ്ടുവന്നത് അതേ വാർഡിലെ നഴ്സിനെ ഏൽപ്പിച്ചു. ആ പേഷ്യന്റിന്റെ ദേഹത്തുള്ള പാടുകൾ, മുറിവ്, മറുക്, വ്രണം, എല്ലാം പരിശോധിച്ച് ബുക്കിൽ എഴുതി, ഓവർ കൈമാറിയ നഴ്സും ഏറ്റെടുത്ത ഐസിയു നഴ്സും കെയർ അസിസ്റ്റന്റും പരസ്പരം സമ്മതിച്ച് ഒപ്പുവച്ചു.

ചിലപ്പോൾ വെന്റിലേറ്റർ വേണ്ടിവരുമെന്നു ഡോക്ടർ സൂചിപ്പിച്ചതിനാൽ പവിത്ര പോയി വെന്റിലേറ്റർ റെഡിയാക്കിവെച്ചു. തിരികെ വരുമ്പോൾ ശ്രുതി വിളിച്ചു. ക്യൂബിക്കിൾ നമ്പർ ആറിന്റെ വാതിൽക്കലേക്ക് പവിത്ര തലനീട്ടി.

"എന്താ ചേച്ചീ. ശ്വാസംവിടാൻ നേരമില്ല."

"എടീ, ഞാൻ പോകുവാ. ഇവിടൊന്നു നോക്കിയേക്കണേ."

പവിത്ര ബെഡ്ഡിലേക്കു നോക്കി. തഹസിൽദാർ ഊർധ്വൻ വലിക്കുന്നു. നഴ്സ് അനില മോനിട്ടറിൽനിന്നു കണ്ണെടുക്കാതെ നിൽക്കുന്നു. സാച്ചുറേഷൻ അൻപത്, നാൽപത്, മുപ്പത്... എന്നു താഴുന്നതനുസരിച്ച് റെഡ് അലർട്ട് ബീപ് ബീപ് ശബ്ദം പുറപ്പെടുവിക്കുന്നു. ഇസിജി ഗ്രാഫ് നിമിഷം തോറും മാറിമറിയുന്നു. അനില നെഞ്ചത്തു കൈവച്ച് പ്രാർത്ഥിക്കുന്നു.

"അച്ഛാ, പ്ലീസ് അച്ഛാ. പോകല്ലേ. ഇപ്പം പോകല്ലേ. ഒരു പത്തു മിനിറ്റും കൂടി മതി. ഞങ്ങളൊന്ന് ഇറങ്ങിക്കൊട്ടെ. പ്ലീസ്..." ശ്രുതി അതുകേട്ടു ചിരിക്കുന്നു.

ഡ്യൂട്ടി തീരുന്ന സമയമാണ്. അടുത്ത ഷിഫ്റ്റിൽ കേറുന്ന നഴ്സിനു ഓവർ കൊടുത്തിട്ട് പോകാനുള്ള സമയം കിട്ടണം. പത്തു പതിനഞ്ച് മിനിറ്റ് മതി. അതിനു മുൻപ് മരണം സംഭവിച്ചാൽ നിലവിൽ ഡ്യൂട്ടിയിലുള്ള നഴ്സും കെയർ അസിസ്റ്റന്റും കൂടി അനന്തര നടപടികൾ പൂർത്തിയാക്കിയിട്ടുവേണം പോകാൻ. അതിന് ഒന്നൊന്നര മണിക്കൂർ എടുക്കും. അതൊഴിവാക്കാനാണ് പ്രാർത്ഥന.

"അച്ഛാ... അച്ഛാ... പോകല്ലേ. അച്ഛാ... അച്ഛാ... പോകല്ലേ." സിനിമാ

ഡയലോഗ് അനുകരിച്ച് ശ്രുതിയും പറയുന്നതുകേട്ടുകൊണ്ട് പവിത്ര തന്റെ ക്യൂബിക്കിളിലേക്ക് പോന്നു.

അനില അടുത്ത ഷിഫ്റ്റിലെ നഴ്സിന് ഓവർ കൊടുത്ത് ഇരുപതു മിനിറ്റ് കഴിഞ്ഞപ്പോൾ തഹസിൽദാർ മരിച്ചു. അനിലയും നാലുമണിക്കു ഡ്യൂട്ടി തീർന്ന ശ്രുതിയും കഷ്ടിച്ചു രക്ഷപ്പെട്ടു. തഹസിൽദാരുടെ മൃത ദേഹം ഒരു കർട്ടനിട്ട് മറച്ച് അവിടെത്തന്നെയിട്ടു. ഇനി ഏതെങ്കിലും ഡോക്ടർ ഏതെങ്കിലും സമയത്ത് എത്തി മരണം സ്ഥിരീകരിക്കുന്നതു വരെ അതങ്ങനെതന്നെ കിടക്കുമെന്ന് പവിത്രയ്ക്ക് അനുഭവംകൊണ്ട് അറിയാം. അതിനുശേഷമേ പുറത്ത് കാത്തിരിക്കുന്ന ബൈസ്റ്റാൻഡറെ വിവരമറിയിക്കാവൂ എന്നാണ് ചട്ടം.

പവിത്രയുടെ പുതിയ പേഷ്യന്റിന്റെ എക്സ്റേ എടുക്കുന്നതിനായി എക്സ്റേ ടെക്നീഷ്യൻ സഞ്ജയ് വന്നു.

“രണ്ടു ദിവസം ഇല്ലായിരുന്നു അല്ലേ?” സഞ്ജയ് പവിത്രയോട് ചിരിച്ചു കൊണ്ടു ചോദിച്ചു.

“വീട്ടിൽ പോയിരുന്നു.”

തന്നെ കാണുമ്പോൾ സഞ്ജയ്യുടെ മുഖത്തുദിക്കുന്ന സന്തോഷവും സംസാരിക്കാനുള്ള ഉത്സാഹവും പവിത്ര പലപ്പോഴും ശ്രദ്ധിച്ചിട്ടുണ്ട്.

“വീട്ടിൽ ആരൊക്കെയുണ്ട്?”

“എല്ലാവരും ഒണ്ട്.” പവിത്ര പറഞ്ഞു.

“എന്തിനാ ഈ ജോലിക്കു വന്നെ. പവിത്രേപ്പോലുള്ള പെൺകുട്ടി കൾ ചെയ്യേണ്ട ജോലിയല്ലിത്.”

“അതെന്താ?”

“മുഖം കണ്ടാലറിയാം ഒരു എലീറ്റ് ഫാമിലീന്നു വന്നതാണെന്ന്. ഇന്റ ലിജെന്റാണെന്ന്.”

പവിത്ര സഞ്ജയ്യുടെ കണ്ണുകളിലേക്കു നോക്കി.

വെറുതെ മുഖസ്തുതി പറയുകയാണോ? അതോ ആത്മാർത്ഥത യോടെയാണോ?

പതിനാറ്

കോട്ടയം നാഗമ്പടം പ്രൈവറ്റ് ബസ് സ്റ്റാൻഡിൽനിന്ന് ഓട്ടോറിക്ഷയിലാണ് ജിബിയ മുട്ടമ്പലത്തേക്കു പോയത്. ബെംഗളൂരുവിൽ നഴ്സിങ് പഠിച്ചിരുന്ന കാലത്ത് ജെയ്സൺ പലതവണ നിർബന്ധിച്ചിട്ടുണ്ട് വീട്ടിലൊന്നു കയറി എല്ലാവരെയും പരിചയപ്പെട്ടിട്ടു പോകാൻ. അപ്പോഴെല്ലാം പിന്നൊരിക്കലാകട്ടെ എന്നു പറഞ്ഞ് ഒഴിഞ്ഞുമാറുകയായിരുന്നു പതിവ്. ഒന്നാമത്, തന്റെ പപ്പയ്ക്കും മമ്മിക്കും ഇഷ്ടമില്ലാത്ത ബന്ധം. താനങ്ങനെ പോയിട്ടുണ്ടെന്നു വീട്ടിലറിഞ്ഞാൽ എന്ന പേടി. പിന്നെ, ഭർത്താവാകാൻ പോകുന്നയാളിന്റെ വീട് കല്യാണത്തിനു മുൻപു സന്ദർശിക്കുന്നതു ശരിയല്ലെന്ന ശക്തമായ തോന്നൽ. എന്നെങ്കിലും ആ വീട്ടിൽ വലതുകാൽവച്ചു കയറുകയാണെങ്കിൽ അത് ജെയ്സന്റെ വധുവായിട്ടായിരിക്കണം എന്ന ആത്മബോധവും ആശയടക്കവും.

എന്നാലിപ്പോൾ വർഷങ്ങൾ നീണ്ട ജീവിതയാത്രയിൽ, അത്തരം സങ്കല്പങ്ങൾക്കും സ്വപ്നങ്ങൾക്കുമൊന്നും വലിയ സ്ഥാനമില്ല എന്ന ബോധ്യപ്പെടലിൽനിന്നാണ് ഇങ്ങനെയൊരു സന്ദർശനം.

ഒരിക്കൽ എത്രമാത്രം പ്രേമദീപ്തവും പ്രതീക്ഷാ നിർഭരവുമായിരുന്നു, ഇണയെ തേടുന്ന മനസ്സ് എന്നു ജിബിയ ഓർത്തു. സങ്കൽപം എത്ര മനോഹരം. ഒരു കൂടിക്കാഴ്ചയെക്കുറിച്ചുള്ള പ്രതീക്ഷപോലും തന്നെ ആനന്ദോന്മത്തയാക്കിയിരുന്നു. എന്നാൽ തമ്മിൽ കാണുമ്പോൾ ഇതായിരുന്നോ താൻ കാത്തുകാത്തിരുന്ന സ്വപ്നതുല്യവും സ്വർഗീയവുമായ മുഹൂർത്തം എന്നു നിരാശപ്പെട്ടുപോകും. കാണുന്ന മാത്രയിൽ ഓടിച്ചെന്നു കെട്ടിപ്പിടിക്കാനും തോളത്തു മുഖമർപ്പിച്ച് ഒന്നു വിതുമ്പിക്കരയാനും കൊതിച്ചിരുന്ന മനസ്സ് ആദ്യദർശനത്തിൽത്തന്നെ വിരസമായിത്തീരും. അപ്പോഴൊക്കെ തോന്നും ഇതാണോ പ്രേമം! ഇതിനുവേണ്ടിയാണോ മനുഷ്യരാശി വലിയ ത്യാഗങ്ങൾ സഹിക്കുന്നതും പ്രതീക്ഷകൾ അർപ്പിക്കുന്നതും.

ഇപ്പോഴും ഒരു സാങ്കല്പിക മുഹൂർത്തം മനസ്സിലുണ്ട്. താൻ ഓട്ടോറിക്ഷയിൽ ചെന്നിറങ്ങുന്നു. അതുകണ്ട് ജെയ്സൺ അദ്ഭുതസ്തബ്ധനാകുന്നു. കയ്യിൽ പിടിച്ച് അകത്തേക്കു കൂട്ടിക്കൊണ്ടുപോയി ഇവളാണെന്റെ

പെണ്ണ് എന്നു പറഞ്ഞ് അഭിമാനത്തോടെ എല്ലാവർക്കും പരിചയപ്പെടുത്തുന്നു. അവരെല്ലാം സ്നേഹത്തോടെയും വാത്സല്യത്തോടെയും പെരുമാറുന്നു.

"മുട്ടമ്പലത്ത് ഏതുഭാഗത്തുള്ള വീടാണ്. വീട്ടുപേര് പറയ്യോ?" ഓട്ടോറിക്ഷാ ഡ്രൈവർ ചോദിച്ചു.

ജിബിയ റോഡിന്റെ പേരും വീട്ടുപേരും പറഞ്ഞു.

"സേവ്യർ അച്ചായന്റെ വീടാണോ?"

"അതാണെന്നു തോന്നുന്നു."

"ആദ്യമായിട്ടു വരുവാണോ?"

"അതെ."

ഇരുമ്പഴികൾ കൊണ്ടുള്ള ഒരു ഗേറ്റിന്റെ മുന്നിൽ ഓട്ടോറിക്ഷ ചെന്നുനിന്നു

"സേവ്യറച്ചായന്റെ വീട് ഇതാ."

ജിബിയ ഓട്ടോയിൽ ഇരുന്നുകൊണ്ട് വീടിനു നേർക്കു നോക്കി. മുൻവശത്ത് ആരെയും കണ്ടില്ല. അവൾ സംശയത്തോടെ ഇറങ്ങി.

"ഓട്ടോക്കൂലി തന്നേക്ക്." ഡ്രൈവർ കൈനീട്ടി.

"വീട് ഇതുതന്നെയാണോന്നു നോക്കട്ടെ. ഒരാളെ കൊണ്ടുവിടുമ്പം അത് ശരിയായ സ്ഥലത്തുതന്നെയാണോ എന്ന് നിങ്ങളും നോക്കണ്ടേ. പൈസേം വാങ്ങിച്ചോണ്ടു പോയാമതിയോ?"

ജിബിയ, അൽപം തുറന്നുകിടന്ന ഗേറ്റ് കടന്ന് പഴയ പോർട്ടിക്കോ മാതൃകയിലുള്ള വീടിന്റെ സിറ്റൗട്ടിലേക്കു ചെന്ന് ഡോർബെൽ അടിച്ചു. അറുപതു വയസ്സു തോന്നിക്കുന്ന ഒരാൾ വന്നു മുൻവാതിൽ തുറന്നു നോക്കി.

"ആരാ?"

"ജെയ്സന്റെ വീടല്ലേ?"

"വീടെന്റെയാ. ജെയ്സൺ എന്റെ മകനാ."

"ജെയ്സൺ ഇവിടില്ലേ?"

"പുറത്തോട്ടു പോയേക്കുവാ. വല്ലതും കൊടുക്കാനോ വാങ്ങാനോ മറ്റോ ആണോ?"

"ജെയ്സൺ ഒടനെ വരുോ?"

"അറിയാമ്മേല. അവനങ്ങനെ വരാനും പോകാനും സമയോം കാലോമൊന്നുമില്ല."

"ജെയ്സന്റെ അനുജനുണ്ടോ, ജോമോൻ?"

"ആരാന്നു പറ. ഞങ്ങക്കും അറിയണ്ടേ വന്നതാരാന്ന്. നിങ്ങക്കുമാത്രം എല്ലാം അറിഞ്ഞാ മതിയോ?"

"ജെയ്സന്റെ കൂടെ ബാംഗ്ലൂരിൽ നഴ്സിങ് പഠിച്ചിട്ടൊണ്ട്. പേര് ജിബിയ."

"അവന്റെ കൂടെ ഒരുപാടുപേര് പഠിച്ചിട്ടൊണ്ട്. എന്തിനാ വന്നേന്നു പറ."

"ഒന്നിനുമല്ല. ഇവിടൊണ്ടെങ്കി ഒന്നു കണ്ടിട്ടു പോകാംന്നു വിചാരിച്ചു. സാരമില്ല. ഞാൻ പിന്നെപ്പളെങ്കിലും കണ്ടോളാം."

ജിബിയ സിറ്റൗട്ടിൽനിന്നിറങ്ങി

"ജെയ്സന്റെ മമ്മി സുഖമില്ലാതെ കെടക്കുവല്ലേ. ഒന്നു കാണാൻ പറ്റ്വോ?"

"ഇപ്പം കാണാൻ പറ്റുന്ന അവസ്ഥേലല്ല. അവൻ വന്നാലേ പറ്റ ത്തൊള്ളൂ."

ജിബിയ ഗേറ്റ് കടന്നു റോഡിലേക്കിറങ്ങി. ഓട്ടോയിലിരുന്ന് ഡ്രൈവർ പിറുപിറുക്കുന്നുണ്ടായിരുന്നു. ജിബിയ ഓട്ടോയിൽ കയറാൻ ഭാവിക്കവേ ഒരു പിൻവിളി കേട്ടു.

"ജിബിയച്ചേച്ചിയല്ലേ അത്?"

ജിബിയ തലതിരിച്ചു നോക്കി. ജെയ്സന്റെ അനുജൻ ജോമോൻ. ജെയ്സണെ യാത്ര അയയ്ക്കാൻ വേണ്ടി വരാറുള്ള പയ്യൻ. കോട്ടയം റെയിൽവേ സ്റ്റേഷനിൽവച്ച് പലവട്ടം കണ്ടിട്ടുണ്ട്.

"ചേച്ചി പോകുവാണോ? ചേട്ടായി ഇപ്പം വരും. പപ്പയ്ക്ക് അറിയാ മ്മേലാഞ്ഞിട്ടാ. പോകല്ലേ. ഇങ്ങോട്ടു വാ."

ജോമോൻ റോഡിലേക്ക് ഇറങ്ങിവന്നു.

"എന്നെ മനസ്സിലായില്ലേ?"

"എനിക്കറിയാം. ജോമോനല്ലേ?"

"പപ്പയെന്തുവാ പറഞ്ഞെ ചേച്ചിയോട്. പൊയ്ക്കൊള്ളാനോ?"

"ഞാൻ വന്നതിഷ്ടപ്പെട്ടില്ല. മനസ്സിലാകാഞ്ഞിട്ടായിരിക്കും."

"പപ്പേടെ രീതി അങ്ങനാ. കാര്യോം കാരണോം കണക്കും സമയോം എല്ലാം കൃത്യമായിരിക്കണം. വാ."

ജോമോൻ ജിബിയയെ വീടിനുള്ളിലേക്കു കൂട്ടിക്കൊണ്ടുപോയി. ജോമോന്റെ പപ്പയെ അവിടെങ്ങും കാണാനില്ല.

"മമ്മിയെവിടെ?"

"മമ്മീടെ ദേഹം തൊടയ്ക്കലും കുളിപ്പിക്കലുമൊക്കെ നടത്തുവാ രുന്നു പപ്പാ. ഇപ്പക്കഴിയും. ചേച്ചി ഇങ്ങോട്ടിരിക്ക്."

ജോമോൻ, ഇടിഞ്ഞുതാണ ഒരു സോഫയിലേക്കു വിരൽ ചൂണ്ടി. ജിബിയ അവിടെ ഇരുന്നിട്ട് മുറിയിലാകെ നോക്കി. പുതുമയുള്ള വീട്ടു പകരണങ്ങൾ ഒന്നുമില്ല. എല്ലാം പഴയതാണ്. ചുവരിലെ ക്ലോക്കിന്റെ ഹൃദയമിടിപ്പ് ഏതോ ഒരു പതിനൊന്നാം മണിക്കൂറിൽ നിന്നുപോയിരി ക്കുന്നു.

"ചേച്ചിക്കു കുടിക്കാനെന്തുവാ?"

"ഒന്നും വേണ്ട. എനിക്കു വേണ്ടാഞ്ഞിട്ടാ."

ജോമോൻ വേറെ ഏതോ മുറിയിലേക്കു പോയി. ജിബിയ എഴുന്നേറ്റുനിന്ന് ചുവരിലെ ഫോട്ടോകൾ നോക്കാൻ തുടങ്ങി. കുറച്ചു കഴിഞ്ഞപ്പോൾ വീടിനുമുന്നിൽ ഒരു ബൈക്ക് വന്നു നിന്ന ശബ്ദം കേട്ടു. ജെയ്സണായിരിക്കും എന്ന് അവൾ ഊഹിച്ചു. ഹൃദയമിടിപ്പു കൂടുന്നുണ്ട്. ആകാംക്ഷയും സന്തോഷവുമുണ്ട്. മനസ്സിനടിത്തട്ടിൽനിന്നു സ്നേഹസ്മരണകൾ ഉണരുന്നു.

ഹെൽമറ്റ് കൈമുട്ടിൽ തൂക്കിയിട്ട് കാരിബാഗിനുള്ളിൽ സാധനങ്ങളുമായി കയറിവന്ന ജെയ്സൺ ജിബിയയെ കണ്ട് ഒരു നിമിഷം നിന്നു. അവന്റെ മുഖത്ത് അദ്ഭുതവും സന്തോഷവും മിന്നിമാഞ്ഞു.

"എപ്പഴാ വന്നെ. ഒന്നു വിളിച്ചു പറഞ്ഞില്ലല്ലോ."

"ജോമോൻ വിളിച്ചില്ലേ?"

"വിളിച്ചുകാണും. ഞാൻ ബൈക്കിലിങ്ങോട്ടു വന്നോണ്ടിരിക്കുവല്ലേ. എടുത്തില്ല."

കിറ്റ് താഴെ വച്ചിട്ട് ജെയ്സൺ ജീൻസിന്റെ പോക്കറ്റിൽനിന്നു ഫോൺ എടുത്തു നോക്കി.

"ശരിയാ. മിസ്ഡ് കോളുണ്ട്. കുറെ നേരമായോ വന്നിട്ട്?"

"ഇല്ല."

"മമ്മിയെ കണ്ടോ?"

"ഇല്ല. മമ്മിക്കു കെയർ കൊടുക്കുവാണെന്നു തോന്നുന്നു."

"ഹോസ്പിറ്റലിൽത്തന്നെ ജീവിച്ച് പറയുന്ന വാക്കുകൾ പോലും അവിടുത്തെപ്പോലെയായി, അല്ലേ?"

"അതാകുമ്പം പെട്ടെന്ന് കാര്യം മനസ്സിലാകുവല്ലോ."

"ഞാനിതൊക്കെ കിച്ചണിലോട്ട് വെച്ചിട്ട് ഇപ്പം വരാമേ."

ജെയ്സൺ ഒരു വാതിൽ കടന്ന് പോയി. ഉടൻതന്നെ തിരിച്ചു വന്നു. അപ്പോഴേക്കും ജിബിയ ഓട്ടോക്കാരനെ പറഞ്ഞയച്ചിട്ടു തിരിക വന്നു.

"ജോമോൻ വല്ലതും തന്നോ?"

"ഇല്ല. വേണോന്നു ചോദിച്ചു. ഞാൻ പറഞ്ഞു വേണ്ടെന്ന്."

ജെയ്സൺ വീണ്ടും കിച്ചണിലേക്കു പോയി. അവിടെ ചേട്ടനും അനുജനും തമ്മിൽ സംസാരിക്കുന്നതു കേൾക്കാം. ഈ വീട്ടിലേക്കു ജെയ്സൺന്റെ ഭാര്യയായി വരുന്നതും തങ്ങളൊന്നിച്ചുള്ള ജീവിതവുമെല്ലാം തന്റെ ജീവിതസാഫല്യമായി സങ്കല്പിച്ചിരുന്ന കാലം ജിബിയ ഓർത്തു.

ജെയ്സന്റെ പപ്പാ ഇരിപ്പുമുറിയിലേക്കു വന്നു. ഉള്ളിലെ ജാള്യം ഗൗരവം പുരണ്ടൊരു പുഞ്ചിരികൊണ്ടു മറച്ചു പറഞ്ഞു: "എനിക്കാദ്യം ആളെ മനസ്സിലായില്ല."

“ഞാനങ്ങ് തിരിച്ചു പോയേനെ. ജോമോൻ കണ്ടതുകൊണ്ടാ.” ജിബിയ പറഞ്ഞു.

ജെയ്സൺ വന്ന് അവളെ മമ്മിയുടെ അടുത്തേക്കു കൊണ്ടുപോയി. വാതിൽ കടന്നപ്പോൾത്തന്നെ എയർഫ്രഷ്നറിന്റെ മണം വന്നു. ജിബിയയ്ക്ക് ആ ഗന്ധം സുപരിചിതമാണ്. പേഷ്യന്റിന്റെ മലമൂത്രാദികൾ മാറ്റി, ദേഹം തുടച്ച് മുറിവുകളും വ്രണങ്ങളും മരുന്നു പുരട്ടി ബാൻഡേജ് വച്ചു പൊതിഞ്ഞ് ഷീറ്റുകളും പില്ലോ കവറുകളും മാറ്റി വൃത്തിയുള്ള ഡ്രസോ ഗൗണോ ഇടുവിച്ചശേഷം എയർഫ്രഷ്നർ സ്പ്രേ ചെയ്തിട്ടാണ് ഐസിയുവിൽ തങ്ങിനിൽക്കുന്ന ദുർഗന്ധം മാറ്റുന്നത്.

വെളുത്തു മെലിഞ്ഞ ഒരു സ്ത്രീ കട്ടിലിന്റെ ക്രാസിയിലേക്കു കുത്തനെവച്ച തലയണയിൽ ചാരിയിരിപ്പുണ്ടായിരുന്നു. ജിബിയയെ കണ്ട് അവർ മന്ദഹസിച്ചു. ജിബിയയോടു കൈ കാട്ടി ഇരിക്കാൻ ആംഗ്യം കാട്ടി.

ജിബിയ പ്ലാസ്റ്റിക് കസേരയിൽ ഇരുന്നു.

“റോസമ്മയ്ക്ക് ആളെ മനസ്സിലായോ?” ജെയ്സൺ ചോദിച്ചു.

അവർ മന്ദം തലയാട്ടി. എന്നിട്ടു മന്ത്രിച്ചു: “ജിബി.”

“ആങ്ഹാ.. അമ്മച്ചിക്ക് എല്ലാം ഓർമയൊണ്ടല്ലോ.” ജെയ്സൺ കളിയാക്കി. എന്നിട്ടു ജിബിയയോടു പറഞ്ഞു: “തടിച്ചു കൊഴുത്ത് ശീമപ്പോർക്ക് പോലിരുന്നതാ ഒരു കാലത്ത്. ഇപ്പക്കണ്ടില്ലേ കോലം.”

“ഇപ്പക്കണ്ടാലും അമ്മച്ചിക്കു നല്ല ഐശ്വര്യമാ. ഇങ്ങനിരുന്നാ മതി.” ജിബിയ പറഞ്ഞു.

റോസമ്മ അവളുടെ മുഖത്തേക്കുതന്നെ നോക്കിക്കൊണ്ടിരുന്നു. അവരുടെ മനസ്സിൽക്കൂടി എന്തെല്ലാമോ ചിന്തകൾ കടന്നുപോകുന്നുണ്ടെന്നു ജിബിയയ്ക്കു തോന്നി.

“കല്യാണം കഴിച്ചില്ലേ?” റോസമ്മ ചോദിച്ചു.

നാവ് നല്ലപോലെ വഴങ്ങാത്തതിനാൽ അക്ഷരങ്ങൾ വ്യക്തമല്ല. എങ്കിലും ജിബിയയ്ക്കു കാര്യം മനസ്സിലായി.

“കല്യാണം കഴിച്ചെങ്കി എന്റെ കെട്ടിയവൻ എന്നെ ഒറ്റയ്ക്ക് ഇങ്ങനെ എങ്ങോട്ടെങ്കിലും വിടുവോ?” ജിബിയ ചോദിച്ചു.

റോസമ്മ കൈനീട്ടി അവളുടെ കരം ഗ്രഹിച്ചു.

“ഇവനോട് ഞാൻ ഒരുപാടു പറഞ്ഞതാ. എന്നെ നോക്കാൻ ആരെങ്കിലും വേണ്ടേ. അവനാരേം ഇഷ്ടപ്പെടത്തില്ല.”

“ഞാൻ കുറെ പെണ്ണുകാണൽ നടത്തി.” ജെയ്സൺ തുറന്നു സമ്മതിച്ചു: ”മമ്മീടെ ദുരിതമോർത്തിട്ടാ. പക്ഷേ, ഒന്നും ഇണങ്ങിവന്നില്ല.”

“എണങ്ങത്തില്ല. മനസ്സിലൊരു പെണ്ണിരിക്കുമ്പം ഒന്നും എണങ്ങത്തില്ല.” റോസമ്മ മകനെ കുറ്റപ്പെടുത്തി.

“സത്യം പറയാല്ലോ ജീബൂ. ഒന്നുരണ്ട് ആലോചനയൊക്കെ എനിക്കു താൽപര്യമായിരുന്നു. പക്ഷേ, ഇവിടെവന്ന് മമ്മീടെ കെടപ്പ് കണ്ടപ്പം

അവരിട്ടേച്ചു പോയി. പിന്നെ, ഒരോന്നിനും ഓരോ സമയോം വിധീം ഒക്കെ ഒത്തുവരണ്ടേ." ജെയ്സൺ പറഞ്ഞു.

"മനസ്സുവെച്ചാ എല്ലാം ഇണങ്ങിവരും. ഞാനോർത്തത് ജെയ്സൺ ചേട്ടായി ഇതിനകം കല്യാണം കഴിച്ചുകാണുമെന്നാ." ജിബിയ പറഞ്ഞു.

"ഞാനന്ന് ഡെല്ലീ വന്നതു മറന്നുപോയോ?"

"ഓർമയൊണ്ട്. എല്ലാം ഓർമയൊണ്ട്. മമ്മി ഭാവീലെ മരുമോൾക്കു വേണ്ടി ചോറും കറിയും വെച്ച് പൊതികെട്ടി മകന്റെ കയ്യിൽ കൊടുത്ത യച്ചിരുന്നതും ഓർമയൊണ്ട്. ട്രെയിൻ യാത്രയ്ക്കിടയിൽ കഴിക്കാൻ."

പിന്നെ തെല്ലുനേരം നിശ്ശബ്ദത. മൂന്നുപേരും ഭൂതകാലത്തിലേക്കു പോയി. ഒടുവിൽ ഒരു ദീർഘശ്വാസത്തിനു ശേഷം റോസമ്മ ചോദിച്ചു: "മോൾക്ക് ആലോചന വല്ലതും?"

മറുപടി പറയാൻ ജിബിയ സമയമെടുത്തു. ജെയ്സന്റെ മുഖത്തെ ആകാംക്ഷ അവൾ കാണുന്നുണ്ടായിരുന്നു.

"സമയമായില്ല മമ്മീ. ഞാനേയൊള്ളൂ എന്റെ വീട്ടുകാർക്ക്. അവരെ ഒരു കരയ്ക്കെത്തിക്കണ്ടേ?"

"ഈ രാജ്യത്തു ജോലിചെയ്തോണ്ട് കുടുംബം രക്ഷിക്കാൻ ഒരു നഴ്സിനെക്കൊണ്ടും പറ്റത്തില്ല." ജെയ്സൺ പറഞ്ഞു: "വീട്ടുചെലവു കളൊക്കെ നടക്കുമായിരിക്കും."

"അതു പോരല്ലോ. ആറുമാസത്തിനകം ഞാനിവിടുന്ന് പോയിരിക്കും ചേട്ടായീ. ആദ്യം വിചാരിച്ചത് കാനഡയോ അയർലൻഡോ യുകെയോ പോകാമെന്നാ. പക്ഷേ, കയ്യിൽ ലക്ഷങ്ങൾ വേണം. ഐഇഎൽടിഎസ് പാസാകണം. അതുകാരണം ഞാനിപ്പം ഗൾഫിലോട്ടാ നോക്കുന്നെ. കുവൈറ്റിൽ ജോലിസാധ്യത ഉണ്ടെന്നു കേട്ടു. ഏറ്റവും അടുത്ത ചാൻസ് നോക്കി ഞാനങ്ങ് കേറിപ്പോകും."

"അതിനും വേണ്ടേ പൈസ?" ജെയ്സൺ ചോദിച്ചു.

"അതു ഞാനുണ്ടാക്കും. പിന്നെ പപ്പയോട് കുറച്ചു രൂപ ലോണെടു ക്കാൻ പറഞ്ഞിട്ടൊണ്ട്. കുവൈറ്റിച്ചെന്നിട്ട് ഒരു വർഷം ജോലി ചെയ്ത് പൈസയുണ്ടാക്കീട്ട്, ആ പൈസകൊണ്ട് യുകെയിലോ അയർലൻഡിലോ പോണം."

ജെയ്സൺന്റെ മുഖത്ത് ഉത്സാഹമണയുന്നത് അവൾ കണ്ടു.

"എല്ലാം തീരുമാനിച്ചുകഴിഞ്ഞോ?"

"പൈസയുണ്ടാകേണ്ട താമസമേയുള്ളൂ. ഡിസിഷൻ എടുക്കാൻ നമു ക്കൊരു ബുദ്ധിമുട്ടും ഇല്ലല്ലോ. നടപ്പാക്കാനല്ലേ പാട്."

"എന്റെ മേളേ, ഇവനോടു പറ കല്യാണം കഴിക്കാൻ. ഇനീം രണ്ടു മൂന്നു വർഷം കാത്തിരിക്കാനൊന്നും പറ്റത്തില്ല." റോസമ്മ പറഞ്ഞു.

"അന്ന് ഡെല്ലീ വന്നപ്പഴേ ഞാൻ പറഞ്ഞതാ ഇഷ്ടമുള്ള തീരുമാന മെടുത്തോളാൻ. അതിനു മുന്നേ കല്യാണാലോചനേം പെണ്ണുകാണലു മൊക്കെ നടത്തിയാരുന്നല്ലോ." ജിബിയ ഓർമപ്പെടുത്തി.

“അതൊക്കെ ഞങ്ങളെ ബോധിപ്പിക്കാൻ വേണ്ടീട്ടാ കൊച്ചേ. അല്ലാതെ അവനു താൽപര്യമൊണ്ടായിട്ടല്ല. ഇപ്പത്തന്നെ മൂന്നു വർഷ മായിട്ട് ഇവിടെക്കെടന്നു ദുരിതം അനുഭവിക്ക്യാ ഞാൻ. സഹായത്തി നൊരു പെണ്ണൊണ്ടോ. കെടപ്പുരോഗിയായിട്ടൊള്ള ഒരു സ്ത്രീയെ ആണു ങ്ങള് നോക്കിയാ ശരിയാകുവോ. അതിനൊരു പെണ്ണുതന്നെ വേണം. വായ്ക്കു രുചിയായിട്ട് ഇവിടെ വല്ലതും വെച്ചൊണ്ടാക്കി കഴിച്ച കാലം മറന്നു. എന്തൊരു ഗതികേടാ. ഈ വീട്ടിലൊരു പെണ്ണ് വരേണ്ടത് അത്യാ വശ്യമാ. പക്ഷേ, ആരോടു പറയാനാ.” റോസമ്മ ആവലാതിപ്പെട്ടു.

“കല്യാണം കഴിക്കത്തില്ലെന്ന് ഞാൻ ശപഥമെടുത്തിട്ടൊന്നുമില്ല. അതിന്റെ സമയം വരുമ്പം അതങ്ങ് നടക്കും.” ജെയ്സൺ പറഞ്ഞു.

ജോമോൻ ചായയിട്ടുകൊണ്ടു വന്നു. ഒരു കപ്പ് ചായ ജിബിയയ്ക്കു കൊടുത്തു. അടുത്ത കപ്പ് ജെയ്സണും കൊടുത്തു.

“വേണ്ടെന്നു പറഞ്ഞാലും കഴിപ്പിച്ചേ വിടത്തൊള്ളൂ അല്ലേ?” ജിബിയ ജോമോനെ നോക്കി മന്ദഹസിച്ചു.

“ചേച്ചി ആദ്യമായിട്ടു വന്നതല്ലേ. ഇനി വരുമ്പം ചേച്ചി ഞങ്ങക്കും ചായയുണ്ടാക്കിത്തരണം.” ജോമോൻ പറഞ്ഞു. അതിന് അർത്ഥം കൂടു തലായിരുന്നതിനാൽ ആരും പ്രതികരിച്ചില്ല.

“ഞാൻ നാളെക്കഴിഞ്ഞ് ഡൽഹിക്കു പോകും. ആറു മാസംകൂടി അവി ടുത്തെ ജോലി കണ്ടിന്യൂ ചെയ്യും. അതിനിടയ്ക്ക് ഐഇഎൽടിഎസ് കോച്ചിങ്ങിനു പോണംന്നുണ്ട്.” ജിബിയ പറഞ്ഞു.

അവൾ റോസമ്മയുടെ കൈപിടിച്ചു നാഡിമിഡിപ്പ് നോക്കി. എന്നിട്ടു ജെയ്സണോടു പറഞ്ഞു.

“മമ്മിക്ക് ആയുർവേദ ട്രീറ്റ്മെന്റ് നോക്കിക്കൂടെ? ശിരോധാരയും വസ്തിയും പിഴിച്ചിലും ഗുണം ചെയ്യും. ഞങ്ങളുടെ ഹോസ്പിറ്റലിൽ ആയുർവേദ ചികിത്സയ്ക്കായി ഒരു വിങ് ഉണ്ട്. അവിടെ ഇതൊക്കെ ഉണ്ടാ യിരുന്നു. പിന്നെ ഇൻജക്ഷനുണ്ടല്ലോ. പരാലിസിസിന്റെ മെഡിസിൻസ് ചേട്ടായിക്ക് അറിയില്ലേ?”

അറിയാമെന്ന് ജെയ്സൺ തലകുലുക്കി.

“ഇത് പാർഷ്യൽ പരാലിസിസല്ലേ. റിക്കവർ ചെയ്യാൻ പറ്റും. നല്ല പോലെ ട്രീറ്റ്ചെയ്യണം.”

അപ്പോഴും ജെയ്സൺ സമ്മതത്തിൽ തലയാട്ടി.

ജിബിയ പോകാൻ എഴുന്നേറ്റു. എല്ലാവരോടും യാത്രപറഞ്ഞു. ജെയ്സൺ അവളെ ബസ്സ്റ്റാൻഡിൽ കൊണ്ടുവിടാൻ പോയി. ബൈക്കി ലായിരുന്നു യാത്ര.

“ഞാൻ ഇനിയും കാത്തിരിക്കുന്നതിൽ എന്തെങ്കിലും അർത്ഥ മുണ്ടോ?” ജെയ്സൺ ചോദിച്ചു.

ജിബിയ മൗനമായി ഇരുന്നു. നാഗമ്പടം ബസ്സ്റ്റാൻഡിൽ ബൈക്ക് എത്തി. ജിബിയ ഇറങ്ങി.

നിലത്ത് ഇടതുകാൽ കുത്തി ജെയ്സൺ ബൈക്കിൽത്തന്നെ ഇരുന്നു.

“പോട്ടെ. നാളെ കഴിഞ്ഞു ഞാൻ പോകും. കെകെ. എക്സ്പ്രസിന്. കോട്ടയത്തുന്നാണ് ടിക്കറ്റ്.” ജിബിയ പറഞ്ഞു.

“എന്റെ ചോദ്യത്തിനു മറുപടി പറഞ്ഞില്ല.”

“എന്താ ഞാൻ പറയേണ്ടത്? ഞാനിതുരെ കല്യാണം ആലോചിച്ചിട്ടില്ല. എന്നെ പെണ്ണുകാണാൻ ആരേം അനുവദിച്ചിട്ടില്ല. ഇതൊക്കെ ചെയ്തത് ആരാ?”

“ഞാനങ്ങനെ ചെയ്തെങ്കി എന്റെ സാഹചര്യം അങ്ങനായതു കൊണ്ടാ.”

“സാഹചര്യത്തിനൊപ്പിച്ച് മനസ്സു മാറ്റുന്നത് ഞാനല്ലല്ലോ. ഒരു കാര്യം ഞാൻ പറഞ്ഞേക്കാം. ചേട്ടായീടെ വീട്ടിൽ ഒരടുക്കളക്കാരിയേം അമ്മയെ നോക്കാൻ ഒരു ഹോംനഴ്സിനെയുമാണ് കല്യാണംകൊണ്ട് ഉദ്ദേശിക്കുന്ന തെങ്കിൽ എന്നെ കാക്കണ്ട. ചെയ്യാൻ മനസ്സില്ലാഞ്ഞിട്ടല്ല. അതിനൊന്നും സമയം കിട്ടത്തില്ല. ഞാൻ പറഞ്ഞല്ലോ കുവൈറ്റിൽ പോണ കാര്യം. പൈസയില്ലാഞ്ഞിട്ടാ അങ്ങോട്ടു പോണെ. അവിടെച്ചെന്നു കുറച്ച് പൈസ യുണ്ടാക്കീട്ടു വേണം യുകെയിലോ അയർലൻഡിലോ പോകാൻ. അതി നുള്ള യോഗ്യതാപരീക്ഷ പഠിച്ചു പാസ്സാകണം. ആ നേരത്തും വീട്ടിലെ കാര്യങ്ങൾ നടത്തണം. യുകെയിലോ അയർലൻഡിലോ ചെന്ന് നല്ലൊരു ഹോസ്പിറ്റലിൽ കേറി സെറ്റായിട്ട് വേണം കല്യാണത്തെപ്പറ്റി ആലോചി ക്കാൻ. കല്യാണം കഴിഞ്ഞാലും ഒരു പത്തു വർഷമെങ്കിലും അവിടെ ജോലി ചെയ്താലേ സ്വന്തമായിട്ട് ഒരു വീടോ സ്ഥലമോ, എന്തെങ്കിലും ഉണ്ടാക്കാൻ പറ്റത്തൊള്ളൂ. ഇതൊക്കെയാ എന്റെ മനസ്സിലെ പ്ലാൻ. ഇതും ചേട്ടായീടെ വീട്ടിലെ അടുക്കളക്കാര്യോംകൂടി എങ്ങനെ ഒത്തുപോകും.”

“അപ്പോ ഞാനിതുവരെ കാത്തതൊക്കെ വെറുതെയായി.”

“കാത്തിരുന്ന കാര്യം പറയണ്ട. വേറെ കല്യാണം ആലോചിച്ചല്ലോ.”

“എന്റെ സാഹചര്യം.”

“എന്തു സാഹചര്യമാണെങ്കിലും തോന്നേ്വാ ചേട്ടായീ? എനിക്കെന്തു കൊണ്ടാ തോന്നാതിരുന്നെ? ഞാൻ മനസ്സു വെച്ചിരുന്നെങ്കി ഏതെങ്കിലും ഡോക്ടറുടെ ഭാര്യ ആകാമായിരുന്നല്ലോ. ക്ഷണം കിട്ടാഞ്ഞിട്ടൊന്നുമല്ല. ഞാനൊരാളെ മനസ്സിൽ വെച്ചിട്ടൊണ്ടെങ്കി എനിക്കതു മതി. ഇപ്പഴും ചേട്ടാ യിക്ക് സ്വന്തം വീട്ടിൽ ഒരു പെണ്ണു വേണമെന്നാ മനസ്സിലിരുപ്പ്. അല്ലാതെ നമ്മൾ രണ്ടും കൂടിയുള്ള ജീവിതമല്ല.”

“നീയാർക്കു വേണ്ടിയാ ജോലിയെടുക്കുന്നെ. നിന്റെ വീട്ടുകാർക്കു വേണ്ടി. അല്ലേ, അതുപോലൊരു ഉത്തരവാദിത്തം എനിക്കെന്റെ വീട്ടു കാരോടുമില്ലേ?”

“ഒണ്ട്. തീർച്ചയായും വേണം. അവരെ കളഞ്ഞിട്ടു വരാനൊന്നും ഞാൻ പറഞ്ഞില്ലല്ലോ. അവർക്കുവേണ്ടി ജോലിയെടുക്കണം. അത് നമ്മൾ രണ്ടുപേരുകൂടി ആലോചിച്ചു ചെയ്യണം. അതിനു പകരം എല്ലാം കളഞ്ഞിട്ട്

എല്ലാവരേം പാതിവഴിക്കുപേക്ഷിച്ചിട്ട് എന്റെ വീട്ടിൽ വന്ന് അമ്മയേം അടുക്കളക്കാര്യോം നോക്ക് എന്നു പറഞ്ഞാ പറ്റത്തില്ല."

"അങ്ങനെ നോക്കിയിരുന്നെങ്കി ഇപ്പം എന്റെ കല്യാണം കഴിഞ്ഞേനെ. അന്നു ഡെല്ലീവന്ന് നിന്നെ കണ്ടിട്ടു തിരിച്ചു വന്നശേഷം ഞാൻ അതാ ചെയ്യേണ്ടിയിരുന്നത്. കാരണം ഒരു പ്രതീക്ഷേം ഇല്ലാതെയാ ഞാൻ തിരിച്ചു പോന്നത്."

"മനസ്സാക്ഷിയൊണ്ടെങ്കി പറ്റത്തില്ല ചേട്ടായീ. ഒരു പെണ്ണിനു കൊടുത്ത വാക്കിന് ഒരു വെലേം ഇല്ലേ. എന്നെങ്കിലും അത് തിരിച്ചടിക്കും. ഞാനിന്നു ചേട്ടായീനെ കാണാൻ വന്നത് എന്തുകൊണ്ടാ. എന്റെ മനസ്സിലിപ്പഴും അണയാതെ നിക്കുന്നൊണ്ട്. എത്രയൊക്കെ മനസ്സിളകിയാലും ഇവിടേം അങ്ങനെയായിരിക്കില്ലേ എന്നൊരു വിശ്വാസം."

ജെയ്സൺ പറയാൻ മറുപടിയൊന്നും കിട്ടിയില്ല. എന്തു പറഞ്ഞാലും ഏൽക്കാത്തത്ര ശക്തമായ അടിത്തറയിലാണ് അവളുടെ പ്രതിരോധം പടുത്തുയർത്തിയിരിക്കുന്നത്. അവളുടെ കാഴ്ചപ്പാടുകൾ വിശാലമാണ്. അത് ഗൾഫ് രാജ്യങ്ങളിലേക്കും യൂറോപ്പിലേക്കും പറക്കുന്നു. തന്റെ കാഴ്ച വീട്ടിലെ അടുക്കളയിലും അമ്മയുടെ രോഗക്കിടക്കയിലും കുരുങ്ങിക്കിടക്കുന്നു.

"ഞാൻ പോട്ടെ." ജിബിയ ഒരിക്കൽക്കൂടി യാത്ര ചോദിച്ചു.

"ഇനി നമ്മൾ കാണുമോ?"

ജെയ്സന്റെ ചോദ്യം കേട്ട് അവൾ മന്ദഹസിച്ചു.

"എനിക്കു സംശയമൊന്നുമില്ല."

അവൾ കിഴക്കോട്ടുള്ള ബസ്സുകൾ പാർക്ക് ചെയ്തിരിക്കുന്നിടത്തേക്കു നടന്നു. അവിടെ പാർക്ക് ചെയ്തിരുന്ന ഈരാറ്റുപേട്ട ബസ്സിൽ ചെന്നു കയറി. ബസ്സിന്റെ സൈഡ്സീറ്റിൽ ഇരുന്നിട്ട് ജെയ്സന്റെ നേർക്ക് കൈ കാട്ടി.

അവൻ ബൈക്കിൽ തന്നെ ഇരുന്ന് അവൾ ഇരിക്കുന്നിടത്തേക്കു നോക്കി ബസ് സ്റ്റാൻഡ് വിട്ടു പോകുന്നതുവരെ.

പതിനേഴ്

പവിത്രയുടെ ക്യൂബിക്കിളിലേക്കു പുതിയ അഡ്മിഷൻ ഉണ്ടെന്നറിഞ്ഞ് പവിത്ര ബെഡ് റെഡിയാക്കി ഇട്ടിരിക്കുകയാണ്. ഒരു അഡ്മിഷൻ കഴിഞ്ഞതേയുള്ളൂ. ഇരുപത്തിനാലു വയസ് മാത്രമുള്ള ഒരു യുവാവ്.

"നിനക്കിന്നു കോളാണല്ലോ മോളേ." ക്യൂബിക്കിളിലേക്കു വന്ന ആതിഥ്യ പറഞ്ഞു. തുടരെത്തുടരെ അഡ്മിഷനാണല്ലോ."

"നിന്റെ കെയറൊക്കെ കഴിഞ്ഞോ?"

"ഇല്ല. അവിടൊരു ചൊറിയൻപുഴു വന്നിട്ടൊണ്ട്. റെസ്റ്റ്ലസാ. കണ്ണു തെറ്റിയാ ട്യൂബിങ്സും കേബിളുമെല്ലാം വലിച്ചു പറിക്കും. ഓർക്കാപ്പുറത്ത് ഒറ്റയടി എന്റെ വയറ്റത്ത്. ഹോ, വയറ്റിനകത്ത് തീപിടിച്ചപോലെ വേദനേടെ ഒരാളിക്കത്തല്. ഞാൻ കരഞ്ഞോണ്ടു നിലത്തിരുന്നുപോയി. എന്തിനാ അടിച്ചേന്നു ചോദിച്ചപ്പം തെറീടെ പൂരം. 'ക' യും 'മ' യും 'പൂ'വും എന്നുവേണ്ട സകല അക്ഷരത്തിലും പഠിച്ചുവെച്ചിട്ടുണ്ട്. ബഹളം കേട്ട് ഇൻചാർജ് വന്നു നോക്കിയപ്പം അവർക്കും കിട്ടി ഒരു കൂട്ട തെറി. കൈ രണ്ടും ബെൽറ്റിട്ടേക്കാൻ പറഞ്ഞിട്ട് നീതു സിസ്റ്റർ പോയി. ബെൽറ്റിട്ട് ലോക്ക് ചെയ്തിട്ട് ഞാൻ നല്ല രണ്ടു പിച്ചും കൂടി കൊടുത്തു അല്ല പിന്നെ."

"പേഷ്യന്റ് കംപ്ലെയ്ന്റ് ചെയ്യില്ലേ?"

"ആ ചെയ്യട്ട്. എന്നെ അടിച്ച അടിയൊണ്ടല്ലോ. എന്തുവാരുന്നു അത്?"

വിനു എന്നു പേരുള്ള യുവാവിന് കെയർ കൊടുക്കുകയാണ് പവിത്ര.

"ഇതും റെസ്റ്റ്ലസ് ആണല്ലോടീ." ആതിഥ്യ പറഞ്ഞു.

"ങും... യൂറോളജി ഡിപ്പാർട്ട്മെന്റീന്നു കൊണ്ടുവന്നതാ. വന്നപ്പം മുതൽക്ക് എണീക്കുന്നു, ദേഷ്യപ്പെടുന്നു, ബൈപാപ്പ് വലിച്ചുമാറ്റുന്നു. ആകെ അസ്വസ്ഥതയാ. ബുദ്ധിമുട്ട് കാണുമായിരിക്കും. സികെഡിയാ. ക്രോണിക് കിഡ്നി ഡിസീസ്." പവിത്ര പറഞ്ഞു.

"യൂറോളജീന്നു ഷിഫ്റ്റായപ്പം വേറെ ഏതു ഡോക്ടറാ അഡ്മിഷനെടുത്തേക്കുന്നെ?"

"ഡോക്ടർ ശ്രീറാം. നെഫ്രോളജി."

“രക്ഷപ്പെടുന്ന കേസാണോ?”

“എനിക്കറിയില്ല. അതൊക്കെ ഡോക്ടർക്കല്ലേ പറയാൻ പറ്റൂ.” പവിത്ര കൈമലർത്തി.

“കഷ്ടംണ്ടല്ലേ.” ആതിഥ്യ സഹതപിച്ചു.

“കണ്ടിട്ടു പാവം തോന്നുന്നു. ചെറിയ പ്രായമല്ലേ. ഇതിനകം കിഡ്നി അടിച്ചുപോവുകാന്നൊക്കെപ്പറഞ്ഞാ, ജീവിതം തൊടങ്ങീട്ടല്ലേ ഒള്ളൂ.”

“ബെഡ് റെഡിയാണല്ലോ. ഏതാ പുതിയ അഡ്മിഷൻ വരാമ്പോണെ?”

“ഗ്യാസ്ട്രോയീന്നാ. സിഎൽഡി.”

“ഓ, ലിവറടിച്ചുപോയ കേസായിരിക്കും. എന്തായാലും നിനക്കു നല്ല പണിയാണല്ലോടീ.”

“പുതിയ അഡ്മിഷനുള്ള ക്യൂബിക്കിൾ എനിക്കു മാത്രം. മനപ്പൂർവം ചെയ്യുന്നതാ. നീതു സിസ്റ്ററിന് എന്റെ മുടി ഒട്ടും ഇഷ്ടപ്പെടുന്നില്ല.”

“അയ്യയ്യോ. ഭയങ്കര അസൂയക്കാരിയാ. നല്ലപോലെ മുടിയുള്ളവരെ കണ്ടുകൂടാ. അവർക്ക് എലിവാലുപോലെ ഇത്തിരിയല്ലേയുള്ളൂ. സൂപ്പർ വൈസർ വനിതപ്പട്ടീടെ സൂക്കേട് അറിയോ. അവക്ക് സ്വർണം കണ്ടു കൂടാ. ആരെങ്കിലും രണ്ടുപവന്റെ മാല ഇട്ടോണ്ടുവന്നാ പണി ഒറപ്പാ. ഇടയ്ക്ക് ടിഎൽ ആയിട്ട് വരുന്ന നിഷാ പോളിക്ക് ബ്രെസ്റ്റും ബട്ടക്സും നല്ലതു കണ്ടാ കലി കേറും. എന്റെ കൊച്ചേ ഇതുപോലൊരു നരകം!”

മൂന്നാംനമ്പർ ബെഡ്ഡിലെ പേഷ്യന്റ് ഞരങ്ങുന്നതുകേട്ട് പവിത്ര തിരിഞ്ഞു നോക്കി.

“വെള്ളം. വെള്ളം വേണം.”

പവിത്ര പേഷ്യന്റിനടുത്തു ചെന്നു.

“അയ്യോട മോനേ. വെള്ളം തരാൻ ഒരു നിവൃത്തീം ഇല്ലല്ലോ. ഡോക്ടർ പറയാതെ തന്നൂടാ.”

“ഇത്തിരി മതി. രണ്ടു തുള്ളി.”

“ഞങ്ങൾക്കു പറ്റില്ലെന്നേ. നഴ്സ് വരുമ്പം അവരോടു പറ.” പവിത്ര വിനുവിന്റെ നെറ്റി തലോടി സാന്ത്വനിപ്പിച്ചു.

“അവളെവിടെപ്പോയി, മേഘാ സിസ്റ്റർ?” ആതിഥ്യ തിരക്കി.

“ഫുഡ് കഴിക്കാൻ പോയതാ. പേഷ്യന്റിനെ നോക്കാൻ എന്നെ ഏൽപ്പിച്ചിട്ട്. ഒരു മണിക്കൂറായി.”

“അവർക്കൊക്കെ എന്തുമാകാം. നഴ്സല്ലേ. നമ്മള് ചെന്നു ചോറി ലേക്കു കയ്യിടുമ്പോളേക്കും പുറകീന്നു വിളിക്കും. മതിമതി എണീറ്റുവാ. ഞാനെത്ര പ്രാവശ്യം കയ്യിട്ട ചോറ് ഉണ്ണാതെ കൊണ്ടുകളഞ്ഞിട്ടുണ്ടെ ന്നറിയോ?”

“ഞാനും.” പവിത്ര ശരിവച്ചു. ”എന്നാ ചെയ്യാനാ. സഹിക്കയല്ലേ നിവൃത്തിയൊള്ളൂ.”

മേഘാ സിസ്റ്റർ ഭക്ഷണം കഴിച്ച് എത്തി.

“ഞാൻ പോകുവാണെ.” ആതിഥ്യ അപ്പോൾത്തന്നെ ക്യൂബിക്കിളിൽ നിന്നു പോയി.

“ഇനി നീ പോയി കഴിച്ചോ പവിത്രേ.” മേഘ ഔദാര്യം നൽകുന്ന മട്ടിൽ പറഞ്ഞു.

പവിത്ര ചെയ്തുകൊണ്ടിരുന്ന കെയർ പൂർത്തിയാക്കാൻ പത്തുമിനിറ്റ് കൂടി വേണ്ടിവന്നു. അപ്പോഴേക്കും പുതിയ അഡ്മിഷനെത്തി. ഓരോ അഡ്മിഷനും ഓരോ ബഹളമാണ്. കുറച്ചു ഡോക്ടർമാർ, അവരുടെ ജൂനിയേഴ്സ്, ഹൗസ് സർജൻസ്, എവിടുന്നു ഷിഫ്റ്റ്ചെയ്യുന്നുവോ ആ ഡിപ്പാർട്ട്മെന്റിലെ രണ്ടു നഴ്സുമാർ, കെയർ അസിസ്റ്റന്റ്സ്, ഐസിയുവിലെ സ്റ്റാഫ്, ഇൻചാർജ്, സൂപ്പർവൈസർ എല്ലാവരും ചേർന്നുണ്ടാക്കുന്ന കോലാഹലം എല്ലാ ദിവസവും പവിത്ര കാണുന്നതാണ്. ഇന്നും അതു തന്നെ സംഭവിച്ചു.

നീതു സിസ്റ്റർ ഇൻചാർജിന്റെ ചെങ്കോലും കിരീടവുമായി സ്റ്റാഫിനെയെല്ലാം ഇന്നുതന്നെ ചുട്ടു പറപ്പിക്കും എന്ന മട്ടിൽ ഉഗ്രമൂർത്തിയായി ഒച്ചയെടുത്ത് പാഞ്ഞുനടക്കുന്നു. കെയർ അസിസ്റ്റന്റിനോട് വെറുതെ തട്ടിക്കയറുന്നു.

പവിത്ര ഡോക്ടറെ അസിസ്റ്റ് ചെയ്തുകൊണ്ട് പുതിയ പേഷ്യന്റിന് വെന്റിലേറ്റർ സജ്ജമാക്കി പ്രൊസീജിയറുകൾ പൂർത്തിയാക്കി. ഡോക്ടർ ശ്രീറാം പവിത്രയോട് സൗമ്യമായി സംസാരിച്ചു. പേഷ്യന്റിനുവേണ്ടിയുള്ള ക്രമീകരണങ്ങൾ പൂർത്തിയായിക്കഴിഞ്ഞപ്പോൾ അയാൾ പവിത്രയെ അഭിനന്ദിച്ചു.

“യൂ ആർ വെരി ഇന്റിലിജെന്റ് ആൻഡ് സ്മാർട്ട്. എത്രമാസമായി ഇവിടെ വന്നിട്ട്?”

“ആറുമാസമായി.”

“ഗുഡ്. എല്ലാം പഠിച്ചല്ലോ. എന്നെ അസിസ്റ്റ് ചെയ്യാൻ വരുന്ന നഴ്സിനൊന്നും ഒരു ചുക്കും അറിഞ്ഞുകൂട. ഒരു നീഡിലെടുത്തു തരുമ്പോ അവരുടെ കൈ വിറയ്ക്കും.”

“നല്ലപോലെ ജോലിചെയ്യുന്ന നഴ്സുമാരും ഒണ്ട് ഡോക്ടർ.”

“സിൻസിയറിറ്റി ഇല്ല. അതാണു പ്രോബ്ലം. യു ആർ വെരിവെരി എഫിഷ്യന്റ്. നിനക്ക് സർജറിക്ക് അസിസിറ്റ് ചെയ്യാൻ പറ്റും. എന്താ പേര്?”

“പവിത്ര.”

“ബ്യൂട്ടിഫുൾ നെയിം. ആസ് ഗുഡ് ആസ് യുവർ ക്യൂട്ട്നെസ്.”

ഡോക്ടർ ശ്രീറാം പോയി. അപ്പോഴേക്കും സമയം പതിനൊന്നരയായി. ആഹാരം കഴിക്കാനായി പവിത്ര ടീ റൂമിലേക്കു പോകാൻ ഭാവിക്കുമ്പോഴേക്കും എക്സ്റേ ടെക്നീഷ്യൻ സഞ്ജയ് വന്നു. പേഷ്യന്റിന്റെ എക്സ്റേ എടുക്കണം. പവിത്രയെ കണ്ടതും അവന്റെ കണ്ണുകൾ തിളങ്ങി. മുഖത്ത് സന്തോഷം വിളങ്ങി.

“ഇന്നും ബിസിയാണോ?”

"ആണ്." അവൾ പറഞ്ഞു.

"പവിത്ര ഈ ജോലിക്കു വരേണ്ട ആളല്ല."

"അങ്ങനെ പലരും പറയാറുണ്ട്."

"പിന്നെന്തിനാ ഇവരടെ ആട്ടും തുപ്പും കേട്ട് ഈ ജോലി ചെയ്യുന്നെ?"

"ജീവിക്കണ്ടേ. വീടുകളിൽ തൂത്തുതുടയ്ക്കാനോ, പാത്രം കഴുകാനോ പോയാ ഇവിടുത്തെ ശമ്പളത്തിന്റെ ഇരട്ടി കിട്ടും. പക്ഷേ, ദീപജ്യോതിയിലെ സ്റ്റാഫ് എന്ന ഡിഗ്നിറ്റി കിട്ടില്ല."

"അതും ശരിയാ." സഞ്ജയ് തലയാട്ടി.

"ഞാൻ ഫുഡ് കഴിച്ചില്ല. പൊയ്ക്കോട്ടെ."

"ഇവിടാരൊണ്ട്?"

"ആരെങ്കിലും വരും."

പവിത്ര അടുത്ത ക്യൂബിക്കിളിൽ ചെന്ന് ശ്രുതികയെ വിളിച്ചു.

"ചേച്ചീ ഒന്നു നോക്കിയേക്കണേ. ഞാനിപ്പോ വരാം."

"എസ്കേപ്പാകുവാണോ? സഞ്ജു നിന്നെ കാണാനാ വന്നേക്കുന്നെ. എക്സ്റേ മിഷ്യൻ അവൻ ഓപ്പറേറ്റ് ചെയ്യുന്നുണ്ടോന്ന് ദൈവത്തിനറിയാം. നിന്റെ മുഖത്തുന്ന് കണ്ണെടുത്തിട്ടില്ല."

"പോ ചേച്ചീ വേണ്ടാതീനം പറയാതെ."

"ഞാനിവിടെ നിന്നോണ്ട് എല്ലാം കാണുന്നൊണ്ടാരുന്നു. അവന് മുടിഞ്ഞ പ്രേമമാ നിന്നോട്."

"ചേച്ചി അവനോട് പറ എന്റെ കല്യാണം കഴിഞ്ഞെന്നും ഒരു മോനുണ്ടെന്നും."

"ഞാൻ പറയില്ല. അവൻ കുറേ സ്വപ്നം കാണട്ടെ. അല്ലെങ്കിത്തന്നെ ഹസ്ബെൻഡിനെ പിരിഞ്ഞ് ജീവിക്കുന്ന നിനക്കെന്തിനാ ഭാര്യേന്നുള്ള ലേബൽ. അതെടുത്ത് ദൂരെക്കള. മോനെ വളർത്തിക്കോ. അതൊക്കെ വേണ്ടതുതന്നെയാ. പക്ഷേ, അവനോന്റെ ലൈഫും ഒന്നേയുള്ളെന്ന് ഓർക്കണം. തല നരയ്ക്കുകേം തൊലി ചുളുങ്ങുകേം ചെയ്താപ്പിന്നെ ഒരു പട്ടീം തിരിഞ്ഞുനോക്കില്ല. നമുക്ക് ആരോഗ്യോം സൗന്ദര്യോം ഒള്ളപ്പോ അവനവനു വേണ്ടിക്കൂടേം ജീവിക്കാൻ നോക്കണം. നീ മനസ്സുവെച്ചാ അവനെ വരച്ച വരേൽ കൊണ്ടുവരാം."

"പ്ലീസ് ചേച്ചീ, ഞാനെങ്ങനെങ്കിലും ഒന്നു ജീവിച്ചു പൊയ്ക്കൊട്ടെ." പവിത്ര കൈകൂപ്പി. "ആ വിനുവിനെ നോക്കിയേക്കണേ. പാവം. സികെഡി ആണെന്നറിഞ്ഞിട്ട് എനിക്കു വല്ലാത്ത വെഷമം. വേറെ കിഡ്നി കിട്ടുമോന്നു നോക്കീട്ട് കിട്ടാഞ്ഞിട്ടായിരിക്കും. അതോ പൈസയില്ലാഞ്ഞിട്ടോ."

"പേഷ്യന്റ്സിനോട് സെന്റിമെന്റ്സൊന്നും വേണ്ട. എല്ലാ ദിവസോം മൂന്നും നാലും ഡെത്ത് വീതം ഒണ്ടാകുന്ന ഡിപ്പാർട്ട്മെന്റാ മെഡിക്കൽ ഐസിയു. നീ ഫുഡ് കഴിക്കാൻ പോകുന്നെങ്കി പോ."

ശരി എന്നു പറഞ്ഞ് പവിത്ര ടീ റൂമിലേക്കു നടന്നു. ഐസിയുവിന്റെ മധ്യഭാഗത്തുള്ള ഇൻചാർജ് റൂമിന്റെ മുന്നിലെത്തിയപ്പോൾ ടിഎൽ നിഷ പോളി പവിത്രയോടു ചോദിച്ചു:

"എവിടെപ്പോണു?"

"ടീ റൂമിൽ."

"അവിടെന്താ ആനമുട്ട പുഴുങ്ങി വെച്ചിട്ടൊണ്ടോ?"

"ഞാൻ ഫുഡ് കഴിച്ചില്ല."

"എന്താ കഴിക്കാതിരുന്നെ?"

"തെരക്കൊണ്ടാരുന്നു. പുതിയ പേഷ്യന്റ്സിന്റെ അഡ്മിഷൻ, കെയർ, പ്രൊസീജിയർ..."

"ഇനി ഫുഡ് കഴിക്കാൻ പോകണ്ട. നേരത്തെ പോയി കഴിക്കണാരുന്നു. നിനക്കൊക്കെ തോന്നുമ്പം പോയി കഴിക്കാൻ ഇതെന്താ ഹോട്ടലാണോ?"

"സിസ്റ്ററേ, ആറുമണിക്കു കേറീട്ട് ഈ പന്ത്രണ്ടു മണിവരെ ഒരു മിനിറ്റ് സമയം കിട്ടീട്ടില്ല."

"അതൊന്നും എനിക്കറിയണ്ട. നീ ഡയാലിസ്സിലോട്ട് പോ. ഇന്നു നിനക്കാണ് പുള്ളഊട്ട്."

പവിത്ര അന്ധാളിച്ചു.

"ഇന്നലേം എനിക്കാരുന്നല്ലോ. ഓരോ ദിവസോം മാറിമാറിയല്ലേ പുള്ളഊട്ട്."

"അങ്ങനെ നിയമമൊന്നുമില്ല. ടിഎൽ ആണ് തീരുമാനിക്കുന്നത്. പോകാൻ പറഞ്ഞാ അതനുസരിക്കണം. ഇങ്ങോട്ടൊന്നും പറയാൻ നിൽക്കണ്ട."

പവിത്ര നിഷ പോളിയുടെ മുഖത്തേക്കു തുറിച്ചു നോക്കി.

"എന്താടീ നോക്കി പേടിപ്പിക്കുന്നെ. നിനക്കിഷ്ടപ്പെട്ടില്ലേ?"

പവിത്ര ഒന്നും മിണ്ടാതെ തിരികെ നടന്നു. ശ്രുതികയും ആതിഥ്യയും നിഷാ പോളിയെപ്പറ്റി പറഞ്ഞ വാക്കുകൾ അവൾ ഓർത്തു. ഡയാലിസിസ് സെന്റർ ഹോസ്പിറ്റലിന്റെ മൂന്നാമത്തെ കെട്ടിടത്തിൽ നാലാമത്തെ നിലയിലാണ്. അങ്ങോട്ടു പോകാൻ നിരവധി ഇടനാഴികളും എലിവേറ്റഡ് പാസ്സേജുകളും താണ്ടണം. പലയിടത്തും ഇരുട്ടും ഏകാന്തതയുമാണ്.

ഡയാലിസിസിലെ ജോലിയെപ്പറ്റി ഓർത്തപ്പോൾ തന്നെ പവിത്രയുടെ കണ്ണു നിറഞ്ഞു. ഒരു പകൽ മുഴുവനും രാത്രി പന്ത്രണ്ട് വരെയും ഡയാലിസിസ് നടക്കുന്ന സ്ഥലമാണ്. ഇരുപതോളം ഡയാലിസിസ് മെഷീനുകൾ.

പവിത്ര ചെന്നു നോക്കുമ്പോൾ പാതാളംപോലുള്ള സിങ്കുകളിൽ ട്രേകളും ബൗളുകളും മറ്റും കൂട്ടിയിട്ടിരിക്കയാണ്. ഇന്നലെ രാത്രി പന്ത്രണ്ടിനും ഇതേ ജോലി ചെയ്തതുകൊണ്ട് അറിയാം. അറുപതോളം വലിയ

ട്രേകൾ, അത്രതന്നെ ബൗളുകൾ. ചെറിയ ബൗളുകൾ, സിസ്സേഴ്സ്, സ്പഞ്ചു ഹോൾഡറുകൾ, ആർട്ടറി ഫോഴ്സപ്സ്, തമ്പ് ഹോൾഡറുകൾ, കിഡ്നി ട്രേകൾ, ഇതെല്ലം കഴുകേണ്ട ചുമതല വാസ്തവത്തിൽ ഡയാലിസിസിലെ ജീവനക്കാർക്കുതന്നെയാണ്. പക്ഷേ, അവർ ഒന്നും ചെയ്യാതെ വെറുതെയിരിക്കും. രാത്രിയാകുമ്പോൾ അവരുടെ സൂപ്പർവൈസർ തങ്ങളുടെ ടിഎൽനെ വിളിച്ചു പറയും, ഇവിടിത്തിരി ജോലിയുണ്ട്, ഒരാളെ പുള്ളൗട്ട് വിടണം എന്ന്. എംഐസിയുവിൽ ചത്തു പണിയെടുക്കുന്ന ഏതെങ്കിലും കെയർ അസിസ്റ്റന്റിന്റെ തലയിൽ തങ്ങളുടെ ടിഎൽ ഈ ജോലിഭാരംകൂടി കെട്ടിയേൽപ്പിച്ചു വിടും. രണ്ടു മണിക്കൂറിനുള്ളിൽ എല്ലാം കഴുകി വെടിപ്പാക്കി പാക്ക്ചെയ്ത് ഏൽപ്പിച്ചിട്ടു തിരികെ ചെല്ലുമ്പോഴേക്കും ഐസിയുവിൽ ജോലിക്കൂമ്പാരം കാത്തുകിടപ്പുണ്ടാകും

ഒരു സിങ്കിലെ ട്രേകളും അനുബന്ധ ഉപകരണങ്ങളും കഴുകിയപ്പോൾ തന്നെ പവിത്രയുടെ കാലുകൾ വിറച്ചുതുടങ്ങി. നിൽക്കാൻ പറ്റാതെ കുഴഞ്ഞുപോകുന്നു. സാധാരണ കഴിക്കുന്നതിന്റെ ഇരട്ടി ഭക്ഷണം കഴിച്ചാലേ ഐസിയുവിലെ ജോലി ചെയ്യാൻ പറ്റൂ. ഭക്ഷണം ഒന്നും കഴിക്കാതെ രാത്രി മുഴുവൻ ജോലി ചെയ്യേണ്ടിവരുന്നത് ഭീകര അനുഭവമാണ്.

എന്തുകൊണ്ടാണ് വലിയ സൂപ്പർ സ്പെഷ്യാലിറ്റി ഹോസ്പിറ്റലുകളിലെ ഇത്തരം കോൺസെൻട്രേഷൻ ക്യാമ്പുകളെപ്പറ്റി സാമൂഹികസംഘടനകൾ അന്വേഷണം നടത്താത്തതെന്ന് പവിത്ര ആശ്ചര്യപ്പെട്ടു. വിവിധങ്ങളായ പ്രവൃത്തിമണ്ഡലങ്ങളിലെ അനീതിയെപ്പറ്റിയും അഴിമതിയെപ്പറ്റിയും സർവേ നടത്തി തുടർലേഖനങ്ങൾ പ്രസിദ്ധീകരിക്കുന്ന പത്രങ്ങളും ഹോസ്പിറ്റൽ സ്റ്റാഫ് അനുഭവിക്കുന്ന പീഡനങ്ങളെപ്പറ്റി എഴുതാറില്ല! തൊഴിലാളി യൂണിയനുകൾക്കുവേണ്ടി ഘോരഘോരം പ്രസംഗിക്കുകയും സമരം നയിക്കുകയും ചെയ്യുന്ന രാഷ്ട്രീയ സംഘടനകളും ഹോസ്പിറ്റലുകളിലെ തൊഴിലാളികൾ അനുഭവിക്കുന്ന ദുരവസ്ഥയെപ്പറ്റി ഒരക്ഷരം മിണ്ടാറില്ല.

കണ്ണിൽ ഇരുട്ടുകയറുന്നതുപോലെ തോന്നിയിട്ട് പവിത്ര ഒരു വീൽ ചെയറിൽ ഇരുന്നു. കുറേ സമയം ഇരുന്നപ്പോൾ തളർച്ച മാറിത്തുടങ്ങി. കണ്ണുകളിൽ വെളിച്ചം വന്നു. പവിത്ര അടുത്ത സിങ്കിലെ ട്രേകൾകൂടി കഴുകി അടുക്കി പാക്ക്ചെയ്ത് കണക്കെഴുതി അവിടെയുള്ള സൂപ്പർവൈസർക്ക് റിപ്പോർട്ട് നൽകി, മെഡിക്കൽ ഐസിയുവിലേക്കു തിരിച്ചുപോന്നു. അപ്പോഴേക്കും രാത്രി രണ്ടര മണിയായി.

“എവിടാരുന്നു ഇത്രേം നേരം. അവിടിരുന്ന് ഒറങ്ങിയോ? ഇവിടെ കെയറെല്ലാം പെൻഡിങ്ങാ. രണ്ടുമണിക്കു ജോലി തീർത്തു തിരിച്ചുവരണ്ടേ.”

നിഷ പോളി ചാടിവീണ് ഭർത്സനം തുടങ്ങി. പവിത്ര അവളെ അടിമുടി ഒന്നു നോക്കി. അവൾക്കു പറയാനുള്ളതെല്ലാം ആ നോട്ടത്തിലുണ്ടായിരുന്നു. രണ്ടുനിമിഷം അങ്ങനെ നിന്നിട്ട് പവിത്ര ക്യൂബിക്കിളിലേക്കു നടന്നുപോയി.

* * *

ഒരു ദിവസം ഉച്ചനേരത്ത് സഞ്ജയ് ഐസിയുവിലേക്കു വന്നു. അയാളെ കണ്ടയുടൻ സൗമ്യ, പവിത്രയോടു പറഞ്ഞു: "നിന്നെ തെരക്കി വരികയാ. നോട്ടം കണ്ടോ, കാക്ക നോക്കുന്നപോലെ നാലു ഭാഗത്തോട്ടും."

പവിത്ര സൗമ്യയ്ക്കു പിന്നിലായി നിന്നു നോക്കി. സംഗതി ശരിയാണ്. ഇഷ്ടമുള്ള ആരെയോ കാണാൻ ഇച്ഛിച്ച് ഉഴറുന്ന കണ്ണുകൾ. ഓരോ ക്യൂബിക്കിളിന്റെയും മുന്നിൽ വന്നിട്ട് അകത്തേക്ക് എത്തി നോക്കുന്നുണ്ട്. ക്യൂബിക്കിളുകൾക്ക് അഞ്ചടി പൊക്കത്തിൽ മാത്രമേ ഭിത്തിയുള്ളൂ. ബാക്കി മുകളിലേക്ക് മച്ച് വരെ ഗ്ലാസിട്ടിരിക്കുന്നതിനാൽ ക്യൂബിക്കിളുകളുടെ അകത്തും പുറത്തും ഉള്ളവർക്ക് പരസ്പരം മുഖം കാണാം.

"നീയെന്തിനാ ഒളിച്ചു നിൽക്കണെ. അങ്ങോട്ടു നീങ്ങി നിൽക്ക്. അവൻ കാണട്ടെ." സൗമ്യ പവിത്രയെ തള്ളിനീക്കി.

ആ ക്യൂബിക്കിളിന്റെ മുന്നിലെത്തിയ സഞ്ജയ് പെട്ടെന്നു നിന്നു. പവിത്രയെ കണ്ടതോടെ സ്വയം മറന്ന് നിൽക്കുകയാണ്. പവിത്ര തിരിഞ്ഞ് മൂന്നാം നമ്പർ ബെഡ്ഡിലെ പേഷ്യന്റിന്റെ അടുത്തേക്കു നീങ്ങി. സൗമ്യ ക്യൂബിക്കിളിൽനിന്ന് ഇറങ്ങി സഞ്ജയ്യുടെ അടുത്തേക്കു ചെന്നു.

"എന്താടാ ചെക്കാ ഇതിലെയൊക്കെ ഒരു ചുറ്റിക്കളി?"

"ഒന്നുമില്ല. വെറുതെ വന്നതാ."

"വെറുതെയോ? നിനക്കാരോടെങ്കിലും പ്രേമമുണ്ടോ?"

"ഏയ്... ഇല്ല."

"എംഐസിയുവിൽ ആരെയെങ്കിലും നീ നോട്ടമിട്ടിട്ടുണ്ടോ?"

"ഇല്ലെന്നേ."

"കള്ളം പറയല്ലേ മോനേ. ഞങ്ങളെന്താ വെറും പൊട്ടത്തികളാണോ? നീ പേഷ്യന്റ്സിന്റെ എക്സ്റേ എടുക്കാൻ വരുമ്പോഴെല്ലാം ഞങ്ങള് നിന്റെ എക്സ്റേ എടുക്കുന്നൊണ്ട്." സൗമ്യ ചിരിച്ചുകൊണ്ടു പറഞ്ഞു.

"ചേച്ചി വിചാരിക്കുന്നപോലെ ഒന്നമില്ലെന്നേ."

"നിനക്കവളെ ലൈനടിക്കണോ?"

"ആരെ?"

"ആളെ ഫൂളാക്കല്ലേ. നിനക്ക് പവിത്രയെ നോട്ടമില്ലേടാ കള്ളാ."

സഞ്ജയ്യുടെ മുഖത്ത് ലജ്ജയുടെ കള്ളച്ചിരി തെളിഞ്ഞു.

"ഒരിഷ്ടമൊക്കെയുണ്ട്." അവൻ സമ്മതിച്ചു.

"നല്ല പെണ്ണല്ലേ അവൾ?"

"അതെ."

"അവൾടെ മുടി, അവൾടെ നിറം. അവൾടെ ബോഡി ഷെയ്പ്പ് ഈ ഐസിയുവിലെ വേറെ ആർക്കെങ്കിലും ഒണ്ടോ?"

"സ്വഭാവോം നല്ലതാണെന്നു തോന്നുന്നു."

"എന്നാപ്പിന്നെന്താ നേരിട്ടു മുട്ടാത്തത്?"

“ഞങ്ങള് കാണുമ്പോഴൊക്കെ മിണ്ടാറൊണ്ട്.”

“ആരാ മിണ്ടാത്തത്. ഇവിടുത്തെ സെക്യൂരിറ്റിക്കാര് വരെ അവളെ കണ്ടാ ചിരിച്ച് വിശേഷം ചോദിക്കും. ഇഷ്ടംകൊണ്ടാ. നിനക്കവളെ കല്യാണം കഴിക്കണോ?”

“അങ്ങനെയൊക്കെ എടുപിടീന്നു ചോദിച്ചാൽ ഞാനെങ്ങനെ പറ യാനാ. ആലോചിക്കണ്ടേ.”

“നിനക്കു വേണോന്നു പറ. ഇല്ലേങ്കി വേറെ ആമ്പിള്ളേര് കൊത്തി ക്കൊണ്ടു പോകും.”

“ഇപ്പോ ഞാനെന്താ ചെയ്യണ്ടേ ”

“നിനക്കിഷ്ടമൊണ്ടെങ്കി അവളെ ബോധ്യപ്പെടുത്തണം. നീയവളെ കെട്ടാൻ തയാറാണോ?”

“സത്യം പറയാല്ലോ ചേച്ചീ, നൂറുവട്ടം.”

“എന്നാ അവൾ നിനക്കുള്ളതാ. കൂട്ടിമുട്ടിച്ചു തരുന്ന കാര്യം ഞാനേറ്റു. എനിക്കു കമ്മീഷൻ തരണം.”

“ഞാൻ തരാതിരിക്ക്വോ, കൊള്ളാം.”

സൗമ്യ ക്യൂബിക്കിളിൽ കയറി രണ്ടാംനമ്പർ ബെഡ്ഡിലെ പേഷ്യന്റിനു കെയർ കൊടുത്തുതുടങ്ങി. അതിനിടയിൽ പവിത്രയോട് രഹസ്യംപോലെ പറഞ്ഞു: “അവനു നിന്നെ കെട്ടണംന്ന്. അത്രയ്ക്കിഷ്ടമാണെന്ന്.”

ഉള്ളിലൊരു വിസ്മയം വിടർന്നെങ്കിലും പവിത്ര അത് അടക്കിപ്പിടിച്ചു.

“ആർക്ക്, ചേച്ചിയെന്താ പറയുന്നെ?”

“എടീ, സ്നേഹമുള്ളവനാ. നിന്നെ പൊന്നുപോലെ നോക്കും.”

“എന്റെ അവസ്ഥകളൊക്കെ അറിഞ്ഞാലോ.”

“എന്നാലും അവനു നിന്നോട് അനിഷ്ടമൊന്നും തോന്നത്തില്ല.”

പവിത്ര അവിടെ നിന്നുകൊണ്ട് സഞ്ജയ് നിൽക്കുന്നിടത്തേക്കു പാളി നോക്കി. അവൻ അവളെത്തന്നെ നോക്കുകയായിരുന്നു.

സഞ്ജയ് കൈമാടി വിളിച്ചപ്പോൾ പവിത്ര ക്യൂബിക്കിളിന്റെ വാതിൽ ക്കലേക്ക് ചെന്നു.

പതിനെട്ട്

മറ്റു ക്യൂബിക്കിളുകളിലുള്ള സ്റ്റാഫും ഇൻചാർജ്മാരുമൊക്കെ സൂക്ഷ്മ ദർശിനിയിൽകൂടി കാണുന്നപോലെ എല്ലാ കാഴ്ചകളും കാണുകയും വൈറസുകളുടെ അത്ര വേഗത്തിൽ ചുറ്റുപാടുകളിൽ പടർത്തുകയും ചെയ്യുന്നവരാണെന്ന് അറിയുന്നതുകൊണ്ട് പവിത്ര നിർവികാരതയോ ടെയാണ് സഞ്ജയിനെ സമീപിച്ചത്.

“എന്തിനാ സഞ്ജയ് വരാൻ പറഞ്ഞത്?” അവൾ ചോദിച്ചു.

“എന്തിനാണെന്നു ചോദിച്ചാൽ...” സഞ്ജയ് ഒന്നു പരുങ്ങി. പെട്ടെ ന്നൊരു ഐഡിയ കിട്ടിയപോലെ ആവേശത്തോടെ പറഞ്ഞു.

“പവിത്ര കാന്റീനീന്നല്ലേ ഫുഡ് കഴിക്കാറ്?”

“അല്ല. വല്ലപ്പോഴും കഴിക്കുമെന്നേയുള്ളൂ. എനിക്ക് ഇവിടെ വേറൊരു കൂട്ടര് ഫുഡ് സപ്ലൈ ചെയ്യുന്നൊണ്ട്,”

“നല്ല ഫുഡ്ഡാണോ?” അവൻ വീണ്ടും തിരക്കി.

“നല്ലതൊന്നുമല്ല. മാസം രണ്ടായിരത്തഞ്ഞൂറ് രൂപവെച്ച് കൊടുത്തിട്ട് എന്നും മട്ടനും ചിക്കനും ഫിഷ്ഫ്രൈയും വേണമെന്നു പറയാൻ പറ്റ്വോ?”

“തീരെ മടുപ്പു തോന്നുമ്പം പവിത്ര എന്നോടു പറഞ്ഞാ മതി. നല്ല ഫുഡ് കിട്ടുന്ന ഒരു സ്ഥലംണ്ട്. ഞാൻ വാങ്ങിച്ചോണ്ടു വന്നു തരാം.”

“നല്ല ഫുഡ്ഡിന് നല്ല പൈസേം കൊടുക്കണ്ടേ. എനിക്കതിനൊള്ള ശമ്പളമൊന്നും കിട്ടുന്നില്ലെന്നേ.”

“പവിത്ര പൈസകൊടുത്തു വാങ്ങണ്ട. ഞാൻ ഹെൽപ് ചെയ്യാമെന്നാ പറഞ്ഞത്.”

“അതൊന്നും വേണ്ട സഞ്ജയ്. നിങ്ങളു ജോലിചെയ്തുണ്ടാക്കുന്ന പൈസയല്ലേ?”

“ഇവിടെ വെശക്കണ സമയത്തൊന്നും കഴിക്കാൻ പറ്റത്തില്ല. പവിത്ര തന്നെ എത്ര പ്രാവശ്യം ഫുഡ് കഴിക്കാൻ സമയം കിട്ടാണ്ട് ജോലി ചെയ്തിട്ടൊണ്ട്. അതുകൊണ്ടു പറഞ്ഞതാ.”

“അങ്ങനൊരാവശ്യം വന്നാ ഞാൻ പറഞ്ഞോളാം.”

“എന്റെ ഫോൺനമ്പറില്ലല്ലോ പവിത്രേടടുത്ത്, ഒണ്ടോ?”

"ഇല്ല."

"ഞാൻ തരാം, ഒന്നു കുറിച്ചെടുത്തോ."

പവിത്ര കോട്ടിന്റെ പോക്കറ്റിൽനിന്നു പേനയെടുത്ത് കൈവെള്ളയിൽ സഞ്ജയ് പറഞ്ഞുകൊടുത്ത ഫോൺ നമ്പർ കുറിച്ചു.

"എന്നാ ശരി ഞാൻ ചെല്ലട്ടെ. ഇന്ന് ജോലി കൂടുതലാ."

"ശരി."

സഞ്ജയ് മനസ്സില്ലാമനസോടെ തിരികെ പോയി.

ക്യൂബിക്കിളിലേക്കു ചെന്നപ്പോൾ സൗമ്യ ചോദിച്ചു: "സഞ്ജു എന്തു പറഞ്ഞു?"

"വെശക്കുമ്പം വിളിച്ചു പറഞ്ഞാ മതി ഫുഡ് വാങ്ങിത്തരാന്ന്."

"അത്രേ പറഞ്ഞുള്ളൂ?"

"വേറെ എന്നാ പറയാനാ?"

"പൊട്ടൻ."

"ആണോ?" പവിത്ര ചിരിച്ചു.

"അവനു നിന്നെ കടിച്ചുതിന്നാനൊള്ള പ്രേമം. പക്ഷേ, പറയാൻ ധൈര്യമില്ല."

"ഒരാൾക്കു മാത്രം മതിയോ? എനിക്കും തോന്നണ്ടേ."

"നിനക്കെന്താ തോന്നിയാൽ?"

"നമുക്കൊക്കെ കല്യാണംന്നു പറഞ്ഞാ ഒറ്റത്തവണ തീർപ്പാക്കലല്ലേ. പിന്നെ അതീന്നു രക്ഷപ്പെടണെങ്കി മരിക്കണം. ഭർത്താവും ഒരു മകനു മൊള്ള ഞാൻ ഇനി ടീനേജ് പിള്ളേരെപോലെ പ്രേമിക്കാനും ചുറ്റിക്കളി ക്കാനും ഇറങ്ങണോ?"

"നിന്റെ വർത്തമാനം കേട്ടാൽ തോന്നും വയസ്സായിപ്പോയെന്ന്. നിന ക്കെത്ര വയസ്സൊണ്ട്. ഇരുപത്തഞ്ച് ഇരുപത്താറ്. നിന്നെ കണ്ടാ ഇപ്പഴും പ്ലസ്ടു കഴിഞ്ഞ് ഇറങ്ങിയതേയൊള്ളെന്നു തോന്നും. എടീ നിന്റെ ഇപ്പ ഴത്തെ പ്രായത്തിലാ ഓരോ പെൺകുട്ടികള് കല്യാണം കഴിക്കുന്നെ."

"എന്റെ ചേച്ചീ എന്നെ വെറുതെ വിട്ടേക്ക്."

"അഞ്ചിന്റെ പൈസക്ക് ഉപകാരമില്ലാത്ത, നന്ദീം സ്നേഹോം സ്മ രണേം ഇല്ലാത്ത, കള്ളുകുടിയനായ അയാളെ നിനക്ക് എന്തായാലും വേണ്ടല്ലോ. എന്നാപ്പിന്നെ കളഞ്ഞേക്ക്. എന്തിനാ വെച്ചോണ്ടിരിക്കുന്നെ. ഒരു കൊച്ചിനെ ഒണ്ടാക്കിത്തന്നൂന്നുവെച്ച് മരണംവരെ വിധവയെപോലെ ജീവിക്കണോ. ഡൈവോഴ്സ് എടുത്തിട്ട് വേറെ കെട്ടാൻ നോക്ക്. ജീവിതം ഒന്നേയൊള്ളൂ."

"എന്റെ മോന് ഞാനേയൊള്ളൂ. ഞാനവനെ ഒന്നു കരപറ്റിച്ചോട്ടെ."

"അതിനുവേണ്ടി നീ മുങ്ങിച്ചാകണ്ട കാര്യമില്ലെന്നാ പറഞ്ഞെ. അവ നങ്ങ് കരപറ്റിക്കോളും. നീ ജോലിയെടുത്ത് കൊടുക്കണൊണ്ടല്ലോ."

പവിത്ര തർക്കിക്കാൻ പോയില്ല. അടുത്ത ക്യൂബിക്കിളിലെ സ്റ്റാഫ് വിളിച്ചപ്പോൾ അവൾ അങ്ങോട്ടു പോയി.

വിനു എന്നു പേരുള്ള പേഷ്യന്റ് ഒന്നും അനുസരിക്കുന്നില്ല. കൈ കാലുകൾ കുടയുന്നു. തലയിട്ടിളക്കുന്നു. ട്യൂബിങ്സ് വലിച്ചുപറിക്കാൻ ശ്രമിക്കുന്നു. ആകെയൊരു കലാപം സൃഷ്ടിച്ചിരിക്കയാണ്. പവിത്ര അടുത്തുചെന്ന് ശാസിച്ചു.

"എന്താ വിനൂ പ്രശ്നം? എന്തുപറ്റി നിനക്ക്. നിനക്കു മിടുക്കനായിട്ട് ഇവിടുന്നു തിരിച്ചു വീട്ടിലോട്ട് പോകണ്ടേ. അതിനല്ലേ വീട്ടുകാര് ഇവിടെ കൊണ്ടുവന്നു ചികിത്സിക്കുന്നെ. അപ്പോ ഇവിടെ ഡോക്ടേഴ്സ് പറയുന്നതും നഴ്സിങ് സ്റ്റാഫ് പറയുന്നതും അനുസരിക്കണ്ടേ. എല്ലാം നിന്റെ നല്ലതിനു വേണ്ടിയല്ലേ."

പവിത്ര അരികെ ചെന്ന് ശാസിക്കുകയും നെറ്റി തടവുകയും ചെയ്തപ്പോൾ പതിവുപോലെ അവൻ അടങ്ങി. പവിത്ര അവന്റെ കൈത്തണ്ടയും തണുത്ത കൈവിരലുകളും പാദങ്ങളും തടവിക്കൊടുത്തു.

"നിന്റടുത്തു മാത്രമെന്താ അവനിത്ര സോഫ്റ്റ് കോർണർ?" നഴ്സ് ട്രീസാ ചോദിച്ചു.

"എനിക്കു സ്നേഹമുണ്ടെന്ന് അവനറിയാം."

"ഓ... ഇവിടെ വരുന്ന പേഷ്യന്റ്സിനെയെല്ലാം നമുക്ക് സ്നേഹിക്കാൻ പറ്റ്വോ?"

"എല്ലാവരേം പറ്റില്ല. നമ്മുടെ നടുവൊടിക്കുന്ന പേഷ്യന്റ്സൊണ്ട്. എപ്പഴും പരാതിപറഞ്ഞ് സൈ്വര്യം കെടുത്തുന്നോരൊണ്ട്. ചീത്ത വിളിക്കുന്നോരൊണ്ട്. നമ്മള് കെയറിനു നിക്കുമ്പം ദേഹം വഴങ്ങാതെ ബലംപിടിച്ചു കെടന്ന് ബുദ്ധിമുട്ടിക്കുന്നോരൊണ്ട്. അവരോടൊന്നും സ്നേഹം തോന്നൂല്ല. പക്ഷേ, ചെറിയ പ്രായത്തിൽ വലിയ രോഗങ്ങളുമായി വന്ന് മരണത്തോടു മല്ലടിക്കുന്നവരെ കാണുമ്പം വല്യ മനപ്രയാസമാ." പവിത്ര പറഞ്ഞു.

അവൾ എന്നും ഡ്യൂട്ടിക്ക് കയറിയാലുടൻ എല്ലാ ക്യൂബിക്കിളിലും കയറിയിറങ്ങി എല്ലാ ബെഡ്ഡിലുമുള്ള രോഗികളെ കാണുകയും അവരോട് സുഖവിവരം ചോദിക്കുകയും ചെയ്യുന്നത് പതിവാക്കിയിരുന്നു. അതേപ്പറ്റി പറഞ്ഞ് ഷൈലജ ഒരിക്കൽ പരിഹസിച്ചു.

"അൻപതോളം പേഷ്യന്റ്സ് ഐസിയുവിലുള്ളതിൽ പത്തെണ്ണം പോലുമില്ല കോൺഷ്യസായിട്ട്. അവരോടാ ക്ഷേമാന്വേഷണം."

പവിത്ര അതിനു മറുപടിയും പറഞ്ഞു.

"നമ്മള് നോക്കുമ്പം അൺകോൺഷ്യസായിരിക്കും. പക്ഷേ നമ്മളടുത്തു ചെല്ലുന്നതും തലോടുന്നതും സ്നേഹത്തോടെ സംസാരിക്കുന്നതുമൊക്കെ അവരറിയുന്നൊണ്ട് ചേച്ചീ."

വിനുവിനുവേണ്ടി പവിത്ര എന്നും പ്രാർത്ഥിക്കുന്നുണ്ട്. അവനെ സുഖപ്പെടുത്തണേ എന്ന്. അച്ഛനും അമ്മയ്ക്കും ഏക മകൻ. മിടുക്കനായി പഠിച്ച് ഇൻഫോപാർക്കിൽ ജോലിയും കിട്ടി. ഒരു വർഷത്തോളം ജോലി

ചെയ്തു കഴിഞ്ഞപ്പോഴാണ് രോഗം തിരിച്ചറിയുന്നത്. ക്രോണിക് കിഡ്നി ഡിസീസ്. വിനു ശാന്തനായി കിടക്കുന്നതുകണ്ട് അവൾ പുഞ്ചിരി തൂകി. വെന്റിലേറ്ററിലാണ് കക്ഷി. വായിലും മൂക്കിലും ട്യൂബിങ്സ് ഇട്ടിട്ടുള്ളതിനാൽ സംസാരിക്കാൻ വയ്യ. തനിക്കിനി ഒരിക്കലും സംസാരിക്കാൻ കഴിയില്ലേ എന്നതാണ് അവന്റെ ഏറ്റവും വലിയ ഭയം. ഐസിയുവിൽ വന്നപ്പോൾ സംസാരിക്കുമായിരുന്നു. ഇപ്പോഴും അവൻ പവിത്രയോട് ആംഗ്യഭാഷയിൽ ചോദിക്കും എനിക്ക് എന്നെങ്കിലും സംസാരിക്കാൻ കഴിയുമോ എന്ന്. പവിത്ര അവനെ ആശ്വസിപ്പിക്കും. "രോഗം ഭേദമാകുമ്പം ഈ ട്യൂബിങ്സെല്ലാം മാറ്റും. അപ്പോ സംസാരിക്കാമല്ലോ."

അവൾ കൊടുക്കുന്ന പ്രതീക്ഷ അവന് ആകാശത്തോളം വലുതാണ്. വിനു വിരലുകൾകൊണ്ട് ആംഗ്യംകാട്ടി അവളോട് 'കഴിച്ചോ' എന്നു തിരക്കി.

"കഴിച്ചു... കഴിച്ചു മോനേ." അവൾ സന്തോഷത്തോടെ പറഞ്ഞു.

ഒരു പക്ഷേ ഇവന് തന്നോടൊപ്പമോ, കൂടുതലോ പ്രായം കാണുമെന്ന് അവൾക്കു തോന്നി. എന്നാലും അനുജനോടു തോന്നുന്നപോലൊരു വാത്സല്യമാണ്.

ക്യൂബിക്കിളിൽനിന്നു പുറത്തേക്ക് വന്നപ്പോൾ നഴ്സ് സന്ധ്യ ചോദിച്ചു: "അവൻ ഇനി എണീക്കുമോ. നിന്റെ പറച്ചിൽകേട്ടാത്തോന്നും..."

"പോ ചേച്ചീ മിണ്ടാതെ." പവിത്രയ്ക്ക് അമർഷമായി.

അടുത്ത ക്യൂബിക്കിളിലെ പേഷ്യന്റിനു കെയർ കൊടുക്കാൻ വേണ്ടി ചെന്നപ്പോൾ നഴ്സ് അരുണിമ ക്ഷമയറ്റ് നിൽക്കുകയാണ്.

"എത്ര നേരമായി വിളിച്ചിട്ട്. ഇവിടെ പേഷ്യന്റ് അപ്പിയിട്ട് കുളിച്ചു കെടക്കുവാ."

"നിങ്ങള് ദേഷ്യപ്പെട്ടിട്ടെന്താ കാര്യം. ഞാൻ വെറുതെ നിൽക്കുവല്ല. അപ്പുറത്ത് നാലുപേർക്ക് കെയർ കൊടുത്തിട്ടു വരുവാ. നിങ്ങക്ക് നിങ്ങടെ ഒരു പേഷ്യന്റിന്റെ കാര്യം നോക്കിയാ മതി." പവിത്ര തിരിച്ചും ദേഷ്യപ്പെട്ടു.

"പേഷ്യന്റിനു കെയർ കൊടുക്കാൻ പറഞ്ഞതിനാണോ എന്റെ മെക്കിട്ടു കേറുന്നെ." അരുണിമ സൗഹൃദം മറന്ന് പൊട്ടിത്തെറിച്ചു.

"ദേഷ്യം തോന്നീട്ടു തന്നെയാ പറഞ്ഞെ. ഒരു പേഷ്യന്റിന്റെ കെയർ കഴിയുമ്പോഴേക്കും നിങ്ങൾടെയൊക്കെ നടുവും പുറവും പൊട്ടുമല്ലോ. അയ്യോ കൊഴഞ്ഞുപോയെന്നു നിലവിളിക്കുന്ന കാണാല്ലോ. അപ്പോ പത്തും ഇരുപതും കെയർ കൊടുക്കുന്ന കെയർ അസിസ്റ്റന്റ്സിന്റെ തളർച്ചയെപ്പറ്റി നിങ്ങൾ ഓർക്കാറുണ്ടോ? ഒരു കെയർ കൊടുത്താ നിങ്ങടെ ജോലി തീർന്നു. പതിനാറ് കെയർകൊടുത്താലും ഞങ്ങടെ ജോലി നാലിലൊന്നുപോലും തീരുന്നില്ല. വേസ്റ്റെല്ലാം ഇനംതിരിച്ച് വേറെവേറെ ബിന്നുകളിൽ വെക്കണം. ഉപയോഗിച്ച ഷീറ്റും പില്ലോ കവറും ടവ്വലും എല്ലാം ബ്ലെഡ്സ്റ്റെയിൻ, മോഷൻ സ്റ്റെയിൻ, പസ് സ്റ്റെയിൻ, യൂറിൻ സ്റ്റെയിൻ... ഇങ്ങനെ ഇനം തിരിച്ച് സോർട്ട് ചെയ്ത് വേറെവേറെ കെട്ടി, കണക്കെഴുതി

സൂക്ഷിക്കണം. ഒരു ടവ്വലിന്റെ കണക്ക് തെറ്റിയാ ഇൻചാർജ്മാര് രാപ കലില്ലാതെ ഓടിക്കും."

പവിത്ര അത്രയും പറഞ്ഞപ്പോഴേക്കും അരുണിമ കൈകൂപ്പി.

"ഞാനൊന്നും പറഞ്ഞില്ലേ. പറഞ്ഞതെല്ലാം പിൻവലിച്ചു."

"അരുണിമയ്ക്കറിയാല്ലോ. കൂലിപ്പണിക്കാർക്കുപോലും ഉച്ചയ്ക്ക് ചോറുണ്ണാൻ ഒരു മണിക്കൂറ് കിട്ടും. കെയർ അസിസ്റ്റന്റിന് അഞ്ചു മിനിറ്റ് കിട്ടിയാ ഭാഗ്യം. പലപ്പോഴും അതു കിട്ടാറില്ല. ദാഹിച്ചാൽ വെള്ളം കുടിക്കാൻപോലും സമയമില്ലെന്നു പറഞ്ഞാ എന്തൊരനീതിയാ."

അരുണിമ പിന്നെ തർക്കിച്ചതേയില്ല.

പവിത്ര ഇതിനകം ഒരു കാര്യം മനസ്സിലാക്കിയിരുന്നു. പാവമായിട്ടു നിൽക്കുന്നവർക്ക് പണി കൂടുതൽ കിട്ടും. ആത്മാർത്ഥതയുള്ളവരെ അങ്ങേയറ്റം ചൂഷണം ചെയ്യും. കൂട്ടത്തിൽ ജോലിചെയ്യുന്നവരിൽ ഒരാളെ പോലും വിശ്വസിക്കരുത് എന്ന പാഠവും അവൾ പഠിച്ചു. ആരോടും കൂടുതൽ അടുക്കാതിരിക്കുക, ആരെയും കൂടുതൽ അടുപ്പിക്കാതിരിക്കുക, ആരെയും ആശ്രയിക്കാതിരിക്കുക, ആരെയും കൂടുതൽ സഹായിക്കാതിരിക്കുക എന്നീ പ്രതിലോമതത്വങ്ങളും.

* * *

നഴ്സിങ് സൂപ്രണ്ട് വിളിക്കുന്നുവെന്ന് ഇൻചാർജ് വന്നു പറഞ്ഞപ്പോൾ ജിബിയയ്ക്ക് അത്ഭുതമൊന്നും തോന്നിയില്ല. അവൾ ഈ വിളി പ്രതീക്ഷിച്ചിരിക്കയായിരുന്നു.

അവൾ കോൾ എടുക്കാൻ വന്നപ്പോൾ ഇൻചാർജ് പറഞ്ഞു.

"കോൾ ചെയ്യാനല്ല പറഞ്ഞത്. നേരിട്ടു ചെന്നു കാണാനാ."

"ശരി പോയിട്ടു വരാം."

"ഇപ്പഴല്ല, ലഞ്ച് ടൈമിൽ."

"ലഞ്ച് ടൈം ലഞ്ച് കഴിക്കാനുള്ളതല്ലേ സിസ്റ്റർ." ജിബിയ ചോദിച്ചു.

"ലഞ്ച് കഴിച്ചു കഴിഞ്ഞ ഉടനെ പോകണം. ഡ്യൂട്ടി ടൈമിൽ പോകാൻ പാടില്ല."

"പോകണമെന്ന് എനിക്ക് ഒരു നിർബന്ധവുമില്ല."

"കാണണമെന്നു നഴ്സിങ് സൂപ്രണ്ട് പറഞ്ഞിട്ടുണ്ട്."

"എനിക്കു പോയി കാണേണ്ട യാതൊരാവശ്യോം ഇല്ല. സൂപ്രണ്ടിന് എന്തെങ്കിലു ആവശ്യമൊണ്ടെങ്കിൽ ഞാനിപ്പോ പോകാൻ റെഡിയാണ്."

"എന്നാ നീ പോകണ്ട."

"പോകത്തില്ല. സ്റ്റാഫിനോട് എന്തെങ്കിലും പറയാനൊണ്ടെങ്കി അതു ഡ്യൂട്ടിടൈമിൽ പറയാൻ ഹോസ്പിറ്റൽ മാനേജ്മെന്റ് എന്തുകൊണ്ടാ തയ്യാറാകാത്തത്. ഡ്യൂട്ടി മുഴുവൻ ചെയ്തുതീർക്കണം. അതിനുശേഷം

ഞങ്ങൾക്ക് റെസ്റ്റ് കിട്ടുന്ന നേരത്ത് വിളിപ്പിച്ച് ഉപദേശങ്ങൾ, നിർദ്ദേശങ്ങൾ, വിചാരണ ചെയ്യൽ, കുറ്റപ്പെടുത്തലും പണിഷ്മെന്റും മോട്ടിവേഷൻ ക്ലാസ്. എല്ലാം ഞങ്ങൾടെ വിശ്രമസമയത്ത്."

"ഇവിടെ മാത്രമല്ല, എല്ലാടത്തും അങ്ങനൊക്കെത്തന്നെയാ."

"അതുകൊണ്ടാണല്ലോ എല്ലാ ഹോസ്പിറ്റലീന്നും സ്കിൽഡായിട്ടുള്ള നഴ്സിങ് സ്റ്റാഫ് കൊഴിഞ്ഞുപൊയ്ക്കൊണ്ടിരിക്കുന്നെ. ആയിരക്കണക്കിനു പേരാ ഓരോ ദിവസോം കേരളത്തീന്നും ഡെല്ലീന്നും ബോംബേന്നുമൊക്കെ വിമാനം കേറി പോകുന്നെ. കാരണം വേറൊന്നുമല്ല, നിങ്ങള് കൊന്നു പണിയെടുപ്പിക്കും. ന്യായമായ ശമ്പളം കൊടുക്കില്ല. ലീവ് കൊടുക്കില്ല. യാതൊരു നീതീം കൊടുക്കില്ല. വെറും അടിമകളോടെന്നപോലെ പെരുമാറും. സ്റ്റാഫിനോട് നന്ദിയോ സ്നേഹമോ കരുണയോ ഒന്നുമില്ല."

"നീ വല്യ പ്രസംഗമൊന്നും നടത്തണ്ട. ഉച്ചയ്ക്കുപോയി നഴ്സിങ് സൂപ്രണ്ടിനെ കണ്ടേച്ചാ മതി." ഇൻചാർജ് രേഖാസന്തോഷ് കൽപ്പിച്ചു.

"എനിക്കു മനസ്സില്ല ഉച്ചയ്ക്കു കാണാൻ. എന്റെ ആവശ്യത്തിനാണെങ്കിൽ ഞാൻ പോയി കാണും. ഇത് അവരടെ ആവശ്യമാണ്."

ജിബിയ തന്റെ ജോലിയിൽ മുഴുകി. ലഞ്ച് ടൈമിൽ നഴ്സിങ് ഓഫീസിലേക്കു പോയതുമില്ല. ഉച്ചതിരിഞ്ഞപ്പോൾ വീണ്ടും ഇൻചാർജ് വിളിപ്പിച്ചു.

"പോയില്ലേ നീ?"

"ഇല്ല. ലഞ്ച് കഴിച്ചു തീർന്നപ്പോഴേക്കും സമയം പോയി."

"നിനക്കുമാത്രെന്താ ഇത്ര വല്യ അഹങ്കാരം."

"ജോലി ചെയ്യാനറിയാം. ചെയ്യുന്നുമുണ്ട്. ഇവിടല്ലെങ്കിൽ വേറൊരിടത്ത് എനിക്കു ജോലികിട്ടുമെന്നുള്ള ആത്മവിശ്വാസത്തിനെയാ നിങ്ങൾ അഹങ്കാരം എന്നു വിളിക്കുന്നെ."

"ഇവിടുത്തെ സാലറി നിനക്കെവിടെ കിട്ടുമെടീ, കേരളത്തിലെ ഏതെങ്കിലു ഹോസ്പിറ്റലിൽ കിട്ടോ?"

"ഇല്ല. അതുകൊണ്ടാണല്ലോ മലയാളി നഴ്സുമാർ ഓസ്ട്രേലിയയ്ക്കും കാനഡയ്ക്കും യുകെയ്ക്കും അയർലൻഡിനും ഗൾഫിലുമൊക്കെ പറന്നുപറന്ന് പോകുന്നത്. നിങ്ങള് നോക്കിക്കോ പത്തു വർഷത്തിനു ശേഷം കേരളത്തിലെ ഹോസ്പിറ്റലുകളിൽ സ്കിൽഡ് നഴ്സിങ് സ്റ്റാഫ് ഒറ്റാരെണ്ണംപോലും കാണത്തില്ല. പുതിയതായിട്ടു പഠിച്ചിറങ്ങുന്ന കുറച്ചു പേരെ കിട്ടുമായിരിക്കും. അവരോട് ഒരിഞ്ചക്ഷൻ എടുക്കാൻ പറഞ്ഞാ കൈ വെറയ്ക്കും. മെഷീനറിയോ ഡോക്ടേഴ്സോ ഒന്നുമല്ല ഒരു ഹോസ്പിറ്റലിന്റെ സൂപ്പർ സ്പെഷ്യാലിറ്റി. സ്കിൽഡായിട്ടുള്ള നഴ്സിങ് സ്റ്റാഫാണ്. അത് എല്ലാവരും മനസ്സിലാക്കുന്ന കാലം വരും."

വീണ്ടും ഇൻചാർജിന്റെ കോൾ വന്നു. രേഖാ സന്തോഷ് കോൾ എടുത്തു.

"ഇല്ല. ഇവിടുണ്ട് സാർ. ഇപ്പത്തന്നെ അയയ്ക്കാം. ഓകെ."

അവൾ ഫോൺവെച്ചു. എന്നിട്ട് ജിബിയയോടു പറഞ്ഞു: "നഴ്സിങ് ഓഫീസിലേക്കു ചെല്ലാൻ."

"ഓകെ. അത് കറക്ട്."

ജിബിയ അപ്പോൾത്തന്നെ നഴ്സിങ് ഓഫീസിലേക്കു പോയി. നഴ്സിങ് സൂപ്രണ്ട് ജയപാലിനെ ചെന്നു കണ്ടു.

"ഇരിക്കൂ." അയാൾ കസേര ചൂണ്ടി. ജിബിയ ഇരുന്നു.

"ഇവിടൊരു റെസിഗ്നേഷൻ നോട്ടീസ് തന്നിരുന്നല്ലോ?"

"ഉവ്വ് സാർ. ഞാൻ റിസൈൻ ചെയ്യാൻ തീരുമിനിച്ചു."

"സാലറി കുറവായിട്ടാണോ? ആണെങ്കിൽ കൂട്ടിത്തരാം. ഞാൻ ഹോസ്പിറ്റൽ മാനേജ്മെന്റിനോട് റെക്കമൻഡ് ചെയ്യാം."

"അതു വേണ്ട സാർ."

"നോക്ക് ജിബിയാ. നിങ്ങളുടെ സേവനം ഞങ്ങൾക്ക് ആവശ്യമുണ്ട്. ഒരു തർട്ടിതൗസന്റ് സാലറി കിട്ടിയാ ഇവിടെ കണ്ടിന്യു ചെയ്തുകൂടെ?"

"സോറി സാർ. എനിക്കു ദുബായിൽ വേറൊരു ജോലി കിട്ടാൻ പോകുന്നുണ്ട്. റിക്രൂട്ട്മെന്റെല്ലാം കഴിഞ്ഞു. ഇനി വീസ സ്റ്റാമ്പ്ചെയ്തു കിട്ടിയാ മതി."

"തർട്ടിഫൈവ് തൗസന്റ് തന്നാലോ?"

"സാലറിയല്ല സാർ കാര്യം. മനുഷ്യത്വമാ. അതിവിടെയില്ല. ഞാൻ വർക്ക് ചെയ്തിട്ടുള്ള എല്ലാ ഹോസ്പിറ്റലിലും ഇതുതന്നെയാ സ്ഥിതി. നഴ്സിങ് സ്റ്റാഫ് വെറും അടിമകൾ.

"ഇവിടങ്ങിനെയില്ലല്ലോ. ഉണ്ടോ?"

"ഇവിടേം ഒണ്ട്. ഹോസ്പിറ്റൽ മനേജമെന്റ് എന്നും കാലത്തും വൈകിട്ടും പൂതനവേഷം കെട്ടിച്ച് അഴിച്ചുവിടുന്ന കുറച്ച് വന്യജീവികളൊണ്ട്. ഇൻചാർജ്മാരും ടിഎൽമാരും സൂപ്പർവൈസർമാരും. അവര് കീഴിലുള്ളവരെ വ്യക്തിപരമായിട്ടുകൂടി അപമാനിക്കും, ഹരാസ് ചെയ്യും. അവരുടെ അൽപ്പത്തരങ്ങളും ഡിപ്രഷനും മൂഡ്സ്വിങ്ങും വീട്ടിലെ ഫ്രസ്ട്രേഷനും എല്ലാം നഴ്സിങ് സ്റ്റാഫിന്റെ മേൽ വാരി വിതറും. അങ്ങനെ പെരുമാറാനാ മാനേജ്മെന്റ് അവരെ പഠിപ്പിച്ചിരിക്കുന്നെ."

"അപ്പോൾ ജിബിയ ഇവിടെ കണ്ടിന്യു ചെയ്യുന്നില്ല?"

"ഇല്ല സാർ. ഇപ്പത്തന്നെ ഞാനിവിടെവന്ന് ജോലി ചെയ്യുന്നത് നോട്ടീസ് പീരിയഡിലാണ്. ഇവിടുന്നു പോകുന്ന ആരും അങ്ങനെ ചെയ്യാറില്ല. പക്ഷേ, ഞാനങ്ങനെ ഉത്തരവാദിത്തമില്ലാതെ ഇട്ടിട്ടു പോകില്ല സാർ."

"ഓകെ. ജിബിയ പൊയ്ക്കോളൂ."

ആ കൂടിക്കാഴ്ച അവസാനിച്ചു.

പത്തൊമ്പത്

വിനുവിനു കെയർ കൊടുത്ത് ആംഗ്യഭാഷയിൽ അവനുമായി ആശയ വിനിമയം നടത്തി അവനെ ആശ്വസിപ്പിച്ച്, തൊട്ടുതലോടി ബെഡ്സൈഡിൽ നിൽക്കുകയായിരുന്നു പവിത്ര. കാണക്കാണെ ക്ഷീണിതനായി വരികയാണ് വിനു. അഞ്ചടി പത്തിഞ്ച് ഉയരവും എഴുപത്തഞ്ചുകിലോ തൂക്കവും വെളുത്ത നിറവും ഉണ്ടായിരുന്ന സുമുഖനായ ആ യുവാവ് ഇപ്പോൾ അസ്ഥിപഞ്ജരത്തെ മൂടിയ കറുത്ത ചർമത്തിന്റെ ഒരേകദേശ മനുഷ്യാകൃതി മാത്രമായാണ് ജീവന്റെ അടയാളമായി അവശേഷിക്കുന്നത്.

താൻ മാത്രമാണ് അവന്റെ ഒരേയൊരു പ്രതീക്ഷ എന്ന് പവിത്രയ്ക്കു തോന്നാറുണ്ട്. അവൾ ഡ്യൂട്ടിക്ക് കയറുമ്പോൾ മുതൽ അവന്റെ കണ്ണുകൾ അവളെ പരതിക്കൊണ്ടിരിക്കും. അവൾ മറ്റേതെങ്കിലും ക്യൂബിക്കിളിൽ ജോലിചെയ്യുകയാണെങ്കിൽ അവന്റെ നോട്ടം അവിടേക്കുതന്നെയായിരിക്കും. അത് പവിത്ര കാണുന്നുണ്ട്. അതിനാൽ ഇടയ്ക്കിടെ അവൾ ഓടിച്ചെന്ന് അവന്റെ കൈകാലുകൾ സ്പർശിച്ചും നെറ്റി തലോടിയും ആശ്വസിപ്പിക്കും.

"ഞാനെങ്ങും പോയിട്ടില്ല ട്ടോ. ഇവിടെത്തന്നെയൊണ്ട്."

അപ്പോൾ അവന്റെ മുഖത്തുണ്ടാകുന്ന ആശ്വാസം അവൾക്കു കാണാം.

സൗമ്യ ഇന്നലെയുംകൂടി പവിത്രയെ ശാസിച്ചു.

"നീയെന്തിനാ ഇത്രയ്ക്ക് സെന്റിമെന്റ്സ് കാണിക്കുന്നെ. അവനിനി ഒരാഴ്ച തികച്ചുണ്ടാവില്ല."

പവിത്രയ്ക്ക് അതറിയാം. എങ്കിലും കേൾക്കുമ്പോൾ ഒരു നടുക്കമാണ്. അവന്റെ മരണം താൻ കാണാനിടവരരുതേ എന്നാണ് അവളുടെ പ്രാർത്ഥന.

"പവിത്രേ ബൈസ്റ്റാൻഡേഴ്സ് കയറേണ്ട സമയമാകുന്നു. മറ്റേ പേഷ്യന്റിനെക്കൂടി റെഡിയാക്കിക്കിടത്ത്." നഴ്സ് സബിത പറഞ്ഞു.

"അതിനു കെയറ് വേണ്ട ചേച്ചീ. ബെഡ് വിരിച്ച് ഷീറ്റ് മാറ്റിയാ മതി." പവിത്ര മറുപടി നൽകി.

ഐസിയുവിലെ രോഗിയെ സന്ദർശിക്കാൻ ബന്ധുക്കൾക്ക് അഞ്ചു മുതൽ പത്തു മിനിറ്റ് സമയം അനുവദിക്കാറുണ്ട്. രാവിലെയും വൈകീട്ടും മാത്രമാണു സന്ദർശനാനുമതി. രോഗി അതുവരെ എത്ര ശോചനീയമായ അവസ്ഥയിൽ കിടന്നാലും ശരി, സന്ദർശകസമയമാകുമ്പഴേക്കും കെയർ കൊടുത്ത്, ഷീറ്റും പില്ലോകവറും പുതപ്പും മാറ്റി പുതിയതു വിരിച്ച്, ഗൗൺ മാറ്റി ധരിപ്പിച്ച്, വ്രണങ്ങളുണ്ടെങ്കിൽ അത് ബാൻഡേജ് ചെയ്ത്, രോഗി മുമ്പത്തേക്കാളും സൗഖ്യമായിട്ടിരിക്കുന്നു എന്ന് ബന്ധുക്കൾക്കു തോന്നുന്നവിധത്തിലാക്കിയിരിക്കണം എന്നു കർശന നിർദ്ദേശമുണ്ട്. മരിക്കാൻ ഏതാനും മണിക്കൂറുകൾ മാത്രം ശേഷിക്കുന്ന രോഗികളെക്കൂടി അങ്ങനെ ചമയിച്ചൊരുക്കാറുണ്ട്. രോഗിയുടെ ബന്ധുക്കൾക്കു തൃപ്തിയാകണം. ഇന്നലത്തെക്കാൾ മെച്ചമുണ്ട് എന്ന് അവർതന്നെ പറയണം.

വീട്ടിൽ കിടന്ന് സ്വസ്ഥമായി മരണം വരിക്കേണ്ട പ്രായംചെന്ന അച്ഛന്മാരെയും മുത്തച്ഛന്മാരെയും മുത്തശ്ശിമാരെയുമൊക്കെ എന്തിന് ബന്ധുക്കൾ ഹോസ്പിറ്റലിലേക്കു തള്ളിവിടുന്നുവെന്ന് പവിത്ര വേദനയോടെ ചിന്തിക്കാറുണ്ട്.

രോഗീസന്ദർശനത്തിന് ബൈസ്റ്റാൻഡർ കയറേണ്ട സമയമായപ്പോൾ പവിത്ര ക്യൂബിക്കിളിൽനിന്ന് ഇറങ്ങി. അവൾ പാസേജിൽ നിൽക്കുമ്പോൾ അരുണിമ അവളുടെ അടുത്തുകൂടി നടന്നുപോയി. അതിനിടയിൽ സ്വരം താഴ്ത്തി ഒരു കമന്റ് പറഞ്ഞത് പവിത്രയെ ചൊടിപ്പിച്ചു.

“വരുന്നുണ്ട് നിന്റെ റോമിയോ. ഇനിയിവിടെ എന്തൊക്കെ നടക്കുമോ ആവോ!”

പവിത്രയ്ക്ക് അതുകേട്ട് ദേഷ്യം വന്നു. സഞ്ജയ് വിശാലമായ കോറിഡോറിന്റെ അങ്ങേയറ്റത്ത് പ്രത്യക്ഷപ്പെട്ടു. ഓരോ ക്യൂബിക്കിളിലും നോക്കിനോക്കി വരികയാണ്. തന്നെയാണ് അവൻ നോക്കുന്നതെന്ന് പവിത്രയ്ക്കറിയാം. നീണ്ട കോറിഡോറിന്റെ പാതിഭാഗം കടന്നപ്പോൾ അവൻ പവിത്രയെ കണ്ട് അവിടെ നിന്നു. അപ്പോഴത്തെ നോട്ടത്തിൽ നീ ഇവിടെ ഉണ്ടായിരുന്നോ, ഞാനെവിടെയെല്ലാം നോക്കി എന്നതായിരുന്നു.

പവിത്ര ചുറ്റും നോക്കി. പലരും ശ്രദ്ധിക്കുന്നുണ്ട്.

സഞ്ജയ് പവിത്രയുടെ അടുത്തേക്കു വന്നു.

“പവിത്ര ബിസിയാണോ?”

“അതെ.”

“എപ്പോ നോക്കിയാലും പവിത്ര തെരക്കിലാണല്ലോ.”

“ഇവിടുത്തെ കാര്യം സഞ്ജയ്ന് അറിയാമല്ലോ, ഇല്ലേ? ഇവിടെ ദാഹിക്കുമ്പം വെള്ളം കുടിക്കാൻ സമയമില്ല.”

“വേറെ ഏതെങ്കിലും ഡിപ്പാർട്ടുമെന്റിലേക്ക് മാറാൻ വയ്യേ?”

“എവിടെയാണെങ്കിലും ചത്തു പണിയെടുക്കണംന്നാ സീനിയേഴ്സ് പറയുന്നെ.”

"എനിക്ക് എച്ച്ആർഡിയിലെ ഒരു സാറിനെ പരിചയമുണ്ട്. ഞാനൊന്നു ചോദിച്ചു നോക്കട്ടെ കുറച്ചൂടെ തെരക്ക് കൊറവൊള്ള എങ്ങോട്ടെങ്കിലും മാറാൻ പറ്റോന്ന്."

"വേണ്ട സഞ്ജയ്. എന്തിനാ എനിക്കുവേണ്ടി റെക്കമെൻഡ് ചെയ്യാൻ പോണെ."

"അത്...അത്..." സഞ്ജയ് ആദ്യം ഒന്നറച്ചു. എന്നിട്ട് ധൈര്യം സംഭരിച്ചു പറഞ്ഞു. "എനിക്ക് പവിത്രയോട് അത്ര ഇഷ്ടം ഒള്ളതുകൊണ്ട്."

"ഞാനാരാണ്, എന്താണ് എന്നൊന്നും സഞ്ജയ്ന് അറിയില്ലല്ലോ."

"ഇല്ല. പക്ഷേ അതെല്ലാം പതിയെ ചോദിച്ചറിയാമെന്നു വിചാരിച്ചു."

"അറിയണമെന്ന് ആഗ്രഹമൊണ്ടെങ്കി ഞാൻ പറയട്ടെ. പിന്നീട് വെഷമം തോന്നരുത്."

"പറഞ്ഞോ. വെഷമിക്കാനെന്താ ഒള്ളത്?"

"എന്റെ കല്യാണം കഴിഞ്ഞിട്ടിപ്പം ഏഴരക്കൊല്ലത്തോളമായി. ആറര വയസ്സുള്ള ഒരു മകൻ എനിക്കൊണ്ട്."

സഞ്ജയ്ന്റെ മുഖത്തെ പ്രസരിപ്പും പ്രകാശവും വാർന്നുപോകുന്നത് പവിത്ര കണ്ടു. ഒരൊറ്റ നിമിഷം കൊണ്ട് ഒരാൾ ജീവച്ഛവമായി മാറുന്ന കാഴ്ചയായിരുന്നു അത്. അവന്റെ കണ്ണുകൾ പതറി. മുഖം താണു. നാലഞ്ചു നിമിഷങ്ങൾക്കുശേഷം അവൻ മുഖമുയർത്തി അവളെ നോക്കി. ശ്വാസമടഞ്ഞുനിന്നിട്ടെന്ന പോലെ അവൻ ദീർഘശ്വാസമെടുത്തു. അവന്റെ നോട്ടത്തിൽ അവിശ്വാസത്തിന്റെ പ്രതീക്ഷാസ്ഫുരണങ്ങൾ ഉണ്ടായിരുന്നു.

"അത്രയ്ക്കു പ്രായമൊന്നും ഇല്ലല്ലോ. വെറുതെ പറഞ്ഞതല്ലേ."

പവിത്രയ്ക്ക് സങ്കടമായി. വെറുതെ പറഞ്ഞതാണ് എന്ന ഒറ്റവാക്കിൽ അവനെ സന്തോഷിപ്പിക്കാം. പക്ഷേ, സത്യം എന്നെങ്കിലും പറയാതെ വയ്യ.

"വെറുതെയല്ല സഞ്ജയ്. സത്യം പറഞ്ഞതാണ്. പതിനെട്ടു തികഞ്ഞപ്പം എന്റെ കല്യാണം നടന്നു."

സഞ്ജയ് അങ്ങിങ്ങ് പതറിപ്പതറി നോക്കി. കണ്ണിൽ വെള്ളമൂറി നിറഞ്ഞപ്പോൾ അവൻ മുഖം മലർത്തി മച്ചിലേക്കു നോട്ടമയച്ചു.

"സോറി. എനിക്കറിഞ്ഞൂടായിരുന്നു. സോറി."

തൊണ്ടയിടറി അത്രയും പറഞ്ഞ് പെട്ടെന്ന് അവൻ തിരിഞ്ഞു നടന്നു.

പവിത്രയ്ക്ക് സങ്കടം വന്ന് വീർപ്പുമുട്ടി. അവളുടെ മിഴികളും നിറഞ്ഞു. സൗമ്യയും അരുണിമയും ലേഖയും അവളുടെ അടുത്തേക്കു വന്നു.

"എന്നാ, എന്നാ പറ്റി?" സൗമ്യ തിരക്കി. "അവനെന്നാ പെട്ടെന്നു തിരിച്ചുപോയത്? നിന്നെക്കണ്ട് പരിസരംപോലും മറന്ന് വർത്തമാനം പറയുവാരുന്നല്ലോ."

"ഒന്നൂല്ല ചേച്ചീ. " പവിത്ര ഒഴിഞ്ഞുമാറാൻ ശ്രമിച്ചു.

"അല്ല, എന്തോ ഒണ്ട്. നിന്റെ കണ്ണ് നിറഞ്ഞിരിക്കുന്നല്ലോ. അവൻ മോശമായിട്ടു വല്ലതും പറഞ്ഞോ?"

"ഇല്ല."

"പിന്നെന്താന്നു പറ കൊച്ചേ."

"ഞാൻ പറഞ്ഞു, ന്റെ കല്യാണം കഴിഞ്ഞെന്നും എനിക്കു മോനുണ്ടെന്നും."

"എടി പൊട്ടീ നീയെന്തിനാ അതിപ്പഴേ പറയാൻ പോയത്?" സൗമ്യയ്ക്കു ദേഷ്യം വന്നു.

"പിന്നെ, സത്യം പറയണ്ടേ?"

"സത്യം. ഒലക്ക. നിനക്കത് കുറച്ചൂടെ കഴിഞ്ഞിട്ടു പറഞ്ഞാപ്പോരെ? നീ എന്തു മണ്ണാങ്കട്ടയായിരുന്നാലും ശരി നിന്നെക്കൂടാതെ അവനു ജീവിക്കാൻ പറ്റില്ലെന്നു തോന്നുമ്പം."

"അതെല്ലാം പറ്റിക്കലല്ലേ ചേച്ചീ."

"ആരാ പറ്റിക്കാത്തെ."

"എനിക്കങ്ങനൊന്നും പറ്റത്തില്ല ചേച്ചീ. എനിക്ക് നാടും വീടും വീട്ടുകാരും ബന്ധുക്കളും ഒണ്ട്. അവരെല്ലാം അന്തസ്സായിട്ട് ജീവിക്കുന്നോരാ."

"അവര് നിനക്കുവേണ്ടിയാണോ ജീവിക്കുന്നെ? ആണോ? സ്വന്തം കാര്യം നോക്കുന്നു, അത്രതന്നെ. നിന്റെ കാര്യം വല്ലപ്പഴും ഓർക്കുമായിരിക്കും. ശ്ശോ... പവിത്രേടെ ജീവിതം ഇങ്ങനെയായല്ലോന്ന്. ഓർത്തില്ലേലും നീയത് അറിയാൻ പോണില്ല. മറ്റുള്ളോരടെ മനസ്സുഖം നോക്കീട്ടല്ല ജീവിക്കേണ്ടത്. അവനവന്റെ ആവശ്യമറിഞ്ഞ് അവനവൻതന്നെ ജീവിക്കാൻ നോക്കണം. നമുക്കുവേണ്ടീട്ട് നമ്മളല്ലാതെ വേറാരും ജീവിച്ചു തരത്തില്ല."

പവിത്രയ്ക്ക് ആശ്ചര്യം തോന്നി. താനെന്തോ തെറ്റ് ചെയ്തതുപോലെയാണ് പറയുന്നത്.

"ഒരുത്തനെ കയ്യിൽ കിട്ടിയതാ. കളഞ്ഞു. സൗമ്യ നിരാശയോടെ അവളുടെ ക്യൂബിക്കിളിലേക്കു പോയി. പവിത്ര ആർക്കും മുഖം കൊടുക്കാതെ തന്റെ ക്യൂബിക്കിളിലേക്കു പോന്നു. ബൈസ്റ്റാന്റർമാർ രോഗീസന്ദർശനത്തിനു കയറുന്ന സമയമാണ്. അതുകൂടി കഴിയുമ്പോഴാണ് ശരിക്കും നൈറ്റ് ഷിഫ്റ്റിന്റെ ജോലിഭാരം തലയിലേക്കു കയറുക. പിന്നെ നെട്ടോട്ടമാണ്.

രാത്രി പതിനൊന്നരയ്ക്ക്, ഒന്നു നിവർന്നു ശ്വാസം വലിച്ചുവിട്ട് പവിത്ര, താൻ എവിടെയായിരുന്നെന്നു നോക്കി. ചിലപ്പോൾ അതുപോലും മറന്നുപോകുന്നു. അമ്പരപ്പിൽ ചുറ്റും നോക്കുമ്പോഴാണ് ഇത് ഹോസ്പിറ്റലാണെന്നും താൻ സ്വയം മറന്ന് ജോലിചെയ്തുകൊണ്ടിരിക്കുകയാണെന്നും ബോധ്യപ്പെടുന്നത്. ഭക്ഷണം കഴിക്കാൻ സമയം കിട്ടിയില്ല. വയറിനുള്ളിൽ തീപിടുത്തമുണ്ടായതുപോലെ എരിയുന്നു. കൈകാലുകളിലൂടെ തളർച്ച നുരഞ്ഞുകയറുന്നു.

പവിത്ര ടീ റൂമിൽ കയറി അത്താഴപ്പൊതി തുറക്കുമ്പോഴേക്കും ടിഎൽ നയന സിസ്റ്റർ ഓടി വന്നു.

“ആങ്ഹാ കഴിക്കാനിരുന്നോ? വേഗം വാ. പുതിയ അഡ്മിഷൻ. നിന്റെ ക്യൂബിക്കിളിലാ.”

“ഞാനൊന്നും കഴിച്ചില്ല സിസ്റ്റർ.”

“ഇപ്പഴാണോ കഴിക്കുന്നെ. നേരത്തെ കഴിക്കണാരുന്നു.”

“ഭയങ്കര തെരക്കാരുന്നു. ഇപ്പഴാ സമയം കിട്ടിയത്.”

“എനിക്കു കേക്കണ്ട. എഴുന്നേറ്റു വാ.”

പവിത്ര ഭക്ഷണപ്പൊതി റബ്ബർബാൻഡിട്ട് കെട്ടിവച്ച് നയനയുടെ പിന്നാലെ ചെന്നു.

“എവിടെ പേഷ്യന്റ്?” അവൾ തിരക്കി.

“പേഷ്യന്റ് വരുന്നേയുള്ളൂ. ബെഡ് സെറ്റാക്കിയിട്.”

“അത് സെറ്റാണല്ലോ. ഞാനല്ലേ എല്ലാം സെറ്റാക്കി വെച്ചത്.”

“ചിലപ്പോ വെന്റിലേറ്റർ വേണ്ടിവരും. അത് സെറ്റാക്കിവെക്കണം.”

“വെന്റിലേറ്ററാണോ ബൈപ്പാപ്പാണോ ട്രക്കിയോസ്ട്രമിയാണോ എന്നൊന്നും അറിയത്തില്ലല്ലോ സിസ്റ്ററേ...”

“അത് മൂന്നും സെറ്റ്ചെയ്തു വെക്ക്.”

“ഇതൊന്നും അത്യാവശ്യമില്ലെങ്കിലോ?”

“ആവശ്യമുണ്ടോ ഇല്ലയോന്ന് നീയാണോ തീരുമാനിക്കുന്നെ?”

അപ്പോഴേക്കും നഴ്സ് ലാവണ്യ ഇടപെട്ടു.

“നയനേ ആ കൊച്ചിവിടെ നൈറ്റ്ഷിഫ്റ്റ് കേറിയപ്പം മുതൽക്ക് ഓടി നടന്നു ജോലി ചെയ്യുവാ. ഇപ്പഴാ ഒന്നൊതുക്കീട്ട് കഴിക്കാൻ പോയത്. അതിനു വല്ലതും കഴിക്കണ്ടേ. വെറുതെ എന്തിനാ അതിനെക്കൊണ്ടു ജോലി ചെയ്യിക്കുന്നെ. വെന്റിലേറ്ററൊക്കെ ആവശ്യംണ്ടെങ്കി മാത്രം സെറ്റ് ചെയ്താപ്പോരേ?”

“എന്തേലും ചെയ്യ്.” നയന കലിതുള്ളി ക്യൂബിക്കിളിൽനിന്ന് ഇറങ്ങി പ്പോയി.

“അവൾടെയൊക്കെ സൂക്കേട്. ഒരു ദിവസം ടിഎല്ലിന്റെ പദവി കിട്ടിയാ മതി. തനിനിറം കാണിക്കും. നീ പോയി കഴിക്കു പെണ്ണേ.” ലാവണ്യ പറഞ്ഞു.

“വേണ്ട ചേച്ചീ. എന്റെ വെശപ്പ് കെട്ടു.” പവിത്ര ഒഴിഞ്ഞുമാറി.

ആതിഥ്യയുടെ ക്യൂബിക്കിളിൽ ഒരു ബഹളം നടക്കുന്നുണ്ടായിരുന്നു. കോഡ് ബ്ലൂ വിളിക്കുന്നു, ക്രാഷ്കാർട്ട് കൊണ്ടുവരുന്നു. ഏതോ പേഷ്യന്റിന് സിപിആർ കൊടുക്കുന്നു. ഡോക്ടർമാർ, നഴ്സുമാർ, കെയർ അസിസ്റ്റന്റ്സ്, നൈറ്റ് സൂപ്പർവൈസർ... ആകെ കോലാഹലം. അതെല്ലാം ആറോ ഏഴോ മിനിറ്റുകൊണ്ട് അവസാനിച്ചു.

ആതിഥ്യ പവിത്രയുടെ ക്യൂബിക്കിളിലേക്കു വന്നു.

"ആ പേഷ്യന്റ് ഡെത്തായി."

"കഴിഞ്ഞോ ഇത്ര പെട്ടെന്ന്."

പവിത്ര ജോലിക്കിടയിൽ യാന്ത്രികമായി ചോദിച്ചു.

മരണം ഡിക്ലയർ ചെയ്യുന്നതിനു മുൻപ് ഇസിജിക്കാർ വന്ന് ഡെത്തായ പേഷ്യന്റിന്റെ ഇസിജി എടുത്ത് മരണം നടന്നുവെന്നു സ്ഥിരീകരിക്കണം. അതിനുശേഷം ഡോക്ടർ വന്ന് പേഷ്യന്റിന്റെ ബൈസ്റ്റാൻഡറെ കണ്ട് മരണം ഡിക്ലയർ ചെയ്യണമെന്നാണ് പ്രോട്ടോക്കോൾ അനുശാസിക്കുന്നത്. ബൈസ്റ്റാൻഡർ വന്നു ഡെഡ്ബോഡി കണ്ടശേഷം ഡെത്ത് കെയറിന്റെ ആളുകളെ വിളിച്ചുവരുത്തി ഡെത്ത് കെയർ കൊടുക്കണം.

"എന്നെക്കൊണ്ടു വയ്യേ ഈ പന്ത്രണ്ടരമണി നേരത്ത്." ആതിഥ്യ തലയ്ക്കു കൈവെച്ചു.

പവിത്രയ്ക്ക് സംസാരിച്ചു നിൽക്കാനുള്ള സമയമില്ല. അവൾ ജോലിയിൽ മുഴുകി.

"എന്നെ ഒന്നു ഹെൽപ് ചെയ്യോ?" ആതിഥ്യ ചോദിച്ചു.

"ഇല്ല." മുഖത്തുനോക്കാതെ പവിത്ര പറഞ്ഞു.

"എന്താന്നുപോലും ചോദിക്കാതെ ഇല്ലാന്നു പറഞ്ഞതെന്താ?" എന്നോടെന്തെങ്കിലും വിരോധം ഒണ്ടോ?"

"ഒണ്ട്. ഈ ഹോസ്പിറ്റലിലൊള്ള സകലരോടും എനിക്കു വിരോധംണ്ട്." പവിത്ര അരിശത്തോടെ പറഞ്ഞു.

ആതിഥ്യ പുറുപിറുത്തുകൊണ്ട് ക്യൂബിക്കിളിൽനിന്ന് ഇറങ്ങിപ്പോയി.

* * *

പഞ്ചായത്തുപടിയിൽ ബസ്സിറങ്ങിയിട്ട് പവിത്ര വീട്ടിലേക്ക് ഓട്ടോറിക്ഷ പിടിച്ചാണ് പോയത്. നടക്കാനുള്ള ദൂരമേയുള്ളൂ. പക്ഷേ വയ്യ. ശരീരവും മനസ്സും തളർന്നു കൂമ്പിയാണ് വരുന്നത്. വീട്ടിലെത്തിയ പാടെ ആരോടും മിണ്ടാതെ മുറിയിലേക്ക് കടന്നു. ബാഗ് എവിടെയോ ഇട്ടു കട്ടിലിലേക്കു വീണു. അടുക്കളയിലായിരുന്ന അജിതമ്മ വന്നു നോക്കുമ്പോൾ പവിത്ര കൂർക്കം വലിക്കുകയാണ്.

"വന്നു കേറിയില്ലല്ലോ അപ്പോഴേക്കും ഒറങ്ങിയോ? കൊച്ച് സ്കൂളിപ്പോയോ അതോ ഇവിടൊണ്ടോ എന്നുപോലും അറിയണ്ടായോ?"

കൂർക്കംവലി നിന്നു. മരിച്ചുകിടന്ന ആൾ പെട്ടെന്നു കണ്ണുതുറന്നു നോക്കുന്നപോലെ പവിത്ര അജിതമ്മയെ ഒന്നു നോക്കി. വീണ്ടും കണ്ണുകളടഞ്ഞു. അടുത്ത നിമിഷം നേരിയ കൂർക്കംവലി അജിതമ്മ കേട്ടു. പവിത്ര ഉണരുമ്പോൾ ഉച്ചതിരിഞ്ഞ് മൂന്നുമണിയായി. കാലത്ത് പതിനൊന്നു മണിക്കു വീട്ടിലെത്തി കട്ടിലിൽ വീണതാണ്.

"നൈറ്റ് ഡ്യൂട്ടിയാരുന്നോ ഇന്നലെ?" അജിതമ്മ ചോദിച്ചു.

"അമ്മയ്ക്കറിഞ്ഞൂടെ. എന്നും വിളിച്ചു പറയാറുള്ളതല്ലേ?"

അവൾ അടുക്കളയിൽ കയറി. പാത്രം കഴുകി ചോറ് വിളമ്പി ഉണ്ടു.

"അച്ഛനെവിടെയാ അമ്മേ?" പവിത്ര തിരക്കി.

"ആ... നാടുതെണ്ടാൻ പോയതല്ലേ."

അവൾ എണീറ്റപ്പോഴേക്കും അപ്പു സ്കൂൾവിട്ടു വന്നു. നിന്നേടത്ത് ബാഗിട്ടിട്ട് അവൻ പാഞ്ഞുവന്നു കെട്ടിപ്പിടിച്ചു. പവിത്ര അവനെ വാരിയെടുത്ത് ഉമ്മവെച്ചും തഴുകിയും തട്ടിയും താലോലിച്ചും കൊഞ്ചിച്ചും സിറ്റൗട്ടിലും മുറിക്കുള്ളിലും നടന്നു.

വാങ്ങിക്കൊണ്ടുവന്ന ചോക്ലേറ്റുകൾ അവന് കൊടുത്തു. അതിനുശേഷം കുളിച്ച് വേഷംമാറി ഇറങ്ങി.

"നീ എങ്ങോട്ടാ ഈ വൈകുന്നേരത്ത്?"

"പേട്ട വരെ."

"ഒറ്റയ്ക്ക് പോകാനോ?"

"ഒറ്റയ്ക്കല്ല. അച്ഛനെ വിളിച്ചു പറഞ്ഞിട്ടൊണ്ട്."

"എന്തിനാന്നു പറ?"

"ഒരു വക്കീലിനെ കാണണം."

"വക്കീലോ, കേസ് വല്ലതും ഒണ്ടോ?"

"ഒണ്ട്. ഒരു വിവാഹമോചനക്കേസ്."

"ആരടെ?"

"എന്റെ... അല്ലാതാരുടെയാ. ഞാൻ ജയപ്രകാശനുമായുള്ള ബന്ധം പിരിയാൻ തീരുമിനിച്ചു." പവിത്ര നിർവികാരതയോടെ പറഞ്ഞു.

അജിതമ്മ ഇരുട്ടടിയേറ്റപോലെ സ്തംഭിച്ചു നിന്നു.

ഇരുപത്

പവിത്ര മുൻകൂട്ടി ഫോൺ വിളിച്ചുപറഞ്ഞതനുസരിച്ച് സുദർശനൻ ഈരാറ്റുപേട്ട ബസ്സ്റ്റാൻഡിൽ വന്ന് കാത്തുനിൽപുണ്ടായിരുന്നു. പവിത്ര ബസിൽനിന്നിറങ്ങി ചുറ്റും നോക്കുന്നതു കണ്ട് സുദർശനൻ കൈ പൊക്കി വീശി കാണിച്ചു.

പവിത്ര അടുത്തേക്ക് ചെന്നു. അച്ഛന്റെ മുഖത്ത് ഇതുവരെ കാണാത്ത ഗൗരവം. അമ്മ ഫോൺചെയ്ത് അച്ഛനോടു വിവരം പറഞ്ഞിട്ടുണ്ടാകു മെന്ന് അവൾ ഊഹിച്ചു.

"എന്തിനാ ഇങ്ങോട്ടു വരാൻ പറഞ്ഞത്?" സുദർശനൻ ചോദിച്ചു.

"എനിക്കൊരു വക്കീലിനെ കാണണം അച്ഛാ. അച്ഛനു പരിചയമുള്ള ആരെങ്കിലും ഒണ്ടോ?"

"എന്തിനായിപ്പം വക്കീൽ?"

"അച്ഛനറിയാത്തപോലെ. അമ്മ ഫോൺചെയ്തു പറഞ്ഞില്ലേ?"

"നീ ഡിവോഴ്സിനു തീരുമാനിച്ചോ?"

"എന്തിനാണച്ഛാ ആർക്കും ഒരുപകാരോം ഇല്ലാത്ത ചുമട് ചുമക്കുന്നത്."

"അതൊരു ചുമടാണോ മോളേ, ഒരു വിവാഹബന്ധം?"

"നമുക്ക് താങ്ങാൻ കഴിയുന്നതിനെക്കാളും ഭാരം ഒണ്ടെങ്കി നമുക്ക് ഒരിഞ്ചുപോലും ചുമന്നോണ്ടു നടക്കാൻ പറ്റത്തില്ലച്ഛാ. താഴെയിടുകയല്ലാതെ നിവൃത്തിയില്ല."

"അവനോടന്റെ ആൾക്കാരെയെല്ലാം വിളിച്ചുകൂട്ടി നല്ലപോലെ ആലോചിച്ചു ചെയ്യേണ്ടതല്ലേ ഇത്. നിന്റെ മാത്രം ഇഷ്ടം നോക്കിയാ മതിയോ?"

"നിങ്ങടെ എല്ലാരടേം ഇഷ്ടത്തിനു നടത്തിയ കല്യാണമാ എന്റേത്. എന്റെ ഇഷ്ടം മാത്രം ആരും നോക്കിയില്ല. വേണ്ട വേണ്ടാന്ന് ഞാൻ കാലുപിടിച്ച് കരഞ്ഞിട്ടും ആരും കേട്ടില്ല. ഏഴു വർഷത്തിൽ കൂടുതൽ ഞാൻ സഹിച്ചു. ഇനിയെനിക്ക് ആരോടും ആലോചിക്കാനില്ല. അച്ഛൻ എന്നെ കുടുംബകോടതീലെ ഒരു വക്കീലിന്റടുത്തു കൊണ്ടു പോണം."

“കുടുംബക്കോടതിയൊക്കെ പാലായിലാ.”

“പക്ഷേ, വക്കീലന്മാർ പേട്ടേലൊണ്ടല്ലോ ഇഷ്ടംപോലെ. അച്ഛൻ ഇതുപോലത്തെ കേസുമായിട്ടു വേറെ പലർക്കും വേണ്ടി ഓരോരോ അഡ്വക്കറ്റുമാരുടെയടുത്തു പോയിട്ടില്ലേ.”

“ഇതിപ്പം നിന്നേം കൊണ്ടുപോയി ഡിവോഴ്സ് വാങ്ങിക്കൊടുക്കാൻ വക്കീലിനെ ഏർപ്പാടാക്കിയത് ഞാനാണെന്നറിഞ്ഞാ എല്ലാരുംകൂടെ എന്നെ നിർത്തിപ്പൊരിക്കുമല്ലോ.”

“ഞാനാരോടും പറയുന്നില്ല അച്ഛനാണ് ഏർപ്പാടാക്കിത്തന്നതെന്ന്, പോരെ?”

“നിന്റമ്മ പറഞ്ഞേക്കണത് എന്തു വിലകൊടുത്തും നിന്നെ തടയണമെന്നാ.”

“അമ്മയാണല്ലോ എന്റെ ജീവിതം കുട്ടിച്ചോറാക്കിയത്. അച്ഛനതു കയ്യുംകെട്ടി നോക്കിക്കൊണ്ടു നിന്നു. ഇനിയെങ്കിലും അച്ഛനൊരൽപം തന്റേടം കാണിക്ക്. എന്റെ മോൾക്ക് ഒരു തരത്തിലും മുന്നോട്ടു കൊണ്ടുപോകാനോ സഹിക്കാനോ പറ്റാത്ത ബന്ധത്തീന്ന് ഞാനവളെ രക്ഷിക്കാൻ പോവാണെന്നു പറ. അവളെ അതിനകത്തു തന്നെയിട്ട് ചവുട്ടിയരച്ചു കൊല്ലാഞ്ഞിട്ട് ആർക്കാ സൂക്കേടെന്ന് ചോദിക്ക്.”

എന്നിട്ടും സുദർശനൻ തലചൊറിഞ്ഞും ആലോചിച്ചും ആശയക്കുഴപ്പത്തിൽപ്പെട്ടപോലെ അൽപനേരം നിന്നു.

“അച്ഛനെങ്കിലും ഇതിനു തടസ്സം നിൽക്കരുത്. ആരെതിർത്താലും ഞാനിതീന്ന് പിന്തിരിയാൻ പോണില്ല. പിന്നെന്തിനാ?”

“ശരി. വാ.”

സുദർശനൻ മകളെ ഒരു ഓട്ടോയിൽ കയറ്റി അരുവിത്തുറ ഭാഗത്തേക്കു പോയി. അരുവിത്തുറ പാലം കടന്ന് വലത്തേക്കുള്ള റോഡിലൂടെ തിരിഞ്ഞ് അൽപംകൂടി മുന്നോട്ടു പോയശേഷം ഓട്ടോ നിർത്താൻ പറഞ്ഞു.

പവിത്രയെയും കൂട്ടി സുദർശനൻ ഒരു മൂന്നുനില കെട്ടിടത്തിന്റെ രണ്ടാം നിലയിലേക്കു കയറിച്ചെന്നു. മുറിയുടെ വാതിൽക്കൽ എഴുതിവച്ചിരുന്ന നെയിംബോർഡ് പവിത്ര വായിച്ചു.

അഡ്വക്കറ്റ് വിന്ദുജ ബാലകൃഷ്ണൻ.

സുദർശനനെ കണ്ട് അഡ്വക്കറ്റ് വിന്ദുജ കസേരയിൽനിന്ന് എഴുന്നേറ്റു.

“ഗുഡ്ഡീവനിങ് സാർ.”

“ഗുഡ്ഡീവനിങ്.” സുദർശൻ പറഞ്ഞു.

“സാറിനെ കഴിഞ്ഞ ദിവസം ഞാൻ പാലാ മുൻസിഫ് കോടതീടെ മുന്നിൽവെച്ച് കണ്ടാരുന്നു.”

“ഉവ്വോ, ഞാൻ കണ്ടില്ല. വേറൊരാൾടെ കേസുമായിട്ട് വന്നതാരുന്നു.”

"സാറിരിക്ക്, കൂടെയാരാ?"

"ഇതെന്റെ മോൾ, പവിത്ര."

"ആണോ, മോളും ഇരിക്കൂ."

രണ്ടുപേരും ഇരുന്നു.

"മോള് പഠിക്കുവായിരിക്കും അല്ലേ?" വിന്ദുജാ ബാലകൃഷ്ണൻ പവിത്രയോടു കുശലം ചോദിച്ചു.

"അല്ല. പ്ലസ്ടു കഴിഞ്ഞപ്പം പഠിപ്പു നിർത്തി." പവിത്ര പറഞ്ഞു.

"അതെന്താ സാറെ നിർത്തിയത്? പഠിപ്പിക്ക്. ഇന്നത്തെക്കാലത്ത് പ്ലസ്ടു ഒരു അടിസ്ഥാന വിദ്യാഭ്യാസയോഗ്യത മാത്രമല്ലേ?"

"മേഡം, അവൾടെ കല്യാണം കഴിഞ്ഞതാ."

"കല്യാണമോ! ഇത്ര ചെറുപ്പത്തിലെയോ?"

"ഇവൾക്ക് ഇരുപത്തഞ്ചു വയസ്സു കഴിഞ്ഞു." സുദർശനൻ പറഞ്ഞു.

വിന്ദുജാ ബാലകൃഷ്ണൻ വിശ്വാസം വരാതെ പവിത്രയെ നോക്കിക്കൊണ്ടിരുന്നു.

"കണ്ടാൽ പ്ലസ്ടുവിനു പഠിക്കുകയാണെന്നേ തോന്നത്തൊള്ളൂ കേട്ടോ."

"എനിക്ക് ആറര വയസ്സുള്ള ഒരു മോനുണ്ട് മേഡം." പവിത്ര വക്കീലിന്റെ അതിശയത്തിന്മേൽ ഒരു പീലിത്തൂവൽ കൂടി തിരുകി. "പതിനെട്ടു വയസ്സു തികഞ്ഞപ്പം ഇവരെല്ലാംകൂടി എന്റെ കല്യാണം നടത്തി."

"കൊള്ളാം. ഇത്രേം വിവരമൊള്ള സുദർശനൻ സാറ് ഇത്രം വല്യ മണ്ടത്തരം കാണിച്ചെന്നോ!"

"എനിക്കു ഡിവോഴ്സ് വേണം മേഡം. അതിനാണ് വന്നേക്കണത്. ഞങ്ങൾ ഏതാണ്ട് ഒരു വർഷമായിട്ടു പിരിഞ്ഞു താമസിക്കയാണ്."

വിന്ദുജാ ബാലകൃഷ്ണൻ അരുതാത്തത് എന്തോ കേട്ടതുപോലെ കസേരയിൽ പിന്നാക്കം ചാഞ്ഞിരുന്ന് അച്ഛനെയും മകളെയും മാറിമാറി നോക്കി.

വക്കീലിന്റെ നോട്ടം കണ്ടിട്ട് താനെന്തോ തെറ്റു ചെയ്തതുപോലെയാണു പവിത്രയ്ക്കു തോന്നിയത്.

"എന്താണ് മേഡം, എനിക്കു ഡിവോഴ്സ് കിട്ടാൻ സാധ്യതയില്ലേ?"

"കുട്ടീ, ഞാൻ കുടുംബക്കോടതിയിലെ വക്കീലാണ്. വിവാഹമോചന ക്കേസുകൾ വാദിച്ച് എന്റെ കക്ഷികളെ വിജയിപ്പിക്കുക എന്നതാണെന്റെ ജോലി. എന്നാലും എന്റെ മുന്നിൽ വരുന്നത് ഏതു വിവാഹമോചന ക്കേസായാലും ശരി, പിരിയാൻ നിൽക്കുന്നവരെ ഒന്നിപ്പിക്കാൻ ശ്രമിക്കുകാന്നുള്ളതാ ഞാനാദ്യം ചെയ്യാറ്. പലരേം ഒന്നിപ്പിച്ചിട്ടുമുണ്ട്. നിനക്കിരുപത്തഞ്ചു വയസ്സല്ലേ ആയിട്ടുള്ളൂ?"

"അത്രേയുള്ളൂ."

"ശരിക്കും ഒരു മലയാളിപ്പെൺകുട്ടി വിവാഹജീവിതം തുടങ്ങുന്ന പ്രായമേ ആയിട്ടുള്ളൂ."

"ഇത് എന്റെ അച്ഛനോടും അമ്മയോടും പറയേണ്ട കാര്യമാ. അവർക്കാണ് അതേപ്പറ്റി അറിയാത്തത്. വീട്ടിലൊരു പെണ്ണ് പ്രായപൂർത്തിയായാൽ ഒടനെ കല്യാണം നടത്തി വിട്ടേക്കണം എന്നാണ് അവരുടെ വിശ്വാസം."

"ആണോ സുദർശനൻ സാറേ?" വിന്ദുജാ ബാലകൃഷ്ണൻ ചോദിച്ചു.

"പതിനെട്ടു വയസ്സിൽ കല്യാണം നടന്നില്ലെങ്കി പിന്നെ പത്തു കൊല്ലം കഴിയുമെന്ന് ജാതകത്തിലൊണ്ട്. അതുകൊണ്ടാ എല്ലാരുംകൂടെ ആലോചിച്ച്..."

"ജാതകമൊക്കെ മനുഷ്യൻ എഴുതുന്നതല്ലേ. ഇപ്പം കംപ്യൂട്ടറും ജാതകമെഴുത്ത് തൊടങ്ങി."

"പഴയ ആളുകളാ. അവർക്ക് അതൊക്കെ നോക്കണംന്നു നിർബന്ധം. ഇവൾടെ മുത്തശ്ശിക്കും മാമൻമാർക്കുമൊക്കെ..."

സുദർശനൻ തന്റെ ഉത്തരവാദിത്തത്തിൽനിന്ന് ഒഴിയാനൊരു ശ്രമം നടത്തി.

"അവർക്കൊന്നും ഒരു നിർബന്ധോം ഇല്ലാരുന്നു. എന്റമ്മേടെ നിർബന്ധംകൊണ്ടു മാത്രം നടത്തിയതാ. അച്ഛമ്മ വന്ന് ഇപ്പം ഇവളെ കല്യാണം കഴിപ്പിക്കണ്ട എന്നു പറഞ്ഞു. കൊച്ചച്ഛൻ വന്നു പറഞ്ഞു. അതൊന്നും ആരും കേട്ടില്ല. അവരും പഴയ ആളുകളാ." പവിത്ര തർക്കിച്ചു.

"അതൊക്കെ വിട് പവിത്രേ. നമുക്കു കാര്യത്തിലേക്കു വരാം. പവിത്രയ്ക്കു ഡിവോഴ്സ് വേണമെന്ന് ഇത്ര ശക്തമായിട്ടു തോന്നാനെന്താ കാരണം?"

"ആറു വർഷമേ ഞാനെന്റെ ഭർത്താവിന്റെ കൂടെ ജീവിച്ചിട്ടൊള്ളൂ. പക്ഷേ, ഇനിയൊരു ആറു ദിവസം പോലും പറ്റില്ല. അതാ കാരണം." പവിത്ര തറപ്പിച്ചു പറഞ്ഞു.

"നമുക്കു കോടതിയിൽ വാദിക്കാൻ സ്ട്രോങ്ങായിട്ടുള്ള ഗ്രൗണ്ട്സ് വേണം. അത് കൃത്യമായിട്ടു പറയണം."

പവിത്ര താൻ ആറു വർഷം നീന്തിയ ദുരിതക്കടൽ മുഴുവൻ അവരുടെ മുന്നിൽ വാക്കുകൾകൊണ്ടു കാട്ടിക്കൊടുത്തു. ഏതാണ്ട് ഒരുമണിക്കൂറോളം നീണ്ടുപോയ അനുഭവകഥനത്തിനുശേഷം അവൾ പറഞ്ഞു:

"ഞാനിതു പറയുമ്പം എനിക്കറിയാം. ഞാൻ അനുഭവിച്ച സങ്കടോം അപമാനോം വേദനേം മുഴുവൻ ചോർന്നുപോയിട്ടുണ്ട്. ഒരാളനുഭവിക്കുന്ന ദുരിതം മറ്റൊരാൾക്ക് അതേപോലെ മനസ്സിലാകാനൊള്ള ഭാഷ ലോകത്ത് ഇന്നേവരെ കണ്ടുപിടിച്ചിട്ടില്ലല്ലോ."

"കാര്യങ്ങളൊക്കെ എനിക്കു മനസ്സിലായി. ഭർത്താവിനെതിരെ ഒരു കേസുണ്ട്, അല്ലേ. അത് ഏതു കോടതീലാ?" വിന്ദുജാ ബാലകൃഷ്ണൻ ചോദിച്ചു.

"പാലായിലെ ഒരു കോടതീലാ."

"ഗ്രൗണ്ട്സ് സ്ട്രോങ്ങാണ്. നമുക്കു പ്രൊസീഡ് ചെയ്യാം. ഇങ്ങനൊരു ഭർത്താവിന്റെ കൂടെ ഒത്തുപോകാൻ ഞാനും നിർബന്ധിക്കില്ല. അയാളൊക്കെ തിരുത്താൻ കഴിയാത്ത ജന്മങ്ങളുടെ കൂട്ടത്തിൽപ്പെട്ടതാ. അയാളുടെ അമ്മേം അങ്ങനെതന്നെ. എന്താ സുദർശനൻ സാറേ. മോൾടെ കൂടെ നിൽക്കുവല്ലേ?"

"ഞാനിവൾടെ കൂടെ നിൽക്കുന്നതുകൊണ്ടാണല്ലോ ഇങ്ങോട്ടു കൂട്ടിക്കൊണ്ടു വന്നത്."

"ഇവൾ ജോലിയെടുക്കുന്നുണ്ടല്ലോ. അഭിമാനത്തോടെ ജീവിക്കാൻ പറ്റണമെന്നുള്ളതാ ഒരു സ്ത്രീയുടെ അടിസ്ഥാന ആവശ്യം. ഇവൾക്ക് ഒരു ചുവടുറപ്പിച്ചു കഴിഞ്ഞാ യോജിച്ച ഒരാളെ കണ്ടുപിടിച്ച് കല്യാണം കഴിക്കാം. ജീവിതം ഒരുപാട് ബാക്കി കിടക്കുന്നു." വിന്ദുജാ ബാലകൃഷ്ണൻ പറഞ്ഞു.

"ഒരു മോനുണ്ട്." സുദർശനൻ ഓർമിപ്പിച്ചു.

"അതിനെന്താ? ആൺകുട്ടിയല്ലേ. അവൻ വളർന്നോളും. നല്ല വിദ്യാഭ്യാസോം പിന്തുണേം കൊടുത്താ മതി. ആറര വയസ്സുള്ള ഒരു കുട്ടിക്ക് അത്യാവശ്യം അതു മാത്രമാ. അതിനുവേണ്ടി ഇരുപത്തഞ്ചു വയസ്സുള്ള ഒരു പെണ്ണ് സ്വന്തം ജീവിതം പണയം വയ്ക്കേണ്ട ആവശ്യമൊന്നുമില്ല."

പവിത്രയോ സുദർശനനോ അവരുടെ അഭിപ്രായത്തെ എതിർത്തില്ല.

"ഞാനാദ്യം പവിത്രയുടെ ഭർത്താവിന് ഒരു ഡിവോഴ്സ് നോട്ടീസ് അയയ്ക്കാം. അതിനുശേഷം ഫാമിലി കോർട്ടിൽ ഡിവോഴ്സ് പെറ്റീഷൻ കൊടുക്കാം. അയാൾക്ക് എതിർപ്പില്ലെങ്കിൽ ഒരു മ്യൂചൽ ഡിവോഴ്സ് പെറ്റീഷൻ കൊടുത്ത് വലിയ കാലതാമസമില്ലാതെ കേസ് തീർക്കാം. അയാളെതിർക്കുവാണെങ്കിൽ നമ്മൾ കുറച്ചു ഫൈറ്റ് ചെയ്യേണ്ടിവരും. മകനെയൊക്കെ അയാൾ കരുവാക്കി കൊണ്ടുവരാൻ സാധ്യതയുണ്ട്." വിന്ദുജാ ബാലകൃഷ്ണൻ പറഞ്ഞു.

"മേഡം വേണ്ടപോലെ ചെയ്താ മതി." പവിത്ര സമ്മതിച്ചു.

അഡ്വക്കറ്റ് എടുത്തു മേശപ്പുറത്തുവെച്ച കടലാസുകളിൽ ഒപ്പിട്ട്, വക്കാലത്ത് നൽകിയതായി രേഖപ്പെടുത്തി വക്കീലാപ്പീസിൽനിന്ന് അച്ഛനും മകളും ഇറങ്ങുമ്പോൾ രാത്രി എട്ടുമണി കഴിഞ്ഞു

"അച്ഛന് ഇനിയെവിടെങ്കിലും പോകാനൊണ്ടോ?" പവിത്ര ചോദിച്ചു.

"ഒണ്ടാരുന്നു. പക്ഷേ, രാത്രി നിന്നെ തനിയെ ബസ് കയറ്റിവിടാൻ പറ്റില്ലല്ലോ."

"എനിക്കു പ്രശ്നമില്ലച്ഛാ. ഞാൻ പൊയ്ക്കോളാം."

"വേണ്ട, ഞാനും വരാം."

പവിത്രയ്ക്കൊപ്പം സുദർശനനും ഈരാറ്റുപേട്ടയിൽനിന്നു ബസ് കയറി.

വീട്ടിലെത്തിയപ്പോൾ മുറ്റത്തു രണ്ടു ബൈക്ക്. ഇളംതിണ്ണയിൽ നാലഞ്ചുജോടി ചെരിപ്പുകൾ! പവിത്രയ്ക്ക് ആരെയും കാണുന്നതിനു മുൻപേ കാര്യം മനസ്സിലായി. അമ്മ ഞണ്ടുകല്ലിൽനിന്ന് എല്ലാവരെയും വിളിച്ചു വരുത്തിയിരിക്കുന്നു. പവിത്ര അർത്ഥഗർഭമായി അച്ഛനെ നോക്കി.

"ഞാനിതൊക്കെ പ്രതീക്ഷിച്ചതാ." സുദർശനൻ പറഞ്ഞു.

അവർ അകത്തേക്കു ചെന്നു. എല്ലാവരും ചായകുടിയൊക്കെ കഴിഞ്ഞ് ടിവി കണ്ട് ഇരിക്കുകയാണ്.

"നിങ്ങളെവിടെപ്പോയതാ അച്ഛനും മോളുംകൂടെ ഈ രാത്രി നേരത്ത്?" ശിവരാജൻ ചോദിച്ചു.

"ഞാൻ പോയതും അച്ഛൻ പോയതും രാത്രീലല്ല. പകലാ. അതു പോട്ടെ. നിങ്ങളെല്ലാരുകൂടെ ഇവിടെന്താ രാത്രി നേരത്ത്?" പവിത്ര മറു ചോദ്യമിട്ടു.

ശിവരാജനും രമേശനും പരസ്പരം നോക്കി. സത്യാനന്ദനും ഇന്ദിരാമ്മയും അവരെ രണ്ടുപേരെയും നോക്കി കാര്യം പറയാൻ ആംഗ്യം കാട്ടി.

"ഞങ്ങള് വന്ന കാര്യം തൊറന്നങ്ങ് പറയാല്ലോ. നീ പ്രകാശനുമായിട്ട് ബന്ധം പിരിയാൻ പോകുവാന്ന് ചേച്ചി പറഞ്ഞു. നേരാണോ മോളേ?" ശിവാനന്ദൻ ചോദിച്ചു.

"അതെ. ഞാനും അച്ഛനുംകൂടെ വക്കീലിനെ കണ്ട് കേസിന്റെ കാര്യം സംസാരിച്ചിട്ടു വരുവാ. എന്തെങ്കിലും കൊഴപ്പംണ്ടോ." പവിത്ര ഒരു കൂസലുമില്ലാതെ ചോദിച്ചു.

"എന്റെ പൊന്നു മോളേ, നിനക്ക് ആരു പറഞ്ഞുതന്നെടീ ഇങ്ങനൊരു ദുർബുദ്ധി?"

ഇന്ദിരാമ്മ, വലിയൊരു അനാചാരം സംഭവിക്കാൻ പോകയാണെന്നുള്ള മട്ടിൽ ചോദിച്ചു.

"ദുർബുദ്ധിയല്ല മുത്തശ്ശീ. സൽബുദ്ധിയാ. കുറച്ചു വൈകിപ്പോയെന്നേയുള്ളൂ." പവിത്ര പറഞ്ഞു.

"നീ ഇതിനൊക്കെ കൂട്ടുനിൽക്കുവാണോ സുദർശനാ?" സത്യാനന്ദൻ ചോദിച്ചു.

"ഞാനാർക്കും കൂട്ടുനിന്നില്ല. ഇന്നു വൈകിട്ട് പേട്ട സ്റ്റാൻഡിൽ വരണംന്ന് ഇവൾ ഫോൺ വിളിച്ചു പറഞ്ഞപ്പപ്പോലും എനിക്കറിയത്തില്ല

കാര്യമെന്നതാണെന്ന്. പേട്ട ബസ്സ്റ്റാൻഡിൽവെച്ചാ ഞാൻ കാര്യമറിയുന്നെ."

സുദർശനൻ തന്റെ ഭാഗം ന്യായീകരിച്ചു.

"നീയല്ലേ വക്കീലിന്റടുത്തു കൊണ്ടുപോയത്?"

"ഇവള് പോണംന്നു പറഞ്ഞു. പോയി. അതിനെന്താ?"

"നീ പറഞ്ഞു തിരുത്തണ്ടേ. അതല്ലേ ഒരച്ഛന്റെ കടമ." സത്യാനന്ദൻ ചോദിച്ചു.

"ആരും അച്ഛന്റടുത്ത് ചോദ്യം ചെയ്യണ്ട. ഞാനാണ് കുറ്റവാളി. എന്നോടു ചോദിച്ചാ മതി." പവിത്ര സുദർശനനെ ഒഴിവാക്കി വിട്ടു.

"നീ എന്നാ ഉദ്ദേശിച്ചാ മോളേ ഈ വേണ്ടാതീനങ്ങളൊക്കെ കാണിച്ചു കൂട്ടുന്നെ?" ഇന്ദിരാമ്മ ചോദിച്ചു.

"ഒന്നാമത്തെ കാര്യം, ഇനി പ്രകാശേട്ടന്റെകൂടെ ഒരു ദിവസം പോലും ജീവിക്കാൻ ഞാനുദ്ദേശിക്കുന്നില്ല. പിന്നെന്തിനാ വെറുതെ വെച്ചോണ്ടിരിക്കുന്നെ. ആർക്കെങ്കിലും എന്തെങ്കിലും ഗുണം ഒണ്ടോ."

"എന്നാലും ഭർത്താവാരാന്നു ചോദിച്ചാ ചൂണ്ടിക്കാണിക്കാൻ ഒരാളുണ്ടായിരുന്നല്ലോ."

"എന്റെ മുത്തശ്ശീ, എന്തിനാ അങ്ങനൊരാള്? നമ്മളെ ചീത്ത വിളിക്കാൻ വേണ്ടി ഒരാളെ ശമ്പളം കൊടുത്ത് വെച്ചിരിക്കണതുപോലെ." പവിത്ര ചോദിച്ചു.

"എന്നെങ്കിലും അവനൊരു മനംമാറ്റം ഒണ്ടായാലോ. നിന്റെ കുഞ്ഞിന്റെ അച്ഛനല്ലേടീ മോളേ." സത്യാനന്ദൻ ചോദിച്ചു.

"അതുകൊണ്ട് എനിക്കെന്താ മെച്ചം? എനിക്കു ചെലവിനു തരുന്നൊണ്ടോ? എന്റെ മോന് ഇന്നേവരെ ഒരുടുപ്പെങ്കിലും വാങ്ങിച്ചു കൊടുത്തിട്ടുണ്ടോ? ഞങ്ങളെ സംരക്ഷിക്കുന്നുണ്ടോ? നായ്ക്കുട്ടിക്കും ഒരച്ഛനുണ്ടാവൂല്ലോ. അതുപോലൊരെണ്ണം." പവിത്ര വീറോടെ പറഞ്ഞു.

"അവനെക്കൊണ്ട് ഒരുപകാരോം ഇല്ലായിരിക്കും. എന്നാലും അവിടെ ങ്ങാനും കെടന്നോട്ടെ. പെണ്ണിന് ഒരാൺതുണ ഇല്ലെന്നു കണ്ടാ, നോക്കാനാളില്ലാത്ത പറമ്പ് പോലെയാ. കണ്ടവരെല്ലാം കേറി മേയാൻ നോക്കും. വേറൊരു കൂട്ടര് അങ്ങോട്ട് ചീഞ്ഞതും പുഴുത്തതും കൊണ്ടു തള്ളും." സത്യാനന്ദൻ അഭിപ്രായപ്പെട്ടു.

"എനിക്കിപ്പഴും ആൺതുണയില്ല മുത്തച്ഛാ. പലരും കേറി മേയാൻ നോക്കുന്നൊണ്ട്. ഞാൻ വേലികെട്ടി തടഞ്ഞു നിർത്തിയിരിക്കയാ."

"ഒരു ഭർത്താവൊണ്ടെന്നു പറഞ്ഞാ അക്കൂട്ടത്തിൽപെട്ട ഭൂരിപക്ഷം പേരും പിൻമാറും. വെറിയന്മാരും വഷളന്മാരും മാത്രേ പിന്നേം നിൽക്കത്തൊള്ളൂ. അതുകൊണ്ടാ പറയുന്നെ ആ ഒരു മേൽവിലാസം കെടന്നോട്ടെന്ന്."

“എനിക്കൊരു അപമാനമാ മുത്തച്ഛാ ആ അഡ്രസ്. അതിന്റെ യാതൊരു പ്രയോജനോം ഇല്ലാതെയാ ഞാൻ ജീവിക്കുന്നെ. എനിക്കതീന്ന് സ്ഥിരമായ മോചനം വേണം.”

“എന്നിട്ടെന്തിനാണെന്നാ ഞങ്ങടെ ചോദ്യം. ഒരഡ്രസ് മായ്ച്ചു കളഞ്ഞാ നിനക്കെന്നാ കിട്ടും?” രമേശൻ അല്പം ദേഷ്യത്തിൽ ചോദിച്ചു.

“എന്നിട്ടോ, എന്നെ അന്തസ്സായിട്ടു സംരക്ഷിക്കാൻ മനസ്സൊള്ള ഒരാളു വന്നാ എനിക്ക് കല്യാണം കഴിക്കാം.”

പവിത്ര തുറന്നടിച്ചു പറഞ്ഞു.

“അതാണ് നിന്റെ ഉദ്ദേശ്യം അല്ലേടീ.” അജിതമ്മ ചാടിക്കൊണ്ട് അവളുടെ നേർക്കു വന്നു. “എല്ലാർക്കും ബോധ്യപ്പെട്ടല്ലോ ഇവൾടെ മനസ്സിലിരുപ്പ്. അവളാരെയോ കണ്ടുവെച്ചിട്ടാ വന്നേക്കണത്. വിവാഹമോചനം വേണത്രേ.”

“പിന്നെ അമ്മയെന്താ വിചാരിച്ചെ? നിങ്ങടെ എല്ലാരടേം മനസ്സിലിരുപ്പ് എനിക്കറിയാം. ഞാൻ തിരിച്ചുവന്നത് ഇവിടാർക്കും ഇഷ്ടായിട്ടില്ല. പ്രകാശേട്ടനും ആ തള്ളേംകൂടി എന്നെ അവിടിട്ടു കൊന്നാലും ശരി നിങ്ങക്ക് അതാ അഭിമാനം. ഞാനവിടെക്കിടന്നു ചത്തേക്കണം. തിരിച്ചു വരരുത്. കാരണം, നിങ്ങളെന്റെ കണക്കു തീർത്തു വിട്ടതാ. ഇനി നിങ്ങടെ ജീവിതത്തിലോട്ട് എന്നെ വേണ്ട. വല്ലപ്പഴും കാണാനും മിണ്ടാനും കുശലം ചോദിക്കാനും മാത്രം മതി.” പവിത്ര വീറോടെ പറഞ്ഞുകൊണ്ടിരുന്നു.

മറ്റാരും മിണ്ടുന്നില്ല.

“ഇപ്പം അമ്മ വിളിച്ചോടനെ എല്ലാരുംകൂടെ പാഞ്ഞുവന്നല്ലോ. എന്നെ വെലക്കാൻ. ഞാനാ വീട്ടിക്കെടന്ന് നരകിച്ചപ്പം ആരേം കണ്ടില്ലല്ലോ. ഓപ്പറേഷൻ നടത്തിയില്ലെങ്കി ഞാൻ മരിച്ചുപോകുമെന്നു ഡോക്ടർ ഒറപ്പിച്ചു പറഞ്ഞിട്ടും ആരും ഓടിവന്നില്ലല്ലോ. അന്യവീട്ടിലെ ഒരു പെണ്ണ് സഹായിച്ചില്ലെങ്കി ഞാൻ ചത്തുപോയേനേല്ലോ. അതൊന്നും നിങ്ങക്ക് പ്രശ്നമല്ല. പൊറമേന്ന് മറ്റുള്ളോര് നോക്കുമ്പം നിങ്ങക്ക് അഭിമാനത്തോടെ ജീവിക്കണം. ഞാൻ നരകിച്ചു ചത്താലും ശരി അതിനൊരു കോട്ടോം വരരുത്. അങ്ങനെ നിങ്ങടെ അഭിമാനം കാത്തുസൂക്ഷിക്കാൻ വേണ്ടി എന്റെ ജീവിതം മുഴുവൻ പണയപ്പെടുത്താൻ എനിക്കു പറ്റത്തില്ല.”

“ആട്ടെ, നീ ആരെയാ കല്യാണം കഴിക്കാൻ കണ്ടുവെച്ചേക്കുന്നെ?” രമേശൻ ചോദിച്ചു.

“ഒരു ഡോക്ടറെ. എന്നാ കൊഴപ്പം? അങ്ങേരെന്നെ അമേരിക്കയ്ക്ക് കൊണ്ടുപോകും. പൊന്നുപോലെ നോക്കും. പോരേ?”

“അങ്ങനൊണ്ടെങ്കി ഇപ്പത്തന്നെ എറങ്ങിക്കോ എന്റെ വീട്ടീന്ന്. ഇവിടെ താമസിച്ചോണ്ട് തോന്ന്യാസം കാണിക്കാൻ പറ്റത്തില്ല.” അജിതമ്മ നിന്നു ചീറി. “നിന്റെ മോനേം വിളിച്ചോണ്ടു പൊയ്ക്കോ. ഇനിയെന്റെ വീട്ടിൽ താമസിക്കാൻ ഞാൻ സമ്മതിക്കത്തില്ല.”

“അമ്മയ്ക്ക് ഞാൻ സന്തോഷമായിട്ടും സുഖമായിട്ടും ജീവിക്കുന്നതു കാണാനാഗ്രഹമില്ലേ?” പവിത്ര ശബ്ദം താഴ്ത്തി സ്വകാര്യമെന്നപോലെ ചോദിച്ചു.

“എനിക്കു നിന്നെ കാണണ്ട. പിന്നല്ലേ നിന്റെ ജീവിതം.”

അജിതമ്മ കലിതുള്ളി ഇരിപ്പുമുറിയിൽനിന്ന് അവരുടെ തയ്യൽമുറിയിലേക്കു പോയി. നിമിഷങ്ങൾക്കകം തയ്യൽ യന്ത്രത്തിന്റെ ശബ്ദം കേട്ടു. അത് ഒരേ താളത്തിൽ തുടർന്നുകൊണ്ടിരുന്നു.

ഇരുപത്തിയൊന്ന്

എല്ലാം കണ്ടും കേട്ടും നിശ്ശബ്ദനായി ഇരിക്കുകയായിരുന്ന സുദർശന നോട് സത്യാനന്ദൻ ചോദിച്ചു:

"നിനക്ക് ഇതിൽ ഒന്നും പറയാനില്ലേ സുദർശനാ, നീ ഇവളുടെ അച്ഛ നല്ലേ. അജിതേടെ ഭർത്താവല്ലേ. ഇവിടുത്തെ കുടുംബനാഥനല്ലേ?"

"ഞാനെന്നാ പറയാനാ. ഇന്നലെയല്ലല്ലോ ഞാനിവൾടെ അച്ഛനായതും അജിതേടെ ഭർത്താവായതും. ഈയൊരു ദിവസം മാത്രം ഇങ്ങനെ ചോദി ച്ചിട്ടെന്നാ കാര്യം? ചോദിക്കുന്നെങ്കി എന്നേം അജിതേം തമ്മിൽ കെട്ടിച്ച തിന്റെ പിറ്റേ ദിവസം മുതൽ ചോദിക്കണൊരുന്നു." സുദർശനൻ രസി ക്കാതെ പറഞ്ഞു.

"നീ നേരെ ചൊവ്വേ കുടുംബം നോക്കി നടത്തിയിരുന്നെങ്കി ഇങ്ങ നൊന്നും വരത്തില്ലാരുന്നെന്നാ പറഞ്ഞത്."

"ഇനിയിപ്പം ഇങ്ങനെ പറഞ്ഞിട്ടെന്നതെങ്കിലും ഗുണം ഒണ്ടോ? ചുമ്മാ പറയാംന്നു മാത്രം." സുദർശനൻ നീരസപ്പെട്ട് എഴുന്നേറ്റു.

"ഞങ്ങളെ ഈ രാത്രിക്ക് വിളിച്ചുവരുത്തിയത് എന്തിനാണെന്നാ മനസ്സിലാകാത്തത്." ശിവരാജനു മുഷിഞ്ഞു.

"അജിതയോടു ചോദിക്ക്. അവള് വിളിച്ചിട്ടല്ലേ നിങ്ങളു വന്നത്?"

"അവളാകെ പ്രാന്തെടുത്തു നിക്കുവാ... ഇനി അവളോടൊന്നും ചോദിക്കേം വേണ്ട പറയേം വേണ്ട. വന്നകാര്യം നടന്നില്ലാന്ന് സമാധാ നിച്ച് നമുക്കു തിരിച്ചു പോയേക്കാം." ഇന്ദിരാമ്മ പറഞ്ഞു.

"വന്ന കാര്യം നടന്നില്ലെന്നു പറഞ്ഞാ എന്നാ കാര്യമാ?" പവിത്ര ചോദിച്ചു.

"ബന്ധം പിരിയാൻവേണ്ടി കോടതി കേറല്ലേന്നു പറയാൻ വന്നതാ ഞങ്ങള്." രമേശൻ പറഞ്ഞു.

"കോടതി മുഖേനയല്ലേ ബന്ധം പിരിയാൻ പറ്റൂ?"

"അതൊന്നും ശരിയല്ല മോളെ... ഈശ്വരൻ ഒന്നിപ്പിച്ചതിനെ മനുഷ്യൻ വേർപിരിക്കാൻ പാടില്ല."

"ഈശ്വരനെ വെറുതെ പഴിക്കണ്ട. ഈശ്വരനെന്നോട് പഠിക്കു മോളേ... നീ പഠിച്ചു നല്ലനിലയിലെത്ത് എന്നാ പറഞ്ഞോണ്ടിരുന്നത്.

അതു കേൾക്കാതെ നിങ്ങളെല്ലാരുംകൂടെ എന്നെ ഒരു കാട്ടാളനു കല്യാണം ചെയ്തുകൊടുത്ത് പാതാളത്തിലോട്ടയച്ചു. ഞാനവിടുന്നു രക്ഷപ്പെടാമെന്നുവെച്ചപ്പം സമ്മതിക്കുന്നുമില്ല. എല്ലാരുംകൂടെ അതിന കത്തോട്ടുതന്നെ തള്ളിയിടാൻ വേണ്ടി നിൽക്കുവാ."

"നീ ഇങ്ങനായിപ്പോയല്ലോ എന്റെ മോളേ. എന്തു പാവമാരുന്നു നീ. ഞങ്ങൾക്കെല്ലാർക്കും നീയെന്നുവെച്ചാ എന്തൊരു അഭിമാനമാരുന്നു."

ഇന്ദിരാമ്മ വിലാപസ്വരത്തിൽ പറഞ്ഞു.

"ഞാനിങ്ങനായെങ്കി നിങ്ങളെല്ലാരുംകൂടി ഇങ്ങനാക്കിയതാ. പഠിക്കാൻ സമ്മതിച്ചിരുന്നെങ്കി എവിടെത്തേണ്ടവളാ ഞാൻ. എന്നിട്ടെനിക്കു കിട്ടിയതോ? ഓർത്താ സഹിക്കാൻ പറ്റത്തില്ല." പവിത്ര ഒട്ടും വിട്ടുകൊടുത്തില്ല.

"എന്നതായാലും നമുക്കു പോയേക്കാം. രാത്രിയിങ്ങോട്ടോടി വന്നതേ മണ്ടത്തരം." സത്യാനന്ദൻ നിരാശയോടെ പറഞ്ഞു.

അജിതമ്മയോടു പോവുകയാണെന്നു പറഞ്ഞിട്ട് അവർ ഓരോരുത്തരും വന്ന വാഹനങ്ങളിൽ കയറി തിരികെ പോയി.

അജിതമ്മ ആ രാത്രി പിന്നെ പവിത്രയോടു മിണ്ടിയതേയില്ല.

പിറ്റേന്നു കാലത്ത് അവൾ എറണാകുളത്തേക്കു പോകാൻ ഒരുങ്ങിയിറങ്ങി.

അജിതമ്മയോടു പോയിട്ടുവരാം എന്നു പറഞ്ഞെങ്കിലും അവർ പവിത്രയുടെ മുഖത്തേക്കുപോലും നോക്കിയില്ല. അവളെ ബസ്സ്റ്റോപ്പിൽ കൊണ്ടുവിടാൻ സുദർശനൻ കൂടെ ചെന്നു.

നടക്കുന്നതിനിടയിൽ സുദർശനൻ മകളോടു ചോദിച്ചു:

"ആ ഡോക്ടർ പറഞ്ഞിട്ടാണോ നീ ഡിവോഴ്സിനു നോക്കുന്നെ?"

"ഏതു ഡോക്ടർ?" പവിത്രയ്ക്കു മനസ്സിലായില്ല.

"നിനക്കിഷ്ടപ്പെട്ട ഏതോ ഒരു ഡോക്ടറുടെ കാര്യം പറഞ്ഞില്ലേ?"

"ഓ...അതാണോ? ഒരു ഡോക്ടർ എന്നെ കല്യണംകഴിക്കുന്നത് അച്ഛനിഷ്ടമല്ലേ?"

"അതിനുവേണ്ടിയാണോ നീ ജയപ്രകാശിനെ ഉപേക്ഷിക്കുന്നത്?"

"ആണെങ്കിലോ?"

"അതൊന്നും വേണ്ടാരുന്നു."

"ഞാൻ ജയപ്രകാശിന്റെ കൂടെ മരണംവരെ കഴിയുന്നത് കാണാനാണോ അച്ഛനിഷ്ടം?"

"അതു വേണ്ട. നീ ഡിവോഴ്സ് എടുക്കുന്നതുകൊണ്ട് കുഴപ്പമില്ല. അത് ന്യായം."

"ഡോക്ടറെ കല്യാണം കഴിക്കുന്നതാണോ കുഴപ്പം?"

"അതൊന്നും ശരിയല്ല മോളേ. ആളുകൾ പലതും പറഞ്ഞുണ്ടാക്കും. നമ്മൾ നാട്ടുമ്പുറത്തു ജീവിക്കുന്നവരാ."

''ഡിവോഴ്സ് കിട്ടിയാലും ഞാൻ വേറെ കല്യാണം കഴിക്കാതെ മോനേം നോക്കി മരണംവരെ ഇങ്ങനെതന്നെ കഴിഞ്ഞോളണം, അല്ലേ?"

"ജോലിയൊണ്ടല്ലോ. പിന്നെന്താ കുഴപ്പം?"

"ഒരു ഡോക്ടർ എന്നെ കല്യാണം കഴിച്ച്, എനിക്ക് വേണ്ടതെല്ലാം തന്ന്, ഞങ്ങൾ സുഖമായിട്ടും സന്തോഷമായിട്ടും ജീവിക്കുന്നതു കാണാൻ അച്ഛനു താൽപര്യമില്ലേ?"

"പൊറമേന്നു നോക്കുമ്പം അതൊക്കെ നല്ലതാണെന്നു തോന്നും. പക്ഷേ അത്ര നല്ലതല്ല. വീട്ടുകാര് ആലോചിച്ചു നടത്തിത്തരുന്ന കല്യാണത്തിന് വീട്ടുകാരടെ പിന്തുണേം അംഗീകാരോം ഒണ്ട്. പക്ഷേ, തന്നത്താൻ കണ്ടുപിടിച്ചോണ്ടു വരുന്ന ചെറുക്കൻ എങ്ങനുള്ളതാണെന്ന് നിനക്കുപോലും അറിയില്ല. നല്ല സ്വഭാവക്കാരനായി അഭിനയിക്കുന്നവരും ഒണ്ടാകും. തെറ്റുപറ്റിക്കഴിഞ്ഞേ നമുക്കു സത്യം മനസ്സിലാകത്തൊള്ളൂ. ആരും സഹായിക്കാനോ കൂടെ നിൽക്കാനോ ഒണ്ടാവത്തുമില്ല." സുദർശനൻ വിശദീകരിച്ചു.

"അതുകൊണ്ട് ഞാൻ വിധവയെപ്പോലെ ആജീവനാന്തം കഴിഞ്ഞോളണം?"

"ഞാനൊരു മുന്നറിയിപ്പു തന്നതാ. ഒരാളെ തിരഞ്ഞെടുക്കുമ്പം വോട്ടർമാർക്കും തെറ്റു പറ്റാം."

അവർ നടന്ന് ബസ്സ്റ്റോപ്പിലെത്തി.

"എന്തായാലും അച്ഛൻ പേടിക്കണ്ട. ഞാനങ്ങനൊരു ഡോക്ടറെ കണ്ടിട്ടുമില്ല സ്നേഹിച്ചിട്ടുമില്ല. എന്നുവെച്ച് നല്ലൊരാളെ മനസ്സിൽ പിടിച്ചാൽ സ്നേഹിച്ചുകൂടെന്നുമില്ല. അതൊരു ഡോക്ടർതന്നെ ആയിരിക്കണെമെന്നുമില്ല. സ്നേഹമുള്ളവനാണെങ്കി ആരായാലെന്ത്?"

സുദർശനൻ മറുപടി പറയാതെ ഇടയ്ക്കിടെ അവളെ ഇടംകണ്ണിട്ടു നോക്കി.

മകൾ സ്വന്തം ജീവിതം എങ്ങനെ വേണമെന്നു തീരുമാനമെടുക്കുകയാണ്. അതിനവൾക്കു വീട്ടുകാരുടെയോ ബന്ധുമിത്രാദികളുടെയോ അംഗീകാരവും സഹായവും വേണ്ട. അവൾക്കൊരു ജോലി ഇല്ലായിരുന്നെങ്കിലോ! പട്ടിയെപ്പോലെ ജയപ്രകാശിന്റെ ഇറയത്തു കിടന്നേനെ. ജീവിക്കാനൊരു തൊഴിലും വരുമാനവും ഉണ്ടെങ്കിൽ പല സ്ത്രീകളും ഭർതൃഭവനത്തിലെ ദുരിതജീവിതം ഉപേക്ഷിച്ചു പിരിഞ്ഞുപോയേനെ എന്നു സുദർശനൻ ഓർത്തു.

ബസ് വന്നപ്പോൾ അച്ഛനോട് 'പോട്ടെ' എന്ന് ഒറ്റവാക്കിൽ യാത്ര പറഞ്ഞ് പവിത്ര ബസ്സിൽ ചെന്നു കയറി.

സുദർശനൻ വീട്ടിലേക്കു തിരികെ നടന്നു.

പത്തുമണിയുടെ ഡ്യൂട്ടിക്കു കയറാൻ പാകത്തിലാണ് പവിത്ര ദീപജ്യോതിയിൽ എത്തിയത്.

ഹോസ്റ്റലിൽ എത്തി ബാഗ് വച്ച്, ഭക്ഷണം കാന്റീനിൽ പോയി കഴിച്ച്

ജോലിക്കു കയറാൻ തയാറാകുമ്പോഴാണ് ആരതി സിസ്റ്ററുടെ ഫോൺ കോൾ.

"പവിത്രേ നിനക്കിന്നു പത്തുമണി ഡ്യൂട്ടിയല്ലേ വെച്ചിരുന്നത്. അതു മാറ്റി... നൈറ്റിനു കയറിയാ മതി."

"എന്റെ ഈ മാസത്തെ പത്തു നൈറ്റും ഞാൻ ചെയ്തു തീർത്തല്ലോ സിസ്റ്റർ."

"ആണോ... ഇവിടങ്ങനെ മാസം പത്ത് നൈറ്റ് എന്ന ചിട്ടയൊന്നും കൃത്യമായിട്ടില്ല. ചിലപ്പോൾ പത്തുതവണ വേണ്ടിവരില്ല. മറ്റുചിലപ്പോൾ പന്ത്രണ്ടും പതിനാലുമൊക്കെ വേണ്ടിവന്നേക്കാം. ആവശ്യം വന്നാൽ ചെയ്തല്ലേ പറ്റൂ."

"ഞാനെല്ലാ മാസോം കൃത്യമായിട്ട് ചെയ്തിട്ടൊണ്ട്. ഈ മാസം അഞ്ചു നൈറ്റ് മാത്രം ചെയ്തവരും ഇവിടൊണ്ട്."

"പറയുന്നതു കേട്ടാ മതി. മനസ്സിലായോ?

ഇന്നു നൈറ്റിന് ആളു കുറവാ. മൂന്നുപേർ ലീവിലാ."

"സിസ്റ്റർ നേരത്തേ പറഞ്ഞിരുന്നെങ്കി എനിക്കു വെളുപ്പാൻ കാലത്ത് പോരേണ്ടിവരില്ലായിരുന്നു. മോന്റെ കൂടെ ഉച്ചവരെ ഇരിക്കാരുന്നു."

"ഞാനിവിടെ രാവിലെ വന്ന് ഡ്യൂട്ടി റോസ്റ്റർ നോക്കിയപ്പഴാ കണ്ടത് പലരും ലീവിലാണെന്ന്. ശരി...നൈറ്റ് വാ."

കോൾ കട്ടായി.

പവിത്രയ്ക്ക് അമർഷവും സങ്കടവും കൂടിക്കുഴഞ്ഞു. അപ്പു ഉണരുന്നതിനു മുന്നേ എഴുന്നേറ്റ് ഓടിപ്പോന്നതാണ്. ഒരാവശ്യവും ഇല്ലായിരുന്നു.

ഡ്യൂട്ടി റോസ്റ്റർ കൈകാര്യം ചെയ്യുന്ന ഇൻചാർജ്മാർക്ക് അറിയാഞ്ഞിട്ടൊന്നുമല്ല. ഇന്നലെത്തന്നെ അവർ എല്ലാം അറിഞ്ഞിട്ടുണ്ടാവും. ഇന്ന് ആരൊക്കെയാണ് ലീവിൽ പോകുന്നതെന്ന്.

പവിത്ര ഹോസ്റ്റലിൽ ചെന്ന് കിടന്നുറങ്ങി.

വൈകുന്നേരം ആറുമണിക്ക് ഡ്യൂട്ടിക്കു കയറി.

എംഐസിയു നിറയെ പേഷ്യന്റ്സ്.

നിഷാ പോളിയാണ് ടിഎൽ.

വെകിളി പിടിച്ചൊരു പെണ്ണ്. ഒച്ചവച്ചുകൊണ്ട് അവിടിവിടെ പാഞ്ഞു നടക്കും. മറ്റ് ഡിപ്പാർട്മെന്റുകളിലേക്ക് തുരുതുരാ ഫോൺ വിളിച്ചു പറയുംഐസിയുവിലേക്കു വിടാൻ പറ്റിയ പേഷ്യന്റ്സ് ആരെങ്കിലുമുണ്ടോ, ഇവിടെ ബെഡ് ഒഴിവുണ്ട്. ഐസിയു അത്യാവശ്യമില്ലാത്ത പേഷ്യന്റ്സിനെകൂടി നിർബന്ധിച്ചു ക്ഷണിച്ചു വരുത്തും. പിന്നെ നിഷാ പോളിയുടെ ഒരു പ്രകടനമാണ് അരങ്ങേറുക. പുതിയ അഡ്മിഷൻ, ബഹളം, വെന്റിലേറ്റർ, പ്രൊസീജിയറുകൾ എല്ലായിടത്തും പാഞ്ഞുനടന്ന് കെയർ അസിസ്റ്റന്റ്മാരെ വിരട്ടും. ആരെങ്കിലും ഭക്ഷണപ്പൊതി തുറന്നിട്ടുണ്ടെങ്കിൽ കഴിക്കാൻ സമ്മതിക്കാതെ അവരെ എഴുന്നേൽപിച്ച് എന്തെങ്കിലും ജോലി നിർദേശിക്കും. കഴിഞ്ഞ ഷിഫ്റ്റിൽ ജോലി ചെയ്തവർ

ചെയ്തിട്ടുപോയ കുറ്റത്തിന് ഈ ഷിഫ്റ്റിലുള്ളവരുടെ നേർക്കു ചീറിക്കൊണ്ടു വരും.

കേവലം രണ്ടു കെയർ അസിസ്റ്റന്റ്മാർ മാത്രമുള്ള രാത്രി. പത്തു മണിയായപ്പോൾ പവിത്രയുടെ ക്യൂബിക്കിളിൽനിന്ന് ഒരു പേഷ്യന്റ് 'ഡാമ' പോയി. ഹോസ്പിറ്റൽ ചെലവ് താങ്ങാനാവാത്തതിനാൽ മറ്റൊരാശുപത്രിയിലേക്ക് രോഗിയെ ഡിസ്ചാർജ് ചെയ്യിച്ചു കൊണ്ടുപോവുകയാണ്. ഡാമ പോകുമ്പോൾ പേഷ്യന്റിന്റെ എല്ലാ മെഡിക്കൽ റിപ്പോർട്ടുകളും കൃത്യമായിരിക്കണം. ആ രോഗി ഉപയോഗിച്ച എല്ലാ സാധനസാമഗ്രികളും നീക്കം ചെയ്യണം. സ്റ്റെറിലൈസ് ചെയ്യാനുള്ളവ സിഎസ്എസ്ഡിയിലേക്ക് എത്തിക്കണം. ഷീറ്റുകൾ, പാഡുകൾ, പില്ലോ കവറുകൾ, നാനാതരം മെഡിക്കൽ ഉപകരണങ്ങൾ എന്നിവ തരംതിരിച്ച് അതത് ബിന്നുകളിൽ നിക്ഷേപിക്കണം. എല്ലാറ്റിന്റെയും കണക്കുകൾ കൃത്യമായി എഴുതിവയ്ക്കണം. അഡ്മിഷനായ രോഗിക്കുവേണ്ടി എടുക്കുന്ന സാധനങ്ങളുടെയും ലിസ്റ്റ് എഴുതി ടീം ലീഡറെ ബോധ്യപ്പെടുത്തണം.

ആക്സിഡന്റിൽപെട്ട് ഗുരുതരാവസ്ഥയിലായ പുരുഷനായിരുന്നു പുതിയ അഡ്മിഷൻ. അയാൾക്കു വെന്റിലേറ്റർ വേണ്ടിവന്നു. ബാൻഡേജില്ലാത്ത ഒരിഞ്ചുപോലും അയാളുടെ ദേഹത്തു ബാക്കിയില്ല.

പുതിയ അഡ്മിഷൻ പൂർത്തിയായപ്പോൾ തന്നെ മണി ഒന്നു കഴിഞ്ഞു. ഭക്ഷണം കഴിക്കാൻ സമയം കിട്ടിയിട്ടില്ല. ക്യൂബിക്കിളിൽ അഞ്ചിൽ നാലാം ബെഡിലുണ്ടായിരുന്ന തടിച്ച മധ്യവയസ്ക ഊർധ്വൻ വലിച്ചു കിടക്കുകയാണ്. സുവർണകുമാരി എന്നാണു പേര്. മിനിഞ്ഞാന്നു രാത്രിവരെ അവർ നഴ്സ്മാരെയും കെയർ അസിസ്റ്റന്റ്മാരെയും കുറ്റം പറഞ്ഞുകൊണ്ടു കിടന്നു. ഇൻചാർജ്മാരോട് നിരന്തരം പരാതിപ്പെട്ടു. നൂറു കിലോഗ്രാമിൽ കൂടുതൽ ഭാരമുള്ള ആ സ്ത്രീയെ കയറ്റിക്കിടത്താൻ നാലുപേർ വേണമായിരുന്നു. അവർക്കു കെയർ കൊടുത്തു കഴിയുമ്പോൾ പത്തുപേർക്ക് കെയർ കൊടുത്ത പോലെ ആരും കുഴഞ്ഞുപോകുമായിരുന്നു.

ശ്വാസകോശാർബുദം ബാധിച്ച ആ സ്ത്രീയെ കിടത്തിയിരുന്ന ക്യൂബിക്കിൾ തന്നെ പവിത്രയ്ക്ക് ഇന്നും കിട്ടി.

സീനിയർ കെയറർമാർ ഡ്യൂട്ടിക്കു കയറുമ്പോൾ തന്നെ എല്ലാ ക്യൂബിക്കിളുകളിലും കയറിയിറങ്ങി, ഏറ്റവും ജോലിക്കുറവുള്ള ക്യൂബിക്കിൾ സിലക്ട് ചെയ്യുന്ന ഒരേർപ്പാടുണ്ട്. കൂടുതൽ കഷ്ടപ്പാടുള്ള ക്യൂബിക്കിളുകൾ അവശേഷിക്കും. അത് ഇൻചാർജ് അല്ലെങ്കിൽ ടീം ലീഡർ പവിത്രയ്ക്കു കൊടുക്കും.

സുവർണകുമാരിയെ പരിചരിക്കേണ്ട സ്റ്റാഫ് നഴ്സ് അരുണിമ പിറുപിറുത്തു കൊണ്ടേയിരുന്നു.

ഇതിന്ന് പോകുന്ന ലക്ഷണമാ... എനിക്കും നിനക്കുംതന്നെ കിട്ടിയല്ലോ.

രണ്ടുപേരും ചേർന്ന് കെയർ കൊടുത്തുകഴിഞ്ഞപ്പോഴേക്കും സുവർണകുമാരി മരണവെപ്രാളങ്ങൾ കാട്ടിത്തുടങ്ങി. അവരുടെ കണ്ണുകൾ വട്ടം കറങ്ങി. അരുണിമ ഓടി ഡ്യൂട്ടി റൂമിൽ ചെന്ന് ഡോക്ടറെ വിവരം അറിയിച്ചു. നിഷാ പോളി കോഡ് ബ്ലൂവിനു തയാറെടുത്തു.

മോണിട്ടറിൽ സുവർണകുമാരിയുടെ കൗണ്ടുകളെല്ലാം താണുപൊയ്ക്കൊണ്ടിരുന്നു.

ഡോക്ടർ വന്ന് അല്പനേരം നോക്കി നിന്നു.

"ഡോക്ടറേ...എന്തെങ്കിലും ചെയ്യണ്ടേ... ഡോക്ടർ അനുപമേടെ പേഷ്യന്റല്ലേ... വിളിക്കണ്ടേ?" നിഷാ പോളി ബഹളം വച്ചു.

"എന്തു ചെയ്യാനാ... ചെയ്യാനുള്ളതെല്ലാം മാക്സിമം കഴിഞ്ഞില്ലേ. ഒരു മാസത്തിലധികമായി ഇവിടെ...പോരേ..."

"ഡോക്ടറേ, സാച്ചുറേഷൻ നോക്ക്. ഇസിജീം ബീപീം എല്ലാം ഡൗണായിക്കൊണ്ടിരിക്കുവാ..."

"ആ പോട്ടെ. പിടിച്ചുവെച്ചിട്ടെന്തിനാ. ഇന്നല്ലെങ്കി നാളെ പോകാനുള്ളതല്ലേ. ബൈസ്റ്റാൻഡറെ വിവരം അറിയിച്ചേക്ക്."

നിഷാ പോളിയുടെ മുഖം മങ്ങി.

എല്ലാ തയാറെടുപ്പുകളോടും കൂടിയുള്ള ഒരു വലിയ ബഹളത്തിനു സന്നദ്ധയായി നിൽക്കുകയായിരുന്നു അവർ.

ഡോക്ടർ ശാന്തനായി നടന്നു പോകുന്നതു കണ്ട് നിഷാ പോളി അതൃപ്തിയോടെ പിറുപിറുത്തു. "ഇതെന്തൊരു ഡോക്ടറാ..."

അരുണിമ സിസ്റ്റർ ഐസിയുവിനു പുറത്തുള്ള സെക്യൂരിറ്റിയെ വിവരം അറിയിച്ചു. സെക്യൂരിറ്റി ഉടൻ മൈക്ക് ഓൺ ചെയ്ത് ബൈസ്റ്റാൻഡർമാർക്കുള്ള ഹാളിലേക്കു വിളിച്ചു പറഞ്ഞു സുവർണകുമാരി എന്ന പേഷ്യന്റിന്റെ ബൈസ്റ്റാൻഡർ ഐസിയുവിലേക്കു വരണം.

ഏതാനും മിനിറ്റുകൾക്കുള്ളിൽ ഒരു കുടുംബം മുഴുവൻ ഐസിയുവിനു മുന്നിലെത്തി. ചെറുപ്പക്കാരും പ്രായമായവരും കുട്ടികളും അടക്കം ഒൻപതു പേർ.

ഇന്നോ നാളെയോ മരണം സംഭവിച്ചേക്കാമെന്നു മുന്നറിയിപ്പു കൊടുത്തിരുന്നതിനാൽ അവരെല്ലാം ഹോസ്പിറ്റലിൽ വന്ന് കാത്തിരിക്കുകയായിരുന്നു. ഡോക്ടർ അവരോടു ശാന്തമായി കാര്യങ്ങൾ പറഞ്ഞു. രോഗിയെ കാണാൻ അനുവാദം നൽകി.

കുടുംബാംഗങ്ങൾ വന്ന് സുവർണകുമാരിയുടെ അവസാന നിമിഷങ്ങൾ കണ്ടു. മോനിട്ടറിലെ അലാം ശബ്ദങ്ങളെല്ലാം അരുണിമ സൈലന്റാക്കി.

ചിലർ വിങ്ങിപ്പൊട്ടുന്നു. ചിലർ കണ്ണു തുടയ്ക്കുന്നു. ചിലർ കാണാൻ വയ്യാതെ മുഖം തിരിക്കുന്നു. പവിത്ര അവരെ ഓരോരുത്തരെയും നോക്കി.

സുവർണകുമാരിയുടെ ശരീരം കിടക്കയിൽ കിടന്നു ഞെളിപിരി കൊള്ളുന്നുണ്ടായിരുന്നു.

സൈഡ്റെയിലിൽ കെട്ടിയിരുന്ന അവരുടെ കൈകാലുകൾ കോച്ചി വലിച്ചു.

മരണമാണ് കൺമുന്നിൽ. പവിത്ര മുഖം തിരിച്ച് മോനിട്ടറിൽ നോക്കി. എല്ലാം സീറോയിൽ എത്തിയിരിക്കുന്നു. ചലനങ്ങൾ നിലച്ചു.

ബന്ധുക്കൾ ഐസിയുവിൽനിന്നിറങ്ങി. അരുണിമ രോഗിയുടെ കണ്ണുകൾക്കു മീതെ ഒട്ടിച്ചിരുന്ന മൈക്രോപോർ ടേപ്പ് മാറ്റി.

ഇനി പ്രോട്ടോക്കോൾ അനുസരിച്ച് ഇസിജിക്കാർ വന്ന് ഡെഡ് ബോഡിയുടെ ഇസിജി എടുക്കണം. ഡോക്ടർക്കു റിപ്പോർട്ട് ചെയ്യണം. ഡോക്ടർ അതു കണ്ട് മരണം സ്ഥിരീകരിക്കണം. അതു കഴിയുമ്പോൾ ഡെത്ത് കെയർകാരെ വിവരമറിയിക്കണം. അവർ വന്ന് ഡെഡ്ബോഡി ഒരുക്കണം.

പവിത്ര ഇറങ്ങി അടുത്ത ക്യൂബിക്കിളിലേക്കു പോയി. അവിടെയാണ് വിനു കിടക്കുന്നത്. നഴ്സ് ഗ്രീഷ്മയാണ് നോക്കുന്നത്. പവിത്ര, വിനുവിന്റെ കിടപ്പു കണ്ട് ചോദിച്ചു "ചേച്ചീ... ഇതെന്താ ഡൗണായ പോലെ?"

"ങാ...പോകുവാണെന്നു തോന്നുന്നു."

പവിത്ര ഷോക്കേറ്റപോലെയായി.

"ഞാൻ മിനിഞ്ഞാന്നു പോകുമ്പോ കുഴപ്പമില്ലാരുന്നല്ലോ. അന്നു രാത്രി എന്നോട് ഫുഡ് കഴിച്ചോന്ന് ആംഗ്യത്തിൽ ചോദിച്ചതാ..."

"ഇന്നലെ മുതൽ കണ്ണു തുറക്കുന്നില്ല."

പവിത്ര അരികെ ചെന്നു കയ്യിലും തലയിലും തൊട്ടു തലോടി വിളിച്ചു.

"വിനൂ... വിനുക്കുട്ടാ... ചേച്ചിയാ വിളിക്കുന്നെ. ഒന്നു കണ്ണു തുറന്നേ..."

കൺപോളകൾക്കുള്ളിൽ നേർത്ത ചലനം.

"ഇവിടെ നോക്ക്... ഇവിടെ..."

അവൾ അവന്റെ കവിളത്തു കൈത്തലം വെച്ചു. നേരിയ ഒരു മന്ദഹാസം വരണ്ട ചുണ്ടത്ത്.

പവിത്രയുടെ കണ്ണു നിറഞ്ഞു.

"ഇവിടെ ആരോടും സെന്റിമെന്റ്സ് ഒന്നും വേണ്ട. നേരത്തേ പറഞ്ഞിട്ടില്ലേ." ഗ്രീഷ്മ ശാസിച്ചു.

പവിത്രയെ അടുത്ത ബെഡിലെ രോഗിയുടെ നഴ്സ് വിളിക്കുന്നുണ്ടായിരുന്നു. കണ്ണു തുടച്ചിട്ട് അവൾ അവിടേക്കു നീങ്ങി.

രാത്രി രണ്ടുമണിയോടെ, സുവർണകുമാരി കിടന്ന ക്യൂബിക്കിളിൽ ഉണ്ടായിരുന്ന സിഎൽഡി പേഷ്യന്റ് രാധാകൃഷ്ണൻ നായരും മരിച്ചു. അവിടെയും പ്രോട്ടോക്കോൾ അനുസരിച്ചുള്ള നടപടിക്രമങ്ങൾ നടന്നു.

പവിത്ര വിരണ്ടു നിൽക്കുകയാണ്. രണ്ടു മൃതദേഹങ്ങളാണ് മുന്നിൽ.

ഒരു പേഷ്യന്റ് അർധബോധാവസ്ഥയിൽ കണ്ണുമിഴിച്ച് കിടക്കുന്നു.

മരിച്ച രണ്ടു പേഷ്യന്റ്സിന്റെയും നഴ്സുമാർ, അരുണിമയും മേഘലയും പോയതോടെ ആ ക്യൂബിക്കിളിൽ ജീവനും ബോധവുമുള്ള ഒരേയൊരാൾ പവിത്ര മാത്രമായി.

നിഷാ പോളി വന്ന് പവിത്രയോടു പറഞ്ഞു:

"ഡെത്ത് കെയർ തുടങ്ങിക്കോ. സമയം കളയണ്ട."

"ഡെത്ത് കെയറിന്റെ ആളുകൾ വരില്ലേ?"

"അവരിന്നു നല്ല തിരക്കിലാ. വേറേം ഡെത്ത് നടന്നിട്ടൊണ്ട്." നിഷാ പോളി പോയി.

പവിത്രയ്ക്കു ഭയമായി. ഇടത്തും വലത്തും രണ്ടു ശവങ്ങൾ!

മുൻപു മരിപ്പു നടന്ന വീട്ടിൽ പോവുകപോലുമില്ലായിരുന്നു. മരിച്ചവരെ കാണാൻ വയ്യ. കണ്ടുപോയാൽ രണ്ടു ദിവസം ഉറക്കമില്ല. മരിച്ച വീടിനരികെക്കൂടി നടക്കാൻ പോലും ഭയമായിരുന്നു. എന്നിട്ടിപ്പോൾ മരിച്ച രണ്ടു മനുഷ്യരുടെ നടുവിൽ രാത്രി രണ്ടര മണിക്ക് തനിയെ!

ഡെത്ത് കെയർ തുടങ്ങിവയ്ക്കുകയും വേണം.

ജീവനുള്ള രോഗിക്കു കെയർ കൊടുക്കുന്നപോലെ തന്നെ. ഡെഡ്ബോഡി തിരിച്ചും ചെരിച്ചും കിടത്തി, വസ്ത്രങ്ങളെല്ലാം അഴിച്ചുമാറ്റി, മൃതദേഹം നനഞ്ഞ കോട്ടൺകൊണ്ട് തുടച്ചു വൃത്തിയാക്കും. വായിലൂടെയും മൂക്കിലൂടെയും ഒഴുകി വന്നുകൊണ്ടിരുന്ന ആന്തരികസ്രവങ്ങൾ തുടച്ചുമാറ്റി.

രോഗിയുടെ ശരീരവുമായി ഘടിപ്പിച്ചിരുന്ന ട്യൂബുകളും കേബിളുകളും നീക്കം ചെയ്തു. രക്തം കിനിയാൻ സാധ്യതയുള്ളിടത്തെല്ലാം ഗോസും ഡൈനാപ്ലാസ്റ്ററും വച്ച് ഒട്ടിച്ചു. മരിച്ചയാളിനെ ധരിപ്പിക്കാൻ ബന്ധുക്കൾ ഏൽപിച്ച വസ്ത്രങ്ങൾ അണിയിച്ചു. ഡെഡ്ബോഡിയെ ഷർട്ടും മറ്റും ധരിപ്പിക്കാൻ ബുദ്ധിമുട്ടായതുകൊണ്ട് കത്രികകൊണ്ടു ഷർട്ടിന്റെ പിൻഭാഗം നെടുകെ പിളർന്നാണ് ഇടുവിക്കുക. അതിനുശേഷം മുഖത്തും മറ്റും പറ്റിപ്പിടിച്ച ഡൈനാപ്ലാസ്റ്റർ അംശങ്ങൾ അസറ്റോൺ ലായനിയിൽ പഞ്ഞിമുക്കി തുടച്ചു മാറ്റി. പുതിയ അണ്ടർപാഡുകൾ ദേഹത്തിനടിയിലൂടെ കുറുകെയിട്ട് ഉടലിനെ ചുറ്റിപ്പൊതിഞ്ഞ് മൈക്രോപാർ ടേപ്പുകൊണ്ട് ഒട്ടിച്ചു. കാൽപാദങ്ങൾ നേരെ വച്ച് പെരുവിരലുകൾ കൂട്ടിക്കെട്ടി. 'ഗാഡ' ക്ലോത്ത് ഡെഡ്ബോഡിയുടെ നീളത്തിൽ രണ്ടായി മടക്കി ഒരു ഭാഗം ശരീരത്തിനടിയിലും ഒരു ഭാഗം മീതെയുമായി വച്ചു പുതപ്പിച്ചു. റോളർ ബാൻഡേജ് ഉപയോഗിച്ച് തലയും താടിയും തമ്മിൽ മുറുക്കിക്കെട്ടി.

സിഎൽഡി പേഷ്യന്റിന്റെ ഡെത്ത് കെയറിന് ഒരു മണിക്കൂറിൽ താഴെയേ വേണ്ടിവന്നുള്ളൂ.

സുവർണകുമാരിയുടെ ഡെത്ത് കെയർ കൊടുക്കാൻ പവിത്രയ്ക്കു തനിയെ കഴിയുമായിരുന്നില്ല. തനിയെ ചെയ്യാവുന്നതെല്ലാം ചെയ്തുവച്ചു.

മൂന്നുമണിക്ക് ഡെത്ത് കെയറർമാരിൽ ഒരാളെത്തി.

“ഇന്നു കാലൻ ഇവിടെയാ കൊച്ചേ. എല്ലാ ഐസിയുവിലും കറങ്ങി നടക്കുവാ... എല്ലാടത്തുമൊണ്ട് മരണം. ചെല ദിവസങ്ങളങ്ങനെയാ...” ഡെത്ത് കെയറിനു വന്ന ഗിരിജ പറഞ്ഞു.

“ഒരാളേയുള്ളോ?” പവിത്ര ചോദിച്ചു.

“വേറെ ഡെത്ത് കെയറിനു പോയേക്കുവാ ഉഷേം ഗീതേംകൂടെ.”

രാധാകൃഷ്ണൻ നായരുടെ മൃതദേഹം ഗിരിജ കൊണ്ടുവന്ന് ‘ഫ്ലിപ് കാർട്ടി’ലേക്കു മാറ്റി. ഒറ്റപ്പാളിയുള്ള അലമാര മലർത്തിവച്ചതുപോലുള്ള വലിയ സ്റ്റീൽ പെട്ടിയാണ് ഫ്ലിപ്കാർട്ട്. അതിനുള്ളിൽ പുറത്തെടുക്കാനും അകത്തുവയ്ക്കാനും കഴിയുന്ന സ്ട്രെച്ചറുണ്ട്. ഗിരിജയോടൊപ്പം ഫ്ലിപ്കാർട്ട് തള്ളിക്കൊണ്ട് പവിത്രയ്ക്കും പോകേണ്ടിവന്നു. വിവിധ പാസേജുകളിലൂടെ കുറെ ദൂരം സഞ്ചരിക്കണം മോർച്ചറിയിലേക്ക്. ഒരു മൃതദേഹം വച്ച പെട്ടിയും തള്ളിക്കൊണ്ട് രാത്രി മൂന്നരമണിക്കു മോർച്ചറിയിലേക്കു പോകേണ്ടിവരുന്ന രംഗം ആറു മാസം മുൻപുവരെ തനിക്കു സങ്കൽപിക്കാൻ കൂടി കഴിയുമായിരുന്നില്ലെന്നു പവിത്ര ഓർത്തു.

ബോഡി മോർച്ചറിയിൽ എത്തിച്ചശേഷം മറ്റൊരു ഫ്ലിപ്കാർട്ടുമായി അവർ തിരികെവന്നു. സുവർണകുമാരിയുടെ ഡെഡ്ബോഡിക്കു കെയർ കൊടുത്തു തുടങ്ങി. അവരുടെ ബോഡി അങ്ങോട്ടോ ഇങ്ങോട്ടോ ചെരിക്കുമ്പോഴെല്ലാം ആന്തരികസ്രവങ്ങൾ പുറത്തേക്കു വമിച്ചുകൊണ്ടേയിരുന്നു, ശരീരത്തിലെ എല്ലാ ദ്വാരങ്ങളിൽനിന്നും.

ആ ഡെഡ്ബോഡിയുടെ കെയർ കൊടുത്തു തീർന്നതും പവിത്ര ബാത്റൂമിലേക്ക് ഓടിക്കയറി. അവിടെ വാഷ്ബേസിനിലേക്കു കുനിഞ്ഞുനിന്ന് കുടൽമാലകൾ പറിഞ്ഞുപോരുംവിധം ഛർദിച്ചു.

ഒടുവിൽ തലചുറ്റി അവിടെത്തന്നെ കുഴഞ്ഞുവീണു.

ഇരുപത്തിരണ്ട്

ആരോ വിളിക്കുന്ന സ്വരം.

"പവിത്രേ..."

ഇത്ര മധുരമായി, മൃദുമന്ത്രണംപോലെ വിളിക്കുന്നതാര്!

തൂമഞ്ഞിന്റെ വസ്ത്രങ്ങൾ ധരിച്ച ആരോ തന്റെ മുഖത്തേക്കു നോക്കി കുനിഞ്ഞു നിൽക്കുന്നു..

എഴുന്നേൽക്ക്... സമയമായി.

ആ രൂപം മെല്ലെ തിരിഞ്ഞു നടക്കുന്നു.

വായുവിലൂടെ ഒരു മഞ്ഞുപടലംപോലെ ഒഴുകിപ്പോകുന്നു. അതാരാണ്? എവിടെയോ കണ്ടു മറന്നപോലെ തോന്നിയല്ലോ.

പവിത്ര കണ്ണു തുറന്നു. വെളിച്ചമുണ്ട് ചുറ്റിലും. ഇതേതു ലോകം!

ഓ വെന്റിറൂമാണ്.

ഒരു ട്രോളിബെഡിൽ കിടക്കുകയാണ് താൻ. ഇവിടെങ്ങനെ എത്തി.

ആരു കൊണ്ടുവന്നു കിടത്തി!

താനൊരു പേഷ്യന്റാണോ ഇപ്പോൾ, അതോ കെയർ അസിസ്റ്റന്റാണോ?

ആരായിരുന്നു തന്നെ വിളിച്ചുണർത്തിയത്?

ഏതെങ്കിലും നഴ്സിങ് സ്റ്റാഫാണോ... മറ്റേതെങ്കിലും സഹപ്രവർത്തകരാണോ... ആണെങ്കിൽ അവർക്ക് യൂണിഫോം ഉണ്ടായിരിക്കേണ്ടതല്ലേ.

തന്നെ വിളിച്ചുണർത്തിയ യുവതിക്ക് യൂണിഫോം ഉണ്ടായിരുന്നില്ല. മഞ്ഞുപോലത്തെ വസ്ത്രങ്ങളായിരുന്നു. എന്നുമാത്രമല്ല, അത്രയും സുന്ദരിയായ ഒരു സ്റ്റാഫിനെ താനീ ഐസിയുവിൽ മുൻപു കണ്ടിട്ടേയില്ല.

അവൾ എങ്ങോട്ടാണ് പോയത്?

പെട്ടെന്നു പവിത്രയുടെ ഉടൽ കിടിലം കൊണ്ടു.

മേലാസകലം കുളിരോടിക്കയറി.

ആ മേഘസുന്ദരി പോയ ദിക്കിൽ വാതിലൊന്നും ഉണ്ടായിരുന്നില്ല. പിന്നെ അവരെവിടെ മറഞ്ഞു.

പവിത്ര പിടഞ്ഞെഴുന്നേറ്റു.

എല്ലാം തന്റെ തോന്നലായിരുന്നുവോ!

മുൻപു സഹപ്രവർത്തകരിൽ പലരും പല കഥകളും പറഞ്ഞു പേടിപ്പിച്ചിട്ടുണ്ട്. പാതിരാത്രികളിൽ വിജനമായ കോറിഡോറിലും പാസേജുകളിലും വെന്റി റൂമിലും ഓർക്കാപ്പുറത്ത് അപരിചിതരെ കണ്ട കഥകൾ. വാതിലുകളില്ലാത്ത ഭാഗത്തേക്ക് അവർ നടന്നുമറഞ്ഞ കഥകൾ. ലിഫ്റ്റിൽ കയറുമ്പോൾ അപരിചിതനായിരുന്ന ഒരാൾ ഇറങ്ങേണ്ട ഒരാവശ്യവുമില്ലാത്ത സ്ഥലത്ത് ഇറങ്ങിപ്പോയ കഥകൾ.

ഓരോ മാസവും പതിനഞ്ചും ഇരുപതും മുപ്പതും മരണം നടക്കുന്ന ഐസിയു ആണിത്.

പവിത്ര വേഗം ട്രോളി ബെഡിൽനിന്ന് ഊർന്നിറങ്ങി. തിടുക്കത്തിൽ വെന്റി റൂമിൽനിന്നു പുറത്തു കടന്നു.

പാസേജിലൂടെ അവൾ നടന്നു ചെല്ലുന്നതുകണ്ട് കെയർ അസിസ്റ്റന്റ് ബിന്ദുജ അതിശയിച്ചു.

"ഇത്ര പെട്ടെന്ന് എഴുന്നേറ്റു പോന്നോ!"

"എന്നെ ആരെങ്കിലും വന്നു വിളിച്ചാരുന്നോ?" പവിത്ര തിരിച്ചു ചോദിച്ചു.

"ആരു വിളിക്കാൻ?"

"നിഷാ പോളി വന്നു നോക്കിയോ?"

"ഏയ്, ഇല്ല."

"പിന്നെയാരാ എന്നെ വിളിച്ചത്?"

"സ്വപ്നം കണ്ടതായിരിക്കും."

"അല്ലെന്ന്...മഞ്ഞുപോലെ വെളുത്ത ഒരു സ്ത്രീ."

"നീ സ്വപ്നം കണ്ടതാ കൊച്ചേ." ബിന്ദുജ കളിയാക്കി. "ഇവിടേതാ മഞ്ഞുപോലെ വെളുത്തത്. അതും യൂണിഫോമില്ലാതെ... നിന്റെ വല്ലായ്കയെല്ലാം മാറിയോ?"

"ആരാ എന്നെ ബാത്റൂമീന്ന് എടുത്തുകൊണ്ടു വന്നത്?" പവിത്ര തിരക്കി.

"ഇവിടുള്ളോർതന്നെ. അല്ലാതാരാ... അരുണിമ നിന്നെ കാണാതെ തെരക്കിച്ചെന്നപ്പം ബാത്റൂമിൽ കെടക്കുന്നു. അപ്പത്തന്നെ വീൽച്ചെയറിൽ കേറ്റി വെന്റിറൂമിൽ കൊണ്ടുചെന്നു കിടത്തി."

"എനിക്കു ഫസ്റ്റെയ്ഡൊന്നും തന്നില്ലേ?"

"പിന്നേ, ഫസ്റ്റെയ്ഡ്..! ചെന്നു ജോലി തീർക്കാൻ നോക്ക്. നേരം വെളുക്കാറായി."

പവിത്രയ്ക്കു സമയത്തെപ്പറ്റി ഒരു ബോധവും ഉണ്ടായിരുന്നില്ല.

ക്ലോക്കിൽ നോക്കിയപ്പോൾ നാലുമണി കഴിഞ്ഞ് അൻപത്തേഴു മിനിറ്റ്. നാലുമണിക്കു കെയർ കൊടുത്തു തുടങ്ങേണ്ടതായിരുന്നു.

പവിത്ര തന്റെ രണ്ടു ക്യൂബിക്കിളിലും കയറി കെയർ കൊടുത്തു. രണ്ടുപേർ ഡെത്ത് ആയതിനാൽ ഒരു ക്യൂബിക്കിളിൽ ഒരാൾ മാത്രമേ ശേഷിച്ചിരുന്നുള്ളൂ. ഒരു ബെഡ് ഒഴിഞ്ഞു കിടക്കുകയാണ്. അടുത്ത ക്യൂബിക്കിളിൽ നാലുപേരുണ്ടായിരുന്നു. പവിത്ര മൂന്നുപേർക്കു കെയർ കൊടുത്തിട്ട് വിനുവിന്റെ അരികെ ചെന്നു.

“ഇവിടെ വേണ്ടിവരില്ല പവിത്രേ...” ഗ്രീഷ്മ പറഞ്ഞു.

വിനുവിനു ജീവന്റെ ലക്ഷണമായി പ്രത്യക്ഷ ചലനങ്ങളൊന്നുമില്ല. പവിത്ര അരികെ ചെന്ന് അവന്റെ ശിരസ്സും നെറ്റിയും തലോടി. കൈത്തണ്ടയിലും വിരലുകളിലും മെല്ലെ തടവി. അവൻ രക്ഷപ്പെട്ടു പോകുമെന്നാണല്ലോ താൻ വിചാരിക്കുന്നതെന്ന് സങ്കടത്തോടെ ഓർത്തു.

രക്ഷപ്പെടില്ലെന്നു വിചാരിച്ച എത്രയോ പേർ രക്ഷപ്പെട്ടു പോയിരിക്കുന്നു.

ഇരുപത്തിനാലു വയസ്സു പ്രായം. ഇൻഫോപാർക്കിൽ ജോലി. മാതാപിതാക്കളുടെ ഏക മകൻ.

ഒരു മുത്തശ്ശി കാണാൻ വരാറുള്ളത് പവിത്ര ഓർത്തു. അവർ വന്ന് അവന്റെ മുഖത്തേക്കു നോക്കി നിർന്നിമേഷം നിൽക്കും. ആ സമയമത്രയും തലനരച്ച ആ വൃദ്ധ സ്ത്രീ താടിത്തുമ്പിൽ കൈ കൂപ്പിവച്ച് വിതുമ്പിക്കരയും അനുവദിച്ച സമയം തീരുംവരെ.

വിനുവിന്റെ അമ്മയെ അപൂർവമായി മാത്രമേ കണ്ടിട്ടുള്ളൂ. അച്ഛൻ വന്നു മകനെ നോക്കി കണ്ണുകൾ നിറഞ്ഞ് നിന്ന കാഴ്ച മനസ്സിൽനിന്ന് ഒരിക്കലും മാഞ്ഞുപോവില്ല.

തന്റെ പ്രാർഥനകൊണ്ട്, വാത്സല്യനിർഭരമായ സ്പർശംകൊണ്ട് അവനെ രക്ഷപ്പെടുത്താൻ കഴിഞ്ഞേക്കുമെന്നൊരു വ്യാമോഹം പവിത്രയ്ക്കുണ്ടായിരുന്നു. അതും അസ്തമിക്കുകയാണ്.

രാവിലെ ആറുമണിയായപ്പോഴേക്കും വിനുവിന്റെ സാച്ചുറേഷനും ബിപിയും പൾസും എല്ലാം താണുപൊയ്ക്കൊണ്ടിരുന്നു.

നഴ്സ് ഗ്രീഷ്മ ഡോക്ടറെ വിളിച്ചുവരുത്തി.

ഡോക്ടർ വന്ന് അല്പസമയം നോക്കി നിന്നു. അതിനുശേഷം ബൈസ്റ്റാൻഡറെ വിവരം അറിയിക്കാൻ ഗ്രീഷ്മയോടു പറഞ്ഞു.

പവിത്ര ഉൾക്കിടിലത്തോടെയാണ് ഇതെല്ലാം കണ്ടുനിന്നത്. വിനു മരിക്കാൻ പോവുകയാണെന്നു തീർച്ചപ്പെട്ടു കഴിഞ്ഞു. ഗ്രീഷ്മ സെക്യൂരിറ്റി കാബിനിൽ പോയി വിനുവിന്റെ ബൈസ്റ്റാൻഡറും റിലേറ്റീവ്സും വരാൻ മൈക്കിലൂടെ അനൗൺസ് ചെയ്തു. ഡോക്ടർ വാതിൽക്കൽ ചെന്നു കാത്തുനിന്നു.

വിനുവിന്റെ അച്ഛനായിരുന്നു ബൈസ്റ്റാൻഡർ. ഡോക്ടർ അദ്ദേഹത്തെ എച്ച്ആർഡി വകുപ്പിന്റെ ഒരു കാബിനിലേക്കു വിളിച്ചുകൊണ്ടു

പോയി. സൗമ്യമായും ലളിതമായും കാര്യങ്ങൾ ധരിപ്പിച്ചു. ആറേകാൽ മണിക്ക് അച്ഛൻ ക്യൂബിക്കിളിൽ വന്ന് മകനെ അവസാനമായി ജീവനോടെ കണ്ടു. അൽപനേരം നോക്കിനിന്നശേഷം തല താഴ്ത്തി, കണ്ണു തുടച്ചുകൊണ്ട് ഇറങ്ങിപ്പോയി.

അര മിണിക്കൂറിനുശേഷം മുത്തശ്ശി വന്നു.

അവർ വിനുവിന്റെ ബെഡിനരികെ നിന്നു വിങ്ങിപ്പൊട്ടി.

ഏഴുമണിയോടെ വിനുവിന്റെ രണ്ടു സ്നേഹിതർ കാണാനെത്തി. വിനുവിനെ നോക്കിയശേഷം അവരുടെ മുഖത്തു പവിത്ര കണ്ടത് സഹിക്കാനാവാത്ത വ്യഥയുടെ വിക്ഷുബ്ധതയായിരുന്നു. വിനു മരിക്കാൻ പോവുകയാണെന്ന സത്യം വിശ്വസിക്കാൻ വിസമ്മതിച്ച് നിഷേധാർത്ഥത്തിൽ തലയാട്ടിക്കൊണ്ട് അവർ അൽപസമയം കിടക്കയ്ക്കരികെ നിന്നു. ഹൃദയവേദനയും സങ്കടവും കടിച്ചടക്കിക്കൊണ്ട് അവർ പതിയെ തിരിഞ്ഞു നടന്നു.

ഏഴുമണി കഴിഞ്ഞതോടെ മോനിട്ടറിൽനിന്നുള്ള അലാം ശബ്ദങ്ങളെല്ലാം ഗ്രീഷ്മ സൈലന്റാക്കിയിരുന്നു. ഏഴ് ഇരുപത്തിനാലിനു മോനിട്ടറിലെ എല്ലാ റീഡിങ്ങും സീറോയിലെത്തി നിശ്ചലമായി.

"കഴിഞ്ഞു." ഗ്രീഷ്മ പവിത്രയോടു പറഞ്ഞു.

ഹൃദയം നുറുങ്ങുന്ന വേദനയോടെ പവിത്ര ക്യൂബിക്കിളിൽനിന്ന് ഇറങ്ങിപ്പോയി. താൻ ഡ്യൂട്ടിയിലുള്ളപ്പോൾ വിനു മരിക്കാൻ ഇടവരരുതേ എന്ന് അവൾ അദമ്യമായി ആഗ്രഹിച്ചിരുന്നു. ഇനി അവൾക്കു മരിച്ച വിനുവിനെ കാണണ്ട.

ഇസിജിക്കാർ വന്ന് ഇസിജി എടുത്ത് ഡ്യൂട്ടി ഡോക്ടർക്കു ഗ്രാഫ് കൈമാറി. ഡോക്ടർ ബൈസ്റ്റാൻഡറെ വിളിച്ച് മരണം സ്ഥിരീകരിച്ചു. വിനുവിന്റെ അച്ഛൻ ഒരിക്കൽക്കൂടി അകത്തുവന്ന് മകൻ മരിച്ചു കിടക്കുന്ന കാഴ്ച കണ്ടിട്ട് ഇറങ്ങിപ്പോയി.

ഡെത്ത്കെയറിന്റെ ആളുകൾ സിഐസിയുവിൽ തിരക്കിലായിരുന്നതിനാൽ ഗ്രീഷ്മയും നിഷാ പോളിയും കൂടി പവിത്രയെ തിരക്കിവന്ന് വിനുവിനു ഡെത്ത്കെയർ കൊടുക്കണമെന്നു നിർദേശിച്ചു.

"ഞാൻ കൊടുക്കില്ല സിസ്റ്ററേ." പവിത്ര ഗദ്ഗദത്തോടെ പറഞ്ഞു.

"അങ്ങനെ പറയാൻ പാടില്ല. ഡെത്ത്കെയർ കൊടുക്കണമെങ്കിൽ കൊടുത്തേ പറ്റൂ."

"ഇല്ല... ഇല്ല..." പവിത്ര വാശിപിടിച്ചു. "എന്നെക്കൊണ്ട് പറ്റത്തില്ല. വിനുവിന്റെ ഡെഡ്ബോഡീന്ന് ലീഡ്സും കേബിൾസും ട്യൂബിങ്സും ഒന്നും ഞാൻ മാറ്റത്തില്ല. വെന്റിലേറ്ററിലും ഞാൻ തൊടത്തില്ല. എന്നെ നിർബന്ധിക്കണ്ട. സിസ്റ്റർ എനിക്കെതിരെ കംപ്ലെയ്ന്റ് ചെയ്തോളൂ. ഞാൻ നഴ്സിങ് ഓഫീസിൽ പൊയ്ക്കോളാം."

"നിനക്കെന്നാ പറ്റിയത്?" ഗ്രീഷ്മ ശാസിച്ചു.

"എനിക്കവനെ മരിച്ചുകാണാൻ വയ്യ ചേച്ചീ." പവിത്ര പൊട്ടിക്കരഞ്ഞു.

നിഷാ പോളി ഉടൻ അവളുടെ നേർക്കു ചാടിക്കൊണ്ടു ചെന്നു.

"നിന്നോടു പറഞ്ഞിട്ടില്ലേ പേഷ്യന്റിനോട് സെന്റിമെന്റ്സ് കാട്ടരുതെന്ന്. ഇവിടെ പലരും ചികിത്സയ്ക്കു വരും. ചിലർ മരിച്ചുപോകും. അവരെയൊക്കെ സ്നേഹിക്കാൻ പോയാ കരയാനേ നേരം കാണൂ. മര്യാദയ്ക്കു പറഞ്ഞ ജോലി ചെയ്യാൻ നോക്ക്."

പവിത്ര അവരുടെ നേർക്കു തുറിച്ചു നോക്കിക്കൊണ്ടു നിന്നു.

"ഞാൻ കംപ്ലെയ്ന്റ് ചെയ്യും... ഒറപ്പായിട്ടും കംപ്ലെയ്ന്റ് ചെയ്യും."

ഉറക്കെ പുലമ്പിക്കൊണ്ട് നിഷാ പോളി തിരികെ പോയി. പവിത്ര ബാത്റൂമിൽ കയറിനിന്ന് അൽപനേരംകൂടി കരഞ്ഞു. പിന്നെ പുറത്തു വന്ന് ബാക്കിയുണ്ടായിരുന്ന ജോലികളിൽ വ്യാപൃതയായി.

വിനു കിടന്ന ബെഡിലേക്ക് അവൾ നോക്കിയതുകൂടിയില്ല. എന്നാലും അവളുടെ സ്മരണയിൽ, ആരോടെങ്കിലും ഒരു വാക്ക് മിണ്ടാനും ഒരു ഫിൽട്ടർ കോഫി കുടിക്കാനും മാത്രം മോഹിച്ച വിനുവിന്റെ രൂപം മായാതെ കിടന്നു.

* * *

ഇത്തവണ ജിബിയ വീട്ടിലെത്തിയപ്പോൾ ആർക്കും അതിശയമോ അമിത സന്തോഷമോ ഒന്നും ഉണ്ടായില്ല. പകരം ആശങ്ക മാത്രമായിരുന്നു കുടുംബാംഗങ്ങൾക്ക്. കാരണം, അവൾ ഡൽഹിയിലെ ജോലി രാജിവച്ചിട്ടാണ് വീട്ടിലേക്കു വരുന്നത്.

ജിബിയ ഓട്ടോറിക്ഷയിൽനിന്നിറങ്ങി ലഗേജ് ഇറക്കിവച്ച് ചാർജ് കൊടുത്തു. ഓട്ടോ തിരിച്ചു പോകുന്നതുവരെ ബിൻസിയും ജോസ്നയും മുറ്റത്തിറങ്ങി നോക്കി നിൽക്കുകയായിരുന്നു. അതിനുശേഷം ബാഗേജ് എടുക്കാൻ വന്ന ബിൻസിയോടും ജോസ്നയോടും ജിബിയ പറഞ്ഞു:

"ആരും ബുദ്ധിമുട്ടണ്ട. ഇത്രടംവരെ കൊണ്ടുവരാമെങ്കി എനിക്കിതീ വീട്ടിനകത്തോട്ട് എടുത്തുവെക്കാനും പറ്റും."

മകൾക്കു പരിഭവമായെന്നു ബിൻസിക്കു മനസ്സിലായി.

"ഓട്ടോ പൊക്കോട്ടേന്നു കരുതി നിന്നതാ ഞങ്ങള്." ബിൻസി പറഞ്ഞു.

"മനസ്സിലായെന്നേ, ഞാനിതാദ്യമായിട്ടല്ലല്ലോ എന്റെ വീട്ടിലോട്ടു വരുന്നത്. ലഗേജും കൊണ്ടുവന്നിട്ടൊണ്ട്. ഇപ്രാവശ്യം രണ്ട് ബാഗ് കൂടുതലുണ്ടെന്നേയുള്ളൂ."

ജോലി രാജിവയ്ക്കുന്ന കാര്യത്തിൽ ജിബിയയെ നഖശിഖാന്തം എതിർത്തവളാണു ബിൻസി. കാരണം, അല്ലലില്ലാതെ കുടുംബച്ചെലവുകൾ നടന്നുപോകുന്നുണ്ട്. ജോസ്നയെ പഠിപ്പിക്കാൻ കഴിയുന്നു. കടങ്ങൾ വീട്ടാൻ സാധിച്ചു. വീടിന്റെ ചില അറ്റകുറ്റപ്പണികൾ തീർത്തു. ഇനിയങ്ങോട്ട് ഇമ്മട്ടിൽ ത്തന്നെ പോയാൽ അല്പം പൊന്നും പണവുമൊക്കെ കരുതിവയ്ക്കാനും പറ്റിയേക്കും എന്നൊരു സുരക്ഷിതത്വബോധം

ബിൻസിക്കുണ്ടായിരുന്നു. അതിന്റെ കടയ്ക്കൽ കോടാലിവച്ചു കൊണ്ടാണ് ജിബിയയുടെ തിരിച്ചുവരവ്.

"നിനക്കെന്നാടീ ഒരുമാതിരി പെണക്കംപോലെ." ബിൻസി മകളോടു നയത്തിൽ ചോദിച്ചു.

"എന്റെ മമ്മീ, ഒരു പെണക്കോം ഇല്ല. എനിക്ക് നെല്ലോള്ള ചാക്കും ഉമിയൊള്ള ചാക്കും തിരിച്ചറിയാൻ തൊരന്നു നോക്കണ്ടെന്ന് മമ്മിതന്നെ പറയാറൊണ്ടല്ലോ."

"ഇത് നീ ആരെ ഉപമിച്ചതാ?"

"എത്രയൊക്കെ അഭിനയിക്കാൻ നോക്കിയാലും ജോലീം വരുമാനോം ഒള്ളപ്പഴും അതൊന്നും ഇല്ലാത്തപ്പഴും ഒള്ള പെരുമാറ്റം തിരിച്ചറിയാൻ പറ്റും മമ്മീ. പത്തുപൈസേടെ ഉപകാരമില്ലേങ്കിപ്പോലും ജോലിയൊള്ളവരോടു കാണിക്കുന്ന മമതയും വല്ലപ്പഴും നൂറും ഇരുനൂറുമൊക്കെ ദാനം ചെയ്താലും ശരി, ജോലിയില്ലേങ്കി അവരോടു കാണിക്കുന്ന അവഗണനേം ഞാനൊരുപാട് കണ്ടിട്ടൊണ്ട്."

"ഇതു പറയാനുംമാത്രം ഇവിടെ എന്തൊണ്ടായി?"

"കുടിക്കാനോ കഴിക്കാനോ എന്തെങ്കിലുമൊണ്ടങ്കി താ മമ്മീ. ചുമ്മാ തർക്കിച്ചോണ്ടു നിക്കാതെ. മിനിഞ്ഞാന്നു കേറീതാ ഡെല്ലീന്ന് ട്രെയിനേലോട്ട്."

അതോടെ ബിൻസി പിൻവാങ്ങി.

"ചേച്ചിക്കുമില്ല ലീവിന് വന്നപ്പളത്തെപ്പോലെ ഒരു സ്നേഹോം സന്തോഷോം ഒന്നും." ജോസ്ന പരിഭവം പറഞ്ഞു.

"എനിക്കൊണ്ടാവത്തില്ല. കാരണം, ഞാൻ ലീവെടുത്ത് വിശ്രമിക്കാനും പെരുന്നാള് കൂടാനും വന്നതല്ല." ജിബിയ പറഞ്ഞു.

ബിൻസി അവൾക്കു കാപ്പിയിട്ടു കൊടുത്തു.

"ഉച്ചയ്ക്കത്തെ തണുത്ത ചോറും മത്തിക്കറീം ഇരിപ്പൊണ്ട്. മതിയോ?"

"എന്നതെങ്കിലും താ മമ്മീ. ട്രെയിനേക്കേറീട്ട് മൂന്നു ദിവസമായെന്നു പറഞ്ഞില്ലേ."

"അതേൽ തിന്നാനും കുടിക്കാനുമൊന്നും കിട്ടത്തില്ലേടീ?"

"വല്ല നിവൃത്തിയൊണ്ടെങ്കി ഞാൻ കഴിക്കാറില്ല. വല്ല ബ്രെഡോ പഴമോ വാങ്ങിച്ചോണ്ടു കേറിയാപ്പിന്നെ കുപ്പിവെള്ളം മാത്രമാ ശരണം."

ബിൻസി മകൾക്കു തണുത്ത ചോറും കറിയും വിളമ്പിയിട്ടു ചോദിച്ചു.

"ചൂടാക്കണമായിരുന്നോ?"

"മമ്മീ...ഈ വീട്ടിൽ രാവിലേം ഉച്ചയ്ക്കും വൈകിട്ടും ഭക്ഷണം കഴിച്ചു കഴിഞ്ഞാ ഒരു കലത്തിലും പാത്രത്തിലും ഒരു സാധനോം ബാക്കിയുണ്ടാകാത്ത കാലം ഒണ്ടാരുന്നു. ഇപ്പം കുറച്ച് ചോറും മീൻകറിയുമൊക്കെ മിച്ചം വരുന്നൊണ്ടല്ലോ അതുതന്നെ വല്യ സന്തോഷം."

ബിൻസി അതിനു മറുപടിയൊന്നും പറയാതെ മകൾ കഴിക്കുന്നതു നോക്കിക്കൊണ്ടിരുന്നു.

ജിബിയ ആഹാരം കഴിച്ചശേഷം എഴുന്നേറ്റ് കൈ കഴുകി. "ആരും ശല്യപ്പെടുത്തിയേക്കല്ലേ..." എന്ന് ആരോടെന്നില്ലാതെ പറഞ്ഞിട്ട് പോയിക്കിടന്നുറങ്ങി.

ജോർജുകുട്ടി വീട്ടിലെത്തിയപ്പോൾ മകൾ നല്ല ഉറക്കം.

"വിളിക്കണ്ടാന്നാ പറഞ്ഞേക്കുന്നെ." ബിൻസി പറഞ്ഞു.

"ജോലി കളഞ്ഞിട്ടാണോടീ വന്നത്?"

ജോർജുകുട്ടി ജിജ്ഞാസുവായി.

"ആണെന്നു പറഞ്ഞാരുന്നല്ലോ."

"വേറെ എന്തെങ്കിലും വഴി കണ്ടിട്ടൊണ്ടോ?"

"കുവൈറ്റിലോട്ട് പോണംന്നൊള്ള ജ്വരം കേറീരിക്കുവല്ലേ."

"അതിനൊള്ള പൈസയോ?"

"ഒറക്കത്തീന്ന് എണീക്കട്ടെ. അപ്പളറിയാം."

ജിബിയ ഉറങ്ങിയെണീറ്റപ്പോൾ സന്ധ്യയായി. പപ്പയെ കണ്ടപ്പോൾ അല്പം കുശലം പറഞ്ഞു. പിന്നെ കുളിച്ചുവന്ന് കുടുംബപ്രാർഥനയ്ക്കിരുന്നു. അതുകഴിഞ്ഞപ്പോൾ അത്താഴം.

രാത്രി വരാന്തയിൽ വന്നിരുന്നു സംസാരിക്കുന്നതിനിടയിൽ ജിബിയ ജോർജു കുട്ടിയോടു പറഞ്ഞു:

"പപ്പാ, എനിക്കു കുവൈറ്റിനു പോണം. അല്ലാതെ ഇവിടെത്തന്നെ ജോലിചെയ്തോണ്ടിരുന്നാ വീട്ടുച്ചെലവ് നടന്നുപോകുമെന്നല്ലാതെ ഒരു മെച്ചം ഒണ്ടാകത്തില്ല."

"എടീ മോളെ... അതിന് ഇപ്പളേ ഒണ്ടാരുന്ന ജോലി കളയണാരുന്നോ? കുവൈറ്റിലോട്ട് പോകാനൊള്ള കടലാസൊക്കെ റെഡിയായി വരുമ്പളേക്കും ജോലി വിട്ടാ മതിയാരുന്നല്ലോ."

"അതൊന്നും നടക്കത്തില്ല പപ്പാ. ജോലിയൊള്ളപ്പം എല്ലാറ്റിനോടും ഒരയഞ്ഞ മട്ടാ. അതുകൊണ്ട് ഞാൻ മനഃപൂർവം ഉപേക്ഷിച്ചതാ ജോലി. എങ്കിലേ എല്ലാ കാര്യത്തിനും ഒരു സ്പീഡ് ഒണ്ടാകത്തൊള്ളൂ."

"പക്ഷേങ്കി ഇനി കുവൈറ്റിച്ചെന്ന് ജോലീൽ കേറി ശമ്പളം കിട്ടുന്നതുവരെ... ഒരു വരുമാനം ഇല്ലല്ലോ." ജോർജുകുട്ടി ഓർമ്മിപ്പിച്ചു.

"ഇല്ലെന്നു മാത്രമല്ല, കുറേ പൈസ നമ്മുടെ കയ്യീന്ന് ചെലവാകുകേം ചെയ്യും. എല്ലാരും അങ്ങനെയാ വിദേശത്തോട്ടൊക്കെ പോകുന്നെ."

"നിന്റെ കയ്യിലൊണ്ടോ അതിനൊള്ള കാശ്?" ജോർജുകുട്ടി ചോദിച്ചു

"കുറച്ച് കാഷ് ഞാൻ കരുതിവെച്ചിട്ടൊണ്ട്. ബാക്കി പപ്പാ തരണം."

"ബാക്കീന്നുവെച്ചാ...?"

"മൂന്ന് മൂന്നര ലക്ഷം രൂപ."

ജോർജ്ജുകുട്ടി കണ്ണുമിഴിച്ചു.

"നീ എന്നതാ ബിയാമോളെ പറയുന്നെ? ഞാനെവിടുന്നുണ്ടാക്കാനാ അത്രേം കാശ്."

"ഈ വീടും പറമ്പും ബാങ്കിൽ ഈടുവെച്ച് ലോണെടുക്കണം."

"ലോണായിട്ട് അത്രേം വെല്യ തൊകയൊക്കെ ഏതു ബാങ്ക് തരും. തിരിച്ചടയ്ക്കാനൊള്ള വരുമാനംകൂടി കാണിച്ചാലല്ലേ ഇപ്പം ലോൺ കിട്ടത്തൊള്ളൂ."

"അങ്ങനാണെങ്കി വീടൊഴികെയൊള്ള സ്ഥലം ആർക്കെങ്കിലും വിൽക്കണം. പപ്പാ അങ്ങനെ എന്തെങ്കിലും ചെയ്യാതെ എനിക്കു കുവൈറ്റിലോട്ട് പോകാൻ പറ്റത്തില്ല."

വീടോ സ്ഥലമോ വിൽക്കുന്ന കാര്യം ജോർജ്ജുകുട്ടിക്ക് ആലോചിക്കാൻ പോലും കഴിയുമായിരുന്നില്ല. അയാൾ ആശങ്കാജനകമായൊരു മൗനത്തിലേക്കു മുങ്ങി

ഇരുപത്തിമൂന്ന്

ഏഴാം നമ്പർ ക്യൂബിക്കിളിലെ പേഷ്യന്റിന് കെയർ കൊടുക്കുകയായ രുന്നു പവിത്ര. ബൈസ്റ്റാൻഡർക്കുള്ള സന്ദർശക സമയമാണ്. അപ്പോ ഴേക്കും രോഗിക്ക് കെയർ കൊടുത്ത്, ഷീറ്റും പില്ലോ കവറും പുതപ്പും എല്ലാം മാറ്റി പുതപ്പിച്ചിച്ച് വൃത്തിയായി കിടത്തിയിരിക്കണമെന്നാണ് ചട്ടം. ചിലർ ധൃതിപിടിച്ച് പുറമെ കാണുമ്പോൾ വലിയ കുഴപ്പം തോന്നാത്ത വിധം ഒപ്പിച്ചു വെക്കും.

വളരെ സൂക്ഷ്മതയോടെ ശുശ്രൂഷിക്കേണ്ട പേഷ്യന്റായതിനാൽ പവിത്ര അതീവ ശ്രദ്ധയോടെയാണ് ആ രോഗിക്ക് കെയർ കൊടുത്തത്. ബൈസ്റ്റാൻഡറായ സ്ത്രീ ക്യൂബിക്കിളിനു പുറത്ത് കാത്തു നിൽക്കു ന്നുണ്ടായിരുന്നു. കെയർ വൈകുന്നതിന് നീതു സിസ്റ്റർ വാതിൽക്കൽ വന്നുനിന്ന് പവിത്രയോടു തട്ടിക്കയറി.

"എത്ര സമയമായി ജോലിചെയ്യാൻ തുടങ്ങീട്ട്. ഇതുവരെ സ്പീഡാ യിട്ടു ചെയ്യാൻ അറിയില്ലേ... ഒരു പേഷ്യന്റിന്റെ കെയറുംകൊണ്ട് സമയം തള്ളിവിടാനുള്ള തട്ടിപ്പ് ഇവിടെ നടക്കില്ല. മേലനങ്ങി ജോലിചെയ്യാൻ ക ഴിയാഞ്ഞിട്ട് ഓരോ കള്ളത്തരവുമായി വന്നോളും."

"ഇതങ്ങനെ സ്പീഡായിട്ട് ചെയ്യാൻ പറ്റുന്ന കെയറല്ല സിസ്റ്ററേ." പവിത്ര വാദിച്ചു.

"നീയെന്നെ പഠിപ്പിക്കാനൊന്നും വരണ്ട. കേട്ടല്ലോ. ഞാൻ പന്ത്രണ്ടു വർഷമായി ഈ യൂണിഫോമിട്ട് തുടങ്ങിയിട്ട്."

ഇതിനിടയിൽ അടുത്ത ക്യൂബിക്കിളിൽ നിന്നും നഴ്സ് മേഘ പവി ത്രയെ വിളിക്കുന്നുണ്ടായിരുന്നു. പവിത്ര ചെല്ലാത്തതുകൊണ്ട് മേഘ കലി തുള്ളി ഇപ്പുറത്തെ ക്യൂബിക്കിളിലേക്കു വന്നു.

"നിന്നെ എത്രപ്രാവശ്യം വിളിക്കണം, അവിടെ കെയറ് കൊടുക്കാൻ."

"ഞാനിത് ചെയ്തോണ്ടിരിക്കുവല്ലേ. ഇതു കഴിയട്ടെ."

"അതൊന്നും എനിക്കറിയണ്ട. എന്റെ പേഷ്യന്റിന് ഇപ്പത്തന്നെ കെയറ് കൊടുക്കണം."

"അപ്പോ ഇത് ഞാനെന്നാ ചെയ്യണം."

“അതവിടെ ഇട്ടിട്ടു വാ, എന്റെ പേഷ്യന്റിന്റെ കെയർ കഴിഞ്ഞിട്ടു വന്ന് ബാക്കി ചെയ്താ മതി.”

“ഇല്ല. ഇതു കഴിഞ്ഞിട്ടേ ഞാൻ വരുന്നൊള്ളൂ.” പവിത്ര തീർത്തു പറഞ്ഞു.

മേഘ സിസ്റ്റർ ദേഷ്യപ്പെട്ട് ഉടൻ പോയി ഇൻചാർജിന്റെ അടുത്ത് പരാതിപ്പെട്ടു. നീതു സിസ്റ്റർ പാഞ്ഞെത്തി.

“എന്താ സീനിയേഴ്സ് പറഞ്ഞിട്ട് അനുസരിക്കാത്തത്?”

“ഇതിപ്പത്തന്നെ കഴിയും സിസ്റ്റർ. പത്ത് മിനിറ്റ് മതി.”

“നീയാണോ അതു തീരുമാനിക്കുന്നേ. നീ എന്തു ചെയ്യണമെന്ന് പറയാനും നിന്നെക്കൊണ്ടു ചെയ്യിക്കാനുമാ ഇൻചാർജ്. വേഷം കെട്ടൊന്നും എന്റടുത്തു വേണ്ട.”

ഇത്രയുമായപ്പോഴേക്കും പുറത്തു കാത്തുനിന്ന പ്രൗഢയായ സ്ത്രീ ഇടപെട്ടു.

“എന്റെ മകനാണ് ആ ബെഡ്ഡിൽ കിടക്കുന്ന പേഷ്യന്റ്. ഞാനി തെല്ലാം കണ്ടോണ്ടു നിൽക്കാൻ തുടങ്ങീട്ട് കുറച്ചു സമയമായി. മര്യാദ യ്ക്കൊരു ജോലി ചെയ്യാൻ നിങ്ങള് ആരേം സമ്മതിക്കില്യേ. ആ പെൺ കുട്ടി വളരെ കെയർഫുള്ളായിട്ട് എന്റെ മകനെ ശുശ്രൂഷിച്ചോണ്ടിരി ക്കുവാ... അതിനിടയ്ക്ക് ഇൻചാർജെന്നു പറയുന്ന നിങ്ങള് രണ്ടു തവണ തടസ്സപ്പെടുത്തി. വേറൊരു നഴ്സ് വന്ന് ഇതിട്ടിട്ട് വേറെ പേഷ്യന്റിനെ നോക്കാൻ പറയുന്നു... ഇതാണോ ഇവിടെ നടക്കുന്നത്?”

“സോറി മേഡം... ഇന്ന് തെരക്ക് കൂടുതലാ... അതുകൊണ്ടാണ്.”

“ഇവിടെ തെരക്ക് കൂടുതലാണെങ്കിൽ ഞങ്ങളെന്തു വേണം. ഓരോ ആഴ്ചേലും ലക്ഷക്കണക്കിനു രൂപേടെ ബില്ല് പേ ചെയ്തിട്ടാ ഞങ്ങളി വിടെ ചികിത്സിക്കുന്നത്. മര്യാദയ്ക്ക് ജോലിചെയ്യിക്കുന്നതല്ല പലപ്പോഴും ഞാനിവിടെ കണ്ടിട്ടൊള്ളത്. വൃത്തിയായിട്ട് ജോലി ചെയ്യുന്നോരെ അതിനു സമ്മതിക്കാതെ നിങ്ങൾ ആളുകളിക്ക്യാണ്.”

ഒച്ചയെടുത്താണ് ആ സ്ത്രീ പറഞ്ഞത്.

നീതു സിസ്റ്ററിന്റെ മുഖം വിളറി വെളുത്തു. അവർ കൂടുതൽ തർക്കി ക്കാൻ നിൽക്കാതെ പിന്തിരിഞ്ഞു.

“ആരാ നിങ്ങടെ സൂപ്പർവൈസർ, അല്ലെങ്കിൽ നഴ്സിങ് സൂപ്രണ്ട്? എനിക്ക് കംപ്ലെയ്ന്റ് കൊടുക്കണം.” ആ സ്ത്രീ ആവലാതിപ്പെട്ടു.

ഇതിനിടയിൽ പവിത്ര അബോധാവസ്ഥയിൽ വെന്റിലേറ്ററിൽ കിടന്ന രോഗിയുടെ ശുശ്രൂഷകൾ തീർത്തു. രോഗിയുടെ അമ്മ ക്യൂബിക്കിളിൽ കയറി തന്റെ മകനെ കണ്ടു. അയാളുടെ ശിരസ്സിൽ തലോടിയും കൈത്തണ്ടയെടുത്തു തടവിയും പത്തുമിനിറ്റോളം നിന്നു. സന്ദർശന സമയം കഴിഞ്ഞതോടെ അവർ പുറത്തേക്കിറങ്ങിപ്പോയി.

പിന്നീട് പവിത്ര നോക്കുമ്പോഴെല്ലാം നീതു സിസ്റ്ററിന്റെ മുഖം കടന്നൽകുത്തേറ്റതുപോലെ വീർത്തിരുന്നു.

കെയർ അസിസ്റ്റന്റ് ചിന്നു പവിത്രയോട് നീരസപ്പെട്ടു. "നീയെന്തിനാ ആവശ്യത്തിൽ കൂടുതൽ ഉത്തരവാദിത്തം ഏറ്റെടുക്കുന്നെ?"

"ആവശ്യത്തിൽ കൂടുതലോ?"

"നിന്റെ ജോലി കെയറ് കൊടുക്കുകാന്നുള്ളതാ. അല്ലാതെ പേഷ്യന്റിനെ രക്ഷിക്കുകാന്നുള്ളതല്ല. നീ വളരെ ശ്രദ്ധിച്ചും നീറ്റായിട്ടും ചെയ്യുന്നതുകൊണ്ടാ ജോലി പെട്ടെന്നു തീരാത്തത്. എത്ര വഴക്കു കേട്ടാലും നീ പഠിക്കത്തില്ല. നീ എത്ര നന്നായിട്ടു ചെയ്താലും അതിന്റെ ക്രെഡിറ്റൊന്നും നിനക്കു കിട്ടത്തില്ല. നിനക്കു ശമ്പളം കൂട്ടിത്തരികയോ, ഒരു നല്ലവാക്ക് പറയുകയോ സമ്മാനം തരികയോ ഒന്നുമില്ല. കുറേ തെറി കേൾക്കാം അത്രതന്നെ."

"നമ്മുടെ കയ്യിൽ വരുന്ന പേഷ്യന്റല്ലേ ചേച്ചീ. നമ്മൾ നല്ലപോലെ നോക്കിയാൽ ചെലപ്പോ രക്ഷപ്പെടും."

"അതാ ആദ്യമേ പറഞ്ഞത്. അതൊന്നം നിന്റെ ഡ്യൂട്ടിയല്ല. ഈ ഐസിയുവിൽ വരുന്നതിൽ തൊണ്ണൂറ് ശതമാനോം മരണ വാറണ്ട് കിട്ടിയവരാ... അവരടെയൊന്നും തലേലെഴുത്ത് തിരുത്താൻ നമ്മളെക്കൊണ്ടു പറ്റില്ല."

ചിന്നുവിനോട് കൂടുതൽ തർക്കിക്കാൻ പവിത്രയ്ക്കു സമയമില്ലായിരുന്നു.

പിറ്റേന്നു ഡ്യൂട്ടിക്കു വന്നപ്പോഴാണ് പവിത്ര അറിഞ്ഞത്, ക്യൂബിക്കിൾ ഏഴിൽ മൂന്നാം നമ്പർബെഡ്ഡിലെ പേഷ്യന്റിന്റെ അമ്മ സൂപ്പർവൈസറോടും എച്ച്ആർഡി ഓഫീസറോടും നീതു സിസ്റ്ററെപ്പറ്റി പരാതിപ്പെട്ടിരുന്നു എന്ന്.

നീതു സിസ്റ്ററെ നഴ്സിങ് ഓഫീസിലേക്കു വിളിപ്പിച്ച് വിശദീകരണം ചോദിച്ചു. പേഷ്യന്റിന്റെ ബന്ധുക്കളുടെ പരാതികൾ 'ദീപജ്യോതി'യിലെ ജുഡീഷ്യൽ നിലവാരത്തിലുള്ള കമ്മിറ്റിയാണ് കൈകാര്യം ചെയ്യുന്നത്.

'തന്റെ കീഴിലുള്ള ജീവനക്കാരോട് മേലധികാരി ദയാരഹിതമായും ക്രൂരമായും പെരുമാറുമ്പോൾ ആ ജീവനക്കാർക്ക് പരിചരിക്കേണ്ട രോഗികളോട് വേണ്ടത്ര ആത്മാർത്ഥത കാണിക്കാൻ സാധിക്കുമോ എന്ന കാര്യത്തിൽ സംശയമുണ്ട്' എന്നൊരു പോയിന്റ് പരാതി നൽകിയ സ്ത്രീ വ്യക്തമായി രേഖപ്പെടുത്തിയിരുന്നു.

നീതു സിസ്റ്ററിന് നഴ്സിങ് ഓഫീസിൽനിന്ന് ഒരു താക്കീത് കിട്ടി കോൺഷ്യസായി കിടക്കുന്ന രോഗിയുടെ മുന്നിൽവെച്ചോ, പേഷ്യന്റിന്റെ ബന്ധുക്കളുടെ മുന്നിൽ വെച്ചോ സഹപ്രവർത്തകരോട് കയർത്തു സംസാരിക്കരുത്.

ആ അമ്മയുടെ പേര് പിന്നീട് ഐസിയുവിൽ എല്ലാവരും ഹൃദിസ്ഥമാക്കി. ഇന്ദുമതി. കാറപകടത്തിൽ പെട്ട് അത്യാസന്ന നിലയിൽ ഐസിയുവിലെ വെന്റിലേറ്ററിൽ കിടക്കുന്ന മകന്റെ പേര് വിജയാനന്ദ്. അമ്മ ഹൈസ്കൂൾ ടീച്ചറാണ്. മകൻ ഡോക്ടർ.

ആഴ്ചകൾ പലതായി ആ മകൻ അങ്ങോട്ടോ ഇങ്ങോട്ടോ എന്നു നിശ്ചയമില്ലാതെ ഐസിയുവിൽ തുടരുന്നു. ഇന്നല്ലെങ്കിൽ നാളെ ആ ജീവനസ്തമിക്കും എന്നാണ് ഡോക്ടർമാരുടെയും സീനിയർ നഴ്സുമാരുടെയും കണക്കുകൂട്ടൽ. ശതമാനത്തോത് വെച്ചു നോക്കിയാൽ ജീവിക്കാനുള്ള സാധ്യത മരണസാധ്യതയുടെ പതിനാറിൽ ഒന്നാണ്.

ഏഴാം നമ്പർ ക്യൂബിക്കിൾ തനിക്കു കിട്ടുമ്പോഴെല്ലാം പവിത്ര, ജീവൻ തിരിച്ചു പിടിക്കാൻ നിയോഗിക്കപ്പെട്ടവളുടെ ജാഗ്രതയോടെ ഡോക്ടർ വിജയാനന്ദിനെ പരിചരിച്ചുപോന്നു. അതൊരു ഡോക്ടറാണെന്നുതന്നെ അവൾ അറിഞ്ഞത് ആഴ്ചകൾക്കു ശേഷമായിരുന്നു. കെയർ അസിസ്റ്റന്റുമാർ പേഷ്യന്റിന്റെ പേരോ, അഡ്രസ്സോ, രോഗവിവരമോ ഒന്നും അറിയാനും അന്വേഷിക്കാനും ബാധ്യതയുള്ളവരല്ല.

നഴ്സിങ് സ്റ്റാഫിനോട് അതേപ്പറ്റി അന്വേഷിച്ചാൽ നിങ്ങളെന്തിന് അതൊക്കെ അറിയുന്നു എന്ന മറുചോദ്യമാണുണ്ടാവുക.

ഡോക്ടർ വിജയാനന്ദിന്റെ അമ്മ ഇന്ദുമതിക്ക് പവിത്രയോട് ഒരടുപ്പക്കൂടുതലുണ്ടായിരുന്നു. കാരണം മറ്റൊന്നുമല്ല. പവിത്ര, വിജയാനന്ദിനെ പരിചരിക്കുന്നത് അവർ പലതവണ കണ്ടിട്ടുണ്ട്. അബോധാവസ്ഥയിൽ കിടക്കുന്ന വിജയാനന്ദിനോട് അവൾ സംസാരിക്കും. സുഖവിവരങ്ങൾ തിരക്കും. കെയർ കൊടുക്കുമ്പോൾ ഇങ്ങനെ മതിയോ, വേദനയുണ്ടോ, തടവിത്തരട്ടെ എന്നെല്ലാം ചോദിക്കും. ഒന്നും മറുപടി പ്രതീക്ഷിച്ചിട്ടല്ല. അവൾ, അയാളുടെ സുഷുപ്തിയിൽ കിടക്കുന്ന ജീവനോട് സംവദിക്കുകയാണ്.

പവിത്ര വിജയാനന്ദിന്റെ പരിചരണങ്ങൾ ചെയ്യുന്ന ദിവസങ്ങളിൽ, തന്റെ മകന്റെ ഉടലിലും മുഖത്തും ജീവന്റെ തുടിപ്പുകൾ ഒന്നുകൂടി വർധിച്ചതായി ഇന്ദുമതിക്കു തോന്നാറുണ്ട്.

ഒരു ഘട്ടത്തിൽ ഇന്ദുമതി സൂപ്പർവൈസറെ നേരിൽ കണ്ട്, പവിത്രയ്ക്ക് ഡ്യൂട്ടിയുള്ള ദിവസങ്ങളിൽ തന്റെ മകന്റെ പരിചരണം അവൾക്ക് ഏൽപ്പിച്ചു കൊടുക്കണമെന്ന് ആവശ്യപ്പെട്ടു.

ഐസിയുവിൽ അങ്ങനെ ഒരു പ്രത്യേക രോഗിക്കുവേണ്ടി ഒരു പ്രത്യേക നഴ്സിനെയോ, പ്രത്യേകം കെയർ അസ്സിസ്റ്റന്റിനെയോ ഡ്യൂട്ടിയേൽപ്പിക്കാൻ നിർവാഹമില്ലെന്ന് സൂപ്പർവൈസർ അറിയിച്ചപ്പോൾ ഇന്ദുമതി നഴ്സിങ് സൂപ്രണ്ടിനെ കണ്ട് പരാതിപ്പെട്ടു.

“ജീവൻ തിരിച്ചു കിട്ടാൻ പത്തു ശതമാനംപോലും സാധ്യതയില്ലാത്ത എന്റെ മകന് അത്യാവശ്യം വേണ്ടുന്ന നഴ്സിങ് കെയറുകൊടുക്കാൻ പറ്റുന്നില്ലെങ്കിൽ പിന്നെ നിങ്ങൾ ഐസിയുവിൽ എന്തു ചികിത്സയാണ് കൊടുക്കുന്നത്.”

ഇന്ദുമതി രോഷാകുലയായി ചോദിച്ചു.

“മേഡം, ഐസിയുവിൽ വേണ്ടതെല്ലാം ഞങ്ങൾ ചെയ്യുന്നുണ്ട്.”

നഴ്സിങ് സൂപ്രണ്ട് പറഞ്ഞു.

"നിങ്ങളൊരു ചുക്കും ചെയ്യുന്നില്ല. നിങ്ങൾ അടിമകളെപ്പോലെ പണിയെടുപ്പിക്കുന്ന കുറേ നഴ്സുമാരും കെയറർമാരും യാതൊരുവിധ സമാധാനമോ സന്തോഷമോ തൃപ്തിയോ ഇല്ലാതെ വഴിപാട് കഴിക്കുന്നപോലെ എന്തൊക്കെയോ ചെയ്യുന്നു. ജോലിയെടുക്കുന്നവരുടെ പുറകിൽ നിന്ന് മുതുകിലും കാലിലും ചാട്ടവാറിന് അടിക്കുന്നവരെപ്പോലെയാണ് നിങ്ങൾ. അവരെല്ലാം അമർഷത്തോടെയും സങ്കടത്തോടെയുമാണ് ജോലി ചെയ്യുന്നത്. രോഗി ജീവിക്കുന്നതിനെക്കാൾ മരിച്ചുപോകുന്നതാണ് അവർക്കു താത്പര്യം. കാരണം ആ ജോലി കഴിയുമല്ലോ."

"മേഡം അത് നിങ്ങളുടെ തെറ്റിദ്ധാരണയാണ്." നഴ്സിങ് സൂപ്രണ്ട് അതൃപ്തിയോടെ പറഞ്ഞു.

"നിങ്ങൾക്കാണ് തെറ്റിദ്ധാരണ. എന്റെ മകളും ഒരു നഴ്സാണ്. ഈ നാട്ടിലെ ഒരു മൾട്ടി സ്പെഷ്യാലിറ്റി ഹോസ്പിറ്റലിൽ അവളും ജോലി ചെയ്തിട്ടുണ്ട്. സഹികെട്ട് ഒടുവിൽ അയർലൻഡിനു പോയി. അവിടെ ഒരു കെയറർക്ക് ഒന്നല്ലെങ്കിൽ രണ്ട് പേഷ്യന്റിനെ നോക്കിയാ മതി. അവർ സന്തോഷത്തോടെ ആ ജോലി ചെയ്യുന്നു. രോഗികൾ വേഗം സുഖപ്പെട്ട് ആശുപത്രിയിൽനിന്നു പോകുന്നു. ഇവിടെയോ?"

ഇന്ദുമതി തുറന്നടിച്ചു പറഞ്ഞപ്പോൾ നഴ്സിങ് സൂപ്രണ്ട് അല്പം അയഞ്ഞു.

"മേഡത്തിന്റെ ആവശ്യം ഞങ്ങൾ പരിഗണിക്കാമോന്നു നോക്കട്ടെ."

"പറ്റില്ലെങ്കി മോനെ ഡിസ്ചാർജ് ചെയ്തേക്കണം." ഇന്ദുമതി തന്റെ തീരുമാനം കർക്കശമായി അറിയിച്ചിട്ട് തിരികെ പോന്നു.

പിറ്റേന്നുമുതൽ പവിത്രയ്ക്ക് ഏഴാം നമ്പർ ക്യൂബിക്കിൾതന്നെ സ്ഥിരമായി കിട്ടിത്തുടങ്ങി. മൂന്നാഴ്ചയ്ക്കുള്ളിൽതന്നെ ഡോക്ടർ വിജയാനന്ദിന്റെ ശാരീരികാവസ്ഥയിൽ ആശാവഹമായ മാറ്റങ്ങൾ കണ്ടു തുടങ്ങി. കൈകാലുകൾ മെല്ലെ ചലിപ്പിച്ചു തുടങ്ങി. ഞരക്കവും മൂളലും ഉണ്ടായി. ഏതാനും ദിവസങ്ങൾക്കു ശേഷം വിജയാനന്ദ് കണ്ണു തുറന്നു.

അതൊരു അദ്ഭുതമായി ഐസിയുവിൽ എല്ലാവരും പരസ്പരം സംസാരിച്ചു. ഡോക്ടർമാർപോലും 'മിറക്കിൾ' എന്ന് അതിനെ വിശേഷിപ്പിച്ചു.

ഇന്ദുമതി ടീച്ചറിന് നന്ദിപറയാനുള്ളത് പവിത്രയോടു മാത്രമായിരുന്നു. അവളുടെ കൈപിടിച്ച്, കണ്ണിൽ ആനന്ദാശ്രുവോടെ അവർ പറഞ്ഞു: "താങ്ക്സ്. നിനക്ക് സാധിക്കുമെന്ന് എനിക്കു തോന്നി. അതുകൊണ്ടാ നിന്നെ മാത്രം വേണംന്ന് ഞാനാവശ്യപ്പെട്ടത്."

കേവലമൊരു പുഞ്ചിരി മാത്രമായിരുന്നു പവിത്രയുടെ മറുപടി.

പിന്നീട് പലപ്പോഴായി ഇന്ദുമതി പവിത്രയോട് മകന്റെ അപകടത്തെക്കുറിച്ചും ജീവിതത്തെക്കുറിച്ചും പറഞ്ഞു.

വിജയാനന്ദ് അയർലണ്ടിലെ ഒരു ഹോസ്പിറ്റലിൽ ഡോക്ടറായി ജോലി ചെയ്യുകയായിരുന്നു. വിവാഹിതനാണ്. ഒന്നര വയസായ മകളുണ്ട്. ഭാര്യ രോഗബാധിതയായി മരിച്ചു. ബ്രെയിൻട്യൂമറായിരുന്നു മരണ

കാരണം. മകളെ നോക്കാൻ വേണ്ടി അമ്മയെ അയർലണ്ടിലേക്കു കൊണ്ടുപോകാൻ നാട്ടിലെത്തിയതാണ്. ഇന്ദുമതി ഈ വർഷം റിട്ടയ റായി. മകനൊപ്പം പോകാനുള്ള തയാറെടുപ്പുകൾ നടത്തുന്നതിനിടയി ലാണ് കാർ ആക്സിഡന്റ്. വിജയാനന്ദിന്റെ മകൾ, ഇന്ദുമതിയുടെ മൂത്ത മകളോടൊപ്പം അയർലണ്ടിലാണുള്ളത്. അവൾ അവിടെ ഹോസ്പിറ്റ ലിൽ നഴ്സാണ്. ഭർത്താവും മകളുമുണ്ട്.

വിജയാനന്ദ് ഇനി എഴുന്നേറ്റു നടക്കുമോ എന്നറിയില്ല.

ഇതുവരെ ജീവൻ തിരിച്ചു കിട്ടണേ എന്നു മാത്രമായിരുന്നു പ്രാർ ത്ഥന. ഇപ്പോൾ എഴുന്നേറ്റ് നടക്കാൻ കഴിയണേ എന്ന്. അയർലണ്ടിനു തിരിച്ചു പോകാനും ജോലിചെയ്യാനും സാധിക്കുമോ എന്നറിയില്ല. മകളെ ആര് നോക്കും എന്നു നിശ്ചയമില്ല.

ഓരോ മനുഷ്യരുടെ തീരാദുരിതങ്ങളെപ്പറ്റി കണ്ടും കേട്ടും അറിഞ്ഞും പവിത്രയ്ക്കിപ്പോൾ തന്റെ ജീവിതയാതനകൾ നിസാരമായിത്തോന്നി ത്തുടങ്ങി.

ഒരു ദിവസം ഓർക്കാപ്പുറത്ത് ഇന്ദുമതി പവിത്രയോടു ചോദിച്ചു

"നിനക്കു താൽപര്യമുണ്ടോ അയർലൻഡിനു പോകാൻ?"

പവിത്ര ആശ്ചര്യസ്ഥബ്ധയായി നിമിഷങ്ങളോളം നിന്നു.

"എന്റെ മോന്റെ കുഞ്ഞിനെ നോക്കണം. പോകാനുള്ള ടിക്കറ്റും വീസയുമൊക്കെ ഞാൻ ശരിയാക്കിത്തരാം."

"പോകണമെന്ന് ആഗ്രഹം ഒണ്ട്. അതിനുള്ള പൈസയോ ആളു കളോ ബന്ധങ്ങളോ ഒന്നും ഇല്ലാഞ്ഞിട്ടാ."

പവിത്ര പറഞ്ഞു.

"ഞാൻ വെറുതെ പറഞ്ഞതല്ല. നമുക്ക് നോക്കാം. എന്റെ മോൻ ഒന്നെ ണീറ്റോട്ടെ. പാസ്പോർട്ടുണ്ടോ നിനക്ക്?"

"ഇല്ല."

"അതാദ്യം എടുക്ക്. ഉടൻതന്നെ ആപ്ലിക്കേഷൻ കൊടുത്താ രണ്ടു മാസത്തിനകം കിട്ടും. പാസ്പോർട്ട് വളരെ അത്യാവശ്യമുള്ള സംഗതി യാണ്. അതില്ലാത്തതു കൊണ്ട് ഒരു ചാൻസ് നഷ്ടപ്പെടരുത്."

പവിത്ര അത് മനസ്സിൽ കരുതി.

അടുത്ത തവണ ഓഫ് കിട്ടിയപ്പോൾ വീട്ടിൽചെന്ന് സുദർശനനെ ക്കൊണ്ട് പാസ്പോർട്ടിനുള്ള ആപ്ലിക്കേഷൻഫോം വാങ്ങിപ്പിച്ച് ഈരാറ്റു പേട്ടയിലുള്ള പാസ്പോർട്ട് ഏജൻസിയുടെ സഹായത്തോടെ പൂരിപ്പിച്ച് നൽകി. ഇതിനിടയിൽ പാലായിലെ കുടുംബകോടതിയിൽ വിവാഹ മോചന കേസിന്റെ ആവശ്യത്തിനായും പോകേണ്ടതുണ്ടായിരുന്നു.

പാസ്പോർട്ട് എടുക്കുന്ന കാര്യത്തിലും അജിതമ്മ ഇടങ്കോലിടാൻ ഒരു ശ്രമം നടത്തി.

"പാസ്പോർട്ടൊക്കെ എടുത്തോണ്ട് എന്നാത്തിനാ... അമേരിക്കയ്ക്ക് പോണോ?"

അജിതമ്മ ദേഷ്യത്തിലും പരിഹാസത്തിലും പവിത്രയോടു ചോദിച്ചു.

"പോകാനൊരു ചാൻസ് വന്നാ പോകാമല്ലോ."

പവിത്ര ഒട്ടും കൂസാതെ പറഞ്ഞു.

"നിന്റെ മോനെ ഇവിടിട്ടിട്ടോ? ആരു നോക്കുമെന്നു വിചാരിച്ചാ?"

"അമ്മ നോക്കും അല്ലാതാര്?"

"നിന്റെ കൊച്ചിനെ നോക്കിക്കൊണ്ടിരുന്നാ മതിയോ... ഞാൻ തയ്ച്ചൊണ്ടാക്കീട്ടു വേണം കുടുംബം കഴിയാന്."

"അമ്മേടെ തയ്യൽമെഷീനെടുത്തു കെണറ്റിലിട്ടിട്ടേ ഞാൻ പോക ത്തൊള്ളൂ. അതിന്റടുത്ത ദിവസം മുതൽ അച്ഛൻ നോക്കും കുടുംബം."

പവിത്ര തമാശ മട്ടിലാണു പറഞ്ഞതെങ്കിലും അതിലൊരല്പം സത്യം ഒളിഞ്ഞുകിടപ്പുണ്ടായിരുന്നു.

ഡോക്ടർ വിജയാനന്ദിന്റെ ആരോഗ്യനില സാവധാനം മെച്ചപ്പെട്ടു വരുന്നുണ്ടായിരുന്നു. ആളുകളെ തിരിച്ചറിഞ്ഞുതുടങ്ങി. കൈകൾ കൊണ്ടും മുഖാംഗ്യം കൊണ്ടും കണ്ണുകൾ കൊണ്ടും സംജ്ഞകൾ നൽകി. വെന്റിലേറ്ററിൽ തുടരുന്നതിനാൽ സംസാരിക്കാൻ കഴിയുമായി രുന്നില്ല. ആക്സിഡന്റിൽ വാരിയെല്ലുകൾ തകർന്ന് ശ്വാസകോശത്തിനു പരുക്കേറ്റിട്ടുണ്ടായിരുന്നു. ആരോഗ്യനില വീണ്ടെടുക്കുന്നതനുസരിച്ച് ഇനിയും പല സർജറികൾ വേണ്ടിവരുമെന്ന് ഡോക്ടർമാർ ഇന്ദുമതിയെ അറിയിച്ചിട്ടുണ്ട്.

പവിത്ര തനിക്കാവുംവിധം ആത്മാർത്ഥതയോടെയും ത്യാഗസന്നദ്ധ തയോടെയും ഡോക്ടർ വിജയാനന്ദിനെ പരിചരിച്ചു പോന്നു.

ഹോസ്പിറ്റൽ ഐസിയുവിൽ പ്രവേശിപ്പിച്ച് അൻപത്തിനാലു ദിവ സങ്ങൾക്കു ശേഷം ഡോക്ടർ വിജയാനന്ദിന് വെന്റിലേറ്ററിൽനിന്ന് മോചനമായി. ശ്വാസതടസ്സം അനുഭവപ്പെടുന്ന സന്ദർഭങ്ങളിൽ മാത്രം ബൈപ്പാസോ ഓക്സിജൻ മാസ്ക്കോ ഉപയോഗിച്ചാൽ മതിയെന്നായി.

നഴ്സിന്റെയോ കെയർ അസിസ്റ്റന്റിന്റെയോ സഹായത്തോടെ വിജ യാനന്ദിന് കിടക്കയിൽചാരി കിടക്കാനും തിരിയാനും കഴിയുന്ന നിലയി ലേക്ക് ആരോഗ്യനില മുന്നേറി. ഇതിനിടയിൽ രണ്ടു കാലിലും ഓരോ ഓപ്പറേഷനുകൾ നടന്നു. അപകടത്തിൽ തകർന്ന കാലുകളിലെ അസ്ഥി ഖണ്ഡങ്ങൾ കൂട്ടിച്ചേർക്കുന്നതിനു വേണ്ടിയുള്ള ശസ്ത്രക്രിയകളായിരുന്നു അത്.

പാസ്പോർട്ട് ഏജൻസിക്കാരൻ ആവശ്യപ്പെട്ടതനുസരിച്ച് പവിത്ര അച്ഛനേയും കൂട്ടി കോട്ടയത്തെ പാസ്പോർട്ട് ഓഫീസിൽ പോയി. അവി ടുത്തെ നടപടികൾ പൂർത്തിയാക്കി. ഇനി പൊലീസ് വെരിഫിക്കേഷൻ മാത്രമേ അവശേഷിക്കുന്നുള്ളൂ എന്ന് ഏജന്റ് പറഞ്ഞതോടെ പവിത്ര യ്ക്കു സമാധാനമായി.

തന്റെ ജീവിതത്തിലുണ്ടാകുന്ന സംഭവവികാസങ്ങളെല്ലാം പവിത്ര കൃത്യമായി ജിബിയയെ അറിയിക്കുന്നുണ്ടായിരുന്നു. ജിബിയ കുവൈറ്റി ലേക്കു പോകാനുള്ള ഒരുക്കങ്ങളിൽ ഏർപ്പെട്ട് തിക്കോയി വീട്ടിൽ തന്നെ യുണ്ടായിരുന്നു. പവിത്ര ഒരു തവണ ലീവ് കിട്ടി വന്നപ്പോൾ ജിബിയ വീട്ടിൽ പോയി അവളെ കാണുകയും ചെയ്തു.

പവിത്രയ്ക്ക് ഒരു പക്ഷേ, അധികം വൈകാതെ വിദേശത്ത് പോയി ജോലി ചെയ്യാൻ അവസരം കിട്ടുമെന്നറിഞ്ഞപ്പോൾ ജിബിയ അവളെ പ്രോത്സാഹിപ്പിച്ചു.

"കണ്ടോ ഓരോ വഴി തെളിഞ്ഞുവരുന്നത്. നമ്മൾ ഫൈറ്റ് ചെയ്തു കൊണ്ടേയിരിക്കണം. ആഗ്രഹം, ആത്മാർത്ഥത, കഠിനാധ്വാനം ഇത്രയു മുള്ള ഒരാളേയും തോൽപ്പിക്കാൻ പറ്റില്ല. അവർ അർഹിക്കുന്ന സ്ഥാനത്ത് എത്തിച്ചേരുംന്ന് ഒറപ്പാണ്."

"നീയിങ്ങനൊക്കെ പറയുമ്പോ എനിക്കാദ്യം ഒരു വിശ്വാസോം ഇല്ലാ രുന്നു. എന്റെ ജീവിതം തീർന്നൂന്നുതന്നെയാ വിചാരിച്ചെ. ദീപജ്യോതി യിലെ ജോലിപോലും ഒരു പ്രതീക്ഷേം തന്നില്ല." പവിത്ര തുറന്നു പറഞ്ഞു.

"നമ്മൾ വിചാരിക്കാതെയാ ഓരോ വാതിൽ തുറന്നു കിട്ടുന്നെ. ചില വാതിലുകളിൽ നമ്മളെത്ര പ്രതീക്ഷയോടെ ചെന്നു മുട്ടിയാലും തുറക്ക ണമെന്നില്ല." ജിബിയ പറഞ്ഞു.

ജിബിയയ്ക്ക് കുവൈറ്റിനു പോകാനുള്ള ദിവസം അടുത്തു വരിക യായിരുന്നു. വീടും പുരയിടവും പണയപ്പെടുത്തി ഗൾഫിൽ ജോലിക്കു പോകുന്നതിന് ജോർജുകുട്ടി ആദ്യം എതിരായിരുന്നെങ്കിലും ജിബിയ ഒടുവിൽ പപ്പയെക്കൊണ്ട് സമ്മതിപ്പിച്ചു.

"ഇനി പത്തു ദിവസം കൂടിയേ ഉള്ളൂ. നീ എറണാകുളത്തുണ്ടല്ലോ. എന്നെ യാത്രയാക്കാൻ നെടുമ്പാശ്ശേരിക്ക് നീയും വരണം." ജിബിയ പവിത്രയോടു പറഞ്ഞു.

വരാമെന്നു പവിത്ര സമ്മതിക്കുകയും ചെയ്തു.

ഇരുപത്തിനാല്

ബിൻസിയും ജോസ്നയും ചേർന്ന് ട്രോളിബാഗിനുള്ളിൽ, കൊണ്ടു പോകേണ്ട സാധനങ്ങൾ അടുക്കുകയായിരുന്നു. പാലായിൽ പോയിവന്ന ജോർജുകുട്ടി കുറച്ചു കശുവണ്ടിപ്പരിപ്പും ഉണക്കമുന്തിരിയും നിലക്കട ലയും വാങ്ങിക്കൊണ്ടു വന്നിട്ടുണ്ടായിരുന്നു. അതും ബിൻസി ജിബിയാ യുടെ ബാഗിൽ അടുക്കിവെച്ചു.

കൊണ്ടുപോകേണ്ടതായ വസ്ത്രങ്ങൾ സെലക്ട് ചെയ്ത് പാക്ക് ചെയ്യുകയാണ് ജിബിയ.

നാളെയാണ് കുവൈറ്റിനുള്ള ഫ്ളൈറ്റ്.

ജിബിയ കുവൈറ്റിനു പോവുകയാണെന്നറിഞ്ഞ് ജോബിനും ഭാര്യ ഷേർളിയും വന്നിട്ടുണ്ടായിരുന്നു. ജോബിൻ ജോർജുകുട്ടിയോട് കുറച്ച് പരിഭവം പറഞ്ഞു.

"ഞാൻ പണയംവെക്കാൻ ചോദിച്ചിട്ട് പപ്പാ ഒരിഞ്ച് സ്ഥലംപോലും തന്നില്ല. പൊന്നുമോൾക്കുവേണ്ടി മുഴുവനുംകൂടെ പണയം വെക്കാൻ ഒരു മടീം തോന്നിയില്ലല്ലോ."

"നിന്റെ വീതമൊക്കെ നിനക്കു തന്നു കഴിഞ്ഞതാ. ഇനി ഇവിടുന്ന് ഒന്നും തരാനില്ല." ജോർജുകുട്ടി പറഞ്ഞു.

"എനിക്കൊരവകാശോം ഇല്ലേ?"

"ഇല്ല. ഈ വീടും പറമ്പും എനിക്കും നിന്റമ്മയ്ക്കും നിന്റെ രണ്ടു കൂടപ്പിറപ്പുകൾക്കും വേണ്ടിയുള്ളതാ. ഞങ്ങളിത് പണയം വെക്കും, ചില പ്പോൾ വിൽക്കും. അതൊന്നും നീ അറിയേണ്ട കാര്യമില്ല."

"വിൽക്കാൻ വേണ്ടിയല്ലല്ലോ ചോദിച്ചത്. ബാങ്കീന്നു ലോൺ കിട്ട ണെങ്കി എന്തെങ്കിലും ഈടുകൊടുക്കണം. എനിക്കൊരു നാനൂറ്റേഴിന്റെ വണ്ടി എടുക്കാൻ വേണ്ടിയല്ലാരുന്നോ?" ജോബിൻ തർക്കിച്ചു.

"നീ ലോണെടുത്താ തിരിച്ചടയ്ക്കേല. നീ പിക്കപ്പെടുത്തപ്പം കോപ്പ റേറ്റീവ് ബാങ്കീന്നെടുത്ത ലോൺ ഞാനാ അടച്ചു തീർത്തെ."

"ഇപ്പം എടുത്ത ലോൺ പൊന്നുമോള് അടച്ചുതീർത്തോളുമെന്ന് പപ്പയ്ക്ക് ഒറപ്പൊണ്ടോ. കുവൈറ്റീന്നൊക്കെ ജോലിക്കാരെ പിരിച്ചു വിട്ടോണ്ടിരിക്കുവാ. അങ്ങോട്ടു ചെന്നു കഴിയുമ്പം അവൾക്കു ജോലി

കിട്ടിയില്ലേൽ എന്നാ ചെയ്യും. അവൾക്ക് ജോലിചെയ്യാൻ പറ്റാത്തപോലെ വല്യൊരു സൂക്കേടുവന്നാ എന്നാ ചെയ്യും. കാൻസറൊക്കെ ആർക്കാ വരാൻ മേലാത്തെ. അവള് വല്ല വണ്ടീംമുട്ടി ചത്തുപോയാ എന്നാ ചെയ്യും?"

"നിർത്തെടാ പട്ടീ..."

ജോർജുകുട്ടി ആക്രോശിച്ചുകൊണ്ട് ചാടിയെഴുന്നേറ്റു ചെന്നു.

"പപ്പാ, വേണ്ട, ജോബിച്ചായൻ വിവരക്കേടുകൊണ്ട് പറയുന്നതല്ലേ. വിട്ടേക്ക്."

ജിബിയ ജോർജുകുട്ടിയെ തടഞ്ഞു.

"ഈ ലോകത്ത് നടക്കാത്ത കാര്യമൊന്നുമല്ലല്ലോ പറഞ്ഞത്." ജോബിന്റെ പിന്നിൽനിന്ന് ഷേർളി പിറുപിറുത്തു. "രോഗംവന്നും വണ്ടി ഇടിച്ചും എല്ലാ ദിവസോം ആളുകള് മരിക്കുന്നില്ലേ?"

"അതേടീ ഒണ്ട്." ബിൻസി ഷേർളിയുടെ നേർക്ക് കയർത്തു: അങ്ങനൊക്കെ ചാകാനൊള്ള സാധ്യത എല്ലാർക്കും ഒരുപോലെയാ. നിനക്കും സാധിക്കും. ഓരോരുത്തരുടെ മനസ്സിലിരുപ്പ് നോക്കണേ..."

"പപ്പായോട് ഞാനൊരു പരാതി പറഞ്ഞെന്നേയൊള്ളൂ. അല്ലാതെ വീടും പറമ്പും എഴുതിത്തരാനൊന്നും പറഞ്ഞില്ലല്ലോ." ജോബിൻ നിസ്സംഗതയോടെ പറഞ്ഞു.

"പരാതി..! കഴിഞ്ഞ എട്ടുവർഷത്തിനിടയ്ക്ക് നീ ഈ വീട്ടിലോട്ട് ഒരു കിലോ അരി വാങ്ങിത്തന്നിട്ടൊണ്ടോ. ഞങ്ങള് പട്ടിണി കെടന്ന ദിവസങ്ങളൊണ്ടാരുന്നു. അവൾ ജോലിചെയ്യുന്ന പൈസകൊണ്ടാ ഈ കുടുംബം കഴിഞ്ഞത്."

ജേർജുകുട്ടി അമർഷം തീരാതെ പറഞ്ഞു.

"ഞാനും കഷ്ടപ്പെട്ടാ കഴിഞ്ഞുകൂടിയത്. ഒരു പിക്കപ്പ് ഓടിച്ചാ എന്നാ കിട്ടാനാ. എന്നേം ആരും സഹായിച്ചില്ല. അവളൊണ്ടല്ലോ, ബിയാ... ഇത്രേം കാലം ജോലിചെയ്തിട്ട് അഞ്ചിന്റെ പൈസ മുട്ടായി മേടിച്ചോളാനും പറഞ്ഞ് തന്നിട്ടില്ല."

"എടാ, നീ അവൾക്ക് കൊടുത്തിട്ടൊണ്ടോ? പഠിച്ചോണ്ടിരിക്കുമ്പം അവള് കാശില്ലാതെ എന്തുമാത്രം വെഷമിച്ചു. അവളവധിക്കു വരുമ്പം നീ കാണാൻ വരത്തില്ലാരുന്നല്ലോ. അവളിവിടെ ജോലിയില്ലാതെ നിന്നപ്പം നീ പത്തുരൂപ അവൾടെ കയ്യിലോട്ട് വെച്ചു കൊടുത്തോ? എന്നിട്ട് ഞായം പറയാൻ വന്നേക്കുന്നോ?" ജോർജ്കുട്ടിയും വിട്ടുകൊടുത്തില്ല.

തർക്കിച്ചിട്ടു ഫലമില്ലെന്നുകണ്ട് ജോബിൻ നിർത്തി.

ജോബിനും ഷേർളിയും രാത്രി പുന്നയ്ക്കാട്ട് വീട്ടിൽ തങ്ങി. അത് ഷേർളിയുട രഹസ്യ അജൻഡയായിരുന്നു. ജിബിയയ്ക്ക് എന്തൊക്കെയാണ് കൊടുത്തയയ്ക്കുന്നതെന്നു കാണണം. മിച്ചംവല്ലതും ഉണ്ടെങ്കിൽ പൊതിഞ്ഞുകെട്ടി കൊണ്ടു പോരണം.

അർധരാത്രിവരെ ബാഗും പെട്ടിയുമെല്ലാം പാക്ക് ചെയ്യലും വർത്തമാനങ്ങളുമായി ആ കുടുംബം ഉറക്കമിളച്ചു.

രാവിലെ പതിനൊന്നരയ്ക്കാണ് ഫ്ളൈറ്റ്.

അതിരാവിലെ ബിൻസി ഉറക്കമുണർന്ന് ഭക്ഷണമുണ്ടാക്കി. പക്ഷേ ആറരമണി നേരത്ത്കഴിക്കാൻ പറ്റില്ലെന്നു പറഞ്ഞ് ജിബിയ ചായ മാത്രമേ കുടിച്ചൊള്ളൂ.

ജോബിൻ കണ്ണുതിരുമ്മി എഴുന്നേറ്റു വന്നു. ജിബിയായ്ക്ക് നെടുമ്പാശേരി എയർപോർട്ടിലേക്കു പോകാൻ മുൻകൂട്ടി ഏർപ്പാടുചെയ്തിരുന്ന ടാക്സി കാർ എത്തിച്ചേർന്നു.

"വെറുതെ കാശ് കളയാൻ... എന്നോടു പറഞ്ഞിരുന്നെങ്കി ഞാൻ പിക്കപ്പിൽ കൊണ്ടുപോയി വിട്ടേനെ. എണ്ണയടിക്കാനൊള്ള കാശ് തന്നാ മതിയാരുന്നു."

ചായ കുടിക്കുന്നതിനിടയിൽ ജോബിൻ പിറുപിറുത്തു.

യാത്രപറച്ചിലിന്റെ സമയമായി.

ജിബിയ ഓരോരുത്തരെ ആശ്ലേഷിച്ച് മുത്തം കൊടുത്ത് യാത്രാമൊഴി ചൊല്ലി. ജോസ്നയ്ക്ക് കരച്ചിൽ വന്നു. ബിൻസിയും ഇടയ്ക്ക് കണ്ണു നീരൊപ്പി.

"മമ്മി വെറുതെ കരയണ്ട. ഞാനിവിടുന്ന് ഡെല്ലിക്കു പോകുന്നതിനേക്കാളും കുറച്ചു ദൂരക്കൂടുതലേ ഒള്ളൂ. ഡെല്ലിക്കു പോകുമ്പം ഇല്ലാത്ത കരച്ചില് ഇപ്പഴെന്തിനാ?" ജിബിയ സാന്ത്വനരൂപേണ പറഞ്ഞു.

"അതുപോലെയാണോടീ?" ജോർജുകുട്ടി പറഞ്ഞു: "നീ രാജ്യം വിട്ട് പോകുവല്ലേ. അങ്ങോട്ടോ ഇങ്ങോട്ടോ എളുപ്പം വരാൻ പറ്റത്തില്ലല്ലോ. ഡെൽഹീലായിരുന്നപ്പം ഒരു ട്രെയിനേക്കേറിയാ മതിയാരുന്നു. ഇപ്പഴോ... നിനക്കെന്നതേലും ഒരു വയ്യായ്ക വന്നിട്ട് ഞങ്ങക്കു കാണാൻ വരണെങ്കി പറ്റോ? പൈസയൊണ്ടോ, പാസ്പോർട്ടൊണ്ടോ, വീസയൊണ്ടോ?"

"പപ്പാ, ഡെല്ലീന്നു വരുന്നതിനെക്കായിലും പെട്ടെന്ന് എനിക്കിങ്ങോട്ടു വരാം. രണ്ടു രണ്ടര മണിക്കൂറുമതി." ജിബിയ താൻ പറഞ്ഞത് ന്യായീകരിച്ചു.

"ആകാശത്തെ സമയോം ദൂരോം ഒന്നും ഞങ്ങള് കൂട്ടിയാ കൂടത്തില്ല. വിട്ടേക്ക്."

ഷേർളി ഇതുവരെ എണീറ്റിട്ടില്ല.

ജോബിൻ ചെന്ന് കുലുക്കി വിളിച്ചപ്പോൾ അവൾ കണ്ണു തിരുമ്മി എഴുന്നേറ്റു വന്നു. അപ്പോഴേക്കും ജിബിയയും ജോർജുകുട്ടിയും പോകാനിറങ്ങിക്കഴിഞ്ഞു.

ജിബിയ ഷേർളിയുടെ നേർക്ക് കൈ ഉയർത്തിക്കാട്ടി.

"പോട്ടെ ചേച്ചീ... ചേച്ചി പോയി ഒറങ്ങിക്കോ ഒറക്കം കളയണ്ട."

ഷേർളി മുഖം കോട്ടി.

കാറിൽ കയറുന്നതിനു മുൻപും ബിൻസി മകളെ ആശ്ലേഷിച്ച് നെറ്റിയിൽ ഉമ്മവെച്ചു.

"മമ്മി പ്രാർത്ഥിച്ചേക്കണം. എല്ലാം നന്നായിട്ട് വരണംന്ന്. അതുമതി."

ജിബിയ കാറിൽ കയറി. പുറകെ ജോർജുകുട്ടിയും കയറി.

കാർ നീങ്ങിയപ്പോൾ, ജിബിയ മുറ്റത്ത് കൈവീശി നിൽക്കുന്നവരുടെ നേർക്ക് കൈ കാട്ടി. എല്ലാവരും സങ്കടത്തിലാണ്. തനിക്കുമാത്രമെന്താ സങ്കടമില്ലാത്തതെന്ന് അവൾ വിസ്മയിച്ചു.

ഇത് എത്രാമത്തെ തവണയാണെന്നുപോലും ഓർമയില്ല. ആദ്യയാത്രകളിൽ വീടുവിട്ടു പോകുമ്പോൾ സങ്കടം തോന്നിയിരുന്നു. ഇപ്പോൾ ഇതൊരു സാധാരണ യാത്രപോലെ തന്നെ.

കാറിലിരിക്കുമ്പോൾ ജോർജുകുട്ടി മകളെ ഉപദേശിച്ചു. "നമ്മുടെ രാജ്യമല്ല. നമ്മുടെ നിയമങ്ങളല്ല. അവിടുത്തെ രീതിയനുസരിച്ച് ജീവിച്ചോളണം."

ജിബിയ തലയാട്ടി മൂളിക്കേട്ടു.

"ഇത്രയും നാൾ നിന്റെ ജോലിയില്ലെങ്കി ചെലവുകഴിയാൻ ബുദ്ധിമുട്ടുമെന്നേ ഒണ്ടായിരുന്നൊള്ളൂ. ഇനിയങ്ങോട്ട് ജോലിയില്ലെങ്കി അതിന്റർത്ഥം നമ്മടെ വീടും പറമ്പും കൂടി ഇല്ലാതാകുമെന്നാ. അതെപ്പഴും ഓർമ്മവേണം."

"എനിക്കറിയാം പപ്പാ..."

"നിന്റെ വാക്ക് വിശ്വസിച്ചാ ഞാനെല്ലാം കൂടെ ഈടുവെച്ചത്. നിന്റെ മമ്മീടെ വീതോം, ജോസ്നേടെ വീതോം എല്ലാം ഈടുവെച്ചേക്കുവാ ബാങ്കിൽ..."

"പപ്പാ അതൊന്നും ഓർത്ത് ടെൻഷനാകണ്ട. എനിക്കറിയാല്ലോ. ഒന്നും കാണാണ്ട് ഞാനിങ്ങനെ എറങ്ങിത്തിരിക്കോ?"

"ഉം..." ജോർജുകുട്ടിയുടെ മൂളലിൽ അജ്ഞാതഭാവിയെക്കുറിച്ചുള്ള ആശങ്ക ബാക്കി നിന്നു.

ഒൻപതു മണിക്കു മുൻപേ കാർ നെടുമ്പാശേരി എയർപോർട്ടിലെത്തി. അവിടെ പവിത്ര കാത്തു നിൽക്കുന്നുണ്ടായിരുന്നു.

"അച്ചോടീ... നീ വരുംന്ന് ഞാനോർത്തേയില്ല." ജിബിയ സന്തോഷത്തോടെ പറഞ്ഞു.

"കണ്ടോ? സ്നേഹമില്ലാഞ്ഞിട്ടല്ലേ ഓർക്കാത്തത്." പവിത്ര പരിഭവിച്ചു.

"നിന്നെ ഓർത്തില്ലെന്നല്ല. നീ വരുമെന്നോർത്തില്ലെന്ന്... നീയിന്നു ലീവെടുത്തോ?"

"ഇല്ല. നൈറ്റാരുന്നു. ഡ്യൂട്ടി കഴിഞ്ഞപ്പഴേ ഇങ്ങു പോന്നു."

"ഒറ്റയ്ക്ക്?"

"തനിയെ യാത്ര ചെയ്യേണ്ടവളല്ലേ ഞാൻ. എന്റെ കൂടെ വർക്ക് ചെയ്യുന്ന ഒരു നഴ്സ് എനിക്ക് എയർപോർട്ടിലെ കാര്യങ്ങളൊക്കെ പറഞ്ഞുതന്നു. അവൾ പലതവണ ഇവിടെ വന്നിട്ടുണ്ട്. ഞാൻ നെടുമ്പാശേരീ വന്ന് ബസ്സിറങ്ങീട്ട് ഒരു ഓട്ടോ പിടിച്ച് അവിടുന്നിങ്ങോട്ടു പോന്നു."

"എങ്ങനായാലും നീ വന്നല്ലോ. എനിക്കു സന്തോഷമായി."

സംസാരിച്ചുകൊണ്ടു നിൽക്കെ തങ്ങളുടെ സമീപത്തേക്ക് സാവധാനം നടന്നു വരുന്ന ആളെ കണ്ട് ജിബിയയ്ക്ക് അദ്ഭുതമായി.

ജെയ്സൺ അവരുടെ അടുത്തേക്കു വന്നു. ജിബിയയെ നോക്കി പുഞ്ചിരിച്ചു.

"എന്നെ തീരെ പ്രതീക്ഷിച്ചില്ല, അല്ലേ?"

ജെയ്സൺ സൗമ്യമായി ചോദിച്ചു.

"പോകുന്ന ഡേറ്റും ഫ്ളൈറ്റ്ടൈമും ഒക്കെ ഞാൻ അറിയിച്ചിരുന്നല്ലോ." ജിബിയ പറഞ്ഞു.

"അതെല്ലാം വെറും ഫോർമാലിറ്റി. അതും എത്ര ദിവസം മുൻപാ."

"എന്തായാലും സർപ്രൈസായി. അതുപോരെ?"

"മതി...പപ്പയ്ക്ക് എന്നെ മനസ്സിലായിക്കാണുമോ ആവോ?"

ജെയ്സൺ ജോർജുകുട്ടിയോടായി ചേദിച്ചു.

"എനിക്കറിയാം. മറന്നിട്ടൊന്നുമില്ല." ജോർജുകുട്ടി പറഞ്ഞു.

ചെക്കിൻ ചെയ്യേണ്ട സമയമടുത്തിരുന്നതിനാൽ സംഭാഷണം ഏതാനും വാക്കുകളിൽ ഒതുങ്ങി. ലഗേജുമായി ജിബിയ എൻട്രൻസിലേക്കു നീങ്ങി. ക്യൂവിൽ വേറെയും ആളുകളുണ്ടായിരുന്നതിനാൽ പതുക്കെയായിരുന്നു നീക്കം. ജോർജുകുട്ടിയും പവിത്രയും ജെയ്സണും അവളോടൊപ്പം നടന്നു.

അകത്തേക്കുള്ള വാതിൽ കടന്നതോടെ ജിബിയ അവരിൽനിന്നു വേർപെട്ടു. തിരിഞ്ഞുനോക്കി കൈവീശിക്കാണിച്ചിട്ട് അവൾ നടന്നകന്നു.

"ഇതാരാ, ജോസ്നയാണോ?"

ജെയ്സൺ ജോർജുകുട്ടിയോട് തിരക്കി. പവിത്രയെ കണ്ടിട്ടാണ് തെറ്റിദ്ധരിച്ചത്.

"ഇത് പവിത്രയാ... ബിയാമോളുടെ കൂട്ടുകാരി."

"മനസ്സിലായി, മനസ്സിലായി... എന്നെ പിടികിട്ടിയോ?" പവിത്രയോട് അവൻ തിരക്കി.

"എനിക്ക് ആദ്യം കണ്ടപ്പഴേ സംശയം തോന്നി. പിന്നെ നിങ്ങൾ സംസാരിക്കുന്ന കണ്ടപ്പം ഉറപ്പിച്ചു." പവിത്ര പുഞ്ചിരിയോടെ പറഞ്ഞു.

"ഞാൻ തിരിച്ചു പോകുവാ. മോള് തീക്കോയിക്കു വരുന്നൊണ്ടോ?" ജോർജുകുട്ടി ചോദിച്ചു.

"ഇല്ല പപ്പാ, എനിക്ക് നൈറ്റ് ഡ്യൂട്ടിയൊണ്ട്. ഇനി ചെന്നുകിടന്ന് ഉറങ്ങണം."

"എന്നാ ഞാൻ പൊയ്ക്കോട്ടെ."

ജോർജുകുട്ടി ജെയ്സണോടും പവിത്രയോടും യാത്രപറഞ്ഞു. അയാൾ ഡ്രൈവറെയും കൂട്ടി കാർ പാർക്കിങ്ങിലേക്കു നീങ്ങി.

"പവിത്ര ഇനി എങ്ങോട്ടാ... എങ്ങനെ പോകും?"

“ഞാൻ വരാപ്പുഴയ്ക്കാ. ഇവിടുന്നു പുറത്തുകടന്നാ ബെസൊണ്ടല്ലോ ഇഷ്ടംപോലെ.” പവിത്ര പറഞ്ഞു.

“ഞാനും ബസ്സിനാ വന്നത്. നടക്കാം...”

അവർ രണ്ടുപേരുംകൂടി എയർപോർട്ടിൽ നിന്ന് നടന്നുതുടങ്ങി.

“പവിത്ര കല്യാണം കഴിച്ച കാര്യമൊക്കെ ജിബു പറഞ്ഞിട്ടൊണ്ടാരുന്നു. കഷ്ടപ്പാടും ദുരുതോം എല്ലാം.” ജെയ്സൺ പറഞ്ഞു.

“അവളെന്നെ ഒരുപാട് ഹെൽപ് ചെയ്തു. ഒന്നുമില്ലാതിരുന്ന ഞാനിപ്പം ഇത്രവരെ എത്തിയത് അവളുടെ സഹായംകൊണ്ടാ. അവളില്ലെങ്കി ഞാനിപ്പം ജീവനോടെ കാണത്തില്ല.”

“നന്നായി... അവൾടെ മനസ്സു നല്ലതാ. അതുകൊണ്ട് രക്ഷപ്പെട്ട് പൊയ്ക്കോളും.”

“നിങ്ങൾ തമ്മിൽ ഇടയ്ക്കു പിണങ്ങി അല്ലേ?”

“പിണങ്ങീട്ടൊന്നുമില്ല. കുറച്ച് അകന്നുപോയി.”

“ബിയാ എന്നോടു പറഞ്ഞിട്ടൊണ്ട് എല്ലാം. അവൾക്ക് ഭയങ്കര വെഷമം ഒണ്ടാരുന്നു. ഒരുപാട് കരഞ്ഞു. അവൾക്കതൊരു ബ്രേക്കപ്പ് തന്നെയായിരുന്നു. സൂയിസൈഡ് ചെയ്യാൻ തോന്നീട്ടൊണ്ടെന്നുപോലും പറഞ്ഞു.”

“ഞാനും വിഷമത്തിലായിരുന്നു പവിത്രേ. ആണുങ്ങൾ കാര്യങ്ങൾ സീരിയസായിട്ട് കാണുന്നവരാ. നെഞ്ചത്തടിച്ചു നിലവിളിക്കാനും ചീറിക്കൊണ്ടു പാഞ്ഞുവരാനുമൊന്നും അവർക്കു പറ്റത്തില്ല. നമ്മളൊരു കാര്യം ഗൗരവമായിട്ടു പറയുമ്പം നമ്മുടവസ്ഥ നിങ്ങൾ മനസ്സിലാക്കുമെന്നാ ഞങ്ങടെ വിചാരം.”

പറയുമ്പോൾ ജെയ്സന്റെ സ്വരത്തിൽ സങ്കടമുണ്ടായിരുന്നു.

“പ്രാണനുകൂടി പറിച്ചുതരാൻ റെഡിയായിട്ടു നിൽക്കുന്ന പെണ്ണാ. അവളോടെന്തിനാ പെണങ്ങിയേ?” പവിത്ര ചോദിച്ചു.

“പിണങ്ങിയില്ലെന്ന്. ഇപ്പം കല്യാണംകഴിക്കാൻ പറ്റോന്നു ചോദിച്ചു. എന്റെ അവസ്ഥ അതാരുന്നു. അമ്മ വീണുപോയി. നോക്കാനാരെങ്കിലും വേണ്ടേ. അവളോടു ചോദിച്ചപ്പം അറുത്തുമുറിച്ച് പറഞ്ഞു, പറ്റില്ലെന്ന്.”

“അവൾക്കൊരു വീടും വീട്ടുകാരുമില്ലേ. നിങ്ങൾക്കു മാത്രേയുള്ളോ? അവളെ പഠിപ്പിച്ചതിന്റെ കടമെങ്കിലും വീട്ടണ്ടേ.”

“ഞാൻ പിന്നെ നിർബന്ധിച്ചില്ലല്ലോ.”

“പക്ഷേ, പിന്നെയവൾ വിളിച്ചിട്ട് ഫോണെടുത്തില്ല. അവളെ വിളിച്ചുമില്ല. മാസങ്ങളോളം. ഫോൺ നമ്പർപോലും മാറ്റി. എന്നിട്ട് വേറെ കല്യാണമാലോചിച്ചു. പെണ്ണുകാണാനൊക്കെ പോയി.” പവിത്ര കുറ്റപ്പെടുത്തി.

“പക്ഷേ ഞാൻ വേറെ കല്യാണം കഴിച്ചില്ലല്ലോ.”

“വേറൊരു പെണ്ണിനെ കല്യാണം കഴിക്കാൻ ആലോചിക്കുമ്പം ചേട്ടായീടെ മനസ്സിലെന്നതാ. ബിയായെ ഉപേക്ഷിച്ചേക്കാമെന്ന്. പെണ്ണുകാണലിനൊക്കെ നടക്കുമ്പം എന്തിനും തയ്യാറായിരുന്നല്ലോ. കല്യാണം

നടക്കാതെ പോയത്, കിടപ്പുരോഗിയായ അമ്മായിയമ്മയെ നോക്കാൻ വേണ്ടിയാണ് കല്യാണം ആലോചിക്കുന്നതെന്ന് പെൺവീട്ടുകാർക്കെല്ലാം മനസ്സിലായതുകൊണ്ടല്ലേ. പെൺമക്കളെ സ്നേഹിച്ചു വളർത്തിയ ഏതെങ്കിലും അച്ഛനമ്മമാര് അതിനു സമ്മതിക്ക്വോ?" പവിത്ര ചോദിച്ചു.

"ഞാനെന്തിനും തയ്യാറാണെന്നു വീട്ടുകാരെ ബോധിപ്പിക്കാൻ വേണ്ടി... ഞാൻ..."

ജെയ്സൺ വാദിക്കാൻ ശ്രമിച്ചു.

"ഡ്രാമ കളിച്ചതാണെന്നോ? എങ്കിലെന്തിന് ബിയായുമായുള്ള കമ്മ്യൂണിക്കേഷൻസെല്ലാം കട്ട് ചെയ്തു? അവളോടു പറഞ്ഞാൽ പോരായിരുന്നോ, ഞാൻ വീട്ടുകാരെ സമാധാനിപ്പിക്കാൻവേണ്ടി കല്യാണാലോചനയൊക്കെ നടത്തുന്നൊണ്ടെന്ന്. അതൊന്നും വേണ്ടീട്ടല്ല, നീ വെഷമിക്കരുത് എന്ന്."

"എനിക്കന്നേരം ജിബുവിനോട് കുറച്ചു ദേഷ്യം ഒണ്ടാരുന്നു. അതുകൊണ്ടാ എല്ലാം കട്ട് ചെയ്തത്."

"രണ്ടുവർഷത്തോളം നീണ്ടുപോയ ദേഷ്യമോ? അതെന്തു ദേഷ്യമാ? അങ്ങനൊരാളിന്റെ കൂടെ ജീവിക്കണെങ്കിൽ നൂറ്റമ്പതുവട്ടം ആലോചിക്കണമല്ലോ."

"അവൾക്കെന്റെ മനസ്സറിയാം പവിത്രേ. ഞാൻ വേറെ കല്യാണം കഴിക്കില്ലാന്ന് അവൾക്കറിയാം."

"എന്നിട്ടാണോ അവൾ നെഞ്ചുപൊട്ടി കരഞ്ഞത് ചേട്ടായി എന്നെ ഉപേക്ഷിച്ചു പോയീന്നു പറഞ്ഞ്. അവളനുഭവിച്ച വിഷമം നിങ്ങൾക്ക് ഒരു വാക്ക് മാത്രമാ. ആ പ്രാണവേദന അനുഭവിച്ചോണ്ടിരിക്കുമ്പം അവളെന്നോടു പറഞ്ഞിട്ടൊണ്ട്. വായിലെ ഉമിനീരിന് ചോരേടെ ചുവയുണ്ടായിരുന്നെന്ന്. ശ്വാസം വിടുമ്പോ അതിനും ചോരേടെ മണമുണ്ടായിരുന്നെന്ന്." പവിത്ര വെളിപ്പെടുത്തി.

"ഒടുക്കം ഞാൻതന്നെ അവളുടെ അടുത്തു ചെന്നില്ലേ പവിത്രേ പിണക്കം തീർക്കാൻ. ഞാനല്ലേ തോറ്റുപോയത്."

"അതിനൊക്കെ മുൻപേ വളരെ മുൻപേ ചേട്ടായി അവളെ തോൽപ്പിച്ചു തുരത്തി വിട്ടായിരുന്നു." ജെയ്സൺ ഒന്നും മിണ്ടാതെ കുറച്ചുസമയം നടന്നു. എയർപോർട്ട് റോഡിന്റെ പരിധി കഴിയാറായപ്പോൾ ചോദിച്ചു:

"ഇപ്പം അവൾടെ മനസ്സിലെന്താ...ഞാനൊണ്ടോ അവിടെ?"

"എനിക്കറിയില്ല. ഒണ്ടെന്നാ എന്റെ വിശ്വാസം. ഈ കാലത്തിനിടയ്ക്ക് പല ഓഫറുകൾ അവളെ തേടി വന്നിട്ടൊണ്ട്. മെയിൽ നഴ്സുമാർ, ടെക്നീഷ്യൻസ്, ഡോക്ടർമാർ...ഒന്നും അവളെടുത്തില്ല....ഉറച്ച മനസ്സാ അവൾടേത്."

"ഞാനിപ്പഴും അവൾക്കുവേണ്ടിയാ വെയ്റ്റ് ചെയ്യുന്നെ... .അതറിയത്തില്ലേ അവൾക്ക്."

"അറിയാമായിരിക്കും. പറഞ്ഞറിയിക്കാതിരിക്കുന്നതാ നല്ലത്. അതിന്റെ വെല പോകും."

“ഒരൊറപ്പും അവൾടെ ഭാഗത്തുനിന്ന് കിട്ടുന്നില്ല.” ജെയ്സൺ ആവലാതിപ്പെട്ടു.

“അങ്ങോട്ടുകൊടുത്തിരുന്ന ഒറപ്പ്, വിശ്വാസം എല്ലാം ഒറ്റ ഫോൺ കോളിൽ പിൻവലിച്ച ആളല്ലേ. ആ അളവിലേ തിരിച്ചു കിട്ടൂ.”

“പവിത്രയ്ക്കും എന്നോടു ദേഷ്യമുള്ളപോലെ തോന്നുന്നല്ലോ വർത്തമാനം കേട്ടിട്ട്.”

“ഇപ്പം ഇല്ല. ഒണ്ടാരുന്നു. അവളെ ഉപേക്ഷിച്ചുപോയ സമയത്ത് നമ്മള് തമ്മിൽ കാണാതിരുന്നത് നന്നായി.”

അവർ ടൗൺഷിപ്പിലെത്തി.

“എന്തെങ്കിലും കഴിച്ചിട്ടു പോയാലോ?” ജെയ്സൺ പവിത്രയെ ക്ഷണിച്ചു.

“ഇല്ല... പോണം...”

“ഒരു ചായ, ജ്യൂസ്...?”

“ഒന്നും വേണ്ട. ഞാൻ പൊയ്ക്കോളാം.”

ജെയ്സണെ വിട്ടിട്ട് പവിത്ര ബസ്സ്റ്റോപ്പിലേക്കു നടന്നു. ആദ്യം കിട്ടിയ എറണാകുളം ലൈൻബസ്സിൽ കയറി സീറ്റുപിടിച്ചു. ബസ്സ് നെടുമ്പാശ്ശേരി വിട്ടു പോരുമ്പോഴും ജെയ്സൺ റോഡിൽതന്നെ നോക്കി നിൽപ്പുണ്ടായിരുന്നു.

ഇടപ്പള്ളിയിൽ എത്തിയശേഷം പവിത്ര ഇറങ്ങി വരാപ്പുഴയ്ക്കുള്ള ബസ് പിടിച്ചു.

ഹോസ്റ്റൽ റൂമിലെത്തിയ ഉടനെ കിടക്കയിലേക്ക് വീണു. സമയം നോക്കിയപ്പോൾ പതിനൊന്നര മണി. നാലുമണിക്ക് അലാറം സെറ്റ്ചെയ്തുവെച്ച് അവൾ കിടന്നുറങ്ങി.

വൈകുന്നേരം ആറുമണിയാകാൻ അഞ്ചുമിനിറ്റ് ഉള്ളപ്പോൾ പവിത്ര ഡ്രെസ് ചേഞ്ചിനുള്ള റൂമിലെത്തി. യൂണിഫോം ഇട്ട് ഐസിയുവിൽ പ്രവേശിച്ചു. പതിവുപോലെ എല്ലാ ക്യൂബിക്കിളിലും കയറിയിറങ്ങി. ഇന്നലെ രാത്രി കണ്ടവരിൽ ആരൊക്കെയുണ്ട്, ആരുടെയെങ്കിലും സ്ഥിതി മെച്ചപ്പെട്ടിട്ടുണ്ടോ, ആരെങ്കിലും മരിച്ചിട്ടുണ്ടോ എന്നെല്ലാം അറിയുകയാണ് ലക്ഷ്യം. ആ പതിവ് അപൂർവമായേ തെറ്റിക്കാറുള്ളൂ. വളരെ തിരക്കുള്ള ദിവസങ്ങളിൽ അതിനു സമയം കിട്ടാറില്ല.

ഏഴാം നമ്പർ ക്യൂബിക്കിളിനു മുൻപിൽകൂടി പോകുമ്പോൾ പവിത്ര അകത്തേക്കു നോക്കി. ക്യൂബിക്കിൾ ഹൗസ്ഫുള്ളാണ്. കെയർഅസിസ്റ്റന്റ് പ്രീതിയും മേഘാ സിസ്റ്ററുംകൂടി ഡോക്ടർ വിജയാനന്ദിനു കെയർ കൊടുക്കുകയാണ്. പേഷ്യന്റ് കൈകാലുകൾ അനക്കുകയും തിരിയാൻ ശ്രമിക്കുകയും തല മലർത്തുകയും ചെയ്യുന്നതു കണ്ട് പവിത്രയ്ക്ക് പന്തികേട് തോന്നി. അവൾ വേഗം അകത്തേക്കു കയറിച്ചെന്നു.

കെയർ കൊടുത്തിട്ട് ഷീറ്റുകളും അണ്ടർപാഡുകളും സക്ഷൻ ജാറും നീക്കം ചെയ്യുന്ന തിരക്കിലണ് പ്രീതി. മേഘ അടുത്ത ബെഡ്ഡിലെ പേഷ്യന്റിനെ നോക്കുന്ന അനന്യ സിസ്റ്ററുമായി സംസാരിച്ചു നിൽക്കുന്നു.

വിജയാനന്ദിന്റെ ചലനങ്ങൾ കണ്ടിട്ട് പ്രാണന്റെ പിടച്ചിൽ പോലെയാണ് പവിത്രയ്ക്കു തോന്നിയത്.

അവൾ വിജയാനന്ദിന്റെ ബെഡിനരികെ ചെന്നു നോക്കി. പ്രത്യക്ഷത്തിൽ കുഴപ്പമൊന്നുമില്ല. ബൈപാപ്പ് ഓക്സിജൻ മാസ്ക് മുഖത്ത് ഘടിപ്പിച്ചിട്ടുണ്ട്. മോണിട്ടറിൽനിന്ന് ശബ്ദമൊന്നുമില്ല.

“മേഘ സിസ്റ്ററേ... മോണിട്ടർ സൈലന്റാക്കി ഇട്ടിരിക്കുവാണോ? പവിത്ര ചോദിച്ചു.

“ഓ...ഞാനതങ്ങ് മറന്നു. കെയറിങ്ങിന്റെ നേരത്ത് സൈലന്റാക്കിയതാ.”

പവിത്ര സൈലന്റ് മോഡ് മാറ്റി.

വിജയാനന്ദ് വായ് പൊളിക്കുന്നു. കണ്ണുകൾ ഉരുണ്ടു മറിയുന്നു. പവിത്രയോട് മുഖംകൊണ്ട് എന്തോ ആംഗ്യം കാട്ടുന്നു. പെട്ടെന്ന് മോണിട്ടറിൽ നിന്ന് അലാം ശബ്ദം വന്നു.

പവിത്ര വേഗം വിജയാനന്ദിന്റെ ഓക്സിജൻ മാസ്ക് പരിശോധിച്ചു. അതിൽനിന്ന് മൂക്കിലേക്കുള്ള ഓക്സിജൻ ട്യൂബ് വിട്ടുകിടക്കുകയാണ്.

“ഈശ്വരാ...എന്താ ഈ കാണിച്ചു വെച്ചേക്കുന്നേ.” പവിത്ര തലയ്ക്കടിച്ച് ഒച്ചയിട്ടു.

അപ്പോഴേക്കും വിജയാനന്ദിന്റെ ചലനങ്ങൾ മന്ദഗതിയിലായിക്കഴിഞ്ഞു. ഓക്സിജൻ ട്യൂബ് കണക്ട് ചെയ്തിട്ടും മാറ്റമില്ല.

മേഘാ സിസ്റ്റർ ഇടിവെട്ടേറ്റപോലെ നിൽക്കുകയാണ്. പവിത്ര ഞൊടിയിടയിൽ ഐവി സ്റ്റാൻഡിൽ കൊളുത്തിയിട്ടിരുന്ന ആംബു ബാഗ് എടുത്ത് അതിലെ ഫെയ്സ് മാസ്ക് വിജയാനന്ദിന്റെ വായ്ക്കു മീതെ അമർത്തിവെച്ച് ഓക്സിജൻ ഇൻലെറ്റ് ഓൺ ചെയ്തു. സിലിണ്ടറിൽ നിന്നുള്ള ട്യൂബ് ആംബുബാഗിലേക്ക് കണക്ട് ചെയ്തു. എന്നിട്ട് ബാഗ് ആംബു ചെയ്തു തുടങ്ങി. ഇതിനിടയിൽ അടുത്ത ക്യൂബിക്കിളിൽ ഉണ്ടായിരുന്നവരും അതേ ക്യൂബിക്കിളിൽ ഉണ്ടായിരുന്നവരുമെല്ലാം വാതിൽക്കൽ ഓടിയെത്തി.

ഇൻചാർജ് എത്തുമ്പോഴേക്കും വിജയാനന്ദ് ശ്വാസമെടുത്തു തുടങ്ങിയിരുന്നു.

“എന്താ... എന്താ സംഭവിച്ചത്?” അവർ ബഹളം വെച്ചു.

പവിത്ര സംഭവിച്ച കാര്യങ്ങൾ അവരോടു പറഞ്ഞു. മേഘ സിസ്റ്ററിനും പ്രീതിക്കും ടൺ കണക്കിന് വഴക്കു കിട്ടി. ഇൻചാർജ് ആരതി അപ്പോൾത്തന്നെ സംഭവം നഴ്സിങ് ഓഫീസിലേക്ക് റിപ്പോർട്ട് ചെയ്തു.

മേഘയും പ്രീതിയും ക്യൂബിക്കിളിലിരുന്നു കരഞ്ഞു.

“കരഞ്ഞിട്ടൊന്നും ഒരു കാര്യോമില്ല.” വന്ദന സിസ്റ്റർ പരുഷമായിത്തന്നെ ശാസിച്ചു. “നിങ്ങൾടെ അശ്രദ്ധ. പവിത്ര കണ്ടില്ലായിരുന്നെങ്കി ഇപ്പ ഒരു ജീവനങ്ങ് പോയേനെ...”

ഹോസ്പിറ്റൽ സ്റ്റാഫിനുണ്ടായ പിഴവ് സാധാരണ പതിവുപോലെ മറച്ചുവെയ്ക്കാൻ ശ്രമം നടന്നുവെങ്കിലും പേഷ്യന്റ് കോൺഷ്യസ് ആയിരുന്നതിനാൽ ബൈസ്റ്റാൻഡറും ബന്ധുക്കളും വിവരമറിഞ്ഞു. അതിന്റെ പ്രതികരണങ്ങളും ചോദ്യവും വിശദീകരണങ്ങളും നഴ്സിങ് ഓഫീസ് വരെ ചെന്നു. പവിത്രയുടെ ജാഗ്രതയും സൂക്ഷ്മതയും അടിയന്തിരമായ പരിഹാര പ്രവർത്തനവുമാണ് ഒരു ജീവൻ രക്ഷിക്കാൻ ഉതകിയത് എന്ന വാസ്തവത്തിന് യാതൊരു പ്രാധാന്യവും ലഭിച്ചില്ല. കൃത്യവിലോപം നടത്തിയവർക്ക് യഥാവിധി ശകാരവും മറ്റേതോ സെക്ഷനിലേക്കുള്ള മാറ്റവും ശിക്ഷയായി കിട്ടുകയും ചെയ്തു.

ഡോക്ടർ വിജയാനന്ദിന്റെ അമ്മ ഇന്ദുമതി ടീച്ചർ പവിത്രയെ കാത്തുനിന്നു കണ്ട്, മകന്റെ ജീവൻ രക്ഷിച്ചതിന് നന്ദി പറഞ്ഞു. അവളുടെ കൈരണ്ടും എടുത്ത് നെഞ്ചോടു ചേർത്തു പിടിച്ച് അവർ പറഞ്ഞു

"നീയുള്ളതുകൊണ്ട് എന്റെ മകനിപ്പോഴും ജീവിച്ചിരിക്കുന്നത്. അതിനു ഞാൻ എന്തു പ്രതിഫലം തന്നാലും കുറഞ്ഞു പോകും."

"എനിക്കൊന്നും വേണ്ട. അമ്മേടെ മോന്റെ ഭാഗ്യംകൊണ്ടാ രക്ഷപ്പെട്ടത്. ഞാനൊരു നിമിത്തമായീന്നു മാത്രം." പവിത്ര പുഞ്ചിരിയോടെ പറഞ്ഞൊഴിഞ്ഞു.

പിന്നീട് ഡോക്ടർ വിജയാനന്ദും, പവിത്ര കാട്ടിക്കൊടുത്ത ഇംഗ്ലീഷ് അക്ഷരമാലയിലെ അക്ഷരങ്ങൾ തൊട്ടുകാണിച്ച് അവളോടു നന്ദി പറഞ്ഞു. You saved my life. Thank you എന്നിവയായിരുന്നു ആ അക്ഷരങ്ങൾ. സംസാരിക്കാറാവുന്നതുവരെ പവിത്രയുമായി അയാൾ ആശയവിനിമയം നടത്തിയത് അങ്ങനെയായിരുന്നു.

ആഴ്ചകൾ കഴിഞ്ഞുപോകവേ പവിത്രയുടെ ജീവിതത്തിന്റെ അടിത്തറയിലും ചില മാറ്റങ്ങൾ സംഭവിക്കുന്നുണ്ടായിരുന്നു. ജയപ്രകാശുമായുള്ള വിവാഹമോചന കേസ് പാലാ കുടുംബകോടതിയിൽ വിചാരണയ്ക്കെടുത്തു. പൊലീസ് വേരിഫിക്കേഷൻ കഴിഞ്ഞ് ഒരു മാസത്തിനകം പവിത്രയ്ക്ക് പാസ്പോർട്ട് കിട്ടി. ഈരാറ്റുപേട്ട ബസ് സ്റ്റാൻഡിൽവെച്ച് ജയപ്രകാശ് പവിത്രയെ മർദിച്ച കേസിന്റെ വിചാരണ അവസാനിച്ചു.

എന്നാൽ പവിത്രയെ അദ്ഭുതസ്തബ്ധയാക്കിയ മാറ്റം കൊണ്ടുവന്നത് ഇന്ദുമതി ടീച്ചറായിരുന്നു.

ഒരു ദിവസം അവർ അവളെ സമീപിച്ചു ചോദിച്ചു.

"പാസ്പോർട്ട് കിട്ടിയോ നിനക്ക്?"

"ഉവ്വ്, കിട്ടി."

"എന്നാൽ പോകാൻ റെഡിയായിക്കോ..."

"എങ്ങോട്ട്?"

"അയർലൻഡിന്... മുൻപൊരിക്കൽ ഞാൻ പറഞ്ഞിരുന്നില്ലേ. മറന്നുപോയോ?"

പവിത്ര വിശ്വാസം വരാതെ ഇന്ദുമതിയുടെ മുഖത്തേക്കു നോക്കി കണ്ണുമിഴിച്ച് നിന്നു.

ഇരുപത്തിയഞ്ച്

ഭക്ഷണം കഴിച്ച് കിടക്കാനുള്ള തയ്യാറെടുപ്പിൽ ഒരു നൈറ്റി എടുത്തിടുകയായിരുന്നു പവിത്ര. ഹോസ്റ്റലിലെ റൂംമേറ്റ്സിൽ നൈറ്റി ധരിക്കുന്നവളായി താൻ മാത്രമേയുള്ളൂ എന്ന് പവിത്ര ഓർത്തു. നാലുപേർ പങ്കിടുന്ന മുറിയിൽ ബാക്കി മൂന്നുപേർക്കും വസ്ത്രം വേണമെന്നുതന്നെയില്ല. ഷോർട്സും ബനിയനും മാത്രം ധരിക്കുന്നവരും, ലെഗിൻസും ജീൻസ് ടോപ്പും മാത്രം ധരിക്കുന്നവരും ഉണ്ട്. അർപ്പിതയാണെങ്കിൽ പാന്റീസും ബ്രേസിയേഴ്സും മാത്രമേ കിടക്കാൻനേരം ഉപയോഗിക്കാറുള്ളു.

ഇവർക്കൊന്നും നാണമില്ലേ എന്ന് പവിത്ര ജാള്യത്തോടെ ആലോചിക്കാറുണ്ട്.

സ്ത്രീകൾ മാത്രമുള്ള റൂമിൽ എന്തിനു നാണിക്കണം എന്നാണ് രേഷ്മയുടെ വാദം.

പവിത്രയെ സഹവാസികൾ വിളിക്കുന്നത് ബി സി എന്നാണ്. എഡിക്ക് മുന്നെ, ബി സി കാലഘട്ടത്തിൽതന്നെ ജീവിക്കുന്നവൾ. കാരണം അവൾക്ക് കള്ളത്തരങ്ങളില്ല. ബോയ്ഫ്രണ്ടില്ല. രാത്രി ഫോണിൽ ചാറ്റിങ്ങില്ല. ഓർക്കാപ്പുറത്ത് ലീവെടുത്ത് ആർക്കും ഒരൂഹവും കിട്ടാത്തിടത്തേക്ക് മുങ്ങിമറയൽ ഇല്ല. നിനച്ചിരിക്കാത്ത നേരത്ത് പൊട്ടിത്തെറിക്കലും വിങ്ങിക്കരച്ചിലും ഇല്ല. എല്ലായ്പ്പോഴും ഒരേ ശാന്തഭാവം. ആരെങ്കിലും മനഃപൂർവം കളിയാക്കുകയോ പാരവയ്ക്കുകയോ, ഒളിപ്പോരിനു തുനിയുകയോ ചെയ്താൽ അവരുടെ നേർക്ക് നാലഞ്ചു നിമിഷം നോക്കിക്കൊണ്ടു നിൽക്കും. ആ നോട്ടത്തിൽ എല്ലാം ഉണ്ട്. ഒരു മണിക്കൂർ കത്തിക്കയറി സംസാരിക്കുന്നതിനേക്കാൾ അധികം!

പവിത്ര നൈറ്റി ധരിച്ചുവന്ന് കട്ടിലിൽ കയറി ഇരുന്നു. തലയണ ഒന്നു തട്ടിക്കുടഞ്ഞുവെച്ച് അതിലേക്ക് തല ചായ്ക്കാനൊരുങ്ങുമ്പോൾ ഫോൺ ബെൽ.

പവിത്ര ഫോൺ എടുത്തു നോക്കി.

അപരിചിതമായ നമ്പർ.

കോൾ അറ്റൻഡ് ചെയ്തപ്പോൾ വിദൂരതയിൽനിന്നെന്നോണം ജിബിയയുടെ ശബ്ദം.

“പോയിട്ടിത്രേം ദിവസം നീ എവിടായിരുന്നെടീ ഒരു കോളുപോലു മില്ലാതെ..?”

“ഒന്നും പറയണ്ടെടീ. ഇപ്പഴാ ഒരു സാവകാശം കിട്ടിയത്. വന്നയന്നു മുതലുള്ള അലച്ചിലാ.” ജിബിയയുടെ മറുപടി വന്നു.

“പറ... നീ ജോലിക്ക് കേറിയോ? അവിടെങ്ങനൊണ്ട്. എവിടാ താമസം? സുഖമാണോ നിനക്ക്?”

“ഇവിടെ കുറേ ചടങ്ങുകളൊണ്ട്. ഞാൻ ഏജൻസി വഴിയല്ലേ വന്നത്. ആദ്യം വർക്ക് പെർമിറ്റ് കിട്ടണം. എന്നിട്ടല്ലാതെ പുറത്തിറങ്ങാൻപോലും പറ്റത്തില്ല. ഇവിടുത്തെ പൊലീസ് പിടിച്ച് തിരിച്ചയയ്ക്കും. ഇപ്പം പെർമിറ്റ് കിട്ടി. ഇനി അങ്ങനൊരു പ്രശ്നമില്ല.”

“ജോലിക്കു കേറിയോ?”

“നമ്മൾ വിചിരിച്ചപോലൊന്നുമല്ല. ഏജൻസി നമ്മളെ സപ്ലൈ ചെയ്യുവാ. ഹോംനഴ്സിനെയൊക്കെ കൊടുക്കുന്ന ഏജൻസികളില്ലേ നമ്മുടെ നാട്ടിൽ. അതുപോലെ. ചിലപ്പോ ഹോസ്പിറ്റൽ ഡ്യൂട്ടിയായിരിക്കും. ചിലപ്പോ ഏതെങ്കിലും വീട്ടിലായിരിക്കും. പ്രായമായവരെ ശുശ്രൂഷിക്കാനും കുഞ്ഞുങ്ങളെ നോക്കാനും പ്രസവിച്ചുകിടക്കുന്നവരെ നോക്കാനും...”

“നഴ്സായിട്ട് ജോലി തരാന്നു പറഞ്ഞല്ലേ അവര് കൊണ്ടുപോയത്?” പവിത്ര അമ്പരപ്പിൽ ചോദിച്ചു.

“അതൊക്കെ അങ്ങനെതന്നെയാ. പക്ഷേ ജോലിക്ക് നമ്മളെ എവിടെ വിടണം എന്ന് തീരുമാനിക്കുന്നത് ഏജൻസിയാ. അവരുടെ വണ്ടിവന്ന് കൊണ്ടുപോകും. തിരിച്ചുകൊണ്ടുവിടും. പക്ഷേ കിട്ടുന്ന ശമ്പളത്തീന്ന് അറുപതുശതമാനം അവര് കമ്മീഷനായിട്ട് എടുക്കും.”

“അതെന്തൊരു അനീതിയാ?” പവിത്ര ചോദിച്ചു.

“അങ്ങനെയൊക്കെയാ ഇവിടെ. താമസോം ഭക്ഷണോം ഒക്കെ ഫ്രീയാ. ഇടയ്ക്ക് ചില ദിവസം ജോലിയുണ്ടായെന്നു വരില്ല. അപ്പഴും ഏജൻസി നമുക്ക് ശമ്പളം തരും.”

“നിനക്കെന്താ തോന്നുന്നെ. പറ്റിക്കപ്പെട്ടപോലെയോ?”

“കുറച്ചു പറ്റിപ്പോണ്ട്. ഒരുലക്ഷം ശമ്പളം എന്നൊക്കെ പറഞ്ഞിട്ട് കയ്യിലോട്ട് നാൽപ്പതും നാൽപ്പത്തഞ്ചുമൊക്കെയാ കിട്ടുന്നെ.”

“നിനക്ക് മുപ്പതൊക്കെ കിട്ടുന്നില്ലാരുന്നോ ഡെല്ലീല്.” പവിത്ര ചോദിച്ചു.

“പക്ഷേ ഇവിടെ വേറൊരു മെച്ചം ഒണ്ട്. ഒരു പേഷ്യന്റിനെ നോക്കിയാ മതി. അവിടൊക്കെ നമ്മള് തലതല്ലിച്ചത്ത് പണിയെടുക്കണ്ടേ. തെറീം, ഭീഷണീം, പാരേം മിച്ചം. ഇവിടെ സമാധാനം ഒണ്ട്.” ജിബിയ വെളിപ്പെടുത്തി.

“പക്ഷേ ഈ ശമ്പളംകൊണ്ട് രക്ഷപ്പെടാൻ പറ്റോടീ... നമ്മളതിനല്ലേ പോയത്?”

“ഒരു പ്രോബ്ലം ഒണ്ട്. നമ്മൾ അറബി പഠിക്കണം. അല്ലാതെ രക്ഷപ്പെടത്തില്ല. ഒരുവർഷം ഈ ഏജൻസീടെ കീഴിൽ വർക്ക്ചെയ്യാതെ പറ്റില്ല.

അതു കഴിയുമ്പോ നാട്ടിലേക്ക് വന്നിട്ട് വേറെ വീസയെടുത്ത് തിരിച്ചുവരണം. അപ്പോ വേറെ നല്ല ഏജൻസി വഴി ഹോസ്പിറ്റലിൽ കേറാം. എവിടെയാണെങ്കിലും അറബി അറിയാവുന്നവർക്കാ ജോലിസാധ്യത കൂടുതൽ. അതാരും മുന്നേ പറഞ്ഞുതരുന്നില്ല. അറിഞ്ഞിരുന്നെങ്കി നാട്ടീന്ന് സ്പോക്കൺ അറബി പഠിച്ചിട്ട് പോന്നേനെ."

"നിനക്കിപ്പം സന്തോഷമാണോ അതോ നിരാശയാണോ?"

"നിരാശയൊന്നുമില്ലെടീ. ഏതുപാതാളത്തിക്കൊണ്ടിട്ടാലും ഞാൻ രക്ഷപ്പെട്ടുപോകും. നിനക്കു സുഖമാണോ?"

"എന്ത് സുഖം. ജോലിയെടുത്ത് നടുവൊടിയുന്നതാണോടീ സുഖം?"

"സാരമില്ലെടാ...ഒക്കെ നേരെയാകും. ഞാൻ വിളിച്ചതെന്തിനണെന്ന് നിനക്കു മനസ്സിലായോ?"

"എന്നാ?" പവിത്രയ്ക്ക് ആകാംക്ഷയായി.

"നിന്റെ ബെർത്ത്ഡേയാ നാളെ."

"ഓ അതാണോ? അതൊക്കെ ഞാൻ മറന്നുപോയിട്ട് വർഷമെത്രയായി."

"പോയത് പോട്ടെ. പക്ഷേ ഇനി അതൊക്കെ ഓർമിച്ചെടുക്കണം. നമ്മൾ നമ്മളെത്തന്നെ ഒന്നു പുതുക്കണം. മനസ്സ്, ശരീരം, ഒക്കെ ശ്രദ്ധിക്കണം. അതിന് ഒരുണർവ് കിട്ടാൻ വേണ്ടതു ചെയ്യണം. അത് നല്ല ചിന്തയായാലും യോഗയായാലും നല്ല ഭക്ഷണമായാലും മരുന്നായാലും. നമ്മളത് ചെയ്യണം."

"എന്തായാലും ശരി, നീ എന്റെ ബെർത്തഡേ ഓർത്ത് വച്ചല്ലോ. നല്ല നന്ദിയൊണ്ട് കേട്ടോ. പിന്നെ വേറൊരു വിശേഷം പറയാനൊണ്ട്. ഞാനന്നു പറഞ്ഞില്ലേ അയർലൻഡിലെ ജോലിക്കാര്യം. അതു ചെലപ്പോ ഒടനെ ശരിയായേക്കും."

"ആണോടീ... അതെങ്ങനെയാ?"

ജിബിയയുടെ ചോദ്യത്തിന് മതിയായ വിശദീകരണം നൽകിയ ശേഷം പവിത്ര ഇത്രയുംകൂടി പറഞ്ഞു: "എന്റെ മോന്റെ കാര്യം ഓർക്കുമ്പഴാ ഒരു മടി. അവനെ തനിച്ചാക്കീട്ട് എങ്ങനെ പോകും?"

"അജിതമ്മയില്ലേ?"

"അമ്മേടെ സ്വഭാവം നിനക്കറിയാമല്ലോ. ആ തയ്യൽ മെഷീനോടു മാത്രേ അമ്മയ്ക്കു സ്നേഹം ഒള്ളൂ."

"കൊച്ചിനെ നോക്കാൻ പറ. അവരുടേംകൂടി ഉത്തരവാദിത്തമാ. നീ അയർലൻഡിനു പോയാ അവർക്കും കൂടിയല്ലേ അതിന്റെ മെച്ചം. കുടുംബം രക്ഷപ്പെടാനൊരു വഴി തെളിഞ്ഞു കിട്ടുവല്ലേ?"

"അതൊന്നും അറിയാൻ പാടില്ലാഞ്ഞിട്ടല്ല. അമ്മയ്ക്ക് എന്നെയത്ര പിടിക്കുന്നില്ല."

"ദേ, രക്ഷപ്പെടാനൊള്ള ചാൻസ് നീ നഷ്ടപ്പെടുത്തിയേക്കരുത്. കേട്ടോ. വെച്ചോട്ടെ. അഡ്വാൻസായിട്ട് ഹാപ്പി ബെർത്തഡേ വിഷസ്. ഓകെ."

"താങ്ക് യൂ..." പവിത്ര മറുപടി നൽകി.

പവിത്ര ഫോൺവെച്ചപ്പോൾ അർപ്പിതയും രേഷ്മയും ബെർത്ത്ഡേയിൽ കയറിപ്പിടിച്ചു.

"ഇതൊക്കെ നേരത്തെ പറയണ്ടേ. നാളെ കേക്ക് കട്ട് ചെയ്യണം. ഐസിയുവിൽ പോകുമ്പോ സ്വീറ്റ്സ് കൊടുക്കണം എല്ലാവർക്കും. എല്ലാരും ചെയ്യുന്നതാ. നീയങ്ങനെ ഒഴിഞ്ഞുമാറാനൊന്നും നോക്കണ്ട."

പവിത്രയ്ക്ക് ഉവ്വെന്നു സമ്മതിക്കേണ്ടി വന്നു.

ഐസിയുവിൽ അതൊക്കെ പതിവാണെന്ന് അവൾക്കും അറിയാം.

പിറ്റേന്ന് കാന്റീനിൽ നിന്ന് കേക്കും സ്വീറ്റ്സും വാങ്ങിയാണ് പവിത്ര ഐസിയുവിലേക്കു പോയത്. പവിത്രയുടെ ബെർത്ത്ഡേ ആണെന്നറിഞ്ഞപ്പോൾ സ്റ്റാഫ് എല്ലാം അവളുടെ അടുത്തുവന്ന് പിറന്നാൾ ആശംസകൾ നൽകി.

മകനെ സന്ദർശിക്കാൻ ഐസിയുവിൽ വന്ന ഇന്ദുമതി ടീച്ചറും വിവരമറിഞ്ഞ് അവൾക്ക് പിറന്നാൾ ആശംസകൾ നേർന്നു.

ഡോക്ടർ വിജയാനന്ദൻ കൈകാട്ടി പവിത്രയെ തന്റെ അടുത്തേക്കു വിളിച്ചു. അവൾ ചെന്നപ്പോൾ അവളുടെ കൈത്തലം പിടിച്ച് മന്ത്രിക്കുന്ന പോലെ പറഞ്ഞു. "ഹാപ്പി ബെർത്ത്ഡേ ടു യൂ മൈ ഗാർഡിയൻ ഏഞ്ചൽ." കാറ്റൂതുന്നപോലെയേ വിജയാനന്ദിനു ശബ്ദമുള്ളൂ. എന്നാലും പവിത്രയ്ക്ക് തിരിച്ചറിയാം.

ഡോക്ടർ വിജയാനന്ദിന് അവൾ മാലാഖയാണ്. അയാളുടെ ജീവന്റെ കാവൽ മാലാഖ!

എല്ലാ ദിവസവും ഒരു പ്രാർഥനപോലെ അയാൾ അവളോട് ഉരുവിടും യു സേവ്ഡ് മൈ ലൈഫ്.

പവിത്രയ്ക്ക് അതു കേൾക്കുമ്പോൾ മനം നിറയും.

മരണപ്പെട്ടു പോകേണ്ടതായിരുന്ന ഒരു മനുഷ്യനെ ജീവിതത്തിലേക്കു തിരികെ കൊണ്ടുവന്നതിന്റെ സംതൃപ്തിയാണ്.

വൈകുന്നേരം പവിത്ര ജോലികഴിഞ്ഞ് യൂണിഫോം മാറ്റി പോകാനിറങ്ങിയപ്പോൾ ബൈസ്റ്റാൻഡർമാരുടെ ലൗഞ്ചിൽനിന്ന് ഇന്ദുമതി ടീച്ചർ അവളെ തേടി വന്നു. അവരുടെ കയ്യിൽ വർണ്ണക്കടലാസിൽ പൊതിഞ്ഞ ഒരു ചെറിയ കാർഡ്ബോർഡ് ബോക്സ്. അത് പവിത്രയ്ക്കു നൽകിക്കൊണ്ട് ഇന്ദുമതി ടീച്ചർ പറഞ്ഞു.

"ഇതൊരു ഗിഫ്റ്റാണ്. പിറന്നാൾ സമ്മാനം. റൂമിൽ ചെന്നു തുറന്നു നോക്കിയാൽ മതി."

"ഞങ്ങൾ ഗിഫ്റ്റൊന്നും ആരിൽനിന്നും വാങ്ങാൻ പാടില്ല."

"അതുകൊണ്ടല്ലേ പറഞ്ഞത് പിറന്നാൾ സമ്മാനമാണെന്ന്. ഒരാൾക്ക് ബെർത്ത്ഡേ ഗിഫ്റ്റ് കൊടുക്കരുതെന്ന് ഒരിടത്തും നിയമമില്ല."

"എന്നാലും..."

"എന്നാലും ഞാനിതു തരും. നിനക്ക് നല്ലൊരു ഫോണില്ല. പഴയ കീബട്ടൺ ഫോണാണ്. അതിലെ അക്കങ്ങൾ മഞ്ഞുപോയിട്ട് തിരിച്ചറിയാൻ വയ്യ. ഞാനതൊക്കെ ശ്രദ്ധിച്ചു. ഇതൊരു സ്മാർട്ഫോണാ."

"അയ്യോ... എനിക്കത് യൂസ് ചെയ്യാനറിഞ്ഞൂടാ."

"ഈ കാലത്ത് സ്മാർട് ഫോൺ ഉപയോഗിക്കാനറിയാത്തവരുണ്ടോ?"

"വാട്സാപ്പ് നോക്കാനൊക്കെ അറിയാം. എന്റാങ്ങളേടെ ഫോണീന്നു നോക്കി പഠിച്ചതാ."

"ഇനി സ്വന്തം ഫോൺ ഉപയോഗിച്ചു പഠിക്ക്. ചാർജ് ചെയ്തോണ്ട് നാളെ വാ. അറിയാത്തതൊക്കെ ഞാൻ പഠിപ്പിച്ചു തരാം."

"എന്നാലും ഒരു സ്മാർട്ട് ഫോൺ... ഞാനെന്താ പറയണ്ടേ?"

"എല്ലാം നാളെ പറയാം. ഇപ്പോ ജോലിചെയ്തു ക്ഷീണിച്ചു നിൽക്കുവല്ലേ. പോയി റെസ്റ്റ് ചെയ്യ്."

ഇന്ദുമതി പവിത്രയെ പറഞ്ഞയച്ചു.

റൂമിൽ ചെന്നപ്പോൾ രേഷ്മ മാത്രമേയുള്ളൂ. മറ്റു രണ്ടുപേർ നൈറ്റ് ഡ്യൂട്ടിയാണ്. രേഷ്മ സുഖമായി ഉറങ്ങുന്നു. പവിത്ര കിടക്കയിൽ ഇരുന്നിട്ട് പതിയെ ഗിഫ്റ്റ് ബോക്സ് തുറന്നു. അതിനുള്ളിൽ പാക്ക് ചെയ്തു വെച്ചിരുന്ന ഫോൺ പുറത്തെടുത്തു. തിളങ്ങുന്ന ഫോൺ! വലുപ്പമുള്ളത്. സന്തോഷംകൊണ്ട് അവളുടെ കണ്ണു നിറഞ്ഞു. എത്ര കൊതിച്ചിട്ടുണ്ട് ഇതുപോലൊരു ഫോൺ കിട്ടാൻ വേണ്ടി.

പവിത്ര അത് ചാർജറുമായി ബന്ധിപ്പിച്ചു.

ചാർജർ പ്ലഗ്പോയിന്റിൽ തിരുകി വെച്ചു.

പിറ്റേന്ന് ഡ്യൂട്ടിക്ക് കയറേണ്ട സമയത്തിന് ഒരു മണിക്കൂർ മുൻപേ ചെല്ലണമെന്ന് ഇന്ദുമതി ടീച്ചർ ഫോൺചെയ്തു പവിത്രയോടു പറഞ്ഞു. അതനുസരിച്ച് പവിത്ര നേരത്തെ ഹോസ്റ്റലിൽനിന്നിറങ്ങി.

ബൈസ്റ്റാൻഡർമാരുടെ ലോഞ്ചിൽ ഇന്ദുമതി കാത്തിരിക്കുന്നുണ്ടായിരുന്നു.

"സിംകാർഡ് മാറ്റിയിട്ടോ?" ഇന്ദുമതി ചോദിച്ചു.

"ഞാൻ ഫോൺ തുറന്നതേയില്ല. ചാർജ് ചെയ്തു."

"പഴയ ഫോണും പുതിയ ഫോണും ഇങ്ങു താ. ഞാൻ എല്ലാം ചെയ്തു തരാം. നോക്കി പഠിച്ചോളണം."

ഇന്ദുമതി പവിത്രയുടെ കീബട്ടൺ ഫോണിൽ നിന്നു സിം കാർഡ് എടുത്ത് പുതിയ ഫോണിലിട്ടു. അതിനുശേഷം പുതിയ ഫോണിലെ സൗകര്യങ്ങളും പ്രവർത്തന രീതികളും പറഞ്ഞുകൊടുത്തും കാട്ടിക്കൊടുത്തും പരിശീലിപ്പിക്കാൻ തുടങ്ങി.

"ഒറ്റ ദിവസംകൊണ്ടൊന്നും എല്ലാം പഠിക്കില്ല. കുറേ ദിവസം വേണ്ടിവരും." ഇന്ദുമതി പറഞ്ഞു.

“കുറേ മാസം വേണ്ടിവരുമെന്നാ എനിക്കു തോന്നുന്നേ.” പവിത്ര പറഞ്ഞു.

ഇന്ദുമതി അതുകേട്ട് ചിരിച്ചു.

അവധിക്ക് വീട്ടിൽ ചെന്നപ്പോൾ പവിത്ര എല്ലാവരേയും പുതിയ ഫോൺ കാണിച്ചു. വിഷ്ണു ഗൂഗിളിൽ സെർച്ച് ചെയ്തു നോക്കിയപ്പോൾ ആ ഫോണിന് ഇരുപതിനായിരം രൂപ വിലവരുമെന്നു കണ്ടു.

“ഇത്രേം വിലപിടിച്ച ഫോൺ ഒരാൾ ചുമ്മാ തരണെങ്കിൽ എന്താ കാരണം.”

അജിതമ്മയ്ക്ക് അതിലാണ് സംശയം.

“അമ്മയോടു ഞാൻ പറഞ്ഞില്ലേ ആ ഡോക്ടറുടെ ജീവൻ അപകടത്തിലായതും ഭാഗ്യംകൊണ്ട് ഞാനത് കണ്ടുപിടിച്ചു രക്ഷപ്പെടുത്തിയതും. അതിന്റെ നന്ദിയാ.”

“നിന്നെ കല്യാണം കളിക്കാനിരിക്കുന്ന ഡോക്ടറാണോ അത്?”

“അറംപറ്റുന്ന വർത്തമാനമൊന്നും പറയല്ലേ അമ്മേ...” ദീപ ശാസിച്ചു. “ആ ഡോക്ടർ ഐസിയുവിൽ കേറീട്ട് രണ്ടുമാസം കഴിഞ്ഞിട്ടേയുള്ളൂ. അമ്മ ആറുമാസം മുമ്പത്തെ കാര്യവാ പറയുന്നേ.”

“കല്യാണം കഴിക്കാനിരിക്കുന്ന ഡോക്ടർക്കുതന്നെ അപകടം പറ്റിക്കൂടായ്കയില്ലല്ലോ.”

അജിതമ്മ വീണിടത്തു കിടന്ന് ഒന്ന് ഉരണ്ടു നോക്കി.

“ഈ ഡോക്ടർ കല്യാണം കഴിച്ചതാ. ഒരു കുഞ്ഞൊണ്ട്. ഭാര്യ മരിച്ചുപോയീന്നൊക്കെ ഞാൻ മുമ്പേ പറഞ്ഞിരുന്നതാ. അമ്മയതെല്ലാം മറന്നു. ഏതോ ഡോക്ടർ എന്നെ കല്യാണം കഴിക്കാൻവേണ്ടി വെയ്റ്റ് ചെയ്യുവാണെന്നൊരു സംഗതി തലേക്കേറീട്ടൊണ്ട്. അത് മറക്കുന്നേയില്ല.” പവിത്ര കുറ്റപ്പെടുത്തി.

“ഇരുപതിനായിരം രൂപ വിലയുള്ള ഫോണൊക്കെ തന്നതുകൊണ്ട് ചോദിച്ചതാ.”

“അവര് പൈസയൊള്ളവരാ അമ്മേ. അവര് നോക്കുമ്പം ഇതൊക്കെ നിസാരവാ. ഒരു ജീവന് കോടിക്കണക്കിനു രൂപയേക്കാൾ വിലയൊണ്ട് അവർക്ക്.”

രാത്രി അത്താഴം കഴിക്കുമ്പോൾ പവിത്ര ദീപയോടു ചോദിച്ചു.

“നീയെന്താടീ അങ്ങനെ പറഞ്ഞെ. അറംപറ്റുന്ന വർത്തമാനമെന്നൊക്കെ.”

“ഞാൻ വെറുതെ പറഞ്ഞതാ ചേച്ചീ.”

“എന്നാലും.”

“എന്റെ നാക്കിലന്നേരം അങ്ങനെയാ വന്നത്.”

ദീപ അങ്ങനെ പറഞ്ഞൊഴിഞ്ഞെങ്കിലും പവിത്രയുടെ മനസ്സിലൊരു കരട് വീണു കിടന്നു. ഓഫ്ഡേ കഴിഞ്ഞ് വീണ്ടും പവിത്ര ഡ്യൂട്ടിക്ക് ജോയിൻ ചെയ്തപ്പോൾ ഇന്ദുമതി ടീച്ചർ അവളോടു ചോദിച്ചു.

"പാൻകാർഡ് ഉണ്ടോ നിനക്ക്?"

"ഇല്ല."

"ഒരു പാൻകാർഡിന് അപ്ലൈ ചെയ്യണം. ബാങ്ക് അക്കൗണ്ട് ഉണ്ടല്ലോ, അല്ലേ? ഡോക്യുമെന്റ്സ് എന്തൊക്കെയാ വേണ്ടതെന്ന് ഞാൻ ഓരോ ന്നോരോന്നായിട്ട് പറയാം. എല്ലാം റെഡിയാക്കി വയ്ക്കണം. ഇനി വീസ വന്നാ മതി. പിന്നെ താമസമൊന്നുമില്ല. ഫ്ളൈറ്റ് ടിക്കറ്റെടുക്കുക, പറക്കുക."

"ഞാനൊരു തയ്യാറെടുപ്പും നടത്തീട്ടില്ല."

"ഒരുപാട് തയ്യാറെടുപ്പൊന്നും വേണ്ട കൊച്ചേ. ആദ്യത്തെ യാത്ര വിസിറ്റിങ് വിസയിലാ. മൂന്നുമാസം കഴിയുമ്പോ തിരിച്ചു വരണം."

അതുകേട്ടതോടെ പവിത്രയുടെ മുഖം വാടി.

"തിരിച്ചുവരുമ്പം എനിക്കിവിടെ ജോലി കിട്ടിയില്ലെങ്കിലോ?"

"അതൊന്നും ഓർത്ത് വിഷമിക്കണ്ട. നിന്റെ ജോലീം കളഞ്ഞ് നിന്നെ പാതി വഴീലിട്ടിട്ട് ഞങ്ങള് പോവില്ല."

ഇന്ദുമതി ടീച്ചർ ഉറപ്പ് നൽകി.

പവിത്ര അടുത്തയാഴ്ച വീട്ടിൽ പോയപ്പോൾ അക്ഷയകേന്ദ്രത്തിൽ പോയി പാൻകാർഡിനുള്ള അപേക്ഷ നൽകി. തിരിച്ചു വീട്ടിൽ വന്നപ്പോൾ അജിതമ്മ ചോദിച്ചു.

"എന്നാത്തിനാ നിനക്ക് പാൻകാർഡൊക്കെ? എനിക്കുപോലും ഇല്ലല്ലോ."

"അമ്മയ്ക്ക് പാസ്പോർട്ടുണ്ടോ?"

"ഇല്ല."

"ഇല്ലാത്തതു പലതും നമുക്കു വേണ്ടിവരും. പണ്ട് അമ്മയ്ക്ക് ബാങ്ക് അക്കൗണ്ട് ഇല്ലായിരുന്നു. ആധാർകാർഡ് ഇല്ലായിരുന്നു. മൊബൈൽ ഫോൺ ഇല്ലായിരുന്നു. ഇപ്പളോ..."

"തർക്കുത്തരം പറയാതെ ചോദിച്ചതിന് മറുപടി പറ പെണ്ണേ." അജിതമ്മയ്ക്കു ദേഷ്യം വന്നു.

"എനിക്കു ചെലപ്പോ അയർലൻഡിൽ ഒരു ജോലി കിട്ടിയേക്കും." പവിത്ര പറഞ്ഞു.

"അയർലെണ്ടോ? അതെവിടാ?"

"അത് യൂറോപ്പിലൊള്ള ഒരു രാജ്യമാ..."

"നമ്മടെ രാജ്യംവിട്ട് വിമാനത്തിൽ കേറി പോണോ?"

"വേണം. ജിബിയ പോയില്ലേ... അതുപോലെ."

"അവളു കുവൈറ്റിലോട്ടല്ലേ പോയത്?"

"അയർലൻഡും അതുപോലൊരു വിദേശ രാജ്യമാ. കുറേക്കൂടി ദൂരം ഒണ്ടെന്നേയൊള്ളൂ."

“ഇതൊക്കെ നീ ആരോടു ചോദിച്ചിട്ടാ തീരുമാനിക്കുന്നേ?”

“ആദ്യം ഞാനല്ലേ തീരുമാനിക്കേണ്ടത് പോകണോ വേണ്ടയോന്ന്. പകുതിമനസ്സ് ഇപ്പഴും സമ്മതിച്ചിട്ടില്ല. അപ്പുമോനെ ഇട്ടിട്ടു പോകുന്ന കാര്യം ഓർക്കാൻ വയ്യ.”

“പിന്നല്ലാതെ. കൊച്ചിനെ ഇട്ടിട്ട് എങ്ങോട്ടും പോകണ്ട. ഇപ്പത്തന്നെ നീയില്ലാത്ത കാരണം അവനു സങ്കടമാ. നീ വല്ല രാജ്യത്തോട്ടും പോയാ അവനെങ്ങനെ സഹിക്കും?”

അജിതമ്മ മകളെ നിരുത്സാഹപ്പെടുത്താൻ ശ്രമിച്ചു.

“പക്ഷേ അമ്മേ, അങ്ങനെ ഒരുപാട് അമ്മമാർ അന്യദേശത്തു പോയി ജോലി ചെയ്യുന്നൊണ്ട്.”

“അവരടെ മക്കളെ നോക്കാൻ വീട്ടിൽ കെട്ടിയവനും അമ്മായിയമ്മേം അനിയത്തിമാരും ഒക്കെ ഒണ്ടാവും...”.

“എനിക്കും ഒണ്ടല്ലോ ഒരമ്മേം അനുജത്തീം അച്ഛനും അനുജനുമൊക്കെ...”

“പിന്നേ, അവർക്ക് നിന്റെ കൊച്ചിനെ നോക്കാനല്ലേ നേരം. അവർക്ക് വേറെ പണിയൊണ്ട്.”

“എന്നാൽ ഞാൻ പോകാൻതന്നെ തീരുമാനിച്ചു.”

പവിത്രയ്ക്ക് വാശിയായി.

“കൊച്ചിനെക്കൂടി കൊണ്ടുപൊയ്ക്കോണം.”

“ഞാൻ ദീപജ്യോതീൽ ജോലിക്കു പോകാൻ നേരത്തും അമ്മ ഇതേ വർത്തമാനമല്ലേ പറഞ്ഞത്. മോനെ നോക്കാൻ പറ്റത്തില്ലെന്ന്. എന്നിട്ടെന്നാ പറ്റി. ഇതും അങ്ങനെതന്നെയാ. മോനെ ഞാനിവിടെ നിർത്തീട്ടു പോകും. നിങ്ങളെല്ലാരുംകൂടി അവനെ നോക്കും.”

“ഞാൻ സമ്മതിക്കത്തില്ല.” അജിതമ്മ തറപ്പിച്ചു പറഞ്ഞു. “ആരാണ്ട് തട്ടിപ്പുകാര് എവിടേക്കോ കൊണ്ടുപോകാമെന്നു പറഞ്ഞൊടനെ ഒള്ള ജോലീം കളഞ്ഞേച്ച് ചാടിപ്പോയേക്കുവാ. ആരോടും ചോദിക്കേം വേണ്ട. ആരടേം അനുവാദോം വേണ്ട. നിന്നെ അങ്ങനെയങ്ങ് അഴിച്ചുവിട്ടാ പറ്റത്തില്ല.”

പവിത്ര തർക്കിക്കാൻ നിന്നില്ല. ഈവക തടസ്സങ്ങളെയെല്ലാം താൻ മറികടക്കുമെന്ന് അവൾ മനസ്സാ പ്രതിജ്ഞയെടുത്തിരുന്നു.

ഹോസ്പിറ്റലിൽ തിരിച്ചെത്തിയപ്പോൾ കെയർ അസിസ്റ്റന്റ് ഷീന പവിത്രയോടു പറഞ്ഞു.

“ആ ഡോക്ടർ പലതവണ നിന്നെ തിരക്കി. നിനക്ക് ഓഫാണെന്നു ഞാൻ പറഞ്ഞു.”

“വീട്ടിൽ പോവാണെന്നു പറഞ്ഞിട്ടാണല്ലോ ഞാൻ പോയത്.”

“എനിക്കു തോന്നുന്നത് ഡോക്ടർക്ക് നിന്നെ എന്നും കണ്ടില്ലെങ്കി മനസ്സിനൊരു സുഖോം ഇല്ലെന്നാ...”

"പോ ചേച്ചീ... ഗോസിപ്പുണ്ടാക്കല്ലേ."

"എനിക്കു തോന്നിയ കാര്യമാ... ഞാൻ പലതവണ വാച്ച് ചെയ്തിട്ടൊണ്ട്. നീ ഡ്യൂട്ടിയിലുള്ളപ്പോ നീ എവിടെ നിക്കുന്നോ അവിടായിരിക്കും മൂപ്പരടെ കണ്ണ്. നീ നടന്നു പോകുമ്പോ അത് നിന്റെ പുറകെ വരും. നീ എവിടെയാണോ മറയുന്നെ അവിടെ ആ നോട്ടം കാത്തു നിക്കും. നിന്നെ കണ്ടാലുടനെ നിന്റെ കൂടെ എല്ലാ ക്യൂബിക്കിളിലും പാസ്സേജിലും എല്ലാടത്തും ചുറ്റിക്കറങ്ങും. ഡോക്ടറുടെ ശരീരം ബെഡ്ഡിൽ കിടക്കുന്നെന്നേയുള്ളു. ആളെപ്പഴും നിന്റെ കൂടെയാ..."

പവിത്ര അതുകേട്ട് വല്ലാതെ ചൂളിപ്പോയി.

"ചേച്ചിയിങ്ങനെ കളിയാക്കല്ലേ. ചേച്ചി കയ്യീന്നിട്ട് പറയുന്നതല്ലേ. അങ്ങനൊന്നുമില്ലെന്നേ."

"ശരി... നീ ഇന്നുമുതൽ ഒന്നു വാച്ച് ചെയ്തോ..."

"എന്നോട് എത്ര ഡീസന്റായിട്ടാ ബിഹേവ് ചെയ്യുന്നേ. ഞാനടുത്തു ചെല്ലുന്നതും കെയർ ചെയ്യുന്നതും സംസാരിക്കുന്നതുമൊക്കെ വലിയ സന്തോഷമാണെന്നറിയാം. അതിൽകൂടുതലെന്താ."

"അതിൽ കൂടുതൽ എന്തോ ഒണ്ട്. ചുമ്മാ വായിനോട്ടമൊന്നുമല്ല. ഒരുതരം അഡിക്ഷൻ..."

"ചേച്ചീ... വേണ്ട. ഞാനാരാന്ന് എനിക്കു ശരിക്കറിയാം. ഡോക്ടർ ആരാണെന്നും അറിയാം."

"ശരി വിട്ടേക്ക്." ഷീന ചിരിച്ചുകൊണ്ട് നടന്നുപോയി.

പവിത്രയുടെ മനസ്സിലേക്ക് ഒരസ്വസ്ഥത കയറിവന്നു. ഷീന പറഞ്ഞത് സത്യമാണോ.

അവൾ പതിവുപോലെ ഡോക്ടർ വിജയാനന്ദിന്റെ ബെഡ്ഡിനരികെ ചെന്നു. ഗുഡ്മോണിങ് പറഞ്ഞു.

"മോൺണിങ് മൈ ഡിയർ ഏയ്ഞ്ചൽ... എവിടെയായിരുന്നു. കണ്ടിട്ട് കുറേ ആയല്ലോ."

എന്തെന്നില്ലാത്ത സന്തോഷം ഡോക്ടറുടെ കണ്ണുകളിൽ അവൾ കണ്ടു. അത് അങ്ങനെതന്നെ ആയിരുന്നു. ജീവൻ രക്ഷിച്ചയാളോടുള്ള നന്ദിയും കൃതജ്ഞതയും.

"വീട്ടിൽ പോകുമെന്ന് ഞാൻ പറഞ്ഞിരുന്നു. അമ്മയോടും പറഞ്ഞിട്ടാ പോയത്."

"എനിക്കറിയാം... എന്നാലും ഒരു മിസ്സിങ് ഫീൽ ചെയ്തു. രണ്ടോ മൂന്നോ ദിവസം കഴിഞ്ഞുപോയ പോലെ."

പിന്നീട് പലപ്പോഴും പവിത്ര ശ്രദ്ധിച്ചു.

താനേതു ക്യൂബിക്കിളിലായിരുന്നാലും കോറിഡോറിലായിരുന്നാലും ഡോക്ടറുടെ നോട്ടം തന്റെ നേർക്കാണ്.

പവിത്ര ഇതേപ്പറ്റി ഇന്ദുമതിയോടു പറഞ്ഞു.

ഇന്ദുമതി അതുകേട്ട് ചിരിച്ചു.

"എന്റെ മകന് നിന്നെ അത്രയ്ക്ക് ഇഷ്ടമാണ്. നീ മറ്റ് പേഷ്യന്റിനെ നോക്കുന്നതും കൂടെയുള്ളവരോട് ഇടപെടുന്നതും എല്ലാം അവനിഷ്ടമാ... നീ പെർഫെക്ടാണെന്നാ അവന്റെ അഭിപ്രായം."

"എന്നെക്കായിലും നന്നായിട്ട് ജോലി ചെയ്യാനറിയുന്ന കെയർ അസി സ്റ്റന്റുമാരുണ്ടല്ലോ." പവിത്ര പറഞ്ഞു.

"കാണും. പക്ഷേ, നീ കാണിക്കുന്നത്രേം ആത്മാർത്ഥതേം അലിവും ഒരാളിലും ഞാൻ കണ്ടിട്ടില്ല. എന്റെ മകന്റടുത്ത് മാത്രമല്ല, എല്ലാ പേഷ്യന്റി നോടും. ഞങ്ങൾ ബൈസ്റ്റാന്റർമാർ അപ്പുറത്തിരുന്ന് സംസാരിക്കും. അവരും പറഞ്ഞിട്ടൊണ്ട്. അവരുടെ രോഗിയെ നീ നോക്കുന്നതാണ് അവർക്കും പേഷ്യന്റിനും ആശ്വാസമെന്ന്."

"ഞാനങ്ങനെ കൂടുതലായിട്ടൊന്നും..."

"ഒണ്ട്... നിന്റെ സഹജസ്വഭാവം കൊണ്ട് നീ അറിയാത്തതാ. ഇവിടെ ഞാൻ എന്റെ മകനേംകൊണ്ട് മാസം മൂന്നാകുന്നു. ഇതിനിടയ്ക്ക് കുറേ കാര്യങ്ങൾ കണ്ടു. ചിലർ നല്ലപോലെ ഡ്യൂട്ടി ചെയ്യുന്നു. ചിലർ പുറമെ നോക്കുമ്പം കുഴപ്പമില്ലാത്ത പോലെ കുറച്ചൊരു കള്ളത്തരത്തിൽ ജോലി ചെയ്യുന്നു. വേറെ ചിലർ ജോലിചെയ്യാതെ ജോലിചെയ്യുന്നതായി ഭാവി ച്ചോണ്ട് അങ്ങോട്ടുമിങ്ങോട്ടും ഓടി നടന്ന് മറ്റുള്ളവരെക്കൊണ്ട് ജോലി ചെയ്യിക്കുന്നു. മറ്റു ചിലർക്ക് ഈ ജോലിയോടും ആത്മാർത്ഥതയില്ല, പേഷ്യന്റിനോടുമില്ല. കൂടെ ജോലിചെയ്യുന്നവരോടുമില്ല."

"ഞാൻ ഇതീന്നെല്ലാം വേറെയാണോ?"

"നീ വേറെയാ... സിൻസിയറായിട്ട് ജോലി ചെയ്യുന്നതു മാത്രമല്ല, അതിന്റെ കൂടെ മനസ്സലിവും. അതുകൊണ്ടല്ലേ ഞാൻ നിന്നെ സിലക്ട് ചെയ്തത്."

"അയർലൻഡിനു പോകാൻ അല്ലേ?"

"അതെ." ഇന്ദുമതി ചിരിച്ചു.

"അപ്പോ ഡോക്ടറെ ആര് നോക്കും?"

"ഇവിടെ ഞാനുണ്ടല്ലോ. ഇനി അവിടെയാണ് നിന്നെക്കൊണ്ട് ആവശ്യം."

ഇന്ദുമതി ടീച്ചറിന്റെ ചിരിയിൽ പല അർത്ഥങ്ങളുണ്ടെന്ന് പവിത്രയ്ക്ക് തോന്നി.

ഇരുപത്തിയാറ്

ബെഡ്ഷീറ്റും ഗൗണും അണ്ടർപാഡുകളും പില്ലോ കവറുകളും എല്ലാം മാറ്റി പുതിയവ പകരമിട്ട്, ഡോക്ടർ വിജയാനന്ദിന്റെ ശിരസ്സിന്റെ ഭാഗം ഉയർത്തിവച്ച് കിടത്തിയിട്ടു പവിത്ര ചോദിച്ചു:

"ഇനിയെന്താ വേണ്ടത്, കെയർ കഴിഞ്ഞു."

"കുറച്ചു സമയം കൂടി എന്റടുത്തു നിന്നാ മതി."

"എനിക്ക് ജോലി ഇനീം കുറെയൊണ്ട് പ്രവീണയെ വിളിച്ചു നിർത്തട്ടെ ഡോക്ടറുടെ അടുത്ത്." പവിത്ര ചോദിച്ചു.

"പ്രവീണയൊന്നും ഇവിടെ വേണ്ട. സമയമില്ലെങ്കിൽ പൊയ്ക്കോ."

വിജയാനന്ദ് പരിഭവിച്ചു പറഞ്ഞു.

പവിത്ര പുഞ്ചിരിച്ച് അയാളുടെ ശിരസ്സു തലോടിക്കൊണ്ട് അൽപ സമയം കൂടി ആ ബെഡിനരികെ നിന്നു. അതിനിടയിൽ വിജയാനന്ദ് ഹോസ്റ്റൽറൂമിലെ ജീവിതത്തെപ്പറ്റിയും ഭക്ഷണകാര്യങ്ങളെപ്പറ്റിയും ചോദിച്ചു. വീട്ടിലേക്കുള്ള യാത്രാദൂരം അന്വേഷിച്ചു.

ഒടുവിൽ അയാൾ പറഞ്ഞു:

"എനിക്ക് ഒരാഗ്രഹം ഒണ്ട്. പറയട്ടേ?"

"എന്നോടെന്തിനാ അനുവാദം ചോദിക്കുന്നെ? ഡോക്ടർക്കു സ്വാതന്ത്ര്യം ഒണ്ടല്ലോ."

"എന്തു സ്വാതന്ത്ര്യം, ഒന്നുമില്ല. കിടപ്പുരോഗിക്ക് മറ്റുള്ളവരെ ആശ്രയിക്കാനല്ലേ പറ്റൂ."

"ആഗ്രഹം പറഞ്ഞില്ല?"

"യൂണിഫോമിലല്ലാതെ സിവിൽഡ്രസിൽ പവിത്രയെ കാണാൻ പറ്റുമോ?"

"ഒരു രക്ഷേമില്ല ഡോക്ടർ."

"അതെന്താ?"

"യൂണിഫോമില്ലാതെ ഞങ്ങൾ ഐസിയുവിൽ പ്രവേശിച്ചുകൂടാ. ഡോക്ടർക്ക് പുറത്തിറങ്ങാനും വയ്യ."

“ഞാനൊരു ഐഡിയ പറയാം.”

“എന്നതാ?” പവിത്ര, തനിക്ക് എന്നോ നഷ്ടപ്പെട്ടുപോയ കുട്ടിത്തം നിറഞ്ഞ ആകാംക്ഷയോടെ, ചോദിച്ചു.

“എന്നെ സ്കാൻ ചെയ്യാനൊക്കെ കൊണ്ടുപോകുമല്ലോ. അതിനൊരു അഞ്ചുമിനിറ്റ് മുൻപ് പവിത്ര പോയി ഡ്രസ് മാറീട്ട് ഐസിയുവിനു പുറത്തെ കോറിഡോറിലോ പാസേജിലോ വന്നു നിൽക്കണം. ലിഫ്റ്റിലായാലും മതി. ജസ്റ്റ് ഒന്നു കണ്ടാൽ മതി.”

“ഇങ്ങനെ കണ്ടിട്ട് ഭയങ്കര വൃത്തികേടാ അല്ലേ?”

“ആളിനെക്കാൾ വലുപ്പംള്ള പാന്റ്സും കോട്ടും. ഇതൊക്കെ റെഡിമെയ്ഡാണോ അതോ സ്റ്റിച്ച് ചെയ്യിക്കുന്നതാണോ?”

“റെഡിമെയ്ഡാ.”

“അതാണിങ്ങനെ... ദേഹത്തിനു ചേരാത്തപോലെ.”

“ഞങ്ങൾക്ക് ഡ്യൂട്ടി സമയത്ത് ഡ്രസ് മാറി പുറത്തുപോകാൻ അനുവാദമില്ല.”

“ഒഴിഞ്ഞുമാറുകയാ അല്ലേ?”

“ഡോക്ടർക്ക് സിവിൽ ഡ്രസിൽ കാണണെങ്കിൽ ഞാൻ ഡ്യൂട്ടികഴിഞ്ഞിറങ്ങുമ്പം ആരെക്കൊണ്ടെങ്കിലും വിളിപ്പിച്ചാ മതി.”

“ഇത് ആദ്യമേയങ്ങ് പറഞ്ഞാപ്പോരെ?”

ഡോക്ടർ ചോദിച്ചു.

“ഓക്സിജൻ മാസ്ക് എടുത്തു വയ്ക്കട്ടെ. ശ്വാസംമുട്ടലുണ്ടെന്നു തോന്നുന്നു?”

പവിത്ര ചോദിച്ചു.

“എന്റെ വായടപ്പിക്കാനുള്ള വിദ്യ അല്ലേ?”

“അയ്യോ... അല്ല... കഷ്ടംണ്ട്.”

“ശരി പൊയ്ക്കോ. ജോലി മുടങ്ങണ്ട. പറഞ്ഞ കാര്യം മറക്കാതിരുന്നാ മതി.”

പവിത്ര ഓക്സിജൻ മാസ്ക് ഡോക്ടർ വിജയാന്ദിന്റെ മുഖത്തു ഫിറ്റ് ചെയ്തശേഷം അടുത്ത ക്യൂബിക്കിളിലേക്കു പോയി.

“എന്താരുന്നു അവിടൊരു ചിരീം കളീം?”

സൗമ്യ ചോദിച്ചു.

“പോ അവിടന്ന്? ചിരീം കളീം.”

“പാവം, ഡ്യൂട്ടി ചെയ്യുവാരുന്നു അല്ലേ?”

“അതേ...”

“നിന്റടുത്ത് മാത്രേയുള്ളല്ലോ ഈ ശൃംഗാരം?”

“ചേച്ചീ... അപവാദം പറയല്ലേ.”

"പറയുന്നതാണോ കുറ്റം? ഇവിടാർക്കാ അറിയാത്തത്? ആ ഡോക്ടർക്ക് സുഖപ്പെട്ടു ഹോസ്പിറ്റലീന്ന് പോകണമെന്നേ ആഗ്രഹമില്ല. ഇവിടെക്കിടന്നാ മതി. നിന്നെ കാണാനും സംസാരിക്കാനും വേണ്ടി മാത്രം കാത്തുകെടക്കുവാ..."

"ചേച്ചീ പ്ലീസ്. ഡോക്ടർക്ക് എന്നോട് ഇഷ്ടക്കൂടുതൽ തോന്നിയതിന് ഞാനെന്തു പിഴച്ചു?'

"നീയത് ഡിസ്കറേജ് ചെയ്തില്ല. പ്രോത്സാഹിപ്പിക്കയാ ചെയ്തെ. നീ കുറ്റമില്ലാത്തവളായിരുന്നെങ്കി ഡോക്ടറോടു പറഞ്ഞേനെ എന്നോടു കൂടുതൽ അടുപ്പം വേണ്ട. മറ്റുള്ളോർ ശ്രദ്ധിക്കുന്നുണ്ട് എന്ന്. നീയങ്ങനെ ചെയ്തില്ലല്ലോ. കിട്ടുന്നതൊക്കെ ഫ്രീയല്ലേ പോരട്ടേ പോരട്ടേന്നു വിചാരിച്ചു."

"ഞാൻ ഡോക്ടറെ നിരുത്സാഹപ്പെടുത്താം. എന്നോട് മേലാൽ ഇഷ്ടം കാണിക്കരുതെന്നു മുഖത്തു നോക്കി പറയാം. നിങ്ങളെന്നെ അയർലൻഡിൽ കൊണ്ടുപോയി ജോലി വാങ്ങിത്തരുവോ? നിങ്ങളെപ്പഴും നല്ല വാക്കു പറഞ്ഞും ചിരിച്ചു കാണിച്ചും എന്നെ സന്തോഷിപ്പിക്കോ ഇല്ലല്ലോ."

"ഓ... അതാണ് ഇതിന്റെയെല്ലാം പിറകിലുള്ള കാരണം?"

"അതേ. എന്താ സംശയം, വെറുതെയല്ല ഞാൻ റിസൈൻ ചെയ്യുവാണെന്നു പറഞ്ഞ് നോട്ടീസ് കൊടുത്തത്."

"എന്തായിത്തീരുംന്ന് ആർക്കറിയാം. ഒടുവിൽ കടിച്ചതുമില്ല, പിടിച്ചതുമില്ല എന്ന അവസ്ഥയാകുവോ?"

"നല്ല കാര്യം ഒന്നും പറയാനില്ലേ ചേച്ചീ. എവിടെങ്കിലും പോയി രക്ഷപ്പെട്. നന്നായി വാ എന്നൊക്കെ പറഞ്ഞൂടേ? അതിനു പകരം നെഗറ്റീവ്! എല്ലാരും നശിച്ചുപോണേന്നാ മനസ്സിലെ ആഗ്രഹം."

"ഞാനങ്ങനൊന്നും ഉദ്ദേശിച്ചില്ല. ശ്ശെടാ ഇപ്പം എനിക്കായോ കുറ്റം?" സൗമ്യ ഒഴിഞ്ഞുമാറി.

വൈകുന്നേരം ഡ്യൂട്ടി കഴിഞ്ഞ് ചെയ്ഞ്ചിങ് റൂമിൽ ചെന്ന് യൂണിഫോം മാറ്റി ചുരിദാർ ഇട്ട ശേഷം പവിത്ര തിരികെ ഐസിയുവിലേക്കു വന്നു.

നൈറ്റ്ഡ്യൂട്ടിക്കു കയറിയവർ പവിത്രയെ കണ്ട് വിസ്മയിച്ചു. "നീയെന്താ യൂണിഫോമിടാതെ ഡ്യൂട്ടിക്കു കേറുവാണോ?" ആതിര സിസ്റ്റർ ചോദിച്ചു.

"എന്റെ ഡ്യൂട്ടി കഴിഞ്ഞതാ സിസ്റ്റർ." പവിത്ര പറഞ്ഞു.

നാലാം നമ്പർ ക്യൂബിക്കിളിലെ നഴ്സ് സുജാത പവിത്രയെ കെയറിനു വിളിച്ചു.

"വേഗം പോയി യൂണിഫോമിട്ടോണ്ടു വാ."

അവരോടും പവിത്ര ഡ്യൂട്ടി കഴിഞ്ഞ കാര്യം പറഞ്ഞിട്ട് ഏഴാം നമ്പർ ക്യൂബിക്കിളിലേക്കു നടന്നുപോയി. നേരെ ഡോക്ടർ വിജയാനന്ദിന്റെ മുന്നിൽ ചെന്നു.

വിജയാനന്ദ് സന്തോഷത്തോടെ അവളെ ആകമാനം ഒന്നു നോക്കി.

"ഇതിനേക്കാൾ നല്ലതു യൂണിഫോമിൽ കാണുന്നതല്ലായിരുന്നോ?" പവിത്ര ചോദിച്ചു.

"യൂണിഫോമിൽ കാണുന്നത് ബോറാ."

വിജയാനന്ദ് പറഞ്ഞു. "ഇപ്പഴാണ് ഞാൻ ശരിക്കുള്ള പവിത്രയെ കാണുന്നത്. മുൻപു കണ്ടത് വേറൊരു സ്ത്രീയെ ആയിരുന്നു."

"ഇതാണോ നല്ലത്?" പവിത്ര ആകാംക്ഷയോടെ ചോദിച്ചു.

"ഒരു സംശയോം വേണ്ട. താങ്ക്യൂ... സോ മച്ച്."

"പൊയ്ക്കോട്ടെ."

"ഉം.. വേഗം സ്ഥലംവിട്ടോ."

പവിത്ര തിരിഞ്ഞു നടന്നു. ക്യൂബിക്കിളിന്റെ വാതിൽക്കൽ എത്തിയിട്ടു തിരിഞ്ഞുനോക്കി. ഡോക്ടർ പുഞ്ചിരിയോടെ നോക്കിക്കൊണ്ടു കിടക്കുന്നു.

പവിത്ര ആലോചനയിൽ നടന്നു.

സ്നേഹമാണോ ഇത്! സൗഹൃദമാണോ? നന്ദിയാണോ? സന്തോഷവും കൃതജ്ഞതയുമാണോ?

ബൈസ്റ്റാന്റർമാർക്കുള്ള ലോബിയിലെത്തി പവിത്ര ഇന്ദുമതി ടീച്ചറെയും കണ്ടു.

"ഡ്യൂട്ടി കഴിഞ്ഞു അല്ലേ?"

"ങും. ഹോസ്റ്റലിലോട്ടു പോകുവാ."

"ഇനി എത്ര ദിവസം കൂടിയൊണ്ട്?"

"പതിനെട്ട്."

"നോട്ടീസ് പീരിയഡ് തീരുന്നതിനു മുൻപേ ഞാൻ വീട്ടിൽ വരണ്ടേ?"

"വേണം."

"ഞാനെന്റെ ബ്രദറിനോടും കൂടി ആലോചിച്ചിട്ടു പറയാം."

"ഞാൻ പോട്ടെ."

"ശരി... നിന്നെക്കണ്ടിട്ട് ഇന്ന് നീ കുറച്ചുംകൂടെ സുന്ദരിയായപോലെ."

"കളിയാക്കല്ലേ... പൊയ്ക്കോളാം." പവിത്ര ചിരിച്ചുംകൊണ്ടു നടന്നു പോയി.

അടുത്ത അവധിക്കു പവിത്ര വീട്ടിൽ പോയപ്പോൾ അച്ഛനോടും അമ്മയോടും ജോലി രാജിവയ്ക്കാൻ പോവുകയാണെന്നു പറഞ്ഞു.

"ജോലി കളയാനോ? എന്നിട്ടെന്നാ ചെയ്യും?" അജിതമ്മ വെപ്രാളപ്പെട്ടു.

"അയർലൻഡിന് പോവുകയാണെന്നു മുൻപേ പറഞ്ഞിരുന്നില്ലേ. അമ്മയെന്നാ ഒന്നും അറിയാത്തപോലെ?" പവിത്ര ചോദിച്ചു.

“ഇവിടുത്തെ ജോലി കളഞ്ഞിട്ടാണോ പോകുന്നെ?”

“പിന്നെയല്ലാതെ ഇവിടേം അവിടേം കൂടി ജോലി ചെയ്യാൻ പറ്റ്വോ?”

“നീയിതൊക്കെ ആരോടു ചോദിച്ചിട്ടാ തീരുമാനിക്കുന്നെ? നിനക്ക് അച്ഛനമ്മമാരും കാരണവന്മാരുമൊന്നുമില്ലേ?” അജിതമ്മയ്ക്കു രോഷമായി.

“അവർക്ക് എന്തറിയാം അമ്മേ... അയർലൻഡിനു പോകുവാണെന്നു പറയുമ്പം ഈ പെണ്ണിന് ഇതെന്താ പറ്റിയെന്ന് കണ്ണും മിഴിച്ച് താടിക്കു കയ്യും കൊടുത്ത് അന്തംവിട്ടു നോക്കിനിൽക്കാനല്ലാതെ?”

“നിനക്കെന്തറിയാമെടീ? വല്ലവരും വല്ലതും പറഞ്ഞൊടനെ ഒള്ള ജോലീം കളഞ്ഞ് ചാടിപ്പൊറപ്പെടുവാണോ വേണ്ടത്... നിനക്കു വല്ലതും അറിയ്യോ അവരെപ്പറ്റി? ഒരു വല്യ പാണ്ഡിത്യക്കാരി.”

“അമ്മേ, ഞാൻ മാത്രമല്ല. ഒരുപാടു പേര് അങ്ങോട്ടു പോയിട്ടൊണ്ട്. ഇപ്പഴും പോകുന്നൊണ്ട്. അതുപോലെ തന്നെയാ ഇതും.”

“എന്നു നീ പറഞ്ഞാ മതിയോ? ഞങ്ങക്കും കൂടി ബോധ്യപ്പെടണ്ടേ.” അജിതമ്മ തർക്കിച്ചു.

“അച്ഛനേം അമ്മേം കാണാനും എല്ലാ കാര്യങ്ങളും വിശദമായിട്ടു പറഞ്ഞു ബോധ്യപ്പെടുത്താനും വേണ്ടി ഇന്ദുമതി ടീച്ചറും ആങ്ങളേം കൂടി ഇങ്ങോട്ടു വരും.”

“അവര് വന്നു പറയുന്നതൊക്കെ സത്യമാണോന്നു ഞങ്ങക്കെങ്ങനെ അറിയാം. എന്തെല്ലാം കള്ളത്തരങ്ങളൊള്ള മനുഷ്യരൊണ്ട്.”

“ആളുകളെ കാണുമ്പം അവര് നല്ലതാണോ ചീത്തയാണോന്ന് അമ്മയ്ക്കറിയാല്ലോ... അമ്മ എപ്പഴും പറയാറൊള്ളതല്ലേ.”

പവിത്ര പ്രശ്നം അജിതമ്മയുടെ കയ്യിലേക്കു തന്നെ ഏൽപിച്ചുകൊടുത്തു.

അടുത്ത ദിവസം പവിത്രയും ജയപ്രകാശും തമ്മിലുള്ള കേസിന്റെ വിധി പറയുകയാണ്. കോടതിയിലേക്ക് പോകാൻ സുദർശനൻ വിളിച്ചുവെങ്കിലും പവിത്ര പോയില്ല.

“ശിക്ഷിക്ക്വോ വെറുതെ വിട്വോ എന്താന്നുവച്ചാ കോടതി തീരുമാനിച്ചോട്ടെ. എന്തായാലും എനിക്ക് ഒരു വിരോധോം ഇല്ല.”

പവിത്ര പറഞ്ഞു.

സുദർശനൻ വിധി കേൾക്കാൻ കോടതിയിലേക്ക് തിരിച്ചു. ഉച്ചതിരിഞ്ഞപ്പോൾ സുദർശനൻ ഫോണിൽ അജിതമ്മയെ വിളിച്ച് കോടതി വിധി അറിയിച്ചു.

“രണ്ടരവർഷം തടവും അൻപതിനായിരം രൂപ പിഴയും.” ജയപ്രകാശ് പിഴത്തുക പവിത്രയ്ക്ക് നൽകണം. ഇല്ലെങ്കിൽ ആറുമാസം കൂടി ജയിലിൽ കിടക്കേണ്ടിവരും. അജിതമ്മ ഇക്കാര്യം പവിത്രയെ അറിയിച്ചു. പവിത്ര വികാരഭേദമില്ലാതെ നിൽക്കുന്നതു കണ്ട് അജിതമ്മ ചോദിച്ചു.

"നിനക്ക് ഒന്നും പറയാനില്ലേ?"

"ഞാനെന്നാ പറയാനാ. കുറ്റം ചെയ്താ ശിക്ഷ കിട്ടുംന്ന് ഇപ്പം മനസ്സിലായില്ലേ. പൊതുസ്ഥലത്തു വച്ച് എന്നെ ആക്രമിച്ചതിന്റെ ശിക്ഷ മാത്രേ കിട്ടീട്ടുള്ളൂ. ആ വീട്ടിലിട്ട് അമ്മേം മോനും കൂടി എന്നെ എന്തു മാത്രം പീഡിപ്പിച്ചിരിക്കുന്നു. അതിന്റെ ശിക്ഷ ആരു കൊടുക്കും. ആ കുറ്റത്തിനു ശിക്ഷ കിട്ടാതെ നീതിമാന്മാരെപ്പോലെ തെളിഞ്ഞു നടക്കുന്ന ഒരുപാടു ഭർത്താക്കന്മാരൊണ്ട് ഈ ലോകത്ത്." പവിത്ര അമർഷം പൂണ്ടു.

"ഇനി വാർത്ത പത്രത്തിലും ടിവിയിലുമൊക്കെ വരുമ്പം എന്നാ നാണക്കേടാ. അയലത്തുകാരോട് എന്നാ സമാധാനം പറയും. നാട്ടുകാരടെ മുഖത്ത് എങ്ങനെ നോക്കും." അജിതമ്മ പരിതപിച്ചു.

"നാട്ടുകാരേം അയലത്തുകാരേം തൃപ്തിപ്പെടുത്താൻ വേണ്ടിയല്ലേ അമ്മ എന്റെ ജീവിതം കൊണ്ടുപോയി വല്ലവർക്കും എറിഞ്ഞു കൊടുത്തത്. ഞാനതീന്ന് എങ്ങനെങ്കിലും കരകേറുമ്പം പിന്നേം നാട്ടുകാരും അയലത്തുകാരും മതിയോ അമ്മയ്ക്ക്?" പവിത്ര രോഷത്തോടെ ചോദിച്ചു.

"നിന്റെ കെട്ടിയവനല്ലേടീ ജെയിലിലോട്ട് കേറിയത്. നീ ഒരുവാക്ക് മൊഴിമാറ്റി പറഞ്ഞിരുന്നെങ്കി സകല പെണക്കോം മാറി നിങ്ങക്ക് ഒന്നിക്കാൻ പറ്റില്ലാരുന്നോ?"

"എനിക്കു മനസ്സില്ലാരുന്നു മൊഴിമാറ്റിപ്പറയാൻ. അയാളനുഭവിക്കട്ടെ."

"നിന്റെ കൊച്ചിന്റെ അച്ഛനല്ലേ അത്, അത് ഓർത്തിട്ടെങ്കിലും..."

"എന്റെ കൊച്ചിന്റെ അച്ഛനോട് അത്ര കൂറാണെങ്കി അമ്മയെടുത്തോ. ജെയിലീന്നിറങ്ങുമ്പം ചെന്ന് സ്വീകരിക്കാല്ലോ. കൊച്ചിന്റച്ഛൻ! അമ്മ എന്നോട് കാണിച്ച കൊടുംപാതകം അമ്മയ്ക്ക് മറച്ചു പിടിക്കണം. എന്റെ ജീവിതം നശിപ്പിച്ചത് അമ്മയാണെന്ന് സമ്മതിക്കാൻ ഇപ്പഴും അമ്മയ്ക്ക് മനസ്സില്ല. എന്നെ വീണ്ടും വീണ്ടും കഴുത്തിനു പിടിച്ച് ആ കുഴീലോട്ടു തന്നെ തള്ളിയിടാൻ പഠിച്ച പണിയെല്ലാം പയറ്റിനോക്കി അമ്മ. എന്നാലല്ലേ അമ്മേടെ മനസ്സാക്ഷിക്ക് ന്യായീകരിക്കാൻ പറ്റത്തൊള്ളൂ ഞാനെന്റെ മോളെ അവൾടെ ഭർത്താവിന്റെ കയ്യിൽ തന്നെ തിരിച്ചേൽപ്പിച്ചെന്ന് അല്ലേ?"

"നിന്റെ ജീവിതം നശിപ്പിച്ചത് ഞാനാണോടീ?"

"അതേ...അതേ...അമ്മ...അമ്മ...അമ്മ...വേറാർക്കും അതിൽ പങ്കില്ല. ഞാനെത്ര വർഷമായിട്ടു പറയുന്നു. അമ്മ സമ്മതിച്ചു തരില്ല. സ്വന്തം അഭിമാനം കാത്തു സൂക്ഷിക്കാൻവേണ്ടി ഇങ്ങനെ സ്വന്തം പെൺമക്കളെ ദുരിതക്കയത്തിലോട്ട് തള്ളിയിട്ടിട്ട് കടമ തീർത്തെന്നും പറഞ്ഞ് ആശ്വസിച്ചിരിക്കുന്ന കുറേ അമ്മമാരൊണ്ട് ഈ ലോകത്ത്. എന്റെ അമ്മ ഒരു തവണ ആ തെറ്റ് സമ്മതിച്ച് കൈനീട്ടിത്തന്നിരുന്നെങ്കി ഞാൻ പണ്ടേ ആ കയത്തീന്ന് നീന്തിക്കേറി രക്ഷപ്പെട്ടേനേ. ഇപ്പഴും എന്നെ ചവിട്ടിത്താഴ്ത്താൻ നോക്കുവാ. നിനക്കത്രയ്ക്ക് കഷ്ടപ്പാടും ദുരിതോം ആണെങ്കി

ഇങ്ങ് തിരിച്ചുപോരെ മോളേ, നിന്നെ ഞങ്ങള് നോക്കിക്കോളാം എന്നൊരു വാക്ക് അമ്മ ഇന്നേവരെ പറഞ്ഞിട്ടൊണ്ടോ ഇല്ല. നാലുദിവസം ഇവിടെ വന്നു നിന്നാ അമ്മ പറയും പോ...പോ...തിരിച്ചു പോ...നാട്ടുകാരെ ക്കൊണ്ട് പറയിപ്പിക്കരുത്. ഞാനവിടെപ്പോയിക്കിടന്ന് ചത്താലും അമ്മ യ്ക്ക് അതായിരുന്നു അഭിമാനം. ആ ബിയാ ഇല്ലെങ്കി ഞാനിന്ന് ജീവ നോടെ കാണത്തില്ല. ഒന്നും ഞാൻ മറന്നിട്ടില്ലമ്മേ...ഒന്നും."

പറഞ്ഞു പറഞ്ഞ് ഒടുവിൽ പവിത്രയ്ക്കു കരച്ചിൽ വന്നു. അജിതമ്മ ഒന്നും മിണ്ടാതെ അവളുടെ മുന്നിൽനിന്നു പൊയ്ക്കളഞ്ഞു.

സ്കൂൾവിട്ടുവന്ന അപ്പുവിനെയും കൂട്ടി പവിത്ര പഞ്ചായത്ത് പടി യിലെ കടയിൽ പോയി. അവൻ ആവശ്യപ്പെട്ട പലഹാരവും കളിപ്പാട്ടവും വാങ്ങിക്കൊടുത്തു.

അവനെ വീട്ടിൽ കൊണ്ടുവന്ന് കുറേ സമയം അവന്റെയൊപ്പം കളിച്ചും ചിരിച്ചും ഇരുന്നു. അതിനുശേഷം കുളിച്ചു വേഷംമാറി, അഞ്ചര യ്ക്കുള്ള എറണാകുളം ബസ്സിൽ ദീപജ്യോതിയിലേക്കു പോയി.

അടുത്ത ആഴ്ച ലീവ് കിട്ടിയപ്പോൾ മുൻകൂട്ടി അറിയിച്ചശേഷം ഇന്ദുമതി ടീച്ചറും അവരുടെ സഹോദരൻ രഘുനാഥുംകൂടി പവിത്ര യോടൊപ്പം തീക്കോയിലേക്കു തിരിച്ചു. രഘുനാഥിന്റെ കാറിലായിരുന്നു യാത്ര.

പവിത്രയുടെ വീട്ടിലെത്തി സുദർശനനെയും അജിതമ്മയെയും കണ്ട് ഇന്ദുമതി സംസാരിച്ചു.

"ഞങ്ങൾടെ കുടുംബത്തിലെ ഒരംഗത്തെപ്പോലെയാണ് പവിത്രയെ ഞങ്ങൾ കൊണ്ടുപോകുന്നത്. അവിടെച്ചെന്നാൽ തൽക്കാലം എന്റെ മകളുടെ വീട്ടിലാണ് താമസിക്കേണ്ടത്. അവൾ അവിടെ ഫാമിലിയായി ട്ടാണ് താമസം. നിങ്ങളാരും ഒന്നുകൊണ്ടും പേടിക്കണ്ട. നല്ല സുരക്ഷി തത്വോം മെച്ചപ്പെട്ട ശമ്പളോം അവൾക്ക് അവിടെ കിട്ടും."

അജിതമ്മ തന്റെ സഹോദരന്മാരെ വിളിച്ചുവരുത്തി ഇന്ദുമതി ടീച്ചർ അജിതമ്മയോടും സുദർശനനോടും പറഞ്ഞതുതന്നെ ശിവരാജനോടും രമേശനോടും പറഞ്ഞു.

"മൂന്നുമാസം കഴിയുമ്പം അവളെ തിരിച്ചയയ്ക്കുമെന്നല്ലേ പറഞ്ഞത്. തിരിച്ചു വന്നിട്ട് അവളെന്നാ ചെയ്യും?" രമേശൻ ചോദിച്ചു.

"അവൾക്കൊരു കുഴപ്പോം വരില്ല. അവൾടെ ജോലീടെ കാര്യത്തിൽ നിങ്ങളേക്കാൾ ഉത്തരവാദിത്തം ഞങ്ങൾക്കാ. അത്രേം മനസ്സിൽ വെച്ചി രുന്നാ മതി."

സുദർശനനേയും ശിവരാജനേയും രമേശനേയും എല്ലാം പറഞ്ഞു ബോധ്യപ്പെടുത്തിയശേഷമാണ് ഇന്ദുമതിയും രഘുനാഥനും മടങ്ങിയത്. അവർ പൊയ്ക്കഴിഞ്ഞപ്പോൾ അജിതമ്മ ആരോടെന്നില്ലാതെ പറഞ്ഞു.

"അവര് പറയുന്നതൊക്കെ വിശ്വസിക്കയല്ലാതെ വേറെ നിവൃത്തിയി ല്ലല്ലോ."

"പിന്നല്ലാതെ. ഇവിടുന്ന് യൂറോപ്പിലോട്ടും ആസ്ത്രേല്യയ്ക്കു മൊക്കെ പോകുന്ന പിള്ളേരടെ കൂടെപ്പോയി എല്ലാം നോക്കിക്കണ്ടി ട്ടാണോ ലക്ഷക്കണക്കിനു പേരുടെ അച്ഛനും അമ്മേം ബന്ധുക്കളും വിശ്വസിക്കുന്നെ?" സുദർശനൻ ചോദിച്ചു.

"അവസാനം കണ്ണീരും കയ്യുമായിട്ട് തിരിച്ചു പോരേണ്ടി വരാതി രുന്നാ മതിയാർന്നു." അജിതമ്മ മുന്നറിയിപ്പെന്നോണം പറഞ്ഞു.

പവിത്ര അടുത്ത ദിവസമാണ് തിരിച്ചു പോയത്. അവളുടെ നോട്ടീസ് പിരീയഡ് അവസാനിക്കാൻ ഏതാനും ദിവസങ്ങൾ മാത്രമേ അവശേഷി ച്ചിരുന്നുള്ളൂ.

പവിത്ര എക്സ്പീരിയൻസ് സർട്ടിഫിക്കറ്റിനുള്ള അപേക്ഷ എച്ച് ആർ ഡി ഓഫീസിൽ നൽകി. ചാരിറ്റിയും ആതുരസേവനവും മനുഷ്യ ത്വത്തിന്റെ മഹനീയ മാതൃകയായി ഉയർത്തിപ്പിടിച്ച് നിലകൊള്ളുന്ന ഒരു സ്വകാര്യ സ്ഥാപനത്തിന്റെ വൃത്തികെട്ട മനസ്സ് ഇപ്പോഴാണ് പവിത്ര ശരിക്കും തിരിച്ചറിഞ്ഞത്.

എക്സ്പീരിയൻസ് സർട്ടിഫിക്കറ്റ് കിട്ടാൻ പലപല നൂലാമാലകൾ.

ജോലിചെയ്ത ഡിപ്പാർട്ട്മെന്റിലെ ഇൻചാർജ്മാരുടെ ശുപാർശ ക്കത്ത്. നഴ്സിങ് സൂപ്പർവൈസറുടെ കയ്യിൽനിന്നുള്ള സ്വഭാവസർട്ടിഫി ക്കറ്റ്. നഴ്സിങ് സൂപ്രണ്ടിന്റെ കത്ത്. നോട്ടീസ് പീരിയഡ് പൂർത്തിയാക്കി എന്നതിന്റെ സർട്ടിഫിക്കറ്റ്.

ജോലി രാജിവെയ്ക്കാൻ ആലോചിച്ചപ്പോൾ തന്നെ പവിത്ര ഇതേ പ്പറ്റിയെല്ലാം ആലോചിച്ച് അപേക്ഷകൾ നൽകിത്തുടങ്ങിയിരുന്നു. ഇപ്പോൾ തടസ്സങ്ങളൊന്നുമില്ലെങ്കിലും വെറുതെ അങ്ങോട്ടുമിങ്ങോട്ടും ഓടിച്ച് കഷ്ടപ്പെടുത്തുകയാണ്. സർക്കാർ സ്ഥാപനങ്ങളിൽ പോലും ഇത്രയും നീചമായ പെരുമാറ്റമുണ്ടാവില്ലെന്ന് മുൻപ് ജോലി രാജിവെച്ചിട്ടു പോയ റിൻസി പറഞ്ഞത് പവിത്ര ഓർത്തു.

"അതൊന്നും നിനക്കു കിട്ടാമ്പോന്നില്ല."

അരുണിമ പവിത്രയോട് പന്തയം പിടിക്കാനും തയ്യാറായി.

"ബെറ്റ് വെച്ചോ. ഒരടിമ തന്റെ യജമാനനെ വിട്ട് രക്ഷപ്പെട്ടു പോകു ന്നത് ലോകത്ത് ഒരെജമാനനും ക്ഷമിക്കില്ല. അതാണതിന്റെ മന ശ്ശാസ്ത്രം."

നോട്ടീസ് പീരിയഡിന്റെ അവസാന ദിവസവും ജോലി ചെയ്തിട്ടും പവിത്രയ്ക്ക് എക്സ്പീരിയൻസ് സർട്ടിഫിക്കറ്റ് ലഭിച്ചില്ല. ഇന്ദുമതി ടീച്ചർ അവളെ ആശ്വസിപ്പിച്ചു.

"ആ സർട്ടിഫിക്കറ്റ് നമുക്ക് വേണ്ട. ഞങ്ങളല്ലേ നിന്നെ കൊണ്ടു പോകുന്നെ. റിക്രൂട്ടിങ് ഏജൻസിയല്ലല്ലോ. പിന്നെന്താ?"

"എന്നാലും നമ്മൾ ഇത്രയും കാലം അടിമയെപോലെ പണിയെടു ത്തിട്ട് അതിന്റെ സർട്ടിഫിക്കറ്റ് ചോദിച്ചപ്പം... അതു തന്നാലെന്നാ അവർക്കു നഷ്ടം?" പവിത്ര വിലപിച്ചു.

അവസാനത്തെ ഡ്യൂട്ടി കഴിഞ്ഞ് ഇറങ്ങുമ്പോൾ പവിത്ര സഹപ്രവർത്തകരോടോ നഴ്സിങ് സ്റ്റാഫിനോടോ ആരോടും യാത്ര ചോദിച്ചില്ല.

ഇൻചാർജ്മാരെ നോക്കിയതുപോലുമില്ല.

ഡോക്ടർ വിജയാനന്ദിന്റെ അരികെ ചെന്നു പറഞ്ഞു.

"നാളെ മുതൽ ഞാനില്ല. വെഷമിക്കരുത്."

"എനിക്കറിയാമല്ലോ. എന്റെ അമ്മയല്ലേ എല്ലാം പ്ലാൻ ചെയ്തയാൾ... പക്ഷേ പവിത്ര ഇല്ലെങ്കിൽ ഞാൻ വിഷമിക്കും. ആ കെയർ എനിക്ക് വേറെ ആരിൽനിന്നും കിട്ടില്ല. എന്നാലും സാരമില്ല. പൊയ്ക്കോളൂ."

അയാളുടെ ശിരസ്സിലും കൈത്തണ്ടയിലും തലോടിക്കൊണ്ട് പവിത്ര അൽപസമയംകൂടി അരികെ നിന്നു.

"പോട്ടെ..." അവൾ സങ്കടത്തോടെ യാത്ര പറഞ്ഞ് ഇറങ്ങി.

ഹോസ്റ്റലിൽ ചെന്ന് പാക്കുചെയ്തുവെച്ചിരുന്ന ബാഗേജ് എടുത്ത് ദീപജ്യോതിയുടെ പടിയിറങ്ങി

ഇരുപത്തിയേഴ്

പാലായിലേക്കുള്ള സൂപ്പർഫാസ്റ്റ് ബസ്സിൽ ഇരിക്കുമ്പോൾ പവിത്ര, കുറച്ചകലെ ആകാശമദ്ധ്യേ ഉയർന്നു നിൽക്കുന്ന 'ദീപജ്യോതി' എന്ന മഹാസൗധത്തിനു നേർക്ക് നിർവികാരതയോടെ നോക്കി.

ദുഃഖിക്കുകയോ നിരാശപ്പെടുകയോ ദേഷ്യം വിചാരിക്കുകയോ ചെയ്യേണ്ട കാര്യമില്ലെന്ന് അവൾക്കു തോന്നി. ദ്രോഹിച്ചവരെയും അസൂയയും കുശുമ്പും വാരി വിതറിയവരെയും മനസ്സിൽനിന്നു മായ്ച്ചു കളഞ്ഞാൽ ആ സ്ഥാപനം തനിക്ക് ഒരാശ്രയകേന്ദ്രമായിരുന്നു എന്ന് അവൾ ഓർത്തു.

ഒരു പ്രകൃതിദുരന്തം വന്നപ്പോൾ രക്ഷപ്പെടാൻ ഓടിക്കയറിയ റിലീഫ് ക്യാംപായി കരുതിയാൽ മതി. സുഖമന്വേഷിച്ചു വന്നവളല്ല താൻ. എത്ര കഷ്ടപ്പെടാനും തയ്യാറായിരുന്നു. അത്രയും കഷ്ടപ്പെടുകയും ചെയ്തു.

ആ സ്ഥാപനം ഒരുപാട് മനുഷ്യരെ പരിചയപ്പെടുത്തി. മനുഷ്യജീവിതത്തിന്റെ നിസ്സാരത ഒരു ബെഡിൽ നിസ്സഹായതയിൽ മുങ്ങിക്കിടക്കുന്നതും അടുത്ത ബെഡിൽ വിലപിടിച്ച ജീവിതങ്ങൾ, ലക്ഷക്കണക്കിനു രൂപ ചെലവാക്കി ജീവൻ പിടിച്ചു നിർത്താൻ പരിശ്രമിച്ചു പരാജയപ്പെടുന്നതും നേരിട്ടു കണ്ടു. ആർക്കും ഉപകാരമില്ലാത്ത മനുഷ്യർ അത്ഭുതകരമായി രക്ഷപ്പെട്ടു പോകുന്നതും കുടുംബത്തിനും സമൂഹത്തിനും അത്താണിയായിരിക്കുന്നവർ പൊടുന്നനെ മരിച്ചുപോകുന്നതും കണ്ടു.

ജനനം മുതൽ മരണം വരെ രണ്ടറ്റത്തിനിടയിലുള്ള മനുഷ്യജീവിതം കാണിച്ചും പഠിപ്പിച്ചും തരുന്ന സർവകലാശാലയിലെ വിദ്യാർഥിനിയായിരുന്നു താനെന്ന് പവിത്രയ്ക്ക് തോന്നി.

മെച്ചപ്പെട്ട ശമ്പളം ലഭിച്ചിരുന്നെങ്കിൽ, അടിമവേല അടിച്ചേൽപിക്കപ്പെട്ടില്ലെങ്കിൽ, ആത്മാഭിമാനത്തോടെ ജോലിചെയ്യാൻ സാഹചര്യമുണ്ടായിരുന്നെങ്കിൽ താനൊരിക്കലും ഈ നാടും വീടുംവിട്ട് ഓടുകയില്ലായിരുന്നുവെന്ന് പവിത്ര ഓർത്തു.

ബസ് നീങ്ങിത്തുടങ്ങിയിരുന്നു.

'ദീപജ്യോതി' ക്രമേണ പിന്നിൽ മറഞ്ഞുപോയി.

പവിത്ര തീക്കോയി പഞ്ചായത്തുപടിക്കലുള്ള തന്റെ വീട്ടിലെത്തിയപ്പോൾ രാത്രി ഒൻപതു മണി കഴിഞ്ഞു. ഇടയ്ക്ക് ഒരു ബസ് മാറി കയറേണ്ടി വന്നു. ഈരാറ്റുപേട്ടയിൽനിന്ന് ഓട്ടോറിക്ഷ പിടിച്ചാണു പോയത്.

"നീയെന്താ ഈ രാത്രിനേരത്ത്? എവിടെപ്പോയിട്ടു വരുന്നു?"

അജിതമ്മ ഓർക്കാപ്പുറത്തു മകളെ കണ്ട് നെറ്റി ചുളിച്ചു.

"ഇന്നു രാവിലെ എട്ടുമണി ഡ്യൂട്ടിയായിരുന്നു. കൃത്യം നാലിന് ഇറങ്ങി. ദീപജ്യോതിയിൽ എന്റെ ലാസ്റ്റ് ഡ്യൂട്ടി." പവിത്ര പറഞ്ഞു.

"ഇനി ജോലിക്കു പേകണ്ടേ കഴിഞ്ഞോ ഡ്യൂട്ടി?"

"അമ്മയോടു പറഞ്ഞിരുന്നല്ലോ ജോലി രാജിവെക്കുന്ന കാര്യം."

"നിനക്ക് എന്തേലും മനംമാറ്റം ഒണ്ടാകുമെന്ന് വിചാരിച്ചു പോയി."

"എന്തിനാ മനംമാറ്റം? അമ്മടെ മോള് ദുരിതക്കയത്തീന്ന് നീന്തി രക്ഷപ്പെടാൻ പോകുവാ. ഒരു പിടിവള്ളി കിട്ടി. അതേന്നു പിടിവിട്ടിട്ട് പിന്നേം കയത്തിൽ കിടന്ന് ശ്വാസം കിട്ടാതെ പുളയുന്നതാണോ മനംമാറ്റം..."

"ആ...എന്തേലുമായ്ക്കോട്ടെ. ഞാൻ ചോദിച്ചെന്നേയുള്ളൂ."

"അല്ല. അമ്മയ്ക്കിഷ്ടപ്പെടാത്തപോലെ."

"എന്റെ ഇഷ്ടത്തിനെന്താ വെല. അതാര് നോക്കുന്നു."

"അമ്മേടെ ഇഷ്ടമായിരുന്നു എന്റെ നരകം."

"മിണ്ടല്ലേ പവിത്രേ, എനിക്കു ദേഷ്യം വരും. പറഞ്ഞേക്കാം."

പവിത്ര അകത്തേക്കുപോയി അപ്പുവിനെ നോക്കി. അവൻ ഉറങ്ങിക്കഴിഞ്ഞിരുന്നു. ദീപ, അത്താഴം കഴിക്കാൻ വിളിച്ചപ്പോൾ പവിത്ര ചെന്നു.

"ചേച്ചി വരുംന്നു പറഞ്ഞിരുന്നെങ്കി അപ്പുക്കുട്ടൻ ഒറങ്ങാണ്ടിരുന്നേനേ." ദീപ പറഞ്ഞു.

"എനിക്കു തന്നെ ഒറപ്പില്ലാരുന്നു ഇന്നു പോരാൻ പറ്റുംന്ന്. ദീപജ്യോതിക്കാര് എക്സ്പീരിയൻസ് സർട്ടിഫിക്കറ്റ് തന്നില്ല. എനിക്കു പിന്നെ അവിടെ ഒരു മിനിറ്റുപോലും നിൽക്കാൻ തോന്നിയില്ല."

ദീപ ഇതിനിടയിൽ സുദർശനനെ ഫോണിൽ വിളിച്ചിട്ടു പറഞ്ഞു: "അച്ഛൻ ഹോട്ടലീന്നു കഴിച്ചിട്ട് വരണേ. ഇവിടൊന്നും ഇരിപ്പില്ല. ചേച്ചി വന്നു."

"ഇവിടെ അരീം മാവും ഒന്നും ഇരിപ്പില്ലേടാ?" പവിത്ര നീരസം പൂണ്ടു.

"ഓ, ഇനി ആരെക്കൊണ്ടു പറ്റും ഒണ്ടാക്കാൻ?"

"എന്നോടു പറഞ്ഞിരുന്നെങ്കി ഞാൻ ഗോതമ്പിന്റെ രണ്ട് ദോശ ചുട്ട് കഴിച്ചേനേല്ലോ."

"അച്ഛൻ കഴിച്ചിട്ടു വന്നോളും. ചേച്ചി ചോറുണ്ണ്. ഇതിവിടെ പുതിയ കാര്യമൊന്നുമല്ല."

പവിത്ര ആഹാരം കഴിച്ച് എഴുന്നേറ്റു.

സുദർശനൻ വന്നപ്പോൾ പത്തരമണിയായി.

പതിനൊന്നരവരെ അയാൾ പവിത്രയോട് സംസാരിച്ചിരുന്നു.

"ഇന്നു ജോലി തീർന്നൊടനെ പോന്നതെന്താ? എല്ലാരോടും യാത്ര പറയണ്ടാരുന്നോ?"

"എനിക്കാരോടും പറയാനില്ലച്ഛാ. കിട്ടുന്ന അവസരം നോക്കി എനിക്കു പാരവെച്ചവരാ എല്ലാരും. അവരോടൊക്കെ എന്തിനു യാത്ര പറച്ചിൽ?"

"മിണ്ടാതെ പൊയ്ക്കളഞ്ഞല്ലോന്ന് അവര് തമ്മിൽ പറയത്തില്ലേ?"

"അവരെന്തുവേണമെങ്കിലും പറഞ്ഞോട്ടെ. ഞാൻ അവിടുന്ന് രക്ഷപ്പെട്ടല്ലോ. അവിടെച്ചെന്ന് ജോലി ചെയ്തിട്ട് ഞാൻ തിരിച്ചറിഞ്ഞ ഒരു സത്യം എന്താന്നുവെച്ചാ പെണ്ണുങ്ങള് തന്നെയാ പെണ്ണുങ്ങടെ ശത്രു."

"അതെന്താ അതിന്റെ കാരണം?"

"ഒരു കാരണോം വേണ്ടച്ഛാ. വെറും കുശുമ്പ്. ലേശം അസൂയ, അല്പം കണ്ണുകടി. ചുമ്മാതൊരു ഏഷണി. ഇത്രേംകൊണ്ട് അവര് ഒരു ഭീകര നരകം സൃഷ്ടിക്കും."

അതു കേട്ട് സുദർശനൻ ഒച്ചയുണ്ടാക്കി ചിരിച്ചു.

പവിത്ര ഉറങ്ങാൻ കിടന്നപ്പോൾ പന്ത്രണ്ടു മണി കഴിഞ്ഞു. വിഷ്ണുവിന്റെ കൂടെക്കിടന്ന അപ്പുവിനെ എടുത്ത് അവൾ തന്റെകൂടെ കിടത്തി. ഇനി താൻ ഏതാനും ദിവസങ്ങൾകൂടിയേ തന്റെ മോന്റെ കൂടെ ഉണ്ടാകൂ എന്ന ഓർമ്മ അവളെ ചകിതയാക്കി.

അവനെ കെട്ടിപ്പിടിച്ചു കിടക്കവേ ഫോൺ റിങ് ചെയ്തു. പവിത്ര എടുത്തു നോക്കി. വാട്സാപ്പിൽകൂടിയുള്ള വോയ്സ് കോൾ.

മറുവശത്ത് ജിബിയ.

പവിത്ര പിടഞ്ഞെഴുന്നേറ്റിരുന്ന് ഫോൺ അറ്റൻഡ് ചെയ്തു.

"എടീ മോളെ, നിനക്ക് നൈറ്റാണോ?"

ജിബിയയുടെ ചോദ്യം വന്നു.

"എന്റെ എല്ലാ ഡ്യൂട്ടിയും കഴിഞ്ഞു ബിയാ..."

പവിത്ര ചെറുചിരിയോടെ പറഞ്ഞു.

"നീ റിസൈൻ ചെയ്തോ?"

"ഇന്നായിരുന്നു എന്റെ ലാസ്റ്റ് ഡ്യൂട്ടി. അതു തീർത്തിട്ട് ഞാൻ വീട്ടിലെത്തി."

"വീട്ടിലുള്ളവരുടെ റിയാക്ഷൻ എന്താ?"

"ജോലീന്നു പിരിഞ്ഞത് അമ്മയ്ക്ക് ഇഷ്ടപ്പെട്ടില്ലെന്നറിയാല്ലോ. അച്ഛന് ഞാൻ ചെയ്യുന്നതൊക്കെ ശരിയാണോന്നു സംശയം."

"പോകാനുള്ള വിസേം ഫ്ളൈറ്റ് ടിക്കറ്റുമൊക്കെ റെഡിയായോ?"

ജിബിയ തിരക്കി.

“ഫ്ളൈറ്റ് ടിക്കറ്റിന്റെ കാര്യം എനിക്കൊന്നുമറിയില്ല. ഡോക്ടറുടെ അമ്മയാ എല്ലാം ചെയ്യുന്നെ.”

“നീ ഒറ്റയ്ക്കാണോ പോകുന്നെ... അതോ ഡോക്ടറുടെ അമ്മയോ റിലേറ്റീവ്സോ കൂടെ വരുന്നൊണ്ടോ?”

“അവരൊന്നും വരുന്നില്ല ബിയാ... പക്ഷേ, അയർലൻഡിലേക്കു പോകുന്ന വേറൊരു ഫാമിലിയൊണ്ട്. ഹസ്ബൻഡും വൈഫും അയർലൻഡിൽ ജോലി ചെയ്യുന്നവരാ. അവര് പോകുന്ന ദിവസം എന്നേം ചേർത്തു വിടാനാ പ്ലാൻ...”

“അതു നന്നായി. അല്ലെങ്കി ഇതുവരെ കേരളത്തിനപ്പുറം പോയിട്ടില്ലാത്ത നീ വിഷമിച്ചു പോയേനേ.”

“ഞാനാ ഫാമിലിയെ കണ്ടിട്ടൊന്നുമില്ല. പോകുന്ന ദിവസം ഇന്ദുമതി ടീച്ചർ എയർപോർട്ടിൽ വന്ന് അവരെ പരിചയപ്പെടുത്തിത്തരും.”

“അപ്പപ്പിന്നെ ഒന്നും പേടിക്കണ്ടടീ. നീ അയർലൻഡിൽ ചെല്ലുമ്പം റിസീവ് ചെയ്യാൻ ആളുണ്ടാവൂല്ലോ, ഇല്ലേ?”

“ഇന്ദുമതി ടീച്ചറിന്റെ മോൾടെ ഫാമിലി എയർപോർട്ടിൽ വരും.”

“എല്ലാം പക്കാ പ്ലാൻഡാണല്ലേ.”

“ഇതൊക്കെ ടീച്ചർ എന്നോടു പറയുന്നതാ. എനിക്ക് ഒന്നും അറിയത്തില്ല കേട്ടോ.”

“നീയൊന്നു രക്ഷപ്പെട്ടു കണ്ടാ മതി.”

“പക്ഷേ, മൂന്നു മാസം കഴിയുമ്പം തിരിച്ചുപോരണം ബിയാ. വിസിറ്റിങ് വിസയിലാ എന്നെ കൊണ്ടുപോണെ. റിക്രൂട്ടിങ് ഏജൻസി വഴിയല്ല.”

“തിരിച്ചു നാട്ടിൽ വന്നിട്ടോ... പിന്നേം പോണെങ്കി വിസയെടുക്കണ്ടേ?

“മൾട്ടിപ്പിൾ എൻട്രി വിസയാണെന്നോ മറ്റോ പറഞ്ഞു. എനിക്കു ശരിക്കു മനസ്സിലായില്ല.”

“അത് ഒരൊറ്റ വീസ തന്നെ. പലതവണ അയർലൻഡിൽ പോകാൻ പറ്റും. മൂന്നു മാസം കൂടുമ്പോ നമ്മുടെ രാജ്യത്തു വന്ന് ഒന്നോ രണ്ടോ ദിവസം താമസിക്കണംന്നേയുള്ളൂ.” ജിബിയ വിശദീകരിച്ചു.

“അങ്ങനെ പോണെങ്കി ഫ്ളൈറ്റ് ടിക്കറ്റിനൊക്കെ ഒരുപാട് പൈസയാവില്ലേ?”

“അതൊന്നും നിന്റെ കയ്യീന്നല്ലല്ലോ പേ ചെയ്യുന്നെ. നിന്നെ കൊണ്ടുപോകുന്നവരല്ലേ.”

“എന്നാലും കൊണ്ടുപോകുന്നവർക്ക് മുതലാകണ്ടേ ബിയാ.... ഹോസ്പിറ്റലിൽ ജോലിക്കുവേണ്ടിയല്ലല്ലോ. എന്നെ കൊണ്ടുപോകുന്നെ... ഡോക്ടറുടെ കുഞ്ഞിനെ നോക്കാനല്ലേ. അതിന് ഇത്രേം പൈസ മുടക്കി ഒരാളെ കൊണ്ടുപോണോ? അവിടെ കിട്ടത്തില്ലേ, അതാ എന്റെ സംശയം.”

“അവിടെ അതിനൊക്കെ നല്ല ശമ്പളം കൊടുക്കണം. കെയറർ ആയിട്ട് ഒരാളെ നിർത്തണെങ്കി അവിടുത്തെ പെർമിഷൻ വേണ്ടിവരും. അങ്ങനെ പെർമിഷൻ കിട്ടണെങ്കി അതിനുതക്ക ക്വാളിഫിക്കേഷൻ

വേണം. മിനിമം ജിഎൻഎം എങ്കിലും പാസായിരിക്കണം. വിസിറ്ററാകുമ്പം അതൊന്നും വേണ്ട. നീയവിടെ കുഞ്ഞിനെ കെയർചെയ്യാൻ വന്നതാണെന്ന് ആരും അറിയാനും പോകുന്നില്ല.”

“എനിക്കിതൊക്കെ സ്വപ്നംപോലെയാ തോന്നുന്നെ. ഇതെല്ലാം യഥാർത്ഥത്തിൽ സംഭവിച്ചോണ്ടിരിക്ക്യാണോ... ചെലപ്പം വിശ്വസിക്കാൻ കഴിയുന്നില്ല. ജീവിതം തീർന്നപോലെ ഒരു നരകക്കുഴിയിൽ ചീഞ്ഞു കിടന്ന ഞാൻ. ഇനി രക്ഷപ്പെടാൻ ഒരു വഴിയുമില്ലെന്നു കണ്ട് മരണം കാത്തുകിടന്ന ഞാൻ... ആ ഞാൻതന്നെയാണോ ഇത്!”

“നിനക്ക് ഭാഗ്യംണ്ട്. അതുകൊണ്ടല്ലേ. മൂന്നര വർഷം നഴ്സിങ് പഠിച്ച് അഞ്ചാറു വർഷം ഏതെല്ലാം ഹോസ്പിറ്റലുകളിൽ പോയി എല്ലുമുറിയെ കഷ്ടപ്പെട്ട ഞാനിതുവരെ കരപറ്റീട്ടില്ല. നിനക്ക് ആറു മാസത്തെ ജിഡിഎ മാത്രമേ വേണ്ടിവന്നുള്ളൂ. പിന്നെ ഒന്നര വർഷം ദീപജ്യോതിയിലെ ദുരിതംപിടിച്ച ജോലി. അതെല്ലാം പെട്ടെന്നു കഴിഞ്ഞില്ലേ? ‘’

ജിബിയയുടെ സ്വരത്തിൽ അല്പം സങ്കടം കലർന്നിരുന്നു.

“നിനക്കവിടെ ജോലിയില്ലേ, ഇവിടുത്തേക്കാൾ നല്ല ശമ്പളമില്ലേ?”

“ഇതൊന്നും പ്രതീക്ഷിച്ചല്ല ഞാൻ വന്നത്. ആ... അതുപോട്ടെ. നീ പോകുന്ന ദിവസം വിളിക്കുവോ എന്നെ?”

“നിന്നോട് പറയാതെ ഞാനെങ്ങോട്ടും പോകത്തില്ല. ഞാനിന്നു ജീവനോടെ ഇരിപ്പുണ്ടെങ്കി, എനിക്കു രക്ഷപ്പെടാനൊരു മാർഗം തുറന്നു കിട്ടീട്ടൊണ്ടെങ്കി അതിന് ഒരേയൊരു നിമിത്തം നീ മാത്രമാ. നിന്നോടു മാത്രേയുള്ളൂ എനിക്ക് തീർത്താലും തീരാത്ത കടപ്പാട്... അതൊക്കെ എന്റെ മനസ്സിലൊണ്ട് ബിയാ...”

“അതൊന്നും നീ വലുതായിട്ട് കാണണ്ട. കുഞ്ഞുന്നാൾ മുതൽ എന്റെ ചങ്കായിട്ട് ഒപ്പംകൂടിയ കൂട്ടുകാരിയെ ഇത്തിരിയൊന്നു സഹായിച്ചെന്നേയുള്ളൂ.”

“നിന്റെ കണ്ണിൽകൂടി നോക്കുമ്പം അത്രേയൊള്ളൂ. പക്ഷേ, എനിക്കത് രണ്ടാം ജന്മം പോലെയാ.”

“നീ ജോലികഴിഞ്ഞ് യാത്രചെയ്തു ക്ഷീണിച്ചു വന്നതല്ലേ. അവിടെയിപ്പം പന്ത്രണ്ടരയായില്ലേ. ഇവിടെ പത്തുമണി. നീ നൈറ്റ്ഡ്യൂട്ടിയിലാണെങ്കി ഇത്തിരി സംസാരിക്കാല്ലോന്നു വിചാരിച്ചു വിളിച്ചതാ...”

“സാരമില്ല. ഇനി വിമാനം കയറുന്ന ദിവസംവരെ ഞാൻ ഫ്രീയല്ലേടീ. ഒറങ്ങാൻ ഇഷ്ടംപോലെ സമയം. മതിവരുവോളം ഒറങ്ങാനെനിക്ക് കൊതിയാരുന്നു. ലോകത്തിലേക്കുംവെച്ച് ഏറ്റോം സുഖം ഉറങ്ങുന്നതാണെന്നു തോന്നീട്ടൊണ്ട്.”

“ശരി മോളേ...ഒറങ്ങിക്കോ ഗുഡ്നൈറ്റ്.”

“ഗുഡ്നൈറ്റ്.”

കോൾ കട്ടായി. ഫോൺ കട്ടിലിന്റെ കീഴിൽ ആരും ചവിട്ടാത്തവിധം വച്ചിട്ട് പവിത്ര കിടന്നു.

* * *

അയർലൻഡിലേക്കു യാത്രതിരിക്കുന്നതിനു രണ്ടു ദിവസം മുൻപേ പവിത്ര ഞണ്ടുകല്ലിലെ തറവാട്ടിലും അച്ഛന്റെ ഇടമറുകിലെ തറവാട്ടിലും പോയി ബന്ധുജനങ്ങളോടെല്ലം യാത്ര പറഞ്ഞു.

പവിത്രയുടെ അച്ഛമ്മയും കൊച്ചച്ഛനും സന്തോഷത്തോടെ ശിരസ്സിൽ കൈവച്ച് അനുഗ്രഹിച്ചു.

"എവിടെങ്കിലും പോയി രക്ഷപ്പെട് കുഞ്ഞേ...അതിനുമാത്രം കഷ്ട പ്പെട്ടല്ലോ. കഷ്ടകാലത്ത് ആർക്കും നമ്മളെ കണ്ടുകൂടാ. നല്ലകാലം വരുമ്പം സന്തോഷിക്കാൻ ഒപ്പം കൂടുകേം ചെയ്യും. മനുഷ്യന്റെ സ്വഭാവം അങ്ങനാ. ആപത്തു കാലത്ത് അടുത്തുവന്ന് നല്ലവാക്ക് പറയേം സഹാ യിക്കേം, സമ്പത്തുകാലത്ത് ദൂരെ മാറിനിന്ന് സന്തോഷിക്കേം ചെയ്യുന്ന വരാ നല്ല മനുഷ്യര്. അങ്ങനൊള്ളവരെ കണികാണാൻപോലും കിട്ടത്തി ല്ലെന്നേയൊള്ളൂ."

ഞണ്ടുകല്ലിലെ വീട്ടിൽ ആരുടെയും മുഖം പ്രസന്നമായിരുന്നില്ല. പവിത്ര യാത്ര പറഞ്ഞപ്പോൾ ശിവരാജനും രമേശനും എന്തോ ആലോ ചിക്കുന്നപോലെ ഇരുന്നു.

സത്യാനന്ദൻ ചോദിച്ചു: "അവസാനം കക്ഷത്തിലിരുന്നത് പോവേം ചെയ്തു, ഉത്തരത്തിലിരിക്കുന്നത് എടുക്കാനും പറ്റീല്ലെന്നു വരുവോ?"

"അങ്ങനെ സംഭവിച്ചാലും ആരും വെഷമിക്കണ്ട മുത്തച്ഛാ... ഞാൻ പ്രകാശേട്ടന്റെ കൂടെ നരകിച്ചു ജീവിച്ച കാലത്ത് ഇല്ലാതിരുന്ന വെഷമോം വേവലാതീം ആർക്കും വേണ്ട."

"അതെന്താടീ മോളേ നീ അങ്ങനെ പറയുന്നെ?" ഇന്ദിരാമ്മ ചോദിച്ചു. "ഞങ്ങളാ നിന്നെ വളർത്തിക്കൊണ്ടു വന്നത് ഞങ്ങക്ക് കൊറച്ച് വെഷമ മൊക്കെ തോന്നും. ഇല്ലെന്നൊന്നും പറയണ്ട. നിന്റെ കഷ്ടപ്പാട് കണ്ടപ്പ ളൊക്കെ തോന്നീട്ടൊണ്ട്."

"ആയിക്കോട്ടെ മുത്തശ്ശീ...ആരുടേം സ്നേഹം കുറഞ്ഞുപോയി ല്ലല്ലോ... നല്ലത്."

"പക്ഷേ ഒരുകാര്യം നീ ഓർത്തോ... അജിതമ്മേ വെഷമിപ്പിച്ചിട്ടാ നിന്റെയീ പോക്ക്. ജനിച്ചപ്പം മുതൽക്കേ അവൾക്കു ദുരിതങ്ങളാ. ഒരു തയ്യൽ മെഷീൻ കൊണ്ടാ അവളിത്രേംകാലം നിങ്ങളെയെല്ലാം തീറ്റിപ്പോ റ്റിയത്. ഇപ്പഴും അവൾക്ക് മനസ്സമാധാനം വിധിച്ചിട്ടില്ല. സ്വന്തം കുഞ്ഞു ങ്ങളെ എങ്ങനെ കരകേറ്റുമെന്നറിയാതെ അവളുകിടന്നു കൈകാലിട്ടടി ക്കുമ്പം നീ നിന്റെ മോനെക്കൂടെ അവൾടെ തോളത്തോട്ട് വെച്ചുകൊടു ത്തില്ലേ. അതു ശരിയായില്ല മോളേ..."

ഇന്ദിരാമ്മ കുറ്റപ്പെടുത്തി.

"സ്വന്തം മോളെ വളർത്താൻ വേണ്ടി അമ്മ ഒരിത്തിരിപോലും ബുദ്ധി മുട്ടീട്ടില്ലല്ലോ. നിങ്ങളല്ലേ എന്നെ വളർത്തിയത്. അതിനു പകരം അമ്മ എന്റെ മോനെ വളർത്തിക്കോട്ടെ. അപ്പുമോനുവേണ്ടി പത്തുപൈസ പോലും അമ്മയ്ക്ക് മുടക്കേണ്ടി വരുന്നില്ല. അവന്റെ എല്ലാ ചെലവും ഞാനാ നടത്തുന്നെ. പിന്നെ, ആഹാരം വെച്ചുവിളമ്പുന്നതിനും അവന്റെ

എച്ചിൽപാത്രം കഴുകുന്നതിനും അവന്റെ ഡ്രസ് അലക്കുന്നതിനും കൂടി വേണംന്നൊണ്ടെങ്കി അതും കൊടുത്തേക്കാം."

"സ്വന്തം പെറ്റമ്മേടെ അടുത്താണോടീ നീ കണക്ക് പറയുന്നെ... പറഞ്ഞാ തീരോ?" ഇന്ദിരാമ്മ ചോദിച്ചു.

"നിങ്ങടെ കൊഴപ്പം എന്താണെന്ന് എനിക്കു ശരിക്കറിയാം. നിങ്ങളെല്ലാരുകൂടെ എന്നോടു വലിയൊരു തെറ്റ് ചെയ്തു. എന്റെ കല്യാണം. അതു തെറ്റായിപ്പോയെന്നു സമ്മതിക്കാൻ നിങ്ങൾക്കാർക്കും മനസ്സില്ല. ഞാനാ തെറ്റ് തിരുത്തി അതീന്നു രക്ഷപ്പെടുന്നതും നിങ്ങക്കിഷ്ടമല്ല. ഞാനാ തെറ്റിൽ കിടന്നു നീറിനീറി മരിച്ചു പൊയ്ക്കോട്ടെ. അത് അവൾടെ വിധിയായിരുന്നെന്ന് നിങ്ങൾ സമാധാനിക്കും. എന്നാലും ശരി, തെറ്റ് തെറ്റാണെന്നു സമ്മതിച്ചു തരില്ല. തിരുത്താനും തയാറല്ല." പവിത്ര വീറോടെ പറഞ്ഞു.

"നീ ഇതുതന്നെ പറയണമെടീ... നിന്റെ വായീന്ന് ഞങ്ങൾക്കിതു കേൾക്കേണ്ടി വന്നല്ലോ ഭഗവാനേ..." ഇന്ദിരാമ്മ വിലപിച്ചു.

"എനിക്കെന്റെ അച്ഛനമ്മമാരെക്കാൾ സ്നേഹമായിരുന്നു എന്റെ മുത്തച്ഛനോടും മുത്തശ്ശിയോടും മാമന്മാരോടും. ഇവിടുത്തെ ചോറാ എന്റെ ശരീരം. എന്റെ വീട് ഇതാണെന്നാ ഞാൻ കരുതിപ്പോന്നത്. പക്ഷേ, നിങ്ങളെന്റെ കല്യാണം നടത്തിക്കഴിഞ്ഞപ്പം മനസ്സിലായി നിങ്ങൾക്കു ഞാനൊരു പെറ്റ് മാത്രമായിരുന്നെന്ന്. ഒരോമനപ്പൂച്ച. അല്ലെങ്കിൽ നന്ദിയൊള്ള ഒരു വളർത്തു നായ. ലാളിച്ചോമനിച്ച് അലങ്കരിച്ചു കൊണ്ടുനടക്കാനുള്ള ഇഷ്ടത്തിൽ കവിഞ്ഞ സ്നേഹമൊന്നും ആർക്കും എന്നോടില്ലായിരുന്നു. അല്ലെങ്കിൽ നിങ്ങളാരും എന്നെ അത്ര പെട്ടെന്നു കൈവിട്ടു കളയില്ലായിരുന്നു."

പവിത്രയ്ക്ക് ഒടുവിൽ കണ്ഠമിടറുകയും കണ്ണുനിറയുകയും ചെയ്തു.

"കൂടുതലൊന്നും പറയണ്ട മോളെ,,, നീ യാത്ര പറയാൻ വന്നതല്ലേ. പോയി നന്നായി വാ." സത്യാനന്ദൻ ആ സംഭാഷണം അവിടെ നിർത്തി.

യാത്ര പുറപ്പെടുന്നതിന്റെ തലേ ദിവസം പവിത്ര വലിയ മനോവിഷമത്തിലായിരുന്നു. മകനെ പിരിയുന്നതിന്റെ വേദന. നാടുംവീടും വിട്ട് അന്യരാജ്യത്തേക്കു പോകുന്നതിന്റെ വിഹ്വലത.

രാത്രിമുഴുവൻ അവൾ അപ്പുവിനെ കെട്ടിപ്പിടിച്ചു കിടന്ന് കണ്ണീർ വാർത്തു. അമ്മ എന്തിനാണിത്രയും സങ്കടപ്പെടുന്നതെന്ന് അവനു മനസ്സിലായില്ല. സാധാരണപോലെ ജോലിക്കു പോകുന്ന അമ്മ കുറച്ചുനാൾ കഴിയുമ്പോൾ തിരിച്ചു വരും എന്നുമാത്രമേ അവനറിയൂ.

രാവിലെ പവിത്ര അവനെ കടയിൽ കൊണ്ടുപോയി അവനാവശ്യപ്പെട്ട സ്കെച്ച്പെന്നും മിഠായികളും കളിപ്പാട്ടങ്ങളും വാങ്ങിക്കൊടുത്തു.

പതിനൊന്നു മണിയോടെ അവൾ യാത്രയ്ക്കുള്ള ഒരുക്കങ്ങൾ നടത്തി. അത്യാവശ്യമുള്ള ഡ്രസ് ഒഴികെ യാതൊന്നും എടുക്കേണ്ടെന്ന് ഇന്ദുമതി ടീച്ചർ പവിത്രയ്ക്ക് നിർദേശം നൽകിയിട്ടുണ്ടായിരുന്നു.

പതിനൊന്നുമണിക്ക് ഇന്ദുമതി ടീച്ചറും സഹോദരനും കാറുമായി എത്തിച്ചേർന്നു.

പവിത്ര അച്ഛനോടും അമ്മയോടും യാത്ര പറഞ്ഞു. അജിതമ്മയോടു സംസാരിച്ചപ്പോൾ അവളുടെ ശബ്ദമിടറി. "അമ്മയോട് ഞാൻ കുറെ ദേഷ്യപ്പെട്ടിട്ടുണ്ട്. പൊറുക്കണേ..."

അവരെ കെട്ടിപ്പിടിച്ച് പവിത്ര നെറ്റിയിൽ മുത്തം നൽകി. ദീപയോടും വിഷ്ണുവിനോടും യാത്ര പറഞ്ഞു. സുദർശനൻ പവിത്രയെ കൊണ്ടു വിടാൻ നെടുമ്പാശേരിവരെ പോകുന്നുണ്ട്.

ഇറങ്ങാൻനേരം പവിത്ര മകനെ വാരിയെടുത്ത് ഇറുങ്ങനെ പിടിച്ച് കണ്ണീരോടെ ഉമ്മവച്ചു. "അമ്മ പോയിട്ടു വരാംട്ടോ."

അവൻ നിഷ്കളങ്കമായി തലയാട്ടി.

കാറിന്റെ ഡിക്കിയിലേക്ക് ലഗേജ് എടുത്തുവച്ചത് വിഷ്ണുവായി രുന്നു. പവിത്രയോടൊപ്പം സുദർശനനും കാറിൽ കയറി. ഇന്ദുമതി ടീച്ചറും രഘുനാഥനും മുൻ സീറ്റിൽ. രഘുനാഥ് കാർ സ്റ്റാർട്ട് ചെയ്തു. വീട്ടു മുറ്റത്തു നോക്കിനിന്ന അജിതമ്മയും വിഷ്ണുവും ദീപയും അപ്പുവും കൈവീശിക്കാട്ടി. കാറിലിരുന്നു പവിത്രയും.

കാർ കുറെദൂരം ചെല്ലുന്നതുവരെ പവിത്ര തൂവാലയിൽ കണ്ണു കളൊപ്പിക്കൊണ്ടിരുന്നു.

മൂന്നു മണിയോടെ കാർ നെടുമ്പാശേരി എയർപോർട്ടിൽ എത്തി. അവിടെ ഇന്ദുമതി ടീച്ചറിന്റെ മകളുടെ പരിചയക്കാർ കാത്തുനിൽപുണ്ടാ യിരുന്നു. അയർലൻഡിൽ ഡബ്ലിനിലെ ഒരു ഹോസ്പിറ്റലിൽ ജോലി ചെയ്യുന്ന അലക്സും ഷാനിലയും രണ്ടു കുട്ടികളും. ഇന്ദുമതിടീച്ചർ പവി ത്രയെ അവർക്കു പരിചയപ്പെടുത്തി ഏൽപിച്ചു കൊടുത്തു.

അലക്സും കുടുംബവും അയർലൻഡിലേക്കു മടങ്ങിപ്പോകുന്ന തീയ തിയും ഫ്ളൈറ്റും അന്വേഷിച്ചറിഞ്ഞശേഷം അവരുടെ കൂടെ പോകാൻ പാകത്തിലാണ് ഇന്ദുമതി ടീച്ചർ ടിക്കറ്റ് ബുക്ക്ചെയ്തിരുന്നത്.

ചെക്ക്ഇൻ ചെയ്യാനുള്ള സമയമായപ്പോൾ ഇന്ദുമതി പവിത്രയോടു യാത്ര പറഞ്ഞു.

"ഒന്നും പേടിക്കണ്ട. അലക്സും ഷാനിലയും എല്ലാം പറഞ്ഞുതരും. ഡബ്ലിനിൽ ഫ്ളൈറ്റ് ലാൻഡ് ചെയ്യുമ്പോൾ എന്റെ മോളവിടെ കാറു മായി കാത്തുകിടപ്പുണ്ടാകും. ടെൻഷനൊന്നം വേണ്ട. സന്തോഷമായിട്ട് പോയി വാ..."

"പോട്ടെ അച്ഛാ..."

മകൾ യാത്ര ചോദിച്ചപ്പോൾ സുദർശനൻ മകളെ ചേർത്തു പിടിച്ചു.

"അച്ഛനു പേടിയുണ്ടോ?"

"ഉണ്ടാരുന്നു. ഇപ്പഴില്ല...നന്നായി വാ..."

"അച്ഛൻ ഇനി ബസ്സിൽ പോകണ്ടേ?"

"അതൊന്നും സാരമില്ല."

ലഗേജുമായി പവിത്ര അലക്സിനും കുടുംബത്തിനുമൊപ്പം, ചെക്ക് ഇൻ ചെയ്യാനായി നീങ്ങി. മകൾ നടന്നു മറയുന്നത് സുദർശനൻ കണ്ണീ രിന്റെ നേർത്ത പാടയ്ക്കുള്ളിലൂടെ കണ്ടു.

ഇരുപത്തിയെട്ട്

ചെക്ക് ഇൻ കഴിഞ്ഞു.

ബോർഡിങ് പാസ് കൈപ്പറ്റിയശേഷം അലക്സും ഷാനിലയും കുട്ടികളും പവിത്രയും ട്രാൻസിറ്റ് ലൗഞ്ചിലെത്തി. അലക്സ് അവരെ ലൈറ്റ് റിഫ്രഷ്മെന്റ് കഫേയിലേക്കു കൂട്ടിക്കൊണ്ടു പോയി കോഫി വാങ്ങിക്കൊടുത്തു. അതു കഴിച്ചശേഷം വീണ്ടും ട്രാൻസിറ്റ് ലൗഞ്ചിൽ.

അലക്സും ഷാനിലയും എന്തു ചെയ്യുന്നോ അത് അനുകരിക്കാനല്ലാതെ പവിത്രയ്ക്ക് ഒന്നും അറിയില്ല. അവൾ തന്റെ ഹാൻഡ്ബാഗ് കസേരയിൽവച്ച് അതിനരികെ നിലയുറപ്പിച്ചു.

പവിത്ര കൊണ്ടുവന്നതു കൂടാതെ ഇന്ദുമതി ഒരു ട്രാവൽ ബാഗ് അവളെ ഏൽപ്പിച്ചിട്ടുണ്ടായിരുന്നു. അത് അയർലൻഡിൽ ചെല്ലുമ്പോൾ അവരുടെ മകളെ ഏൽപ്പിക്കാനുള്ളതാണ്. അതെല്ലാം പരിശോധനയ്ക്കു ശേഷം പൊയ്ക്കഴിഞ്ഞു.

“മോളേ, നീ അവിടെങ്ങാനും ഇരുന്നോ. ഇനിയും ഒന്നര മണിക്കൂർ കൂടി കഴിയണം നമ്മുടെ ഫ്ളൈറ്റ് പോകാൻ.” ഷാനില പറഞ്ഞു.

യാത്രക്കാർക്കായി വരിവരിയായി ക്രമീകരിച്ചിരിക്കുന്ന ഇരിപ്പിടങ്ങളിലൊന്നിൽ പവിത്ര ഇരുന്നു.

“ആർക്കെങ്കിലും ഫോൺ ചെയ്യാനൊണ്ടെങ്കിൽ ചെയ്തോ. ഫ്ളൈറ്റിൽ കേറിയാൽ പറ്റില്ല.” ഷാനില പറഞ്ഞു.

ആർക്ക് ഫോൺ ചെയ്യണം? പവിത്ര ആലോചിച്ചു. ആരെയെങ്കിലും വിളിക്കാനുണ്ടോ? ഇതുവരെ ഫോൺ ഉപയോഗിച്ചിട്ടുള്ളത് അത്യാവശ്യകോളുകൾക്കു വേണ്ടിയാണ്. അങ്ങനെയല്ലാതെ വിളിച്ചിട്ടുള്ളത് അപ്പുമോനെ മാത്രമാണ്. അവനോടെത്ര സംസാരിച്ചാലും മതിവരില്ല.

ദീർഘമായ കോളുകൾ ജിബിയയുമായി മാത്രമേ ഉണ്ടായിട്ടുള്ളൂ. അവൾക്ക് മിസ്കോൾ വിട്ടാൽ അവൾ തിരിച്ചു വിളിക്കും. അതായിരുന്നു പതിവ്.

ഏതോ വിമാനം പറന്നുതാഴുന്നത് ചില്ലുഭിത്തിക്കപ്പുറം അവൾ കണ്ടു. അത്രയടുത്ത് ആദ്യമായി കാണുകയാണ്. ആകാശത്തു വിമാനം പറക്കുന്നത് കൗതുകത്തോടെ നോക്കി നിന്നിട്ടുണ്ട്. കണ്ടാലും കണ്ടാലും

മതിവരാത്ത കാഴ്ച. അതിനുള്ളിൽ അനേകം മനുഷ്യർ യാത്രചെയ്യുന്നുണ്ട് എന്നത് വലിയൊരു അദ്ഭുതമായി തോന്നിയിരുന്നു. ഇന്ന് താനും അതിലൊരു യാത്രക്കാരിയാവുകയാണ്.

അങ്ങനെ ചിന്തിച്ചപ്പോൾ ഒരു പേടി അവളെ ചൂഴ്ന്നു. താൻ യാത്ര ചെയ്യുന്ന വിമാനം തകരുമോ? തകർന്നാൽ ആരും രക്ഷപ്പെടില്ലെന്നു കേട്ടിട്ടുണ്ട്. തന്റെ മകന് ആരുമില്ലാതാകുമോ?

അതോടെ റൺവേയിലേക്കു നോക്കാൻ അവൾക്കു ഭയമായി. അവൾ ഫോൺ എടുത്ത് ജിബിയയുടെ നമ്പറിലേക്ക് ഒരു മിസ്കോൾ വിട്ടു.

പത്തുമിനിറ്റിനകം ജിബിയയുടെ വാട്സാപ് കോൾ വന്നു. പവിത്ര തന്റെ യാത്രയെക്കുറിച്ച് അവളോടു പറഞ്ഞു.

"ഞാനിന്നു പോവാടീ... എയർപോർട്ടിൽ വെയ്റ്റ് ചെയ്യുവാ."

"എല്ലാം എത്ര പെട്ടെന്നാണല്ലേ. ഞാനോർക്കുവാ... നിന്നെക്കാണാൻ പാതാമ്പുഴ ആ മലയടിവാരത്ത്, റോഡിനു മുകളിലത്തെ യാതൊരു സൗകര്യവുമില്ലാത്ത വീട്ടിൽ ഞാൻ വന്നത്. കറന്റില്ല, വെള്ളമില്ല, ആഹാരത്തിനു വകയില്ല, ആരുടേം സ്നേഹമില്ല, ജീവിക്കണംന്ന് ആഗ്രഹോം ഇല്ല. അങ്ങനെ കഴിഞ്ഞ നീയാണ് അയർലണ്ടിലേക്ക് വിമാനം കാത്ത് എയർപോർട്ടിലിരിക്കുന്നത്. ഒന്നോർത്താൽ അദ്ഭുതമല്ലേടീ?"

"അദ്ഭുതമല്ല മോളെ... മഹാദ്ഭുതം." പവിത്ര ചെറുചിരിയോടെ പറഞ്ഞു.

"എനിക്കു നിന്നെയോർത്ത് അഭിമാനം തോന്നുന്നു. കിട്ടിയ പിടിവള്ളിയിൽ പിടിച്ച് രക്ഷപ്പെടാനുള്ള ധൈര്യം കാണിച്ചല്ലോ. അയർലൻഡിലോട്ട് നിനക്ക് കൂട്ടുവരാനുള്ളവരെ കണ്ടോ?"

"കണ്ടു. അവരെന്റെ അടുത്തുണ്ട്. എനിക്ക് ഒന്നും അറിയണ്ട. ചുമ്മായിരുന്നാ മതി. എല്ലാം അവര് പറഞ്ഞുതരും."

"അവിടെച്ചെന്നിട്ട് നീയെന്താ ചെയ്യേണ്ടത്. ഒരു കുഞ്ഞിനെ നോക്കിയാ മാത്രം മതിയോ?"

"അതറിയില്ല ബിയാ. ഒരു വീട്ടിലോട്ടല്ലേ ചെല്ലുന്നെ. നമ്മളെക്കൊണ്ട് ആവുന്നതൊക്കെച്ചെയ്യാം."

"മൂന്നുമാസം കഴിയുമ്പം അവിടെവിടെങ്കിലും ഒരു ജോലി സംഘടിപ്പിച്ചു തരാൻ പറയണം. അവര് നോക്കിയാ പറ്റും."

"ഞാനായിട്ട് ഒന്നും ആവശ്യപ്പെടില്ല ബിയാ... ഇതും ആവശ്യപ്പെട്ടിട്ടല്ലല്ലോ. അവര് നല്ല മനസ്സുള്ളവരാ... എന്നെ കൈവിടില്ലെന്നാ വിശ്വാസം."

"ശരിയെടീ...വിഷ് യൂ എ ഫന്റാസ്റ്റിക് ജേർണി. ഞാൻ ഡ്യൂട്ടീലാ. അവിടെത്തുമ്പം ഞാൻ വിളിക്കാം."

"താങ്ക് യൂ ബിയാ. പക്ഷേ, അവിടെ എന്റെ സിം കാർഡ് വർക്ക് ചെയ്യില്ല."

"സാരമില്ല. വാട്സാപ്പുണ്ടല്ലോ... ഓകെ... ബൈബൈ..."

"ഓകെ."

പവിത്ര ഫോൺ ചെവിക്കരികിൽ നിന്നു മാറ്റിനോക്കി. കട്ടായി എന്നുറപ്പാക്കി.

ഏകദേശം ഒന്നേകാൽ മണിക്കൂറിനുശേഷം പവിത്രയ്ക്കു യാത്ര ചെയ്യാനുള്ള വിമാനത്തിലേക്ക് യാത്രക്കാരെ ക്ഷണിച്ചുകൊണ്ട് അനൗൺസ്മെന്റ് വന്നു. ഷാനില, പവിത്രയോടു പറഞ്ഞു:

“നമുക്ക് പോകാറായി...റെഡിയായിക്കോ.”

അവൾ ഹാൻഡ്ബാഗ് എടുത്ത് ഷാനിയയ്ക്കു പിന്നിലായി ക്യൂവിൽ നിന്നു. ബോർഡിങ്പാസ് പരിശോധിച്ചുകൊണ്ട് വിമാനക്കമ്പനിയുടെ ഉദ്യോഗസ്ഥൻ വാതിൽക്കൽ നിൽപ്പുണ്ടായിരുന്നു. വാതിൽ കടന്നയുടനെ യാത്രക്കാരെല്ലാം ഒരു ബസ്സിൽ ചെന്നു കയറി. മുൻപേ പോയ ഒരു ബസ്സിൽ നിന്നിറങ്ങിയ ആളുകൾ ഒരു ഗോവണിയിലൂടെ വിമാനത്തിലേക്ക് കയറിപ്പോകുന്നുണ്ടായിരുന്നു. അവിടെയും പരിശോധകർ കാത്തു നിൽക്കുന്നു.

ഒടുവിൽ പവിത്ര മറ്റുള്ളവരോടൊപ്പം വിമാനത്തിനുള്ളിൽ എത്തിച്ചേർന്നു. ഷാനില അവൾക്കിരിക്കാനുള്ള സീറ്റ് ക്രമീകരിച്ചു കൊടുത്തു. അവളുടെ ബാഗ് ഓവർഹെഡ് ക്യാബിനിൽ വെക്കാൻ സഹായിച്ചു. മൊബൈൽ ഫോൺ സ്വിച്ചോഫ് ചെയ്തുവെക്കാൻ നിർദേശിച്ചു. സീറ്റ് ബെൽറ്റ് ഇടുന്നത് എങ്ങനെയെന്നു കാട്ടിക്കൊടുത്തു.

“എല്ലാം എയർഹോസ്റ്റസ് അനൗൺസ് ചെയ്യും. ഞാൻ മുൻപേ പറഞ്ഞതേയുള്ളൂ.” ഷാനില പറഞ്ഞു.

ഫ്ളൈറ്റ് പുറപ്പെടേണ്ട സമയമായപ്പോൾ പ്രീഫ്ലെറ്റ് അനൗൺസ്മെന്റ് ലൗഡ്സ്പീക്കറിലൂടെ കേൾക്കായി.

‘ലേഡീസ് ആൻഡ് ജെന്റിൽമെൻ, യുവർ അറ്റൻഷൻ പ്ലീസ്. വീ ആസ്ക് ദാറ്റ് യൂ പ്ലീസ് ഫാസ്റ്റൻ യുവർ സീറ്റ് ബെൽറ്റ്സ് അറ്റ് ദിസ് ടൈം ആൻഡ് സെക്യൂർ ആൾ ബാഗേജ് അണ്ടർ ബിനീത് യുവർ സീറ്റ് ഓർ ഇൻ ദ ഓവർഹെഡ് കംപാർട്മെന്റ്സ്. വി ആൾസോ ട്രേസ് ആർ ഇൻ ദ അപ്റൈറ്റ് പൊസിഷൻ ഫോർ ടേക് ഓഫ്. പ്ലീസ് ടേൺ ഓഫ് ആൾസോ യുവർ ഇലക്ട്രോണിക് ഡിവൈസസ് ഇൻക്ലൂഡിങ് ലാപ്ടോപ്പ്സ് ആൻഡ് സെൽഫോൺസ്. താങ്ക് യൂ.”

“നമ്മൾ റെഡിയാണ്. ഒന്നും ചെയ്യാനില്ല.” ഷാനില, പവിത്രയോട് പുഞ്ചിരിച്ചു.

വിമാനം ചലിച്ചു തുടങ്ങിയപ്പോൾ പവിത്രയുടെ മുഖത്തൊരു പരിഭ്രമം പ്രകടമായി. ടേക്ഓഫ് ചെയ്യുമ്പോൾ ഷാനില അവളുടെ കൈത്തണ്ടയിൽ പിടിച്ച് പറഞ്ഞു.

“പേടിക്കണ്ട കേട്ടോ... ഒരു ചെറിയ ആന്തലൊണ്ടാകും. പെട്ടെന്ന് മാറും.”

വിമാനം റൺവേയിൽനിന്ന് പിടിവിട്ട് മുകളിലേക്ക് പൊന്തിയപ്പോഴാണ് പവിത്രയ്ക്ക് അതിന്റെ പൊരുൾ മനസ്സിലായത്.

വിമാനം ഉയർന്നുയർന്ന് ആകാശവിതാനത്തിലെത്തിയതോടെ പവിത്രയുടെ ശരീരത്തിന്റെ മുറുക്കം അയഞ്ഞു.

എല്ലാവരും സീറ്റ് ബെൽറ്റുകൾ അഴിക്കുന്നു. ഹോസ്റ്റസുമാർ ഭക്ഷണ പാനീയങ്ങളുടെ ട്രോളി തള്ളിക്കൊണ്ട് വരുന്നു. ചിലർ ഓർഡർ ചെയ്യുന്നു. വാങ്ങിക്കഴിക്കുന്നു.

വിൻഡോസൈഡ് സീറ്റിലിരുന്ന പവിത്ര താഴേക്കു നോക്കി. ഭൂമി കാണാനേയില്ല. ലക്ഷോപലക്ഷം ചെമ്മരിയാടുകൾ മേയാനിറങ്ങിയ പോലെ വിമാനത്തിനു താഴെ തുണ്ടുമേഘങ്ങളുടെ വിശാല വിന്യാസം.

ദുബായ് വരെയായിരുന്നു ആ ഫ്ളൈറ്റ്. അവിടെനിന്നു വിമാനം മാറി ക്കയറണം. അതിനായി രണ്ടര മണിക്കൂറോളം ദുബായ് എയർപോർട്ടിൽ കാത്തുകിടക്കേണ്ടി വന്നു. അടുത്ത ഫ്ളൈറ്റിൽ കയറി ഡബ്ലിനിലേക്ക് പറന്നു.

വിമാനത്തിലിരിക്കുമ്പോൾ ഉറങ്ങില്ലെന്ന് പവിത്ര തീരുമാനിച്ചുറപ്പി ച്ചിരിക്കയായിരുന്നു. ആകാശത്തുകൂടി പിടിവള്ളിയില്ലാതെ വിമാനം പൊയ്ക്കൊണ്ടിരിക്കുമ്പോൾ എങ്ങനെ ഉറങ്ങാൻ കഴിയും എന്ന് ആദ്യ മൊക്കെ അവൾ അത്ഭുതപ്പെട്ടു. പക്ഷേ വിമാനയാത്രക്കാരെല്ലാവരും ഉറ ങ്ങുന്നത് അവൾ കണ്ടു.

"ഉറക്കം വരുമ്പോ സീറ്റ് പുഷ്ബാക്ക് ചെയ്ത് ഉറങ്ങിക്കോ. സമയം കുറേയൊണ്ട്." ഷാനില പവിത്രയോടു പറഞ്ഞു: "ഒന്നും രണ്ടുമല്ല പതി ന്നാല് മണിക്കൂർ..."

ജനാലയ്ക്കപ്പുറം ഇരുട്ട്. വിമാനത്തിനുള്ളിലെ തണുപ്പ്. കൂടെയുള്ള വരുടെ ഉറക്കം. വിമാനം പറക്കുന്നുണ്ടെന്ന് അറിയുന്നത് ചെറിയ ചില വിറയലുകളും നടുക്കങ്ങളും ഉണ്ടാകുമ്പോഴാണ്. ചിലപ്പോൾ വിമാനം ഒരു കയറ്റം കയറുകയാണെന്നു തോന്നിച്ചു. ചിലപ്പോൾ പെട്ടെന്ന് ഒരിറ ക്കത്തിലേക്ക് ചാഞ്ഞതുപോലെയും.

പവിത്ര അങ്ങനെയിരുന്ന് ഉറങ്ങിപ്പോയി. ഇടയ്ക്ക് എപ്പോഴൊക്കെയോ ഉണർന്നു. വീണ്ടും ഉറങ്ങി.

വിമാനം ഒരു കടലിലേക്ക് മൂക്കുകുത്തുന്നത് സ്വപ്നത്തിൽ കണ്ട് പവിത്ര ഞെട്ടി കണ്ണു തുറന്നു ചുറ്റും മിഴിച്ചു നോക്കി.

"എന്തുപറ്റി?" ഷാനില ചോദിച്ചു.

"ഞാനൊന്നുറങ്ങിപ്പോയി."

"ഫ്ളൈറ്റ് ലാൻഡ് ചെയ്യാൻ പോകുവാ..."

"അതിന്റെയാണോ ഈ കുലുക്കോം വെറയലും?" പവിത്ര ചോദിച്ചു.

"ഉം...ലാൻഡ് ചെയ്യാൻനേരം കുറച്ച് വൈബ്രേഷൻ ഉണ്ടാകും."

ഒടുവിൽ പവിത്രയുടെ നെഞ്ചിൽ ഒരാന്തൽ ഉളവാക്കിക്കൊണ്ട് ഫ്ളൈറ്റ് നിലംതൊട്ടു. റൺവേയിലൂടെ തിരിഞ്ഞും വളഞ്ഞും ഓടി അത് നിശ്ചലമായി. എയ്റോബ്രിഡ്ജിലൂടെ യാത്രക്കാർ നടന്നു നീങ്ങി.

കസ്റ്റംസ് ക്ലിയറൻസ് കഴിഞ്ഞ് ലഗേജ് കിട്ടാൻ മുക്കാൽ മണിക്കൂ റോളം കാത്തുനിൽക്കേണ്ടി വന്നു. പവിത്രയ്ക്ക് അവളുടെ ബാഗും ഇന്ദുമതി കൊടുത്തയച്ച ട്രോളിബാഗും കിട്ടി.

എയർപോർട്ടിനു പുറത്തുവന്നപ്പോൾ പവിത്രയെ കാത്ത് ഇന്ദുമതിയുടെ മകളും ഭർത്താവും നിൽപ്പുണ്ടായിരുന്നു. അലക്സും ഷാനിലയും കൂടി പവിത്രയെ അവരുടെ കയ്യിൽ ഏൽപ്പിച്ചു.

"ഞങ്ങൾക്കു കിട്ടിയ മുതൽ സുരക്ഷിതമായി ഇവിടെത്തിച്ചു തന്നിട്ടുണ്ട്ട്ടോ. ഒരു കൈപ്പറ്റ് രസീത്കൂടി തന്നാൽ മതി." ഷാനില നിരഞ്ജനയോടു പറഞ്ഞു.

എന്നിട്ട് പവിത്രയ്ക്കു പരിചയപ്പെടുത്തി.

"ആളെ മനസ്സിലായോ? ടീച്ചറുടെ മോളാ." പവിത്ര തലയാട്ടി.

"ഫോട്ടോ കാണിച്ചു തന്നിട്ടൊണ്ട് ടീച്ചറമ്മ. ഫോണിൽ."

"ഓ ഞാനത് ഓർത്തില്ല."

അലക്സും ഷാനിലയും കുട്ടികളും എയർപോർട്ടിവെച്ച് പവിത്രയോടു യാത്ര പറഞ്ഞു.

"ഞങ്ങളെ കൊണ്ടുപോകാൻ ഉടനെ കാർ വരും. ഇവിടെത്തന്നെയാണ് ഞങ്ങടെ വീട്. ഇടയ്ക്ക് വല്ലപ്പോഴും കാണാം."

പവിത്ര നിരഞ്ജനയോടും ഭർത്താവ് രജനീഷിനോടും ഒപ്പം കാറിൽ ചെന്നു കയറി.

"നമുക്ക് കുറച്ച് ദൂരമുണ്ട്." നിരഞ്ജന പറഞ്ഞു.

രജനീഷാണ് ഡ്രൈവ് ചെയ്തത്. കാർ അയർലൻഡിന്റെ തലസ്ഥാനമായ ഡബ്ലിൻ വിട്ട് വെകസ്ഫോർഡ് കൗണ്ടിയിലേക്ക്. മോട്ടോർവേ എൻ പതിനൊന്നിലൂടെ നൂറ് കിലോമീറ്ററിനു മീതെ വേഗത്തിൽ ഓടിക്കൊണ്ടിരുന്നു.

പവിത്ര പുറത്തേക്കു നോക്കിയിരുന്നു. പച്ചപുതച്ച വിശാലമായ പുൽമേടുകൾ. പഴത്തോട്ടങ്ങൾ. കൃഷിപ്പാടങ്ങൾ. മൊട്ടക്കുന്നുകൾ അതിവിശാലമായ ആകാശം. എല്ലാം അതിശയകരം! താൻ, പതിനായിരക്കണക്കിനു കിലോമീറ്ററുകൾക്കകലെ മറ്റൊരു രാജ്യത്താണ്. മറ്റൊരു കാലാവസ്ഥയിലാണ്. മറ്റൊരു സമയക്രമത്തിലാണ്.

കേരളത്തിൽനിന്നു വൈകുന്നേരം അഞ്ചരയ്ക്കു പുറപ്പെട്ട്, ദുബായിൽ രണ്ടര മണിക്കൂർ വെയ്റ്റ് ചെയ്ത്, വീണ്ടും പന്ത്രണ്ടു മണിക്കൂറോളം യാത്രചെയ്ത് എങ്ങനെയാണ് രാവിലെ അഞ്ചരയ്ക്ക് ഡബ്ലിനിൽ ഇറങ്ങാൻ കഴിഞ്ഞതെന്ന് അവൾ ഷാനിലയോട് സംശയം ചോദിച്ചിരുന്നു.

ആകെ പതിനെട്ടര മണിക്കൂർ. പക്ഷേ സമയം കാണിക്കുന്നത് പന്ത്രണ്ടു മണിക്കൂറും!

"ഇന്ത്യൻ സമയംവെച്ച് കണക്കുകൂട്ടിയാൽ മതിയെന്ന് ഷാനില അവൾക്ക് സംശയം തീർത്തു കൊടുത്തു.

"നമ്മൾ കേരളത്തേക്കാൾ ഒരുപാട് ദൂരം പടിഞ്ഞാറാണ്. അഞ്ചര മണിക്കൂർ വ്യത്യാസമുണ്ട്. അതായത് കേരളത്തീന്ന് അഞ്ചര മണിക്കൂർ കൊണ്ട് ഇവിടെത്താൻ സാധിച്ചിരുന്നെങ്കിൽ നമ്മൾ പുറപ്പെട്ട സമയത്തു തന്നെ ഇവിടെത്താൻ പറ്റിയേനെ. വൈകുന്നേരം ആറിനു കേറിയാൽ

അതേ വൈകുന്നേരം ആറിനുതന്നെ. പവിത്രയ്ക്ക് അത്ര പെട്ടെന്നത് മനസ്സിലായില്ല.

ഒന്നര മണിക്കൂർകൊണ്ട് കാർ വെക്സ്ഫോർഡ് കൗണ്ടിയിലെത്തി.

ബഹുനില കെട്ടിടങ്ങൾ നന്നേ കുറവ്. നാട്ടിൽ കണ്ടിട്ടില്ലാത്ത ആകൃതിയിലും ഭംഗിയിലുമുള്ള വീടുകൾ. തിരക്കില്ലാത്ത റോഡുകൾ. മനുഷ്യർ വിരളമായി മാത്രം പ്രത്യക്ഷപ്പെടുന്ന നടപ്പാതകൾ. മതിലുകളെക്കാൾ വേലികൾ. വൃത്തിയുള്ള അന്തരീക്ഷം.

വീടിനു മുന്നിൽ കാറിൽനിന്ന് ഇറങ്ങിയപ്പോഴാണ് തണുപ്പിന്റെ കാഠിന്യം മനസ്സിലായത്.

കാറിൽനിന്ന് ലഗ്ഗേജ് എടുത്തുവെക്കാൻ രജനീഷും സഹായിച്ചു.

നിരഞ്ജന പവിത്രയെ അകത്തേക്കു കൂട്ടിക്കൊണ്ടുപോയി. രജനീഷിന്റെ സഹോദരി രവീണയെ വിളിച്ച് പവിത്രയ്ക്കു പരിചയപ്പെടുത്തി.

ഇന്ദുമതി ടീച്ചർ കൊടുത്തയച്ച ബാഗ് പവിത്ര, നിരഞ്ജനയ്ക്കു കൈമാറി.

വീടിന്റെ മുറികൾ, എവിടെ എങ്ങനെയൊക്കെ എന്ന് ആദ്യം പവിത്രയ്ക്കു പിടികിട്ടിയില്ല. നിരഞ്ജന അവളെ ഒരു ചെറിയ മുറിയിലേക്കു കൂട്ടിക്കൊണ്ടുപോയി.

"തൽക്കാലം ഇതാണ് നിന്റെ റൂം. അമ്മ പറഞ്ഞിട്ട് ഞാൻ റെഡിയാക്കിയിട്ടിരിക്കുവാ."

"താങ്ക് യൂ..." പവിത്ര നന്ദി പറഞ്ഞു.

"ദീപജ്യോതിയിൽ കെയററായിരുന്നു, അല്ലേ?"

"അതെ."

"ഓകെ... റെസ്റ്റെടുത്തോളൂ. ജെറ്റ്ലാഗ്ണ്ടാവും...ബ്രേക്ഫാസ്റ്റാവുമ്പോ വിളിക്കാം."

പവിത്രയ്ക്ക് താനെന്താ ചെയ്യേണ്ടതെന്നുകൂടി അറിയില്ല. ഡ്രസ്സ് മാറണോ വേണ്ടയോ? തണുപ്പകറ്റാൻ സ്വെറ്റർ ഇടണോ വേണ്ടയോ?

വീടിനുള്ളിൽ അത്ര തണുപ്പ് തോന്നുന്നില്ല.

ഫോണിൽ കുത്തിക്കൊണ്ട് നിരഞ്ജന മുറിവിട്ടു പോയി. അല്പം കഴിഞ്ഞ് തിരികെ വന്നു. "ദാ ഫോൺ. അമ്മയാണ്. സംസാരിച്ചോ."

പവിത്ര ഫോൺ വാങ്ങി കാതോടു ചേർത്തു. "ഹലോ..."

"സുഖമായി എത്തിയല്ലോ, അല്ലേ?"

"ഉവ്വ്."

"ഫ്ളൈറ്റിൽ ഉറങ്ങാൻ പറ്റിയോ?"

"ഒറങ്ങി."

"ഞാൻ നിരഞ്ജനയോട് എല്ലാം പറഞ്ഞേൽപ്പിച്ചിട്ടുണ്ട്. നീ ശരിക്കും താമസിക്കേണ്ടത് ആ വീട്ടിലല്ല. വിജുവിന്റെ വീട്ടിലാ. അവനങ്ങോട്ട് എത്തുന്നതുവരെ ഇവിടെ നിൽക്ക്."

“ശരി.”

“വീടും കാലാവസ്ഥേം ആളുകളുമൊക്കെയായിട്ട് പൊരുത്തപ്പെടാൻ കുറച്ചു സമയം പിടിക്കും. സാരമില്ല, ശരിയായിക്കൊള്ളും.”

“ങും...”

“നിനക്ക് വിഷമമൊന്നുമില്ലല്ലോ,”

“ഇല്ല.”

“ഞാൻ നീരുവിനോട് പറയാം നിനക്ക് വീട്ടിലേക്ക് വിളിച്ചുതരണംന്ന്... നിനക്ക് പുതിയൊരു സിംകാർഡ് എടുക്കണം. അതും ഞാൻ അവളോടു പറഞ്ഞേക്കാം.”

ഇന്ദുമതി നിർദേശിച്ചതനുസരിച്ച് നിരഞ്ജന പവിത്രയോട് വീട്ടിലെ നമ്പർ ആവശ്യപ്പെട്ടു. പവിത്രകൊടുത്ത നമ്പറിലേക്ക് നിരഞ്ജന കോൾ ചെയ്തു. എന്നിട്ട് ഫോൺ പവിത്രയ്ക്കു കൈമാറി.

മറുവശത്ത് അജിതമ്മയുടെ ഹലോ കേട്ടപ്പോൾ പവിത്ര പറഞ്ഞു. “അമ്മേ ഞാനാ... ഞാനിങ്ങ് അയർലൻഡിലെത്തി.”

“ആങ്ഹാ ഇത്ര പെട്ടെന്നോ? ബോംബേയ്ക്കു പോകാൻ മൂന്നു ദിവസം വേണമല്ലോ.”

“അത് ട്രെയിനിൽ. ഞാൻ വിമാനത്തിലല്ലേ പോന്നത്. അപ്പുമോൻ എവിടെ അമ്മേ?”

“അവൻ സ്കൂളിൽ പോയി.”

“ഇത്ര രാവിലെയോ?”

“ഇവിടെ മണി പന്ത്രണ്ട് കഴിഞ്ഞു.”

തനിക്കുപറ്റിയ അബദ്ധം മനസ്സിലായ പവിത്ര പെട്ടെന്നു വിരൽ കടിച്ചു.

“ഇവിടെ നേരം വെളുത്തിട്ടേയുള്ളു അമ്മാ.”

“അതെങ്ങനെയാടീ?”

“അതങ്ങനെയാ... അച്ഛനുണ്ടോ അവിടെ?”

“ഇല്ല. രാവിലെ എണീച്ച് പോയി.”

“ഞാൻ ഇവിടുത്തെ നമ്പറീന്നു വിളിക്കുവാ... എന്റെ സിംകാർഡ് ഇവിടെ പറ്റത്തില്ല. വേറെ സിമ്മെടുക്കുമ്പം വിളിക്കാമേ.”

“വെക്കല്ലേ... നീയവിടെച്ചെന്നു കണ്ടിട്ട് അവിടത്തെ ആൾക്കാരൊക്കെ എങ്ങനൊണ്ട്?”

“നല്ലയാൾക്കാരാ... ഞാൻ പിന്നെ വിളിച്ചോളാം.” പവിത്ര പറഞ്ഞു.

“നിനക്ക് വെക്കാനെന്താ ഇത്ര ധൃതി?”

“ഇതെന്റെ ഫോണല്ലെന്നു പറഞ്ഞില്ലേ.”

“ങാ... ശരി,”

പവിത്ര ഫോൺ നിരഞ്ജനയ്ക്കു തിരിച്ചു കൊടുത്തു.

"ഇനി ആരെയെങ്കിലും വിളിക്കാനുണ്ടോ?"

"ഇല്ല."

നിരഞ്ജന പോയപ്പോൾ പവിത്ര കിടക്കയിൽ ഇരുന്നു. തനിക്കിവിടെ എന്താണു ചെയ്യാനുള്ളത്? ഡോക്ടറുടെ കുഞ്ഞെവിടെ?"

കൺപോളകൾക്കു കനം. പവിത്ര തലയണയിലേക്കു കൈമുട്ടൂന്നി.

രവീണ വന്നു വിളിച്ചുണർത്തിയപ്പോഴാണ് താൻ ഉറങ്ങിപ്പോയിരുന്നല്ലോ എന്ന് പവിത്ര വിസ്മയം കൊണ്ടത്.

"ബ്രേക്ഫാസ്റ്റ് കഴിക്കാം..."

"ഞാനിപ്പത്തന്നെ റെഡിയായി വരാം." പവിത്ര പറഞ്ഞു.

രവീണ തിരികെ പോയി.

പവിത്ര ബ്രഷ്ചെയ്ത് മുടിമിനുക്കിയ ശേഷം വേഷംമാറി ചെന്നു. ബ്രെഡ്ഡും ഓംലെറ്റും ചേർന്നുള്ള സാൻഡ്‌വിച്ചായിരുന്നു ബ്രേക്ഫാസ്റ്റിന്റെ വിഭവം. കൂടാതെ പുഴുങ്ങിയ മുട്ടയും ജാമും ബട്ടറും.

"ഒരാളെ ഇതുവരെ പരിചയപ്പെടുത്തിയില്ല.."

ആഹാരം കഴിച്ചെഴുന്നേറ്റശേഷം നിരഞ്ജന പറഞ്ഞു. പല തട്ടുകളിലായി പണിതീർത്ത ആ മുറികളിലൊന്നിലേക്ക് കയറിപ്പോയിട്ട് നിരഞ്ജന തിരികെ വന്നു. അപ്പോൾ അവൾ ഒരു കുഞ്ഞിന്റെ കൈപിടിച്ചിട്ടുണ്ടായിരുന്നു. മദാമ്മക്കുഞ്ഞിനെപോലെ വെളുത്ത്, ചെമ്പിച്ചതും കറുത്തതുമായ ചുരുണ്ട മുടികൾ തലയിൽ തിങ്ങിയ ഒരു പെൺകുഞ്ഞ്!

അവൾ കൗതുകത്തോടെ പവിത്രയെ നോക്കി. രവീണയേയും നിരഞ്ജനയേയും നോക്കി. വീണ്ടും പവിത്രയെ നോക്കി.

ഇതുവരെ കണ്ടിട്ടില്ലാത്ത ഈ അതിഥി ആരാണെന്ന മട്ടിലുള്ള നോട്ടം.

"മനസ്സിലായില്ലേ... എന്താ ഇങ്ങനെ നോക്കുന്നെ..." നിരഞ്ജന കുഞ്ഞിനോടു ചോദിച്ചു.

"നിന്നെ നോക്കാൻ ഒരു ആയ എത്തുമെന്ന് പറഞ്ഞില്ലാരുന്നോ. അതാണിത്."

നിരഞ്ജന പവിത്രയെ തൊട്ടു കാണിച്ചു.

മനസ്സിലായെന്ന മട്ടിൽ കുഞ്ഞ് അവളെ നോക്കി പുഞ്ചിരി തൂകി.

പവിത്ര അവളുടെ നേർക്ക് രണ്ടുകയ്യും നീട്ടി. അപ്പോൾ കുഞ്ഞ് പതിയെ രവീണയുടെ പിന്നിലേക്കു മാറി പാതിമറഞ്ഞു നിന്നു. പിന്നെ ഒളിഞ്ഞുനോക്കി ചിരിച്ചു. അവൾ അതൊരു കളിയാക്കി മാറ്റി. പവിത്രയും അതേ മട്ടിൽ അവളെ അനുകരിച്ചു.

ഏതാനും മിനിറ്റുകൾക്കുള്ളിൽ അവൾ വന്ന് പവിത്രയുടെ കൈകളിൽ വീണു.

"പെട്ടെന്നിണങ്ങിയല്ലോ." രവീണ വിസ്മയം പൂണ്ടു.

“നിനക്ക് കുഞ്ഞുങ്ങളെ നോക്കി പരിചയമുണ്ടോ?” നിരഞ്ജന ചോദിച്ചു.

“എനിക്ക് ഏഴുവയസ്സുള്ള ഒരു മകനുണ്ട്.”

”ഏഴു വയസ്സോ?” രവീണ കണ്ണു മിഴിച്ചു. “കണ്ടാൽ കല്യാണം കഴിച്ചതാണെന്നു പോലും തോന്നത്തില്ലല്ലോ? ചെറിയ പ്രായത്തിൽ കല്യാണം കഴിച്ചോ? ലവ് മാരേജായിരുന്നോ?” നിരഞ്ജന ചോദിച്ചു.

“അല്ല...” പവിത്ര അത്രയേ പറഞ്ഞുള്ളു.

നിരഞ്ജന അതേപ്പറ്റി കൂടുതൽ ചോദിച്ചുമില്ല. അവൾ തന്റെ അനുജന്റെ ആരോഗ്യകാര്യങ്ങളിലേക്ക് വിഷയം മാറ്റിവിട്ടു.

“വിജു രക്ഷപ്പെടുമെന്ന് അമ്മയ്ക്കുപോലും വിശ്വാസമില്ലായിരുന്നു. ഓരോ ദിവസോം ഡൗണായിക്കൊണ്ടിരിക്കയാണെന്നാ പറഞ്ഞത്. പക്ഷേ പവിത്ര കെയർ ചെയ്യാൻ തുടങ്ങിയ ദിവസംമുതൽ അമ്മ വാച്ച് ചെയ്തു. കൗണ്ടെല്ലാം ഡൗണാകുന്നത് നിന്നു. ഒരു ചെറിയ മാറ്റം കണ്ടുതുടങ്ങി. കച്ചിത്തുരുമ്പിൽ പിടിച്ചുനിൽക്കുന്നപോലൊരു സംഗതി. അമ്മയ്ക്ക് മനസ്സിലായി. എന്നും അമ്മ എന്നെ വിളിച്ച് മൈന്യൂട്ടായിട്ടുള്ള ഡെവലപ്മെന്റ്സ് വരെ പറയും. എനിക്കും തോന്നി ഇതൊരു പിടിവള്ളിയാണെന്ന്. ഞാനാ അമ്മയോട് സജസ്റ്റ് ചെയ്തത്, പവിത്രയെ തന്നെ കെയറിന് കണ്ടിന്യൂസായിട്ട് വെക്കാൻ വേണ്ടി റിക്വസ്റ്റ് ചെയ്യണംന്ന്. എനിവേ അതിനു റിസൽട്ടുണ്ടായി.”

“ഞാൻ പ്രത്യേകിച്ചൊന്നും ചെയ്തിട്ടില്ല ചേച്ചീ.”

“അതൊന്നും പറയണ്ട. എനിക്കറിയാം. ഞാനൊരു നഴ്സാണ്. ഒരുപാട് പേഷ്യന്റ്സിന് കെയർ കൊടുത്തിട്ടുണ്ട്. രക്ഷപ്പെടണേന്നു പ്രാർത്ഥിച്ചോണ്ട് ചെയ്യണതും ജോലി ചെയ്തുതീർത്തിട്ട് സ്ഥലംവിടുന്നതും രണ്ടാണ്.”

“ഞാനങ്ങനെ ആഗ്രഹിച്ചു പ്രാർത്ഥിച്ച പലരും മരച്ചുപോയിട്ടുമുണ്ട്.” പവിത്ര പറഞ്ഞു.

“എല്ലാം നമ്മുടെ കയ്യിലല്ലല്ലോ. പോസിബിലിറ്റികൂടി കണക്കിലെടുക്കണം.”

പവിത്ര മറുപടിയൊന്നും പറഞ്ഞില്ല.

കുഞ്ഞ് അവളുടെ കയ്യിലേക്കു വന്നതുമുതൽ അവൾ ആ ദൗത്യം ഏറ്റെടുത്തു കഴിഞ്ഞു. മിന്നു എന്നാണ് എല്ലാവരും അവളെ ഓമനിച്ചു വിളിക്കുന്ന പേര്. മീനാക്ഷി എന്നപേര് ലോപിച്ചാണ് മിന്നു ആയത്.

ആദ്യം കണ്ടപോലെ അത്ര എളുപ്പമല്ല മിന്നുവിനെ പരിപാലിക്കുന്നതെന്ന് ചുരുങ്ങിയ ദിവസങ്ങൾക്കുള്ളിൽ പവിത്രയ്ക്കു മനസ്സിലായി. ചിലപ്പോൾ അവൾ മൂഡിയാവും. എല്ലാവരോടും പിണങ്ങിയിട്ടെന്നപോലെ മുറിയുടെ ഏതെങ്കിലും മൂലയിൽ പോയിരിക്കും. അപ്പോൾ അവൾക്ക് കൂട്ട് അവൾക്കേറ്റവും ഇഷ്ടപ്പെട്ട സിൻഡ്രെല്ല മാത്രമായിരിക്കും. അതിനെ മടിയിൽവെച്ചോ, തോളത്ത് ചായ്ച്ചുകിടത്തിയോ വെറുതെ ഇരിക്കും. ആരുവിളിച്ചാലും അടുത്തു പോകില്ല. ഒരാളെയും അവൾക്കു കാണണ്ട.

ചിലപ്പോൾ രാത്രി അവൾ ഉറക്കത്തിൽ നിന്ന് എഴുന്നേറ്റ് ചിണുങ്ങിക്കരഞ്ഞുകൊണ്ടേയിരിക്കും. മുറിയിലെവിടെയോ ഒരു രൂപത്തെ കണ്ടിട്ടെന്നപോലെ കൂടെക്കൂടെ നോക്കും. പിന്നെയും കരച്ചിൽ തുടരും. ആ കരച്ചിലിന്റെ കാരണമെന്തെന്ന് ആർക്കും അറിയില്ല.

"അവൾ ചിലപ്പോൾ അവളുടെ അമ്മയെ കാണുന്നുണ്ടായിരിക്കും. നമുക്കറിയില്ല. കുഞ്ഞുങ്ങളുടെ കാഴ്ച ദൈവത്തിന്റെ കാഴ്ചയാണ്. നമുക്കു കാണാൻ പറ്റാത്തത് അവർ കാണും. നമുക്കു കേൾക്കാൻ പറ്റാത്തത് കേൾക്കും." നിരഞ്ജന ഒരു ദിവസം പവിത്രയോടു പറഞ്ഞു. "ഒരു വയസ്സ് തികയുന്നതുവരെ അവളുടെ കൂടെ ഉണ്ടായിരുന്ന അമ്മയാണ്."

നിരഞ്ജന വിജയാനന്ദിന്റെ മരിച്ചുപോയ ഭാര്യയെപ്പറ്റിയും പറയാറുണ്ട്.

"വാട്ടർഫോർഡ് കൗണ്ടിയിലെ ഹോസ്പിറ്റലിലായിരുന്നു രണ്ടു പേർക്കും ജോലി. അവിടെ വീടുവാങ്ങി താമസിക്കുമ്പോഴാണ് മരണം വന്ന് ഒരാളെ കൊണ്ടുപോയത്. ഈ കുഞ്ഞിന് പെറ്റമ്മയുടെ തണലിൽ വളരാൻ ഭാഗ്യ മുണ്ടായില്ല."

നിരഞ്ജനയ്ക്ക് വെക്സ്ഫോർഡ് ജനറൽ ഹോസ്പിറ്റലിലാണ് ജോലി. അതേ ഹോസ്പിറ്റലിൽ നഴ്സാണ് രജനീഷ്. അവരുടെ രണ്ടു കുട്ടികൾ വെക്സ്ഫോർഡിൽ പഠിക്കുന്നുണ്ട്. രജിതയും നിഖിലും. അവർക്ക് പക്ഷേ പവിത്രയുമായി അത്ര അടുപ്പമുണ്ടായില്ല. ഭാഷതന്നെ പ്രധാന തടസ്സം. മലയാളം അത്ര വശമില്ല. ഇവിടെത്തന്നെ ജനിച്ചുവളർന്നവരാണ്. പഠനസമയം ഒഴിച്ചുള്ള ഇടവേളകളിൽ അവർ ടിവി കണ്ടും കോമിക്കുകൾ വായിച്ചും വീഡിയോ ഗെയിം കളിച്ചും രസിച്ചു.

എല്ലാ ദിവസവും അപ്പുമോനെ വാട്സാപ്പ് കോൾ വിളിച്ച് പവിത്ര മകനുമായുള്ള അകലം കുറച്ചു.

ഇന്ദുമതി അവളെ ഇടയ്ക്കിടെ വിളിച്ച് ക്ഷേമാന്വേഷണങ്ങൾ നടത്തി. ഹോസ്പിറ്റലിൽനിന്ന് ഡോക്ടർ വിജയാനന്ദിന്റെ കോളുകളും പവിത്രയെ തേടിയെത്തി.

അജിതമ്മയുടെ അക്കൗണ്ടിലേക്ക് അവൾ അത്യാവശ്യം വേണ്ടുന്ന പൈസ അയച്ചു കൊടുത്തു.

ഡോക്ടർ വിജയാനന്ദ് ഇതിനിടയിൽ ഹോസ്പിറ്റലിൽനിന്ന് ഡിസ്ചാർജായി വീട്ടിൽ തിരിച്ചെത്തി. ചികിത്സയും പരിശോധനകളും തുടരേണ്ടിയിരിന്നതിനാൽ അയാൾ ഇന്ദുമതി ടീച്ചറിന്റെ പരിചരണത്തിൽ തന്നെ കഴിഞ്ഞു.

പവിത്രയുടെ വിസാ കാലാവധി അവസാനിക്കാറായിരുന്നു.

ഇരുപത്തിയൊമ്പത്

ഫെറി ബാങ്ക് കാർപാർക്കിൽ കാർ പാർക്ക് ചെയ്ത് രജനീഷും നിരഞ്ജനയും രജിതയും നിഖിലും ഇറങ്ങി. നിരഞ്ജന പവിത്രയോട് ഇറങ്ങാൻ ആംഗ്യം കാട്ടി.

തെളിഞ്ഞ ആകാശവും നനുത്ത തണുപ്പുമുള്ള സായാഹ്നമായിരുന്നു അത്. സ്ലാനി നദിക്കു കുറുകെയുള്ള വെക്സ്ഫോർഡ് ബ്രിഡ്ജിലൂടെ ഒരു ഈവനിങ് വോക്ക്.

പവിത്രയ്ക്കാണ് മിന്നുവിനെ കൊണ്ടുനടക്കാനുള്ള ചുമതല. ദൂരെ യാത്രയാണെങ്കിൽ പവിത്ര ബേബി കാരിയർകൂടി കൊണ്ടുപോകും. അത് മുതുകിൽ ഘടിപ്പിച്ച് മിന്നുവിനെ അതിലിരുത്തി ആയാസരഹിതമായി നടക്കാം.

ഇത്തരം ഈവനിങ് വാക്ക് സന്ദർഭങ്ങളിൽ ബേബി സ്ട്രോളർ ആണ് ഉപയോഗിക്കുക. അതിലെ പുഷ്ബാക്ക് ചെയറിൽ മിന്നുവിനെ ഇരുത്തി ഉന്തുവണ്ടിപോലെ തള്ളിക്കൊണ്ടു നടന്നാൽ മതി.

എന്നിരുന്നാലും മിന്നുവിന് പവിത്രയുടെ കൈത്തണ്ടയിലിരിക്കുന്നതും തോളത്ത് ചാഞ്ഞുകിടക്കുന്നതുമാണ് ഇഷ്ടം. പവിത്ര അങ്ങനെ തോളത്ത് ചായ്ക്കുമ്പോഴെല്ലാം നിരഞ്ജന ഉപദേശിക്കും.

"അങ്ങനെ ശീലിപ്പിക്കരുത്. നാട്ടിലത്തെ രീതിയല്ല ഇവിടെ. ആരുമിവിടെ കുഞ്ഞുങ്ങളെ എടുത്തോണ്ട് നടക്കാറില്ല."

പവിത്ര മിന്നുവിനെ ബേബിസ്ട്രോളറിൽ വെച്ച് തള്ളിക്കൊണ്ടു നടന്നു. എങ്കിലും ഇടയ്ക്ക് മിന്നു പവിത്ര എടുക്കാനായി ബഹളം വെച്ചു. അപ്പോൾ പവിത്ര അവളെ എടുത്തു. ചിലപ്പോൾ അവൾക്ക് പവിത്രയുടെ കൈപിടിച്ച് നടക്കണം. പവിത്ര അങ്ങനെയും ചെയ്യാറുണ്ട്. അവളുടെ ഇഷ്ടങ്ങൾക്കെല്ലാം ഒരു പ്രത്യേക ഭംഗിയുണ്ടെന്ന് പവിത്രയ്ക്ക് തോന്നും.

വൈകുന്നേരത്ത് വെക്സ്ഫോർഡ് ബ്രിഡ്ജിൽനിന്നുള്ള സ്ലാനി നദിയുടെ കാഴ്ച മനോഹരമാണ്. രാത്രിയായിക്കഴിഞ്ഞാൽ ഇരുകരകളിലേയും കെട്ടിടങ്ങളിലെ ആയിരക്കണക്കിനു വിളക്കുകളും നദിയിൽ അതിന്റെ പ്രതിബിംബങ്ങളും ചേർന്ന് ദീപക്കാഴ്ചയുടെ ഒരിന്ദ്രജാലം സൃഷ്ടിക്കും.

വെക്സ്ഫോർഡ് ബ്രിഡ്ജിൽ നിന്നാൽ സ്ലാനി നദി ഐറിഷ് കടലിലേക്കു ചെന്നു ചേരുന്ന സംഗമസ്ഥാനവും കാണാം. നദിയും കടലും കാട്ടിക്കൊടുത്ത് പവിത്രയെ വിസ്മയഭരിതയാക്കാമെന്ന് കരുതിയ നിരഞ്ജനയ്ക്ക് ഇച്ഛാഭംഗമായി.

പവിത്ര പ്രത്യേകിച്ച് ഒരു അദ്ഭുതഭാവവുമില്ലാതെ നദിയേയും പാലത്തേയും കടലിനേയും അതിലെ ഫിഷിങ് ബോട്ടുകളേയും നോക്കിക്കൊണ്ടു നടന്നു.

"നിനക്കിതൊന്നും കാണാനിഷ്ടമില്ലേ?"

"ഇഷ്ടമാ..." അവൾ പറഞ്ഞു.

"പിന്നെന്താ?"

"നമ്മടെ കേരളത്തിൽ ഇതെല്ലാം ഇഷ്ടംപോലെ ഒണ്ടല്ലോ ചേച്ചീ. എന്തുമാത്രം പുഴകളാ... കായല്... കടല്... എല്ലാം അവിടില്ലേ."

"അതുശരിയാ..." നിരഞ്ജന സമ്മതിച്ചു.

"എനിക്ക് മലകളാ കൂടുതലിഷ്ടം. അതിന്റെയൊരു അന്തസ്സും ഗൗരവോം തലയെടുപ്പുമൊന്നും വേറൊന്നിനുമില്ല." പവിത്ര പുഞ്ചിരിയോടെ പറഞ്ഞു. "ഞങ്ങടെ നാട്ടിലൊരു മലയൊണ്ട്. ഇല്ലിക്കക്കല്ല്. രാവിലെ നോക്കുമ്പോ അത് തലയിലൊരു മഞ്ഞുതൊപ്പി വെച്ചോണ്ട് നിക്കും. മഴ പെയ്യുന്ന കാലത്ത് മേഘത്തിനുള്ളിൽ കേറി ഒളിച്ചു നിൽക്കും."

"അതുകൊള്ളാല്ലോ..." പവിത്രയുടെ വർണ്ണന കേട്ട് നിരഞ്ജന ചിരിച്ചു.

"ഇല്ലിക്കക്കല്ലിന്റെ ഉച്ചീലൊരു കുളമുണ്ടെന്നായിരുന്നു പണ്ടത്തെ വിശ്വാസം. ആ കുളത്തിലാണ് നീലക്കൊടുവേലി വളരുന്നെ. അതിന്റെ വള്ളി വെള്ളത്തിൽ പൊങ്ങിക്കിടക്കും. അതെടുക്കാൻവേണ്ടി കുളത്തിന്റെ സ്റ്റെപ്പിറങ്ങിച്ചെല്ലുമ്പം കുളത്തിലെ വെള്ളം താണുതാണ് പാതാളത്തിലോട്ട് പോകും. ഒരിക്കലും കിട്ടത്തില്ല. ആർക്കും എടുക്കാൻ പറ്റത്തില്ല. നമ്മള് തിരിച്ചുകേറുമ്പം വെള്ളം പൊങ്ങിപ്പൊങ്ങി വന്ന് പഴയപോലെയാകും. അപ്പഴും നീലക്കൊടുവേലി അവിടെത്തന്നെ കാണും."

"കേട്ടിട്ട് നല്ല രസമാണല്ലോ. ഇതെന്തു സംഗതിയാ നീലക്കൊടുവേലി?" നിരഞ്ജന ചോദിച്ചു.

"അതു കിട്ടിയാ എവിടെക്കൊണ്ടുവെച്ചാലും വെയ്ക്കുന്നസ്ഥലത്തെ സംഗതികൾ പെരുകും. അരിയിൽ കൊണ്ടുവെച്ചാ അരി പെരുകിപ്പെരുകി അടുക്കള നിറയും. പൈസേടെ കൂടെവച്ചാ പൈസ പെരുകിപ്പെരുകി വീട് മൂടും."

"അങ്ങനെ സംഭവിക്കും എന്നുള്ളതിന് എന്താ തെളിവ്... ആർക്കെങ്കിലും മുൻപ് കിട്ടീട്ടൊണ്ടോ?"

"ഒരാൾക്ക് കിട്ടീട്ടൊണ്ടെന്നാ കേൾവി. ഒരു മഴക്കാലത്ത് മീനച്ചിലാറ്റിക്കൂടെ വള്ളം തൊഴഞ്ഞോണ്ട് ഒരാള് വന്നോണ്ടിരുന്നപ്പം നീലക്കൊടുവേലി ഒഴുകി വന്നു. ഇല്ലിക്കക്കല്ലേന്നാ മീനച്ചിലാറിന്റെ ഉത്ഭവം എന്നാണ് ഞങ്ങടെയൊരു വിശ്വാസം. ഉരുൾപൊട്ടലിൽ ഒഴുകിവന്നതാ. നീലക്കൊടുവേലിയാണെന്ന് സംശയം തോന്നീട്ട് വള്ളക്കാരൻ അതെടുത്ത്

വള്ളത്തിലിട്ടു. വള്ളത്തിൽ ഉപ്പുചാക്കാണ് കൊണ്ടുവരുന്നത്. വള്ളത്തിലെ ഉപ്പ് പെരുകാൻ തുടങ്ങി. ആദ്യം വള്ളക്കാരൻ അതുകണ്ട് ഒരുപാട് സന്തോഷിച്ചു. പക്ഷേ വള്ളത്തിലെ ഉപ്പ് പെരുകിപ്പെരുകി വള്ളം നിറഞ്ഞു. ഭാരക്കൂടുതൽ കാരണം വള്ളം മുങ്ങിപ്പോയി. നീലക്കൊടുവേലി ഒഴുകിപ്പോയി."

"വള്ളക്കാരനോ?"

"മരിച്ചു പോയി. നീന്തി കരപറ്റാൻ സാധിച്ചില്ല."

"പൊട്ടക്കഥ." രജനീഷ് പരിഹസിച്ചു.

"എനിക്കിഷ്ടപ്പെട്ടു." നിരഞ്ജന പറഞ്ഞു.

ഐറിഷ് കടലിൽ നിന്നു വീശുന്ന കാറ്റേറ്റ് അവർ പാലത്തിലൂടെ കുറച്ചു ദൂരം നടന്നു. പിന്നെ ഫെറിബാങ്ക് പാർക്കിങ്ങിലേക്കു തിരിച്ചു പോയി.

വീട്ടിൽ മടങ്ങി വന്നപ്പോൾ വൈകുന്നേരം ഒൻപതുമണി കഴിഞ്ഞെങ്കിലും സൂര്യൻ അസ്തമിച്ചിരുന്നില്ല.

മിന്നുവിന് ആഹാരം കൊടുത്ത് ഉറക്കിക്കിടത്തിയ ശേഷം പവിത്ര കിച്ചണിൽ ചെന്ന് അത്താഴം ഒരുക്കാൻ നിരഞ്ജനയെ സഹായിച്ചു.

പവിത്ര വെക്സ്ഫോർഡിലെത്തുന്നതുവരെ നിഞ്ജനയ്ക്ക് സഹായത്തിനുണ്ടായിരുന്ന രവീണ വാട്ടർഫോർഡ് കൗണ്ടിയിലേക്കു മടങ്ങിപ്പോയിരുന്നു.

വാട്ടർഫോർഡിലെ സെന്റ് ജോൺസ് ഹോസ്പിറ്റലിലാണ് അവൾ ജോലി ചെയ്യുന്നത്. അവിടെയായിരുന്നു താമസിച്ചിരുന്നതും. വിജയാനന്ദിന്റെ ഭാര്യ മരിച്ചപ്പോൾ കുഞ്ഞിനെ നോക്കാനും നിരഞ്ജനയെ സഹായിക്കാനും വേണ്ടി അവൾ വെക്സ്ഫോർഡ് കൗണ്ടിയിലെ രജനീഷിന്റെ വീട്ടിലേയ്ക്കു വന്നു താമസിക്കുകയായിരുന്നു.

ആഴ്ചയിൽ മൂന്നു ദിവസം മാത്രം ജോലിക്കു പോയാൽ മതി. നിരഞ്ജനയ്ക്കും അങ്ങനെ തന്നെയാണ് ഡ്യൂട്ടി. എല്ലായ്പ്പോഴും മിന്നുവിനെ നോക്കാൻ ആരെങ്കിലും വേണമായിരുന്നതിനാൽ നിരഞ്ജന തന്റെ ഡ്യൂട്ടി സമയത്തിലും ചില ഭേദഗതികൾ വരുത്തി.

നിരഞ്ജനയ്ക്ക് ഡ്യൂട്ടിയുള്ള ആഴ്ചയിലെ ആദ്യ ദിവസങ്ങൾ രവീണ കുഞ്ഞിനെ നോക്കി. രവീണ ജോലിക്കു പോകുന്ന പിന്നത്തെ മൂന്നു ദിവസങ്ങളിൽ നിരഞ്ജന മിന്നുമോൾക്ക് കാവലിരുന്നു.

പവിത്ര കുഞ്ഞിനെ നോക്കാൻ എത്തിയതോടെ രവീണയ്ക്ക് ആ ജോലിയിൽനിന്ന് വിടുതൽ കിട്ടി. വാട്ടർഫോർഡ് കൗണ്ടിയിൽ രവീണയും നാലു മലയാളി സഹപ്രവർത്തകരും ചേർന്ന് ഒരു അപ്പാർട്ട്മെന്റ് വാടകയ്ക്ക് എടുത്തു താമസിച്ചു വരികയായിരുന്നു.

രാത്രി, ഭക്ഷണം കഴിച്ച് കിടക്കുമ്പോൾ അജിതമ്മയുടെ വാട്സാപ്പ് കോൾ വന്നു.

"മോളെ നിനക്ക് തിരിച്ചു വരാറായില്ലേ?"

“ആയിക്കൊണ്ടിരിക്കുന്നു.” അവൾ അലക്ഷ്യമായി പറഞ്ഞു.

“മൂന്നു മാസം തെകയാൻ നിക്കണ്ട. നാലു ദിവസം നേരത്തെ പോകാൻ പറ്റുമെങ്കിൽ അങ്ങനെ.” അജിതമ്മയുടെ ഉപദേശം.

“നാലു ദിവസം നേരത്തെ വന്നിട്ട് എന്നാ ചെയ്യാനാ. ആനമുട്ട പുഴുങ്ങി വച്ചിട്ടൊണ്ടോ?”

“നിനക്കെന്നാടീ ഇത്ര ദേഷ്യം?”

“എന്റമ്മേ ഞാനങ്ങ് വന്നോളാം... എനിക്കു വഴിയൊന്നും പറഞ്ഞു തരണ്ട.”

“വരുമ്പം നീ കൊറച്ചു സ്വർണം വാങ്ങിച്ചോണ്ടു വന്നേക്കണം. അവി ടൊക്കെ വെലക്കൊറവല്ലേ. അഞ്ചുപവൻ വരെ കഴുത്തിലിട്ടോണ്ടു പോരാ മെന്നാ ഓരോരുത്തര് പറയുന്നെ.”

“മോനെന്ത്യേ അമ്മേ?” പവിത്ര വിഷയം മാറ്റി.

“ഒറങ്ങുന്ന്.”

“ഇത്ര നേരത്തെയോ?”

“നിനക്കല്ലേ നേരത്തെ. ഇവിടെ പാതിരാ കഴിഞ്ഞു.”

“അമ്മ പിന്നെന്താ ഒറങ്ങാതിരിക്കുന്നെ?”

“എനിക്ക് കൊറച്ചു തയ്യലൊണ്ടാരുന്നു. ഇപ്പഴാ തീർന്നത്.”

“എന്നാ ഫോൺ വച്ചിട്ട് കെടന്നോ.”

“ഞാനല്ലേ വിളിച്ചത്. എനിക്കറിയാം വയ്ക്കാൻ. നിനക്കെന്നാ ഇത്ര ധിറുതി?”

“അമ്മയ്ക്ക് എന്നതെങ്കിലും പറയാനൊണ്ടോ?”

“ഒണ്ട്. അവന്റെ വക്കീല് കാണാൻ വന്നിട്ടൊണ്ടാരുന്നു.”

“ആരടെ വക്കീൽ?”

“ജയപ്രകാശന്റെ... നീ കുടുംബക്കോടതീ കേസുകൊടുത്തില്ലേ ഡൈവേഴ്സ് വേണംന്നു പറഞ്ഞോണ്ട്.”

“വല്ലവരടേം വക്കീലെന്തിനാ നമ്മളെ കാണാൻ വരുന്നെ?”

“കോംപ്രമൈസാകാൻ പറ്റുമോന്ന് ചോദിക്കുന്നു.”

“എന്തു കോംപ്രമൈസ്?”

“ഒത്തുതീർപ്പ്, കൗൺസിലിങ് ഒക്കെ ഒണ്ടല്ലോ. ഇതുവരെ ഒണ്ടായ തെല്ലാം മറന്നും ക്ഷമിച്ചും ഇനിയങ്ങോട്ട് ഒന്നിച്ചുപോകാൻ പറ്റോന്ന്.”

“ഇല്ലല്ലോ. അതുകൊണ്ടല്ലേ കേസിന് പോയത്?”

“ഒരു വിട്ടുവീഴ്ച ചെയ്യ് മോളേ. നിന്റെ കഴുത്തിൽ താലികെട്ടയവ നല്ലേ. നിന്റെ കൊച്ചിന്റെ തന്തയല്ലേ?”

“അമ്മയ്ക്ക് വേറൊന്നും പറയാനില്ലേ. അമ്മ എത്ര ശ്രമിച്ചാലും അമ്മേടെ തെറ്റ് ശരിയാക്കാൻ പറ്റത്തില്ല. എന്റെ ജീവിതംവച്ച് ഹരിച്ചാലും ഗുണിച്ചാലും കൂട്ടിയാലും കൂടത്തില്ല.”

പറഞ്ഞു തീരും മുൻപേ കോൾ കട്ടായി. അമ്മ ദേഷ്യം വന്നിട്ടു കട്ട് ചെയ്തതാണെന്ന് അവൾക്കു മനസ്സിലായി.

പവിത്ര ഫോൺ വച്ചിട്ടു മിന്നുവിനെ നോക്കി. അവൾക്കു മാത്രമായി ഒരു കൊച്ചു കിടക്കയുണ്ട്. മേശവലിപ്പത്തിൽ കട്ടിലിനോളം മാത്രം ഉയരത്തിൽ ചുറ്റും വേലിയുള്ള ആട്ടക്കിടക്ക. അതിൽ കിടന്ന് അവൾ ശാന്തമായി ഉറങ്ങുന്നു. അവളുടെ പട്ടുപോലത്തെ ചുരുണ്ട മുടിയിഴകൾ നെറ്റിയിലേക്കു വീണു കിടക്കുന്നു. ഏതോ സ്വപ്നത്തിൽ അവൾ പുഞ്ചിരി തൂകുന്നുണ്ട്.

പവിത്ര പെട്ടെന്നു ഫോണെടുത്ത് മിന്നുവിന്റെ രണ്ടു മൂന്നു ഫോട്ടോ എടുത്തു. അത് വാട്സാപ്പിൽ ഇന്ദുമതിക്കും വിജയാനന്ദിനും സെൻഡ് ചെയ്തു.

പിറ്റേന്ന് കിച്ചണിൽ ബ്രേക്ഫാസ്റ്റുണ്ടാക്കി നിൽക്കവേ നിരഞ്ജന അവളോടു ചോദിച്ചു. "നീയിന്നലെ വിജുവിനും അമ്മയ്ക്കും മിന്നുവിന്റെ ഫോട്ടോ അയച്ചുകൊടുത്തോ?"

"കൊടുത്തു."

"അമ്മ പറഞ്ഞു സൂപ്പറാണെന്ന്. എവിടെ കാണട്ടെ."

പവിത്ര ഫോണെടുത്ത് ഫോട്ടോ കാട്ടിക്കൊടുത്തു.

"ഹായ്. കൊച്ചുസുന്ദരി. എന്തു ഭംഗിയാ അവളെ കാണാൻ. നീ നാട്ടിലേക്കു പോകുമ്പം അവളെ മിസ് ചെയ്യില്ലേ."

"ചെയ്യും. പക്ഷേ, മിന്നുവിനായിരിക്കും എന്നെ കൂടുതൽ മിസ് ചെയ്യുക?"

"ഞാനൊരു കാര്യം ചോദിക്കട്ടെ പവിത്രേ. നിനക്ക് ഡിവോഴ്സ് അനുവദിച്ചു കിട്ടുോ."

"കിട്ടും. അതിനുള്ള ഗ്രൗണ്ട്സ് ഒക്കെ എന്റെ അഡ്വക്കേറ്റ് കോടതീൽ ഹാജരാക്കീട്ടൊണ്ട്."

"അതു കിട്ടിക്കഴിഞ്ഞ് നീ എന്തുചെയ്യുമെന്ന് ആലോചിച്ചിട്ടുണ്ടോ?"

"ഞാൻ ജോലിചെയ്യും. ഇങ്ങനെതന്നെ." പവിത്രയുടെ മറുപടി കേട്ട് നിരഞ്ജന ചിരിച്ചു.

"ഇവിടെത്തന്നെ വരുമോ നീ?"

"അറിഞ്ഞു കൂടാ. വിളിച്ചാ വരും."

"ഞാനതൊന്നുമല്ല ചോദിക്കാൻ വന്നത്. ഡിവോഴ്സ് കിട്ടിക്കഴിഞ്ഞ് ഒരു ന്യൂലൈഫ് തുടങ്ങാൻ പാർട്ട്ണറായിട്ട് ആരെയെങ്കിലും സിലക്ട് ചെയ്തു വെച്ചിട്ടൊണ്ടോ എന്നാണ്..."

"ഇല്ല."

"ആരുമില്ലേ?"

"എനിക്കിനി പാർട്ണറൊന്നും വേണ്ട ചേച്ചീ. എന്റെ മോനെ വളർത്തണം. അവനു വേണ്ടതെല്ലാം കൊടുക്കണം. എനിക്കവനുണ്ടല്ലോ..."

“ഈ ഇരുപത്താറാം വയസ്സിൽ നിനക്ക് ഒരു പുരുഷന്റെ കൂട്ടുവേണ്ടേ. നിന്റെ ഈ പ്രായം കഴിഞ്ഞാണ് ഞാൻ തല്യാണം കഴിച്ചതുതന്നെ. നിന്റെ ഈ പ്രായത്തിൽ പെൺകുട്ടികൾ കല്യാണം കഴിക്കാൻ ആലോചിക്കുന്നതേയുള്ളു. നിനക്ക് നാൽപ്പതു വയസ്സ് തികയുന്നതിനു മുൻപേതന്നെ നിന്റെ മകൻ അവന്റെ കാര്യം നോക്കി പൊയ്ക്കഴിയും. പിന്നെ നീ ഒറ്റയ്ക്കാണ്. വീണ്ടും ഒരു നാൽപതോ അൻപതോ വർഷംകൂടി ജീവിതം ബാക്കിയുണ്ടാകും.”

പവിത്ര മനസ്സുകൊണ്ട് ആ വിദൂരതയിലേക്ക് നോക്കി. ശരിയാണ്. തനിച്ചാണ്.

“നീ വിചാരിക്കും, മോൻ കല്യാണം കഴിക്കുമല്ലോ, അവന്റെ കുട്ടികളെ നോക്കാമല്ലോ എന്നൊക്കെ. അവർക്ക് പക്ഷേ നിന്നെക്കൊണ്ട് ആവശ്യമില്ലായിരിക്കാം. നീ അവരുടെകൂടെ ഒരധികപ്പറ്റാണെന്നു തോന്നിയേക്കാം.”

“ജോലി ചെയ്ത് ജീവിക്കാല്ലോ.”

“ഇവിടെ നോക്ക് പവിത്രേ... ഒറ്റപ്പെട്ടുപോകുന്നതിന്റെ ഭീകരത നിനക്കിപ്പം മനസ്സിലാകില്ല. ഒരു പുരുഷൻ തനിച്ചായിപ്പോയാ അവൻ എങ്ങനേം സർവൈവ് ചെയ്യും. അവന് നടക്കാൻ ഒരുപാട് വഴികളൊണ്ട്. ഒരുപാട് ദൂരങ്ങളൊണ്ട്. പക്ഷേ, നമ്മുടെ നാട്ടിൽ ഒറ്റപ്പെട്ടുപോയ പെണ്ണിന് പുറത്തിറങ്ങാൻ പോലും പറ്റില്ല.”

അതു ശരിയാണെന്ന് സമ്മതിച്ച് തലയാട്ടി പവിത്ര മൂളി.

“നീ ഇപ്പഴും കല്യാണം കഴിക്കാത്ത ഏതൊരു പെണ്ണിനേം പോലെയാണ്. മാട്രിമോണിയലിൽ നീയൊരു പരസ്യവും ഫോട്ടോയും ഇട്ടാൽ ആൺകുട്ടികൾ തിക്കിത്തിരക്കി വരും. നിന്നെക്കണ്ടാൽ ഇരുപതുവയസ്സിനപ്പുറം തോന്നിക്കില്ല.”

“ചേച്ചിയെന്നെ കളിയാക്കല്ലേ... പ്ലീസ്...” പവിത്ര ജാള്യത്തോടെ പറഞ്ഞു.

“പറഞ്ഞുവന്നത് ഇതാണ്. നീ കല്യാണം കഴിക്കണം. എതിർത്ത് ആര് പറഞ്ഞാലും. നിന്റെ ജീവിതം മറ്റുള്ളവർക്ക് ഡിസൈൻ ചെയ്യാൻ വിട്ടുകൊടുത്തപ്പഴത്തെ അനുഭവം അറിയാല്ലോ... ഭയങ്കര ദുരിതത്തിലായിപ്പോയില്ലേ. ഇനിയങ്ങനെ നീ തന്നെ നിന്നെ കൈവിട്ടു കളയരുത്. നമ്മുടെ ജീവിതം ജീവിക്കാൻ നമ്മൾ മാത്രമേ ഉണ്ടാകൂ എന്ന് സ്വയം തീരുമാനിക്കണം.”

പവിത്ര പലപ്പോഴായി തന്റെ ജീവിതാനുഭവങ്ങൾ നിരഞ്ജനയോട് പറഞ്ഞിട്ടുണ്ടായിരുന്നു. ആദ്യം ഒന്നും മിണ്ടാതെ മടിച്ചുനിന്ന അവളോട് ‘അമ്മ ചിലതൊക്കെ എന്നോടു പറഞ്ഞിട്ടുണ്ട്’ എന്ന് നിരഞ്ജന വഴിമരുന്നിട്ടതോടെ പവിത്രയ്ക്ക് സ്വാഭാവികമായും തന്റെ ജീവിതപുസ്തകം തുറന്നു കാട്ടേണ്ടി വന്നു.

“അയർലണ്ട് ഇഷ്ടപ്പെട്ടോ?” നിരഞ്ജന ചോദിച്ചു.

“എനിക്കിഷ്ടമായി... നല്ല സ്ഥലമാ...”

“ഇവിടെ ജോലി ചെയ്തിട്ട് എപ്പോഴെങ്കിലും ബോറടി തോന്നിയോ?”

“ഇല്ല. ഇത് ജോലിയെന്നു പറയാൻപോലും പറ്റില്ല. ഞാൻ ടൂറിസ്റ്റായിട്ട് വന്നപോലെയേ തോന്നീട്ടൊള്ളൂ. മിന്നുമോളെ നോക്കുന്ന ജോലിയാണെങ്കിൽ, ഞാൻ കുറച്ചു സന്തോഷിച്ചോട്ടെ എന്നു വിചാരിച്ച് ഒരു ഗിഫ്റ്റ് തന്നപോലേം...” പവിത്ര പറഞ്ഞതുകേട്ട് നിരഞ്ജന ചിരിച്ചു.

എട്ടുമണിയോടെ നിരഞ്ജന ഹോസ്പിറ്റലിലേക്കു പോയി. രജനീഷിന്റെ മൂന്നു ദിവസത്തെ ഡ്യൂട്ടി മിനിഞ്ഞാന്നു തീർന്നിട്ടുണ്ടായിരുന്നു. ഇനി രണ്ടുദിവസം കൂടി അവധിയുണ്ട്. നിരഞ്ജനയുടെ മൂന്നു ദിവസം കഴിയുമ്പോൾ രജനീഷ് ഡ്യൂട്ടിക്കു കയറും.

എന്തൊരു സുഖകരമായ ജോലി എന്ന് പവിത്ര വിചാരിച്ചു. ആഴ്ചയിൽ മൂന്നു ദിവസംമാത്രം ജോലി. അതും, ഇൻചാർജ്മാരുടെ അലർച്ചയ്ക്കും, അപമാനത്തിനും അസൂയയ്ക്കും കീഴിൽ ശ്വാസം കഴിക്കാൻ സമയമില്ലാതെ ഓടി ക്കൊണ്ടുള്ള അടിമവേലയല്ല. മാന്യതയും, സമാധാനവും സ്വാതന്ത്ര്യവും ഉള്ള ജോലി.

രജനീഷ് കുട്ടികൾക്ക് ഭക്ഷണം കൊടുത്ത് അവരെ ഒരുക്കി സ്കൂളിലേക്കു കൊണ്ടുപോയി.

അയാൾ പത്തുമണിക്കു മുൻപ് തിരിച്ചെത്തി. ഇനി രജനീഷും മിന്നുമോളും പവിത്രയും മാത്രമേ ആ വീട്ടിലുള്ളൂ.

നാട്ടിലാണെങ്കിൽ എന്താണ് സംഭവിക്കുക എന്ന് പവിത്രയ്ക്ക് അറിയാം. ദിപജ്യോതിയിൽ ജോലിചെയ്തിരുന്നപ്പോഴും അല്ലാതെയും അത്തരം കഥകൾ ധാരാളം കേട്ടിട്ടുണ്ട്.

രജനീഷ് ഏതെങ്കിലും വിധത്തിൽ തന്നെ പ്രലോഭിപ്പിക്കാൻ ശ്രമിക്കുക, അയാളുടെ വാഗ്ദാനങ്ങളും പ്രലോഭനങ്ങളും വിശ്വസിച്ച് താൻ അയാൾക്ക് വശംവദയാവുക, എപ്പോഴെങ്കിലും സംശയാലുവായിത്തീരുന്ന നിരഞ്ജന ഹോസ്പിറ്റലിൽനിന്ന് അസമയത്ത് പാഞ്ഞുവന്ന് തങ്ങളെ പിടികൂടുക, അടുത്ത വിമാനത്തിൽ കേറ്റി തന്നെ നാട്ടിലേക്ക് അയയ്ക്കുക ഇതൊക്കെയാണ് നാട്ടിലായിരുന്നെങ്കിൽ സംഭവിക്കേണ്ടത്.

ഇവിടെ അത്തരം വഞ്ചനകളില്ല. ഇരട്ട വ്യക്തിത്വവും സദാചാര മുഖംമൂടിയും ഇല്ല.

നിരഞ്ജനയെപ്പറ്റി പവിത്രയ്ക്ക് അഭിമാനം തോന്നി. തന്റെ ഭർത്താവിനെപ്പറ്റിയോ, വീട്ടിൽ ജോലിക്കു നിർത്തിയ പെണ്ണിനെപ്പറ്റിയോ യാതൊരുവിധ സംശയങ്ങളുമില്ല.

പവിത്ര കേരളത്തിലേക്ക് തിരിച്ചു പോകുമ്പോൾ മിന്നുമോളുടെ കാര്യത്തിൽ എന്തുചെയ്യും എന്നൊരു ചർച്ച അവർക്കിടയിൽ നടക്കുന്നുണ്ടായിരുന്നു.

രവീണയെ വിളിച്ച് കുറച്ചുദിവസം കുഞ്ഞിനെ നോക്കാൻ വേണ്ടി വരാൻ പറയണമെന്ന് നിരഞ്ജന ആദ്യം വിചാരിച്ചെങ്കിലും പിന്നീടത് മാറ്റി.

ഇന്ദുമതിയും വിജയാനന്ദുമായി അതേപ്പറ്റി നിരന്തരമായി നടത്തിയ ആലോചനകൾക്കുശേഷം നിരഞ്ജന പവിത്രയോട് പറഞ്ഞു:

"നീ ഒറ്റയ്ക്കല്ലേ തിരിച്ചു പോകുന്നെ. മിന്നുമോളെക്കൂടി നിന്നോടൊപ്പം അയയ്ക്കുകയാ."

"ഞാൻ മിന്നുമോളേം കൊണ്ട് ഒറ്റയ്ക്കു നാട്ടിലോട്ട് പോകാനോ?" പവിത്ര അന്തം വിട്ടു.

"അമ്മേം വിജൂം പറഞ്ഞത് അങ്ങനെയാ. അവര് മിന്നുമോളെ കണ്ടിട്ട് മാസമെത്രയായി. അവർക്കു കാണണ്ടേ."

അന്നുരാത്രി പവിത്ര ഇന്ദുമതിയെ വിളിച്ചപ്പോൾ അവരും പറഞ്ഞു "നീ ധൈര്യമായിട്ട് കൊണ്ടുവാ... ഞങ്ങക്ക് ഒരു ടെൻഷനുമില്ല. മിന്നുമോൾക്കും നിന്റെ കൂടെ വരുന്നതായിരിക്കും ഇഷ്ടം."

അത് ശരിയായിരുന്നു. പവിത്രയെ അത്രയ്ക്കിഷ്ടമാണ് മിന്നുമോൾക്ക്.

പവിത്ര പിരിഞ്ഞുപോകുന്നത് അവളെ വല്ലാതെ സങ്കടപ്പെടുത്തുമെന്ന് എല്ലാവർക്കും അറിയാം.

രജനീഷും നിരഞ്ജനയും ചേർന്ന് പവിത്രയ്ക്ക് തിരിച്ചുപോകാനുള്ള ഒരുക്കങ്ങൾ പൂർത്തിയാക്കി. പവിത്രയോടൊപ്പം കുഞ്ഞിനെ അയയ്ക്കാനുള്ള രേഖകളും തയാറാക്കിവെച്ചു.

പവിത്ര തിരിച്ചുപോകേണ്ട ദിവസമെത്തി.

അവൾ വേഷംമാറി ഒരുങ്ങി. ബാഗും ഹാൻഡ്ബാഗും പാക്ക്ചെയ്തുവെച്ചു. മിന്നുമോളെയും അവൾ തന്നെ ഒരുക്കി.

എയർപോർട്ടിലേക്ക് പുറപ്പെടേണ്ട സമയമായപ്പോൾ രജനീഷും നിരഞ്ജനയും കൂടി മുറിയിലേക്കു വന്നു. പവിത്ര അവരോട് യാത്ര പറഞ്ഞപ്പോൾ നിരഞ്ജന വിലക്കി. "യാത്രയൊന്നും പറയണ്ട. നീ തിരിച്ചുവരേണ്ടവളല്ലേ."

"എന്നോടിതുവരെ ഒന്നും പറഞ്ഞിട്ടില്ല."

"നാട്ടിൽ ചെല്ലുമ്പം അമ്മ പറയും."

നിരഞ്ജന മിന്നുമോളെ എടുത്ത് കൊഞ്ചിച്ചു.

"നീ പോകുവാണോടീ ചക്കരേ... അച്ഛനേം അമ്മൂമ്മേനേം കാണാനായിട്ട് പോകുവാണോ..."

മിന്നുമോൾ വെറുതെ ചിരിച്ചു. അവൾ പവിത്രയുടെ നേർക്ക് കൈകൾ നീട്ടി. പവിത്ര അവളെ വാങ്ങി.

രജനീഷ് പവിത്രയുടെ ലഗേജ് എടുത്ത് കാറിൽ കൊണ്ടുപോയി വെച്ചു. അയാളാണ് അവളെ ഡബ്ലിനിലെ എയർപോർട്ടിൽ കൊണ്ടു വിടേണ്ടത്.

"ചേച്ചീ ഞാൻ പോയിവരട്ടെ..."

“ശരി. പോയിട്ടു വാ... അവിടെ ചെന്നുകഴിയുമ്പം എന്തെങ്കിലും തീരുമാനം ഒണ്ടാകും. അമ്മ നിന്നെ വെറുങ്കയ്യോടെ പറഞ്ഞയയ്ക്കുമെന്ന് കരുതകയേ വേണ്ട.”

നിരഞ്ജന അവളെ ചേർത്തു പിടിച്ച് ആശ്വസിപ്പിച്ചു. കൂട്ടിക്കൊണ്ടു പോയി കാറിൽ കയറ്റിയിരുത്തി.

പവിത്ര ആ വീടിനോട് യാത്ര പറഞ്ഞു.

രജനീഷാണ് കാറോടിച്ചത്. പവിത്ര കുഞ്ഞിനെ മടിയിൽവെച്ച് ബാക്ക് സീറ്റിലിരുന്നു.

രണ്ടുമണിക്കൂറിനുള്ളിൽ എയർപോർച്ചിലെത്തി. ചെക്ക് ഇൻ ഗേറ്റ് വരെ രജനീഷ് പവിത്രയെ അനുഗമിച്ചു. ഒടുവിൽ രജനീഷിനോടും അവൾ യാത്ര പറഞ്ഞു.

“പോട്ടെ...”

“ഒന്നും പേടിക്കണ്ട. ധൈര്യമായിട്ട് പോയി വാ.”

രജനീഷ് അവൾക്ക്, എയർപോർട്ടിലെ ചിട്ടവട്ടങ്ങളെല്ലാം മുൻപേ തന്നെ പറഞ്ഞു കൊടുത്തിട്ടുണ്ടായിരുന്നു.

പവിത്ര യാത്രക്കാരുടെ ക്യൂവിൽ മറയുന്നതുവരെ രജനീഷ് നോക്കി നിന്നു. അതിനുശേഷം പിന്തിരിഞ്ഞ് വെക്സ്ഫോർഡിലേക്കു മടങ്ങി.

മുപ്പത്

ട്രാൻസിറ്റ് ലോഞ്ചിൽ വിമാനം കാത്ത് ഇരിക്കുമ്പോൾ പവിത്രയ്ക്ക് ജിബിയയുടെ കോൾ വന്നു, പവിത്ര കോൾ അറ്റൻഡ് ചെയ്തപ്പോൾ ജിബിയ ചോദിച്ചു. "നീയെന്താ തിരിച്ചുവിളിക്കാതിരുന്നെ? ഞാൻ കുറേ മുൻപ് വിളിച്ചാരുന്നല്ലോ."

"ഞാൻ കുറച്ചു വെപ്രാളത്തിലായിരുന്നു. ഇവിടുത്തെ എയർ പോർട്ടിലിരിക്കുവാ. മോളൊണ്ട് കൂടെ. ഒറ്റയ്ക്ക് ആദ്യമായിട്ട് യാത്ര ചെയ്യുവാ..."

"ഒറ്റയ്ക്കല്ലല്ലോ... കുഞ്ഞില്ലേ?"

"അയ്യോട... അതാ എന്റെ ടെൻഷൻ. പത്തിരുപത് മണിക്കൂർ.. അതി നിടയ്ക്ക് ദുബായീന്ന് വിമാനം മാറിക്കേറണം. എനിക്ക് എയർപോർട്ട് കാണുമ്പം പേടിയാ... എവിടെത്തിരിയണം, എങ്ങോട്ടു പോണം, എവിടെ നിക്കണം, എവിടിരിക്കണം ഇതൊന്നും അറിയാമ്മേല." പവിത്ര ആവ ലാതിപ്പെട്ടു.

"സംശയം വരുമ്പം ആരോടെങ്കിലും ചോദിക്കണം. നിനക്കിപ്പം ഇംഗ്ലീ ഷൊക്കെ ഒരുവിധം അറിയാല്ലോ, പിന്നെന്താ?"

"അങ്ങോട്ട് വല്ലതും ചോദിക്കാനറിയാം. ഇങ്ങോട്ടു പറയുന്നതെന്താന്ന് മനസ്സിലാക്കാനാ പാട്."

"മനസ്സിലാകുന്നതുവരെ ചോദിക്കണം. ആവശ്യം നമ്മുടേതല്ലേ കുട്ടിയെ നീയെങ്ങനാ കൊണ്ടുപോകുന്നെ?"

"സ്ട്രോളർബാഗൊണ്ട്. പക്ഷേ, മിന്നു അതിലൊന്നും ഇരിക്കൂല്ല. നമ്മടെ കൈപിടിച്ച് നടക്കണം."

"നടക്കോ നല്ലപോലെ."

"ഞാനിവിടെ വരുമ്പം അത്ര പോരായിരുന്നു. വേച്ചു വേച്ച് തെന്നി ത്തെറിച്ച് പോകും. ഇപ്പം ശരിയായി. ഞാൻ വിരലിൽ പിടിച്ച് കുറെ നടത്തി പഠിപ്പിച്ചു."

"നീയുമായിട്ട് നല്ലപോലെ ഇണങ്ങിയോടീ?"

"ഉം...ഇപ്പം എന്തിനും ഏതിനും ഞാൻ മതി. ഞാനാണ് അമ്മ."

“പേര് വിളിക്കാനൊക്കെ ആയോ?”

“ഉം...മം ന്നു വിളിക്കും...”

“ഡോക്ടറുടെ സിസ്റ്ററിന് അതൊക്കെ സമ്മതമാണോ?”

“അവരാ പഠിപ്പിച്ചെ... അങ്ങനെ വിളിക്കാൻ.”

“അവര് കുഞ്ഞിനെ നിന്റെ കൂടെ അയച്ചത് എന്തുകൊണ്ടാ?”

“എറണാകുളത്ത് കൊണ്ടുപോയി ഡോക്ടറെ ഏൽപിക്കണം. അദ്ദേഹത്തിന്റെ മോളല്ലേ. എത്ര മാസങ്ങളായി ഡോക്ടർ സ്വന്തം മോളെ കണ്ടിട്ട്.”

“അവിടെച്ചെല്ലുമ്പം കുഞ്ഞിനെ ആരു നോക്കും?”

“ടീച്ചറൊണ്ടല്ലോ... ഡോക്ടറിന്റെ അമ്മ.”

“എനിക്കറിയേണ്ടത് നാട്ടിൽ തിരിച്ചെത്തിക്കഴിയുമ്പം നിന്റെ റോളെന്താണെന്നാ? കുഞ്ഞിനെ ടീച്ചറാണ് നോക്കുന്നതെങ്കിൽ നിന്നെക്കൊണ്ട് ഇനി അവർക്ക് ആവശ്യമില്ലല്ലോ.”

“എന്നോടൊന്നും പറഞ്ഞിട്ടില്ല.”

“അവർക്കിനി നിന്നെ വേണോ?”

“അറിഞ്ഞുകൂടാ...”

“അയർലൻഡിലേക്കു നിന്നെ തിരിച്ചുകൊണ്ടുപോയി എവിടെങ്കിലും ജോലി വാങ്ങിച്ചു തര്വോ?”

“അതും അറിയില്ല.”

“ചോദിക്കണ്ടേടീ അതൊക്കെ? നീയെന്നാ പൊട്ടിയാണോ?” ജിബിയയുടെ സ്വരത്തിൽ നീരസം.

“അവര് നമ്മളെ സ്വന്തം ഫാമിലീലെ അംഗത്തെപ്പോലെ കാണുമ്പം, വേലക്കാരീടെ മാതിരി എന്നെ ഇനീം ജോലിക്കു വെക്കുവോ അതോ പിരിച്ചുവിടുവോ.. എന്നൊക്കെ ചോദിക്കാൻ നമുക്ക് തോന്നുവോടീ.”

“അവര് നിന്നെ കൈവിടത്തില്ലായിരിക്കും അല്ലേ?” ജിബിയയുടെ ചോദ്യം വന്നു.

“ഇല്ലെന്നാ എനിക്കു തോന്നുന്നത്.”

“ശമ്പളം വല്ലതും തന്നോ?”

“മൂന്നു മാസത്തിനിടയില് അൻപതിനായിരം രൂപയോളം വീട്ടിലോട്ട് അയച്ചു കൊടുത്തിട്ടുണ്ട്. ഞാനൊന്നും ചോദിച്ചുമില്ല തന്നുമില്ല.”

“നാട്ടിൽ ചെല്ലുമ്പം തരുമായിരിക്കും.”

“എന്തെങ്കിലുമൊരു വഴി കാണിച്ചു തരുമെന്നാ എന്റെ വിശ്വാസം. നിന്റെ ജോലിയൊക്കെ എങ്ങനെ പോണ്?” പവിത്ര തിരക്കി.

“അതു ഞാൻ മുൻപേ പറഞ്ഞപോലെതന്നെ. ഇവിടെ നിന്നിട്ട് രക്ഷയില്ലെടീ... ഒരു കെയറർ ചെയ്യേണ്ട ജോലിയാ ചെയ്യുന്നെ. എനിക്ക് ഐ യെൽടീ യെസ് പഠിക്കണം. യുകെയ്ക്കു പോകണം. അതിനൊള്ള

പൈസയൊണ്ടാക്കാൻ വന്നതാ ഇവിടെ... ഒരു ലക്ഷം രൂപയെങ്കിലും ശമ്പളമില്ലാതെ ഇവിടെ നിന്നിട്ട് ഒരു കാര്യോമില്ല. അതിന്റെ പകുതി പോലും കിട്ടുന്നില്ലെന്നു പറയുമ്പം നിനക്കറിയാല്ലോ വീട്ടിലെ ചെലവു കളൊക്കെ നടന്നുപോകും. കടവും വീട്ടാൻ പറ്റിയേക്കും. അത്രേയുള്ളൂ." ജിബിയയുടെ വാക്കുകളെ നിരാശ പൊതിഞ്ഞു.

"ശ്ശൊ നീയൊന്നു രക്ഷപ്പെട്ടു കാണാനിരുന്നതാ ഞാൻ..."

"എനിക്കിപ്പം ഒരു മടുപ്പു തോന്നുവാ..."

"ദേ നിരഞ്ജനച്ചേച്ചി വിളിക്കുന്നു. ഞാനതെടുത്തോട്ടെ." പവിത്ര ധൃതിപ്പെട്ടു ചോദിച്ചു.

"ശരിയെടീ വെച്ചോ...ഞാൻ വെറുതെ വിളിച്ചതാ..." ജിബിയ പറയും മുൻപേ കോൾ കട്ടായിക്കഴിഞ്ഞിരുന്നു.

പവിത്ര നിരഞ്ജനയുടെ കോൾ എടുത്തു.

"മോൾക്ക് കുഴപ്പമൊന്നും ഇല്ലല്ലോ?" നിരഞ്ജനയുടെ ചോദ്യം വന്നു.

"ഇല്ല ചേച്ചീ..."

"നിനക്ക് എന്തെങ്കിലും കൺഫ്യൂഷനൊണ്ടോ?"

"ഇല്ല."

"സ്ട്രോളർ ബാഗ് ചില ഫ്ളൈറ്റുകളിൽ സമ്മതിക്കില്ലത്രേ. എന്തു ചെയ്യും? എപ്പഴും മോളെ എടുത്തോണ്ടിരുന്നാ നീ മടുത്തുപോകും."

"സാരമില്ല ചേച്ചീ."

"പിന്നേ... ഫ്ളൈറ്റിൽവെച്ച് ഡയപ്പർ മാറ്റണമെങ്കിൽ ബാത്റൂമിൽ കൊണ്ടുപോയി മാറ്റിയേക്കണം. വെച്ചോണ്ടിരിക്കരുത്. ബാത്റൂമിൽ ചേഞ്ചിങ് ടേബിളുണ്ടാവും. ഡയപ്പേഴ്സും ക്ലോത്ത്സും പാഡും പ്ലാസ്റ്റിക് ബാഗുമെല്ലാം ഞാൻ ഹാൻഡ് ബാഗിലെടുത്തുവെച്ചിട്ടൊണ്ട്."

"ഉവ്വ്...എനിക്കറിയാം."

"മിന്നുമോൾക്കു കൊടുക്കാനൊള്ള ചൂടുവെള്ളം, ചൂടുപാൽ ഇതൊക്കെ ട്രാൻസിറ്റ് ലോഞ്ചിലെ കഫേയിൽനിന്ന് വാങ്ങിച്ചോ. ചെക്ക് ഇൻ സമയത്ത് കയ്യിലതൊന്നും അനുവദിക്കില്ലെന്നേയുള്ളൂ. ചെക്ക് ഇൻ കഴിഞ്ഞാൽ നമുക്ക് ബോട്ടിലുകൾ നിറയ്ക്കാം."

"ശരി ചേച്ചീ ഞാൻ വാങ്ങിച്ചോളാം."

"നിന്റെ ടെൻഷൻ മാറിയോ?"

"ഇപ്പഴും ഒണ്ട്. എന്നാലും സാരമില്ല, മോളുണ്ടല്ലോ കൂട്ടിന്. പിന്നെ, ടീച്ചർ വിളിച്ചിട്ടുണ്ടായിരുന്നു."

"ഫ്ളൈറ്റിൽ കേറിക്കഴിഞ്ഞാപ്പിന്നെ ഫോൺ യൂസ് ചെയ്യാൻ പറ്റില്ല. അതു കൊണ്ടാ ഇപ്പഴേ പറയുന്നെ. വിശക്കുമ്പോ ഫുഡ് വാങ്ങി കഴിച്ചോളണം. നിനക്കിഷ്ടമുള്ള എന്തും വാങ്ങിക്കഴിച്ചോ. പിശുക്കണ്ട മനസ്സിലായോ?"

"ഉവ്വ്..."

"ശരി. കോൾ കട്ട് ചെയ്തോട്ടെ."

"ഓകെ."

തന്റേതല്ലാത്ത കുഞ്ഞിനെയുംകൊണ്ട് ദീർഘദൂരം യാത്രചെയ്യേണ്ടി വരുന്നതിന്റെ പ്രായോഗിക ബുദ്ധിമുട്ടുകൾ പവിത്രയ്ക്കു മനസ്സിലായി വരുന്നതേയുള്ളൂ. ഫോൺ സംഭാഷണം കഴിഞ്ഞപ്പോൾ മിന്നുമോൾ പവിത്രയുടെ മടിയിലേക്കു കയറി ഇരുന്നു. അവളെ നോക്കി പുഞ്ചിരിച്ചു.

* * *

ഇന്ദുമതി ടീച്ചറിനെ എയർപോർട്ടിന്റെ ഇന്റർനാഷനൽ ടെർമിനലിൽ എത്തിച്ചിട്ട് ഡോക്ടർ വിജയാനന്ദ് പറഞ്ഞു. "അമ്മ ഇവിടെ നിന്നോ. ഞാൻ കാർപാർക്കിങ്ങിലേക്ക് പോവുകയാ. പവിത്ര പുറത്തുവന്നാ ഒടനെ എന്നെ വിളിച്ചേക്കണം."

ഇന്ദുമതി തലയാട്ടി. ഡോക്ടർ വിജയാനന്ദ് കാറോടിച്ചു പോയ ഉടനെ അവർ, സന്ദർശകർ കാത്തുനിൽക്കുന്ന സ്ഥലത്തേക്കു നീങ്ങി.

അയർലൻഡിലെ ഡബ്ലിനിൽനിന്നു പോന്ന ഫ്ളൈറ്റിന്റെ കണക്ഷൻ ഫ്ളൈറ്റ് നെടുമ്പാശേരി എയർപോർട്ടിൽ ലാൻഡ് ചെയ്തു കഴിഞ്ഞി രുന്നു.

ലഗേജ് കിട്ടാൻവേണ്ടി പവിത്രയ്ക്കു കുറച്ചധികം സമയം കാത്തു നിൽക്കേണ്ടി വന്നു. അത് കൺവെയർ ബെൽറ്റിലൂടെ വന്നപ്പോൾ എടുത്ത് ട്രോളിയിൽ വച്ചു. മിന്നുമോൾ ബേബിസ്ട്രോളറിൽ ചാഞ്ഞു കിടന്നുറങ്ങുന്നുണ്ടായിരുന്നു.

കുഞ്ഞിനെയും ലഗ്ഗേജും ഹാൻഡ് ബാഗുമായി പവിത്ര വരുന്നതു കണ്ട് ഇന്ദുമതി ടീച്ചർ തിടക്കപ്പെട്ട് അടുത്തേക്കു ചെന്നു.

പവിത്രയെ അടുത്തു കണ്ടപ്പോൾ ഇന്ദുമതിക്ക് അത്ഭുതം!

"നീ ആകെയങ്ങ് മാറിപ്പോയല്ലോ. നല്ലപോലെ വെളുത്ത് മദാമ്മ പ്പെണ്ണായി... ഒരു ഫോറിൻ സ്റ്റൈലാ നിന്റെ മുഖോം മുടീം എല്ലാം."

"ചുമ്മാതെയാ. വേറെ ആർക്കും തോന്നിയില്ലല്ലോ." പവിത്ര ചിരിച്ചു.

"എന്റെ പെണ്ണിനെ ഞാനൊന്നു കാണട്ടെ..."

ഇന്ദുമതി ടീച്ചർ പവിത്രയുടെ സ്ട്രോളർബാഗിൽനിന്നു മിന്നുമോളെ എടുത്തു.

"ടീച്ചറേ കരയും... ഫ്ളൈറ്റീന്നിറങ്ങിയപ്പം മുതലേ അല്പം ചിണു ക്കത്തിലാ. കാലാവസ്ഥ മാറിയല്ലോ. ഇവിടുത്തെ ചൂട് തീരെ പിടിക്കു ന്നില്ല. അതിനിടയ്ക്ക് യാത്രാക്ഷീണോം."

ഇന്ദുമതി കുട്ടിയെ തോളത്തേക്കു ചേർത്തതും അവൾ ഉറക്കെ കര യാൻ തുടങ്ങി.

"അയ്യോടാ... അമ്മൂമ്മ എടുത്തത് ഇഷ്ടപ്പെട്ടില്ലേ..." ഇന്ദുമതി അവളെ തഴുകിയും തലോടിയും മാറോടു ചേർത്തും സാന്ത്വനിപ്പിക്കാൻ ശ്രമി ച്ചെങ്കിലും അതെല്ലാം വിഫലമായി.

പവിത്ര കൈ നീട്ടിയപ്പോൾ അവൾ വാവിട്ടു കരഞ്ഞ് പവിത്രയുടെ കൈകളിലേക്കുതന്നെ പോന്നു.

“ഇണങ്ങിക്കോളും ടീച്ചറേ... കുറച്ചു കഴിയട്ടെ. ഇവിടുത്തെ കാലാവസ്ഥേം ആളുകളുമായിട്ട് ഒന്നു പൊരുത്തപ്പെട്ടോട്ടെ.”

“ഫ്ളൈറ്റിൽവെച്ച് ഇവൾ ശല്യമൊന്നും ഉണ്ടാക്കിയില്ലല്ലോ അല്ലേ?”

“ഇടയ്ക്ക് കുറച്ചു കരഞ്ഞു. ചേട്ടനെയും ചേച്ചിയെയും കാണണം. ആന്റിയെ കാണണം. വീട്ടിലോട്ട് തിരിച്ചു പോകണം. റൂമിൽ ബോക്സിൽ വെച്ചിരിക്കുന്ന ടോയ്സ് എടുക്കണം... നിലത്തിറങ്ങണം... അങ്ങനെ കുറെ നിർബന്ധങ്ങളും കരച്ചിലും... പാവം കുഞ്ഞിനെന്തറിയാം.”

“ശരിയാ... അമ്മയെ ഇനിയൊരിക്കലും കാണാനൊക്കില്ലെന്നോ, അതിന്റെ അച്ഛന്റെ അടുത്തേക്കാണ് വന്നിരിക്കുന്നതെന്നോ ഒന്നും അറിയില്ലല്ലോ.”

“ഡോക്ടർ വന്നില്ലേ ടീച്ചറേ...”

“കാർ പാർക്കിങ്ങിലുണ്ട്. നടക്കാൻ വയ്യാത്തതുകൊണ്ട് കാറിലിരിക്കുവാ... ഫോണിൽ വിളിച്ചാ അപ്പത്തന്നെ കാറുമായിട്ട് വരും.”

ഇന്ദുമതി ടീച്ചർ ഫോൺ എടുത്ത് ഡോക്ടർ വിജയാനന്ദിനെ വിളിച്ച് തങ്ങൾ ടെർമിനലിന്റെ പുറത്തേക്കു വരികയാണെന്നറിയിച്ചു.

ഇന്ദുമതി ടീച്ചർ ലഗേജ് വച്ച ട്രോളിയും തള്ളിക്കൊണ്ടു നടന്നു. ബേബി സ്ടോളർബാഗ് പവിത്ര അതിനു മീതെ വച്ചിട്ട് മിന്നുമോളെ തോളത്തിട്ടു നീങ്ങി.

“ചേച്ചീ... ഇവിടെ... ഇങ്ങോട്ടു നോക്ക്...”

പരിചിതമായ സ്വരം കേട്ട് പവിത്ര തലതിരിച്ചു നോക്കി.

വിഷ്ണു ആളുകൾക്കിടയിലൂടെ തിക്കിത്തിരക്കി വരുന്നു. പിറകെ അച്ഛൻ.

“ടീച്ചറേ... ഒന്നു നിൽക്കണേ പ്ലീസ്.” പവിത്ര പറഞ്ഞു.

ഇന്ദുമതി ടീച്ചർ നിന്നു. വിഷ്ണുവും സുദർശനനും അടുത്തേക്കു വന്നു.

“ഞങ്ങളവിടെല്ലാം നോക്കി. ഫോണിൽ വിളിച്ചിട്ടു കിട്ടുന്നുമില്ല.”

വിഷ്ണു കിതച്ചുകൊണ്ടു പറഞ്ഞു.

“ഫോണിലെ സിംകാർഡ് മാറ്റിയിടണം. ഞാനത് മറന്നു.” പവിത്ര പറഞ്ഞു. “അച്ഛാ...” സുദർശനന്റെ കൈത്തണ്ട പിടിച്ച് അവൾ സന്തോഷത്തോടെ മുഖത്തേക്കു നോക്കി. “അച്ഛനൊരു മാറ്റോം ഇല്ല കേട്ടോ...”

“മൂന്നു മാസംകൊണ്ട് എന്നാ മാറ്റം വരാനാ...”

“ചേച്ചിക്ക് നല്ല മാറ്റംണ്ട്. ഒരു ഫോറിൻ ലുക്കായി.” വിഷ്ണു വികാരാധീനനായി പറഞ്ഞു.

“വർത്തമാനമൊക്കെ നമുക്കു വീട്ടിൽ ചെന്നിട്ട് പറയാം... പോകാം...” സുദർശനൻ പവിത്രയോടു പറഞ്ഞു.

“അച്ഛാ എന്റെ കയ്യിലൊരു കുഞ്ഞിരിക്കുന്നതു കണ്ടില്ലേ.”

“ഡോക്ടറുടെ മോളല്ലേ. നീ പറഞ്ഞിട്ടൊണ്ടല്ലോ... അവര് വന്നിട്ടില്ലേ കുഞ്ഞിനെ കൊണ്ടുപോകാൻ?” സുദർശനൻ ആരാഞ്ഞു.

“ടീച്ചറൊണ്ട്. ഡോക്ടറിപ്പം എത്തും. എനിക്ക് ഒടനെ വീട്ടിലോട്ടു വരാൻ പറ്റുമെന്നു തോന്നുന്നില്ലച്ഛാ.” പവിത്ര അല്പം വല്ലായ്മയോടെ പറഞ്ഞു.

“അതെന്താ?”

“മിന്നുമോൾക്ക് ഇപ്പോൾ എന്നെ മാത്രമേ പരിചയമുള്ളൂ. ഞാനിപ്പം മോളെ അവരെ ഏൽപ്പിച്ചിട്ടു പോയാ അത് എന്നെ കാണാണ്ട് വെഷമിക്കും... കരഞ്ഞോണ്ടിരിക്കും.”

“മോളേ നിനക്കൊരു മകനൊണ്ട്. അവനവിടെ നിന്നേം കാത്ത് ഇരിക്കുവാ... അത് മറന്നോ.” സുദർശനൻ അമ്പരപ്പോടെ ചോദിച്ചു.

“രണ്ടു ദിവസംകൂടെ അവനിരുന്നോട്ടെ. എന്റെ മോനല്ലേ... അവനോട് പറഞ്ഞാ മനസ്സിലാകും. ഈ കുഞ്ഞിനോട് ഞാൻ എന്തു പറഞ്ഞിട്ടു പോകും. ഡോക്ടറുടെ വീട്ടുകാരുമായിട്ട് ഇവൾ പരിചയമായിക്കഴിഞ്ഞിട്ട് ഞാൻ വരാം.”

“ഞങ്ങള് നിന്നെ കൂട്ടിക്കൊണ്ടുപോകാൻ കാറുമായിട്ടാ വന്നേക്കുന്നെ.”

അപ്പോഴേക്കും ഇന്ദുമതി ടീച്ചർ ഇടപെട്ടു.

“അതു സാരമില്ല. കാറിന്റെ കൂലി ഞാൻ കൊടുത്തോളാം. മൂന്നോ നാലോ ദിവസത്തിനകത്ത് പവിത്രയെ ഞങ്ങളെത്തിച്ചോളാം അവിടെ.”

അച്ഛന്റെ മുഖത്തു മ്ലാനത പരക്കുന്നതു കണ്ടപ്പോൾ പവിത്രയ്ക്കു വല്ലായ്മ തോന്നി. വിദേശത്തുനിന്നു വരുന്ന മകളെ കൂട്ടിക്കൊണ്ടു വരാൻ കാറുംപിടിച്ച് എത്തിയതാണ്. നല്ല ഗമയിൽ തീക്കോയി പഞ്ചായത്തു പടിയിൽ ചെന്ന് കാറിൽ നിന്നിറങ്ങി ഞാനെന്റെ മോളെ നെടുമ്പാശേരി എയർപോർട്ടിൽ ചെന്ന് കൂട്ടിക്കൊണ്ടു വരികയാ എന്ന് അഭിമാനത്തോടെ പറയാൻ അച്ഛൻ ആഗ്രഹിക്കുന്നുണ്ടായിരിക്കും.

പവിത്ര നിസ്സഹായയായി നിൽക്കവേ ഡോക്ടർ വിജയാനന്ദ് കാറോടിച്ച്, അവർ കാത്തുനിൽക്കുന്ന ഭാഗത്ത് കൊണ്ടുവന്നു നിർത്തി.

“അച്ഛാ... എന്റെ ജോലീടെ ഭാഗമാ ഇതും. ഈ കുഞ്ഞിനെ വഴിയിലിറക്കി വിട്ടിട്ട് ഞാൻ വീട്ടിലേക്കു വരുന്നതു ശരിയല്ല. എനിക്കൊരുത്തരവാദിത്തമില്ലേ. അച്ഛനത് മനസ്സിലാക്കണം.”

സുദർശനൻ അത്ര തൃപ്തിയില്ലാതെ തലയാട്ടി.

പവിത്ര വിഷ്ണുവിനോടു പറഞ്ഞു: “മോനേ... ഞാനെത്തിയേക്കാം.”

“ചേച്ചി പതിയെ വന്നാ മതി.” അവൻ സമാധാനിപ്പിച്ചു.

“മോളേ, നീ കുഞ്ഞിനെയുംകൊണ്ട് ഫ്രണ്ടിലോട്ട് കേറിക്കോ.” ഇന്ദുമതി പറഞ്ഞു.

"ടീച്ചർ ഫ്രണ്ടിലിരുന്നാ മതി. ഞാനും മോളും ബാക്ക് സീറ്റിലിരുന്നോളാം."

"എന്റെ മോന് കുഞ്ഞിനെ കാണണ്ടേ. നീയവളേം കൊണ്ട് മുന്നിലോട്ടു കേറ്."

ഇന്ദുമതി പവിത്രയുടെ കൈപിടിച്ച് മുൻസീറ്റിന്റെ ഭാഗത്തേക്കു നീങ്ങി. ഡോർ തുറന്നു കൊടുത്തു. സീറ്റിലേക്കു കടന്നിരിക്കാൻ അവളെ സഹായിച്ചു.

ഇന്ദുമതി ലഗേജ് ഡിക്കിയിൽ എടുത്തുവയ്ക്കാൻ ബുദ്ധിമുട്ടുന്നതു കണ്ട് വിഷ്ണുവും സുദർശനനും സഹായിച്ചു.

അവരോട് നന്ദി പറഞ്ഞ് ഇന്ദുമതി കാറിൽ കയറി.

ഡോക്ടർ വിജയാനന്ദ് പവിത്രയുടെ കയ്യിൽനിന്നു മിന്നുമോളെ വാങ്ങി. അപ്പോഴും അവൾ കരഞ്ഞു.

"കഴിഞ്ഞ ഏഴു മാസംകൊണ്ട് എന്നെ മറന്നുപോയോ!" വിജയാനന്ദ് കുഞ്ഞിനോടു പരിഭവിച്ചു. ഒടുവിൽ പവിത്രയെതന്നെ തിരിച്ചേൽപിച്ചു.

"പവിത്ര കുറച്ചുകൂടി സ്മാർട്ടായി. യൂ ആർ ലുക്കിങ് സോ ക്യൂട്ട് ആൻഡ് യങ്. പ്രായം തോന്നുകയേ ഇല്ല."

പവിത്ര ഡോക്ടറുടെ കമന്റ് കേട്ട് ഇന്ദുമതിയെ പാളിനോക്കി.

"ഞാനും അവളോടു പറഞ്ഞു നല്ല മാറ്റംണ്ടെന്ന്." ടീച്ചർ മകനെ പിന്താങ്ങി.

ഡോക്ടർ എയർപോർട്ടിൽനിന്നുള്ള എക്സിറ്റ് റോഡിലൂടെ ഡ്രൈവ് ചെയ്തുകൊണ്ടിരുന്നു.

പവിത്ര ഇടയ്ക്കിടെ ഡോക്ടറെ ശ്രദ്ധിച്ചു. മരണം കാത്തുകിടന്ന മനുഷ്യൻ!

മരിക്കാൻ ഏതാനും സെക്കൻഡുകൾ മാത്രം അവശേഷിക്കുമ്പോഴാണ് ഓക്സിജൻ കൊടുക്കുന്ന ട്യൂബ് വിട്ടുകിടക്കുന്നത് തന്റെ ശ്രദ്ധയിൽ പെട്ടത്.

ഇപ്പോൾ തനിയെ കാറോടിക്കുന്നു!

"നടക്കാൻ തീരെ പറ്റത്തില്ലേ?" പവിത്ര ചോദിച്ചു.

"വീട്ടിൽ അല്പം നടക്കും. ചിലപ്പോൾ വോക്കർ യൂസ് ചെയ്യും. ക്രച്ചസും നോക്കാറുണ്ട്. ഭിത്തിയിൽ പിടിച്ചു നടക്കുന്നതാണ് ശരിക്കുള്ള എക്സർസൈസ്." വിജയാനന്ദ് പറഞ്ഞു.

"പക്ഷേ അരെങ്കിലും കൂടെ വേണം. വേച്ചുപോയാൽ താങ്ങാൻ." ഇന്ദുമതി ടീച്ചർ പറഞ്ഞു.

"ഡ്രൈവ് ചെയ്യാൻ ബുദ്ധിമുട്ടില്ലേ?"

"വലതുകാൽ ഓകെയാണ്. ഓട്ടമാറ്റിക് ഗിയറുള്ള കാറെടുത്തതുകൊണ്ട് ഇടതുകാലിന്റെ ഉപയോഗം വരാറില്ല."

"ഇടത്തേകാൽ ഇനി ശരിയാവത്തില്ലേ?"

"എല്ലാം ശരിയാകും. അതിന് ഇനിയൊരു സർജറീം കൂടിയുണ്ട്. ഡോക്ടേഴ്സ് കുറച്ച് ഇരുമ്പു കഷണങ്ങൾ മുട്ടിനും പാദത്തിനുമിടയ്ക്ക് ഫിറ്റ് ചെയ്തിട്ടുണ്ട്. അതെടുത്തുമാറ്റണം."

"ഈശ്വരാ... ഇനീം അത് കീറിമുറിക്കണോ..." പവിത്ര പരിതപിച്ചു.

വിജയാനന്ദ് അതു കേട്ടു ചിരിച്ചു.

"ഞാൻ ജീവിച്ചിരിക്കുന്നല്ലോ. അതിൽ കൂടുതൽ എന്താ വേണ്ടത്..."

ഒരു മണിക്കൂറിനുള്ളിൽ കാർ പള്ളിക്കരയിലുള്ള വീട്ടിലെത്തി.

പവിത്ര കാറിൽനിന്ന് ഇറങ്ങിയിട്ട് ചുറ്റുപാടുകൾ നോക്കി. രണ്ടുനിലയിൽ പണിത ഭംഗിയുള്ള വീട്. കാർപോർച്ചിൽ ഒരു കാർ കൂടി കിടപ്പുണ്ട്. സുന്ദരമായ ഡിസൈനിൽ സിമന്റ് ബ്ലോക്കുകൾ പാകിയ മുറ്റം. മുറ്റത്തിനും മതിലിനും ഇടയിൽ പൂച്ചെടികളും പൂച്ചട്ടികളും പരിപാലിക്കപ്പെടുന്ന ചെറിയ ഗാർഡൻ. മറ്റത്തുതന്നെ കിണർ. മതിൽകെട്ടിനു ചുറ്റുമായി വിസ്തൃതിയുള്ള പുരയിടം. നിറയെ തെങ്ങും മറ്റ് ഫലവൃക്ഷങ്ങളും. എല്ലായിടത്തും കിളികളുടെ കലപില ശബ്ദം.

"പിന്നീടെല്ലാം വിസ്തരിച്ചു കാണാം. ആദ്യം അകത്തോട്ട് കേറ്." ഇന്ദുമതി പറഞ്ഞു.

വീട്ടിൽ ആരൊക്കെയോ വന്നു ചേർന്നിട്ടുണ്ടെന്ന് പവിത്ര കണ്ടു. അതിഥികളാണ്. ഡോക്ടർ വിജയാനന്ദിന്റെ കുഞ്ഞിനെ കാണാൻ എത്തിയവർ.

തൃശ്ശൂരിലേക്കു കല്യാണം കഴിച്ചയപ്പിച്ച ഇളയ മകളെ ഇന്ദുമതി പവിത്രയ്ക്കു പരിചയപ്പെടുത്തി. രണ്ടോ മൂന്നോ വട്ടം ദീപജ്യോതിയിൽ വച്ചു കണ്ട ഓർമ്മയുണ്ടായിരുന്നു പവിത്രയ്ക്ക്. അമൃത എന്നാണു പേര്. കോളജ് അധ്യാപിക. ഭർത്താവും രണ്ടു കുട്ടികളും. പിന്നെ ഇന്ദുമതിയുടെ ഒരു സഹോദരനും സഹോദരിയും.

ആരൊക്കെ കൈ നീട്ടിയിട്ടും മിന്നുമോൾ പവിത്രയെ ഇറുങ്ങനെ അള്ളിപ്പിടിച്ച് തോളത്തു കിടന്നു. പകലും രാത്രിയുമെല്ലാം അങ്ങനെ തന്നെയായിരുന്നു. ഒരു വയസ്സു കഴിയുന്നതുവരെ കൂടെയുണ്ടായിരുന്ന ഡോക്ടർ വിജയാനന്ദ് അവളുടെ സ്മരണയിൽനിന്നു മാഞ്ഞുപൊയ്ക്കഴിഞ്ഞിരുന്നു. എങ്കിലും രണ്ടു ദിവസംകൊണ്ട് വിജയാനന്ദ് മകളുടെ വിശ്വാസം പിടിച്ചു പറ്റി.

പവിത്രയുടെ സാന്നിധ്യത്തിൽ ഡോക്ടറുടെ മടിയിലിരിക്കാനും സംസാരിക്കാനും തുടങ്ങി.

ഇന്ദുമതി മിന്നുമോളുടെ പരിഗണനയിൽ വരാൻ പിന്നെയും രണ്ടു ദിവസംകൂടി വേണ്ടിവന്നു.

"ഇനി വേണമെങ്കിൽ നിനക്ക് വീട്ടിൽ പോകാം. ഇത്തിരി കരഞ്ഞാലും ഞങ്ങൾ മാനേജ് ചെയ്തോളാം." ഇന്ദുമതി പറഞ്ഞു. "നീ പോകുന്നത് കാണാതിരുന്നാ മതി."

അതു മതിയാകുമോ എന്ന് പവിത്രയ്ക്കു സംശയമുണ്ടായിരുന്നു.

“പവിത്രേടെ ബാങ്ക് അക്കൗണ്ട് ഡീറ്റെയ്ൽസ് തരണം.” ഡോക്ടർ വിജയാനന്ദ് പറഞ്ഞു.

“എന്റെ അക്കൗണ്ട് ദീപജ്യോതിയിലെ ബാങ്കിന്റെ ബ്രാഞ്ചിലാ... അത് സാലറി അക്കൗണ്ടാ.” പവിത്ര പറഞ്ഞു.

“മതി... ദീപജ്യോതീന്ന് റിസൈൻ ചെയ്തതുകൊണ്ട് ബാങ്ക് നിന്റെ അക്കൗണ്ട് ക്ലോസ് ചെയ്യുകയൊന്നുമില്ല.” വിജയാനന്ദ് പറഞ്ഞു.

പവിത്ര അയാൾക്ക് തന്റെ അക്കൗണ്ട് നമ്പറും ഐഎഫ്എസ്സി കോഡും നൽകി.

“ഞാൻ ശമ്പളം തന്നില്ലല്ലോ. അതൊരു നാലോ അഞ്ചോ ഇൻസ്റ്റാൾമെന്റായിട്ട് അക്കൗണ്ടിലേക്കു ട്രാൻസ്ഫർ ചെയ്തോളാം.” വിജയാനന്ദ് പറഞ്ഞു.

“ഞാൻ കുറച്ചു പൈസ വാങ്ങീട്ടൊണ്ട്.”

“അതെല്ലാം സാലറി അക്കൗണ്ടിൽ ഉൾപ്പെടുത്തീട്ടുണ്ട്.” ഡോക്ടർ ചിരിച്ചു.

“ഞാൻ വീട്ടിൽ ചെന്നിട്ട് എന്താ ചെയ്യണ്ടേ... വേറെ ജോലി അന്വേഷിക്കണോ?”

“ആര് പറഞ്ഞു വേണംന്ന്. പവിത്ര ഓൺ ഡ്യൂട്ടിയിലാണ്. ഇന്നലെയും ഇന്നും നാളെയുമെല്ലാം. ജോലീന്നു പിരിച്ചയയ്ക്കുന്നതിനു മുൻപ് നോട്ടിസ് തരും.”

അതു കേട്ടപ്പോൾ പവിത്രയ്ക്കു ചിരി വന്നു.

പവിത്രയെ തീക്കോയി പഞ്ചായത്തുപടിയിലെ വീട്ടിലെത്തിക്കാൻ ഇന്ദുമതി ടീച്ചർ ഒരു ഡ്രൈവറെ വിളിച്ച് ഏർപ്പാടാക്കി.

കാറിൽ ഒരു ബാഗ് നിറയെ മിഠായികളും പലഹാരങ്ങളും വാങ്ങി വച്ചു.

“നിന്നെ അവിടെ കൊണ്ടുചെന്ന് വിടുമ്പോ ഞങ്ങളും കൂടെ വരണംന്നാരുന്നു ആഗ്രഹം. പക്ഷേ, മിന്നുമോളെ ഇവിടിട്ടിട്ടു പോകാൻ വയ്യല്ലോ. കൂടെ കൊണ്ടുവന്നാ ഞങ്ങൾ തിരിച്ചുവരുമ്പം നീ കാറിലില്ലെങ്കിൽ അവൾ കരയും.”

ഇന്ദുമതിയും വിജയാനന്ദും കൂടി പവിത്രയെ യാത്രയാക്കി.

വീട്ടിലേക്കു വരുന്ന വിവരം പവിത്ര ഫോൺചെയ്ത് അറിയിച്ചിട്ടുണ്ടായിരുന്നു.

പതിനൊന്നുമണിയോടെ അവൾ വീട്ടിലെത്തി.

കാർ ചെന്നു നിന്നതും വീട്ടിലുള്ളവരെല്ലാം മുറ്റത്തേക്ക് ഓടിയിറങ്ങി. അക്കൂട്ടത്തിൽ അപ്പുവിനെ കണ്ടതും പവിത്രയ്ക്കു സന്തോഷംകൊണ്ട് കരച്ചിൽ വന്നു. അവൾ വേഗം ചെന്ന് അവനെ വാരിയെടുക്കാൻ ഭാവിച്ചതും അവൻ പിണങ്ങി പിന്നോട്ടു മാറി.

“അയ്യോട പെണ്ണങ്ങിയോ? അമ്മയിങ്ങു വന്നല്ലോ പിന്നെയെന്താ...”

അവൾ കൈ നീട്ടിയപ്പോൾ അവൻ നിഷേധാർത്ഥത്തിൽ തലയാട്ടിക്കൊണ്ട് പിന്നാക്കം മാറി.

“ഇങ്ങു വന്നേടാ ചക്കരേ...” അവൾ ബലമായി അവനെ വാരിയെടുത്ത് തുരുതുരാ ഉമ്മവച്ചു. ആദ്യം കുതറിയെങ്കിലും മെല്ലെ അവൻ അമ്മയുടെ സ്നേഹലാളനകൾക്കു മുന്നിൽ കണ്ണീരോടെ കീഴടങ്ങി.

“നീയെന്നാടീ കണ്ണുനിറഞ്ഞ് നിൽക്കുന്നെ... കണ്ണിലീച്ച കേറിയോ?” പവിത്ര, ദീപയുടെ തോളത്തു ചെറിയൊരടി കൊടുത്തു. എന്നിട്ട് അവളെ ചേർത്തു പിടിച്ചു. അജിതമ്മ മകളെ സൂക്ഷിച്ചു നോക്കുന്നുണ്ടായിരുന്നു.

“അമ്മയ്ക്ക് ഞാൻ പോയതും പിടിച്ചില്ല, വന്നതും പിടിച്ചില്ല, അല്ലേ?” പവിത്ര നേർത്ത ചിരിയോടെ ചോദിച്ചു.

“അതെയെടീ അമ്മയാണല്ലോ എന്നും കുറ്റക്കാരി.” അജിതമ്മ പരിഭവിച്ചു.

പവിത്രയുടെ ബാഗെല്ലാം ഇറക്കിവച്ചിട്ട് ഡ്രൈവർ പോയി. അയർലൻഡിൽനിന്നു തിരിച്ചെത്തിയ പവിത്രയെ കാണാനും വിവരങ്ങളറിയാനും അയൽക്കാരിൽ ചിലർ എത്തി.

പകൽ മുഴുവൻ പവിത്ര വർത്തമാനത്തിരിക്കുകളിലായിരുന്നു. രാത്രി അപ്പുമോനെ കെട്ടിപ്പിടിച്ച് നേരത്തേ ഉറങ്ങാൻ കിടന്നു.

ഒരു കുഞ്ഞിന്റെ കരച്ചിൽ കേട്ട് അവൾ ഞെട്ടിയുണർന്നു. മിന്നുമോളുടെ കരച്ചിൽ! പവിത്ര പിടഞ്ഞെഴുന്നേറ്റ് മുൻവാതിൽക്കലേക്കു ചെന്നു.

അച്ഛൻ വാതിൽ തുറന്നുപിടിച്ചു നിൽക്കുന്നു.

അതിനപ്പുറം കരയുന്ന മിന്നുമോളുമായി ഇന്ദുമതി ടീച്ചറും ഡോക്ടർ വിജയാനന്ദും!

മുപ്പത്തിയൊന്ന്

മിന്നുമോളെ കണ്ടതും പവിത്ര വേഗം വാതിൽ കടന്ന് വരാന്തയിലേക്കിറങ്ങിച്ചെന്നു. പവിത്രയെ കണ്ടതും മിന്നുമോളുടെ കരച്ചിൽ ഉച്ചത്തിലായി. പവിത്ര അവളുടെ നേർക്ക് കൈകൾ നീട്ടിയെങ്കിലും അവൾ വാശിയോടെ കൈ തട്ടിയെറിഞ്ഞു. എന്നിട്ട് പവിത്രയുടെ നേർക്ക് ചീറിക്കരഞ്ഞു.

പവിത്ര അവളെ ഇരുകൈകൊണ്ടും വാരിയെടുത്ത് തോളത്തേക്കമർത്തി. മിന്നുമോൾ കുറച്ചു കുറുകുകയും പവിത്രയുടെ തലമുടി പിടിച്ചു വലിക്കുകയും ചെയ്തു. എങ്കിലും ഒടുവിൽ പതിയെ അവളുടെ കരച്ചിലടങ്ങി.

സുദർശനൻ ഇന്ദുമതിയേയും വിജയാനന്ദിനേയും അകത്തേക്കു വിളിച്ചിരുത്തി.

വിജയാനന്ദ് ക്രച്ചസിലാണ് വന്നത്.

ഈ പാതിരാത്രിക്ക് അവർ വന്നത് എന്തിനാണെന്നറിയാതെ സുദർശനൻ അന്തം വിട്ടു. അതേപ്പറ്റി ചദിച്ചപ്പോൾ ഇന്ദുമതി പറഞ്ഞു: “സന്ധ്യയായപ്പം മുതലേ മോള് കരച്ചിലു തൊടങ്ങി. പകൽ വല്യ കുഴപ്പമില്ലായിരുന്നു. ഇപ്പോ അവൾക്ക് അമ്മയെ കാണണം. എന്തൊക്കെ പറഞ്ഞിട്ടും ചെയ്തിട്ടും കരച്ചില് നിർത്തുന്നില്ല. അതുകൊണ്ടാ ഈ നേരത്ത് വന്നു നിങ്ങളെ ശല്യപ്പെടുത്തിയത്.”

“എന്നാലും എറണാകുളം മുതൽ ഇവിടംവരെ കാറോടിച്ച്...” സുദർശനന് ആശ്ചര്യം വിട്ടുമാറുന്നില്ല.

“കാരണം ഇപ്പോ മനസ്സിലായല്ലോ. കരച്ചില് നിന്നതു കണ്ടോ?” ഇന്ദുമതി വരാന്തയുടെ നേർക്ക് കൈചൂണ്ടി പറഞ്ഞു.

മിന്നുമോളെ തോളത്തിട്ട് പവിത്ര വരാന്തയിൽകൂടി നടക്കുന്നുണ്ടായിരുന്നു. അല്പനേരത്തെ സാന്ത്വനപ്പെടുത്തലും ലാളനയും കൊണ്ട് മിന്നുമോൾ സന്തുഷ്ടയായിക്കഴിഞ്ഞു. ഏതാനും മിനിറ്റുകൾക്കകം പവിത്രയുടെ തോളത്തു പറ്റിച്ചേർന്ന് അവൾ ഉറങ്ങുകയും ചെയ്തു.

ഇന്ദുമതിയും വിജയാനന്ദും വന്ന കാർ വീടിനു താഴെ റോഡരുകിൽ പാർക്ക് ചെയ്തിരിക്കയാണ്.

പവിത്ര മിന്നുമോളേയുംകൊണ്ട് ഇരിപ്പുമുറിയിലേക്കു വന്നു.

"ഉറങ്ങിയോ?" ഇന്ദുമതി ചോദിച്ചു.

"ഉം..." പവിത്ര മൂളി.

"കരഞ്ഞു തളർന്നിട്ടാ... രാത്രീംകൂടെ നിന്നെ കാണാതിരുന്നപ്പോ അവൾക്ക് വല്യ വെഷമമായിപ്പോയി." ഇന്ദുമതി പറഞ്ഞു.

"ഇനീപ്പം എന്താ ചെയ്യണ്ടേ?" പവിത്ര ചോദിച്ചു.

"നീയുംകൂടി വാ...അല്ലാണ്ടെന്താ വഴി."

ഇന്ദുമതി ഗത്യന്തരമില്ലാത്തപോലെ പറഞ്ഞു.

"ഞാൻ ഇങ്ങു വന്നതല്ലേയുള്ളൂ."

"അതിനെന്താ? വന്ന് എല്ലാവരേം കണ്ടില്ലേ. കൂടെക്കൂടെ വന്നും പോയും നിന്നാപ്പോരേ?"

"അപ്പുമോനെ ഞാൻ ശരിക്കൊന്നു കണ്ടതുപോലുമില്ല."

"അവനെക്കൂടെ കൊണ്ടുപോകാം എറണാകുളത്ത്. അവനും ഒരു ചെയ്ഞ്ചാകട്ടെ."

"അവനിവിടെ സ്കൂളിൽ പോകണ്ടേ." സുദർശനൻ ചോദിച്ചു. അജിതമ്മ ഇതിലൊന്നും ഇടപെടാതെ കിടപ്പുമുറിയുടെ പാതിതുറന്ന വാതിലും പിടിച്ച് നിൽക്കുകയാണ്.

"ഒരു ദിവസം ലീവെടുക്കട്ടെ. മറ്റന്നാൾ കൊണ്ടുവന്നു വിടാം." ഇന്ദുമതി നിർദേശിച്ചു.

"ഞാനങ്ങോട്ടു വന്നാലും തിരിച്ചുപോരുമ്പം ഇതേ കരച്ചിലും ശാഠ്യോം ഒണ്ടാവൂല്ലോ." പവിത്ര ആശയക്കുഴപ്പത്തിൽ പെട്ടപോലെ പറഞ്ഞു.

"തിരിച്ചു പോരണ്ട. പള്ളിക്കരെ ഞങ്ങടെ വീട്ടിൽ താമസിക്കാല്ലോ." വിജയാനന്ദ് നിർദേശിച്ചു.

"മോന്റെ കൂടെ ഞാൻ കുറച്ചുദിവസമെങ്കിലും നിൽക്കണ്ടേ ഡോക്ടർ."

"അത്രേയുള്ളോ കാര്യം. എല്ലാ ദിവസോം സ്കൂൾ വിടുമ്പം മോൻ എറണാകുളത്തേക്കു വരട്ടെ. രാവിലെ കൊണ്ടുവിടാനും വൈകുന്നേരം കൂട്ടിക്കൊണ്ടു പോകാനും ഒരു കാറും ഡ്രൈവറും ഉണ്ടാകും... അതു പോരേ?" ഇന്ദുമതി ചോദിച്ചു.

"എന്നും രണ്ടുതവണ എറണാകുളത്തേക്കു പോകാനും വരാനും എന്നാ ബുദ്ധിമുട്ടാ." സുദർശനൻ ചോദിച്ചു.

"രണ്ടുതവണ എന്തിനാ രാവിലെ കൊണ്ടുവിടുന്ന കാർ സ്കൂൾ വിടുന്നതു വരെ അവിടെ വെയ്റ്റ് ചെയ്യും. വിട്ടാലുടനെ കയറ്റിക്കൊണ്ടു പോകും." വിജയാനന്ദ് പറഞ്ഞു.

"അതൊക്കെ വല്യ ചെലവല്ലേ. എന്തുമാത്രം പെട്രോളടിച്ചാലാ..." സുദർശനൻ അമ്പരപ്പിൽ ചോദിച്ചു.

“അതു സാരമില്ല. കുറച്ചുദിവസം അങ്ങനെ നോക്കാം.”

“ഞാനിപ്പത്തന്നെ വരണോ?” പവിത്ര ചോദിച്ചു.

“വേണം... വേണം... പവിത്ര ഡ്യൂട്ടിയിലാണെന്ന് വിചാരിച്ചാ മതി. വിസിറ്റിങ് വീസ മൂന്നുമാസത്തിൽ കൂടുതൽ കിട്ടാത്തതുകൊണ്ടാ നീയിപ്പോ അയർലൻഡിൽനിന്നു തിരിച്ചുപോരേണ്ടി വന്നത്. ആറു മാസത്തെ വിസിറ്റിങ് വീസയായിരുന്നെങ്കിൽ നീയിപ്പഴും അയർലൻഡിൽ തന്നെ കഴിയേണ്ടി വന്നേനേ. അതിനേക്കാൾ എത്ര ഭേദമാണിത്. നിന്റെ മോനുവേണ്ടി ഒരു കാർ വിട്ടുതരാംന്നു പറഞ്ഞില്ലേ?” ഇന്ദുമതി ഗൗരവത്തിലായി.

പവിത്ര അച്ഛനേയും അമ്മയേയും നോക്കി. രണ്ടുപേരും ആകാംക്ഷാഭരിതരാണ്.

പവിത്ര മിന്നുമോളെയും കൊണ്ട് മുറിയിലേക്കു പോയി. മോളെ കട്ടിലിൽ കിടത്തിയിട്ട് പത്തുമിനിറ്റിനുള്ളിൽ പോകാനൊരുങ്ങി. ബാഗ് പാക്ക് ചെയ്തു. ഉറങ്ങുന്ന അപ്പുമോന് മുത്തംകൊടുത്ത് മിന്നുമോളെയും എടുത്ത് ലിവിങ്റൂമിലേക്കു ചെന്നു.

“നീ ഈ രാത്രീലെങ്ങോട്ടാ?” അജിതമ്മ ചോദിച്ചു.

“ഇതുവരെ സംസാരിച്ചതൊന്നും അമ്മ കേട്ടില്ലേ.” പവിത്ര മറുചോദ്യമിട്ടു.

“നീ ഇന്നിങ്ങു വന്നതല്ലേയുള്ളൂ. നാളെ നാട്ടുകാര് ചോദിച്ചാ ഞാനെന്നാ പറയും പവിത്രേ...?”

“അമ്മ പറയണ്ട. അച്ഛൻ പറഞ്ഞോളും. അച്ഛനറിയാം എന്നാ പറയണംന്ന്.”

വിജയാനന്ദും ഇന്ദുമതിയും പോകാനെഴുന്നേറ്റു. “പാതിരാത്രിക്കു വന്നു ബുദ്ധിമുട്ടിച്ചത് ക്ഷമിച്ചേക്കണേ... വേറൊരു നിവൃത്തിയില്ലാഞ്ഞിട്ടാ... അമ്മയില്ലാത്ത കുഞ്ഞല്ലേ.”

നടക്കണമെങ്കിൽ വിജയാനന്ദിന് ക്രച്ചസ് വേണമായിരുന്നു. റോഡിൽ നിന്ന് പടികൾ കയറാനും ഇറങ്ങാനും ക്രച്ചസ് കൂടിയേ കഴിയൂ. വിജയാനന്ദ് കാറിൽ കയറിയപ്പോൾ ഇന്ദുമതി ക്രച്ചസ് എടുത്തുകൊണ്ടുപോയി ഡിക്കിയിൽ വച്ചു.

പവിത്ര മിന്നുമോളെയും കൊണ്ട് കയറിയിരുന്നു കഴിഞ്ഞു. ഇന്ദുമതി ഫ്രണ്ട്സീറ്റിൽ കയറി. വിജയാനന്ദ് ഡ്രൈവ് ചെയ്തു.

അവർ എറണാകുളത്ത് പള്ളിക്കരയിലെ വീട്ടിൽ എത്തിയപ്പോൾ വെളുപ്പിന് മൂന്നുമണിയോടടുത്തു. പവിത്രയുടെ മുറി ഒഴിച്ചിട്ടിട്ടുണ്ടായിരുന്നു. ഇന്ദുമതി അവളെയും മിന്നുമോളെയും മുറിയിലെത്തിച്ച് കിടത്തിയശേഷം ഉറങ്ങാനായി പോയി.

അടുത്തദിവസം ഉച്ചതിരിഞ്ഞപ്പോൾ പവിത്രയ്ക്ക് പോകാൻ ഇന്ദുമതി കാറും ഡ്രൈവറും ഏർപ്പാടാക്കി.

“വീട്ടിൽചെന്ന് മേനേംകൂട്ടി ഇങ്ങു പോന്നാ മതി. ബാക്കിയൊക്കെ ഞങ്ങള് നോക്കിക്കോളാം.” ഇന്ദുമതി പറഞ്ഞു.

കാറുമായി പവിത്ര തീക്കോയിലെ വീട്ടിലെത്തി. വീണ്ടും അരമണിക്കൂർ കഴിഞ്ഞാണ് അപ്പു സ്കൂൾവിട്ടു വന്നത്. അമ്മ താമസിക്കുന്നിടത്തേക്ക് പോകാം എന്നുപറഞ്ഞ് പവിത്ര അവനെ കുളിപ്പിച്ചൊരുക്കി വേറെ ഡ്രസ്സിടു വിച്ചു. യാത്രപോകാൻ അവനിഷ്ടമാണ്. അതിനാൽ അവൻ തുള്ളിച്ചാടിക്കൊണ്ടു നടന്നു.

“അമ്മേ, ഞങ്ങളിനി കുറച്ചു ദിവസം എറണാകുളത്താ. മോനെ അവിടുന്നു കാറിൽ കൊണ്ടുവന്ന് സ്കൂളിൽ വിടും. തിരിച്ചു കൂട്ടിക്കൊണ്ടു പോവുകേം ചെയ്യും.” പവിത്ര പറഞ്ഞു.

“എന്നാ സൂക്കേടാണെന്നറിഞ്ഞൂടാ...” അജിതമ്മയ്ക്ക് ദേഷ്യമായിരുന്നു.

മോനേയുംകൂട്ടി പള്ളിക്കരയ്ക്കു പോകുന്ന കാര്യം പവിത്ര ഫോൺ ചെയ്ത് സുദർശനനോടു പറഞ്ഞിട്ടുണ്ടായിരുന്നു. വിഷ്ണുവിനോടും ദീപയോടും യാത്ര പറഞ്ഞ് പവിത്ര മോനേയുംകൊണ്ട് കാറിൽ എറണാകുളത്തേക്കു മടങ്ങി.

പിന്നീടുള്ള ദിവസങ്ങളിൽ അതൊരു ദിനചര്യയായി മാറി.

ഡ്രൈവർ അപ്പുമോനെ കാറിൽ കൊണ്ടുവന്ന് സ്കൂളിൽ വിടും. വൈകുന്നേരം കൂട്ടിക്കൊണ്ടു പോകും. ചില ദിവസങ്ങളിൽ മോനോടൊപ്പം പവിത്രയും പോരും. വൈകുന്നേരംവരെ തീക്കോയിലെ വീട്ടിൽ സമയം ചെലവഴിക്കും. സ്കൂൾ വിടുമ്പോൾ മോനെയുംകൂട്ടി എറണാകുളത്തേക്കു മടങ്ങും. ചിലപ്പോൾ മിന്നുമോളും പവിത്രയോടൊപ്പം വരും. പവിത്രയോടൊപ്പം അവൾ വീട്ടിലിരിക്കും. വൈകുന്നേരം മൂന്നുപേരുംകൂടി പള്ളിക്കരയ്ക്കു മടങ്ങും.

ഒരു ദിവസം ഇന്ദുമതി പവിത്രയോടു പറഞ്ഞു: “നിന്റെ മൂന്നു മാസത്തെ ശമ്പളം അയർലൻഡിൽ ജോലി ചെയ്തതിന്റെ പല ഇൻസ്റ്റാൾമെന്റായി ബാങ്കിലിട്ടിട്ടുണ്ട്. പൈസയില്ലാഞ്ഞിട്ട് ആവശ്യങ്ങളൊന്നും മാറ്റിവെക്കണ്ട.”

ഓരോ തവണയും പവിത്രയുടെ അക്കൗണ്ടിലേക്ക് പണം നിക്ഷേപിച്ചതിന്റെ കൗണ്ടർഫോയിലും പവിത്രയ്ക്കു കിട്ടി. തുകയുടെ വലുപ്പം കണ്ട് അവൾ അവിശ്വാസത്തോടെ വീണ്ടും വീണ്ടും നോക്കി. മൂന്നു ലക്ഷം രൂപ!

“ഇത് അയർലൻഡിൽ പോയി ജോലിചെയ്ത ശമ്പളമാണ്. ഇവിടെ അത്രയും തരില്ല കേട്ടോ.” ഇന്ദുമതി ചെറുചിരിയോടെ പറഞ്ഞു.

“മുമ്പ് പലതവണയായി എനിക്ക് അമ്പതിനായിരം തന്നിട്ടൊണ്ട്.” പവിത്ര ഓർമ്മിപ്പിച്ചു.

“അത് സാലറി അഡ്വാൻസ്.”

“ഞാനിതിന്റെ പകുതിപോലും പ്രതീക്ഷിച്ചില്ല. എന്റെവീസ, ഫ്ളൈറ്റ്

ടിക്കറ്റ്, മെഡിക്കൽ, മറ്റ് ചെലവുകൾ എല്ലാം നിങ്ങൾതന്നെയല്ലേ എടുത്തത്..." പവിത്ര വിനയാന്വിതയായി.

"ശരിയാണ്. പക്ഷേ കൂടുതലൊന്നും തന്നിട്ടില്ല. നീ ചെയ്ത ജോലിക്കുള്ള ശമ്പളമാണ്. നിനക്കുപകരം മറ്റൊരാളാണെങ്കിലും ഞങ്ങളിത്രയും തന്നെ കൊടുക്കും."

പവിത്രയുടെ കണ്ണിൽ നന്ദിയും കടപ്പാടും ആനന്ദവും നനവായി ഊറിവന്ന് തിളങ്ങി.

"ഇവിടെ നീ ജോലി ചെയ്യുന്ന ശമ്പളം ഇതുവരെ നിശ്ചയിച്ചിട്ടില്ല. അത് ആലോചിച്ച് പറയാം." ഇന്ദുമതി ടീച്ചർ പറഞ്ഞു.

പവിത്രയ്ക്ക് ആ വീട്ടിൽ കിട്ടുന്ന സ്നേഹവും സ്ഥാനവും ആ കുടുംബത്തിലെ അംഗം എന്നതിനു തുല്യമായിരുന്നു. ഡോക്ടർ വിജയാനന്ദിന്റെ തുടർചികിത്സയുടെ കാര്യത്തിൽ പവിത്രയുടെ അഭിപ്രായം ഇന്ദുമതി ടീച്ചർ കണക്കിലെടുത്തിരുന്നു. പതിയെപ്പതിയെ കുടുംബകാര്യ നടത്തിപ്പുകളിലേക്കുകൂടി പവിത്രയുടെ താൽപര്യവും അഭിപ്രായവും അവർ ആരാഞ്ഞു.

ഓരോ ദിവസവും വീട്ടിൽ എന്തൊക്കെ വെച്ചു വിളമ്പണം, എന്തൊക്കെ സാധനങ്ങൾ വാങ്ങണം എന്ന ഉത്തരവാദിത്തം കൂടി ഇന്ദുമതി പവിത്രയ്ക്ക് ഏൽപ്പിച്ചു കൊടുത്തു. ഇന്ദുമതി ടീച്ചർ മെല്ലെ കുടുംബകാര്യങ്ങളുടെ ചുമതലയിൽനിന്ന് ഒഴിഞ്ഞുമാറുന്നതുപോലെയാണ് പവിത്രയ്ക്ക് ആദ്യം തോന്നിയത്.

ജിബിയ ഫോൺ ചെയ്തപ്പോൾ പവിത്ര തന്റെ ഇപ്പോഴത്തെ ജീവിതത്തെപ്പറ്റി വിശദമായി വെളിപ്പെടുത്തി.

ജിബിയ എല്ലാം മൂളിക്കേട്ടു. ഒടുവിൽ ചോദിച്ചു:

"അപ്പുക്കുട്ടനോട് എങ്ങനെയാ അവര്?"

"ഒരിഷ്ടക്കേടും ഇല്ല. അവനെ സ്കൂളിൽ വിടാൻവേണ്ടി ഓരോ ദിവസോം രണ്ടായിരം രൂപയെങ്കിലും ചെലവാകുന്നൊണ്ട്. അതൊന്നും അവർക്കൊരു പ്രശ്നമല്ല."

"എന്നാൽ ടിസി വാങ്ങി എറണാകുളത്തെ ഏതെങ്കിലും സ്കൂളിൽ ചേർത്തു കൂടേ?"

"ഞാനതും ആലോചിച്ചു ബിയാ... പക്ഷേ, എറണാകുളത്ത് എത്ര നാൾ താമസിക്കേണ്ടിവരുമെന്ന് അറിയില്ലല്ലോ."

"നീ പറഞ്ഞതൊക്കെ കേട്ടിട്ട് നിന്നെ അവര് ഉടനെയൊന്നും വിട്ടുകളയത്തില്ലെന്നാ എനിക്കു തോന്നുന്നെ." ജിബിയ പറഞ്ഞു.

"ഒന്നും പറയാൻ പറ്റത്തില്ല ബിയാ. മിന്നുമോള് അവരുമായിട്ട് നന്നായി ഇണങ്ങിക്കഴിഞ്ഞാപ്പിന്നെ എന്നെക്കൊണ്ട് എന്താ ആവശ്യം?"

"നിന്റെ സ്വഭാവോം പെരുമാറ്റോം ഒക്കെ അവർക്കിഷ്ടമായി. പിന്നെ ജോലിയിലൊള്ള ആത്മാർത്ഥത, കുഞ്ഞിനോടുള്ള സ്നേഹം, വാത്സല്യം, പാചകം, വീട് വൃത്തിയാക്കി സൂക്ഷിക്കാനൊള്ള കഴിവ്... ഇങ്ങനെ

എല്ലാം തെകഞ്ഞ ഒരു ആയയെ, അല്ലെങ്കിൽ ഹോംനഴ്സിനെ അവർക്കെവിടെ കിട്ടും."

"ബായാ... എന്നെ ഒരുപാട് പൊക്കല്ലേടീ..."

ജിബിയ അതുകേട്ട് ചിരിച്ചു.

"എടീ, ഞാനൊരുകാര്യം ചോദിച്ചാ നിനക്ക് കൃത്യമായിട്ട് ആൻസറ് പറയാമോ?

"ങാ, ചോദിക്ക്..." പവിത്ര തയ്യാറായി.

"ആ ഡോക്ടർക്ക് നിന്നോട് എന്തേലും ഒണ്ടോ?"

"എന്തേലുംന്നുവെച്ചാ...?" പവിത്ര ജാഗരൂകയായി.

"ഒരിഷ്ടക്കൂടുതൽ..."

"ഇഷ്ടക്കുറവൊന്നുമില്ല. വല്യ സ്നേഹമാ. ഞാനടുത്തു ചെല്ലുമ്പഴും സംസാരിക്കുമ്പഴുമൊക്കെ നല്ല സന്തോഷമാ... ഇത്തിരി കൂടുതലല്ലേന്ന് എനിക്ക് ചെലപ്പം സംശയം തോന്നാറൊണ്ട്."

"നീ രക്ഷിച്ചയാളല്ലേ. ഒരു കടപ്പാടൊക്കെ മനസ്സിൽ കാണും. പിന്നെ, ഭാര്യയില്ലല്ലോ. ആ കുഞ്ഞിന്റെ കാര്യത്തിലാണെങ്കി നിനക്കു പകരം വേറൊരാളെ അവർക്കു ചിന്തിക്കാൻപോലും പറ്റത്തില്ലായിരിക്കും."

"നീയെന്നതാ ബിയാ പറഞ്ഞോണ്ടു വരുന്നെ?"

"എനിക്കറിയാമ്മേല. നമുക്ക് വെയ്റ്റ് ചെയ്യാം." ജിബിയ പറഞ്ഞു.

"ബിയാ..."

"എന്താടീ..."

"നിനക്ക് ഐഎൽടീയെസ് പഠിക്കണ്ടേ?"

"ഓ അതൊക്കെ ഇനി എന്നു നടക്കാനാ. കടങ്ങള് തീരണെങ്കി ഇവിടെ രണ്ടുകൊല്ലമെങ്കിലും ജോലി ചെയ്യേണ്ടി വരും. അതുകഴിഞ്ഞു നാട്ടിൽവന്ന് ഐഎൽടീയെസ് പഠിച്ച്, അതു ജയിച്ച്, ഏതെങ്കിലും വിദേശ രാജ്യത്തുപോയി ജോലി ചെയ്ത് പൈസ മിച്ചംവെച്ച്... അങ്ങനൊക്കെ ആലോചിച്ചു നോക്കുമ്പം ഒരിക്കലും ചെല്ലാൻ പറ്റാത്തത്രേം ദൂരമൊള്ള പോലെ തോന്നുവാ."

"എടീ ഞാനൊരു കാര്യം പറയട്ടെ."

"പറ..." ജിബിയ കാതോർത്തു.

"നീ അവിടുത്തെ ജോലിയൊക്കെ കളഞ്ഞിട്ട് ഇങ്ങോട്ടു വാ..."

"കളഞ്ഞിട്ടു വരാനോ?"

"ങും. വാ..."

"എടീ മോളേ, കുടുംബം കഴിയണ്ടേ. കടങ്ങള് തീർക്കണ്ടേ... ഒന്നുമായിട്ടില്ല."

"അതാ പറഞ്ഞത് കേറിപ്പോരാൻ. വന്ന് അയ്യെൽടീയെസ് പഠിക്ക്. മനസ്സുവെച്ച് പഠിച്ചു പാസ്സാക്."

"നടക്കുന്ന കാര്യം വല്ലതും പറ കൊച്ചേ."

"ഇതു നടക്കും. നീ ഇവിടെ വന്ന് ആ കോഴ്സിനു ചേർന്നു പഠിക്ക്. നിന്റെ ഫീസിനും എക്സാമിനും വീട്ടുച്ചെലവിനും ഒള്ള പൈസ ഞാൻ തരാം."

"നീയോ, നീ എവിടന്നു തരാൻ?"

"എനിക്കു ശമ്പളം കിട്ടീന്ന് ഞാൻ പറഞ്ഞില്ലാരുന്നല്ലോ. അതീന്നു തരും."

"അത് നിന്റെ ആവശ്യങ്ങഅൾക്കു പോലും തെകയാതിരിക്കുമ്പളാ... നിനക്കിനീം പോകേണ്ടതല്ലേ?"

"അതൊന്നും സാരമില്ലെടാ... എനിക്കിപ്പം ഒരു കോൺഫിഡൻസൊക്കെ ആയിട്ടൊണ്ട്, എന്റെ കാര്യങ്ങെളൊക്കെ നടക്കുംന്ന്."

"എന്നാലുംവേണ്ട. പിച്ചപ്പാത്രത്തീന്നുകയ്യിട്ടുവാരാൻ വന്നവളാകത്തില്ലേ ഞാൻ."

"ഞാൻ പറയുന്നതു കേൾക്ക് പെണ്ണേ... അവിടെ നിന്നിട്ട് രക്ഷയില്ലെങ്കി ഇങ്ങ് വാ... നീയത് പഠിക്ക്. നല്ല സ്കോർ കിട്ടിയാ നിനക്ക് യൂറോപ്പിലോ അമേരിക്കേലോ എവിടെങ്കിലും പോകാല്ലോ."

"അതിന് കയ്യിൽ ലക്ഷങ്ങൾ വേണം മോളേ. കുട്ടിക്കളിയൊന്നുമല്ല."

"നീ എന്നോടു പറയാറില്ലേ...എന്തുകിട്ടും എന്നാലോചിച്ച് വെറുതെ സമയം കളയരുതെന്ന്. ആദ്യം എനിക്കതിൽ അത്ര വിശ്വാസം ഇല്ലായിരുന്നു. നിന്റെ നിർബന്ധംകൊണ്ടാ ജിഡിഎ പഠിച്ചത്. പഠിച്ചു പാസ്സായിട്ടും ജോലി കിട്ടും ന്നോ അതുകൊണ്ട് രക്ഷപ്പെടാമെന്നോ ഒരു വിശ്വാസോം ഇല്ലാരുന്നു. നിന്നെ വിശ്വസിച്ചുമാത്രം ചെയ്തതാ. എന്നിട്ടിപ്പം ഞാനെവിടെ നിൽക്കുന്നു. ഇതുവല്ലതും ഞാനോ നീയോ സ്വപ്നത്തിൽപോലും വിചാരിച്ചിരുന്നതാണോ ഇപ്പം എനിക്കു നിന്റെ വാക്കിൽ നിന്നേക്കാൾ വിശ്വാസം ഒണ്ട്. നമ്മൾ ചെയ്യാനുള്ളത് ചെയ്യുക. വരും വരായ്ക നോക്കാതെ ചെയ്യുക. അതിനൊരു ഫലം ഒണ്ടാകും.."

പവിത്ര പ്രോത്സാഹിപ്പിച്ചു.

എന്നിട്ടും ജിബിയ അറച്ചു നിന്നു.

"എന്നെ താങ്ങാൻ നിനക്കു പറ്റോ പവീ. നീ വെഷമിക്കും. മൂന്നു മാസം പഠിച്ചതുകൊണ്ട് നമുക്കാവശ്യമുള്ള സ്കോർ കിട്ടണംന്നില്ല. എക്സാം ഫീസ് തന്നെ നല്ല തുകയാകും. പിന്നേം പഠിക്കണം. ഫീസ് കെട്ടണം. അതിനൊക്കെ പുറമേ വീട്ടിലും കൊടുക്കണ്ടേ. ഇല്ലെങ്കി, വീടുപോലും പണയംവെച്ചിട്ട് പോയതല്ലേടീ എന്നിട്ടെന്തായീന്നും ചോദിച്ച് എന്നെ പൊരിക്കും."

"നീ രണ്ടുകയ്യും വിട്ട് ധൈര്യമായിട്ട് ചാട്. എന്നോടു നീ അങ്ങനെ പറഞ്ഞിട്ട് ചാടിപ്പോന്നവളാ ഞാൻ... അതുതന്നെയാ എനിക്കു നിന്നോടും പറയാനുള്ളത് ഞാനില്ലേടീ."

മറുവശത്ത് മിണ്ടാട്ടമില്ല.

"ബിയാ...നീയെന്നാ മിണ്ടാത്തെ?"

"ന്നാലും നീയെന്നെ ഹെൽപ് ചെയ്യാന്നു പറഞ്ഞല്ലോന്നോർത്തിട്ട്..." ജിബിയായുടെ വാക്കുകളിൽ ഗദ്ഗദം കലർന്നിരുന്നു.

"ഓ നീയിതിനകത്ത് സെന്റിമെന്റ്സൊന്നും ഇടണ്ട. എത്രയും പെട്ടെന്നു കേറിപ്പോന്നേച്ചാ മതി. ഒന്നും പറ്റിയില്ലെങ്കിൽ നമുക്ക് നമ്മുടെ നാട്ടിൽ കിട്ടുന്ന ശമ്പളത്തിന് ജോലി ചെയ്യാമെന്നേ." പവിത്ര അവളെ ധൈര്യപ്പെടുത്തി.

"ഇന്നുമുതൽ ഞാൻ നോക്കാൻ പോകുവാ. ഫ്ളൈറ്റ് ചാർജ് ഏറ്റവും കുറവുള്ള ദിവസം ഏതാണെന്ന്. അതുവരെ ഞാനിവിടെ ജോലി ചെയ്യും."

"ഫ്ളൈറ്റ് ടിക്കറ്റിനുള്ള പൈസ ഇട്ടു തരണോ?"

"വേണ്ട വേണ്ട... അതൊക്കെ ഞാനിവിടെ സംഘടിപ്പിച്ചോളാം."

അങ്ങനെ രണ്ടുപേർ തമ്മിൽ ധാരണയായി.

മൂന്ന് ആഴ്ചകൾക്കുശേഷം ഒരു ദിവസം ജിബിയ കുവൈറ്റിനോടു വിടപറഞ്ഞ് വിമാനം കയറി.

ജിബിയ നെടുമ്പാശ്ശേരി എയർപോർട്ടിൽ വന്നിറങ്ങുമ്പോൾ പവിത്ര അവിടെ കാറുമായി കാത്തുകിടപ്പുണ്ടായിരുന്നു. അവൾ ജിബിയയെ എതിരേറ്റ് കാറിൽ കയറ്റി പള്ളിക്കരയിലെ വീട്ടിലേക്കു കൊണ്ടുപോയി.

ജിബിയയ്ക്ക് അവിടേക്കു പോകാൻ മടിയായിരുന്നു.

"എനിക്കു പരിചയംപോലുമില്ലാത്ത ആൾക്കാരല്ലേ. അവരെന്നാ വിചാരിക്കും, ക്ഷണിക്കാതെ കേറിച്ചെല്ലുമ്പം."

"നിന്നെ നേരിട്ട് കണ്ടിട്ടില്ലെന്നേയുള്ളൂ. നമ്മൾതമ്മിലുള്ള ബന്ധം ടീച്ചർക്കും ഡോക്ടർക്കും നല്ലപോലെ അറിയാം. അവരു നിർബന്ധിച്ചിട്ടാ ഞാൻ കാറും ഡ്രൈവറുമായിട്ട് എയർപോർട്ടിൽ വന്ന് നിന്നെ പിക്ക് ചെയ്തത്." പവിത്ര അവളെ സമാശ്വസിപ്പിച്ചു.

അവർ ഡോക്ടർ വിജയാനന്ദിന്റെ വീട്ടിൽ എത്തി.

ഇന്ദുമതി ടീച്ചറും വിജയാനന്ദും സിറ്റൗട്ടിൽ കാത്തിരിക്കുന്നുണ്ടായിരുന്നു.

പവിത്ര ജിബിയയെ കാറിൽനിന്ന് ഇറക്കിക്കൊണ്ടുപോയി പരിചയപ്പെടുത്തി.

"ഇതാണെന്റെ കൂട്ടുകാരി... ഒരൊറ്റയെണ്ണമേയുള്ളൂ. ഇതെന്റെ ചങ്കാണ്." പവിത്രയുടെ വർത്തമാനം കേട്ട് ഇന്ദുമതി ചിരിച്ചു.

"നല്ല പരിചയംണ്ട് കേട്ടോ. ഇവളെല്ലാം പറഞ്ഞിട്ടൊണ്ട്." വിജയാനന്ദിന്റെ മടിയിലിരുന്ന മിന്നുമോൾക്കും പവിത്ര ജിബിയയെ പരിചയപ്പെടുത്തി.

"അമ്മ പറഞ്ഞിട്ടില്ലേ ഒരു കൂട്ടുകാരിയുടെ കാര്യം... ആ ആന്റിയാ ഇത്... നല്ലപോലെ നോക്ക്, ഫോട്ടോ ഓർക്കുന്നില്ലേ."

മിന്നുമോൾ ജിബിയയെ അടിമുടി നോക്കി. കൗതുകത്തോടെ തലയാട്ടി. ജിബിയ ഷേക്ക്ഹാൻഡിനു കൈ നീട്ടിയപ്പോൾ അവൾ മടികൂടാതെ കൈ കൊടുത്തു.

"ജിബിയാ, അകത്തു കേറി വാ. ഇത് അന്യവീടായിട്ട് കാണണ്ട. പവിത്രയെ ഞങ്ങൾക്കു തന്നത് നീയല്ലേ."

"അയ്യോ... ഞാനറിഞ്ഞുപോലുമില്ല."

ജിബിയ പറഞ്ഞതുകേട്ട് ഡോക്ടർ പൊട്ടിച്ചിരിച്ചു.

പവിത്ര ജിബിയയെ കിച്ചണിലേക്കു കൂട്ടിക്കൊണ്ടു പോയി.

"നിനക്ക് കാപ്പിയല്ലേ ഇഷ്ടം. ഇപ്പം ശരിയാക്കിത്തരാം."

പവിത്ര ആ വീടിനുള്ളിൽ പെരുമാറുന്നതു കണ്ടപ്പോൾ ജിബിയയ്ക്ക് ഒരു കാര്യം മനസ്സിലായി. ആ വീട് അവളുടേയും കൂടിയാണ്. സർവ സ്വാതന്ത്ര്യങ്ങളോടുംകൂടി എല്ലാം അവൾക്കു വിട്ടുകൊടുത്തിരിക്കയാണ്.

"അപ്പുമോനെ കൊണ്ടുവരാൻ പോയില്ലേ ഇന്ന്?" ജിബിയ ചോദിച്ചു.

"ഇന്നു വരില്ലെന്ന് ഫോൺ ചെയ്തു പറഞ്ഞു. സാരമില്ല. അവൻ വീട്ടിലോട്ട് പൊയ്ക്കോളും. എല്ലാ ദിവസോം അവനെ ഇങ്ങോട്ടു കൊണ്ടു വരാറില്ല ഇപ്പോൾ."

കാപ്പികുടി കഴിഞ്ഞപ്പോൾ ജിബിയ പറഞ്ഞു:

"എന്നെ ബസ്സ്റ്റാൻഡിൽ കൊണ്ടുപോയി ഏതെങ്കിലും ബസ്സിൽ കേറ്റി വിട്ടാമതി. ഞാനങ്ങ് പൊയ്ക്കോളാം."

"നീ ഇന്നു പോകാനോ. ഇപ്പത്തന്നെ നേരം സന്ധ്യയായി. നാളെ പോകാം. ഞാനും വരുന്നൊണ്ട്. നമുക്കൊന്നിച്ച് കാറിൽ പോകാം."

ജിബിയ പവിത്രയുടെ നിർബന്ധത്തിനു വഴങ്ങി.

രാത്രി പതിനൊന്നു മണിക്ക് പവിത്രയോടും മിന്നുമോളോടുമൊപ്പം ഒരേ ബെഡ്ഡിൽ ഉറങ്ങാൻ കിടക്കുമ്പോൾ ജിബിയ ഒരു ചോദ്യം ചോദിച്ചു.

"ആ ഡോക്ടർ നിന്നെ കല്യാണം കഴിക്കുവോ?"

"അതെന്താടീ അങ്ങനൊരു ചോദ്യം?" പവിത്ര അമ്പരപ്പിൽ മറുചോദ്യമിട്ടു.

"എനിക്കങ്ങനെ തോന്നി." ജിബിയ ഒട്ടും മടിക്കാതെ പറഞ്ഞു

മുപ്പത്തിരണ്ട്

കാർ പഞ്ചായത്തുപടിക്കൽനിന്ന് ഇടത്തേക്കു തിരിഞ്ഞ് കളത്തൂക്കടവ് റോഡിലൂടെ അൽപദൂരം പോയിട്ട് റോഡിന്റെ മാർജിനിലേക്കു ചേർന്നു നിന്നു.

"ബിയായെ വീട്ടിൽ കൊണ്ടു വിടണം."

ഡ്രൈവറോട് പവിത്ര പറഞ്ഞു.

"ഞാൻ നിന്റെ വീട്ടിലൊന്നു കേറീട്ടേ പോകുന്നൊള്ളൂ." ജിബിയ ഡോർ തുറന്നിറങ്ങി. ഫ്രണ്ട് സീറ്റിൽനിന്നു പവിത്രയും മിന്നുമോളും ഇറങ്ങി. അവർ വീട്ടുമുറ്റത്തേക്കു കയറിച്ചെന്നു.

വീടിനകത്തുനിന്ന് തയ്യൽമെഷീന്റെ ഒച്ച കേൾക്കാം. പവിത്രയും ജിബിയയും ചെന്ന് വരാന്തയിൽ കയറി. അപ്പോഴേക്കും സുദർശനൻ ഇറങ്ങിവന്നു.

"അച്ഛനിവിടുണ്ടായിരുന്നോ! എങ്ങോട്ടും പോയില്ലേ?"

"നീ വന്നിട്ടു പോകാമെന്നു വിചാരിച്ചു."

അച്ഛൻ തലയുടെ പിൻവശം തടവി ഒരു കള്ളലക്ഷണത്തിൽ നിൽക്കുന്നതു കണ്ടപ്പോൾ പവിത്രയ്ക്കു കാര്യം മനസ്സിലായി. പോക്കറ്റ് മണിക്കു വേണ്ടിയാണ്. കഴിഞ്ഞ ദിവസം പവിത്രയോടു സൂചിപ്പിച്ചിരുന്നതാണ്.

പവിത്ര പഴ്സിൽനിന്ന് അഞ്ഞൂറു രൂപയെടുത്ത് പോക്കറ്റിൽ വച്ചു കൊടുത്തു. അയാൾ നന്ദിയോടെ മകളെ നോക്കി.

"ബിയാമോള് കുവൈറ്റീന്നു വന്ന വിവരൊക്കെ ഞാനറിഞ്ഞാരുന്നു. മോളു പറഞ്ഞു." സുദർശനൻ ജിബിയയോടു പറഞ്ഞു.

"ഞാനിങ്ങു പോന്നു. ഇനിയങ്ങോട്ടില്ല. ഉദ്ദേശിച്ച ഫലം കിട്ടിയില്ലച്ഛാ... അതു കൊണ്ടാ." ജിബിയ പറഞ്ഞു.

"ഈ പോക്കുവരവൊക്കെ നഷ്ടമല്ലേ?"

"കുറച്ചു നഷ്ടം വരും. എപ്പഴും നമുക്ക് ലാഭം മാത്രം കിട്ടണംന്നില്ലല്ലോ."

"അതു ശരിയാ... മോള് ക്ഷീണിച്ചുപോയി."

"അതൊക്കെ രണ്ടായഴ്ചയ്ക്കകത്തു ശരിയാകും."

"ഞാനിറങ്ങുവാണേ..." സുദർശനൻ യാത്ര പറഞ്ഞിറങ്ങി.

ഇത്രയും സംഭാഷണമുണ്ടായിട്ടും അജിതമ്മ തയ്യൽ നിർത്തുകയോ എഴുന്നേറ്റു വരികയോ ചെയ്തില്ല.

"മനഃപൂർവമാ തയ്യൽമെഷീനേന്ന് എണീക്കാത്തെ. എന്തേലും കൊതിക്കെറുവ് കാണും." പവിത്ര പിറുപിറുത്തു.

ജിബിയ അജിതമ്മയുടെ തയ്യൽമുറിയിലേക്കു ചെന്നു. അവളെ കണ്ടതും തയ്യൽ നിർത്തിവച്ച് അതിശയം ഭാവിച്ച് അജിതമ്മ ചോദിച്ചു. "ആങ്ഹാ ബിയാ മോളായിരുന്നോ? ഞാനോർത്തു ആരടെ വർത്തമാന മാണെന്ന്. നീയെപ്പം വന്നു ബിയാ?"

"എന്റമ്മേ... ഇന്നലെ ഫോൺ ചെയ്തപ്പം എല്ലാം ഞാൻ പറഞ്ഞ തല്ലേ. പിന്നെയെന്തിനാ ചോദിക്കുന്നെ?" പവിത്ര വാതിൽക്കൽ വന്നു ചോദിച്ചു.

"എന്തേലും ചോദിക്കണ്ടേ. അതിനും സമ്മതിക്കത്തില്ലേ?" അജിതമ്മ മകളുടെ നേർക്കു ചൊടിച്ചു.

"എന്തെല്ലാം ചോദിക്കാം. ലീവിനു വന്നതാണോ? ഇനിയെന്നാ തിരിച്ചു പോണെ? അവിടത്തെ ജോലി എങ്ങനൊണ്ട്? പ്രതീക്ഷിച്ചപോലെ മെച്ചം എന്തെങ്കിലും ഒണ്ടോ? അങ്ങനെ എന്തെല്ലാം ചോദിക്കാം. ഇതു ചുമ്മാ ആരെയോ ബോധിപ്പിക്കാൻ ചെയ്യുന്നപോലെ..."

"എനിക്കിപ്പം ഒന്നും അറിയണ്ടെങ്കിലോ?" അജിതമ്മ ക്രുദ്ധയായി മകളെ നോക്കി.

"ഒന്നും ചോദിക്കണ്ടെന്നു വെച്ചേക്കണം. ഒരാത്മാർത്ഥത വേണ്ടേ."

"നീയെന്നെ ഒന്നും പഠിപ്പിക്കണ്ട കേട്ടോ. നിന്നെ ഒരുത്തന്റെ കൂടെ കെട്ടിച്ചയച്ചതല്ലേ. ഇപ്പം നീ എവിടെ നിക്കുന്നു."

"സുല്ല്! ഞാനൊന്നും പറയുന്നില്ല." പവിത്ര കൈകൂപ്പി പിൻവാങ്ങി.

അജിതമ്മ വീണ്ടും തയ്യിൽമെഷീൻ പ്രവർത്തിപ്പിച്ചു തുടങ്ങി. ജിബിയ അപ്പോൾത്തന്നെ ആ മുറിയിൽനിന്ന് ഇറങ്ങി. വരാന്തയിൽ മിന്നു മോളുടെ ഡ്രസ് മാറ്റിക്കൊണ്ടിരുന്ന പവിത്രയോട് അവൾ പറഞ്ഞു:

"ഞാനങ്ങ് പൊയ്ക്കോട്ടെ."

"അമ്മ ചായയിട്ടു തരുന്ന ലക്ഷണമൊന്നുമില്ലേ?"

"നീ അമ്മയോടു തർക്കിക്കാനൊന്നും നിൽക്കണ്ട. എന്തിനാ വെറുതെ പിണക്കം. നിങ്ങളു വൈകുന്നേരംവരെ മാത്രമല്ലേയൊള്ളൂ." ജിബിയ ഉപദേശിച്ചു.

"ഇതൊക്കെ അഞ്ചോ പത്തോ മിനിറ്റ് നേരത്തേക്കേയൊള്ളൂ. അതു കഴിയുമ്പം അമ്മ ആരടെയെങ്കിലും വിശേഷം പറഞ്ഞോണ്ടു വരും. പറഞ്ഞുപറഞ്ഞ് പിന്നേം പെണങ്ങും. കുറച്ചുനേരം മാറിയിരിക്കും."

"എന്നാപ്പിന്നെ അതു നടക്കട്ടെ." ജിബിയ ചിരിച്ചുകൊണ്ടു പോകാനിറങ്ങി.

കാറിനടുത്തുവരെ പവിത്ര അനുഗമിച്ചു.

"ഞാനിടയ്ക്ക് വരാം. ദീപമോളേം വിഷ്ണുവിനേം കണ്ടില്ലല്ലോ. അവർക്കു ക്ലാസില്ലാത്തപ്പം വരാം." യാത്രപറഞ്ഞ് ജിബിയ കാറിൽ കയറി.

"നീയെനിക്ക് കുവൈറ്റീന്ന് ഒന്നും കൊണ്ടുവന്നില്ലേ?" പവിത്ര തമാശമട്ടിൽ ചോദിച്ചു.

"അതൊക്കെ ഒണ്ട്. പെട്ടി തൊറക്കണം. രണ്ടു ദിവസം കഴിയട്ടെ. എന്നാലേ ഒരു വെയ്റ്റൊള്ളൂ." ജിബിയ ചിരിയോടെ പറഞ്ഞു.

കാർ കുറച്ചുദൂരം മുന്നോട്ടുപോയി വട്ടംതിരിച്ച് തിരികെ വന്നു. അപ്പോഴും റോഡരുകിൽ പവിത്ര നിൽപുണ്ട്. ജിബിയയെ അവൾ കൈ കാണിച്ചു. ജിബിയ തിരിച്ചും.

കാർ പള്ളിവാതുക്കൽ പാലം കടന്ന് ഇടത്തേക്ക് തിരിഞ്ഞ് ഓടിക്കൊണ്ടിരുന്നു. ജിബിയ ഡ്രൈവർക്ക് വഴി പറഞ്ഞു കൊടുത്തു.

വീടിന്റെ മുറ്റത്തിന് താഴെ മൺറോഡിൽ കാർ നിർത്തിയശേഷം ജിബിയ ഇറങ്ങി.

ജോർജുകുട്ടിയും ബിൻസിയും ജോസ്നയും കാത്തിരിപ്പുണ്ടായിരുന്നു. അവർ റോഡിലേക്കിറങ്ങി. ജിബിയയുടെ ലഗേജ് ഡ്രൈവർ ഇറക്കിവച്ചു. അതിനുശേഷം തിരികെ പോയി. ബിൻസിയും ജോസ്നയും കൂടി ലഗേജ് എടുത്ത് വീട്ടിൽ കൊണ്ടുവച്ചു.

"നീയെന്താ ഇന്നലെ വരാഞ്ഞത്?" ജോർജുകുട്ടി പരിഭവിച്ചു.

"പവിത്രേടെ കൂടെ പോരാൻ വേണ്ടിയാ. ഇവിടെവരെ കാറിനു പോരാല്ലോ." ജിബിയ പറഞ്ഞു.

"നീ പറഞ്ഞിരുന്നെങ്കി ഞാൻ ടാക്സീം വിളിച്ച് അങ്ങു വന്നേനേ." ജോർജുകുട്ടി പറഞ്ഞു.

"ഇപ്പം ടാക്സിക്കൂലി ലാഭിച്ചില്ലേ..." ജിബിയ ചിരിച്ചു.

കുശലംപറച്ചിലും ക്ഷേമാന്വേഷണങ്ങളും കാപ്പികുടിയുമെല്ലാം കഴിഞ്ഞശേഷം ബിൻസി മകളെ വിളിച്ച് വിഷയത്തിലേക്ക് കടന്നു.

"നീയെന്നാ ഒരു വർഷംപോലും തെകയുന്നേനു മുന്നേ തിരിച്ചു പോന്നെ. രണ്ടു വർഷം കഴിഞ്ഞേ വരാൻ പറ്റത്തൊള്ളൂന്നും പറഞ്ഞല്ലേ നീ ഇവിടുന്നു പോയത്."

"മമ്മീ, അവിടെ രണ്ടു വർഷം ജോലി ചെയ്താലൊന്നും രക്ഷപ്പെടത്തില്ല. അല്ലെങ്കി ഏതെങ്കിലും ഹോസ്പിറ്റലിൽ സ്റ്റാഫ്നഴ്സായിട്ട് കേറണം. അതുമല്ലെങ്കി അവിടുത്തെ ഗവൺമെന്റ് സ്റ്റാഫായിട്ടു കിട്ടണം. അങ്ങനൊന്നും കിട്ടാഞ്ഞിട്ടല്ലേ ഞാൻ തിരിച്ചു പോന്നത്?"

"നിന്നെ കൊണ്ടുപോയ ഏജൻസി നഴ്സായിട്ട് ജോലിതരാംന്നല്ലേ പറഞ്ഞിരുന്നെ."

"അതൊക്കെ തട്ടിപ്പാ മമ്മീ. കെയർ അസിസ്റ്റന്റിന്റെ ജോലിയാണെന്ന് അവിടെ ചെന്നപ്പഴല്ലേ മനസ്സിലായത്. ഇവിടെ റെഡ്ക്രോസീന്ന്

ഹോംനഴ്സിനെ വിടുന്ന പോലെ ഏജൻസി നമ്മളെ ഏതെങ്കിലും വീട്ടിലേക്ക് അയയ്ക്കും. ചിലപ്പോ കുഞ്ഞിനെ നോക്കാനായിരിക്കും. അതുമല്ലെങ്കി ആക്സിഡന്റിൽപെട്ടു കിടക്കുന്നോരെ നോക്കാനായിരിക്കും. രണ്ടാഴ്ച അല്ലെങ്കി മൂന്നാഴ്ച അതുകഴിയുമ്പം വേറെ വീട്ടിലേക്കു മാറ്റും. കിട്ടുന്ന ശമ്പളത്തിന്റെ മൂന്നിലൊന്നു നമുക്കു തരും. ബാക്കി ഏജൻസിക്കുള്ള കമ്മീഷനാ. ഒന്നരലക്ഷം രൂപ അറബിയോടു വാങ്ങീട്ട് നമുക്കു തരുന്നത് അൻപതിനായിരം. എന്നാ അനീതിയാ... താമസസൗകര്യം തരും. ഒരു റൂമിൽ നാലും അഞ്ചും പേര്... തനിയേ വെച്ചു കഴിക്കണം. ആകെയൊരാശ്വാസം, ഇവിടുത്തെപ്പോലെ നരകിച്ചു പണിയെടുക്കണ്ട എന്നു മാത്രം. ഒരു സമയത്ത് ഒരു പേഷ്യന്റിനെ നോക്കിയാ മതി." ജിബിയ വിശദീകരിച്ചു.

"അൻപതിനായിരമാണേലും മതിയാരുന്നു." ബിൻസി പറഞ്ഞു.

"മതിയോ? ഞാൻ ഇനിയുള്ള കാലം മുഴുവൻ പണിയെടുത്ത് കിട്ടുന്നതു മുഴുവൻ ഇങ്ങോട്ടയച്ചുതന്നാ മതിയോ? കറവ വറ്റിക്കഴിയുമ്പം നിങ്ങളെന്നെ എന്നാ ചെയ്യും?"

"കറവയോ? എന്നാ കന്നത്തരമാടീ നീ പറയുന്നെ?"

"അന്യരാജ്യത്തുപോയി പണി എടുത്തു ജീവിക്കുന്നോരടെ വേദനേം വെഷമോം ഒന്നും ആർക്കും അറിഞ്ഞുകൂടാ. അവര് കഴിക്കുന്നൊണ്ടോ, ഒറങ്ങുന്നൊണ്ടോ, അവരെ ആരെങ്കിലും അപമാനിക്കുന്നൊണ്ടോ, ആരെങ്കിലും ഉപദ്രവിക്കുന്നൊണ്ടോ ഒന്നും ആർക്കും അറിയണ്ടല്ലോ." ജിബിയ ധർമരോഷം പൂണ്ടു.

"ഈ അൻപതിനായിരം എല്ലാ മാസോം കിട്ടത്തില്ല. അതറിയോ? ചില മാസങ്ങളിൽ വർക്ക് കുറവായിരിക്കും. അതനുസരിച്ച് ശമ്പളോം കുറയും."

"നീ ഇവിടെ വന്നിട്ട് എന്നാ ചെയ്യാനാന്നാ ഞാൻ ചോദിക്കുന്നെ. അതിനേക്കായിലും നല്ല ശമ്പളം ഇവിടെവിടെങ്കിലും കിട്ടുവോ?" ബിൻസി ചോദിച്ചു.

"ഐഇഎൽടിഎസ് പഠിക്കാൻ പോകണം."

"ഇനീം പഠിക്കാനോ, അതിനു ഫീസ് കൊടുക്കണ്ടേ?"

"വേണം."

"ഇവിടുത്തെ കാര്യങ്ങള് നടത്തണ്ടേ."

"അതും വേണം."

"എന്നതാ ബിയാമോളേ നീ ഒരുമാതിരി കടംകഥ പറയുന്നപോലത്തെ വർത്തമാനം."

"എനിക്ക് യുകെയിലോ കാനഡയിലോ പോകണം മമ്മീ... എന്നാലേ രക്ഷപ്പെടാൻ പറ്റത്തൊള്ളൂ."

"അതിനൊക്കെ ലക്ഷക്കണക്കിനു രൂപ വേണ്ടേടീ മോളേ..."

"വേണ്ടിവരും. എന്നാലും ശരി...പോണം."

"വീടും പറമ്പും ബാങ്കിലിരിക്കുവാ. നീയെന്നാ കണ്ടോണ്ടാ ഈ മാതിരി പിച്ചും പേയും പറയുന്നെ."

"പിച്ചും പേയുമല്ല, നടക്കുന്ന കാര്യമാ പറയുന്നെ."

"പിന്നെ എന്നാത്തിനാ നീ ഇല്ലാത്ത കാശൊണ്ടാക്കി എല്ലാം പണയപ്പെടുത്തി കുവൈറ്റിലോട്ട് പോയത്. അപ്പഴും നീ പറഞ്ഞത് രക്ഷപ്പെടാൻ അതേ ഒരു വഴിയൊള്ളൂന്നല്ലേ."

"അന്ന് ആ വഴി മാത്രമേ കണ്ടൊള്ളൂ. അവിടെ ചെന്നപ്പൊഴാ മനസ്സിലായത് പറ്റിക്കലായിരുന്നെന്ന്. എനിക്ക് അറബി അറിയില്ല. അറബി അറിയുന്നവർക്ക് കൂടുതൽ ജോലിസാധ്യത ഒണ്ടായിരുന്നു. അതനുസരിച്ച് ശമ്പളോം കിട്ടും. ഒരു ഫ്രണ്ട് പറ്റിച്ചതാ. അക്കാര്യം മറച്ചുവെച്ചു. അവൾക്ക് ഏജന്റിന്റെ കയ്യീന്ന് കമ്മിഷൻ കിട്ടും. അതിനുവേണ്ടി ചെയ്തതാ. അവിടെത്തന്നെ വേറെ ജോലി കിട്ടിയേനേ. പക്ഷേ, രണ്ടു വർഷം കഴിയണം. എനിക്കത്രേം വെയിറ്റ് ചെയ്യാൻ വയ്യ. അതുകൊണ്ടാ ഞാനിങ്ങു പോന്നത്."

"നിനക്കു തോന്നുന്നതനുസരിച്ച് പ്ലാൻ മാറ്റിക്കൊണ്ടിരുന്നാ വീടും കുടുംബോം എല്ലാം കയ്യീന്നുപോകും. നിന്നെ വിശ്വസിച്ചാ പപ്പാ വീടും പറമ്പും ബാങ്കിന് കൊടുക്കാൻ സമ്മതിച്ചെ. അതിപ്പം വല്യ കുരിശായല്ലോ." ബിൻസി പരിതപിച്ചു .

"എന്ത് കുരിശ്... പപ്പയാണോ ഇതുവരെ ലോൺ അടച്ചോണ്ടിരുന്നെ ഞാനല്ലേ?"

"ഇനിയെങ്ങനെ അടയ്ക്കുമെടീ. നിനക്ക് ജോലിയില്ലല്ലോ. പഠിക്കാൻ പോകുവല്ലേ. തവണ മൊടങ്ങിയാ ബാങ്ക്കാര് ജപ്തി നോട്ടീസ് അയയ്ക്കും."

"അത് ഞാൻ നോക്കിക്കോളാംന്ന് പറഞ്ഞില്ലേ മമ്മി?"

"വല്യ കൊമ്പത്തോട്ട് ചാടിക്കേറാൻ നോക്കീട്ടല്ലേ ഈ കുഴപ്പങ്ങള് മുഴുവനും.. എല്ലാ നഴ്സുമാരും അന്യരാജ്യത്ത് ജോലി ചെയ്തിട്ടാണോ ജീവിക്കുന്നെ. ഇവിടുത്തെ എല്ലാ ആശുപത്രീലും നഴ്സുമാരൊണ്ടല്ലോ. നിന്നെപ്പോലെ വടക്കോട്ടും തെക്കോട്ടും പടിഞ്ഞാറോട്ടും ചാടിക്കൊണ്ടാണോ അവര് ജോലി ചെയ്യുന്നെ?"

"അവരെന്നും എല്ലുമുറിച്ചെടുത്തു കിട്ടുന്ന നക്കാപ്പിച്ചേം വാങ്ങി ഇവിടെക്കിടക്കും. ഒടുക്കം ഒരിടത്തും എത്താൻ പറ്റാതെ തളരും. ആശുപത്രിക്കാര് മാത്രം വളരും. എനിക്കങ്ങനെ തളരാൻ പറ്റത്തില്ല. അതിനുവേണ്ടി പല പരീക്ഷണങ്ങളും നടത്തും. തോറ്റുകൊടുക്കാൻ എനിക്കു വയ്യ."

"നാലുപേരുടെ ജീവിതം വെച്ചാ നീയീ കൈവിട്ട കളി കളിക്കുന്നതെന്ന് ഓർത്തോ."

"മമ്മി പറയണ്ട.. ഞാനത്രയ്ക്ക് മണ്ടിയൊന്നുമല്ല."

"ബാങ്കിലടയ്ക്കാനും വീട്ടുചെലവ് നടത്താനും പിന്നെ നിന്റെ പഠിത്തത്തിന്റെ ഫീസ് അടയ്ക്കാനുമൊള്ള പൈസ എങ്ങനൊണ്ടാകും?"

"പവിത്ര തരാന്നു സമ്മതിച്ചു."

"നിന്നെക്കായിലും താഴ്ന്ന ജോലി ചെയ്യുന്ന അവളോ... അവൾക്കെന്നാ കിട്ടുമെടീ?"

"അയർലൻഡിൽ പോയി ജോലി ചെയ്തതിന്റെ ശമ്പളം അവളുടെ കയ്യിലൊണ്ട്."

"അത് അവൾടെ ആവശ്യത്തിനുള്ളതല്ലേ... നീയത് വാങ്ങിച്ചെടുക്കാൻ കൊള്ളാമോ? അവൾക്കൊരു കൊച്ചു കൂടി ഒള്ളതല്ലേ?"

"മമ്മി എന്നെയൊന്ന് വെറുതെ വിടാവോ? വീട്ടിലോട്ടു വന്നു കേറിയതേയുള്ളൂ. ഒരു സമാധാനം വേണ്ടേ." ജിബിയ, ബിൻസിയുടെ മുന്നിൽ നിന്ന് എഴുന്നേറ്റുപോയി.

ജിബിയയിൽനിന്നു കിട്ടിയ വിവരങ്ങളുമായി ബിൻസി ജോർജുകുട്ടിയെ സമീപിച്ചു.

"അവളെന്തു ഭാവിച്ചാണെന്ന് എനിക്കറിയത്തില്ല. അവസാനം വീടും കൂടും എല്ലാം വെള്ളത്തിലാകുവോ എന്തോ..." ബിൻസി ആധിയോടെ പറഞ്ഞു.

"അവളെന്താന്നു വെച്ചാ ചെയ്യട്ടെ ബിൻസീ. അവളല്ലേ ഇത്രേം നാളും കുടുമ്മം നോക്കിയത്. ഇനി നോക്കേണ്ടതും അവളല്ലേ. അവള് വണ്ടിയോടിച്ചോണ്ടിരിക്കുമ്പം നമ്മളിടയ്ക്കു കേറി സ്റ്റിയറിങ്ങേ പിടിച്ചു തിരിക്കണ്ട."

"കൂടും കുടുക്കേം എല്ലാം കൂടി പോയിക്കഴിയുമ്പഴും ഇതുതന്നെ പറയണേ."

ബിൻസി ഭർത്താവിനോടു പരിഭവിച്ചു.

അടുത്ത ദിവസം രാവിലെ തന്നെ ജിബിയ ഈരാറ്റുപേട്ടയിലും പാലായിലും പോയി ഐഇഎൽടിഎസ് പഠിപ്പിക്കുന്ന ഇൻസ്റ്റിറ്റ്യൂട്ടുകളെപ്പറ്റി തിരക്കി. പാലായിലുള്ള റോയൽ ഇൻസ്റ്റിറ്റ്യൂട്ട് ആണ് തമ്മിൽ ഭേദം എന്ന് അവൾ തന്നെ തീരുമാനിച്ചു. മോണിങ് ക്ലാസും ഈവനിങ് ക്ലാസും ഉണ്ട്. ഉച്ചയ്ക്കു ശേഷമുള്ള സമയം അവൾ തിരഞ്ഞെടുത്തു. വീട്ടിൽ നിന്ന് ഉച്ചയൂണു കഴിഞ്ഞിറങ്ങിയാൽ മതി. വൈകുന്നേരം അഞ്ചിനു ക്ലാസ് തീരും. ആറുമണിക്ക് തീക്കോയി പള്ളിവാതുക്കൽ എത്താൻ പാകത്തിൽ ബസ്സുണ്ട്.

തൊട്ടടുത്ത ദിവസം മുതൽ അവൾ പഠിക്കാൻ പോയിത്തുടങ്ങി. അന്നുതന്നെ ജെയിസണെ അവൾ ഫോണിൽ വിളിച്ചു.

"ഇതെവിടുന്നാ, നാട്ടിലെ നമ്പർ ആണല്ലോ." ജയ്സൺ അതിശയത്തിൽ തിരക്കി.

"ഞാൻ തിരിച്ചു പോന്നു."

"ങ്ഹേ! അതെന്നാ ഇത്ര പെട്ടെന്ന്?"

ജിബിയ സാഹചര്യങ്ങൾ വിശദീകരിച്ചു.

“ഐഎൽടിഎസ് പഠിച്ചിട്ട് എങ്ങോട്ടു പോകാനാ?” ജെയ്സൺ ചോദിച്ചു.

“അതൊന്നും തീരുമാനിച്ചില്ല. പവിത്രയുടെ ഹെൽപ്പ് കൊണ്ടാ പഠിക്കുന്നെ. വരുന്നപോലെ വരട്ടെ.”

“നല്ല സ്കോർ കിട്ടിയാൽ യുകെയ്ക്ക് പോകാം അതാ നല്ലത്.”

“ചേട്ടായി എന്നാ ചെയ്യുവാ?”

“ഞാനിപ്പം ഇവിടുത്തെ ഒരു ഹോസ്പിറ്റലിൽ പോകുന്നൊണ്ട്. ശമ്പളം കാര്യമായിട്ടൊന്നും ഇല്ല. എക്സ്പീരിയൻസായിക്കോട്ടേന്ന് വിചാരിച്ചു.”

“അതു നല്ലതാ.”

“ഒരു ദിവസം ഞാൻ പാലായ്ക്ക് വരാം.”

“എന്തിന്?” ജിബിയയുടെ ചോദ്യം കേട്ട് ജെയ്സൺ ചിരിച്ചു.

“വെറുതെ... കാണാൻ...”

“അങ്ങനത്തെ തോന്നലൊക്കെ ഒണ്ടോ ചേട്ടായിക്ക്?”

“എന്നെ എഴുതിത്തള്ളി അല്ലേ?”

“ഞാനല്ലല്ലോ തള്ളിയത്, എന്നെയല്ലേ. കല്യാണാലോചന നടക്കുന്നുണ്ടോ ഇപ്പോഴും?”

അതൊരു കുത്ത് ആണ്. ജെയ്സന്റെ മർമ്മത്തുതന്നെ അതു കൊണ്ടു.

“എത്ര ഡോക്ടേഴ്സ് നിന്റടുത്ത് അപ്രോച്ച് ചെയ്തിട്ടുണ്ട്, സത്യം പറ.”

“അതിപ്പോ... പലരും വന്നിട്ടുണ്ട്. എന്താ ചോദിച്ചത്?”

“അതിൽ ഒരെണ്ണമെങ്കിലും റിസീവബിൾ ആയിട്ട് നിനക്ക് തോന്നിയിട്ടില്ലേ.”

“ഞാനൊരു പെണ്ണല്ലേ. നല്ലൊരു ജീവിതം ജീവിക്കാനുള്ള കൊതി എപ്പോഴുമുണ്ടായിരുന്നു. പ്രത്യേകിച്ച് ചേട്ടായി ഇട്ടിട്ട് പോയിക്കഴിഞ്ഞപ്പം. വീടും വീട്ടുകാരെയൊക്കെ ഓർത്തിട്ട് വേണ്ടെന്നുവച്ചതാ...”

പിന്നെ ഫോണിൽ അല്പനേരത്തേക്കു മൗനമായിരുന്നു.

ജിബിയ കാതോർത്തു നിന്നു.

“ഞാനൊരു ദിവസം പാലായ്ക്ക് വരാം. എനിക്കു കാണണം.”

“ഒരു ദിവസം മുൻപേ പറഞ്ഞേക്കണേ.”

ജെയ്സൺ ഉവ്വെന്നു സമ്മതിച്ചു. ഫോൺ വച്ച് കഴിഞ്ഞപ്പോൾ മഴ കഴിഞ്ഞ് മാനം തെളിഞ്ഞപോലൊരു സന്തോഷം മനസ്സിൽ തങ്ങിനിൽക്കുന്നതായി ജിബിയയ്ക്കു തോന്നി.

ജെയ്സൺ ഇപ്പോഴും കാത്തിരിപ്പിലാണ്.

അവനെ വിളിച്ചതിനെപ്പറ്റി ജിബിയ പവിത്രയോടു പറഞ്ഞു.

“ഒരാൾ നമുക്കുവേണ്ടി കാത്തിരിക്കുന്നുണ്ടല്ലോ എന്ന വിചാരം തന്നെ എന്തൊരു ശക്തിയാ നമുക്കു തരുന്നെ - അല്ലേ?” പവിത്ര ചോദിച്ചു.

“നിനക്കങ്ങനെ ആരുമില്ലല്ലോ, പിന്നെങ്ങനെ മനസ്സിലായി.” ജിബിയ കുസൃതി ചോദ്യമിട്ടു.

“എനിക്കതറിയാം... നീ എത്ര തവണ എന്നോടു പറഞ്ഞിട്ടുണ്ട്. ഞാനില്ലേടീ നിനക്ക് എന്ന്. ആ രണ്ടു വാക്കിൽ ഞാൻ എത്ര വർഷം പിടിച്ചു തൂങ്ങി നിന്നു... ആരുമില്ലെങ്കിലും നീയുണ്ടല്ലോന്നുള്ള വിചാരം എന്തൊരു ബലമാ എനിക്കു തന്നത്.” പവിത്ര പറഞ്ഞു.

“നീയിനി എന്നാ തീക്കോയിക്ക് വരുന്നെ?”

“വെള്ളിയാഴ്ച വന്നിട്ട് ഞാൻ പിറ്റേദിവസമേ തിരിച്ചു പോരുത്തുള്ളൂ. അന്നു കാണാം.”

വെള്ളിയാഴ്ച ക്ലാസ് കഴിഞ്ഞ് താൻ പവിത്രയുടെ വീട്ടിലേക്കു പോകുമെന്ന് രാവിലെ പറഞ്ഞിട്ടാണ് ജിബിയ വീട്ടിൽനിന്നു പോന്നത്.

ക്ലാസ് കഴിഞ്ഞ് പഞ്ചായത്ത് പടിക്കൽ ബസ്സിറങ്ങി, അജിതമ്മയുടെ വീട്ടിലെത്തിയപ്പോൾ പവിത്ര അവിടെയുണ്ടായിരുന്നു. കൂടെ മിന്നുമോളും ഉണ്ട്. മുൻപേ ചങ്ങാത്തത്തിലായിക്കഴിഞ്ഞിരുന്നതിനാൽ കൈ നീട്ടിയ ഉടനെ മടിയൊന്നും ഇല്ലാതെ മിന്നുമോൾ അവളുടെ കൂടെപ്പോന്നു.

ദീപയുമായും വിഷ്ണുവുമായും ജിബിയ സംസാരിച്ചിട്ട് കാലം കുറെയായി. അവരെ കണ്ടിട്ടും വർഷങ്ങൾ കഴിഞ്ഞിരുന്നു.

മുൻപ് രണ്ടു തവണ ജിബിയ ഇവിടെ വന്നപ്പോഴും വിഷ്ണുവും ദീപയും പഠിക്കാൻ പോയിരിക്കുകയായിരുന്നു. ഇപ്പോൾ അവർ തന്നെക്കാൾ വലുതായിരിക്കുന്നതു കണ്ട് അവൾ അതിശയിച്ചു.

വിഷ്ണുവിന് മീശയും താടിയും..! ദീപയും യുവതിയായിക്കഴിഞ്ഞു.

ജിബിയ അവരോട് പഠനകാര്യങ്ങൾ തിരക്കി. വിഷ്ണു എംസിഎ പഠിക്കുകയാണ്. ദീപ ബികോം ഫൈനലിയറും.

അവർ സംസാരിച്ചിരിക്കുന്നിടത്തേക്ക് അജിതമ്മ ഇടയ്ക്കിടെ തല നീട്ടി. വിഷ്ണു ഒരുതവണ ചോദിച്ചു. “ഞങ്ങൾ ബാച്ചിലേഴ്സ് സംസാരിച്ചിരിക്കുന്നിടത്തേക്ക് അമ്മയെന്തിനാ വരുന്നേ?”

“ബാച്ചിലേഴ്സോ?” അജിതമ്മ കണ്ണുരുട്ടി.

“കല്യാണം കഴിക്കാത്ത പിള്ളാര്.” വിഷ്ണു പറഞ്ഞു.

“ഇതിലൊരുത്തീടെ കൊച്ചിന് വയസ്സ് ഏഴായല്ലോ. കല്ല്യാണം കഴിക്കാതെ ഉണ്ടായതാണോ?”

“ആണ്...” പവിത്ര തറപ്പിച്ചു പറഞ്ഞു. “ഞാൻ കല്യാണം കഴിച്ചിട്ടില്ല. ബലാൽക്കാരമായി ചിലരൊക്കെ ചേർന്ന് എന്തൊക്കെയോ ചെയ്തു. അതിന്റെ പേര് കല്യാണംന്നല്ല- പീഡനം!”

“ഞാനൊന്നും പറയുന്നില്ല...” അജിതമ്മ രംഗത്തുനിന്നും പിൻവാങ്ങി.

രാത്രി ഒരു മണിവരെ അവർ നാലുപേരും ചിരിച്ചും സംസാരിച്ചും ഭാവിയെപ്പറ്റി ഓരോന്ന് കണക്കുകൂട്ടിയും കുട്ടികളോട് സല്ലപിച്ചും ഇരുന്നു. ശനിയാഴ്ച ക്ലാസ്സൊന്നുമില്ലാത്തതിനാൽ പിറ്റേന്ന് വൈകി യാണ് ഉണർന്നത്. ബ്രേക്ക്ഫാസ്റ്റ് കഴിച്ച് ജിബിയ പോകാൻ ഭാവിക്കു മ്പോൾ ഒരു ടാക്സി റോഡരികിൽ വന്നു നിന്നു. അതിൽ നിന്ന് ഏതാനും പേർ ഇറങ്ങി. അവരെ കണ്ടയുടനെ ജിബിയ വീട്ടിനുള്ളിലേയ്ക്കു കയറി പ്പോയി.

“പവീ... അയാള് വന്നിരിക്കുന്നു. ജയപ്രകാശനും അയാൾടമ്മേം വേറെ മൂന്നാലു പേരും കൂടെ.”

പൊരിച്ച പപ്പടം പൊടിച്ചുചേർത്ത ചോറ് മിന്നു മോൾക്ക് വാരി കൊടുക്കുകയായിരുന്നു പവിത്ര. അവൾ അല്പനേരം മനസ്സിലാകാത്ത മട്ടിൽ ഇരുന്നു.

“അത് അമ്മയുമായിട്ടുള്ള ഇടപാടായിരിക്കും. സാരമില്ല. അമ്മ കൈകാര്യം ചെയ്തോളും.” പവിത്ര ശാന്തസ്വരത്തിൽ പറഞ്ഞു.

അജിതമ്മ തന്നെ വരാന്തയിലേക്ക് ഇറങ്ങിച്ചെന്നു. ജയപ്രകാശും സുഭദ്രയും കൂടെ വന്നവരും മുറ്റത്തേക്ക് കയറി നിൽക്കുകയാണ്.

“വാ.. ഇങ്ങോട്ട് കയറി വാ...” അജിതമ്മ അവരെ ക്ഷണിച്ച് ഇരിപ്പു മുറിയിലേക്ക് ഇരുത്തി.

“ഞങ്ങള് ചില കാര്യങ്ങൾ സംസാരിക്കാൻ വേണ്ടി വന്നതാ. എന്റെ പേര് പ്രതാപൻ... ജയപ്രകാശിനെ പരോളിലിറക്കിയതാ. കിട്ടത്തില്ലാരുന്നു. പാർട്ടീടെ സ്വാധീനം ഉപയോഗിച്ച്.”

അജിതമ്മ തലയാട്ടി.

മുറിയിൽ ഇരുന്ന ജിബിയ പവിത്രയോടു ചോദിച്ചു. “നിന്നെ കൂട്ടി ക്കൊണ്ടു പോകാൻ വന്നിരിക്കുന്ന പോലൊണ്ട് ലക്ഷണം കണ്ടിട്ട്.. വരു മെന്ന് നിനക്കറിയാരുന്നോ?”

“എന്നോടാരും ഒന്നും പറഞ്ഞിട്ടില്ല. ഇതൊക്കെ അമ്മേടെ കൺകെട്ട് വിദ്യകളാ.”

“കോംപ്രമൈസിനു വന്നതാണെങ്കിലോ?”

“അമ്മ സംസാരിച്ചോളും.”

പവിത്ര കൂസലില്ലായ്മയോടെ പറഞ്ഞു.

മുപ്പത്തിമൂന്ന്

അജിതമ്മ മുറിയിലേക്കു വന്ന് പവിത്രയെ വിളിച്ചു. "നീയിങ്ങു വന്നേ. നിന്നെക്കാണാൻ മൂന്നാലുപേര് വന്നിട്ടൊണ്ട്."

"പെണ്ണ് കാണാനാണോ?" പവിത്ര തമാശ മട്ടിൽ ചോദിച്ചു .

"നിനക്ക് കളിതമാശ അല്ലേ? ഒരു കുടുംബം തകരാതെ എങ്ങനെങ്കിലും ഒത്തു പോകുന്നെങ്കിൽ പോട്ടേന്നു വിചാരിച്ച് പാർട്ടിക്കാര് പ്രകാശനെ പരോളിലെറക്കിക്കൊണ്ടു വന്നിരിക്കയാ... സുഭദ്രാമ്മേം വന്നിട്ടുണ്ട്."

"അവർക്ക് എന്നെ കാണേണ്ട കാര്യമെന്നതാ?"

"നിന്നെ കണ്ടു സംസാരിക്കാനല്ലേ അവര് വന്നേക്കുന്നെ."

"എന്റെയമ്മേ... നമ്മളിത് എത്രതവണ സംസാരിച്ചു തെറ്റിയതാ. ഇപ്പൊ എന്തിന് വിളിച്ചു വരുത്തിയതാണെന്നാ ഞാൻ ചോദിക്കുന്നെ?"

"ഞാൻ വിളിച്ചു വരുത്തിയതല്ല. അവര് തന്നത്താൻ വന്നതാ."

"അമ്മ ചെന്നു പറ എനിക്കവരെ കാണുകേം വേണ്ട സംസാരിക്കുകേം വേണ്ടാന്ന്."

"വീട്ടിക്കേറി വന്ന അതിഥികളോട് അഹങ്കാരം കാണിക്കല്ലേ പവിത്രേ. നിനക്ക് അവരോട് ഒന്നു സംസാരിച്ചാൽ എന്താ കൊഴപ്പം?"

"വെറുതെ എന്തിനാ മനുഷ്യരുമായിട്ട് മുഷിയുന്നെ. എനിക്കവരോടൊന്നും സംസാരിക്കാനില്ല."

"ഇല്ലെങ്കി വേണ്ട. അവര് എന്നതാ പറയുന്നേന്ന് കേൾക്കുന്നകൊണ്ട് എന്തേലും കൊഴപ്പം ഒണ്ടോ?"

"അമ്മയ്ക്ക് ഒരൊറ്റ വാക്ക് പറഞ്ഞാ മതിയാരുന്നു. മുറിച്ചു കളഞ്ഞ ബന്ധമാ ഏച്ചുകെട്ടിയാ കൂടത്തില്ലെന്ന്."

"നീയെന്നെ നാണം കെടുത്തല്ലേ പവിത്രേ."

"ഞാനെണീറ്റ് വന്നാലായിരിക്കും അമ്മയ്ക്ക് കൂടുതൽ നാണക്കേട്."

"അത് സാരമില്ല. ഞാൻ സഹിച്ചു." അജിതമ്മ വിടാൻ ഭാവമില്ലായിരുന്നു.

“പവീ...ഞാനങ്ങ് പോയേക്കുവാ. ഞാനിവിടെ നിന്നാ എനിക്കായിരിക്കും പഴി കേൾക്കേണ്ടി വരിക. ഞാനുള്ളതുകൊണ്ടാ നീ അവരോടു മിണ്ടാൻ ചെല്ലാത്തതെന്ന്.”

“നീ പോകാൻ വരട്ടെ ബിയാ... ഞാൻ ചെന്നു സംസാരിക്കാം. അവർക്ക് കുറച്ചിലുണ്ടാക്കരുതല്ലോന്നു കരുതിയാ ഞാനവരുടെ അടുത്തോട്ടു ചെല്ലാതിരുന്നെ.”

പവിത്ര മിന്നുമോളെ ജിബിയയുടെ കയ്യിൽ ഏൽപ്പിച്ചു. അപ്പുവിനെയും കൂട്ടി ഇരിപ്പുമുറിയിലേക്കു ചെന്നു. സുഭദ്ര പവിത്രയെ കണ്ട് രണ്ടു നിമിഷം കണ്ണു മിഴിച്ചിരുന്നുപോയി. ജയപ്രകാശുമായുള്ള കല്യാണം കഴിഞ്ഞ് വീട്ടിൽ കയറി വന്നപ്പോഴത്തെപ്പോലെ സുന്ദരി. അന്നത്തേക്കാൾ ഒന്നും കൂടി വെളുത്ത് മിനുത്തിട്ടുണ്ട്.

ജയപ്രകാശനും കൂടെയുള്ള രാഷ്ട്രീയക്കാരെന്നു തോന്നിക്കുന്ന മറ്റു രണ്ടുപേരും പവിത്രയെ തന്നെ ഉറ്റുനോക്കുകയാണ്.

“മോനെത്ര വയസ്സായി?” കൂട്ടത്തിലൊരാൾ ചോദിച്ചു.

“നിങ്ങളൊക്കെ ആരാ?” പവിത്ര മറുചോദ്യമിട്ടു.

“അമ്മ പറഞ്ഞില്ലേ. എന്റെ പേര് പ്രതാപൻ. ഇത് സുശീലൻ. പാതാമ്പുഴയിലെ പാർട്ടി പ്രസിഡന്റും സെക്രട്ടറിയുമാ ഞങ്ങള്. ജയപ്രകാശിന്റെ അമ്മ വന്ന് ഒരപേക്ഷ പറഞ്ഞപ്പം ചെയ്തു കൊടുക്കാതിരിക്കുന്നതു ഭംഗികേടല്ലേ.”

“ഇപ്പം മനസ്സിലായി.” പവിത്ര അർഥഗർഭമായി പറഞ്ഞു.

“മോനെത്ര വയസ്സായെന്നാ പറഞ്ഞത്?”

“പറഞ്ഞില്ല. പറയാം. എട്ടുവയസ്സ്.”

“അച്ഛന്റേം അമ്മേടേം സ്നേഹം ഒരുപോലെ കിട്ടി വളരേണ്ട മോനല്ലേ ഇത്. ഇപ്പം അവന്റെ മുഖത്തോട്ടു നോക്ക്...ഒരു സങ്കടമല്ലേ കണ്ണിലും മൊഖത്തും.”

“അതൊന്നും സാരമില്ല. അവനിപ്പോൾ അതുമായിട്ട് പഴകി.”

“നോക്ക് പവിത്രേ. ലോകത്ത് ഭാര്യയും ഭർത്താവും എവിടെല്ലാം ഒണ്ടോ അവിടെല്ലാം പ്രശ്നങ്ങളും ഒണ്ട്.” പ്രതാപൻ എന്നയാൾ പറഞ്ഞു. “സന്തോഷിച്ചും സുഖിച്ചും ജീവിക്കുന്ന ഭാര്യഭർത്താക്കന്മാര് തീരെ കുറവാ. എന്നുവെച്ച് എല്ലാവരും തമ്മിൽ പിരിഞ്ഞു ജീവിക്കുന്നുണ്ടോ? എല്ലാവരും ഡൈവോഴ്സിനു പോകുന്നൊണ്ടോ? എങ്ങനെങ്കിലുമൊക്കെ അഡ്ജസ്റ്റ് ചെയ്ത് ജീവിക്കുകയാ... എന്തിനാ? അവനോന്റെ മക്കൾക്കു വേണ്ടി.”

“ഇതിപ്പം ഡൈവോഴ്സിന്റെ കേസ് നടക്കുവാണല്ലോ. അതിന്റെ വിധി വരട്ടെ.” പവിത്ര പറഞ്ഞു.

“ഈ കുഞ്ഞിന്റെ മേൽ അവകാശം പവിത്രയ്ക്ക് മാത്രമല്ല, അവന്റച്ഛനായ ജയപ്രകാശനും കൂടി ഒണ്ടെന്നോർക്കണം.”

"വെറുതെ അവകാശം പറഞ്ഞാ മാത്രം മതിയോ? സംരക്ഷിക്കണ്ടേ." പവിത്ര ചോദിച്ചു.

"കുട്ടിയെ പവിത്ര ഇങ്ങോട്ടു കൂട്ടിക്കൊണ്ടു പോന്നില്ലേ. പിന്നെ എങ്ങനെ സംരക്ഷിക്കും?"

"മോനേം കൊണ്ട് ഞാനാ നരകക്കുഴീന്ന് രക്ഷപ്പെട്ടു പോന്നിട്ട് രണ്ടു വർഷം കഴിഞ്ഞു. മോനെ കാണാൻ ഒരു പ്രാവശ്യമെങ്കിലും വന്നിട്ടുണ്ടോന്നു ചോദിക്ക്. ഒരു മിഠായി വാങ്ങിച്ചു കൊടുത്തിട്ടുണ്ടോ? കഴിഞ്ഞ രണ്ടു വർഷമായി അവൻ സ്കൂളിൽ പോകുന്നൊണ്ട്. ഒരു പെൻസിൽ വാങ്ങിച്ചു കൊടുത്തിട്ടുണ്ടോ? തുണിയുടുക്കാതെ മനുഷ്യർക്ക് ജീവിക്കാൻ പറ്റത്തില്ലല്ലോ. എനിക്കു തരണ്ട, സ്വന്തം മകന് ഈ എട്ടു വയസ്സിനിടയിൽ ഒരു ഷഡ്ഡിയെങ്കിലും വാങ്ങിച്ചു കൊടുത്തിട്ടുണ്ടോന്നു ചോദിക്ക്. വെറുതെ അവകാശം പറഞ്ഞാ മതിയോ?"

"എന്റെ വീട്ടിൽ താമസിച്ചോണ്ടിരുന്ന കാലത്ത് അവൾക്കും കൊച്ചിനും വേണ്ടതെല്ലാം ഞാനാ വാങ്ങിച്ചു കൊടുത്തോണ്ടിരുന്നെ." ജയപ്രകാശൻ ഇടയ്ക്ക് കയറി പറഞ്ഞു.

"കുന്തമാ വാങ്ങിച്ചു തന്നത്. ഈ തെമ്മാടി എന്റെ കഴുത്തിൽ താലി കെട്ടിയ ശേഷം കഴിഞ്ഞ ഒമ്പതു വർഷത്തിനിടയിൽ എനിക്കൊരു തൂവാല പോലും വാങ്ങിച്ചു തന്നിട്ടില്ല."

പ്രതാപൻ ജയപ്രകാശിനെയും സുഭദ്രമ്മയേയും മാറിമാറി നോക്കി.

"ഈ പറയുന്നതൊക്കെ സത്യമാണോ ചേച്ചി?"

"ഞങ്ങളുടെ വീട്ടിൽ താമസിച്ചിരുന്നപ്പം അവൾക്ക് വേണ്ടതൊക്കെ എന്റെ മോൻ വാങ്ങിച്ചു കൊടുത്തിട്ടൊണ്ട്." സുഭദ്ര പറഞ്ഞു.

"എന്റെ വീട്ടിൽ വന്നിരുന്നോണ്ട് പച്ചക്കള്ളം പറഞ്ഞാ ചൂലെടുത്ത് അടിച്ചെറക്കും ഞാൻ തള്ളയേം മോനേം...." പവിത്ര കിതച്ചുംകൊണ്ടു പറഞ്ഞു.

"അടങ്ങ് പവിത്രേ. ഞങ്ങള് യുദ്ധത്തിനു വന്നതല്ല. സമാധാനിപ്പിക്കാൻ വന്നതാ." പ്രതാപൻ ഇടപെട്ടു.

"കള്ളത്തരം പറയരുതെന്നു പറ. ഞാൻ കുറേ സഹിച്ചതാ. എന്റെ മോൻ കഴിക്കാൻ ഒന്നുമില്ലാതെ വെശന്നു വലഞ്ഞു കെടക്കുമ്പം അച്ഛനെന്ന് അവകാശം പറയുന്ന ഈ മനുഷ്യൻ കുപ്പീം പൊറോട്ടേം ചിക്കൻ ഫ്രൈയും വാങ്ങി, കൂട്ടുകാരുമായിട്ട് രാത്രീൽ വീട്ടിൽ വന്നിരുന്നോണ്ട് തിന്നുകേം കുടിക്കുകേം ചെയ്യുമാരുന്നു. ആയിരിക്കുന്ന തള്ള സ്വന്തം മുറീൽ കഞ്ഞിവെച്ച് തനിയേ കഴിക്കും..."

"അതൊക്കെ ഒന്നോ രണ്ടോ പ്രാവശ്യം." ജയപ്രകാശ് പിറുപിറുത്തു.

"ഒന്നോ രണ്ടോ പ്രാവശ്യമോ... വർഷങ്ങളോളം. എന്റെ മോനോട് ചോദിച്ചു നോക്ക്. അവന് ചോദ്യം മനസ്സിലാക്കാനും ഉത്തരം പറയാനുമുള്ള പ്രായമായി."

"അമ്മേടെ കൂടെ നിൽക്കുന്ന മകൻ അമ്മേടെ സൈഡല്ലേ പറയത്തൊള്ളു." സുഭദ്ര പ്രതാപനോട് പറഞ്ഞു.

"അതേ. ആ ഇരിക്കുന്ന മകനും കഴിഞ്ഞ ഒമ്പതു വർഷമായിട്ട് അതു തന്നെയാ ചെയ്തോണ്ടിരുന്നെ. ഒന്നും വേണ്ട, നിങ്ങൾക്ക് കാണാൻ കണ്ണൊണ്ടല്ലോ – ഒന്നരവർഷത്തോളമായി ഈ തള്ളേം മോനും എന്റെ കുഞ്ഞിനെ കണ്ടിട്ട്. ഇവരാരെങ്കിലും അവനെ മോനേന്നൊന്ന് വിളിച്ചോ. സ്നേഹത്തോടെ ഒന്നു നോക്കുകയെങ്കിലും ചെയ്തോ. എന്റെ മോൻ അച്ഛാന്നും വിളിച്ച് അടുത്തോട്ടു ചെന്നോ? ബന്ധം സ്നേഹം എന്നൊക്കെ പറയുന്നത് അതല്ലേ. എന്റെ മോനറിയാം, ഈ ഇരിക്കുന്ന തള്ളേം മോനും യാതൊരു മനസ്സാക്ഷീം ഇല്ലാത്ത കീടങ്ങളാണെന്ന്. അതാരും പറഞ്ഞു കൊടുത്തതല്ല. അവരുടെ പെരുമാറ്റത്തീന്ന് അവൻ പഠിച്ചതാ."

"പവിത്രേ..." പ്രതാപൻ അനുനയത്തിൽ വിളിച്ചു.

"ഒരുപാട് അനിഷ്ടങ്ങളൊണ്ടായിട്ടൊണ്ട്. ഇതുപോലെത്തെ ന്യായീകരണങ്ങള് പലതും ഇവർക്കും പറയാൻ കാണും. അതുകൊണ്ടു കാര്യമില്ല."

"ഇവർക്ക് ന്യായമോ? പറയട്ടെ, ഞാൻ കേൾക്കാം. ഒരു ന്യായം പറയട്ടെ. ഇവരെന്നോടു കാണിച്ച ആയിരം അന്യായങ്ങളും അനീതിം ഞാൻ പറയാം. പകരം ഒരെണ്ണം പറയിപ്പിക്ക്."

"ഇവളെന്റെ കൂടെ ഭാര്യ എന്നുള്ള നിലയിൽ പെരുമാറിയിട്ട് എത്ര വർഷമായെന്നു ചോദിക്ക്. ഞാനൊരു ഭർത്താവല്ലേ. ദേഹത്തു തൊടാൻ പോലും സമ്മതിക്കത്തില്ലായിരുന്നു." ജയപ്രകാശ് ആവലാതിപ്പെട്ടു.

"എനിക്കു മനസ്സില്ലായിരുന്നു. അതുകൊണ്ടാ. എനിക്കു ചെലവിനു തരാത്ത, എനിക്കു വസ്ത്രോം മരുന്നും വാങ്ങിത്തരാത്ത, എന്നെ തെറി വിളിക്കുകേം എന്റെ കുഞ്ഞിനെ പട്ടിണിക്കിടുകേം ചെയ്യുന്ന ആഭാസന് എന്റെ ശരീരത്തിൽ ഒരു അവകാശോം ഇല്ലെന്നു തീരുമാനിച്ചിട്ടു തന്നെയാ. എന്റെ ശരീരം എന്റെ മാത്രമാ. അതിനൊരന്തസ്സും അഭിമാനോം, നിലേം വിലേം ഒക്കെയൊണ്ട്."

"നിങ്ങളങ്ങോട്ടുമിങ്ങോട്ടും പകരം വീട്ടി. അതു തീർന്നില്ലേ?"

"ഇല്ല തീർന്നിട്ടില്ല. കുടുംബക്കോടതിയാ തീർത്തു തരേണ്ടത്."

"അതവിടെ നിക്കട്ടെ. ഞങ്ങളിപ്പോ പ്രകാശനെ പരോളിൽ ഇറക്കിയതുതന്നെ കുടുംബക്കോടതീൽ കേസൊള്ളതുകൊണ്ട് കൗൺസിലിങ്ങും ഒത്തുതീർപ്പുമൊക്കെ നടത്തണമെന്നു പറഞ്ഞ് അപേക്ഷ വച്ചിട്ടാ. പവിത്ര മനസ്സുവെച്ചാ എല്ലാം ഭംഗിയായിട്ടു നടക്കും. പ്രകാശന്റെ ശിക്ഷയിൽ പോലും ഇളവ് കിട്ടിയേക്കും."

"എനിക്കത് അത്ര ഭംഗിയായിട്ട് തോന്നുന്നില്ല. ശിക്ഷ കുറഞ്ഞു പോയെന്നൊരു വിഷമം അന്നുമുതലേ എനിക്കൊണ്ട്. ഒരു മനുഷ്യൻ ചെയ്ത കൊടുംക്രൂരതയ്ക്ക് ഇത്രയൊക്കെ അനുഭവിച്ചാ മതിയോ?" പവിത്രയ്ക്ക് അമർഷം തീർന്നിട്ടില്ല.

"ജയിലിപ്പോയി കിടക്കുകാന്ന് വെച്ചാതന്നെ വല്യ ശിക്ഷയല്ലേ പവിത്രേ. ഒരാഴ്ചയേ കിടന്നൊള്ളെങ്കിപ്പോലും വല്യ ശിക്ഷയല്ലേ. കള്ളന്മാർക്കും കൊലപാതകികൾക്കും ബലാത്സംഗക്കാർക്കും ഒള്ളതാ ജയിൽ. അവിടെ ഒരു കുടുംബക്കാരൻ കടക്കുകാന്നു വച്ചാ..."

“വെറുതെയല്ലല്ലോ, കുറ്റം ചെയ്തിട്ടല്ലേ.”

“പ്രകാശൻ അതിനൊക്കെ അനുഭവിച്ചു കഴിഞ്ഞു. ഇപ്പൊ അവന് ചെയ്ത പ്രവർത്തിയോർത്തിട്ട് നല്ല വെഷമം ഒണ്ട്. നല്ലൊരു ജീവിതം ഇങ്ങനെ നശിപ്പിച്ചല്ലോന്നുള്ള കുറ്റബോധം. നിന്നോടു ചെയ്ത തെറ്റിനെല്ലാം അവൻ ക്ഷമ പറയാൻ തയ്യാറാ. ഇനിയെങ്കിലും മാനമായിട്ടും അന്തസ്സായിട്ടും കുടുംബം നോക്കി ജീവിക്കണമെന്നാ അവന്റെ ആഗ്രഹം. നീയവന് ഒരവസരം കൂടി കൊടുക്ക്.”

“എനിക്കിയാളെ ശരിക്കറിയാല്ലോ സാറേ. അതാ എന്റെ കുഴപ്പം. ഞാൻ ഒമ്പതുവർഷം ഇയാൾടെ കൂടെ ജീവിച്ചതല്ലേ. കുറച്ചുമുമ്പുവരെ ഇവിടിരുന്നോണ്ട് കള്ളത്തരം പറഞ്ഞു. തള്ളേം മോനും പറഞ്ഞു. അപ്പത്തന്നെ എനിക്കു മനസ്സിലായി മാറ്റം വന്നിട്ടുണ്ടെന്ന്. ഇവരുടെ രണ്ടു പേരുടേം മുഖത്ത് എഴുതിവെച്ചിട്ടുണ്ട് സാറേ ഇവരുടെ തനി സ്വഭാവം.”

“പവിത്ര ഇങ്ങനെ കണ്ണുമടച്ച് പറയരുത്. മനുഷ്യന്റെ സ്വഭാവത്തിന് എപ്പോ വേണമെങ്കിലും മാറ്റം വരാം..” പ്രതാപൻ വാദിച്ചു.

“ഞാൻ ഇനി അവളോട് ഒരു വഴക്കിനും ഇല്ല.” സുഭദ്ര പറഞ്ഞു.

“നിങ്ങളോ? നിങ്ങളിനി എന്തിന് വഴക്കുണ്ടാക്കണം. അമ്പത് വർഷം കൊണ്ട് അമ്പത് അമ്മായിയമ്മമാര് ചെയ്യുന്നതെല്ലാം വെറും ഒമ്പത് കൊല്ലം കൊണ്ട് നിങ്ങൾ ചെയ്തു കഴിഞ്ഞല്ലോ. ഇനി എന്തു ചെയ്യാനുണ്ട് ബാക്കി?” പവിത്ര രോഷാകുലയായി.

“അതെല്ലാം കഴിഞ്ഞല്ലോ പവിത്രേ. ഇനി അവരുടെ ഭാഗത്ത്ന്ന് ഒരു തെറ്റും ഉണ്ടാവത്തില്ല. ഭർത്താവിന്റെ അമ്മയെ സ്വന്തം അമ്മയെപ്പോലെ കാണുന്നിടത്താ ഒരു ഭാര്യേടെ വിജയം.” പ്രതാപൻ ഓർമ്മിപ്പിച്ചു.

“ഈ സ്ത്രീയെ അമ്മയായിട്ടു കാണാനോ? മനുഷ്യസ്ത്രീയായിട്ടു കാണാൻ പറ്റത്തില്ലല്ലോ. സാറ് പേപ്പട്ടിയെ കണ്ടിട്ടില്ലേ- അത് ഇവരെക്കാൾ എത്ര ഭേദമാ. ചീഞ്ഞ എച്ചിലിൽ പുഴുക്കള് നുരയ്ക്കുന്നതു കണ്ടിട്ടുണ്ടോ... ഇവരുടെ മുഖത്തു നോക്കുന്നതിനേക്കാൾ ഭേദം അത് കാണുന്നതാ. ഒരു മണിക്കൂറുപോലും എനിക്കിനി ഈ സ്ത്രീയെ സഹിക്കാൻ പറ്റത്തില്ല. അവരെന്നോടു ചെയ്തതൊന്നും എന്റെ മരണംവരെ മറക്കാനും പറ്റത്തില്ല.”

“കഴിഞ്ഞതൊക്കെ വിട്ടുകള പവിത്രേ. നിങ്ങൾക്കൊരു പുതിയ ജീവിതം തുടങ്ങാൻ പറ്റും. ഇവര് മാറ്റത്തിനു തയ്യാറാ. പവിത്രയാണ് തയ്യാറാകാത്തത്.”

“സാറേ, കഴിഞ്ഞുപോയതാണ് എന്റെ ജീവിതം. വരാൻ പോകുന്നതെന്താന്ന് എനിക്കറിഞ്ഞുകൂടാ. പക്ഷേ കഴിഞ്ഞുപോയത് അറിയാം. സാറിനെ ഒരാൾ വർഷങ്ങളായിട്ട് ദ്രോഹിച്ചുകൊണ്ടിരിക്കുവാ... തക്കം കിട്ടിയാൽ കൊന്നേനേ. ഒരു ദിവസം അയാൾ ചിരിച്ചോണ്ട് സാറിനോടു പറയുവാ... നമുക്കൊന്നിച്ചു നിൽക്കാം. കഴിഞ്ഞതൊക്കെ മറന്നേക്കാൻ. സാറൊടനെ അതങ്ങ് വിശ്വസിക്കോ?” പവിത്ര വാദിച്ചു.

“ഇതങ്ങനെയല്ലല്ലോ. നിങ്ങൾടെ കൂടെ ജീവിച്ച ഭർത്താവല്ലേ?” പ്രതാപൻ ഓർമിപ്പിച്ചു.

“അതാണ് പ്രശ്നം. എനിക്ക് ആളെ ശരിക്കറിയാം. കഴിഞ്ഞതൊക്കെ വിട്ടിട്ട് വേറൊരാളിന്റെ കൂടെ ജീവിക്കാൻ പറഞ്ഞാ അതിലൊരു പ്രതീക്ഷയൊണ്ട്. പുതിയ ആള് ഒരുപക്ഷേ നല്ലതായിരിക്കും എന്ന്. ഇതങ്ങനെയല്ലല്ലോ- ഇയാള് പരമദുഷ്ടനും നീചനും ആണെന്നറിഞ്ഞിട്ട്, വർഷങ്ങളോളം പഠിച്ചിട്ട്, അതിന്റെ വേദനയെല്ലാം അനുഭവിച്ചിട്ട് പിന്നേം അയാളിൽ തന്നെ വിശ്വാസമർപ്പിക്കുകാന്നു വെച്ചാ എന്നാ കോമഡിയാ... ഊളത്തരം.”

“മനുഷ്യർക്ക് തെറ്റു തിരുത്താൻ അവകാശമൊണ്ട്. എല്ലാ മതങ്ങളിലും പുണ്യഗ്രന്ഥങ്ങളിലും അതു പറയുന്നുണ്ട്. ചെയ്ത തെറ്റോർത്തു പശ്ചാത്തപിക്കുന്നവനേക്കാൾ നല്ല മനുഷ്യൻ വേറെയില്ലെന്ന്. തെറ്റു തിരുത്തുന്നതിനെ എല്ലാ മതങ്ങളും എല്ലാ നിയമങ്ങളും പ്രോത്സാഹിപ്പിക്കുന്നൊണ്ട്. അതുകൊണ്ടാ ഞാൻ പറഞ്ഞത് തെറ്റു തിരുത്താൻ പ്രകാശന് അവസരം കൊടുക്കണംന്ന്.”

“തെറ്റു തിരുത്താൻ അയാൾക്ക് ഇഷ്ടംപോലെ അവസരങ്ങളൊണ്ടല്ലോ. കുടുംബക്കോടതീന്ന് ഡൈവോഴ്സ് കിട്ടിക്കഴിയുമ്പം വേറൊരു പെണ്ണിനെ കല്യാണം കഴിക്കാം. ആ പെണ്ണിനോടു വളരെ മര്യാദയോടെ പെരുമാറിക്കൊണ്ട് മുമ്പ് സംഭവിച്ച തെറ്റുകളൊക്കെ തിരുത്താം. എന്റടുത്തുതന്നെ തിരുത്തണമെന്ന് എന്താ ഇത്ര നിർബന്ധം?”

“പവിത്രയോടു ചെയ്ത തെറ്റ് പവിത്രേടടുത്തു തന്നെ തിരുത്തുന്നതല്ലേ അതിന്റെ ന്യായം?”

“എന്നോട് ചെയ്തതൊന്നും തിരുത്താൻ ആ തള്ളയ്ക്കും മകനും ഈ ജന്മം പോരാ. അതങ്ങനെ കിടന്നോട്ടെ, തിരുത്തണ്ട. പുതിയ ജീവിതം പരീക്ഷിക്കാനാണെങ്കി വേറൊരുത്തിയെ നോക്കിയാ മതി.” പവിത്ര തീർത്തു പറഞ്ഞു.

“അല്ലാതെ ഒത്തുപോകാൻ ഒട്ടും തയ്യാറല്ല?” നേതാവിന് മുഷിഞ്ഞു.

“ഈ ജന്മത്ത് നോക്കണ്ട.”

“അങ്ങനെയാണെങ്കി എന്റെ മോനെ എനിക്കു വിട്ടുകിട്ടണം.” ജയപ്രകാശ് എഴുന്നേറ്റു.

“അത് കോടതീ പറഞ്ഞാമതി. കോടതി തീരുമാനിക്കട്ടെ.”

“ഒരു കോടതീം പറയണ്ട. അവന്റച്ഛനാ ഞാൻ. എനിക്ക് അവനെ കൊണ്ടുപോകാനും വളർത്താനും അവകാശമൊണ്ട്. അച്ഛന്റെ അവകാശം.”

“അച്ഛന്റെ അവകാശം.” പവിത്ര വെറുപ്പോടെ പറഞ്ഞു. “കൂടെ കിടക്കുന്ന പെണ്ണ് ഏതാണെന്നു തിരിച്ചറിയാനൊള്ള ബോധം പോലുമില്ലാതെ കുടിച്ചു കുന്തംമറിഞ്ഞു കാട്ടിക്കൂട്ടിയ പേക്കൂത്തിന്റെ പേരാണോ അച്ഛൻ? അതായിരുന്നോ അവകാശത്തിന്റെ അടിത്തറ. കുഞ്ഞിനു വേണ്ടതെല്ലാം കൊടുത്ത് അതിനെ സ്നേഹിക്കേം സംരക്ഷിക്കേം ചെയ്യുമ്പോഴാണ്

അച്ഛൻ ഉണ്ടാകുന്നെ. അല്ലാത്ത അച്ഛന്മാരെല്ലാം വെറും പട്ടികളാ. തെരുവിലും മാർക്കറ്റിലുമൊക്കെ ചെന്ന് നോക്കിയാ കാണാം. അങ്ങനത്തെ ഒരുപാട് അച്ഛന്മാരെ. അവറ്റകൾക്ക് മക്കളെ തിരിച്ചറിയുക പോലുമില്ല." പവിത്ര രൂക്ഷമായ വാക്കുകളിൽതന്നെ പ്രതികരിച്ചു.

"എന്റെ മോനെ എനിക്കു വേണം. അവനെ വിട്ടുതാ... എന്റെ മകനാണവൻ. എനിക്കെന്റെ മകനെ വേണം. ഞാൻ കൊണ്ടേ പോകൂ." ജയപ്രകാശ് പെട്ടെന്ന് അവളുടെ അടുത്തേക്കുതന്നെ നീങ്ങി

"അപ്പൂ... നീ മുറിയിലോട്ടു പോ."

പവിത്ര തിരിഞ്ഞുനോക്കി മകനോടു പറഞ്ഞു.

"അപ്പൂ ഇവിടെ വാ... എന്റെ കൂടെ വാ." ജയപ്രകാശ് വിളിച്ചു.

അപ്പു പേടിച്ചു പിന്നോട്ടു പൊയ്ക്കൊണ്ടിരുന്നു. അവനെ പിടിക്കാൻ മുന്നോട്ടു നീങ്ങിയ ജയപ്രകാശിന്റെ മുന്നിൽ പവിത്ര തടഞ്ഞുനിന്നു.

"പ്രകാശാ... നീയിങ്ങ് വാ... വീട്ടിക്കേറി അലമ്പുണ്ടാക്കണ്ട," പ്രതാപൻ പറഞ്ഞു.

ജയപ്രകാശ് പെട്ടെന്ന് ഷർട്ടിന്റെ തുമ്പ് പൊക്കി മടിക്കുത്തിൽ നിന്ന് എന്തോ എടുത്തു. ആ കയ്യിലൊരു കത്തിയുടെ തിളക്കം മിന്നായം പോലെ പവിത്ര കണ്ടു. വയറ്റിൽ മരക്കഷണം പോലെ എന്തോ ഒന്ന് ആഞ്ഞടിച്ചെന്ന് അവൾക്കു തോന്നി. അവൾ അത്യുച്ചത്തിൽ അലറിക്കരഞ്ഞു.

ജയപ്രകാശ് കത്തിയൂരിയപ്പോൾ അയാളുടെ കയ്യിലേക്കും നിലത്തേക്കും ചോര ചീറ്റി. അയാൾ വീണ്ടും ആഞ്ഞുകുത്തിയെങ്കിലും പവിത്ര പിന്നോട്ടു പോയതിനാൽ അത് ശരിക്ക് കൊണ്ടില്ല. അടുത്ത കുത്ത് പവിത്ര കൈകൊണ്ട് തടഞ്ഞു. അവളുടെ കൈപ്പത്തിയിലേക്ക് കത്തിമുന തുളഞ്ഞു കയറി. ആർത്തലറിക്കരഞ്ഞ് പവിത്ര തിരിഞ്ഞോടി.

മുറിയുടെ വാതിലിനു വെളിയിൽ മിന്നുമോളുടെ കളിപ്പാട്ടം ട്രെയിനിന് കീ കൊടുത്തുകൊണ്ട് നിലത്തു മുട്ടുകുത്തി നിന്ന ജിബിയ പവിത്രയുടെ കരച്ചിൽ കേട്ട് മുഖമുയർത്തി. പവിത്ര വയറിൽ പൊത്തിപ്പിടിച്ച് ഓടി വരുന്നതും പുറകെ ചോരനിറമുള്ള കത്തിയുമായി ജയപ്രകാശ് കുതിച്ചെത്തുന്നതും അവൾ കണ്ടു.

ജിബിയ ഞെട്ടി എഴുന്നേൽക്കുമ്പോഴേക്കും പവിത്ര മുറിക്കുള്ളിലേക്കു കടന്നു. കയ്യിലിരുന്ന കളിപ്പാട്ട ട്രെയിൻകൊണ്ട് ജിബിയ ജയപ്രകാശിന്റെ മുഖത്ത് ആഞ്ഞടിച്ചു. അവളുടെ നേർക്ക് കത്തി വീശിയിട്ട് ജയപ്രകാശ് മുറിക്കുള്ളിലേക്ക് പാഞ്ഞുകയറി. ജിബിയ പുറകെ കയറി പവിത്രയെ കുത്താനോങ്ങിയ കയ്യിൽ ഇരുകൈകൊണ്ടും കടന്നു പിടിച്ചു. ജയപ്രകാശ് ജിബിയയെ കുതറിക്കാൻ ശ്രമിച്ചു. അവളുടെ കൈയ്ക്കും മുറിവേറ്റതോടെ അവൾ കുനിഞ്ഞ് സർവ്വശക്തിയുമെടുത്ത് അയാളുടെ വലംകയ്യിൽ കടിച്ചു കുടഞ്ഞു. പച്ചമാംസത്തിലേക്ക് കീരിപ്പല്ലുകൾ തറഞ്ഞിറങ്ങിയ വേദനയിൽ ജയപ്രകാശ് ഇടതുകൈകൊണ്ട് ജിബിയയുടെ തലയിലും മുഖത്തും ഇടിച്ചു. അയാളുടെ വലംകയ്യിലിരുന്ന കത്തി താഴെ വീണു.

പ്രതാപനും സുശീലനും കൂടി അപ്പോഴേക്കും പാഞ്ഞെത്തി ജയ പ്രകാശിനെ വട്ടം പിടിച്ചു. ഇതിനിടയിൽ അജിതമ്മ തല ചുറ്റി വീണു.

മുറിയിൽ മൽപ്പിടുത്തം നടക്കുന്നതിനിടയിൽ ജിബിയ പുറത്തേക്ക് ഓടി. മുറ്റത്തിറങ്ങി നിന്നു കരഞ്ഞും ബഹളം വെച്ചും അയൽക്കാരെ വിളിച്ചുകൂട്ടി. ഏതാനും മിനിറ്റുകൾക്കകം വീടിനു ചുറ്റും ആൾക്കൂട്ടമായി. പഞ്ചായത്ത് പടിക്കൽ ഉണ്ടായിരുന്ന ആൾക്കാരും ഓടിയെത്തി.

അജിതമ്മയുടെ വീട്ടിൽ കത്തിക്കുത്ത് നടന്നെന്ന വിവരം വളരെ വേഗ ത്തിൽ പടർന്നു. ഇതിനിടയിൽ ജയപ്രകാശിനെയും സുഭദ്രേയും കൂട്ടി ക്കൊണ്ടു വന്ന പ്രതാപനും സുശീലനും കുടുങ്ങിപ്പോയി. ഓടിക്കൂടിയ വർ ടാക്സിക്കാറും ഡ്രൈവറെയും കൂടി വളഞ്ഞു വെച്ചു.

ഈരാറ്റുപേട്ട പൊലീസ് സ്റ്റേഷനിലേക്ക് നാട്ടുകാരിലാരോ ഫോൺ വിളിച്ചു വിവരമറിയിച്ചു. ഈരാറ്റുപേട്ടയിൽ നിന്നു തന്നെ ആംബുലൻസും വിളിച്ചു.

ആംബുലൻസ് എത്തുന്നതിനു മുമ്പേ പൊലീസ് എത്തി. നാട്ടുകാർ വീടു വളഞ്ഞതിനാൽ ജയപ്രകാശിന് രക്ഷപ്പെടാൻ കഴിഞ്ഞില്ല. പൊലീസ് അയാളെയും സുഭദ്രയെയും കസ്റ്റഡിയിലെടുത്ത് ജീപ്പിൽ കയറ്റി. രക്ത ത്തിൽ കുളിച്ച് ബോധരഹിതയായി കിടന്ന പവിത്രയെ താങ്ങിയെടുത്തു കൊണ്ടു വരുമ്പോഴേക്കും ആംബുലൻസും എത്തിച്ചേർന്നു.

മുപ്പത്തിനാല്

പോസ്റ്റ് ഓപ്പറേഷൻ ഐസിയുവിൽവെച്ച് കണ്ണു തുറക്കുമ്പോൾ പവിത്രയുടെ അരികെ ആരും ഉണ്ടായിരുന്നില്ല. തൊട്ടപ്പുറത്തുനിന്ന് ആരുടെയോ സംഭാഷണം കേൾക്കാം. അവൾ ചുറ്റുപാടും നോക്കി.

കർട്ടനിട്ട് മൂന്നുവശവും മറച്ചിരിക്കുന്നു. ഒരുവശത്ത് വെള്ള ഭിത്തി.

തലഭാഗത്ത് ചുമരോടുചേർത്തു വെച്ചിരിക്കുന്ന ഡ്രിപ്പ് സ്റ്റാൻഡിൽ നിന്ന് ഒരു ബ്ലഡ്ബാഗ് തൂങ്ങിക്കിടക്കുന്നു.

ഹോസ്പിറ്റൽ ആണെന്നു മനസ്സിലായി. ഏത് ഹോസ്പിറ്റൽ? എന്തൊക്കെയാണ് സംഭവിച്ചത്?

ആദ്യം ഒരെത്തുംപിടിയും കിട്ടിയില്ലെങ്കിലും പിന്നെ സംഭവങ്ങൾ ഓരോന്നായി മനസ്സിൽ തെളിഞ്ഞുവന്നു.

ജയപ്രകാശ് കുത്തിയതും താൻ മുറിയിലേക്ക് ഓടിക്കയറിയതും പുറകെ വന്ന ജയപ്രകാശിനെ ജിബിയ തടഞ്ഞതും..! അതിനപ്പുറത്തേക്ക് ഓർമ്മയ്ക്കു തെളിച്ചമില്ല.

പവിത്ര ഒന്നു ഞരങ്ങി.

ഒരു നഴ്സ് കർട്ടൻ വകഞ്ഞുമാറ്റി നോക്കി.

പവിത്ര കണ്ണുതുറന്നിരിക്കുന്നതുകണ്ട് കിടക്കയ്ക്ക് അരികിലേക്കു വന്നു.

"ഇപ്പം ഒണന്നതേയൊള്ളോ?" നഴ്സ് ചോദിച്ചു.

"ങ്ഉം.." പവിത്ര മൂളി.

"എന്തെങ്കിലും വെഷമം ഒണ്ടോ?"

"നല്ല പെയ്നൊണ്ട്... വയറിന്റെ ഭാഗത്ത്."

"അത് സാരമില്ല ട്ടോ, സർജറി നടത്തിയതല്ലേ. കുറച്ചു പെയ്നൊണ്ടാകും. ഞാൻ ടാബ്ലറ്റ് തരാം."

നഴ്സ് ഡ്രിപ്പ് പരിശോധിച്ചു. തുള്ളിതുള്ളിയായി വീഴുന്നതിന്റെ സ്പീഡ് അല്പം കൂട്ടി.

"കുടിക്കാൻ എന്തേലും..."

"തരാം..."

നഴ്സ് ഗ്ലാസിൽ വെള്ളം കൊണ്ടുവന്ന് പതിയെ പിടിച്ചുകൊടുത്തു. അതിനുശേഷം ടാബ്ലറ്റും കൊടുത്തു.

"ഏതു ഹോസ്പിറ്റലാ?" പവിത്ര തിരക്കി.

"കാരിത്താസ്, കോട്ടയം."

"ആരാ എന്നെ ഇവിടെ എത്തിച്ചത്?"

"അതെനിക്കറിഞ്ഞൂടാ... ഓപ്പറേഷൻ തിയറ്ററീന്ന് ഇങ്ങോട്ടു മാറ്റിയ ശേഷമുള്ള കാര്യങ്ങളേ എനിക്കറിയൂ. ഇത് പോസ്റ്റ് ഓപ്പറേഷൻ ഐസിയു ആണ്."

പവിത്ര പിന്നെയൊന്നും ചോദിച്ചില്ല. അങ്ങനെ കിടന്ന് മയങ്ങിപ്പോയി.

പിന്നെ കണ്ണുതുറക്കുമ്പോൾ ഡോക്ടറും രണ്ട് നഴ്സുമാരും ബെഡ്ഡിനരികെ നിൽപ്പുണ്ട്. ഡോക്ടർ പരിശോധിക്കുകയാണ്.

"എന്തു തോന്നുന്നു?" ഡോക്ടർ മന്ദഹാസത്തോടെ ചോദിച്ചു.

പവിത്ര ആലോചിച്ചു. "പെയ്നൊണ്ട്..."

"മറ്റെന്തെങ്കിലും ബുദ്ധിമുട്ട്? ശ്വാസമെടുക്കാനോ കൈകാലുകൾ അനക്കാനോ...?"

പവിത്ര കൈകൾ ഷീറ്റിനടിയിൽനിന്ന് പുറത്തു കൊണ്ടുവന്നു. അപ്പോഴാണ് കയ്യിലെ ബാൻഡേജ് കണ്ണിൽ പെട്ടത്.

"പേടിക്കാനൊന്നുമില്ല... ടെൻഷനൊന്നും വേണ്ട." ഡോക്ടർ ആശ്വസിപ്പിച്ചു.

"വീട്ടീന്ന് ആരെങ്കിലും..?"

"കാണണോ?"

"ഉം..."

"ആരെ കാണണം. ആരെങ്കിലും ഒരാളെ മാത്രമേ കാണിക്കാൻ പറ്റൂ."

"ബിയായെ കാണണം... മിന്നുമോളേം."

അത് രണ്ടുപേരാണല്ലോ."

"മിന്നുമോള് കുഞ്ഞാണ്."

"ഓകെ..."

അവരുണ്ടെങ്കിൽ കൂട്ടിക്കൊണ്ടുവരാൻ ഡോക്ടർ നഴ്സിനെ പറഞ്ഞയച്ചു.

നഴ്സ്, വിസിറ്റേഴ്സും ബൈസ്റ്റാൻഡർമാരും ഇരിക്കുന്നിടത്തു ചെന്ന് പവിത്രയുടെ റിലേറ്റീവ്സ് ആരെങ്കിലും ഉണ്ടോ എന്നു തിരക്കി.

അജിതമ്മയും സുദർശനനും ശിവരാജനും രമേശനും ഇന്ദുമതി ടീച്ചറും ഡോക്ടർ വിജയാനന്ദും ജിബിയയുമെല്ലാം അവിടുണ്ട്. എല്ലാവരും എഴുന്നേറ്റപ്പോൾ നഴ്സ് ചോദിച്ചു.

"ആരാണ് ബിയാ?"

ജിബിയ മുന്നോട്ടു വന്നു.

"മിന്നുമോൾ?"

അവൾ ഇന്ദുമതിയുടെ മടിയിലായിരുന്നു.

"ഇവരെ രണ്ടുപേരെയും കാണണമെന്നാ പേഷ്യന്റ് പറഞ്ഞത്."

ജിബിയ ചെന്ന് ഇന്ദുമതിയുടെ കയ്യിൽനിന്ന് മിന്നുമോളെ വാങ്ങി. അവർ നഴ്സിനോടൊപ്പം ഐസിയുവിലേക്കു പോയി.

ബെഡ്ഡിൽ പവിത്ര കിടക്കുന്നതു കണ്ടപ്പോൾ മിന്നുമോൾക്കുണ്ടായ ആഹ്ലാദം സീമാതീതമായിരുന്നു. പവിത്രയുടെ നേർക്ക് കൈചൂണ്ടി അവൾ ഒച്ചവെച്ചു. ജിബിയ അവളെ ബെഡ്ഡിനടുത്തു കൊണ്ടുപോയി.

ബെഡ്ഡിലേക്കു ചാടിയിറങ്ങാൻ മിന്നുമോൾ കുതറിയപ്പോൾ ജിബിയ വിലക്കി.

"അമ്മയ്ക്ക് തീരെ വയ്യ. മോള് ദേഹത്തു തൊടല്ലേ."

മിന്നുമോൾ സംശയത്തോടെ പവിത്രയെ നോക്കി. എന്തോ വലിയ കുഴപ്പമുണ്ടെന്ന് അവൾക്കറിയാം. രാവിലെ അമ്മയെ ഒരാൾ ഓടിച്ചു കൊണ്ടുവന്നതും കത്തികൊണ്ട് കുത്തിയതും അമ്മ വീണ് ചോരയിൽ നനഞ്ഞുകിടന്നതും എല്ലാം അവൾ കണ്ടതാണ്.

ജിബിയ നിറകണ്ണുകളോടെ പവിത്രയെ നോക്കി. പവിത്ര പുഞ്ചിരി തൂകി.

"എങ്ങനൊണ്ടെടീ മോളേ..?" ജിബിയ അവളുടെ ശിരസ് തലോടി.

"എന്റെ മോന് കുഴപ്പമൊന്നുമില്ലല്ലോ ബിയാ... അവനെ അയാള് കൊണ്ടുപോയില്ലല്ലോ?"

"ഇല്ല."

"അവൻ വല്ലാണ്ട് പേടിച്ചോ?"

"പേടിച്ചിട്ടുണ്ടാകും... എല്ലാവരും പേടിച്ചുപോയില്ലേ?"

"പിന്നെ എന്താ ബീയാ സംഭവിച്ചത്... എന്റെ ബോധം പോയല്ലോ."

"പിന്നെയെന്താ... നാട്ടുകാരെല്ലാം ഓടിക്കൂടി. ജയപ്രകാശനേം കൂടെ യുണ്ടായിരുന്നവരേം പൊലീസ് പിടിച്ചോണ്ടു പോയി."

"അപ്പുവിനെ കൊണ്ടുവന്നോ?"

"ഇല്ല. അവൻ വീട്ടിലൊണ്ട്. വിഷ്ണൂം ദീപേമൊക്കെ അവിടുണ്ടല്ലോ."

"എന്നെ ആരാ ഇവിടെത്തിച്ചെ?"

"ആംബുലൻസിലാ കൊണ്ടുവന്നത്. ഭാഗ്യംകൊണ്ട് നീ രക്ഷപ്പെട്ടു. അത്രേം അറിഞ്ഞാ മതി."

"ഇന്നലെയാണോ ഇന്നാണോ സംഭവം?"

"ഇന്നു തന്നെയാ.... രാവിലെ. ഇപ്പം വൈകുന്നേരം ഏഴ് മണി കഴിഞ്ഞു."

"എനിക്ക് കുറെ കുത്ത് കിട്ടിയോ?"

“ഇല്ല. മൊത്തം മൂന്നു കുത്ത്. വയറ്റിൽ രണ്ടെണ്ണം. അതിലൊന്ന് വലിയ കുത്താ. രണ്ടാമത്തേത് ഒരു മുറിവുണ്ടായെന്നേയുള്ളൂ. കൈക്കു കിട്ടിയ കുത്ത് കുറച്ച് പിളർന്ന് കീറിപ്പോയി.”

“വേറെ കുഴപ്പമൊന്നും ഇല്ലല്ലോ?”

“ഇന്റേണൽ ഓർഗൻസിന് എന്തേലും ഡാമേജ് ഉണ്ടോന്നാരുന്നു എന്റെ പേടി. അതൊന്നുമില്ല. കുറെയധികം ബ്ലഡ് പോയി. അതാ ഇത്രയും സീരിയസാക്കിയത്.” ജിബിയ വെളിപ്പെടുത്തി.

“നീ വീട്ടിൽ പോയില്ലേ ബിയാ?”

“ഇല്ലെടീ... ഞാൻ മോളെയും കൊണ്ട് ആംബുലൻസിൽ കയറി. ഇവള് ഭയങ്കര കരച്ചിലാരുന്നു. കുഞ്ഞ് വല്ലാണ്ട് പേടിച്ചു പോയില്ലേ?”

പവിത്രയുടെ കണ്ണിൽ വെള്ളം നിറഞ്ഞു.

“നീയെന്നാ എന്നെ കാണണംന്ന് പറഞ്ഞത്. അവരെല്ലാരും ഒണ്ടല്ലോ. നിന്റച്ഛനും അമ്മേം, ഇന്ദുമതി ടീച്ചറും...”

“എനിക്കറിയാരുന്നു നീ ഇവിടൊണ്ടാവുംന്ന്. അയാളെന്നെ ഓടിച്ചിട്ട് കുത്തുമ്പോൾ നീയല്ലേ തടഞ്ഞത്...”

“അതൊക്കെ ഓർമ്മയൊണ്ടോ?”

പവിത്ര ശിരസ്സനക്കി.

മിന്നുമോളുടെ നേർക്ക് അവൾ കൈ നീട്ടി.

“ബെഡ് സൈഡിലോട്ട് ഇരുത്തിക്കോ... കുഴപ്പമില്ല.” പവിത്ര പറഞ്ഞു.

പവിത്ര അവളെ തലോടുകയും കൈപിടിച്ച് ഉമ്മ വയ്ക്കുകയും ചെയ്തു.

“മോള് ഒന്നും പേടിക്കണ്ട ട്ടോ. അമ്മയ്ക്ക് ഒന്നും പറ്റീട്ടില്ല... അമ്മ വേഗം വരും. മിടുക്കിയായിട്ടിരിക്കണേ...”

മിന്നുമോൾ തലയാട്ടി സമ്മതിച്ചു.

“ബിയാ... അവരുടെ കാര്യം എന്തായി?” പവിത്ര ചോദിച്ചു.

ജിബിയയ്ക്ക് കാര്യം മനസ്സിലായി.

“ജയപ്രകാശിനേം അയാളുടെ തള്ളയേം പൊലീസ് അറസ്റ്റ് ചെയ്തു. കൂടെ വന്ന നേതാക്കന്മാരേം ഡ്രൈവറേം കാറും പൊലീസ് കസ്റ്റഡിയിലെടുത്തിട്ടൊണ്ട്. ബാക്കി വിവരം ഒന്നും അറിയത്തില്ല.”

ഐസിയുവിലെ മറ്റു രോഗികളെ നോക്കിയശേഷം ഡോക്ടർ വീണ്ടും പവിത്രയുടെ ബെഡ്ഡിനരികെ വന്നു.

“ഇതാണോ ബിയാ?” ജിബിയായെ നോക്കി ഡോക്ടർ ചോദിച്ചു.

“അതെ ഡോക്ടർ.” ജിബിയ പറഞ്ഞു.

“പേഷ്യന്റിന് ഫസ്റ്റ്എയ്ഡ് കൊടുത്തത് താങ്കളാണോ? കൂടെ വന്നവരാരോ പറയുന്നതു കേട്ടു.”

“അതേ... ഞാനും ആംബുലൻസിലുണ്ടായിരുന്നു.”

"നിങ്ങളുടെ സഹോദരിയാണോ പേഷ്യന്റ്?"

ജിബിയ ആദ്യം ഒന്നറച്ചു. എന്തു പറയണം?

"അതിലും കൂടുതലാണ്..." അവൾ പറഞ്ഞു.

ഡോക്ടർ ആശ്ചര്യപ്പെട്ടു. "എന്നു വെച്ചാൽ എന്താണ്?"

"ഞങ്ങൾ ഫ്രണ്ട്സാണ്. ഒന്നിച്ചു പഠിച്ചു. ഒന്നിച്ചു വളർന്നു. ഒരേ വീട്ടിൽ താമസിച്ചില്ലെന്നു മാത്രം." ജിബിയ വെളിപ്പെടുത്തി.

"കത്തിയുമായി വീണ്ടും കുത്താൻ വന്നയാളെ തടഞ്ഞതും നിങ്ങളാണല്ലേ... എങ്ങനെ ധൈര്യം കിട്ടി?"

"ഇവളെ കുത്തിക്കൊല്ലാനാണെന്ന് കണ്ടപ്പം എനിക്കു പിന്നെ പേടിയൊന്നും തോന്നയില്ല."

"ബ്രേവ് ഗേൾ..." ഡോക്ടർ അഭിനന്ദിച്ചു.

"എന്തു ചെയ്യുന്നു?"

"ഞാനൊരു നഴ്സാണ്."

"എവിടെയാണ്?"

"കുറേക്കാലം നോർത്തിലാരുന്നു. ഡെല്ലീലും മുംബൈയിലും. പിന്നെ കുറച്ചു കാലം കുവൈറ്റിൽ. ഇപ്പൊ വീട്ടിൽ വെറുതെ നിക്കുന്നു."

"ഇവിടെ നഴ്സുമാരെ ആവശ്യമുണ്ടല്ലോ. എക്സ്പീരിയൻസുള്ളവർക്ക് പ്രയോറിറ്റിയുണ്ട്. നോക്കിക്കൂടെ?"

"ഞാൻ വിദേശത്ത് പോകാനുള്ള തയ്യാറെടുപ്പിലാ. അതുകൊണ്ടാ."

"ഓക്കെ. ദാറ്റ്സ്ഗുഡ്."

ഡോക്ടർ പവിത്രയെ ഒന്നു കൂടി പരിശോധിച്ചിട്ട് തിരികെ പോയി.

"മോളെ ഞാനിന്നു വീട്ടിലേക്ക് പൊയ്ക്കോട്ടെ. നാളെ വരാം."

"എങ്ങനെ പോകും, നേരം പോയില്ലേ?"

"പപ്പാ വരാംന്ന് പറഞ്ഞിട്ടുണ്ട്. ഞാൻ പപ്പായുടെ കൂടെ പൊയ്ക്കോളാം. മിന്നുമോളെ ഓർത്തു വിഷമിക്കണ്ട. ടീച്ചറും ഡോക്ടറും എത്തീട്ടുണ്ട്."

പവിത്രയ്ക്ക് സമാധാനമായി.

അവളോട് യാത്ര പറഞ്ഞ് ജിബിയ മിന്നുമോളെയും കൂട്ടി ഐസിയുവിൽ നിന്ന് ഇറങ്ങി.

മിന്നുമോളെ കൊണ്ടുചെന്ന് ഇന്ദുമതി ടീച്ചറിന്റെ കയ്യിൽ ഏൽപ്പിച്ചു. അവൾക്ക് ജിബിയായെ വിട്ടുപോകാൻ മടിയായിരുന്നു. ജിബിയയുടെ ചുറ്റും പവിത്രയുടെ ആളുകൾ വന്നുകൂടി. പവിത്രയുടെ വിവരങ്ങൾ അറിയണം അവർക്ക്. താനറിഞ്ഞടത്തോളം കാര്യങ്ങൾ ജിബിയ അവരോട് വിശദീകരിച്ചു.

അജിതമ്മയുടെ മുഖത്ത് ജിബിയയോടുള്ള നീരസം പ്രകടമായിരുന്നു. സ്വന്തം അമ്മ അവിടെയുള്ളപ്പോൾ, പവിത്ര, ജിബിയയെ കാണണമെന്ന് ആവശ്യപ്പെട്ടത് അവർക്ക് ഒട്ടും ദഹിച്ചിട്ടില്ല.

എന്നാൽ ഇന്ദുമതി ടീച്ചറും ഡോക്ടർ വിജയാനന്ദും ജിബിയയോട് നന്ദി പ്രകടിപ്പിക്കുകയാണുണ്ടായത്. "നീയാണ് തക്കസമയത്ത് അവളെ രക്ഷിച്ചതെന്ന് ഞങ്ങൾക്കറിയാം.. അതും സ്വന്തം ജീവൻ പോലും നോക്കാതെ..."

ഇന്ദുമതി ടീച്ചർക്ക് അത് എത്ര പറഞ്ഞിട്ടും മതിയാകുന്നില്ല.

"പവിത്ര നിന്നെപ്പറ്റി കൂടെക്കൂടെ പറയുമ്പോഴെല്ലാം അതല്പം കൂടി പ്പോകുന്നില്ലേ എന്നൊരു തോന്നൽ ഞങ്ങൾക്കുണ്ടായിരുന്നു. ഇപ്പോ മന സ്സിലായി. അവൾ വെറുതെ പറയുന്നതല്ല എന്ന്."

എട്ടു മണിയോടെ ജോർജുകുട്ടി എത്തിച്ചേർന്നു. ജിബിയ പപ്പയോ ടൊപ്പം പോകാനിറങ്ങിയപ്പോൾ ഇന്ദുമതി ടീച്ചർ ചോദിച്ചു. "നിങ്ങളെ ങ്ങനെ പോകും തീക്കോയി വരെ?"

"ബസ്സ് കിട്ടുമോന്ന് നോക്കണം." ജിബിയ പറഞ്ഞു.

"അതൊന്നും വേണ്ട. ഇവിടെ ഡ്രൈവറൊണ്ട്. കാറിൽ കൊണ്ടു വിടാം."

"അതൊക്കെ ബുദ്ധിമുട്ടല്ലേ. വേണ്ടന്നേ."

ജിബിയ അങ്ങനെ പറഞ്ഞെങ്കിലും ഇന്ദുമതി ടീച്ചർ സമ്മതിച്ചില്ല.

"ഞങ്ങൾ രാത്രി ഇവിടെവിടെയെങ്കിലും റൂമെടുത്ത് തങ്ങാനാ പ്ലാൻ. കാറിവിടെ വെറുതെ കിടക്കുവാ. പിന്നെന്താ?"

ഇന്ദുമതി ടീച്ചർ ഡ്രൈവറെ വിളിച്ച് ജിബിയയേയും പപ്പയേയും വീട്ടി ലെത്തിക്കാൻ പറഞ്ഞ് ഏർപ്പാടാക്കി. അങ്ങനെയൊരു സൗകര്യം കിട്ടി യതുകൊണ്ട് ജിബിയയും ജോർജുകുട്ടിയും പത്തുമണിക്കു മുൻപ് വീട്ടിൽ എത്തിച്ചേർന്നു.

ബിൻസിയും ജോസ്നയും അത്താഴം കഴിക്കാതെ കാത്തിരിക്കുക യായിരുന്നു.

ജിബിയ വേഗം മേൽ കഴുകി, കഴിക്കാൻ എത്തി. കഞ്ഞി കോരി കഴിച്ചുകൊണ്ടിരുന്നപ്പോൾ ജിബിയയ്ക്ക് ബിൻസിയുടെ വക ശകാരം കണക്കിന് കിട്ടി.

"നിന്റെ കയ്യിലെന്തോന്നാടീ വെച്ചുകെട്ട്?"

"അതൊരു ചെറിയ മുറിവാ."

"അതെങ്ങനെ പറ്റീന്നാ ചോദിച്ചെ?"

"കത്തി കൊണ്ടതാ. അതൊരു പോറലേയൊള്ളൂ മമ്മീ..."

"ആരടെ കത്തികൊണ്ട്? നീ സവാള അരിയാൻ എടുത്ത കത്തി യാണോ?"

"എന്നെക്കൊണ്ട് പറയിപ്പിച്ചേ അടങ്ങത്തൊള്ളോ?"

"എടീ കഠാരേം ഓങ്ങിക്കൊണ്ട് കൊല്ലാൻ വരുന്നവന്റെ കയ്യേക്കേറി പ്പിടിക്കാൻ നിനക്കെങ്ങനെ തോന്നിയെടീ. അഹമ്മതിയല്ലേടീ കാണിച്ചെ. അതോ പൊട്ടത്തരവോ?"

"എനിക്കന്നേരം വേറൊന്നും തോന്നിയില്ല. ഞാൻ കേറിപ്പിടിച്ചില്ലാരുന്നെങ്കി അയാളവളെ കുത്തിക്കൊന്നേനേ."

"എടീ മോളെ, അവനൊരു ജെയിൽപ്പുള്ളി. ഒന്നും നോക്കാനില്ല. നീയങ്ങനാണോ? അവനോന്റെ ജീവനും കൂടെ നോക്കണ്ടേ?"

"എന്റെ ജീവൻപോലെതന്നെയാ അവൾടേതും. മമ്മി കൂടുതലൊന്നും പറയണ്ട."

"നിനക്ക് വല്ലതും പറ്റിയിരുന്നെങ്കിലോ?"

"മതി നിർത്ത് ബിൻസീ." ജോർജുകുട്ടി ഇടപെട്ടു.

രാത്രി കിടക്കാൻ നേരം ജോസ്ന ജിബിയയോടു ചോദിച്ചു.

"അതുപോലൊരു മുട്ടാളൻ കത്തീംകൊണ്ട് കുത്താൻ വന്നപ്പം ചേച്ചി എന്നാ വിചാരിച്ചോണ്ടാ തടയാൻ ചെന്നത്? നമുക്കൊരു പേടിയില്ലേ ചേച്ചീ. ഞാനാണെങ്കി നെലവിളിച്ചോണ്ട് ബോധംകെട്ട് വീണേനേ."

"നിന്നെ കുത്തിക്കൊല്ലാൻ വേണ്ടി ഒരുത്തനങ്ങനെ വരുവാണെന്നു വിചാരിക്ക്. ഞാൻ നിന്റടുത്തൊണ്ടെങ്കി തടയണോ അതോ ഓടി രക്ഷപ്പെടണോ?"

"അത്... പിന്നെ... ഞാനല്ലേ..."

"ആണല്ലോ... നിന്നെപ്പോലെ തന്നെയാ എനിക്ക് അവളും. കെടന്നൊറങ്ങാൻ നോക്ക്."

ജോസ്ന ദീർഘമായി ഒന്ന് നിശ്വസിച്ചു.

ഏതാനും മിനിറ്റുകൾക്കുള്ളിൽ ജിബിയായുടെ ശ്വാസഗതിക്ക് മാറ്റം വന്നതറിഞ്ഞ് ഇപ്പുറത്തെ കട്ടിലിൽ കിടന്ന ജോസ്ന എത്തിനോക്കി.

ജിബിയ ഉറങ്ങിക്കഴിഞ്ഞിരുന്നു.

* * *

പൊലീസ് പഞ്ചായത്ത് പടിക്കലെ വീട്ടിൽ വന്ന് അജിതമ്മയുടെയും വിഷ്ണുവിന്റെയും ദീപയുടെയും മൊഴിയെടുത്തു. സുദർശനൻ സംഭവസമയത്ത് വീട്ടിൽ ഇല്ലായിരുന്നതിനാൽ അയാളുടെ മൊഴി വേണ്ടിവന്നില്ല.

സംഭവം നടക്കുമ്പോൾ ഓടിക്കൂടിയ നാട്ടുകാരുടെയും മൊഴികൾ പൊലീസ് ശേഖരിച്ചു. ജിബിയയെ പൊലീസ് അവിടേക്കു വിളിച്ചു വരുത്തി. സംഭവത്തിന്റെ ദൃക്സാക്ഷി എന്ന നിലയിൽ അവളുടെ മൊഴിയുമെടുത്തു. ഹോസ്പിറ്റലിൽ ചെന്ന് പവിത്രയുടെ മൊഴി പൊലീസ് മുമ്പേതന്നെ എടുത്തിട്ടുണ്ടായിരുന്നു.

പവിത്രയുടെ നേർക്ക് വധശ്രമത്തിന് ജയപ്രകാശിന്റെയും സുഭദ്രയുടെയും പേരിൽ കേസെടുത്ത് പൊലീസ് അന്വേഷണം നടത്തുകയാണ്. പവിത്രയെ കൊല്ലാനുള്ള ഗൂഢാലോചനയിൽ പങ്കാളിയായി എന്ന നിലയ്ക്ക് സുഭദ്രയേയും പൊലീസ് അറസ്റ്റ് ചെയ്ത് കോടതിയിൽ ഹാജരാക്കിയിരുന്നു.

സുഭദ്രയെ കേസിൽ നിന്ന് ഒഴിവാക്കാൻ ചില സമ്മർദങ്ങൾ ഉണ്ടായെങ്കിലും സുഭദ്രയ്ക്കും വധശ്രമത്തിൽ പങ്കുണ്ടെന്ന നിലപാടിൽ പവിത്ര ഉറച്ചുനിന്നു. ആ കത്തി പുതിയതായി വാങ്ങിച്ചതല്ല വീട്ടിൽ ഉപയോഗിച്ചുകൊണ്ടിരുന്ന കത്തിയാണ്. ജയപ്രകാശിന്റെ അമ്മ അറിയാതെ അല്ല അത് എടുത്തുകൊണ്ടുപോന്നത്. ഞാനാ വീട്ടിൽ ജീവിച്ചിരുന്ന കാലത്തും ഞാൻ എങ്ങനെയെങ്കിലും കൊല്ലപ്പെടാൻ ആ സ്ത്രീ ആഗ്രഹിച്ചിരുന്നു. എന്നെ കൊല്ലാൻ മകനെ പ്രേരിപ്പിച്ചിട്ടുമുണ്ട്. തീർച്ചയായിട്ടും അവർ രണ്ടുപേരും കൂടി ആലോചിച്ചു തീരുമാനിച്ചിട്ടു തന്നെയാ ഞങ്ങളുടെ വീട്ടിൽ വന്ന് എന്നെ ആക്രമിച്ചത്.

പവിത്രയുടെ മൊഴി പരിശോധിച്ച കോടതി സുഭദ്രയെ പതിനഞ്ചു ദിവസത്തേക്ക് റിമാൻഡ് ചെയ്ത് സബ് ജയിലിലേക്ക് അയച്ചു. പ്രതാപനും സുശീലനും പൊതുപ്രവർത്തകർ എന്ന ലേബലിൽ പ്രതിസ്ഥാനത്തുനിന്നു തലനാരിഴയ്ക്ക് രക്ഷപ്പെട്ടു. പവിത്രയ്ക്ക് നാലുദിവസം കൂടിയേ ഹോസ്പിറ്റലിൽ കിടക്കേണ്ടിവന്നുള്ളൂ. ഇന്ദുമതി ടീച്ചറും ഡോക്ടർ വിജയാനന്ദും കൂടി വന്ന് അവളെ എറണാകുളത്തേക്ക് കൂട്ടിക്കൊണ്ടുപോയി. അടുത്ത ദിവസം തന്നെ പവിത്രയുടെ ആഗ്രഹപ്രകാരം അപ്പുമോനെയും ഇന്ദുമതി എറണാകുളത്ത് എത്തിച്ചു.

ഒരാഴ്ചയ്ക്കുള്ളിൽ എല്ലാം പൂർവ്വസ്ഥിതിയിലായി.

അപ്പുവിനെ തിരികെ കൊണ്ടുവന്ന് സ്കൂളിൽ വിട്ടു. പവിത്ര ഇടയ്ക്ക് വല്ലപ്പോഴും വീട്ടിൽ വരികയും പോകുകയും ചെയ്തു.

ജിബിയ തന്റെ കോഴ്സ് പഠനം തുടർന്നു.

അജിതമ്മയുടെ മനോഭാവത്തിന് ഇനിയെങ്കിലും മാറ്റം വരും എന്നു വിചാരിച്ചവർക്കു തെറ്റി.

“പ്രകാശൻ ഒത്തുതീർപ്പിന് തയ്യാറായിട്ടു വന്നതാ. അതുകൊണ്ടല്ലേ പാർട്ടിക്കാരേം കൂട്ടി വന്നേ. അവരെല്ലാം പരമാവധി പറഞ്ഞു നോക്കി. പക്ഷേ അവള് സമ്മതിക്കണ്ടേ. അവസാനം കൊച്ചിനെ ചോദിച്ചപ്പം അതും പറ്റത്തില്ലെന്ന് അവള് പറഞ്ഞു. അതോടെ അവനു ദേഷ്യം കേറി.”

ഞണ്ടുകല്ലിലെ വീട്ടിൽ അജിതമ്മ, സംഭവത്തെക്കുറിച്ച് പറഞ്ഞത് ഇങ്ങനെയായിരുന്നു.

ഉടനെ കത്തിയെടുത്തു കുത്തിക്കൊല്ലുകയാണോ വേണ്ടത് എന്നു രമേശൻ ചോദിച്ചപ്പോഴും അജിതമ്മയ്ക്ക് മറുപടിയുണ്ടായിരുന്നു.

“അവളേം കൊച്ചിനേം തിരിച്ചു കിട്ടത്തില്ലെന്നു കണ്ടപ്പം അവന് പിന്നെ ജീവിച്ചിരിക്കണമെന്നുപോലും തോന്നിക്കാണത്തില്ല. ഒന്നാമതേ ജയിലിലാ. കലികേറീട്ട് ചെയ്തതായിരിക്കും.”

സ്വന്തം വീട്ടിൽ ഇതേ അഭിപ്രായപ്രകടനം തന്നെ നടത്തിയപ്പോൾ വിഷ്ണുവും ദീപയും കൂടി അജിതമ്മയുടെ നേർക്ക് തട്ടക്കയറി.

“ഈ വീട്ടിലിങ്ങനത്തെ വർത്തമാനം പറയരുത്. ഇതൊക്കെ ഞണ്ടുകല്ലിൽ കൊണ്ടുപോയി ചെലവാക്കിയാ മതി. അവിടെ കൊറേ

കൊഞ്ഞാണന്മാരും കൊഞ്ഞാണത്തികളും ഒണ്ടല്ലോ അമ്മ പറയുന്നതെല്ലാം കേട്ട് മൂളാനും പാടാനും."

"പറഞ്ഞാ നീ എന്നാ ചെയ്യും?"

"ഇവിടെ പറ്റത്തില്ലെന്ന്.. തയ്യൽമെഷീനും എടുത്തോണ്ട് പൊയ്ക്കോളണം ഞണ്ടുകല്ലിലോട്ട്."

"ആങ്ഹാ, എന്നെ ഇപ്പം വേണ്ട അല്ലേ. ഇത്രയും കാലം ചെലവിനുണ്ടാക്കി തരാനും പഠിപ്പിക്കാനും എന്റെ തയ്യൽ മെഷ്യനും ഞാനും വേണമായിരുന്നു."

"എന്റെയമ്മേ, അമ്മയില്ലെങ്കിലും ഞങ്ങളൊക്കെ ജീവിച്ചേനേ. തയ്യൽ മെഷീന് പകരം വേറെന്തെങ്കിലും മാർഗം ഒണ്ടായേനേ."

അതോടെ അജിതമ്മ നാവടച്ചു.

മക്കളോടും ഭർത്താവിനോടും പിണങ്ങി രണ്ടു ദിവസം വെറുതെയിരുന്നു. തയ്യൽയന്ത്രത്തിൽ സ്പർശിക്കാതെ, അുക്കളയിൽ കയറാതെ. ആരും അജിതമ്മയെ അലട്ടാൻ പോയില്ല.

ദീപ അടുക്കളയിൽ കയറി ഭക്ഷണം ഉണ്ടാക്കി. മൂന്നാം ദിവസം അജിതമ്മ നിശ്ശബ്ദസമരം അവസാനിപ്പിച്ചു.

ഡോക്ടർ വിജയാനന്ദിന്റെ കാലിൽ നടത്തേണ്ടിയിരുന്ന അവസാനത്തെ ശസ്ത്രക്രിയയും കഴിഞ്ഞു. കാലിൽ അസ്ഥിക്ക് പകരം ഘടിപ്പിച്ചിരുന്ന സ്റ്റീൽറാഡ് നീക്കംചെയ്തു. ഫിസിയോതെറാപ്പിയും എക്സർസൈസും മറ്റുമായി ഒരു മാസം കഴിഞ്ഞു. പിന്നീട് ആയുർവേദ പഞ്ചകർമ്മചികിത്സയും നടത്തി. അതിന്റെ പത്ഥ്യ കാലാവധിയും വിജയകരമായി പിന്നിട്ടു.

മെഡിക്കൽ ഫിറ്റ്നസും ഫിസിക്കൽ ഫിറ്റ്നസും ശരിയായതോടെ അയാൾ അയർലണ്ടിലേക്കു തിരിച്ചു പോകാനുള്ള നടപടിക്രമങ്ങൾ ആരംഭിച്ചു. ഒപ്പം ഇന്ദുമതി ടീച്ചറിനെയും പവിത്രയേയും കൊണ്ടുപോകുന്നുണ്ട്. അവർ രണ്ടു പേരും സന്ദർശക വിസയിലാണെന്ന് മാത്രം. മിന്നുമോൾ ജന്മനാ തന്നെ അയർലണ്ടുകാരിയാണ്.

അവരെ യാത്ര അയയ്ക്കാൻ സുദർശനോടൊപ്പം ജിബിയയും നെടുമ്പാശ്ശേരി എയർപോർട്ടിൽ പോയിട്ടുണ്ടായിരുന്നു. അവർ പോയി രണ്ടാഴ്ചയ്ക്കുശേഷം ജിബിയയുടെ ഐ ഇ എൽ ടി എസ് പരീക്ഷ നടന്നു.

ഇനി റിസൾട്ടിനു വേണ്ടിയുള്ള കാത്തിരിപ്പായി.

മുപ്പത്തിയഞ്ച്

ജിബിയ ഐഇഎൽടിഎസ് എഴുതിയതിന്റെ റിസൽട്ട് വന്നു. ഏഴ് ആയിരുന്നു അവൾക്കു കിട്ടിയ സ്കോർ. ആദ്യത്തെ ശ്രമത്തിൽതന്നെ വിജയിച്ചതിന്റെ ആഹ്ലാദം അവൾ പവിത്രയുമായി പങ്കുവച്ചു.

ഫോണിൽ വിളിച്ചു സംസാരിക്കവേ പവിത്ര അവളോട് പറഞ്ഞു.

"നിനക്കിനി യുകെയ്ക്കോ കാനഡയ്ക്കോ പോകാം. പപ്പയ്ക്കും മമ്മിക്കുമൊക്കെ സന്തോഷമായില്ലേ?"

"അവർക്കിതിന്റെ സ്കോറും സാധ്യതകളും ഒന്നും അറിയത്തില്ലല്ലോ. എനിക്കു കിട്ടിയ സ്കോർ ഏഴാണെന്നും എനിക്കിനി വിദേശത്തുപോയി പഠിക്കയോ ജോലി ചെയ്യുകയോ എന്തുവേണമെങ്കിലും ആകാമെന്നും പറഞ്ഞപ്പോ എല്ലാർക്കും ഒരു തണുപ്പൻ പ്രതികരണം."

"അതെന്താ അങ്ങനെ? ഓരോരുത്തര് ആ കടമ്പയൊന്നു കടന്നുകിട്ടാൻ എന്തുമാത്രം പാടുപെടുന്നു. ആറും ഏഴും തവണയൊക്കെ ഐയെൽടീഎസ്സെഴുതീട്ടും പാസാകാത്തവരില്ലേ."

"ഞാൻ പാസ്സായിട്ട് എന്തു ഗുണമെന്നാ ചോദിക്കുന്നെ."

"നീ എങ്ങനെങ്കിലും അവിടുന്ന് കടക്കാൻ നോക്ക്. ആദ്യം ഏതെങ്കിലുമൊരു ഏജൻസിയെ കണ്ട് വിശദമായിട്ട് കാര്യങ്ങളൊക്കെ അന്വേഷിക്കണം. എന്നിട്ടു നമുക്ക് ഏറ്റവും പറ്റിയ രാജ്യം ഏതാണെന്നു സെലക്ട് ചെയ്യണം. ബാക്കി കാര്യങ്ങളൊക്കെ പിന്നീടല്ലേ."

"ഇതൊക്കെ ഇപ്പം നീ എന്നെ പഠിപ്പിക്കുവാണോ? മുൻപ് ഞാൻ നിന്നോടല്ലേ ഇങ്ങനൊക്കെ പറഞ്ഞോണ്ടിരുന്നെ." ജിബിയ തെല്ല് വിസ്മയത്തോടെ ചോദിച്ചു.

"എനിക്കെന്റെ കടം വീട്ടണ്ടേ."

"എന്തു കടം?"

"എനിക്ക് തന്നെ ഉപദേശങ്ങളൊക്കെ തിരിച്ചുതരുമ്പം ആ കടം തീരുവല്ലോ."

"എന്തായാലും ഞാനെല്ലാം ഒന്നു നോക്കിവെക്കാം. നടക്കവോ ഇല്ലയോ എന്ന് ദൈവത്തിനറിയാം." ജിബിയ പറഞ്ഞു.

പവിത്രയുടെ കയ്യിൽനിന്ന് കടംവാങ്ങിയ പണം മിക്കവാറും തീർന്നു കഴിഞ്ഞു. പഠിച്ചതിന്റെ കോഴ്സ്ഫീ, എക്സാംഫീ, ദിവസേന പാലായ്ക്കു പൊയ്ക്കൊണ്ടിരുന്നതിന്റെ ബസ്ചാർജ്, വല്ലപ്പോഴും വേണ്ടിവന്ന ഓട്ടോക്കൂലി, വീട്ടുച്ചെലവുകൾ, ബാങ്കിലടയ്ക്കാനുള്ള തവണകൾ, എല്ലാം ആ പൈസ ഉപയോഗിച്ചാണ് നടത്തിക്കൊണ്ടിരുന്നത്.

"പഠിച്ചു പാസായി. നല്ല കാര്യം. പക്ഷേ ഇനി എന്നാ ചെയ്യും?" ബിൻസി മകളോട് ചോദിച്ചു.

"എന്തെങ്കിലും വഴിയൊണ്ടാകും." ജിബിയ ഒഴുക്കൻ മട്ടിൽ പറഞ്ഞു.

"ആ കുവൈറ്റീന്നു പോരേണ്ട ഒരു കാര്യോം ഇല്ലാരുന്നു. അതു മതിയാർന്നു. അന്നേരം അഹങ്കാരം. കിട്ടുന്നതു പോരാ... ഇപ്പം എന്നിട്ട് നക്ഷത്രമെണ്ണുവാ." ബിൻസി ആരോടെന്നില്ലാതെ ആവലാതിപ്പെട്ടു.

വാസ്തവത്തിൽ ജിബിയയ്ക്കും അറിയില്ലായിരുന്നു ഇനി എന്തു ചെയ്യണമെന്ന്.

വിദേശരാജ്യങ്ങളിലേക്ക് നഴ്സുമാരെ റിക്രൂട്ട് ചെയ്യുന്ന ഏജൻസികളെ സമീപിച്ച് അവൾ പോകാനുള്ള സാധ്യതകൾ ആരാഞ്ഞു.

യുകെയ്ക്കു പോകാൻ പന്ത്രണ്ട് ലക്ഷം, ഇസ്രായേലിലേക്ക് എട്ടു ലക്ഷം, കാനഡയിലേക്ക് പന്ത്രണ്ട്... ഇങ്ങനെ പലതരത്തിലായിരുന്നു പണച്ചെലവ് വേണ്ടിയിരുന്നത്. അയർലൻഡിൽ പോകാൻ മാത്രം നാലര ലക്ഷം രൂപയോളം മതിയാകും.

ജിബിയ വിചാരിച്ചാൽ അൻപതിനായിരം രൂപപോലും ഉണ്ടാകില്ല. ഗത്യന്തരമില്ലാതെ അവൾ ഏതെങ്കിലും ഹോസ്പിറ്റലിൽ ജോലിക്കു കയറാൻതന്നെ നിശ്ചയിച്ചു.

പവിത്ര കിടന്ന ഹോസ്പിറ്റലിൽവെച്ച് പരിചയപ്പെട്ട ഡോക്ടർ അവിടുത്തെ ജോലിസാധ്യതയെക്കുറിച്ചു സൂചിപ്പിച്ചത് അവൾ ഓർത്തു.

ജിബിയ തന്റെ സർട്ടിഫിക്കറ്റുകളുമായി ആ ഹോസ്പിറ്റലിൽ ചെന്ന് അഡ്മിനിസ്ട്രേറ്ററെ കണ്ട് ജോലിക്കുള്ള അപേക്ഷയും എക്സ്പീരിയൻസ് സർട്ടിഫിക്കറ്റുകളുടെ കോപ്പിയും നൽകി.

അടുത്ത ദിവസം വന്ന് ഇന്റർവ്യൂ അറ്റൻഡ് ചെയ്യാൻ അവിടുന്ന് നിർദ്ദേശം കിട്ടി.

ജിബിയ അടുത്ത ദിവസം പോയി. ഇന്റർവ്യൂ ഒരു ചടങ്ങ് മാത്രമായിരുന്നു. ഐസിയുവിലെ എക്സ്പീരിയൻസ് നോക്കിയിട്ട് അപ്പോൾത്തന്നെ അവർ അപ്പോയ്ന്റ്മെന്റ് ഓർഡർ ടൈപ്പ് ചെയ്തു. അതിനിടയിൽ ശമ്പളവിവരങ്ങളും ജോലിയുടെ സമയക്രമങ്ങളും പറഞ്ഞു.

"നാളെ മുതൽ ജോലിക്കു വരുന്നതിൽ തടസ്സമൊന്നുമില്ലല്ലോ, ഉവ്വോ?"

"താമസിക്കാനുള്ള സൗകര്യത്തേക്കുറിച്ച് ഒന്നും പറഞ്ഞില്ല. ദിവസോം പോയി വരാൻ ബുദ്ധിമുട്ടാണ്. ജിബിയ തന്റെ വൈഷമ്യം വെളിപ്പെടുത്തി.

"ഇവിടെ നഴ്സസ് ക്വാർട്ടേഴ്സ് ഉണ്ട്. അവിടെ താമസിക്കാം. ഫുഡ് കാന്റീനിൽനിന്നു കഴിക്കാം."

അടുത്ത ദിവസം മുതൽ വരാമെന്നു സമ്മതിച്ച് ജിബിയ തിരിച്ചു പോന്നു.

മകൾ ഹോസ്പിറ്റലിൽ ജോലിക്കു കയറുന്നു എന്നറിഞ്ഞപ്പോൾ ബിൻസിക്ക് സമാധാനമായി.

“എങ്ങനെ കുടുംബം കഴിയുമെന്നോർത്ത് വെഷമിച്ചിരിക്കുവാരുന്നു. കടക്കാരോടു പറഞ്ഞു നിക്കണ്ടേ.”

“ശമ്പളം കൊറവല്ലേ മോളേ?” ജോർജുകുട്ടി ചോദിച്ചു.

“നമ്മുടെ നാട്ടിലെ മിക്ക ആശുപത്രികളിലും ഏതാണ്ട് ഒരേ ലെവലിലൊള്ള ശമ്പള രീതിയാ.”

“നീ ഡെല്ലീലായിരുന്നപ്പം നല്ല ശമ്പളം കിട്ടിക്കൊണ്ടിരുന്നതല്ലേ.”

“ഇത് സ്ഥിരമായിട്ട് നിൽക്കാനല്ലല്ലോ പപ്പാ. തൽക്കാലത്തേക്കു മാത്രമല്ലേ.”

“ങ്ഹാ, വെറുതെ വീട്ടിൽ നിൽക്കുന്നതിനേക്കാളും ഭേദമല്ലേ.” ജോർജുകുട്ടി ആശ്വസിച്ചു.

“റബ്ബറിന്റെ വെല താണുപോയതാ ഇതിനെല്ലാം കാരണം. കിലോയ്ക്ക് ഒരു ഇരുനൂറ് ഇരുനൂറ്റമ്പത് രൂപാ വെലയൊണ്ടാരുന്നെങ്കി നമുക്കത് മതിയാരുന്നു ജീവിക്കാൻ.”

പപ്പാ എപ്പോഴും പറയാറുള്ളതാണ്.

റബ്ബറിന്റെ വിലയും പപ്പയുടെ ജീവിതവും അത്രമേൽ ബന്ധപ്പെട്ടു കിടക്കുകയാണോ എന്ന് ജിബിയ ചിലപ്പോൾ സംശയിച്ചു പോകും. കാർഷിക ഉൽപ്പന്നങ്ങൾക്കെല്ലാം വിലയിടിവാണ്. റബറിനു മാത്രമെന്താണു പ്രത്യേകത. കൃഷിക്കാരന് കൃഷി മുതലാകുന്നില്ല എന്നതാണ് സത്യമെന്ന് അവൾക്കു തോന്നി.

അടുത്തദിവസം അതിരാവിലെതന്നെ വേണ്ടത്ര സന്നാഹങ്ങളുമായി ജിബിയ കോട്ടയത്തേക്ക് ബസ് കയറി. ബാഗേജ് ഹോസ്റ്റൽ റൂമിൽ കൊണ്ടുവെച്ചു. റൂംമേറ്റ്സിനെ പരിചയപ്പെട്ടു. തൽക്കാലം പേരുകളും സീനിയോറിറ്റിയും മാത്രമേ അറിയേണ്ടതുള്ളൂ. കൂടുതൽ ചോദിച്ചും അന്വേഷിച്ചും വരുമ്പോൾ ഭൂരിപക്ഷവും ഒരേതൂവൽപക്ഷികൾ. ഒരേമാതിരി കുടുംബങ്ങൾ, പ്രാരബ്ധങ്ങൾ, കടബാധ്യതകൾ, സ്വകാര്യ ദുഃഖങ്ങൾ.

ജിബിയ ജോലിക്കു കയറി.

ഡ്യൂട്ടികഴിഞ്ഞ് രാത്രി പവിത്രയെ വിളിച്ച് താൻ പുതിയ ജോലിക്കു കയറിയ വിവരം അറിയിച്ചു.

“നീ കാരണം കിട്ടിയ ജോലിയാ. ഒരിടക്കാലാശ്വാസം.”

“ഞാനെന്തു ചെയ്തിട്ടാ?”

“ജയപ്രകാശിന്റെ കുത്തേറ്റ് നീ ഹോസ്പറ്റലിലായില്ലേ. അവിടെ ഐസിയുവിൽ വെച്ച് പരിചയപ്പെട്ട ഡോക്ടറാ എന്നെ ഇൻവൈറ്റ് ചെയ്തത്.”

"ആ ഡോക്ടറുടെ റെക്കമെന്റേഷനാണോ?"

"അല്ലെടീ... ഞാനിവിടെ വന്നിട്ട് അദ്ദേഹത്തെ കണ്ടതേയില്ല."

"എങ്ങനൊണ്ട് ജോലി?"

"കുറച്ച് സമാധാനംണ്ട്."

"ഞാൻ ഇവിടേതെങ്കിലും ഹോസ്പിറ്റലിൽ ഒന്നു ശ്രമിച്ചു നോക്കട്ടെ."

"അവിടെ കിട്ടുമായിരിക്കും. പക്ഷേ കേറിവരാൻ പൈസ വേണ്ടേ. നിന്നനിൽപ്പിൽ നാലഞ്ചു ലക്ഷം രൂപയുണ്ടാക്കുകാന്നുവെച്ചാ നിസ്സാര സംഗതിയാണോ?"

"എന്റെ കയ്യിലൊണ്ടാരുന്നെങ്കി ഞാൻ തന്നേനേ." പവിത്ര പറഞ്ഞു.

"നിന്റെ കയ്യിലുണ്ടായിരുന്നതെല്ലാം നീ തന്നല്ലോ."

"എന്തെങ്കിലും വഴിയുണ്ടാകുവോന്ന് നമുക്കു നോക്കാം. തൽക്കാലം നീയവിടെ പിടിച്ചു നിൽക്ക്."

"മിന്നുമോൾക്ക് സുഖമല്ലേടീ."

"അവൾക്ക് ഒരു കുഴപ്പോമില്ല. ഞാനാണല്ലോ അവൾടെ അമ്മ. പിന്നെന്തു പ്രശ്നം."

"അവൾടെ ഭാഗ്യം. ഡോക്ടറേയും ടീച്ചറേയും എന്റെ അന്വേഷണം അറിയിക്കണം."

"അവരിങ്ങോട്ടു ചോദിക്കാറുണ്ട് ബിയാ വിളിച്ചപ്പം ഞങ്ങളെ തെരക്കിയില്ലേന്ന്."

"നിന്നോടെനിക്ക് അസൂയ തോന്നുന്നു. എന്നേക്കാൾ ഒരുപാട് നരകിച്ചെങ്കിലും നിനക്ക് നല്ലൊരഭയം കിട്ടിയല്ലോ."

"അതിന്റെയെല്ലാം ക്രെഡിറ്റ് നീയെടുത്തോ." അതുംപറഞ്ഞ് പവിത്ര ചിരിച്ചു.

* * *

ഞായർ!

ഡോക്ടർ വിജയാനന്ദിന് ഒഴിവുദിവസമാണ്. വെക്സ്ഫോർഡിൽ നിന്ന് നിരഞ്ജനയും രജനീഷും കുട്ടികളും എത്തിച്ചേർന്നിട്ടുണ്ട്. അപ്പാർട്ട്മെന്റിൽനിന്ന് രവീണയും വന്നുചേർന്നു. എല്ലാവരും ഒത്തുചേർന്നതോടെ വീട് മുഖരിതമായി. ഓട്ടവും ചാട്ടവും ബെഡ്ഡിലും സോഫയിലും തല കുത്തി മറിയലും പിടിവാശികളും ടിവിയുടെ ശബ്ദവും.

ഇതിനെല്ലാം ഇടയിലൂടെ മിന്നുമോൾ ഒച്ചവെച്ച് പാറി നടന്നു.

വാട്ടർഫോർഡ് കൗണ്ടിയിൽ ഡോക്ടർ വിജയാനന്ദ് സ്വന്തമായി വാങ്ങിയിരുന്ന വീട് ഒൻപതുമാസത്തോളമായി അടഞ്ഞുകിടക്കുകയായിരുന്നു. മാസത്തിലൊരിക്കൽ രജനീഷും നിരഞ്ജനയും അവിടെപ്പോയി ക്ലീൻ ചെയ്യും. പുൽത്തകിടിയിലെ പുല്ല് കട്ട് ചെയ്യും.

അപകടത്തിൽനിന്ന് രക്ഷപ്പെട്ട് ചികിത്സയെല്ലാം കഴിഞ്ഞ് ഡോക്ടർ തിരിച്ചെത്തിയപ്പോൾ മുതൽ ആ വീട്ടിലാണ് താമസം.

മരിച്ചുപോയ തന്റെ ഭാര്യയുടെ സ്വപ്നമായിരുന്നല്ലോ ആ വീട് എന്ന് വിജയാനന്ദ് ചിലപ്പോൾ ഓർക്കും. പക്ഷേ അവർക്ക് അവിടെ ജീവിക്കാൻ വിധിയുണ്ടായില്ല.

വൈകുന്നേരം എല്ലാവരുംകൂടി ഉല്ലാസസവാരിക്ക് പോയി. രാത്രിയോടെ തിരിച്ചെത്തി.

തന്റെ ജോലിക്കാര്യത്തേക്കുറിച്ച് ഡോക്ടർ വിജയാനന്ദിനോട് സംസാരിക്കണമെന്ന് പവിത്ര നിരഞ്ജനയോട് അഭ്യർത്ഥിച്ചിട്ടുണ്ടായിരുന്നു. ആഹാരം കഴിക്കുന്ന നേരത്ത് നിരഞ്ജന ആ വിഷയം അവതരിപ്പിച്ചു.

"പവിത്രയ്ക്ക് ഒരാഗ്രഹം... ഏതെങ്കിലും ഹോസ്പിറ്റലിൽ കെയററായി ജോലി ചെയ്യണമെന്ന്."

"എന്തായിപ്പോ അങ്ങനെ തോന്നാൻ? ഈ വീട് മടുത്തോ?" ഇന്ദുമതി ടീച്ചർ പവിത്രയെ നോക്കി.

"അതുകൊണ്ടല്ല. ഇനിയൊരു രണ്ടുമാസം കഴിയുമ്പം ഞാൻ തിരിച്ചു പോകണ്ടേ. ജോലിയുണ്ടെങ്കി സ്ഥിരമായിട്ട് നിൽക്കാല്ലോ." പവിത്ര തന്റെ ആവശ്യം പറഞ്ഞു.

"ഇവിടെത്തന്നെ ആവശ്യത്തിനു ജോലിയുണ്ടല്ലോ. അതിനു പുറമേ ഇനിയൊരു തലവേദനകൂടി വേണോ?" ഇന്ദുമതി ചോദിച്ചു.

"ഈ ജോലി പെട്ടെന്ന് കഴിയുമല്ലോ. അപ്പോ ഞാൻ തിരിച്ചു പോകണ്ടേ."

"നിന്നെയങ്ങനെ പിരിച്ചുവിടാൻ ഞങ്ങളുദ്ദേശിക്കുന്നില്ല. തിരിച്ചു പോയാലും വീണ്ടും നിന്നെ ഇവിടെത്തന്നെ കൊണ്ടുവരും. പിന്നെ ശമ്പളം... നിനക്കൊരു കെയറർക്കു കിട്ടുന്നതിനേക്കാൾ ശമ്പളം ഞങ്ങൾ തരുന്നില്ലേ. അതുപോരേ? കൂടുതൽ എന്തെങ്കിലും വേണമെങ്കിൽ പറയണം." ഇന്ദുമതി ചിരിച്ചുകൊണ്ടാണ് പറഞ്ഞത്.

"ഇവിടുത്തെ ജോലി കഴിയുമ്പോൾ എനിക്ക് വേറെ എവിടെയെങ്കിലും..." പവിത്ര പരുങ്ങി.

"ഇവിടുത്തെ ജോലി കഴിയുന്നില്ലെങ്കിലോ?"

"അതാ എനിക്ക് ഏറ്റവും സന്തോഷം."

"ഇവിടെ സ്ഥിരമായിട്ട് കൂടാനോ?"

"എന്തു സുഖമാ ഇവിടെ. ഞാൻ ദീപജ്യോതിയിൽ ജോലി ചെയ്തിരുന്ന കാലത്ത് എന്നതായിരുന്നു. ഓർക്കാൻ പോലും വയ്യ. ഇപ്പോൾ ഞാൻ ഒരു സ്വർഗ്ഗത്തിൽ താമസിക്കുന്ന പോലെയാ. ആരും എന്നെ വഴക്ക് പറയാനില്ല. ആരും എന്നെക്കൊണ്ട് നിർബന്ധിച്ചു ജോലി ചെയ്യിക്കുന്നില്ല." പവിത്ര തെല്ലൊരു കുസൃതിയോടെ പറഞ്ഞു.

"ഇവിടെ വേണമെങ്കിൽ നിന്നെ പെർമനന്റ് ആക്കാം. ഒരു ലൈഫ് ലോങ്ങ് മെമ്പർഷിപ്പ് എടുത്താൽ മതി." ഇന്ദുമതി ചിരിച്ചു.

"അതിന് ഫീസ് വല്ലതുമുണ്ടോ?"

"ഫീസ് ഒന്നും വേണ്ട. പക്ഷേ ചില നിബന്ധനകൾ ഉണ്ട്."

"അത് എന്നതായാലും ഞാൻ അനുസരിക്കാം."

ഇന്ദുമതി ഏതാനും നിമിഷങ്ങൾ അവളുടെ കണ്ണുകളിലേക്ക് നോക്കി.

"നിനക്ക് എന്റെ മോനെ ഇഷ്ടമല്ലേ?"

പവിത്രയ്ക്ക് ഹൃദയം നിലച്ചതുപോലെ തോന്നി. അത് സെക്കൻഡുകളോളം നീണ്ടുനിന്നു. പിന്നെ ഇരട്ടിവേഗത്തിലും ശക്തിയിലും അത് മിടിക്കാൻ തുടങ്ങി.

"എന്താടീ മിണ്ടാത്തത്?"

"ഞാൻ കണ്ടിട്ടുള്ളതിലേക്ക് ഏറ്റവും നല്ലയാളാ ഡോക്ടർ. എനിക്കിഷ്ടമാ. എന്നോടും വലിയ ഇഷ്ടമാണെന്ന് അറിയാം."

പവിത്ര സത്യസന്ധമായി പറഞ്ഞു. എന്നാലും അവളുടെ സ്വരത്തിൽ ഒരു വിറയൽ പടർന്നിരുന്നു.

"അവന്റെ ഇഷ്ടം ഞങ്ങൾക്കെല്ലാം അറിയാം. നിന്റെ ഇഷ്ടമാ അറിയാത്തത്. അവൻ നിന്നെ കല്യാണം കഴിക്കുന്നതിൽ നിനക്ക് എന്തെങ്കിലും തടസ്സം പറയാനുണ്ടോ."

ഒരുതവണകൂടി പവിത്രയുടെ ഹൃദയം സ്തംഭിച്ചു. തൊണ്ട വരണ്ടു. ശ്വാസം വീണ്ടുകിട്ടിയപ്പോൾ അവൾ പറഞ്ഞു "എനിക്കെന്താ അതിനുള്ള യോഗ്യത. ഞാൻ വെറും കെയറർ." അവളുടെ തൊണ്ടയിടറി.

"അത് നിന്റെ പഴയ സ്റ്റാറ്റസ്. നിന്നെ ഞങ്ങൾ അവിടുന്ന് ലിഫ്റ്റപ്പ് ചെയ്താണ് ഇവിടെ എത്തിച്ചത്. ഇവിടെ വന്നപ്പോൾ നീ മീനാക്ഷിയുടെ അമ്മയായി. അത് ചെറിയ കാര്യമല്ല. വിജുവിന്റെ മനസ്സിലും നിനക്കൊരു സ്ഥാനമുണ്ടായി. ഇനി ഒരു പടികൂടി കയറിയാൽ നിനക്ക് അവന്റെ ഭാര്യയാകാം. ഞങ്ങൾക്കെല്ലാവർക്കും സമ്മതമാണ്. നിന്റെ മനസ്സ് അറിഞ്ഞാൽ മതി."

പവിത്രയ്ക്ക് പെട്ടെന്ന് കരച്ചിൽ വന്നു. ഇന്ദുമതിക്ക് പരിഭ്രമമായി.

അവർ അടുത്തു വന്ന് തോളിൽ പിടിച്ചു.

"എന്താ, എന്താന്നു പറ? നിനക്ക് ഇഷ്ടപ്പെട്ടില്ലേ. എന്റെ മകന് ഒരു ആക്സിഡന്റിൽപെട്ട് കുറച്ച് കേടുപാടുകളൊക്കെ പറ്റീന്നുള്ളതു ശരിയാ. തുന്നിക്കൂട്ടിയ ശരീരമാ. എന്നാലും അവൻ അതെല്ലാം ഓവർകം ചെയ്തു."

അതും കൂടി കേട്ടപ്പോൾ പവിത്രയുടെ കരച്ചിലിന് ശക്തികൂടി. ഇന്ദുമതി അവളുടെ ചേർത്തുപിടിച്ച് ചുമലിൽ തട്ടി.

"ഞങ്ങളോട് നന്ദിയും കടപ്പാടും കാണിക്കണമല്ലോ എന്ന് വിചാരിച്ച് നീ ഒരിക്കലും സമ്മതിച്ചേക്കരുത്. മനസ്സിന്റെ ഇഷ്ടമാണ് ഏറ്റവും പ്രധാനം."

"എനിക്ക് ഒരു മോനുണ്ട്. ഞാനൊരു പാവപ്പെട്ടവളാ. എന്റെ വീടും വീട്ടുകാരും എല്ലാം."

"മതി മതി... അതെല്ലാം ഞങ്ങൾക്കറിയാവുന്നതാണ്. ഞങ്ങൾക്ക് അറിയാത്ത എന്തെങ്കിലും ഉണ്ടോ?"

"ഒരുതവണ കല്യാണം കഴിച്ചവളല്ലേ ഞാൻ..."

"ഇതൊക്കെ എടുത്തു പറയണോ പവിത്രേ? ഞങ്ങൾക്കറിയാവുന്നതൊന്നും നീ പറയണ്ട. ഞങ്ങൾക്ക് ആദ്യം മുതൽക്കേ നിന്നെ ഇഷ്ടമാണ്. നീ എന്റെ മകനെ അത്ര കണ്ട് നന്നായി നോക്കിയതുകൊണ്ടല്ല. പണത്തിനും പവറിനും പഠിപ്പിനും പ്രതാപത്തിനും അപ്പുറത്ത് ചില ഗുണങ്ങൾ നിനക്ക് ഉണ്ടെന്നു കണ്ടതുകൊണ്ടാ. വിജുവിന്റെ മനസ്സിലും എന്റെ മനസ്സിലും ഇങ്ങനെ ഒരു തോന്നൽ ഉണ്ടായിരുന്നു, ഈ പെണ്ണിനെ സ്വന്തമായിട്ട് എടുത്താലോന്ന്. പക്ഷേ നിന്നെ ഞങ്ങൾ നിർബന്ധിച്ചു എന്നു തോന്നരുത്. നിനക്കു മനസ്സുകൊണ്ട് ഇഷ്ടമാണെങ്കിൽ മാത്രം... നല്ല പോലെ ആലോചിച്ചിട്ടു മതി. വീട്ടുകാരോട് പറയണം കൂട്ടുകാരോടു പറയണം. പിന്നെ ഡൈവോഴ്സ് കിട്ടുകയും വേണമല്ലോ." ഇന്ദുമതി അവളെ സമാശ്വസിപ്പിച്ചു. "ഇത് പറയാൻ പറ്റിയ ഒരു സന്ദർഭം ഒത്തു വന്നതുകൊണ്ട് പറഞ്ഞെന്നേയുള്ളൂ. ഇന്നു തന്നെ പറയണം എന്നു കരുതി പറഞ്ഞതല്ല."

പവിത്രയുടെ കണ്ണിൽ നിന്നും നനവൊഴിഞ്ഞില്ല. അതെന്തുകൊണ്ടാണെന്ന് അവൾ ആശ്ചര്യപ്പെട്ടു.

കിച്ചണിൽ ആഹാരം പാകം ചെയ്യുമ്പോഴും മിന്നുമോളുമായി കളിക്കുമ്പോഴും അവൾ നിറമിഴികൾ ഒപ്പി. ചിരിക്കുന്നതിനിടയിൽ പോലും അങ്ങനെ സംഭവിച്ചു.

"ഇതെന്താണ്? പവിത്രയ്ക്കിന്ന് എന്തുപറ്റി? സന്തോഷമായിട്ട് സംസാരിക്കുമ്പോഴും ആഹാരം കഴിക്കുമ്പോൾ പോലും കണ്ണിൽ നിന്നു വെള്ളം വരുന്നല്ലോ. ഇത് സങ്കടമാണോ അതോ കണ്ണിലസുഖമാണോ." ഡോക്ടർ വിജയാനന്ദ് ചോദിച്ചു.

"അവൾക്കുപോലും അറിഞ്ഞുകൂടാ, എന്തുകൊണ്ടാണെന്ന്."

ഇന്ദുമതി ചെറുചിരിയോടെ പറഞ്ഞു. "ഇവിടെ ഒരു കല്യാണാലോചന നടന്നു. അപ്പം മുതൽ ഇങ്ങനെയാ." നിരഞ്ജന കമന്റ് പറഞ്ഞു.

രാത്രി ഉറങ്ങാൻ കിടക്കുമ്പോൾ മിന്നുമോൾ പലതവണ അവളുടെ കവിളത്തു നിന്നു കണ്ണീർതുള്ളികൾ ചൂണ്ടുവിരൽകൊണ്ടു തൊട്ടെടുത്തു.

"അമ്മ... അമ്മ... എന്നാ..."

അവൾ ചോദിച്ചുകൊണ്ടിരുന്നു. അപ്പോഴെല്ലാം പവിത്ര അവളെ വാരിയണച്ച് മൂർദ്ധാവിൽ ഉമ്മ വെച്ചു.

ഈ കണ്ണുനീർ എവിടെ നിന്നു വരുന്നു എന്ന് അവൾക്ക് മനസ്സിലായി. പതിനെട്ടാമത്തെ വയസ്സു മുതൽ ഹൃദയത്തിൽ അടിഞ്ഞുകൂടി ഉറഞ്ഞു പോയ വേദനകളുടെ ഹിമാവരണത്തിനു മീതെ സ്നേഹത്തിന്റെ ഊഷ്മള നിശ്വാസം ഏറ്റ് ഉരുകി ഒലിക്കുകയാണ്.

അവൾ തിരിഞ്ഞും ചരിഞ്ഞും കിടന്നു. ഉറക്കം വരുന്നില്ല. എട്ടു വർഷത്തോളം ചവിട്ടി അരയ്ക്കപ്പെട്ട സ്ത്രീത്വത്തിന് ഇന്നാണ് ശാപമോക്ഷം കിട്ടിയതെന്ന് അവൾക്ക് തോന്നി. അപമാനത്തിന്റെ മാലിന്യക്കൂമ്പാരത്തിൽ നിന്ന് ഇന്നാണ് രക്ഷനേടിയത്. സദ്ഗുണസമ്പന്നനായ ഒരു പുരുഷന്റെ സ്നേഹാർച്ചനയാൽ തന്റെ ശരീരവും മനസ്സും പരിശുദ്ധമാക്കപ്പെട്ടിരിക്കുന്നു. ഇനി മുതൽ അഭിമാനത്തോടെ നിവർന്നു നിൽക്കാം.

പവിത്ര ഫോണെടുത്തു നോക്കി.

ആരെയാണ് ഈ വിവരം ആദ്യം അറിയിക്കേണ്ടത്. ജിബിയയോടാണ് കടപ്പാടത്രയും.

സമയം നോക്കിയപ്പോൾ 10 കഴിഞ്ഞ് 20 മിനിറ്റ്.

കേരളത്തിൽ ഇപ്പോൾ രാത്രി രണ്ടര മണി കഴിഞ്ഞിട്ടുണ്ടാവും എന്ന് അവൾ കണക്കുകൂട്ടി.

പിറ്റേന്നു രാവിലെ ഏഴരയ്ക്ക് പവിത്ര ജിബിയയെ വിളിച്ചു.

“ഞാൻ നിന്നെ അങ്ങോട്ടു വിളിച്ചാലോ എന്ന് ആലോചിക്കുവായിരുന്നു. അപ്പോഴാണ് നിന്റെ കോൾ.” ജിബിയയുടെ പ്രതികരണം വന്നു.

“ഇന്നലെ രാത്രി നിന്നെ വിളിക്കാനൊരുങ്ങിയതാ ഞാൻ. സമയം നോക്കിയിട്ട് വേണ്ടെന്നുവച്ചു.” പവിത്ര പറഞ്ഞു.

“ഇന്നലെ എനിക്ക് നൈറ്റ് ആയിരുന്നു. നീ വിളിച്ചാൽ മതിയായിരുന്നു. എനിക്കൊരു കാര്യം നിന്നോടു പറയാനുണ്ട്. ഒരു സർപ്രൈസ് ന്യൂസ്.”

“ധൈര്യമായിട്ട് പറഞ്ഞോ.” പവിത്ര പ്രോത്സാഹിപ്പിച്ചു.

“ഇന്നലെ ഞാൻ റോബിൻസിനെ കണ്ടു. എട്ടുവർഷത്തിനുശേഷം.” ജിബിയ പറഞ്ഞു.

“എങ്ങനെ... എവിടെ വച്ച്?” പവിത്രയ്ക്ക് ഉത്സാഹമായി.

മുപ്പത്തിയാറ്

ജിബിയയുടെ മറുപടി കിട്ടാഞ്ഞ് പവിത്രയ്ക്ക് ആകാംക്ഷയായി.

"നീയെന്താ ഒന്നും പറയാത്തെ?"

"ഞാനാലോചിക്കുവാരുന്നു വിധിയുടെ ഓരോരോ കളികൾ."

"എന്താന്നുവെച്ചാ തൊറന്നു പറയെടീ."

"ഞാൻ കഴിഞ്ഞ ദിവസം ഹോസ്പിറ്റൽ കോറിഡോറിലൂടെ നടന്നു പോകുമ്പം എനിക്കെതിരെ നടന്നുവരുന്നു കക്ഷി."

"റോബിൻസോ? എന്നിട്ട്?"

"ആളെക്കണ്ടിട്ട് ആദ്യം മനസ്സിലായില്ല. നല്ല തടി. കുടവയർ. ഒരു നാൽപത് നാൽപത്തഞ്ച് വയസ്സ്."

"പോടീ... മുപ്പതിൽ കൂടുതലൊണ്ടോ?"

"കാഴ്ചയ്ക്ക് അത്രേം തോന്നുമെന്നാ പറഞ്ഞത്."

"നിന്നെ തിരിച്ചറിഞ്ഞില്ലേ?"

"പിന്നെ... അറിയാതെ കടന്നുപോകാൻ പറ്റ്വോ? വിധി പമ്പരംകറക്കി വിട്ടതല്ലേ."

"സംസാരിച്ചോ?"

"ഇല്ല. എന്നെ കണ്ടപ്പം സ്തംഭിച്ചങ്ങനെ നിൽക്കുവാ... കൂടെ ഏതോ റിലേറ്റീവാണെന്നു തോന്നുന്നു, ഒരാളുണ്ടായിരുന്നു. ഞാനൊന്നു സ്മൈൽ ചെയ്തിട്ട് നടന്നുപോയി. കുറെ ചെന്നിട്ട് തിരിഞ്ഞു നോക്കിയപ്പഴും പുള്ളിക്കാരൻ അതേപടി നിൽപൊണ്ട്. ഒട്ടും പ്രതീക്ഷിച്ചില്ലെന്നു തോന്നുന്നു."

"ഇതാണോ വല്യ കഥ..." പവിത്ര കളിയാക്കി. "കഴിഞ്ഞോ?"

"തൽക്കാലം ഇത്രേയുള്ളൂ."

"ഇനിയും കാണുമെന്നാണോ പറഞ്ഞതിന്റെ അർത്ഥം?"

"സാധ്യതയുണ്ട്. കാരണം സ്കാനിങ് യൂണിറ്റുകൾ ഉള്ള സ്ഥലത്തേക്കാണ് അവർ പൊയ്ക്കൊണ്ടിരുന്നത്. പിന്നെ ഞാൻ ബോർഡിൽ

അഡ്മിഷൻ കാർഡ് നോക്കി. റോബിൻസ് അഡ്മിറ്റാണ്. ഗ്യാസ്ട്രോടെ ഡോക്ടറാ നോക്കുന്നത്."

"എന്താണ് രോഗം?"

"ലക്ഷണംകണ്ടിട്ട് ലിവർ അല്ലെങ്കിൽ കിഡ്നി."

"ചെന്നുകണ്ട് ചോദിച്ചൂടാരുന്നോ? ഒന്നുമല്ലെങ്കിലും അയലത്തുകാരല്ലേ. പഴയ ബന്ധമൊന്നും ഓർക്കണ്ട. കുട്ടിക്കാലത്ത് ആറ്റിൽ ചാടി നീന്തിയതു മാത്രം ഓർത്താ മതി."

"എല്ലാം ഞാൻ ഒന്നൂടെ ഓർത്തു നോക്കി. ഭയങ്കര രസം. ചിരി വന്നു. നമ്മളെന്തൊക്കെ കോമാളിവേഷങ്ങളാ കെട്ടുന്നെ സീരിയസായിട്ട്. നമ്മടെ വിചാരം അതെല്ലാം നല്ല കിടിലൻ സീനാണെന്നാ. കുറെക്കാലം കഴിഞ്ഞ് തിരിഞ്ഞുനോക്കുമ്പഴാ കോമാളി ഡ്രാമയായിരുന്നെന്നു മനസ്സിലാകുന്നേ."

ജിബിയയുടെ ചെറുന്നനെയുള്ള ചിരിയുടെ ശബ്ദം ഫോണിലൂടെ കേട്ടു.

"നിന്റെ ജോലിയൊക്കെ എങ്ങനൊണ്ട്?"

"തരക്കേടില്ലാതെ പോകുന്നു. താമസിക്കാൻ ഹോസ്റ്റൽ. കാന്റീൻ ഫുഡ്... അങ്ങനെയങ്ങനെ..."

"പോകുന്ന കാര്യം വല്ലതും ആയോ?"

"പൈസ വേണ്ടേടീ മോളേ ലക്ഷക്കണക്കിന്... എന്നാലും ഞാൻ പ്രതീക്ഷ വിട്ടിട്ടൊന്നുമില്ല. ഇനി നിന്റെ കാര്യം പറ."

"ഞാനിവിടെ സ്വർഗത്തിലല്ലേ. സകല നരകത്തിൽകൂടീം എന്നെ വലിച്ചോണ്ടു നടന്നിട്ട് ഒടുക്കം പിശാച് മടുത്ത് എന്നെ സ്വർഗത്തിന്റെ വാതിൽക്കൽ കൊണ്ടു തള്ളീട്ടു പോയി. അന്നേരം ജിബിയ എന്നൊരു മാലാഖ വന്ന് എന്നെ പിടിച്ച് സ്വർഗവാതിലിൽകൂടി അകത്തോട്ടു തള്ളിക്കേറ്റി വിട്ടു."

"എന്തുവാടീ പറയുന്നെ... ഉപമേം ഉൽപ്രേക്ഷേം അലങ്കാരോം എല്ലാം കൂടി ചേർത്തരച്ചു കുഴമ്പുജ്യൂസാക്കിയോ?"

"നീ എന്നോട് ഒരിക്കെ ചോദിച്ചില്ലേ ഡോക്ടർ വിജയാനന്ദിന് എന്നോടു പ്രേമം ഒണ്ടോ, എന്നെ കല്യാണം കഴിക്കോ എന്നൊക്കെ?"

"ങാ, ചോദിച്ചു. അത് എന്റെയൊരു പ്രഡിക്ഷനാരുന്നു."

"ഇന്നലെ ഡോക്ടറുടെ അമ്മ എന്നോടു ചോദിച്ചു. കല്യാണത്തിനു സമ്മതമാണോന്ന്."

"ഇന്നലെയാണോ ചോദിച്ചെ? എന്താ ചോദിക്കാനിത്രേം വൈകിയേന്ന് നിനക്കു തിരിച്ച് ചോദിച്ചൂടാരുന്നോ?"

"പോടി പെണ്ണേ. ഞാനങ്ങ് ഷോക്കായിപ്പോയി."

"അഭിനയിക്കല്ലേ, നിനക്കറിയില്ലാരുന്നോ ഡോക്ടർക്കു നിന്നോട് അത്രയ്ക്കിഷ്ടമാണെന്ന്."

“ഇഷ്ടമാണെന്നൊക്കെ അറിയാം. എന്നാലും ഇങ്ങോട്ട് പ്രപ്പോസ് ചെയ്യുമെന്നൊക്കെ...”

“പിന്നെന്നതാ നീ വിചാരിച്ചേ, അങ്ങോട്ടു പ്രപ്പോസ് ചെയ്താലേ ഡോക്ടർ സമ്മതിക്കൂന്നോ? ഇന്ദുമതി ടീച്ചർക്ക് നിന്നെപ്പറ്റി ചില പ്ലാനുകളും കണക്കുകൂട്ടലുമൊക്കെ ഉണ്ടെന്ന് നിനക്കറിഞ്ഞൂടാരുന്നോടീ മോളേ?”

“സത്യമായിട്ടും എനിക്കൊന്നും അറിയത്തില്ലാരുന്നു.”

“പോടീ കള്ളീ, ഡോക്ടറുടെ കുഞ്ഞിനെ നോക്കാൻ വേണ്ടി നിന്നെ ഇത്രയ്ക്ക് സോപ്പിടേണ്ട ആവശ്യമൊന്നും അവർക്കില്ല. എനിക്കു തോന്നിയ കാര്യം പറയാം. ആദ്യം നിന്നെ അയർലൻഡിലയച്ച് അവിടത്തെ കാലാവസ്ഥയും നീയും മിന്നുമോളും ഒക്കെയായി മാച്ചാവുമോ എന്ന് അവര് പരീക്ഷിച്ചു. അതു സക്സസായി. നിനക്കവർ ഒരു കെയറർക്ക് കൊടുക്കുന്നതിനേക്കാൾ ശമ്പളവും തന്നു. പിന്നെ എറണാകുളത്തെ വീട്ടിൽ നിന്നെ നിർത്തി നീ എങ്ങനെ ഒരു വീട് മാനേജ് ചെയ്യുമെന്നു പരീക്ഷിച്ചു നോക്കി. അവിടേം നീ സക്സസ്. ഇനിയവർക്ക് ഒന്നും നോക്കാനില്ല.”

“നീ പറഞ്ഞതൊക്കെ ശരിയാ. എനിക്കും സംശയം തോന്നീട്ടൊണ്ട്. എനിക്കെന്തിനാ ഇത്രേം സ്വാതന്ത്ര്യോം അധികാരോം ആ വീട്ടിൽ തരുന്നത്. അവിടത്തെ കാര്യങ്ങൾ ഞാനുമായി ആലോചിക്കുന്നത് എന്തിനാണ്. എന്നോടിത്രേം സ്നേഹോം കരുതലും കാണിക്കുന്നത് എന്തിനാണെന്നൊക്കെ. എന്തെങ്കിലും ഒരു പ്ലാൻ അതിന്റെ പിറകിലുണ്ടെന്നു തോന്നീട്ടൊണ്ട്. പക്ഷേ, എന്റെ ഏറ്റോം വല്യ സംശയം എന്താന്നുവെച്ചാ ഡോക്ടർക്ക് എന്നെയല്ലാതെ വേറാരേം കിട്ടത്തില്ലേ എന്നാരുന്നു. ഞാനാരാണെന്ന് എനിക്ക് അറിയാല്ലോ. ഡോക്ടർക്ക് ഒരു പുതിയ പെണ്ണിനെ കിട്ടും. വലിയ കുടുംബത്തീന്ന് നല്ല ഷെയറ് വാങ്ങിച്ചോണ്ട് ഒരു സുന്ദരിയെ കല്യാണം ചെയ്യാം. അങ്ങനൊള്ളപ്പോ എന്തുകൊണ്ട് എന്നോട് ഇത്രേം ഇന്റിമസി കാണിക്കുന്നു. അത് ന്യായമായ സംശയമല്ലേ.”

“ഡോക്ടർക്ക് നിന്നേക്കാൾ നല്ലൊരു പെണ്ണിനെ കിട്ടാനത്ര എളുപ്പമല്ല. വലിയ കുടുംബത്തീന്നു വരുന്ന പെണ്ണ് നല്ലതായിക്കൊള്ളണമെന്നില്ല. സൗന്ദര്യോം സ്വത്തും മാത്രം പോരല്ലോ. ഒരു കുഞ്ഞിനെ സ്വന്തം മോളെപ്പോലെ വളർത്തിക്കൊണ്ടു വരണ്ടേ. പിന്നെ എളിമ, അനുസരണ, അച്ചടക്കം, എന്തു ജോലീം ചെയ്യാനുള്ള മിടുക്കും സന്നദ്ധതേം, സത്യസന്ധത, കാര്യക്ഷമത, പെരുമാറ്റത്തിലുള്ള അന്തസ്സ്... എല്ലാം അവര് നോക്കി പെണ്ണേ. നിന്നെ അളന്നുതൂക്കി തിട്ടപ്പെടുത്തി. നിന്നേക്കാൾ നല്ലൊരു ചോയ്സ് ഇല്ലെന്ന് ബോധ്യപ്പെട്ടിട്ടു തന്നെയാ അവർ സിലക്ട് ചെയ്തത്.” ജിബിയ പറഞ്ഞു.

“അതുമാത്രമല്ലെടീ, ഇപ്പം നമ്മള് ഈ വിഷയത്തിന്റെ ഒരു വശം മാത്രമേ നോക്കീട്ടുള്ളൂ. മറുവശത്ത് എന്റെ ഡിവോഴ്സ്, അച്ഛൻ, അമ്മ, എന്റെ അപ്പു, റിലേറ്റീവ്സ്... അങ്ങനെ കുറേപ്പേരില്ലേ. അവരെല്ലാം എങ്ങനെ പ്രതികരിക്കുമെന്ന് അറിയില്ല.”

"ആരൊക്കെ എങ്ങനെ പ്രതികരിച്ചാലും ശരി, ഫൈനൽ ഡിസിഷൻ നിന്റേതായിരിക്കണം. നിന്റെ ജീവിതമാ ഇത്. വേറാരുടേതുമല്ല. ഒരൊറ്റ അവസരമേയുള്ളൂ. അത് നഷ്ടപ്പെടുത്തരുത്. നിനക്ക് സങ്കടങ്ങളും ദുരിതങ്ങളും വന്ന കാലത്ത് സഹായിക്കാനാരുമില്ലാരുന്നു. ഇനിയും അങ്ങനെയൊക്കെത്തന്നെയായിരിക്കും. സന്തോഷമാണെങ്കിൽ മാത്രം അതു പങ്കിടാൻ പലരും വരും. അതുകൊണ്ട് മറ്റാരുടേം സമ്മതമോ അംഗീകാരമോ ഒന്നും നീ നോക്കണ്ട."

"അപ്പുമോനെ വിട്ടുകളയാൻ പറ്റില്ല ബിയാ. ഞാൻ അതും നോക്കണ്ടേ."

"ഡോക്ടറുടെ മോളെ നിനക്ക് സ്വന്തം മോളായി കാണാൻ പറ്റുമെങ്കിൽ മറിച്ചും അങ്ങനെതന്നെ ആവണ്ടേ. അതല്ലേ ന്യായം?"

"അങ്ങനത്തെ കാര്യങ്ങളൊന്നും സംസാരിച്ചിട്ടില്ല. അതൊക്കെ ഒരു പ്രശ്നമായിട്ട് വരുവാണെങ്കി എനിക്ക് അപ്പുമോന്റെ കൂടെ നിൽക്കാനേ പറ്റൂ."

"അതെല്ലാം ശരിയാകുമെടീ. അവര് നല്ല മനുഷ്യരാ. നിന്റെ പ്രയാസങ്ങളും വിഷമങ്ങളും കാണാനൊള്ള കാഴ്ച അവർക്കൊണ്ട്." ജിബിയ പവിത്രയ്ക്ക് സാന്ത്വനമേകി.

ഫോൺ വച്ചു കഴിഞ്ഞപ്പോൾ പവിത്രയ്ക്കു ഭംഗിയുള്ള ഒരു പുൽമൈതാനത്തിൽ ഇളംകാറ്റേറ്റ് നിൽക്കുന്നപോലെ ഒരു ഉണർവും ഉന്മേഷവും അനുഭവപ്പെട്ടു.

നിരഞ്ജനയും ഇന്ദുമതി ടീച്ചറും ഷോപ്പിങ്ങിനു പോയപ്പോൾ ഡോക്ടർ വിജയാനന്ദ് പവിത്രയുടെ അടുത്തേക്ക് വന്ന് ചോദിച്ചു:

"അമ്മ ഇന്നലെ എന്തെങ്കിലും സൂചിപ്പിച്ചിരുന്നോ?"

പവിത്ര വ്രീളാവിവശയായി.

"അമ്മ പറഞ്ഞില്ലേ ഡോക്ടറോട്?" അവൾ മൃദുസ്വരത്തിൽ, പരിഭവം പോലെ ചോദിച്ചു.

"അമ്മ പറഞ്ഞത് ശരിയാണോന്നറിയാനാ." ഡോക്ടർ പുഞ്ചിരിച്ചു.

"ശരിയാണ്."

"അമ്മയ്ക്ക് മറുപടി കൊടുത്തോ?"

"ആലോചിച്ചു പറഞ്ഞാൽ മതിയെന്നാ പറഞ്ഞത്."

"ആലോചിച്ചോ?"

"തീർന്നില്ല." അവൾ വെപ്രാളത്തിൽ പറഞ്ഞു.

"എന്തായിത്ര ആലോചിക്കാനൊള്ളത്?"

"ഞാൻ എന്തെല്ലാം നോക്കണം. ഡിവോഴ്സ് കിട്ടിയിട്ടില്ല. കിട്ടിയാലും വീട്ടുകാർ തടസ്സം പറയുമോ എന്നറിഞ്ഞുകൂടാ. പിന്നെ എന്റെ മകൻ. അവന്റെ ഇഷ്ടവും നോക്കണ്ടേ?"

"നമുക്കിടയിൽ എന്തെങ്കിലും ഇഷ്ടക്കുറവോ അതൃപ്തിയോ ഒത്തുകൂടായ്മയോ എന്തെങ്കിലും ഫീൽ ചെയ്യുന്നുണ്ടോ?"

“ഡോക്ടറെപ്പോലെ വലിയൊരാൾ ഒരു നിസ്സാരക്കാരിയെ സിലക്ട് ചെയ്തതിന്റെ ഒരു ചേർച്ചക്കുറവ് തോന്നുന്നൊണ്ട്.”

“എനിക്ക് ദീപജ്യോതിയിൽ വെച്ചു തന്നെ പവിത്രയെ ഇഷ്ടമാണ്. എന്റെ ജീവൻ തിരികെ പിടിച്ചു തന്നതുകൊണ്ടൊന്നുമല്ല. ദീപജ്യോതിയിൽ വച്ച് ഞാൻ എത്രയോ സ്റ്റാഫിനെ കണ്ടു. ഡോക്ടേഴ്സ്, നഴ്സസ്, കെയററർമാർ... പക്ഷേ പവിത്ര വേറൊരു ലെവൽ ആയിരുന്നു. മറ്റുള്ളവരുമായി കമ്പയർ ചെയ്യാൻ പറ്റില്ല.”

“എനിക്കെന്തെങ്കിലും പ്രത്യേകതയുള്ളതായിട്ട് എനിക്ക് തോന്നീട്ടില്ല.”

“ഒരുപക്ഷേ നിനക്കറിയില്ലായിരിക്കും. എന്നാൽ, പുറമേ നിന്ന് വാച്ച് ചെയ്യുന്ന ഒരാൾക്കു കാണാൻ പറ്റും. ഒന്നിനോടുമില്ല ഭ്രമം. പിന്നെ ജോലി ചെയ്യുന്ന രീതി. ആ സിൻസിയരിറ്റിയൊന്നും ഞാൻ ആരിലും കണ്ടില്ല. എന്തു കിട്ടും എന്നു നോക്കീട്ടല്ല ചെയ്യുന്നെ. മറ്റുള്ളവർക്ക് ഉപകരിക്കണം എന്നു വിചാരിച്ചിട്ടാണ്. സ്വന്തം ജോലി കഠിനമാണെങ്കിൽപോലും മറ്റൊരാളുടെ ജോലി കൂടി ഏറ്റെടുക്കാൻ മടിയില്ല. പരാതിയൊന്നുമില്ല. അവനവന്റെ ജോലി തീർത്താലുടൻ മറ്റുള്ളവരെ സഹായിക്കാനെത്തും. ഇതെല്ലാം ഞാൻ വാച്ചു ചെയ്യുന്നുണ്ടായിരുന്നു.”

“ശ്ശൊ... ഞാൻ ആരെയെങ്കിലും കാണിക്കാൻ വേണ്ടി ചെയ്യുന്നതല്ല.”

“അതെനിക്ക് മനസ്സിലായി. അത് സാധാരണക്കാർക്കു പറ്റുന്ന രീതിയല്ല. എക്സ്ട്രാ ക്വാളിറ്റി തന്നെ വേണം. വലിയ വീടും പണവും ഉണ്ടായിരുന്നാലും വലിയ പഠിപ്പും ഉദ്യോഗവും ഉണ്ടായിരുന്നാലും ആ ക്വാളിറ്റി കിട്ടിയെന്നു വരില്ല. അന്നേ ഞാൻ നോട്ട് ചെയ്തു. ഞാൻ മാത്രമല്ല അമ്മയും...”

“അമ്മയ്ക്കെന്നോട് ദീപജ്യോതിയിൽ വച്ചു തന്നെ വല്യ വാത്സല്യമാരുന്നു.”

“ഇപ്പോഴും അതിനു കുറവൊന്നുമില്ല. കൂടിയിട്ടേയുള്ളൂ.”

“ശരിയാ...”

“നിലവിലുള്ള തടസ്സങ്ങൾ മാറിക്കിട്ടിയാൽ നമുക്കൊന്നിച്ചു ജീവിക്കാം അല്ലേ?”

“ഇപ്പോഴും ഒന്നിച്ചാണല്ലോ ഒരേ വീട്ടിൽ.” പവിത്ര ചിരിച്ചു.

“അതുപോരാ. എനിക്കൊരവകാശം വേണം.”

അത്രയും പറഞ്ഞ് വിജയാനന്ദ് പിന്തിരിഞ്ഞു. ഡോക്ടർ മുറിയിൽ ചെന്നു കയറുന്നതുവരെ പവിത്ര നോക്കിക്കൊണ്ടു നിന്നു. തന്റെ കണ്ണിൽ നനവ് ഉണ്ടെന്നു കണ്ട് അവൾ ആശ്ചര്യപ്പെട്ടു.

ഹൃദയം തുളുമ്പി വരുന്നതാണെന്ന് അവൾക്കു മനസ്സിലായി. ഈ വഴിയിൽ ഇനി തടസ്സങ്ങളൊന്നും ഉണ്ടാവല്ലേ എന്ന് അവൾ പ്രാർത്ഥിച്ചു.

* * *

പുതിയ അഡ്മിഷൻ ഉണ്ടെന്നറിഞ്ഞപ്പോൾ തന്നെ ജിബിയ കെയററെ വിളിച്ച് ബെഡ്ഡും മറ്റു സന്നാഹങ്ങളും ഒരുക്കിയിട്ടുണ്ടായിരുന്നു. ഗ്യാസ്ട്രോ വാർഡിൽ നിന്നുള്ള രോഗിയുമായി ഒരു ട്രോളി ബെഡ് ഐസിയുവിന്റെ വാതിൽ കടന്നു വന്നപ്പോൾ ജിബിയ ഒരു നിമിഷം വിസ്മയാധീനയായി.

നെല്ലിക്കുന്നേൽ പോളച്ചന്റെ മകൻ റോബിൻസ്...!

റോബിൻസിന്റെ മുഖത്തും ഒരാശ്ചര്യമുണ്ടായി.

വാർഡിൽ നിന്നു പേഷ്യന്റിനെ കൊണ്ടുവന്ന നഴ്സ് സിസിലി, ജിബിയയെ രോഗവിവരങ്ങൾ വിശദമായി പറഞ്ഞു ബോധ്യപ്പെടുത്തി. രോഗിയെ ചികിത്സിക്കുന്ന ഡോക്ടർ, കഴിക്കുന്ന മരുന്നുകൾ, നൽകിയ ചികിത്സകൾ, നിലവിലുള്ള അവസ്ഥ തുടങ്ങിയവയെല്ലാം പറഞ്ഞു കൊടുത്ത് റിപ്പോർട്ട് എഴുതിച്ചു. രോഗിയുടെ ശരീരം പരിശോധിച്ച് പാടുകൾ, മുറിവുകൾ, സ്കിൻ അലർജി അങ്ങനെ എന്തെങ്കിലുമുള്ളത് രേഖപ്പെടുത്തി.

സിസിലി ജിബിയയ്ക്ക് ഓവർ കൊടുത്ത് ട്രോളിയുമായി മടങ്ങി.

ജിബിയ മെഡിക്കൽ റിപ്പോർട്ട് ഒന്നും കൂടി നോക്കി. എന്നിട്ട് ചോദിച്ചു:

“കരൾ രോഗമാണല്ലോ?”

അതെയെന്ന് റോബിൻസ് തലയനക്കി.

“ഇതെന്താ ഇത്ര ചെറുപ്പത്തിലേ ഇങ്ങനെ? നല്ലപോലെ കുടിക്കുമായിരുന്നോ?”

“മൂന്നുവർഷം കുടിച്ചു.” റോബിൻസ് കുറ്റസമ്മതം പോലെ പറഞ്ഞു.

“വെറുതെയല്ല പണി കിട്ടിയത്. എവിടാ ഇപ്പം?”

“ഞാൻ സ്റ്റേറ്റ്സിലാരുന്നു. ഇപ്പം ആറുമാസമായിട്ട് ഇവിടൊണ്ട്.”

“ആണോ, പുറത്തോട്ടെങ്ങും കണ്ടില്ലല്ലോ. ഭാര്യവീട്ടിലാരുന്നോ?”

മറുപടിയില്ല. മിണ്ടാതെ കിടക്കുകയാണ്.

“ആട്ടെ, കുടി നിർത്തിയോ?”

“അറിയില്ല. ഇപ്പോൾ കുറച്ചു ദിവസമായി കഴിച്ചിട്ട്.”

“കുടി നിർത്തിയോന്ന് അറിയില്ലെന്നോ? ആരെങ്കിലും വായിലോട്ട് ഒഴിച്ചു തരികയാണോ അതോ തന്നത്താൻ കുടിക്കുവാണോ?”

റോബിൻസിന്റെ മുഖത്തൊരു മന്ദഹാസമുണ്ടായി.

അതൊരു തമാശയായി അവൻ ആസ്വദിച്ചുവെന്ന് അവൾക്ക് തോന്നി.

പുതുതായി ഐസിയുവിൽ അഡ്മിറ്റ് ചെയ്യപ്പെടുന്ന രോഗിക്ക് ഏർപ്പെടുത്തേണ്ട നടപടിക്രമങ്ങൾ എല്ലാം പൂർത്തിയാക്കിയശേഷം ജിബിയ ഇൻചാർജിന് റിപ്പോർട്ട് ചെയ്തു.

“ബൈസ്റ്റാൻഡറെ വിളിച്ചു കാണിച്ചേക്ക്.” ഇൻചാർജ് നിർദ്ദേശിച്ചു.

റോബിൻസിന്റെ മമ്മി ഷൈനിയായിരുന്നു ബൈസ്റ്റാൻഡറായി പുറത്ത് കാത്തു നിന്നത്. ജിബിയ ചെന്നു വിളിച്ചപ്പോൾ ഷൈനിക്കും ഒരുൾക്കിടിലമുണ്ടായി.

പുന്നക്കാട്ട് ജോർജുകുട്ടിയുടെ മകൾ ജിബിയ!

"എന്നെ മനസ്സിലായല്ലോ അല്ലേ?" ജിബിയ ചോദിച്ചു.

"ഞാനിടയ്ക്ക് പള്ളീലൊക്കെ കാണാറുണ്ടല്ലോ." ഷൈനി ചെറിയൊരു ചമ്മലോടെ പറഞ്ഞു.

ജിബിയ അവരെ, റോബിൻസിന്റെ ബെഡ്ഡിനടുത്തെത്തിച്ചു.

അമ്മയും മകനും തമ്മിൽ കണ്ടു.

"എനിക്കൊരു കുഴപ്പോം ഇല്ല മമ്മി. ഈ ഡോക്ടർമാര് അങ്ങോട്ടു മിങ്ങോട്ടുമിട്ട് തട്ടിക്കുവാ... ഇപ്പം ഐസിയുവിൽ കേറ്റിയില്ലേ. നാളെ വെന്റിലേറ്ററിലായിരിക്കും."

"നീയവിടെ മിണ്ടാതെ കിടന്നാൽ മതി. ഡോക്ടർമാർക്കറിയാം എന്നതാ ചെയ്യേണ്ടേന്ന്." ഷൈനി ശാസിച്ചു.

എന്നിട്ട് ജിബിയയോട് ചോദിച്ചു. "മോൾക്കിവിടായിരുന്നോ ജോലി. ഇടയ്ക്ക് ആരാണ്ടും പറയുന്ന കേട്ടു കുവൈറ്റിലാണെന്ന്."

"ഇവിടെ വന്നിട്ട് കുറച്ചു നാളേ ആയിട്ടുള്ളൂ. അതിനുമുമ്പ് പലയിടത്തും ജോലി ചെയ്തു. കുവൈറ്റിലും പോയി."

"ഇതുവരെ ഒരിടത്തും ഉറച്ചില്ലേ?"

"കുവൈറ്റിലെ ജോലി എളുപ്പമായിരുന്നു. പക്ഷേ ശമ്പളം അത്ര പോരാ. വിദേശത്ത് എവിടെയെങ്കിലും പോണം. വെറുതെ ഇരിക്കണ്ടല്ലോന്നു കരുതിയാ ഇവിടെ വന്നു കൂടിയത്." ജിബിയ പറഞ്ഞു.

"അതെന്തായാലും നന്നായി. ഇവിടെ വന്നു കാണാൻ പറ്റിയല്ലോ. ഇവന്റെ കാര്യത്തിലെന്നതാ കൊച്ചേ ശരിക്കൊള്ള പ്രശ്നം?"

"ലിവർ സിറോസിസാ മമ്മീ. കുടി നിർത്തി, മരുന്നെല്ലാം കൃത്യമായിട്ട് കഴിച്ചാൽ രക്ഷപ്പെടാം. കുറച്ചു ശ്വാസംമുട്ടലും ഉണ്ട്."

"എന്നാ പറയാനാ ചെറുക്കന്റെ കാര്യം."

"നല്ലപോലെ ഒന്ന് ഉപദേശിച്ചു കൊട്."

"നന്നാകുന്ന ലക്ഷണമൊന്നും ഇല്ല മോളെ."

"വൈഫും മക്കളുമൊക്കെ ഇല്ലേ? അവര് നിർബന്ധിച്ചു പറഞ്ഞാ കേൾക്കത്തില്ലേ?"

"വൈഫോ? കൊള്ളാം... അതൊക്കെ ഒരു കഥയാ കുഞ്ഞേ. ഒന്നും പറയാതിരിക്ക്യ ഭേദം."

ജിബിയ നിർബന്ധിക്കാനൊന്നും പോയില്ല. എന്നിട്ടും തുടർന്നുവന്ന ദിവസങ്ങൾക്കിടയിൽ ഷൈനി മകന്റെ ദാമ്പത്യചരിത്രം ജിബിയയുമായി പങ്കിട്ടു.

"അവള് പിണങ്ങിപ്പോയെന്നേ... അതല്ലേ പ്രശ്നം?"

"പിള്ളേരില്ലേ?"

"ഒരെണ്ണം. പെൺകുട്ടിയാ... അതിനെയും അവൾ കൊണ്ടുപോയി."

"എങ്ങോട്ടു കൊണ്ടുപോയി?"

"അവൾക്ക് അവിടെ ജോലി ഉണ്ടായിരുന്നല്ലോ. ചിക്കാഗോയിൽ. കല്യാണം കഴിഞ്ഞ് അവളുടെ അങ്കിൾ വാങ്ങിക്കൊടുത്ത ജോലി. അതും കളഞ്ഞിട്ടു പോയി."

കൂടുതൽ ചോദിക്കാതെ തന്നെ ഷൈനി ബാക്കി പറഞ്ഞു.

"മൂന്നാലു കൊല്ലം മുമ്പുതന്നെ അവർ തമ്മിൽ വഴക്കായി. അവൾ അവിടെച്ചെന്നിട്ട് കുറെ കഴിഞ്ഞപ്പോൾ ഒരു നൈജീരിയക്കാരനുമായിട്ട് അടുപ്പത്തിലായി. വീക്കെൻഡിലൊക്കെ ജോലിയും കഴിഞ്ഞ് നൈറ്റ് ക്ലബ്ബിൽ കയറിയാൽ പിന്നെ തീറ്റയും കുടിയും ഡാൻസും പാട്ടും ഒക്കെയാണല്ലോ... നേരം വെളുക്കുമ്പഴാ വീട്ടിൽ വരുന്നെ. റോബിച്ചൻ കുറെ ഉപദേശിച്ചു. അവളൊണ്ടോ കേൾക്കുന്നു. അമേരിക്കേൽ ഭാര്യയെ തല്ലാൻ പറ്റത്തില്ലല്ലോ. അവൾ പരാതി കൊടുത്താ പിടിച്ചു ജയിലിടും. അങ്ങനെ വഴക്കും പെണക്കോം ഒക്കെ ആയിട്ട് പൊയ്ക്കൊണ്ടിരിക്കുകയായിരുന്നു..."

"ആ പെണ്ണിന്റെ വീട്ടുകാരും അതെല്ലാം സമ്മതിച്ചു കൊടുത്തോ?"

"അവരും അവളെ കുറെ ഉപദേശിച്ചു. അതുകൊണ്ടൊന്നും ഒരു ഗുണോം ഉണ്ടായില്ല. റോബിച്ചൻ മനപ്രയാസം കേറി കുടിതുടങ്ങി. ഒടുക്കം എന്നാപറ്റീന്നോ... ഒരു ദിവസം അവൾ കൊച്ചിനെ എടുത്തോണ്ട് ഒരൊറ്റപ്പോക്ക്."

"എങ്ങോട്ട് പോയി?"

"ആ നൈജീരിയക്കാരന്റെ കൂടെ. റോബിച്ചന്റെ ജീവിതം അതോടെ കട്ടപ്പൊക. കുടിയോടു കുടി. അവിടെക്കിടന്ന് ചത്തുപോകും എന്നു തോന്നിയപ്പം വിൽസൺ നിർബന്ധിച്ചു വിളിച്ചോണ്ടു പോന്നതാ. അതുകൊണ്ടിപ്പം ജീവനോടിരിക്കുന്നു."

ആവലാതി പറയുന്നതുപോലെ ആയിരുന്നു ഷൈനിയുടെ കഥാകഥനം.

ജിബിയ എല്ലാം മൂളിക്കേട്ടു.

മുപ്പത്തിയേഴ്

റോബിൻസിന് കൂടെക്കൂടെ ശ്വാസതടസ്സം ഉണ്ടാകുന്നുണ്ടായിരുന്നു. അയാൾക്ക് വെന്റിലേറ്റർ കൊടുക്കാൻ പോവുകയാണെന്നറിഞ്ഞപ്പോൾ പോളച്ചനും ഷൈനിയും അന്ധാളിച്ചു.

ഗ്യാസ്ട്രോ വാർഡിലെ റൂമിലും കോറിഡോറിലും തനിയെ നടക്കുകയും തനിയെ ടോയ്‌ലറ്റ് ഉപയോഗിക്കുകയും ചെയ്തിരുന്ന ആളാണ്.

പെട്ടെന്ന് ഇത്രയ്ക്ക് അവശത വരാൻ എന്തു സംഭവിച്ചു എന്ന് അവർക്കു മനസ്സിലായില്ല.

ഡോക്ടർ ഒടുവിൽ സത്യം വെളിപ്പെടുത്തി.

"ട്രീറ്റ്മെന്റിലിരിക്കുമ്പോൾ തന്നെ റോബിൻസിന്റെ പ്രിയപ്പെട്ട വിസിറ്റേഴ്സ് 'സാധനം' ഒളിപ്പിച്ചു കൊണ്ടുവന്നു കൊടുക്കുന്നുണ്ടായിരുന്നു."

ഇരുന്നൂറ്റമ്പത് മില്ലി ലിറ്ററിന്റെ ചെറിയ പ്ലാസ്റ്റിക് ബോട്ടിലുകൾ ആയതിനാൽ അതു കണ്ടുപിടിക്കാൻ എളുപ്പമായിരുന്നില്ല. മദ്യത്തിന്റെ ഗന്ധം ഒഴിവാക്കാനും ആരെങ്കിലും കണ്ടാൽ തന്നെ മിനറൽ വാട്ടറാണെന്ന് ധരിക്കുവാനും വേണ്ടി വോഡ്കയോ ജിന്നോ ആണ് കടത്തിക്കൊണ്ടുവന്നു കൊടുത്തിരുന്നത്.

ഐസിയുവിൽ പ്രവേശിപ്പിച്ചതിനുശേഷവും കാണാൻ വന്ന സ്നേഹിതരിൽ ആരോ പലതവണ സഹായിച്ചു. രണ്ടുദിവസം മുമ്പ് കള്ളി വെളിച്ചത്തായി. അപ്പോഴേക്കും രോഗാവസ്ഥയും വഷളായി.

വെന്റിലേറ്റർ കൊടുത്തതോടെ റോബിൻസിന്റെ ശ്വാസതടസ്സത്തിന് അറുതി വന്നു.

ജിബിയ ഒരുതവണ അയാളെ ശകാരിച്ചു. "കഷ്ടംണ്ട് കേട്ടോ. ഒരു വശത്ത് ഡോക്ടേഴ്സും നഴ്സസും കൂടി പേഷ്യന്റിനെ എങ്ങനെ രക്ഷപ്പെടുത്താം എന്നാലോചിച്ച് അത്യാവശ്യ മരുന്നുകളും ശുശ്രൂഷകളുമെല്ലാം നൽകുന്നു. മറുവശത്ത് രോഗി നശിച്ചേ അടങ്ങൂ എന്ന് വാശിപിടിച്ച് വിഷം കുടിച്ചു കൊണ്ടേയിരിക്കുന്നു."

മൂക്കിലും വായിലും ട്യൂബിങ്സ് ഉള്ളതിനാൽ റോബിൻസിന് സംസാരിക്കാൻ കഴിയുമായിരുന്നില്ല.

ഷൈനിയാണ് ബൈസ്റ്റാൻഡറായി ഐസിയുവിനു വെളിയിൽ കാത്തുനിൽക്കുന്നത്. രാത്രിയിൽ പോളച്ചനോ കസിൻ ടോണിയോ ബൈസ്റ്റാൻഡറായി നിൽക്കും. പ്രത്യേകിച്ച് ജോലിയൊന്നുമില്ല. ഫാർമസിയിൽ പോയി മരുന്നു വാങ്ങുക, ദിവസം രണ്ടുനേരം ഐസിയുവിൽ കയറി രോഗിയെ കണ്ട് അഞ്ചോ പത്തോ മിനിറ്റ് നേരം ക്ഷേമാന്വേഷണം നടത്തുക. പക്ഷേ എപ്പോൾ വിളിച്ചാലും ബൈസ്റ്റാൻഡർ പുറത്തുണ്ടാവണം.

ഷൈനി മകനെ കാണാൻ അകത്ത് കയറുമ്പോഴെല്ലാം ജിബിയയോട് പറയും.

"മോളെ ഒന്ന് നോക്കിയേക്കണേ. നീ അതിനകത്ത് ഒണ്ടല്ലോന്നുള്ളതാ ഒരാശ്വാസം."

എങ്ങനെ തന്നോടിതു പറയാൻ തോന്നുന്നു എന്ന് ജിബിയ ആശ്ചര്യത്തോടെ ഓർക്കും. എന്തായിരുന്നു ഇവരെല്ലാം ചേർന്ന് തന്നോടു ചെയ്തത്. എല്ലാം ഇവർ മറന്നോ?

"മമ്മി പറഞ്ഞില്ലെങ്കിലും ഞങ്ങളൊക്കെ നന്നായിട്ട് നോക്കും. അതിനാണല്ലോ ഐസിയു." ജിബിയ പറഞ്ഞു.

പുന്നക്കാട്ട് വീട്ടിൽ ഈ വിഷയം ചർച്ച ചെയ്യപ്പെട്ടു. ബിൻസി യാതൊരു ദയയുമില്ലാതെ അഭിപ്രായപ്പെട്ടു.

"അവനങ്ങനെ തന്നെ വരണം. ഇവിടെ ഒരു പെണ്ണിനെ കണ്ണീര് കുടിപ്പിച്ചിട്ട് പോയതല്ലേ. അവന്റെ നേർച്ച പെണ്ണായിട്ട് വളർന്നുവന്ന ഒരു പെൺകൊച്ചിനെയല്ലേ അവൻ പറ്റിച്ചത്?"

"മമ്മി ഇങ്ങനെത്തെ വർത്തമാനമൊന്നും പറയല്ലേ. അസുഖം ആർക്കാ വരാൻ മേലാത്തത്?" ജിബിയ അമ്മയെ ശാസിച്ചു.

"ആരു കൊടുത്തടി സൂക്കേട്. മോളിലിരിക്കുന്ന ഒരുത്തൻ എല്ലാം കാണുന്നൊണ്ടല്ലോ. ഈ വീട്ടീന്ന് ഞാനാ ചെറുക്കന് എന്തുമാത്രം വിളമ്പി കൊടുത്തിട്ടൊണ്ട്. നിനക്കറിയാവല്ലോ. ഇവിടെ സ്പെഷ്യൽ ആയിട്ട് എന്നാ ഒണ്ടാക്കിയാലും അവനെ വിളിച്ചു കൊടുക്കും. അവൻ വന്നില്ലെങ്കി നിന്റെ കയ്യിൽ കൊടുത്തു വിടും. എന്റെ മോനെപ്പോലെയാ ഞാനവനെ സ്നേഹിച്ചത്. ഇത് അവന്റേം കൂടെ വീടാണെന്നേ എനിക്കു തോന്നീട്ടൊള്ളൂ." ബിൻസി ആവേശത്തോടെ പറഞ്ഞു.

"ആ വീട്ടിലുള്ളവര് എന്നോടും അങ്ങനാരുന്നല്ലോ മമ്മി. എന്നെ സ്വന്തം മോളെപ്പോലെയാ ഷൈനി മമ്മീം ഷാലിമേം സ്നേഹിച്ചിട്ടൊള്ളത്. അന്ന് നമ്മളങ്ങനെയാരുന്നു." ജിബിയ മയപ്പെടുത്താൻ ശ്രമിച്ചു.

"ആരാ ആ ബന്ധം ഇല്ലാതാക്കിയത്. നീയൊരു കാര്യം ഓർക്കണം. നമ്മളെന്തെങ്കിലും കൊടുത്തിട്ടുണ്ടെങ്കി നമ്മുടെ ഇല്ലായ്മേന്നാ കൊടുത്തത്. വിധവേടെ കൊച്ചുകാശുപോലെ അതിന് വല്യ വെലയൊണ്ട്. മീനച്ചിലാറ്റിൽ എത്ര വല്യ വെള്ളപ്പൊക്കം വന്നാലും, എത്ര വറ്റി വരണ്ടാലും പുന്നയ്ക്കാട്ട്ന്ന് നെല്ലിക്കുന്നേലേക്ക് ഒരു പാലം ഒണ്ടാരുന്നു.

പുറമേ നിൽക്കുന്നവർക്ക് ഒറ്റനോട്ടത്തിൽ കാണാൻ പറ്റാത്ത സ്നേഹത്തിന്റെ ഒരു പാലം. കുറച്ചു സ്വത്തും പണോം കണ്ടപ്പം നെല്ലിക്കുന്നേക്കാര് ആ പാലമങ്ങ് വലിച്ചു."

"അവർക്ക് തോന്നിക്കാണും നമ്മൾ പോരാന്ന്. എല്ലാവരും ഒപ്പത്തിനൊപ്പം നിൽക്കുന്നോരടെ തോളിൽ കയ്യിടാനല്ലേ ശ്രമിക്കത്തൊള്ളൂ. നമ്മൾ പാവങ്ങളായിപ്പോയി. അവര് പണക്കാരും. അവർക്ക് പറ്റിയ ഒരു ബന്ധം വന്നപ്പം അവരതിൽ കേറിപ്പിടിച്ചു." ജിബിയ ലാഘവത്തിൽ പറഞ്ഞു.

"ഓഹോ, നീ വളരെ സന്തോഷത്തോടെയങ്ങ് വിട്ടുകൊടുക്കുകേം ചെയ്തു. ഒരു വിഷമോം തോന്നിയില്ല താനും?"

"അന്ന് വെഷമം തോന്നി. എനിക്ക് ചത്താ മതിയാരുന്നു. മമ്മിക്കു പോലും അറിയത്തില്ല. അടുക്കത്തും വെള്ളാനീലും ഉരുളുപൊട്ടിയന്ന് രാത്രി ഞാൻ ആറ്റിൽ ചാടി ചാകാൻ പോയതാ. മുരിക്കോലിക്കലെ കുട്ടിച്ചൻ ചേട്ടൻ ആറ്റിലൊഴുകിപ്പോയി മരിച്ചില്ലേ അന്നുരാത്രി."

ജിബിയ പറഞ്ഞതു കേട്ട് ബിൻസി അന്തംവിട്ടു. അവർ ഭർത്താവിനെ നോക്കി. ജോർജുകുട്ടി താടിക്ക് കയ്യൂന്നി കേട്ടിരിക്കുകയാണ്.

"എന്നിട്ടെന്നാ പറ്റി?" ബിൻസി ചോദിച്ചു.

"ഞാൻ പാതിരാത്രിക്ക് ആറ്റെറമ്പത്തെ കയ്യാലക്കെട്ടിലോട്ട് ചെന്നപ്പം കുട്ടിച്ചേട്ടൻ പാറക്കടവീന്ന് കേറി വരുന്നു. എന്നോട് വീട്ടിൽ കേറിപ്പോ കൊച്ചേന്നു പറഞ്ഞു. ഞാനിങ്ങ് പോന്നു."

അത് പറയുമ്പോൾ ജിബിയയുടെ മേലാസകലം കുളിരുകോരി.

"രാത്രി എട്ടുമണിക്ക് ആറ്റിൽ വീണ് ഒഴുകിപ്പോയ കുട്ടിച്ചനെ നീ പാതിരാത്രി പാറക്കടവിൽ കണ്ടെന്നോ?" ജോർജുകുട്ടി നെറ്റി ചുളിച്ചു.

"എനിക്കിപ്പഴും വിശ്വസിക്കാൻ പറ്റുന്നില്ല. അത് ഓർക്കുമ്പോഴെല്ലാം ദേഹത്തോട്ട് കുളിരോടിക്കേറും..."

"എന്നതായാലും നിന്നെ ആത്മഹത്യ ചെയ്യണമെന്നു പോലും തോന്നിപ്പിച്ചവനാണല്ലോ ഇപ്പം ആശുപത്രീൽ കിടക്കുന്നെ. ചങ്കുപൊട്ടിക്കരഞ്ഞ വിഷമങ്ങളൊന്നും അതിന്റെ മറുവശം കാണാണ്ട് പോകത്തില്ലെന്നു മനസ്സിലായില്ലേ. നിന്നെക്കാളും തൊലി വെളുപ്പും പഠിപ്പും പത്രാസും ഉള്ള, നമ്മളെക്കാളും സ്വത്തും പണവും ഉള്ള ഒരുത്തിയെ കെട്ടാൻ വേണ്ടിയല്ലേ അവൻ നിന്നെ ഉപേക്ഷിച്ചത്. അവനു മറുപടി കിട്ടാണ്ടിരിക്കോ." ബിൻസി തന്റെ സംതൃപ്തി മറച്ചു വെച്ചില്ല.

"മമ്മീ, മറ്റൊരാൾക്ക് രോഗോം ദുരിതോം വരുന്നത് കാണുമ്പം നമ്മൾ സന്തോഷിക്കാൻ പാടില്ല. മമ്മി വിചാരിക്കും ഇതെന്തോ ഒരു കണക്കു തീർക്കലാണെന്ന്. അങ്ങനൊന്നുമല്ല. ദുഷ്ടന്മാരും നീചന്മാരും ചതിയന്മാരും തട്ടിപ്പുകാരും കൊലയാളികളും ഒക്കെ ഈ ഭൂമിയിലിരുന്ന കാലമത്രേം സുഖമായിട്ട് ജീവിച്ചു കടന്നുപോയിട്ടൊണ്ട്. ഒരുതരത്തിലുള്ള

ശിക്ഷേം കിട്ടാതെ. ആയിരക്കണക്കിനാളുകളെ കൊന്ന രാജാക്കന്മാരും പ്രഭുക്കന്മാരും നാടുവാഴികളും കാട്ടുകൊള്ളക്കാരും മതഭ്രാന്തന്മാരുമൊക്കെ ജീവിച്ചു മരിച്ച ലോകമല്ലേ ഇത്. അവർക്കെല്ലാം ശിക്ഷ കിട്ടിയോ? ഒരാളെ കൊന്നാൽ വധശിക്ഷയാ നമ്മുടെ ലോകത്തെ ഏറ്റവും വല്യ ശിക്ഷ. ആയിരങ്ങളെ കൊല ചെയ്തവന് എത്ര വധശിക്ഷ കൊടുക്കാൻ പറ്റും?"

"അവനൊക്കെ ദൈവം തമ്പുരാൻ കൊടുത്തോളും നിത്യനരകം..." ബിൻസി അതുകൊണ്ട് തൃപ്തിപ്പെട്ടു.

"നിനക്ക് റോബിച്ചനെ കണ്ടിട്ട് ദേഷ്യമൊന്നും തോന്നിയില്ലേ മോളെ?" അതു വരെ നിശ്ശബ്ദനായിരുന്ന ജോർജുകുട്ടി ആരാഞ്ഞു.

"ഒരു വല്ലായ്മ തോന്നി പപ്പാ. അത്രേയൊള്ളൂ. റോബിച്ചായൻ നശിച്ചു പോണംന്ന് ഞാൻ ഒരിക്കലും ആഗ്രഹിച്ചിട്ടില്ല. ഇപ്പം ഇങ്ങനൊക്കെ ആയിത്തീർന്നല്ലോ എന്നോർക്കുമ്പം സങ്കടം ഒണ്ട്. സത്യത്തിൽ റോബിൻസിന് എന്നോട് ഇഷ്ടക്കുറവുണ്ടായിട്ടല്ല എന്നെ വിട്ടു കളഞ്ഞത്. ബാക്കിയുള്ളവരെല്ലാം കൂടെ ബ്രെയിൻ വാഷ് ചെയ്തിട്ടാ."

"എന്നാലും ആണുങ്ങക്ക് ചേർന്ന പണിയാണോ മോളെ അവൻ കാണിച്ചെ..."

ജോർജുകുട്ടി കുറ്റപ്പെടുത്തി.

"അവന്റെ കൊച്ചിനെപ്പോലും കിട്ടിയില്ല അല്ലേ?" ബിൻസി ചോദിച്ചു.

"എന്നോട് ഷൈനി മമ്മിയാ പറഞ്ഞത് കൊണ്ടുപോയെന്ന്. ഞാനതിനെപ്പറ്റി കൂടുതലൊന്നും ചോദിച്ചില്ല. നമ്മളെന്തിനാ വ്രണം മാന്തി പൊളിക്കുന്നെ."

ജിബിയ പറഞ്ഞതോടെ ആ സംഭാഷണം അവിടെ അവസാനിച്ചു.

അഞ്ചു ദിവസങ്ങൾക്കുശേഷം റോബിൻസിനെ വെന്റിലേറ്ററിൽ നിന്നു മാറ്റാൻ ഡോക്ടർ തീരുമാനിച്ചു. ജിബിയ ഷൈനിയെ കണ്ട് റോബിൻസിനെ വെന്റിലേറ്ററിൽ നിന്നു മാറ്റുകയാണെന്നറിയിച്ചു. അതിനുമുൻപ് കാണാൻ അനുവാദമുണ്ട്.

"അവന് സുഖംണ്ടോ മോളെ?" ഷൈനി ചോദിച്ചു.

"മാറ്റമൊണ്ട്. അതുകൊണ്ടല്ലേ വെന്റിലേറ്റർ വേണ്ടെന്ന് വയ്ക്കുന്നെ."

ഷൈനി ഐസിയുവിലേക്ക് കടന്നുവന്നു.

റോബിൻസിനെ ചികിത്സിക്കുന്ന ഡോക്ടർ സതീഷ് ചന്ദ്രൻ ബെഡ്ഡിനടുത്ത് തന്നെ നിൽപ്പുണ്ടായിരുന്നു. അയാൾ ഷൈനിയോടു പറഞ്ഞു.

"പേഷ്യന്റിനു കുറച്ച് റെസ്പിറേറ്ററി പ്രോബ്ലംസ് ഉണ്ടായിരുന്നു. അതുകൊണ്ടാണ് ഇൻടുബേറ്റ് ചെയ്തത്. ഇപ്പോൾ കുറച്ച് ചേഞ്ചസ് വന്നിട്ടുണ്ട്. സോ വി ഹാവ് ടേക്കൺ എ ഡിസിഷൻ ടു എക്സ്ടുബേറ്റ് ഹിം. പേടിക്കാനൊന്നുമില്ല. ചെറിയൊരു കഫ്... നോയ്സി ബ്രീത്തിങ് ഒക്കെ ഉണ്ടായേക്കാം. ഓക്സിജൻ ലെവൽ ഡിസാച്ചുറേഷനാണ് കാണിക്കുന്നതെങ്കിൽ സപ്ലിമെന്റൽ ഓക്സിജൻ കൊടുക്കും. മാസ്ക് വെച്ചിട്ടോ

ബൈപാപ് വെച്ചിട്ടോ ഒക്കെ. പെട്ടെന്ന് സംസാരിക്കാനൊന്നും പറ്റീന്നു വരില്ല. അത് പതിയെ മാറിക്കോളും."

ഷൈനി എല്ലാം തലയാട്ടിക്കൊണ്ട് സമ്മതിച്ചു. എന്നാൽ അവർക്ക് ഒന്നും മനസ്സിലായതുമില്ല. പിന്നീട് ജിബിയ തന്നെ വിശദീകരിച്ചു കൊടുത്തു.

"ഒന്നുമില്ല മമ്മീ, കുറേ ദിവസം തൊണ്ടയിൽ കൂടി ട്യൂബിങ്സൊക്കെ കിടന്നതല്ലേ. ശബ്ദം തെളിഞ്ഞു കിട്ടാൻ സമയമെടുത്തേക്കും അത്രേയുള്ളൂ."

അത് കേട്ടപ്പോൾ ഷൈനിക്ക് സമാധാനമായി.

* * *

പവിത്ര മിന്നുമോളെ ഒരുക്കുകയായിരുന്നു. അവളെ കുളിപ്പിച്ച് ഡ്രസ്സിങ് റൂമിൽ കൊണ്ടുവന്നശേഷം അവൾക്ക് ഇഷ്ടമുള്ള വസ്ത്രങ്ങൾ അണിയിച്ചു. മുടി ചീകിമിനുക്കിയൊതുക്കി. പുറത്ത് തണുപ്പുള്ളതിനാൽ ഒരു മങ്കിക്യാപ്പ് ധരിപ്പിച്ചു. കാലിൽ സോക്സും ഷൂസും ഇടുവിച്ചു.

ഡോക്ടർ വിജയാനന്ദ് അതെല്ലാം നോക്കിക്കൊണ്ട് വാതിലിനപ്പുറം നിൽപ്പുണ്ടായിരുന്നു. അപ്പോൾ മിന്നുമോൾ അയാളെ കണ്ട് വിരൽ ചൂണ്ടി.

"ദേ... അച്ഛ..."

പവിത്ര തിരിഞ്ഞു നോക്കിയപ്പോൾ വിജയാനന്ദ് മാറത്ത് കൈ കെട്ടി നോക്കി നിൽക്കുന്നതു കണ്ടു. അവൾ ചൂളി. ഒരാൾ നോക്കി നിൽക്കുന്നത് അറിയാതെയാണ് താൻ പെരുമാറിക്കൊണ്ടിരുന്നത്. ഇടയ്ക്ക് മൂളിപ്പാട്ട് പാടി, മിന്നു മോളെ കൊഞ്ചിച്ചു, ശാസിച്ചു, അവൾക്കും തനിക്കും മാത്രം മനസ്സിലാകുന്ന കിളിക്കൊഞ്ചൽ ഭാഷയിൽ സംസാരിച്ചു.

എല്ലാം കേട്ട് കാണും!

പവിത്രയുടെ മുഖം നാണക്കേട് കൊണ്ടു ചുവന്നു.

അവൾ ചെയ്തുവന്ന കാര്യങ്ങളുടെ ഒഴുക്ക് നഷ്ടപ്പെട്ടുവെന്ന് വിജയാനന്ദിനു മനസ്സിലായി.

"കാരിയോൺ..." അയാൾ പ്രോത്സാഹനത്തിന്റെ ശബ്ദവും സംജ്ഞയും നൽകി.

പിന്നെ പവിത്രയുടെ ചലനങ്ങൾ യാന്ത്രികമായിരുന്നു.

"വന്നത് ഞാൻ കണ്ടില്ല." അവൾ അബദ്ധം പിണഞ്ഞപോലെ പറഞ്ഞു.

"ഞാൻ കുറെ നേരമായി നോക്കി നിൽക്കുന്നു. എനിക്കും കൂടി ഒരു കുട്ടിയായാൽ കൊള്ളാമെന്നു തോന്നി."

"മോൾടെ കൂടെയോ?"

"നിങ്ങൾ രണ്ടുപേരുടേം കൂടെ. എന്നോടും അതുപോലെ സംസാരിച്ച്, എന്നെയും അതുപോലെ ഒരുക്കി... അങ്ങനെ..."

പവിത്രയുടെ മുഖം കുറച്ചുകൂടി ചുവന്നു.

അയർലൻഡിൽ വന്നശേഷം പിന്നെയും അവൾ വെളുത്തിട്ടുണ്ടായിരുന്നു. അതിനാൽ വികാരഭേദങ്ങൾ മുഖത്ത് പെട്ടെന്ന് പ്രകടമാകും.

"ഞാനും റെഡിയാവട്ടെ." ഡോക്ടർ പിന്തിരിഞ്ഞു നടന്നു പോയി.

പവിത്ര പുറത്തേക്കു പോകാൻ വേഷം മാറി മിന്നു മോളെയും കൂട്ടി ചെന്നപ്പോൾ ഇന്ദുമതിയും നിരഞ്ജനയും ഒരുങ്ങിയിട്ടു പോലുമില്ല.

"ഇതെന്നാ ആരും പോകുന്നില്ലേ?" പവിത്ര ആശങ്കപ്പെട്ടു.

"നിങ്ങള് പോയിട്ട് വാ, ഞങ്ങക്കിവിടെ കുറച്ചു ജോലിയുണ്ട്." ഇന്ദുമതി പറഞ്ഞു.

"നിങ്ങളെന്നുവച്ചാ..." പവിത്ര അന്തംവിട്ടു

"നീയും വിജൂം മിന്നുമോളും... എന്താ പ്രശ്നം?"

"ഞാൻ ഡോക്ടറുടെ കൂടെ പോകാനോ. ഞാൻ മാത്രം?"

"അതല്ലേ ചോദിച്ചത്, എന്താ കുഴപ്പം?"

"ഇതുവരെ അങ്ങനെ പോയിട്ടില്ലല്ലോ."

"പോകണം. എപ്പോഴും നിങ്ങൾക്ക് അകമ്പടിസേവിക്കാൻ ഞങ്ങൾക്ക് പറ്റ്വോ?"

ഇത് മനപ്പൂർവ്വം ചെയ്തതല്ലേ എന്ന മട്ടിൽ പവിത്ര ഇന്ദുമതിയെ നോക്കി.

അപ്പോഴേക്കും വിജയാനന്ദ് വേഷം മാറി വന്നു. അമ്മ കൂടെ വരുന്നില്ല എന്നു കണ്ട് അയാൾക്കും ചെറിയൊരു അമ്പരപ്പുണ്ടായി.

"ഒരുപാട് ദൂരം ഒന്നിച്ചു പോകാനുള്ളവരല്ലേ. ഇന്ന് കുറച്ചു ദൂരം പോയിട്ട് വാ. ഒരു പ്രാക്ടീസ്." നിരഞ്ജന തെല്ലു കുസൃതിയോടെ പറഞ്ഞു.

"കമോൺ..." വിജയാനന്ദ് പവിത്രയോടു പറഞ്ഞിട്ട് കാർ പാർക്കിങ്ങിലേക്ക് ഇറങ്ങിപ്പോയി.

"ചെല്ല്." ഇന്ദുമതി ശാസിച്ചു.

"ഞാനെവിടിരിക്കും? മോളെ ഫ്രണ്ട് സീറ്റിലിരുത്തട്ടെ."

"ഇവിടെ അതു പറ്റില്ല. ചൈൽഡ് സീറ്റ് സെക്കൻഡ് റോയിലാണ്. നീ ഫ്രണ്ടിൽതന്നെ ഇരിക്കണം."

വിജയാനന്ദ് കാർ സ്റ്റാർട്ട് ചെയ്ത് കഴിഞ്ഞു. പവിത്രയ്ക്ക് അനുസരിക്കയേ നിർവാഹമുണ്ടായിരുന്നുള്ളൂ.

മിന്നുമോളെ ബാക്ക് സീറ്റിൽ സീറ്റ് ബെൽറ്റിട്ട് ഇരുത്തിയശേഷം അടുത്ത സീറ്റിൽ ഇരിക്കാൻ പവിത്ര ഒരു ശ്രമം നടത്തി.

"അവിടെല്ല ഇവിടെ." വിജയാനന്ദ് സീറ്റ് തൊട്ട് കാണിച്ചു.

"മോളിവിടെ തനിച്ചല്ലേ?"

"അവൾക്കറിയാം എവിടെയാ ഇരിക്കേണ്ടതെന്ന്. ഞാനവളെ പുറത്തു കൊണ്ടു പോകാറുള്ളതല്ലേ?" വിജയാനന്ദ് പറഞ്ഞു.

പവിത്ര വന്ന് മുൻസീറ്റിൽ ഇരുന്നു. സീറ്റ് ബെൽറ്റിട്ടു.

“ഇത്രയൊന്നും മടി കാണിക്കരുത്. നമ്മൾ മുതിർന്നവരാണ്.” വിജയാനന്ദ് ഉപദേശിച്ചു.

“എല്ലാവരും ഒന്നിച്ചു പോകുന്നെന്നാ ഞാൻ വിചാരിച്ചത്.”

“അടുത്ത തവണ മിന്നുമോൾ ഉണ്ടാവണമെന്നില്ല. നമ്മൾ രണ്ടും മാത്രമായിരിക്കും.” വിജയാനന്ദ് പറഞ്ഞു.

“നമ്മൾ എങ്ങോട്ടാ പോകുന്നെ?” പവിത്ര ചോദിച്ചു.

“എങ്ങോട്ടു വേണെങ്കിലും പോകാം. നമ്മൾ വാസ്തവത്തിൽ ഒരു ഔട്ടിങ്ങിന് ഇറങ്ങിയതാണ്. സംസാരിക്കണം.”

പവിത്രയ്ക്ക് ആധിയായി. എന്ത് സംസാരിക്കാൻ?

ഡോക്ടർ അടുത്തേക്ക് വരുമ്പോഴെല്ലാം ബാധിക്കാറുള്ള വേവലാതി ഇത്തവണയും അവളെ പൊതിഞ്ഞു.

“ഞാൻ പലപ്പോഴും പവിത്രയെ വാച്ച് ചെയ്യാറുണ്ട്. അപ്പോഴൊന്നും ഒരു മുതിർന്ന പെണ്ണാണെന്ന് തോന്നുകയേ ഇല്ല. മാരേജ് കഴിഞ്ഞെന്നും എട്ടു വയസ്സായ കുട്ടിയുണ്ടെന്നും വിശ്വസിക്കാനേ വയ്യ. പക്ഷേ വേറൊരു സംഗതി എന്നെ അത്ഭുതപ്പെടുത്തുന്നുണ്ട്. ധീരമായ നിലപാടുകൾ എടുത്തിട്ടുള്ളവളാണ് പവിത്ര. ആദർശപരമായ ചില കമ്മിറ്റ്മെന്റ്സ് സൂക്ഷിക്കുന്നവളാണ്.”

എന്തു പറയണമെന്നറിയാതെ പവിത്ര ഇരുന്നു.

“എന്തെങ്കിലും പറയൂ.”

“മനസ്സിലാവുന്നുണ്ട്. പതിനെട്ട് വയസ്സിൽ എന്റെ വളർച്ച നിന്നു പോയതാ.”

“അതു കൊള്ളാം... നല്ല വീക്ഷണം.”

“പിന്നെ ആരൊക്കെയോ നിർബന്ധിച്ചു വലിച്ചിഴച്ച് എവിടൊക്കയോ കൊണ്ടുപോയി താമസിപ്പിച്ചു. പിന്നെ നടന്നതൊന്നും ഞാനിഷ്ടപ്പെട്ട കാര്യങ്ങളല്ല. ആഗ്രഹിച്ചതുമല്ല.”

“ഓകെ. അതെനിക്കറിയാം.”

“ഒരു ചാൻസ് കിട്ടിയപ്പം ഞാൻ ഓടിപ്പോന്നു. എവിടുന്നാണോ പോയത് അവിടേക്കുതന്നെ.”

“ആ പതിനെട്ടാമത്തെ വയസ്സിലേക്ക് അല്ലേ?” ഡോക്ടർ പുഞ്ചിരിയോടെ ചോദിച്ചു.

പവിത്ര തലയാട്ടി.

“എന്റെയൊപ്പം ഒരു കുഞ്ഞുണ്ട്. അവനെ കാണുമ്പോൾ ഞാനൊരു അമ്മയാണല്ലോ എന്നോർക്കും. അവൻ തീരെ കുഞ്ഞായിരുന്നപ്പം ഞാൻ അവന്റെ ചേച്ചി ആണെന്ന് തോന്നിയിരുന്നു. ന്റെ കുഞ്ഞിനെ ചേച്ചി എടുക്കാലോ...ന്റെ മോന് ചേച്ചി തരാലോ... എന്നൊക്കെയാണ് മോനെ കൊഞ്ചിച്ചത്. ഞാനത്രയ്ക്കേ വളർന്നിട്ടുണ്ടായിരുന്നൊള്ളൂ.”

വിജയാനന്ദ് അതുകേട്ട് ചിരിച്ചു.

"എനിക്ക് മനസ്സിലായി. എനിക്കതു കിട്ടുന്നുണ്ട്."

"പക്ഷേ വീട്ടിൽ തിരിച്ചെത്തിയ ശേഷം ഞാൻ കുറേശ്ശെ വളരാൻ തുടങ്ങി. പതിനെട്ടു കഴിഞ്ഞു പത്തൊമ്പത്... ഇരുപത്..."

"ഇപ്പോൾ ഇരുപത്തൊന്ന് അല്ലേ?" ഡോക്ടർ ഇടയ്ക്ക് കയറി ചോദിച്ചു.

പവിത്ര പുഞ്ചിരിച്ചു.

കുട്ടികളുടെ പാർക്കിലേക്കാണ് വിജയാനന്ദ് അവരെ കൊണ്ടുപോയത്. കാർ പാർക്ക് ചെയ്തശേഷം അവർ മൈതാനത്തിലെ നടപ്പാതയിൽ കൂടി നീങ്ങി. നടത്തത്തിനിടയിൽ ഡോക്ടർ പവിത്രയുടെ കരം ഗ്രഹിച്ചു. ആദ്യം ഒന്നു പിടഞ്ഞ് കുതറി കൈവിടുവിച്ചുവെങ്കിലും ഡോക്ടർ വീണ്ടും കൈ പിടിച്ചപ്പോൾ അവൾ വിട്ടുകൊടുത്തു. ചെറിയൊരു കുറ്റബോധം അടക്കിപ്പിടിച്ചുകൊണ്ട്.

"മാരേജ് കഴിയുമ്പോൾ ഈ വിസമ്മതങ്ങളെല്ലാം മാറും."

വിജയാനന്ദ് സ്വരം താഴ്ത്തി പറഞ്ഞു. അവർ പുൽത്തകിടിയിലെ ചാരുബെഞ്ചിൽ ഇരുന്നു. മിന്നുമോൾ അവിടവിടെ ഓടിക്കളിച്ചു. പാർക്കിൽ വേറെയും കുട്ടികളുണ്ടായിരുന്നു.

"മാരേജിന്റെ കാര്യം വീട്ടിൽ അറിയിച്ചോ?" വിജയാനന്ദ് ചോദിച്ചു.

"ഇല്ല." പവിത്ര പറഞ്ഞു.

"എന്താ അറിയിക്കാത്തത്?"

"ഒന്നാമത്തെ കാര്യം അവരെന്നോടു ചോദിക്കും നീയിപ്പഴും ഒരുത്തന്റെ ഭാര്യയല്ലേന്ന്. കോടതിവിധി വന്നു കഴിഞ്ഞാ എനിക്ക് ധൈര്യമായിട്ട് പറയാം. ഞാനാരുടേം ഭാര്യയല്ലെന്ന്. രണ്ടാമത്തെ കാര്യം... അപ്പുമോനെ ഞാൻ എവിടെയും എത്തിച്ചില്ലല്ലോ എന്നുള്ള വിഷമമാണ്. ഞാനൊരു ജോലിക്കാരി മാത്രമാണെങ്കി എനിക്കവനെ അമ്മേടടുത്ത് നിർത്താം. പക്ഷേ ഞാൻ വേറൊരു ജീവിതം തെരഞ്ഞെടുക്കുമ്പം..." പവിത്ര പൂർത്തിയാക്കാതെ നിർത്തി.

"എന്താ നിർത്തിയത്. ബാക്കി കൂടി പറയൂ."

"അവനും എന്റെ കൂടെ വേണം."

"ഊം..." വിജയാനന്ദ് ആലോചനയോടെ മൂളി.

"അത് ആലോചിക്കേണ്ട വിഷയമാണ്. ഇനിയെന്തെങ്കിലുമുണ്ടോ?"

"അഞ്ചുമാസം കൂടി ജോലി ചെയ്യാനുള്ള സാവകാശം കിട്ടണം."

"അതെന്തിനാണ് അഞ്ചുമാസം?"

"ബിയായെ ഹെൽപ്പ് ചെയ്യാൻ വേണ്ടിയാ. അവളിപ്പഴും ഒരിടത്തും എത്തീട്ടില്ല. ഞാൻ കൊടുക്കുന്ന പൈസ അവളെനിക്ക് തിരിച്ചു തരും. ഐഇഎൽടിഎസ് പാസ്സായി നിൽക്കുവാ. എങ്ങോട്ടും പോകാൻ പൈസയില്ലാതെ..."

“കൂട്ടുകാരിയെ ഇവിടെത്തിച്ചു തന്നാ മതിയോ? അത് ഞാൻ മാനേജ് ചെയ്യാം. ഇതൊക്കെ പറയാനെന്താ മടി?”

“പറയാനുള്ള ധൈര്യം ഇല്ലാത്തതുകൊണ്ടാ. അമ്മയോട് ചോദിച്ചാലോന്ന് ഞാനാദ്യം വിചാരിച്ചു. പക്ഷേ നനയുന്നിടം കുഴിക്കുന്ന പോലൊരു പണിയാണല്ലോന്ന് ഓർത്തപ്പം ഒരു കുറച്ചിൽ. ഞാൻ തന്നെ ആശ്രയിച്ചു നിൽക്കുന്നവളാ. അതുപോരാഞ്ഞ് മറ്റൊരാളെ കൂടി രക്ഷിക്കണമെന്ന് എങ്ങനെ പറയും?”

“അഞ്ചുമാസം കൂടി ജോലി ചെയ്തു ശമ്പളമായിട്ട് വാങ്ങിച്ചാലും ഡൊണേഷനായിട്ട് വാങ്ങിയാലും സാലറി അഡ്വാൻസായാലും പൈസ വരേണ്ടത് ഒരേ പോക്കറ്റിൽ നിന്നു തന്നെയല്ലേ?” ചിരിച്ചുകൊണ്ടാണെങ്കിലും അർത്ഥവത്തായിരുന്നു ചോദ്യം.

പവിത്ര ഉത്തരമില്ലാതെ കീഴടങ്ങി.

“പരിഹാരമുള്ള പ്രശ്നങ്ങളാ എല്ലാം. പവിത്ര ആദ്യം ചെയ്യേണ്ടത് വീട്ടുകാരെ വിവരം അറിയിക്കുക എന്നതാണ്. നാട്ടിലേക്ക് ഉടനെ പോകേണ്ടിവരും. അമ്മയുടെയും വിസിറ്റിങ് വീസയാണല്ലോ. അതിന്റേം കാലാവധി തീരുകയാ. നിങ്ങൾ രണ്ടുപേരും പോയി എല്ലാം അറേഞ്ച് ചെയ്യുക. മോളേം കൊണ്ടുപൊയ്ക്കോ. ഞാൻ ഒന്നോ രണ്ടോ ആഴ്ചത്തെ ലീവെടുത്ത് പിന്നീട് വരാം. അപ്പോൾ മാര്യേജ് നടക്കണം. അവിടുന്നു പിന്നെ തിരിച്ചു പോരുന്നത് വിസിറ്റിങ് വീസയിലായിരിക്കരുത്. ഇതിനൊക്കെ കുറച്ച് സമയമെടുക്കും. അതുകൊണ്ടാ ഇപ്പോഴേ പറയുന്നത്.”

പവിത്ര മനസ്സിലായെന്ന് തലയാട്ടി.

പിറ്റേന്ന് ഉച്ചതിരിഞ്ഞ് പവിത്ര അജിതമ്മയെ ഫോണിൽ വിളിച്ചു. കേരളത്തിൽ അപ്പോൾ വൈകുന്നേരമായിരുന്നു. കുശലാന്വേഷണങ്ങൾക്കുശേഷം പവിത്ര ഡോക്ടർ വിജയനന്ദുമായുള്ള കല്യാണാലോചനയുടെ കാര്യം സൂചിപ്പിച്ചു.

ഉടൻതന്നെ അജിതമ്മ കോപിഷ്ഠയായി. “ഇപ്പത്തന്നെ നീയൊരു ഭാര്യയല്ലേ. അതിരിക്കുമ്പത്തന്നെ വേറൊരാളോ...”

“അമ്മേ ഡൈവോഴ്സ് കിട്ടുമല്ലോ. അത് കഴിയുമ്പം...”

“അത് കഴിയുമ്പം മോനേം നോക്കി മാനം മര്യാദയ്ക്ക് ജീവിക്കാൻ നോക്ക്. പേരുദോഷം കേൾപ്പിക്കാനും മനുഷ്യരെക്കൊണ്ട് പറയിക്കാനും എട വരുത്തണ്ട. നിനക്കിളയത് രണ്ടുപേരിവിടെ നിക്കുന്ന കാര്യം മറക്കേം വേണ്ട.”

അജിതമ്മ അന്ത്യശാസനമെന്നപോലെ പറഞ്ഞു.

മുപ്പത്തിയെട്ട്

റോബിൻസിന്റെ ആരോഗ്യം അനുദിനം മെച്ചപ്പെട്ടു വരുന്നുണ്ടായിരുന്നു. ജിബിയയ്ക്ക് പത്തു ദിവസത്തോളം തുടർച്ചയായി മോണിങ് ഡ്യൂട്ടിയും ഈവനിങ് ഡ്യൂട്ടിയുമായിരുന്നതിനാൽ റോബിൻസിന്റെ കാര്യത്തിൽ കൂടുതൽ ശ്രദ്ധ ചെലുത്താൻ കഴിഞ്ഞു.

ഡ്യൂട്ടി അസൈൻമെന്റ് റജിസ്റ്ററിൽ എല്ലായ്പോഴും റോബിൻസിനെ ശുശ്രൂഷിക്കുന്ന ജോലി ഇൻചാർജ്, ജിബിയയെ തന്നെ ഏൽപ്പിക്കുന്നതു പതിവായിരുന്നു.

ജിബിയ അതേപ്പറ്റി തിരക്കിയപ്പോൾ പേഷ്യന്റിന്റെ സ്വന്തക്കാർ അതിനായി റിക്വസ്റ്റ് ചെയ്തിട്ടുണ്ടെന്നറിഞ്ഞു. ജിബിയയുമായി വളരെ ക്കാലമായി അടുപ്പമുണ്ടെന്നും അവളുടെ വീട് തൊട്ട് അയൽപക്കമാ ണെന്നും തങ്ങൾ സ്വന്തക്കാരെപ്പോലെ കഴിഞ്ഞവരാണെന്നും റോബിൻ സിന്റെ മമ്മി ഷൈനി ഇൻ ചാർജിനോട് സ്വകാര്യമായി വെളിപ്പെടുത്തി യിട്ടുണ്ടായിരുന്നെന്നും ജിബിയയ്ക്കു മനസ്സിലായി.

തന്റെ പരിചരണം റോബിൻസും ആഗ്രഹിക്കുന്നുണ്ടെന്ന് ജിബിയ യ്ക്കിപ്പോൾ അറിയാം. റോബിൻസിന് ആദ്യമൊക്കെ ജിബിയയെ അഭി മുഖീകരിക്കാൻ ജാള്യമുണ്ടായിരുന്നു. അതു മനസ്സിലാക്കി തനിക്ക് ഏറെ പരിചയമുള്ള ഒരു രോഗിയോടെന്നപോലെ വളരെ താത്പര്യത്തോടെ യാണ് അവൾ പെരുമാറിയത്.

ഡോക്ടർ സതീഷ് ചന്ദ്രൻ റൗണ്ട്സിനു വരുമ്പോഴും അതല്ലാതെ വിസിറ്റിനു വരുമ്പോഴും ജിബിയയോടു തന്റെ രോഗത്തെപ്പറ്റി സംസാരി ക്കുന്നതും അവളുടെ മറുപടികളും ആ കാര്യത്തിൽ അവൾക്കുള്ള പരി ജ്ഞാനവും ഡോക്ടർക്ക് അതിലുള്ള മതിപ്പും എല്ലാം റോബിൻസ് കാണു ന്നുണ്ട്.

ജിബിയ വെറുമൊരു നഴ്സല്ല എന്നു ഡോക്ടറും മനസ്സിലാക്കിയിരി ക്കുന്നു എന്നാണ് റോബിൻസിന് തോന്നിയത്. ഐസിയുവിൽ വർഷ ങ്ങളോളം ജോലി ചെയ്ത് വിവിധ രോഗങ്ങളും രോഗികളുമായി ഇടപഴ കിയതിന്റെ അനുഭവ സമ്പത്ത് അവൾക്കുണ്ടെന്നും അയാൾ തിരിച്ച റിഞ്ഞു.

ഡോക്ടർ പ്രത്യേകിച്ച് ഒന്നും പറഞ്ഞു കൊടുക്കേണ്ട. രോഗത്തിന്റെ ഗതി വ്യതിയാനങ്ങൾക്കനുസരിച്ചു നൽകേണ്ട പരിചരണങ്ങളെക്കുറിച്ച് അവൾ ബോധവതിയാണ്.

സംസാരിക്കാമെന്നായപ്പോൾ ഒരു ദിവസം റോബിൻസ് ചോദിച്ചു:

"എവിടുന്ന് കിട്ടി ഇത്രയും എക്സ്പീരിയൻസ്?"

"വർഷം കുറെ ആയില്ലേ ഈ തൊഴില് തുടങ്ങിയിട്ട്." ജിബിയ പുഞ്ചിരിച്ചു

"നോർത്തിലൊക്കെ കുറേക്കാലം ജോലി ചെയ്തു അല്ലേ?"

"ഉം..."

"മമ്മിയെന്നോടു പറഞ്ഞു."

"എന്നോടും ചില കാര്യങ്ങളൊക്കെ പറഞ്ഞു."

ജിബിയ അർത്ഥഗർഭമായി നോക്കി. റോബിൻസിന്റെ മുഖത്തൊരു വിളർച്ചയുണ്ടായി.

"കുടി തുടങ്ങിയത് എങ്ങനെയാണെന്നും എന്തുകൊണ്ടാണെന്നും...! മോൾക്കെത്ര വയസ്സൊണ്ട്?" ജിബിയ ചോദിച്ചു.

"അഞ്ചു വയസ്സു കഴിഞ്ഞു."

"മിടുക്കിയാണോ?"

"ങും..."

"വൈഫ് തീർത്തും പിണങ്ങിപ്പോയതാണോ?"

"ഡിവോഴ്സ് ആയിട്ടില്ല. കേസ് നടക്കുന്നു."

"തിരിച്ചുവരാൻ സാധ്യതയുണ്ടോ?"

"നോ... നെവർ... വന്നാലാർക്ക് വേണം?"

"അത്രയ്ക്ക് വെറുത്തുപോയോ?"

"വെറുപ്പിന് കാഞ്ഞിരത്തിന്റെ കയ്പുണ്ടെന്നു ബോധ്യപ്പെടുത്തിത്തന്നത് അവളാ."

"ഇനിയെന്താണ് പ്ലാൻ?"

"എനിക്ക് ഒരൈഡിയയും ഇല്ല. ഒരു ശൂന്യത. സ്പെയ്സ് ഷിപ്പീന്നൊക്കെ വേർപെട്ടു പോയിട്ട് ചിലര് ശൂന്യാകാശത്ത് കച്ചിത്തുരുമ്പു പോലെ പാറിപ്പോകുന്ന ചില ഇംഗ്ലീഷ് സിനിമകളില്ലേ... അങ്ങനത്തെ ഒരു തുരുമ്പാണ് ഞാൻ."

"അത്രയ്ക്കു നിരാശപ്പെടേണ്ട കാര്യമൊന്നും ഇല്ല. ഈ രോഗം ഭേദമാകും. ഇനി കുടിക്കാതിരുന്നാ ഒരു കുഴപ്പോം ഇല്ല. ഇനിയും കല്യാണം കഴിക്കാം. പ്രായം കടന്നു പോയിട്ടൊന്നുമില്ല."

"ഇനിയൊരു പരീക്ഷണം കൂടെ നടത്താനോ... തിളച്ച വെള്ളത്തിൽ ചാടിയ പൂച്ചയാണു ഞാൻ."

"എല്ലാം പരീക്ഷണങ്ങളല്ലേ?"

"ബിയാ എന്തുകൊണ്ടാ കല്യാണം കഴിക്കാതെ നിൽക്കുന്നെ?"

"സമയമായില്ല."

"ഒരാലോചനയും ഇതുവരെ വന്നില്ലേ?"

"പലതും വന്നു. സമയമായില്ലാരുന്നു."

"ഇനിയെന്നാണ്? പ്രായം കടന്നു പോവുകയല്ലേ?"

"സമയമാകുമ്പം നടക്കും. വെയ്റ്റ് ചെയ്യാം." ജിബിയ പുഞ്ചിരിച്ചു.

ആ സംഭാഷണം അവിടെ മുറിഞ്ഞു.

പിന്നീടൊരു ദിവസം ഡ്യൂട്ടി കഴിഞ്ഞിറങ്ങിയപ്പോൾ ഷൈനിയെ വിസിറ്റേഴ്സ് ലൗഞ്ചിൽ വച്ച് ജിബിയ കണ്ടു. അവർ സന്തോഷത്തോടെ അടുത്തു വന്നു.

"റോബിൻസിന് നല്ല മാറ്റംണ്ടല്ലേ?"

"ങ്ഹാ ഒണ്ട്. ഇനി കുടിക്കാൻ സമ്മതിക്കരുത്." ജിബിയ പറഞ്ഞു.

"മോളവനോട് സ്നേഹത്തിലാ സംസാരിക്കേം പെരുമാറുകേം ചെയ്യുന്നതെന്നു കണ്ടപ്പം അവന് വല്യ സന്തോഷമാ."

"ഞങ്ങടെ ഡ്യൂട്ടിയല്ലേ മമ്മീ?"

"എന്നാലും വേറാരാണെങ്കിലും മുഖത്തു നോക്കത്തു പോലുമില്ല. അത്രയ്ക്ക് ദേഷ്യോം വെറുപ്പുമായിരിക്കും."

"ഞങ്ങൾ നഴ്സുമാർക്കു പേഷ്യന്റ്സിനോട് അങ്ങനൊന്നും കാണിക്കാൻ പാടില്ല."

"എന്നുവെച്ചാ ഉള്ളിലൊണ്ടെന്നാണോ?" ഷൈനി അവളെ സൂക്ഷിച്ചു നോക്കി.

ജിബിയ പുഞ്ചിരിച്ചുകൊണ്ട് അവരുടെ കൈപിടിച്ചു.

"ഇല്ല മമ്മീ. കുറച്ചു സങ്കടംണ്ടാരുന്നു. അതൊക്കെ എപ്പഴേ മാറി."

"ഞങ്ങൾ നിന്നോടു കാണിച്ച ചതി ഓർത്താൽ, മിണ്ടാൻപോലും തോന്നുവോ?"

"ഞാനതൊന്നുമല്ല ഓർക്കാറ്. മമ്മിയെന്നെ എന്തുമാത്രം എടുത്തോണ്ടു നടന്നിട്ടുണ്ട്. എന്തുമാത്രം കൊഞ്ചിച്ചിട്ടൊണ്ട്. ഈ കൈകൊണ്ട് എനിക്കെന്തെല്ലാം തന്നിട്ടൊണ്ട്."

അതുകേട്ടപ്പോൾ ഷൈനിയുടെ കണ്ണു നിറഞ്ഞു. ജിബിയയെ ചേർത്തുപിടിച്ച് അവർ വിതുമ്പി:

"ഞങ്ങൾക്കു തെറ്റുപറ്റി. വല്യ തെറ്റു പറ്റി. അതിന്റെ ശിക്ഷേം കിട്ടി."

"സാരമില്ല മമ്മീ, ഇനീം സമയംണ്ടല്ലോ." ജിബിയ ആശ്വസിപ്പിച്ചു.

"റോബിച്ചായന്റെ അസുഖമൊക്കെ മാറും. പ്രായം മുപ്പത്തിമൂന്നു കഴിഞ്ഞിട്ടല്ലേയൊള്ളൂ. കഴിഞ്ഞതൊക്കെ പോട്ടെന്നു വെച്ചിട്ട് ഇനിയാണെങ്കിലും ഒന്നേന്ന് തൊടങ്ങാൻ പറ്റും."

“ഞങ്ങളവനോട് എപ്പഴും പറയും. പോയതൊക്കെ പോട്ടെടാ. എല്ലാം മറന്നു കളയാൻ. ഉള്ളം കയ്യിലിരുന്ന തങ്കക്കട്ടി കളഞ്ഞിട്ടാണല്ലോ കാക്കപ്പൊന്നു തേടി പോയതെന്നോർക്കുമ്പഴാ അവന് ഏറ്റോം വല്യ സങ്കടം.”

“കാക്കപ്പൊന്നു വേണ്ടവർ എപ്പോഴായാലും അത് തേടിപ്പോകും മമ്മീ. ചിലപ്പോൾ അത് കല്യാണം കഴിഞ്ഞിട്ടായിരിക്കും. റോബിച്ചായനെ കെട്ടിയ പെണ്ണ് പോയതു കണ്ടില്ലേ. അവളെന്നെങ്കിലും തിരിച്ചറിയാതിരിക്കുവോ തേടിപ്പോയത് കാക്കപ്പൊന്നാണെന്ന്. മറിച്ചും സംഭവിക്കാമായിരുന്നല്ലോ. റോബിച്ചായനാണ് പോയതെങ്കിൽ അവൾടെ ചങ്ക് പൊട്ടിയേനേ.”

“അവനൊരിക്കലും അങ്ങനെ പോവത്തില്ല മോളെ. അവളെ വല്യ കാര്യമായിരുന്നു. എങ്ങനെ കൊണ്ടുനടന്നതാ. എന്നിട്ടാ അവളീ ചതി ചെയ്തത്. കൊള്ളാവുന്ന ഒരുത്തന്റെ കൂടെയാണെങ്കി വേണ്ടില്ല.” ഷൈനി ആവലാതിപ്പെട്ടു.

“പോവത്തില്ലെന്ന് ഒറപ്പിച്ചു പറയാൻ പറ്റുവോ മമ്മീ. എന്റടുത്തൂന്ന് പോയില്ലേ.”

“അത് അവനു മനസ്സൊണ്ടായിട്ടല്ല. എന്റെ ആങ്ങളമാരും പോളച്ചന്റെ അനിയമ്മാരും അങ്ങനെ എല്ലാരും കൂടെ അവനെ വളഞ്ഞുവെച്ച് ഉപദേശിച്ചു. രാപകലെന്നില്ലാതെ ഓരോന്നു പറഞ്ഞ് അവന്റെ ശരണം കെടുത്തിക്കളഞ്ഞു. അന്നൊക്കെ അവൻ എന്തുമാത്രം വെഷമിച്ചെന്ന് എനിക്കറിയാം.”

”എന്നാലും പോയില്ലേ. ഒരു പെണ്ണ് അവൾടെ സകല സമ്പാദ്യവും ആ നേർച്ചപ്പെട്ടിയിൽ കൊണ്ടിട്ടിരിക്കുവാ... പൈസയല്ല, അവളുടെ സകലമാന ആഗ്രഹങ്ങളും പ്രതീക്ഷകളും സങ്കല്പങ്ങളും സങ്കടവും സന്തോഷവും കണ്ണുനീരും ചിരീം കളീം സകലതും... അവൾക്ക് എന്തൊക്കെയൊണ്ടോ അതു മുഴുവൻ. അവൾക്കു പഠിക്കണ്ട, പണം സമ്പാദിക്കണ്ട, പ്രശസ്തയാകണ്ട, അർമാദിച്ച് സുഖിക്കണ്ട ഒന്നും വേണ്ട. അവൻ കൂടെ ഒണ്ടായിരുന്നാ മാത്രം മതി. അവനെ നല്ലപോലെ നോക്കണം, അവനിഷ്ടപ്പെടുന്നപോലെ വെച്ചുവെളമ്പിക്കൊടുക്കണം, അവന്റെ കുഞ്ഞുങ്ങളെ കൊഞ്ചിച്ചു വളർത്തണം. അത്രേയൊള്ളൂ അവൾടെ ആവശ്യം... സർവതും അവനുവേണ്ടിയുള്ള കാണിക്കയാ. അവളുടെ ദൈവമാ അവൻ. ആ ദൈവം അവളുടെ കാണിക്കപ്പെട്ടീം എടുത്തോണ്ട് ഒരു ദിവസം കടന്നുകളഞ്ഞാ അവളെന്നാ ചെയ്യും. അവൾക്കു പിന്നെ ജീവിതമൊണ്ടോ?”

പറയാൻ ഒരു മറുപടിയോ ശബ്ദമോ കിട്ടാതെ ഷൈനി സ്തബ്ധയായി നിന്നുപോയി. പിന്നെ കണ്ണീരോടെ അവളെ ചേർത്തുപിടിച്ചു തേങ്ങി.

“മമ്മി വെഷമിക്കാൻ പറഞ്ഞതല്ല. ഞാനതൊക്കെ മറികടന്നില്ലേ. റോബിച്ചായനെക്കൊണ്ടും പറ്റും.”

ഷൈനിയുടെ പുറത്തു തലോടി ആശ്വസിപ്പിച്ചിട്ട് ജിബിയ ഹോസ്റ്റലിലേക്കു നടന്നുപോയി.

* * *

അയർലൻഡിൽനിന്നു നാട്ടിലേക്കു മടങ്ങാൻ ഇനി വിരലിലെണ്ണാവുന്ന ദിവസങ്ങൾ മാത്രമേ ശേഷിക്കുന്നുള്ളൂ. ആയതിനാൽ പവിത്ര കുറച്ചു തിരക്കിലാണ്. മിക്കവാറും എല്ലാ ദിവസവും ഷോപ്പിങ് ഉണ്ടാകും. അത് പവിത്രയ്ക്ക് എന്തെങ്കിലും വാങ്ങാനായിട്ടല്ല. വിജയാനന്ദിന്റെ നിർബന്ധമാണ്. പവിത്രയെ കൂട്ടി ഷോപ്പിങ്ങിനു പോകാൻ ഇന്ദുമതി നിർബന്ധിക്കുകയും ചെയ്യും.

"ഇവിടെ എല്ലാറ്റിനും വിലക്കൂടുതലാ. ഡ്രസാണെങ്കിൽ ഇവിടുത്തതൊന്നും അവിടെ നമുക്കു പറ്റത്തുമില്ല." പവിത്ര എല്ലായ്പോഴും പറയും.

"വിലയൊന്നും നീ നോക്കണ്ട. വിജുവിന്റെ സന്തോഷത്തിന് എന്തെങ്കിലും വാങ്ങുമ്പം വേണ്ടെന്നു പറയേം ചെയ്യരുത്." ഇന്ദുമതി അവളെ ഉപദേശിക്കും.

എന്നാലും, ഡോക്ടർ എന്തെങ്കിലും ഒന്ന് എടുത്തു കാണിക്കുമ്പോഴേ പവിത്ര വിലക്കാറുണ്ട്. "അത് വേണ്ടട്ടോ..."

"വേണ്ടെന്നു പറയാനല്ലാതെ വേണംന്ന് പറയാൻ പവിത്രയിതുവരെ വാ തുറന്നിട്ടുണ്ടോ?" വിജയാനന്ദ് അവളെ ശാസിക്കും.

"വെറുതെ എന്തിനാ പൈസ വേസ്റ്റാക്കുന്നെ?"

"നോക്കൂ പവിത്രേ. നീ ഓരോ പൈസയ്ക്കും വലിയ വില കൽപ്പിച്ചിരുന്ന ഒരു കാലമുണ്ടായിരുന്നിരിക്കും. ഒരു പാക്കറ്റ് ബ്രെഡ് വാങ്ങാൻ, ഒരു കവർ പാൽ വാങ്ങാൻ, ഒരു കിലോ അരി വാങ്ങാൻ, നല്ല ഒരു ഡ്രസ് വാങ്ങാൻ അങ്ങനെ പലതിനും വല്ലാതെ വിഷമിച്ച കാലം. ആ സമയം കടന്നുപോയി. ഇപ്പഴും നമ്മൾ അതൊക്കെ ഓർത്ത് പിശുക്കിപ്പിടിക്കേണ്ട യാതൊരാവശ്യോം ഇല്ല. ചെലവാക്കാതെ കൂട്ടിവെയ്ക്കുന്ന പൈസ നമുക്ക് മരിക്കുമ്പം കൊണ്ടുപോകാൻ പറ്റില്ല."

"എന്നാലും യാതൊരാവശ്യവും ഇല്ലാതെ..."

"ചില നേരങ്ങളിൽ സന്തോഷമാണ് നമ്മുടെ ആവശ്യം. ബലൂൺ വലിയ സന്തോഷമാണ് മിക്കവർക്കും. ആയിരക്കണക്കിനു രൂപ മുടക്കി ബലൂൺ കൊണ്ടുള്ള അലങ്കാരങ്ങൾ നമ്മൾ കണ്ടിട്ടുണ്ട്. പിറ്റേദിവസം ഒരൊറ്റ ബലൂൺ പോലും അവശേഷിച്ചെന്നു വരില്ല."

പവിത്ര, ഡോക്ടറുടെ നേർക്കു കൈകൂപ്പി കുസൃതിച്ചിരി ചിരിച്ചു കീഴടങ്ങി. അയാൾക്ക് അവളുടെ ആ ഭാവവും കണ്ണിലെ കള്ളനോട്ടവും ചിരിയിലെ കുസൃതിയും ഒന്നൂടെ കാണണമെന്നുണ്ടായിരുന്നു. അത് വേഗം മാഞ്ഞുപോയി. അങ്ങനെ അയാൾ കാണാൻ വീണ്ടും വീണ്ടും കൊതിക്കുന്ന മായികഭാവങ്ങളനേകം അവളുടെ മുഖത്തും ശരീരഭാഷയിലും വിരിഞ്ഞ് ക്ഷണപ്രഭ ചൊരിഞ്ഞ് അസ്തമിച്ചു പോകാറുണ്ട്.

വിജയാനന്ദ് ചിലപ്പോൾ വിസ്മയത്തോടെ ഓർക്കും: വിവാഹം കഴിച്ചവനാണ്. ഭാര്യയോടൊപ്പം രണ്ടു വർഷത്തോളം ജീവിച്ചവനാണ്. ഒരു മകളും ജനിച്ചു. എന്നിരുന്നാലും ഇപ്പോൾ ഒരു പ്രണയകാലം വന്നണഞ്ഞ പോലെ അനുഭവപ്പെടുന്നു. കല്യാണം കഴിക്കാൻ താൻ ആഗ്രഹിക്കുന്ന

പെണ്ണ് വിവാഹിതയാണെന്ന് അറിയാം. ഭർത്താവുമൊത്ത് അവൾ വർഷങ്ങളോളം ജീവിച്ചെന്നും ഒരു മകനുണ്ടെന്നും അറിയാം.

എന്നിട്ടും, പവിത്രയെ കാണുമ്പോഴെല്ലാം അതെല്ലാം മറന്നുപോകുന്നു. അവൾ പുതിയൊരു പെണ്ണും തന്റേത് ആദ്യ പ്രണയംപോലെ മാധുര്യമേറിയതും ആയിത്തീരുന്നു.

അത് തനിക്കുമാത്രം അനുഭവപ്പെടുന്ന പ്രതിഭാസമല്ലെന്ന് വിജയാനന്ദിനറിയാം.

പവിത്രയുടെ മുഖത്തും അയാളതു കാണാറുണ്ട്.

ഒരാൾ തന്നെ നോക്കുന്നുണ്ടെന്ന ഉൾവിളിയിൽ പെട്ടെന്നു തിരിഞ്ഞു നോക്കുമ്പോൾ പവിത്ര കണ്ണിമയ്ക്കാതെ നോക്കിനിൽക്കുന്നതും താനതു കണ്ടുവെന്നറിഞ്ഞു പരിഭ്രമിച്ച് പെട്ടെന്നു മറ്റ് എന്തിലേക്കെങ്കിലും ശ്രദ്ധ മാറ്റുന്നതും അയാൾ പലപ്പോഴും കണ്ടിട്ടുണ്ട്.

പവിത്രയും ഇന്ദുമതിയും കൂടി കേരളത്തിലേക്ക് യാത്ര തിരിക്കുന്നതിന്റെ തലേദിവസവും പവിത്ര, ഡോക്ടറോടൊപ്പം ഷോപ്പിങ്ങിനു പോയി. ഇന്ദുമതിയുടെ നിർബന്ധപ്രകാരം, പവിത്ര ഞണ്ടുകല്ലിലെ മാമന്മാർക്കും മുത്തച്ഛനും മുത്തശ്ശിക്കും ഇടമറുകിലെ അച്ഛമ്മയ്ക്കും ചിറ്റപ്പനും വേണ്ടി ചില സാധനങ്ങൾ വാങ്ങി.

“ആരേം മുഷിപ്പിക്കണ്ട. അവഗണിക്കേം വേണ്ട. എല്ലാവരുടേം അനുഗ്രഹം വേണം.” ഇന്ദുമതി പറഞ്ഞു.

“ഇതെല്ലാം കൂടി എങ്ങനെ കൊണ്ടുപോകും. വെയിറ്റ് കൂടിപ്പോയാ എയർപോർട്ടിനപ്പുറത്തേക്ക് പറ്റത്തില്ലല്ലോ.” പവിത്ര പറഞ്ഞു.

“എനിക്കു ലഗേജ് ഒരു ഹാൻഡ് ബാഗ് മാത്രമേയുള്ളൂ. എനിക്കു കൊണ്ടുപോകാവുന്ന വെയ്റ്റും കൂടി നിനക്കെടുക്കാം.” ഇന്ദുമതി ഭേദഗതി നിർദ്ദേശിച്ചു.

വൈകുന്നേരം പവിത്ര വീട്ടിലേക്ക് വിളിച്ചു. താൻ നാളെ പുറപ്പെടുകയാണെന്ന് ഒരിക്കൽക്കൂടി അറിയിച്ചു.

അജിതമ്മയുമായി സംസാരിച്ചശേഷം അപ്പുവിന് ഫോൺ കൊടുക്കാൻ അവൾ ആവശ്യപ്പെട്ടു.

വീഡിയോ കോളായതിനാൽ പരസ്പരം കാണാം. പവിത്രയെ കണ്ടതും അവന്റെ മുഖം വിടർന്നു.

“മോനൂ... എന്നാ ചെയ്യുവാരുന്നു?”

“മാമന്റോടെ കളിക്കുവാർന്നു.”

“രാത്രി പത്തരയ്ക്ക് എന്തു കളി?”

“സ്നേക്ക് ആൻഡ് ലാഡർ...”

“പഠിക്കാനൊന്നും ഇല്ലാരുന്നോ?”

“പഠിച്ചമ്മേ...”

“ഹോംവർക്ക്...”

"നാളെ... രാവിലെ."

"അമ്മ നാളെ മോന്റടുത്തേക്കു വരുവാ."

"നാളെ വരുവോ...?" അപ്പുവിന്റെ മുഖത്ത് ഒരു വിശ്വാസക്കുറവ്.

"നാളെ ഇവിടുന്ന് പുറപ്പെടും. മറ്റന്നാൾ രാവിലെ എത്തും. അപ്പുക്കുട്ടന് എന്തൊക്കെയാ അമ്മ വാങ്ങിക്കൊണ്ടുവരണേന്ന് അറിയാവോ?"

"എന്നതാ അമ്മേ?"

"റിമോട്ടിലോടിക്കുന്ന കാറ്. പൊങ്ങിപ്പറക്കുന്ന ഏറോപ്ലെയ്ൻ... പിന്നേം കൊറേയൊണ്ട്..."

"ശ്ശോ... നാളെ വരാവോ?"

"വിമാനം പറന്ന് അങ്ങെത്തണ്ടേ മോനേ."

"വേറെ വിമാനത്തിക്കേറിയാലോ?"

അതു കേട്ട് പവിത്രയ്ക്ക് ചിരി വന്നു.

പതിനഞ്ചു മിനിറ്റോളം അവൾ അപ്പുവുമായി സംസാരിച്ചു.

"പാക്ക് ചെയ്യണ്ടേ?" ഇന്ദുമതി വന്ന് പവിത്രയെ വിളിച്ചു. ഫോൺ നിർത്തിയിട്ട് അവൾ എഴുന്നേറ്റുപോയി.

കൊണ്ടുപോകാനുള്ള സാധനങ്ങൾ പാക്ക് ചെയ്യാൻ വേണ്ടി ലിവിങ് റൂമിൽ കൂട്ടിവച്ചിട്ടുണ്ടായിരുന്നു. മിന്നുമോൾ അതിന്റെയെല്ലാം ഇടയിൽ കൂടി ഓടിക്കളിച്ചു.

പിറ്റേന്ന് ഡബ്ലിനിലെ എയർപോർട്ടിലേക്ക് യാത്ര തിരിക്കാനൊരുങ്ങവേ പവിത്രയുടെ മനസ്സിൽ ഒരു വ്യഥ വന്നു നിറഞ്ഞു. അത് അപ്രതീക്ഷിതമായിരുന്നില്ല. കഴിഞ്ഞ ദിവസങ്ങളിലൊക്കെ അവൾ ചിന്തിക്കുന്നുണ്ടായിരുന്നു. അമ്മയും താനും പോകുന്നതോടെ ഡോക്ടർ തനിച്ചാവുകയാണ്. അദ്ദേഹത്തിന്റെ എല്ലാ കാര്യങ്ങളിലും താൻ സൂക്ഷ്മമായ ശ്രദ്ധ ചെലുത്തിയിരുന്നു. അദ്ദേഹത്തിന്റെ ദിനചര്യകൾ കാണാപ്പാഠമാണ്. അദ്ദേഹത്തിന് ആവശ്യമുള്ളിടത്തേക്കെല്ലാം തന്റെ കയ്യും കണ്ണും മനസ്സും എത്തുമായിരുന്നു. താനില്ലാത്ത അവസ്ഥയിൽ പലയിടത്തും അദ്ദേഹം എന്തുചെയ്യണമെന്ന് അറിയാതെ പകച്ചു നിൽക്കുന്നത് സങ്കൽപിച്ചപ്പോൾ അവൾക്കു സങ്കടം തോന്നി.

ഇത്രയും കാലം തന്റെ സഹായമില്ലാതെ ജീവിച്ച ആളാണെന്ന് ബോധ്യം ഉണ്ടെങ്കിലും ഇനി മുതൽ താനല്ലേ നോക്കേണ്ടത് എന്ന ജാഗ്രത മനസ്സിൽ നിറയുന്നു.

ഒരാൾ തന്റെ ജീവിതത്തിലെ പ്രധാനപ്പെട്ടയാളാകുന്നതും പ്രിയപ്പെട്ടതാകുന്നതും എങ്ങനെയെന്ന് ഈ പ്രണയാനുഭവത്തിലൂടെ അവൾക്കു മനസ്സിലായിക്കഴിഞ്ഞു.

എയർപോർട്ടിലേക്കു പോകാൻ എല്ലാവരും ഒരുങ്ങിക്കഴിഞ്ഞു. ലഗേജ് എല്ലാം കാറിന്റെ ഡിക്കിയിൽ കയറ്റിക്കഴിഞ്ഞു. ഡോക്ടർ വിജയാനന്ദ് മുറിയിലേക്ക് എന്തോ എടുക്കാൻ പോയിട്ടു തിരിച്ചു വരുന്നില്ല.

"യാത്ര പറയാനുണ്ടെങ്കി ഇപ്പം പറഞ്ഞേക്കണം."

ഇന്ദുമതി പവിത്രയോടു പറഞ്ഞു. "എയർപോർട്ടിൽ ചെന്നിട്ട് അതിനൊന്നും സൗകര്യം കിട്ടീന്നു വരില്ല."

അതിന്റെ അർത്ഥം മനസ്സിലായതും പവിത്രയ്ക്ക് ചമ്മലായി. ഡോക്ടറോടു സ്വകാര്യമായി യാത്ര പറയാൻ അവൾ മുറിയിലേക്ക് ചെന്നു. വിജയാനന്ദ് എന്തോ മറന്നുപോയ മട്ടിൽ അവിടെ നിന്നു ചുറ്റിത്തിരിയുന്നുണ്ട്. പവിത്ര അരികെ ചെന്നു.

"ഞാൻ... ഞാൻ പൊയ്ക്കോട്ടെ." അവൾ പതിഞ്ഞ സ്വരത്തിൽ അനുമതി ചോദിച്ചു.

ഡോക്ടറുടെ ഇടതുകൈപ്പത്തി അവളുടെ വലതുതോളിൽ അമർന്നു. വലതുകൈ ഇടത്തേ തോളിലും.

ദേഹത്തേക്ക് വൈദ്യുതി ഇരമ്പിക്കയറിയതുപോലെ പവിത്രയ്ക്ക് തോന്നി. വിജയാനന്ദ് അവളെ തന്റെ നെഞ്ചിലേക്കു ചേർത്തു പിടിച്ചു.

"ഇപ്പോ പൊയ്ക്കോ. തിരിച്ചുവരുന്നത് നമ്മൾ ഹസ്ബൻഡ് ആൻഡ് വൈഫ് ആയിട്ടായിരിക്കണം." അയാൾ പതിയെ പറഞ്ഞു. മുഖം തെല്ലു കുനിച്ച് അവളുടെ നെറുകിൽ ഒരുമ്മയും നൽകി.

മുപ്പത്തിയൊമ്പത്

കാർ പാർക്ക് ചെയ്തിട്ട് വിജയാനന്ദ് എത്തുന്നതുവരെ ഇന്ദുമതിയും പവിത്രയും നിരഞ്ജനയും കാത്തു നിന്നു. വിജയാനന്ദ് വന്നു.

"ഇനിയും കുറച്ചു സമയംകൂടിയുണ്ട്. ഓടി അകത്തു കയറിയാലും ചെക്ക് ഇൻ കഴിഞ്ഞ് ലൗഞ്ചിൽ പോയി രണ്ടു രണ്ടര മണിക്കർ വെറുതെ ഇരിക്കണം." വിജയാനന്ദ് പറഞ്ഞു.

"മുൻപൊക്കെ നീ ഇങ്ങനല്ലാരുന്നു പറയാറ്. വെറുതെ ഇവിടെ നിൽക്കണ്ട, ചെക്കിൻ ചെയ്താ അകത്തുകയറി സുഖമായി ഇരിക്കാമല്ലോ എന്നായിരുന്നു. അന്നു നിനക്ക് ഞങ്ങളെ അകത്തുകേറ്റി വിട്ടിട്ട് തിരിച്ചു പോകാനായിരുന്നു ധൃതി." ഒരു കുസൃതിമുന ഒളിപ്പിച്ചുവെച്ചണ് ഇന്ദുമതി പറഞ്ഞത്.

"അത് എന്നാണ്, ഞാൻ ഓർക്കുന്നുപോലുമില്ല." ഡോക്ടർ ചിരിച്ചുകൊണ്ട് ചോദിച്ചു.

"അങ്ങനെതന്നെ വേണംന്നല്ല പറഞ്ഞത്. നീ ഇവിടെ ഞങ്ങൾടെ കൂടെ നിൽക്കുന്നതാ ഞങ്ങൾക്കിഷ്ടം." അതു പറഞ്ഞിട്ട് ഇന്ദുമതി പവിത്രയെ നോക്കി. അല്ലേ പവിത്രേ എന്നൊരു അനുകൂല ചോദ്യം അവരുടെ നോട്ടത്തിലുണ്ടായിരുന്നു. പവിത്ര സമ്മതഭാവത്തിൽ ഒരു പുഞ്ചിരി മടക്കി നൽകി.

ഇന്ദുമതി നിരഞ്ജനയോട് എന്തോ പറയാനെന്നപോലെ അല്പം നീങ്ങി നിന്നു.

"നമ്മൾ എന്തെങ്കിലും സംസാരിച്ചോട്ടെ എന്നു വിചാരിച്ചിട്ടാണ് അമ്മ..." വിജയാനന്ദ് പവിത്രയെ ഓർമ്മിപ്പിച്ചു.

ഇനി എന്തു സംസാരിക്കാനെന്ന് പവിത്ര ആലോചിച്ചു. യാത്ര പറഞ്ഞു കഴിഞ്ഞു. ഒരു വിഷമം മനസ്സിലിരുന്ന് വിങ്ങുന്നുണ്ട്. ഡോക്ടർ ഇനി തനിച്ചാണ്. നിരഞ്ജന അവരുടെ വീട്ടിലേക്ക് ക്ഷണിച്ചെങ്കിലും അദ്ദേഹം പോകുന്നില്ല. ഇത്രയും ദിവസങ്ങളിൽ ഡോക്ടറുടേതായ ദിനചര്യകളിലെല്ലാം പവിത്രയ്ക്ക് കാര്യമായ പങ്കാളിത്തമുണ്ടായിരുന്നു. ഉറക്കമുണരുമ്പോൾ മുതൽ, വീണ്ടും കിടപ്പറയിലേക്കു പോകുന്നതു വരെ.

ഇനി വേണ്ടതെല്ലാം കൃത്യസമയത്ത് ഓർമ്മിപ്പിക്കാനും എടുത്തു കൊടുക്കാനും ആരുണ്ട് എന്ന വേവലാതി അവളെ അലട്ടുന്നുണ്ടായിരുന്നു. തന്നെ കാണുന്നതിനു മുൻപും അനേക വർഷം അദ്ദേഹം ജീവിച്ചിരിക്കുകയായിരുന്നു, താനില്ലെങ്കിലും ആ ജീവിതം ഇനിയും തുടർന്നു പോകും. ഇതൊന്നും അറിയാഞ്ഞിട്ടല്ല. ഡോക്ടർക്കും തനിക്കുമിടയിൽ തന്റെ കൈകളും സഹായങ്ങളും പരിചരണവും ഓർമ്മപ്പെടുത്തലും എത്തുന്നില്ലല്ലോ എന്നോർത്തിട്ടാണ്.

“എന്നെ മിസ്സ് ചെയ്യുമോ?” ഡോക്ടർ ചെറുചിരിയോടെ ചോദിച്ചു.

“എനിക്കറിഞ്ഞൂടാ.” വെപ്രാളത്തിൽ അവൾ മറുപടി പറഞ്ഞു. അതിന്റെ അർത്ഥമെന്താണെന്നുകൂടി ആലോചിച്ചില്ല. പറഞ്ഞത് മണ്ടത്തരമായെന്നും തോന്നി.

“എനിക്കു മിസ്സ് ചെയ്യും.” ഡോക്ടർ പുഞ്ചിരിച്ചു. “പക്ഷേ എനിക്കു മിസ് ചെയ്യുന്നതാണ് ഇഷ്ടം. പവിത്ര എന്റെകൂടെ ഏതൊക്കെ സമയത്ത് ഉണ്ടായിരുന്നെന്ന് പെട്ടെന്നു തിരിച്ചറിയാൻ പറ്റും. എനിക്കൊരു കപ്പ് ചായ വേണം. പെട്ടെന്നെനിക്ക് പവിത്രയെ ഓർമ്മ വരും. അയ്യോ, പവിത്രയില്ലല്ലോ... ആര് തരും. ദാറ്റ്സ് മിസ്സിങ്.”

പവിത്രയുടെ കണ്ണിലേക്ക് നനവൂറിവന്ന് നിറഞ്ഞു. ശരിയാണ്. ഡോക്ടർക്ക് കൂടെക്കൂടെ ചായ വേണം. ആര് കൊടുക്കും?

“എനിക്കും മിസ്സ് ചെയ്യും.” കുറ്റമേറ്റുപറയുംപോലായിരുന്നു അവളുടെ ഭാവം.

“ഞാൻ കുറ്റം പറഞ്ഞതല്ല. സങ്കടപ്പെടണ്ട. എനിക്കറിയാം മിസ്സ് ചെയ്യുംന്ന്.”

പവിത്ര മറ്റുള്ളവർ കാണാതെ കർച്ചീഫെടുത്ത് കണ്ണിലെ വെള്ളം ഒപ്പിക്കളഞ്ഞു.

“ഞാനെപ്പോഴും വിളിച്ച് എല്ലാം ഓർമ്മിപ്പിച്ചോളാം. എല്ലാം പറഞ്ഞു തരാം...”

പവിത്ര സമാശ്വസിപ്പിക്കുമ്പോലെ പറഞ്ഞു.

ഡോക്ടർ പുഞ്ചിരിച്ച് തലയാട്ടി.

പിരിയേണ്ട സമയമായപ്പോൾ ഡോക്ടർ അവളുടെ നേർക്ക് കൈ നീട്ടി. പവിത്ര മടിച്ച് കൈ നീട്ടി. അയാൾ അവളുടെ വിരലുകളിൽ മുറുകെ പിടിച്ചു.

“പോയി വാ... സന്തോഷമായിട്ടിരിക്കണം.”

വീണ്ടും കണ്ണു നിറയുംപോലെ തോന്നി പവിത്രയ്ക്ക്.

“ഐ ലവ് യൂ...” ഡോക്ടർ മന്ത്രിച്ചു.

പകരം എന്തു പറയണമെന്ന് അവൾ പരിഭ്രമിച്ചു.

ആരെയും പ്രേമിച്ചിട്ടില്ല. ഇങ്ങനെയൊരു വാക്ക് ആരോടും പറഞ്ഞിട്ടില്ല. ടെൻത്തിൽ പഠിക്കുമ്പോൾ കുന്നുംപുറത്തുനിന്നു വരുന്ന ഒരു പയ്യൻ

തന്നെ കാണുമ്പോഴെല്ലാം പുഞ്ചിരിക്കുമായിരുന്നു. സ്കൂൾ വിട്ട് നടന്നു വരുമ്പോൾ കൂടെ നടക്കാൻ അവൻ താൽപര്യപ്പെട്ടിരുന്നു. ആരോ ചെന്ന് അമ്മയോടു പറഞ്ഞു കൊടുത്തു, ഒരു ചെക്കൻ പവിത്രയെ നോട്ടമിട്ടിട്ടുണ്ടെന്ന്. അമ്മയൊരു ദിവസം അവൻ വരാൻവേണ്ടി കാത്തുനിന്നു. റോഡിലേക്കിറങ്ങിച്ചെന്നിട്ട് അവന്റെ മുഖത്തുനോക്കി എന്തൊക്കെയോ പറഞ്ഞു.

അന്നൊരു ദിവസം അവനോടു പ്രേമം തോന്നിപ്പോയി എന്നത് ശരിയാണ്. പക്ഷേ, പിന്നീടു മനസ്സിലായി അവൻ നിരാകരിച്ചതിന്റെ കാരണം. അമ്മ അവനെ അപമാനിച്ചതിലുള്ള സങ്കടമായിരുന്നെന്ന്.

വിജയാനന്ദ് പവിത്രയെ മൃദുവായി ആലിംഗനം ചെയ്തു. പവിത്ര ഉൾക്കിടിലത്തോടെ മറ്റുള്ളവരെ നോക്കി. ഇന്ദുമതിയും നിരഞ്ജനയും ഇതൊക്കെ കാണാത്തമട്ടിൽ നിന്നു സംസാരിക്കുന്നു. സ്നേഹമുള്ളവർ തമ്മിൽ യാത്രപറഞ്ഞു പിരിയുമ്പോഴുള്ള ആചാരമാണ് അതെന്ന് തിരിച്ചറിയുമ്പോഴും പാരമ്പര്യബോധത്തിന്റെ ചില അദൃശ്യചങ്ങലകൾ കിലുങ്ങിയും മുറുകിയും ഭീഷണിപ്പെടുത്തുന്നു. യാത്രപറയുന്ന ഭാര്യയും ഭർത്താവും തമ്മിലോ കാമുകനും കാമുകിയും തമ്മിലോ പൊതുസ്ഥലത്ത് ആലിംഗനം ചെയ്യുന്നത് സിനിമയിലല്ലാതെ നാട്ടിലൊരിടത്തുവെച്ചും അവൾ കണ്ടിട്ടില്ല. അതേ മനുഷ്യർ, വിമാനം കയറി വിദേശത്ത് വരുമ്പോൾ അങ്ങനെ ചെയ്യാൻ ഒരു മടിയും കാണിക്കാറുമില്ല.

വിജയാനന്ദ് അതിനുശേഷം അമ്മയേയും ആശ്ലേഷിച്ചു. മിന്നുമോളെ എടുത്ത് നെഞ്ചോടടുക്കിപ്പിടിച്ചു മുത്തം കൊടുത്തശേഷം പവിത്രയുടെ കയ്യിൽ ഏൽപ്പിച്ചു.

ഇന്ദുമതിയും പവിത്രയും മിന്നുമോളും ചെക്ക് ഇൻ ചെയ്തതോടെ വിജയാനന്ദും നിരഞ്ജനയും തിരികെ പോന്നു.

* * *

റോബിൻസിനെ ഐസിയുവിൽനിന്ന് ഗ്യാസ്ട്രോ വാർഡിലേക്കു മാറ്റുകയാണ്. അയാളെ ഒരുക്കി കൈമാറേണ്ട ചുമതല ജിബിയയ്ക്കായിരുന്നു.

കേബിളുകളും ട്യൂബിങ്സും ഊരിമാറ്റി. ബെഡ്സൈഡ് അസിസ്റ്റന്റിനെ വിളിച്ച് കെയർ കൊടുപ്പിച്ചു.

പോകുന്നതിനു മുൻപ് ജിബിയ അയാളെ വീണ്ടും ഉപദേശിച്ചു.

“ഇനി കുടിക്കരുത്. കൂടെക്കൂടെ പറയുന്നതിന്റെ കാരണം കുടിക്കില്ലെന്നു ശപഥംചെയ്തു പോകുന്ന പലരും തിരിച്ചുവരാറുണ്ട്. അങ്ങനെ വരുന്ന ചിലരെങ്കിലും ഡെഡ്ബോഡിയായിട്ടാ തിരിച്ചുപോകാറുള്ളത്. ലിവർ എന്നു പറയുന്ന സംഗതി വളരെ സോഫ്റ്റ് ആണ്. നഖം കൊണ്ടാൽ മുറിയും. അതിന്റെ ഉള്ളിലേക്കാ വിഷം കോരിയൊഴിക്കുന്നെ. അത് ഉണങ്ങിയ മരക്കൂണുപോലെ ആയിപ്പോകും. അവശേഷിക്കുന്ന മൂന്നിലൊന്നു കൊണ്ടോ നാലിലൊന്നുകൊണ്ടോ അത് പിന്നെയും ജീവൻ പിടിച്ചു നിർത്തും. അതിന്മേലും വിഷം തളിച്ചാൽ പിന്നെ രക്ഷയില്ല.”

“എനിക്കു മനസ്സിലായി ബിയാ, ഇനി കുടിക്കില്ല.” റോബിൻസ് പ്രതിജ്ഞ പോലെ പറഞ്ഞു.

“മുപ്പത്തിമൂന്നു വയസ്സല്ലേ ആയിട്ടുള്ളൂ. ജീവിതം അവസാനിച്ചെന്നു വിചാരിക്കേണ്ട ഒരു കാര്യോമില്ല. ഇവിടുന്ന് പുതുതായിട്ട് തുടങ്ങാൻ പറ്റും. ഈ പ്രായത്തിലും എത്രയോപേർ കല്യാണം കഴിച്ച് ജീവിതം തുടങ്ങുന്നുണ്ട്.”

“എനിക്ക് ആയുസ്സെത്തീട്ടില്ല. ഈ ഐസിയുവിൽ വന്നപ്പഴാ എനിക്കതു ബോധ്യമായത്.” റോബിൻസ് പറഞ്ഞു. “കാര്യമെന്താന്നു വെച്ചാൽ... ഇവിടെ ബിയാ ഉണ്ടായിരുന്നു. ആ ഒറ്റക്കാരണംകൊണ്ടാ ഞാൻ രക്ഷപ്പെട്ടത്. രക്ഷപ്പെടണംന്ന് എനിക്ക് യാതൊരാഗ്രഹോം ഇല്ലായിരുന്നു. എന്നിട്ടും...”

“അതെല്ലാം കഴിഞ്ഞതല്ലോ. എന്തിനാ പിന്നേം പിന്നേം പറയുന്നെ?”

“ഞാൻ വിചാരിച്ചത് എന്നോട് ബിയായ്ക്ക് വെറുപ്പും വൈരാഗ്യോം ഉണ്ടെന്നാ. എന്റടുത്ത് സംസാരിക്കുമെന്നുപോലും ഞാൻ വിചാരിച്ചില്ല.”

“എന്തിനാ വെറുപ്പും വൈരാഗ്യോം..?”

“ഞാൻ, ഞാൻ ഇടയ്ക്കുവെച്ച് കൈവിട്ടു കളഞ്ഞില്ലേ.”

“എനിക്കു വല്ലാത്ത സങ്കടംണ്ടാരുന്നു. മരിച്ചുകളയണംന്നൊക്കെ വിചാരിച്ചു. പക്ഷേ, അതൊക്കെ മാറിപ്പോയി. ജീവിതം തീർന്നെന്നു കരുതിയിടത്തുന്ന് ഞാൻ തിരിച്ചുവന്നു.”

“എന്നോട് ദേഷ്യം കാണും, ഉള്ളിന്റെ ഉള്ളിലെങ്കിലും. ഒരിക്കലും ചെയ്യാൻ പാടില്ലാത്ത വഞ്ചനയല്ലേ ഞാൻ കാണിച്ചത്.”

“ഞാനത് പോസിറ്റീവായിട്ട് തിരുത്തിയെടുത്തു. റോബിച്ചായൻ അന്നെന്നെ കല്യാണംകഴിച്ചിരുന്നെങ്കി ഞാനിപ്പം ആരാ... വെറുമൊരു ഭാര്യ. ഒന്നോ രണ്ടോ മക്കളുടെ അമ്മ. ഞാൻ റോബിച്ചായന് ചോറും കറീം വെച്ചുതരും. വീട് തൂത്തുതുടയ്ക്കും. പാത്രങ്ങൾ കഴുകും. കുഞ്ഞുങ്ങളെ വളർത്തും. അത്രതന്നെ. പക്ഷേ ഇപ്പഴോ ഞാനെന്തെല്ലാം പഠിച്ചു. നഴ്സിങ് പഠിച്ചു. എനിക്കറിയാത്ത രണ്ട് ഭാഷ പഠിച്ചു. മരുന്നുകളേപ്പറ്റീം രോഗങ്ങളെപ്പറ്റീം പഠിച്ചു. ഐഎൽടീയെസ് പഠിച്ചു. അങ്ങനെ എന്തെല്ലാം... ഞാനൊരുപാട് കാണുകയും കേൾക്കുകയും ചെയ്തു. പഴയ പൊട്ടിപ്പെണ്ണല്ല ഞാൻ. എന്നെയിനി അത്ര പെട്ടെന്നൊന്നും ആർക്കും തോൽപ്പിക്കാൻ പറ്റില്ല.”

റോബിൻസ് വിസ്മയത്തോടെ അവളെ നോക്കിക്കിടന്നു. അവൾ വെറുതെ പറയുകയല്ലെന്ന് അയാൾക്കു മനസ്സിലായി. അവളുടെ മുഖത്തു സ്ഫുരിച്ച ആത്മവിശ്വാസത്തിന്റെ തിളക്കവും ശാന്തമെങ്കിലും ദൃഢമായ ഭാവവും അത് പ്രകടമാക്കുന്നുണ്ടായിരുന്നു.

“ബിയാ...” വിളിയൊച്ച കേട്ടപ്പോൾതന്നെ ജിബിയായ്ക്കു മനസ്സിലായി അയാൾ ക്ഷമാപണം നടത്താൻ പോവുകയാണെന്ന്.

“എന്നോട് സോറിയൊന്നും പറയല്ലേ റോബിച്ചായാ... എത്ര ഉള്ളിൽ തട്ടി പറഞ്ഞാലും റോബിച്ചായൻ തീരെ ചെറുതായിപ്പോകും.”

"ബിയായെ ചതിച്ചതിന്റെ ശിക്ഷയൊക്കെ എനിക്കു കിട്ടിക്കഴിഞ്ഞു. അതൊരു തൃപ്തിയാ എനിക്ക്. ഞാൻ ചെയ്തത് ദൈവം കണ്ടു. പകരം നിനക്ക് ഇതിരിക്കട്ടെ എന്നു തീരുമാനിച്ച് ശിക്ഷ വിധിച്ചു. അതിലൊന്നും എനിക്കു വിഷമമില്ല." റോബിൻസ് ഒന്നു നിർത്തി. "എല്ലാവരുംകൂടി പ്രേരിപ്പിച്ചു എന്റെ മനസ്സുമാറി. എന്നെ ട്രാപ്പ് ചെയ്തു എന്നൊക്കെ പുറമെ പറയാമെങ്കിലും ഞാൻ സമ്മതം മൂളാതെ എന്റെ മാര്യേജ് നടത്താൻ ആർക്കും പറ്റത്തില്ലാരുന്നു എന്നുള്ളത് ഒരു സത്യമാണ്. അതൊരു വലിയ കുറ്റബോധമായിട്ട് എന്റെ മനസ്സിൽ കെടപ്പൊണ്ട്. ബിയാ എന്നോട് ക്ഷമിക്കില്ലായിരിക്കും. ക്ഷമിക്കാൻ കഴിയുന്നതല്ല ഞാൻ ചെയ്തത്. എന്നാലും എപ്പോഴെങ്കിലുമൊക്കെ നമ്മൾ പുറകോട്ടു തിരിഞ്ഞു നോക്കുമല്ലോ. അന്നേരം നമുക്കൊരു സമാധാനം വേണ്ടേ. ഇനി ചെലപ്പോ എനിക്ക് ഒരവസരം കിട്ടത്തില്ലായിരിക്കും. അതുകൊണ്ടാ... കഴിയുമെങ്കിൽ എന്നെങ്കിലും എന്നോട് ക്ഷമിക്കണം. മരിക്കുന്നതിനു മുൻപ് എപ്പഴെങ്കിലും മനസ്സിലൊന്നു വിചാരിച്ചാ മതി റോബിൻസിന്റെ ഒരു കടം ബാക്കി കിടപ്പുണ്ടല്ലോ, അതങ്ങ് പൊറുത്തേക്കാം എന്ന്."

"റോബിച്ചായന്റെ കടമൊന്നും എന്റെ മനസ്സിൽ ബാക്കി കിടപ്പില്ല. ചങ്കിലോട്ട് കഠാര കുത്തിയിറക്കിയപോലൊരു വേദനയുണ്ടാരുന്നു. ഹൃദയം തുളച്ച് മറുപുറം കടന്നുപോയ മുറിവായിരുന്നു അത്. ഇപ്പം അത് ഉണങ്ങി സെറ്റായി. ഒരു വിഷമോം ഇല്ല റോബിച്ചായാ. ഒരു കടോം ബാക്കിയില്ല. സംഭവിച്ചതെല്ലാം നല്ലതിനായിരുന്നു. ഇനി സംഭവിക്കാനിരിക്കുന്നതും നല്ലതിന് എന്നൊരു ചൊല്ലുണ്ടല്ലോ. അങ്ങനെ വിചാരിച്ചാ എല്ലാ വെഷമോം തീരും."

റോബിൻസിന്റെ കണ്ണു നീറുന്നുണ്ടായിരുന്നു. പശ്ചാത്താപ വിവശനായിരുന്നു അയാൾ.

ഏതെല്ലാമോ നാഡികളിൽനിന്ന് സങ്കടത്തിന്റെ സംവേദനം അയാളുടെ കണ്ണുകളിലേക്ക് നനവായി എത്തി തിളങ്ങി.

ഗ്യാസ്ട്രോ വാർഡിലേക്ക് ട്രോളി തള്ളിക്കൊണ്ടു പോകാനായി ജിബിയ ബെഡ്സൈഡ് അസിസ്റ്റന്റിനെ അന്വേഷിച്ചു തിരിഞ്ഞപ്പോൾ അയാൾ ബെഡ്ഷീറ്റിന്റെ തുമ്പുകൊണ്ട് കണ്ണുകൾ ഒപ്പി.

* * *

നെടുമ്പാശേരി എയർപോർട്ടിൽ ഫ്ളൈറ്റ് ലാൻഡ് ചെയ്തപ്പോൾ തന്നെ പവിത്ര ഫോണിൽ വിജയാനന്ദിനെ വിളിച്ച് തങ്ങൾ നാട്ടിലെത്തിച്ചേർന്ന വിവരം അറിയിച്ചു.

മിന്നുമോൾ ഉറക്കത്തിലായിരുന്നു.

"നമുക്ക് തിക്കിത്തിരക്കണ്ട. അവസാനം ഇറങ്ങിയാ മതി." ഇന്ദുമതി പവിത്രയോട് പറഞ്ഞു. മിന്നുമോളെ എടുത്ത് തോളിലിട്ട് എണീക്കാൻ ഭാവിക്കുകയായിരുന്നു പവിത്ര.

ഇന്ദുമതി എഴുന്നേറ്റു. ഓവർഹെഡ് കാബിനിൽനിന്നു വയർ വീർത്ത രണ്ട് ഹാൻഡ്ബാഗ് എടുത്ത് സീറ്റിൽ വെച്ചു.

പവിത്ര അജിതമ്മയെ വിളിച്ച് തങ്ങൾ എയർപോർട്ടിൽ എത്തിയെന്ന് അറിയിച്ചു.

"അപ്പുവിനൊന്നു കൊടുത്തേ അമ്മേ..."

"അവനിന്നലെ മുതൽ തുള്ളിച്ചാട്ടമാ. ഇന്ന് അമ്മ വരുംന്ന് പറഞ്ഞോണ്ട. ഇപ്പം കൊടുക്കാം."

അടുത്ത നിമിഷം അപ്പുവിന്റെ ശബ്ദം അവൾ കേട്ടു.

"അമ്മ വന്നോ... എവിടെയാ വന്നെ?"

"വിമാനത്തേന്ന് എറങ്ങിയില്ല. ഇപ്പം എറങ്ങും. മോനെന്തുചെയ്യുവാരുന്നു."

"ഒന്നും ചെയ്യുന്നില്ലെന്നേ. ചുമ്മാ നടക്കുവാ." അവന് സന്തോഷം കൊണ്ട് ചിരി അടക്കാൻ കഴിയുന്നില്ല.

"എവിടെങ്കിലും ഇരിക്കാൻമേലാരുന്നോ കുട്ടാ." പവിത്ര ചിരിയോടെ ചോദിച്ചു.

"അമ്മ പെട്ടെന്നു വരണേ..."

ഇതിനിടയിൽ അജിതമ്മ പറഞ്ഞുകൊടുക്കുന്നതും പവിത്ര കേട്ടു. "വേറെങ്ങും പോകാതെ നേരെ ഇങ്ങോട്ടുതന്നെ വരണംന്നു പറ."

"അമ്മ നേരെ വരണേ." അവനത് മുറിച്ചു. "ഇങ്ങട്ട് വരണേ."

"വരാം. അങ്ങോട്ടുതന്നെയാ വരുന്നേ." പവിത്ര ചിരിച്ചുകൊണ്ട് പറഞ്ഞു.

എന്നും വീഡിയോകോൾ വിളിച്ച് സംസാരിക്കാറുണ്ടെങ്കിലും നേരിട്ടു കാണാൻ പോകുന്നതിന്റെ സംത്രാസം പവിത്രയേയും വീർപ്പുമുട്ടിക്കുന്നുണ്ടായിരുന്നു.

ഇന്ദുമതി ഫോണിൽ വിളിച്ച് കാറും ഡ്രൈവറേയും എയർപോർട്ടിൽ എത്തിച്ചിട്ടുണ്ട്. ആദ്യം തീക്കോയിക്കുതന്നെ പോകാമെന്നാണ് ഇന്ദുമതിയും തീരുമാനിച്ചത്. ലഗ്ഗേജെല്ലാം അങ്ങോട്ടുള്ളതാണ്. പവിത്രയേയും മിന്നുമോളെയും തീക്കോയിൽ എത്തിച്ചിട്ട് ഇന്ദുമതി, എറണാകുളത്തേക്ക് തിരിച്ചു പോകും.

പവിത്ര നാളെയോ മറ്റന്നാളോ എറണാകുളത്തേക്ക് എത്തുന്നതു വരെ സഹോദരന്റെ വീട്ടിൽ താമസിക്കാനാണ് ഇന്ദുമതിയുടെ തീരുമാനം. വീട് വൃത്തിയാക്കാൻ ജോലിക്കാരെ വെച്ചിട്ടുണ്ടെങ്കിലും ഇത്രയുംനാൾ ഒന്നിച്ചു താമസിച്ചശേഷം പവിത്ര കൂടെയില്ലാതെ തനിച്ചു വീട്ടിലേക്കു ചെല്ലാൻ ഇന്ദുമതിക്ക് മടിയായിരുന്നു.

വിമാനത്തിൽനിന്നിറങ്ങി, ലഗ്ഗേജ് കൈപ്പറ്റി എക്സിറ്റാകുമ്പോഴേക്കും ഒരു മണിക്കൂർ കടന്നുപോയി. ഡ്രൈവർ കാറുമായി കാത്തു കിടപ്പുണ്ടായിരുന്നു. അയാൾ ഇറങ്ങിവന്ന് ലഗ്ഗേജ് എടുത്ത് ഡിക്കിയിൽ വെച്ചു.

രണ്ടര മണിക്കൂർ നീണ്ട യാത്രയ്ക്കിടയിൽ പവിത്ര, ജിബിയയെ വിളിച്ച് കുറച്ചുനേരം സംസാരിച്ചു. ഡോക്ടർ വിജയാനന്ദിനെ രണ്ടുതവണ

വിളിച്ചു. പതിവായി ഡോക്ടർ മറന്നു പോകാറുള്ള കാര്യങ്ങൾ ഓർമിപ്പിച്ചു.

ഉച്ചതിരിഞ്ഞ് രണ്ടര മണിയോടെ അവർ പഞ്ചായത്തുപടിക്ക് സമീപമുള്ള വീട്ടിലെത്തി. വീട്ടുമുറ്റത്ത് അപ്പുമോനും ദീപയും വിഷ്ണുവും കാത്തുനിൽപ്പുണ്ടായിരുന്നു.

കാർ നിന്നയുടനെ പവിത്ര തിടുക്കപ്പെട്ട് ഡോർ തുറന്നിറങ്ങി. മുറ്റത്തേക്ക് ഓടിക്കയറിച്ചെന്നു. അപ്പു നിന്നനിൽപ്പിൽ ഒന്നു തുള്ളിച്ചാടി. പിന്നെ നാണിച്ചു പിന്നോട്ടു മാറി. പവിത്ര പിന്നാലെ ചെന്ന് അവനെ പിടികൂടി വാരിയെടുത്തു. ദേഹത്തോടമർത്തിപ്പിടിച്ച് തുരുതുരാ ഉമ്മവെച്ചു. ആദ്യമൊക്കെ അവൻ ചെറുത്ത് അമ്മയുടെ മുഖം പിടിച്ചുമാറ്റാൻ ശ്രമിച്ചെങ്കിലും പിന്നെ വഴങ്ങി. അവന് കരച്ചിലും വരുന്നുണ്ടായിരുന്നു. എല്ലാവരും ചിരിയോടെ നോക്കുന്നതുകണ്ട് അവൻ ഊർന്ന് താഴെയിറങ്ങി. അജിതമ്മ വരാന്തയിൽ തന്നെ നോക്കി നിൽപ്പുണ്ടായിരുന്നു.

വിഷ്ണുവിനും ദീപയ്ക്കും ഓരോ ചെറിയ അടി കൊടുത്തിട്ട് പവിത്ര തിരിച്ച് റോഡിലേക്കുതന്നെ ഓടി.

"സോറി..." അവൾ ഇന്ദുമതിയോട് ക്ഷമാപണം നടത്തി. "മോനെ കാണാനുള്ള കൊതികൊണ്ട് ഓടിപ്പോയതാ."

പവിത്ര മിന്നുമോളെ എടുത്തു. ഹാൻഡ്ബാഗുമായി ഇന്ദുമതി ഇറങ്ങി. ഡ്രൈവർ ഇതിനകം ഡിക്കി തുറന്ന് ലഗ്ഗേജ് പുറത്തെടുത്തു വെച്ചു.

"അതു വീട്ടിലേക്ക് എടുത്തുവെച്ചേക്കണം." ഇന്ദുമതി ഡ്രൈവർക്ക് നിർദേശം നൽകി.

ഡ്രൈവർ അത് ഓരോന്നായി എടുത്ത് വീട്ടുവരാന്തയിൽ കൊണ്ടുവെച്ചു.

പവിത്ര നിർദേശിച്ചതനുസരിച്ച് അജിതമ്മ ഊണ് തയാറാക്കിയിട്ടുണ്ടായിരുന്നു.

എല്ലാവരും ഒന്നിച്ചിരുന്ന് കഴിച്ചു.

ഊണിനുശേഷം ഇന്ദുമതി തിരിച്ചു പോകാനൊരുങ്ങി. വലിയ ഒരു ട്രോളി ബാഗ് ഡ്രൈവറെക്കൊണ്ട് എടുപ്പിച്ച് അജിതമ്മയുടെ മുന്നിൽ കൊണ്ടുവെച്ചു.

"ഇതിനുള്ളിൽ നിങ്ങൾക്കുവേണ്ടി ഞാനും വിജുവുംകൂടി വാങ്ങിച്ച സമ്മാനങ്ങളാണ്. ഇത് നിങ്ങൾക്ക് ഉപകാരപ്പെടുമോ എന്നൊന്നും അറിയില്ല. അജിതമ്മതന്നെ ഇത് എല്ലാവർക്കും പങ്കിട്ടുകൊടുക്കണം."

അജിതമ്മ സന്തോഷത്തോടെതന്നെ അത് സ്വീകരിച്ചു.

ഇന്ദുമതി അവരോടും പ്രത്യേകിച്ച് പവിത്രയോടും യാത്ര പറഞ്ഞു.

"ഞാനെന്റെ ബ്രദറിന്റെ വീട്ടിലോട്ട് പോകുവാ. പവിത്രേംകൂടി വന്നിട്ടേ എന്റെ വീട്ടിലേക്ക് കയറുന്നുള്ളൂ. നാളെയോ മറ്റന്നാളോ സൗകര്യം നോക്കി വിളിച്ചാമതി. കാറയയ്ക്കാം."

പവിത്ര തലയാട്ടി.

ഇന്ദുമതി കാറിൽ കയറി തിരിച്ചുപോയി.

അവർ പോയതും ദീപ വന്ന് പവിത്രയെ കെട്ടിപ്പിടിച്ചു. "ചേച്ചിക്ക് വന്ന മാറ്റം! വേറൊരു പെണ്ണായി. വലിപ്പംവെച്ചു. നിറംവെച്ചു. എന്തൊരു മാറ്റം."

"പോടീ പെണ്ണേ. ഇതുതന്നെ ഞാൻ കഴിഞ്ഞ തവണ വന്നപ്പഴും നീ പറഞ്ഞത്."

"അങ്ങനെയല്ലെന്നേ... ചേച്ചിയെ കണ്ടാലിപ്പം ഏതോ വല്യകുടുംബ ത്തീന്നു വന്ന ലേഡിയെപ്പോലിരിക്കുന്നു."

അതുശരിയാണെന്ന് വിഷ്ണുവും പറഞ്ഞു.

"ഞാനെന്റെ മോന്റെകൂടെ കുറച്ചുനേരം ഇരിക്കട്ടെ. ആരും ശല്യപ്പെ ടുത്തല്ലേ."

മിന്നുമോളെയും അപ്പുവിനെയും വാരിയണച്ച് പവിത്ര മുറിയിൽ ചെന്ന് കിടക്കയിലിരുന്നു.

അജിതമ്മ ബാഗ്തുറന്ന് എന്തൊക്കെയാണ് കിട്ടിയത് എന്നു നോക്കു കയാണ്. ദീപയും വിഷ്ണുവും സാധനങ്ങൾ ഓരോന്നായി പുറത്തെ ടുത്തു.

"ദേ, ഓരോന്നിലും പേരെഴുതി സ്റ്റിക്കറൊട്ടിച്ചിട്ടുണ്ട്. ആരും ഒന്നും ചാടിപ്പിടിക്കണ്ട." ദീപ പറഞ്ഞു. അവൾ ഓരോരുത്തരുടെയും പേരെഴു തിയ സ്റ്റിക്കർ നോക്കി ഓരോന്നു മാറ്റിവെച്ചുകൊണ്ടിരുന്നു.

* * *

രണ്ടുതോളിലും ബാഗും തൂക്കി, തീർത്തും അപ്രതീക്ഷിതമായി ജിബിയ പാറക്കടവിൽനിന്ന് റോഡിലേക്കുള്ള മൺവഴിയിൽക്കൂടി നടന്നുവരുന്നതു കണ്ടപ്പോൾ ബിൻസിക്ക് ആശ്ചര്യമായി. ഇന്നലെ ഫോൺ ചെയ്തപ്പോഴും അവൾ വീട്ടിലേക്ക് വരുന്ന കാര്യം പറഞ്ഞില്ല. ഇന്ന് ഫോൺ വിളിച്ചു മില്ല.

റോഡ് മുറിച്ചു കടന്ന് ജിബിയ വീട്ടിലേക്കുള്ള കരിങ്കൽ പടികൾ കയറി. ബിൻസി മുറ്റത്തെ അയയിൽ ഉണങ്ങാനിട്ടിരുന്ന ഡ്രസ് മടക്കി യെടുക്കുകയായിരുന്നു.

"ഇതെന്നാടീ ഓർക്കാപ്പുറത്തൊരു വരവ്?"

"അതേ ഞാനിന്നു വരാനിരുന്നതല്ല. പവിത്ര വന്നിട്ടൊണ്ട്. നാളെ വൈകുന്നേരം അവള് എറണാകുളത്തിനു പോയേക്കും. പിന്നെ കാണ ണെങ്കി കുറേദിവസം കഴിയണം. അതുകാരണം ഞാൻ നാളെ ഓഫെ ടുത്തു."

"ഇന്ന് ഡ്യൂട്ടിക്കു കേറിയില്ലേ?"

"കഴിഞ്ഞിട്ടു വരുവാ. മോണിങ് ഡ്യൂട്ടിയാരുന്നു."

ബിൻസി മകൾക്ക് കട്ടൻകാപ്പിയും ചക്കച്ചുള വറുത്തതും കൊടുത്തു.

പല നാട്ടുവിശേഷങ്ങളും പറഞ്ഞ കൂട്ടത്തിൽ നെല്ലിക്കുന്നേൽ പോളച്ചൻ, ജോർജുകുട്ടിയുമായി ചങ്ങാത്തം പുനഃസ്ഥാപിക്കാൻ വന്ന കാര്യവും പറഞ്ഞു.

“പപ്പാ പാറക്കടവിൽ കുളിക്കാൻ ചെന്നപ്പം അക്കരേന്നു പോളച്ചനും വന്നു. സുഖമാണോ ജോർജുകൂട്ടീന്നൊക്കെ ചോദിച്ചു.”

“എന്നിട്ടു പപ്പാ അങ്ങോട്ടു മിണ്ടിയോ?”

“മിണ്ടിയോന്നു ചോദിച്ചാ, ഇങ്ങോട്ടു ചോദിച്ചതിനെല്ലാം മറുപടി പറഞ്ഞു.”

“നെല്ലിക്കുന്നേ മൊതലാളിക്ക് പപ്പായോട് മിണ്ടാൻ ഒരു നാണോം തോന്നിയില്ലേ. എട്ടൊമ്പതുകൊല്ലം പെണങ്ങിയിരുന്നിട്ട്.”

“ആര് പെണങ്ങി, നമ്മളല്ലല്ലോ.”

“അവരടെ കാര്യമാ പറഞ്ഞത്.”

“നീ ആശുപത്രീവെച്ച് റോബിച്ചനോട് മിണ്ടിയതോ, നിന്നെ ചതിച്ചവനല്ലേ അവൻ.”

“ഞാനെന്റെ ജോലീടെ ഭാഗമായിട്ട് സംസാരിച്ചതാ.”

“എന്റെ മോളെ... മനുഷ്യരു തമ്മിൽ പെണങ്ങിയിരിക്കുന്നതിനെക്കാളും നല്ലത് എണങ്ങിയിരിക്കുന്നതല്ലേ. പ്രത്യേകിച്ചും അയലത്തുകാര് തമ്മിൽ.”

“ആ എന്തെങ്കിലുമായിക്കോട്ടെ.” ജിബിയ ആ വിഷയം വിട്ടു.

പിറ്റേദിവസം അവൾ അജിതമ്മയുടെ വീട്ടിൽ പോയി പവിത്രയെ കണ്ടു. ജിബിയയ്ക്കും അവളെ കണ്ടപ്പോൾ അതിശയം തോന്നി.

“നീയൊരു രാജകുമാരിയായല്ലോടീ... എനിക്കാദ്യം ഒരു സംശയം ഒണ്ടാരുന്നു. അവരുടെ കുടുംബത്തിലെ ഒരാളായി മാറാൻ നിനക്കു പറ്റുമോന്ന്. നമ്മളൊക്കെ ദാരിദ്ര്യം പിടിച്ച കുടുംബത്തീന്നൊള്ളവരല്ലേ. പക്ഷേ ഫിസിക്കലി നീയിപ്പം ഓക്കെയാ. ഒരു ഡോക്ടറുടെ ഭാര്യയാണെന്ന് പറഞ്ഞാ ആരും സമ്മതിച്ചു തരും. ആ ഗെറ്റപ്പൊക്കെയുണ്ട്.”

“പോടീ കളിയാക്കാതെ...” പവിത്ര പരിഭവിച്ചു.

കല്യാണക്കാര്യം എന്തായി എന്ന് ജിബിയ ചോദിച്ചപ്പോൾ അവൾ പറഞ്ഞു: “ഇവിടെ അതിനെതിരെ ചില മുറുമുറുപ്പും പിറുപിറുക്കലുമൊക്കെയുണ്ട്. അമ്മ അർത്ഥംവെച്ച് എന്തൊക്കെയോ പറയുന്നു. ഞണ്ടുകല്ലീന്ന് മുത്തശ്ശീം മുത്തച്ഛനും മാമന്മാരും അമ്മയ്ക്ക് സപ്പോർട്ട് ചെയ്യുന്നു. അങ്ങനെ ചില അടിയൊഴുക്കുകൾ. ഞാനിതുവരെ ഒന്നും പറഞ്ഞിട്ടില്ല. ഡിവോഴ്സ് കേസിന്റെ വിധി വരട്ടേന്നു കരുതി വെയ്റ്റ്ചെയ്യുവാ.”

പവിത്ര ജിബിയയ്ക്കുവേണ്ടി കൊണ്ടുവന്ന ഗിഫ്റ്റ് പാക്കറ്റ് നൽകി.

“അപ്പുക്കുട്ടന്റെ കാര്യത്തിൽ എന്തു ചെയ്യും?”

“അതും ഒരു പ്രശ്നമാ. എനിക്കെന്റെ മോനെ ഉപേക്ഷിക്കാൻ പറ്റില്ലല്ലോ.”

“അതിന്റെ പേരിൽ നീ ടെൻഷനടിക്കണ്ട. എന്തെങ്കിലും ഒരു പരിഹാരം ഉണ്ടാകും. ഒന്നുമില്ലായ്മേന്ന് ഇവിടംവരെ എത്തിയില്ലേ.”

അവർ രണ്ടുപേരും ഉച്ചവരെ വീട്ടുകാര്യങ്ങളും ജോലിക്കാര്യങ്ങളും സംസാരിച്ചുകൊണ്ടിരുന്നു. അജിതമ്മയുടെ വീട്ടിൽനിന്ന് ഊണുകൂടി കഴിച്ചിട്ടാണ് ജിബിയ തിരിച്ചുപോയത്.

വൈകുന്നേരമായപ്പോൾ പവിത്രയെ കൂട്ടിക്കൊണ്ടു പോകാൻ കാർ എത്തി. പവിത്ര അപ്പുവിനേയും മിന്നുമോളെയും കുളിപ്പിച്ചൊരുക്കി. ഉച്ചയൂണിനു വന്ന സുദർശനൻ വീട്ടിൽതന്നെയുണ്ടായിരുന്നു. അയാൾക്ക് എറണാകുളംവരെ പോകേണ്ട ആവശ്യമുണ്ടായിരുന്നതിനാൽ പവിത്രയോടൊപ്പം പോകാൻ കാത്തിരിക്കുകയാണ്.

നാലരമണിയോടെ പവിത്രയും സുദർശനനും കുട്ടികളും എറണാകുളത്തേക്കു തിരിച്ചു. പള്ളിക്കരയിൽ എത്തിയശേഷം സുദർശനൻ ബസ്സിൽ കയറി കാക്കനാട്ടേക്ക് പോയി. ഇന്ദുമതി ടീച്ചർ പള്ളിക്കരയിലെ വീട്ടിൽ കാത്തിരിക്കുന്നുണ്ടായിരുന്നു. പവിത്രയും കുട്ടികളും ചെന്നുചേർന്നതോടെ വീട് സജീവമായി.

അപ്പുവിന് സ്കൂളിൽ പോകേണ്ടതിനാൽ ഒന്നിടവിട്ട ദിവസങ്ങളിൽ പവിത്ര അപ്പുവിനെ തീക്കോയിലെ വീട്ടിലെത്തിച്ചിട്ട് തിരിച്ചു പോന്നു. പരീക്ഷാക്കാലമായതോടെ അപ്പുവിനെ അവൾ പള്ളിക്കരവീട്ടിൽ തന്റെ കൂടെത്തന്നെ നിർത്തി. പള്ളിക്കര വീട്ടിലെ കാര്യം മാത്രമല്ല, അയർലൻഡിൽ തനിച്ചു കഴിയുന്ന വിജയാനന്ദിന്റെ ദൈനംദിന കാര്യങ്ങളും പവിത്ര ശ്രദ്ധിക്കുന്നുണ്ടായിരുന്നു.

പവിത്ര പള്ളിക്കരയിലെത്തി ഏതാനും ദിവസങ്ങൾക്കുശേഷം വിവാഹമോചനക്കേസിൽ പവിത്രയ്ക്ക് വിവാഹമോചനം അനുവദിച്ചുകൊണ്ട് കുടുംബക്കോടതിയുടെ വിധി വന്നു.

നാല്പത്

ഒരു കാർട്ടൺ നിറയെ മധുരപലഹാരങ്ങളുമായിട്ടാണ് പവിത്ര അപ്പുവി നേയും കൂട്ടി അമ്പാഴത്തിങ്കൽ വീട്ടിലേക്കു വന്നത്.

കുടുംബക്കോടതി പവിത്രയ്ക്കു വിവാഹമോചനം അനുവദിച്ച വിവരം അതിനും മുന്നേ വീട്ടിൽ അറിഞ്ഞിട്ടുണ്ടായിരുന്നു.

പവിത്ര വീട്ടിൽ എല്ലാവർക്കും മധുരം വിളമ്പി. ലഡു, ജിലേബി, ഹൽവ, ചോക്കലേറ്റ് എന്നിവയ്ക്ക് പുറമെ ഐസ്ക്രീം ഫാമിലി ബോക്സ് കൂടി പവിത്ര കൊണ്ടുവന്നിട്ടുണ്ടായിരുന്നു.

വിഷ്ണുവിനും ദീപയ്ക്കുമൊപ്പം അപ്പുവും അതെല്ലാം കഴിച്ച് ആഹ്ലാദിച്ചു. അജിതമ്മ മാത്രം തനിക്കു നേരെ നീട്ടിയ മധുരപലഹാരങ്ങളിൽ തൊട്ടുപോലുമില്ല.

"അമ്മയ്ക്കെന്താ വേണ്ടാത്തത്?" പവിത്ര ഗൗരവത്തിലായി.

"ഇതിന്റെ അർത്ഥം എനിക്കറിയാം അതുകൊണ്ട്."

"എന്നതാ അർത്ഥം?"

"നിന്റെ കെട്ടുതാലി പൊട്ടിച്ചെറിഞ്ഞിട്ട് അത് ആഘോഷിക്കുവാ..."

"ഞാനല്ല കെട്ടുതാലി പൊട്ടിച്ചത്. അയാളാ. വർഷം കുറേയായി പൊട്ടിച്ചോണ്ടു പോയിട്ട്."

"സ്വർണത്തിന്റെ കണക്കല്ല ഞാൻ പറഞ്ഞത്. ബന്ധത്തിന്റെയാ..."

"അങ്ങനാണെങ്കിൽ അതിനു മുൻപേ പൊട്ടിച്ചു കളഞ്ഞു. എന്നാണോ എന്നോട് തരിമ്പുപോലും സ്നേഹോം പരിഗണനേം ഇല്ലാതായത് അന്നു തന്നെ അതു പൊട്ടി."

"നിനക്കേ പ്രകാശനെ കയ്യിലെടുക്കാനൊള്ള മന്ത്രോം തന്ത്രോം അറിയാതെ പോയി. ഭാര്യയായാൽ ഒരു മയോം നയോം ഒക്കെ വേണം പെരുമാറ്റത്തിലും സംസാരത്തിലും. ഈ തലയണമന്ത്രോന്നൊക്കെ പറയുന്നത് വെറുതെയല്ല. പെണ്ണിന് ആണിനെ തന്റെ കൂടെ നിർത്താനൊള്ള തന്ത്രമാ."

“കല്യാണം കഴിപ്പിക്കുന്നേനു മുമ്പ് അമ്മ അതൊന്നും എന്നെ പഠിപ്പിച്ചില്ലല്ലോ. സ്കൂളിൽ പഠിച്ചോണ്ടിരുന്നു എന്നെപ്പിടിച്ച് കല്യാണം കഴിപ്പിച്ചിട്ട് തന്ത്രമറിയാതെ പോയത് എന്റെ കുറ്റമാണോ?”

“അതൊന്നും ആരും പഠിപ്പിച്ചിട്ടല്ല പഠിക്കുന്നെ. സ്വന്തം അനുഭവത്തീന്നാ.”

“എന്നിട്ടിപ്പഴും അമ്മയ്ക്കറിയത്തില്ലല്ലോ മന്ത്രോം തന്ത്രോം ഒന്നും. അറിയാമായിരുന്നെങ്കി അച്ഛൻ കുടുംബംനോക്കി വീട്ടിലിരുക്കുമായിരുന്നല്ലോ.”

“അതെന്തുമായിക്കോട്ടെ. എനിക്കിപ്പഴും പേരുപറയാൻ ഒരു ഭർത്താവുണ്ടല്ലോ. നിനക്കാരൊണ്ട്. കെട്ടിയോനില്ലേന്ന് ആരെങ്കിലും ചോദിച്ചാ നീയെന്നാ പറ്യും?”

“ഓ, ഞങ്ങള് വേർപ്പിരിഞ്ഞെന്നു പറയാൻ എനിക്കൊരു വെഷമോം ഇല്ല.”

“നിന്നെ പിരിച്ചുവിട്ടതാണേലും നീ തന്നെത്താൻ പിരിഞ്ഞുപോയതാണേലും ആളുകള് നോക്കുമ്പം നിന്റെ ഭാഗത്തായിരിക്കും കുറ്റം. അവർക്ക് ആ കാഴ്ച കാണാനാ എളുപ്പോം ഇഷ്ടോം.”

“ആൾക്കാരെങ്ങനെ വേണേലും കണ്ടോട്ടെ.”

“എടീ ഒരു ഭർത്താവൊള്ളതിന്റെ വെലയെന്നതാന്ന് നിനക്കറിഞ്ഞുകൂടാ. അയാള് കള്ളനോ കുടിയനോ കൊലപാതകിയോ ആരുമായിക്കോട്ടെ. ആ അഡ്രസ്സില്ലെങ്കിപ്പിന്നെ നീയാരാ.”

“ഭർത്താവിന്റെ വെല! ആ ചെകുത്താന്റെ കൂടെ ആറ് വർഷം ജീവിച്ചതിന്റെ കയ്പ് ഇപ്പഴും മാഞ്ഞിട്ടില്ല. ഭാര്യേം കുഞ്ഞിനേം പട്ടിണിക്കിട്ടോണ്ട് അവരുടെ മുന്നിലിരുന്ന് കൂട്ടുകാരൊന്നിച്ചു പൊറോട്ടേം ബീഫും മൂക്കറ്റം കള്ളും മോന്തുന്ന അയാളെ ഞാനെന്റെ മനസ്സീന്ന് പണ്ടേ ഇറക്കിവിട്ടതാ. നിയമപരമായ ഒരു നൂൽബന്ധം മാത്രമേ ഒണ്ടായിരുന്നൊള്ളൂ. ഇപ്പം അതും തീർന്നു.”

“ഞാനെത്ര വർഷംകൊണ്ട് തുന്നിക്കൂട്ടിക്കൊണ്ടുവന്ന പൈസയെല്ലാം കൂടി ചേർത്തുവെച്ചാ ആ കല്യാണം നടത്തിയത്. നിനക്കതിന്റെ വേദനേം വെഷമോം ഒന്നും അറിയത്തില്ല. ഇപ്പം ഞാൻ ചെയ്തതിനെല്ലാം യാതൊരു ഫലോം ഇല്ലാണ്ടായില്ലേ?” അജിതമ്മയ്ക്ക് അതോർത്തിട്ട് സഹിക്കുന്നില്ല.

“എത്രായിരം രൂപ, എത്ര പവന്റെ സ്വർണം... സാരീം നൈറ്റീം ചുരിദാറും... കൊച്ചിന്റെ കയ്യിലും കഴുത്തിലും അരയിലും ഇട്ട സ്വർണം.”

“ഓ, അതാണോ അമ്മേടെ വെഷമം. അമ്മ തുന്നിക്കൂട്ടിക്കൊണ്ടുവന്നതിനൊന്നും ഒരു ഫലോം ഇല്ലാണ്ടാക്കിയത് ഞാനല്ല. അമ്മയെനിക്കു തേടിപ്പിടിച്ചുതന്ന ഭർത്താവ്. അയാള് കൊണ്ടുപോയി എല്ലാം വിറ്റു മുടിച്ചു.

അയാളോടുപോയി ചോദിക്ക്. അതൊക്കെ പണ്ടേ പോയി. ഞാനാ ബന്ധം ഉപേക്ഷിച്ചു പോരുന്നതിനു മുൻപേ തന്നെ."

"അതൊക്കെ പോയാലും നിനക്കൊരു ഭർത്താവൊണ്ടായിരുന്നല്ലോ. ഇപ്പം എല്ലാം പോയില്ലേ?"

"ഞാൻ ജീവനോടെ ഓടി രക്ഷപ്പെട്ടതാണോ ഇപ്പം കുറ്റം? അയാളെന്റെ ജീവൻകൂടി എടുത്തിരുന്നെങ്കി ഇനിയിപ്പം ഒന്നും ബാക്കിവന്നില്ലല്ലോ എന്ന് സമാധാനിച്ചേനെ അമ്മേ."

"ഞാനിനി നാട്ടുകാരോട് എന്നാ പറയും?"

"നാട്ടുകാർക്കറിയാം. അയാളിവിടെ കേറിവന്ന് എന്നെ കുത്തിക്കൊല്ലാൻ ശ്രമിച്ചതുപോലും അറിയാം."

"എടീ എന്നാ പറഞ്ഞാലും മരണംവരെ നിൽക്കേണ്ട ഒരു ബന്ധം അറ്റുപോയില്ലേ?"

"നന്നായിപ്പോയി. പെൺമക്കൾടെ കല്യാണം നടത്തുമ്പം ആലോചിക്കണം. അവൾക്ക് ഈ കല്യാണം ഇപ്പോ ആവശ്യമൊണ്ടോ, അവൾക്ക് കല്യാണം കഴിക്കാനൊള്ള പ്രായോം പക്വതേം ആയോ, അവൾക്ക് ഈ കല്യാണംകൊണ്ട് എന്തെങ്കിലും ഗുണമുണ്ടോ... അവൾടെ ഭാവിക്ക് ഇതുകൊണ്ട് എന്തെങ്കിലും ദോഷം വന്നേക്കുമോ എന്നൊക്കെ. അല്ലാതെ എങ്ങനെങ്കിലും ഈ ഭാരം ഒന്നൊഴിവാക്കണം എന്നു വിചാരിച്ചോണ്ട് ഏതെങ്കിലും ഒരു തെമ്മാടിക്കു പിടിച്ചു കൊടുത്ത് ഇറക്കിവിടുവല്ല വേണ്ടത്." പവിത്ര നല്ല വീറോടെതന്നെ പറഞ്ഞു.

അപ്പോൾ ദീപ വന്ന് ഇടയ്ക്കു കയറി.

"എന്റെയമ്മേ... അമ്മ തോറ്റുതോറ്റു തുന്നംപാടി നിൽക്കാ. വീണു കെടക്കുന്നിടത്ത്ന്ന് ഒന്നെണീക്കാൻ നോക്ക്. അവിടെക്കെടന്നുരുളാതെ. അമ്മ പറയുന്നതിൽ ഒരു ന്യായോം ഇല്ലെന്ന് ഇവിടെല്ലാർക്കും അറിയാം. എന്നിട്ട് പിന്നേം പിന്നേം അതുതന്നെ പറഞ്ഞോണ്ടിരിക്കുവാ..."

അതോടെ അജിതമ്മ തർക്കം അവസാനിപ്പിച്ചു.

"ഞാനെന്റെ വെഷമംകൊണ്ട് പറഞ്ഞതാ." അവർ ആത്മഗതം പോലെ പിറുപിറുത്തു. "അഴിഞ്ഞല്ലോ ഒരു പെണ്ണിന്റെ മംഗല്യച്ചരട്. ഇനി വിധവയെ പോലെ മരണംവരെ... ദാമ്പത്യ സൗഖ്യം വിധിച്ചിട്ടില്ല."

പവിത്ര അത് കേട്ടു.

"ഞാനിനി മരണംവരെ വിധവയെപോലെ ജീവിക്കണംന്നോ. അമ്മയേതു നൂറ്റാണ്ടിലാ ജീവിക്കുന്നെ. എനിക്ക് നല്ലൊരു കല്യാണംവന്നാ എതിർക്കോ അമ്മ?"

"ഇനീം കല്യാണമോ? ആ കൊച്ചിനെ എങ്ങനെങ്കിലും ഒരു കരപറ്റിക്കാൻ നോക്കുവാണോ വേണ്ടത്, അതോ കല്യാണത്തിന് ചാടിപ്പുറപ്പെടുവാണോ?" അജിതമ്മ രോഷം പൂണ്ടു.

“ഞാനൊന്നും പറയുന്നില്ല.” പവിത്ര പിൻവാങ്ങി.

അവൾ മുറിയിൽ ചെന്ന് ജിബിയയെ വിളിച്ച് തനിക്കു വിവാഹമോചനം അനുവദിച്ചു കിട്ടിയ വിവരം അറിയിച്ചു.

“കൺഗ്രാറ്റ്സ് മോളെ... നീയാ ചങ്ങല പൊട്ടിച്ചെറിഞ്ഞല്ലോ.”

“ഇവിടെ അമ്മയ്ക്കു തീരെ പിടിച്ചിട്ടില്ല.”

“അവരൊക്കെ പഴയ മനസ്സല്ലേ. വിവാഹമോചനം എന്നു പറയുന്നത് കഴിഞ്ഞ തലമുറയ്ക്ക് തീരെ ദഹിക്കുന്ന സംഗതിയല്ല. സഹിച്ചും ക്ഷമിച്ചും പ്രാകിയും വേദനിച്ചും ശപിച്ചുമൊക്കെ ആ പീഢനകാലം കഴിച്ചുകൂട്ടിയവരാ അവരിൽ പലരും. നിനക്കു പൊരുതാനുള്ള ധൈര്യം ഒണ്ടായല്ലോ. ഇല്ലെങ്കി നിന്റെ അവസ്ഥ ഇപ്പം എന്തായേനേന്ന് എനിക്കു ശരിക്കറിയാം.”

“ഞാൻ ജീവനോടെ കാണില്ലായിരുന്നു.”

“ചിലരുടെ ചില ചോദ്യങ്ങൾക്ക് നമ്മൾ ജീവനോടിരിക്കുന്നു എന്ന താണ് ശരിയായ ഉത്തരം. പക്ഷേ അത് അവർക്കു മനസ്സിലാകണമെങ്കിൽ നമ്മള് മരിച്ചു പോകണമായിരുന്നു.”

“കറക്ടാണെടീ ബിയാ...” പവിത്ര സമ്മതിച്ചു.

“ഇനിയെന്താ തടസ്സം. കല്യാണം നടത്തുവല്ലേ?”

“അതിന് ഇനി ആരോടെല്ലാം ഗുസ്തി പിടിക്കേണ്ടിവരുമെന്ന് അറിയില്ല.”

“ഡോക്ടറെ വിവരം അറിയിച്ചില്ലേ?”

“അത് അപ്പത്തന്നെ അറിയിച്ചു. അപ്പോ എന്നോടു ചോദിച്ചു ഇനി എന്തെങ്കിലും തടസ്സം ഒണ്ടോന്ന്.”

“നീയെന്നാ പറഞ്ഞു?”

“തടസ്സംണ്ടാവുംന്നു തന്നെ പറഞ്ഞു.”

“എന്തിനാ അങ്ങനെ പറഞ്ഞെ. പുള്ളിക്കാരനൊന്നു സന്തോഷിക്കട്ടെ.”

“സന്തോഷത്തിനു കുറവൊന്നുമില്ല ബിയാ. ഡോക്ടർക്ക് നല്ല വിശ്വാസാ എല്ലാം ഭംഗിയായിട്ട് നടക്കുംന്ന്.”

“ഇന്ദുമതി ടീച്ചർ എന്നാ പറഞ്ഞു?”

“വല്യ സന്തോഷത്തിലിരിക്കുവാ... നിരഞ്ജനച്ചേച്ചിയെ അപ്പത്തന്നെ വിളിച്ചു പറഞ്ഞു.”

“ഇപ്പം നിന്റെ ഫീലിങ് എന്നതാ, സത്യംപറ.”

“ആശ്വാസം. എന്റെ കഴുത്തിൽ കെട്ടിത്തൂക്കിയിട്ടിരുന്ന അമ്മിക്കല്ല് അറുത്ത് താഴെയിട്ടതുപോലെ. സത്യം പറഞ്ഞാ ഞാൻ വല്ലാത്തൊരു കൺഫ്യൂഷനിലായിരുന്നു ബിയാ.”

"കൺഫ്യൂഷനെന്താടീ?"

"ഒരിടത്തുന്ന് ഇറങ്ങിപ്പുറപ്പെടുകയും ചെയ്തു, അടുത്ത സ്ഥലത്ത് എത്തിയതുമില്ല എന്നൊരു അവസ്ഥയില്ലേ."

"തെളിച്ചു പറ പാറൂ."

"ഡോക്ടർക്ക് എന്നോട് ഇഷ്ടമാണെന്ന് അറിയാം. പക്ഷേ അത് സ്വീകരിക്കാൻ ഒരു സങ്കോചം. എന്റെ കോംപ്ലക്സായിരിക്കും. എന്റെയുള്ളിൽ നിന്ന് വേറൊരു പവിത്ര ഇറങ്ങി മാറിനിന്നോണ്ട് എപ്പഴും എന്നെ ചോദ്യംചെയ്യുന്ന മാതിരി നോക്കുന്നു. അവൾ ചോദിക്കാനുദ്ദേശിക്കുന്ന ചോദ്യങ്ങളും എനിക്കറിയാം... നീ ആരാണെന്ന് ഓർമ്മയോണ്ടോ? നീ എവിടെയാ നിൽക്കുന്നതെന്ന് നിനക്കറിയാമോ? നിനക്കെന്താ യോഗ്യത? അർഹതയില്ലാത്ത സ്ഥലത്തോട്ടല്ലേ നിന്റെ നോട്ടം..? നീ എവിടുന്നാ വന്നത്..? എങ്ങോട്ടാ നീ പോകുന്നത്..? അവളുടെ ഈ ചോദ്യങ്ങള് കാരണം എനിക്കു മുന്നോട്ടും വയ്യ, പിന്നോട്ടും വയ്യാത്ത അവസ്ഥയാരുന്നു."

"കൊള്ളാമല്ലോ." ജിബിയ ചിരിച്ചു. "കേൾക്കാൻ രസംണ്ട്. ഇപ്പം അവളെവിടെപ്പോയി?"

"കാണാനില്ല. ഇനി നിന്റെ ഇഷ്ടംപോലെ ചെയ്തോളാൻ പറഞ്ഞിട്ട് സ്ഥലം വിട്ടപോലെ."

"എന്നാ ഞാനൊരു സത്യം പറയാം. വലിയ ചിന്താക്കുഴപ്പം ഒണ്ടാരുന്നു. ഒന്നാമത്തെ സംഗതി ഡോക്ടറുടെ സ്ഥാനത്തിനും കുടുംബത്തിനും യോജിച്ചവളല്ല നീ എന്നുള്ളതാ. രണ്ടാമത്തേത് നിയമപരമായി നീയൊരാളിന്റെ ഭാര്യയാണല്ലോ എന്ന ബോധം... ഇപ്പം അതുമാറി. നീ ഫ്രീയായി."

"ശരിയായിരിക്കും."

"ഇനി നീ ഇങ്ങനേ വിചാരിക്കാവൂ... നിങ്ങൾ രണ്ടുപേരും ലിവിങ് പെയറാണ്. നിങ്ങൾ പ്രേമിച്ചിട്ട് കല്യാണം കഴിക്കാൻ പോകുന്നവരാണ്. സ്ഥാനോം വലിപ്പോം പദവീം പത്രാസുമൊന്നും പ്രേമത്തിന്റെ മുന്നിൽ ഒന്നുമല്ല. പ്രേമിക്കുന്ന രണ്ടുപേർ എപ്പഴും തുല്യരാണ്. ഒരാൾക്കും കൂടുതലുമില്ല, കുറവുമില്ല. ഓകെ?"

"ഓകെ. ഡൺ."

"എന്നാപ്പിന്നെ ഇനി വൈകണ്ട. പ്രൊസീഡ് ചെയ്തോ."

"എനിക്ക് ചില ഡിമാൻഡ്സ് ഉണ്ട്. അതുംകൂടി അംഗീകരിച്ചു കിട്ടണം."

"അതെന്താണ്?"

"ഞാൻ പിന്നീട് പറയാം." അങ്ങനെ പറഞ്ഞ് പവിത്ര ഫോൺകോൾ നിർത്തി.

പിറ്റേന്ന് തന്നെ അവൾ സുദർശനനേയും കൂട്ടി അഡ്വക്കേറ്റിനെ കാണാൻ പോയി. കുടുംബക്കോടതി വിധിയുടെ വിശദാംശങ്ങൾ അറിയണമായിരുന്നു.

“ഒരു ലക്ഷം രൂപ പിഴ. അത് പവിത്രയ്ക്ക് ഉള്ളതാണ്. ജയപ്രകാശ് പിഴയൊടുക്കിയില്ലെങ്കിൽ ആറുമാസം ജയിൽശിക്ഷ അനുഭവിക്കണം. പതിനഞ്ചു പവന്റെ സ്വർണ്ണാഭരണങ്ങൾ തിരികെ നൽകാനും വിധിയിൽ പറഞ്ഞിട്ടുണ്ട്. പിന്നെ മകന്റെ വിദ്യാഭ്യാസച്ചെലവുകൾക്കായി മാസം ആയിരത്തഞ്ഞൂറ് രൂപ വീതം...” വക്കീൽ വിശദീകരിച്ചു.

“പിഴത്തുകയൊന്നും കിട്ടത്തില്ല സാറേ. സ്വർണ്ണോം കിട്ടത്തില്ല. കയ്യിലൊണ്ടായിട്ടു വേണ്ടേ.”

“അയാളുടേ പേരിൽ വീടും സ്ഥലവുമില്ലേ?”

“അതൊക്കെ പണയത്തിലായിരിക്കും. അല്ലെങ്കിലും അത് അയാൾടെ അമ്മേടെ പേരിലാണ്. പിന്നെ ആയിരത്തഞ്ഞൂറ് രൂപ. ജെയിലിൽ കിടക്കുന്നയാൾ എങ്ങനെ മാസം ആയിരത്തഞ്ഞൂറ് രൂപയുണ്ടാക്കും. ഒന്നും വേണ്ട സാറേ.” പവിത്ര പറഞ്ഞു. “ഡിവോഴ്സ് കിട്ടിയല്ലോ. അതുതന്നെ വലിയ ഭാഗ്യം.”

“വിധിപ്പകർപ്പിന് അപേക്ഷ കൊടുത്തിട്ടുണ്ട്. കിട്ടായാലുടനെ അച്ഛനെ ഏൽപ്പിച്ചേക്കാം.” വക്കീൽ പറഞ്ഞു.

അച്ഛനും മകളും വീട്ടിലേക്കു മടങ്ങി.

* * *

ചോറു വാർത്ത്, ഉണക്കമീൻ വറുത്ത് ഇടിച്ചമുളകു ചേർത്ത് ചമ്മന്തിയിടിച്ച് മൂടിവെച്ചശേഷം ബിൻസി ഒരു ബക്കറ്റ് നിറയെ അലക്കാനുള്ള തുണികൾ കുത്തിത്തിരുകി, സോപ്പും സോപ്പ് പെട്ടിയുമായി ആറ്റിലേക്കു പോകാനിറങ്ങിയപ്പോഴാണ് പാറക്കടവ് കടന്ന് പോളച്ചനും ഷൈനിയും കൂടി വരുന്നതു കണ്ടത്.

ഒരു മാത്രനേരം അന്തിച്ചുനിന്നശേഷം ബിൻസി വേവലാതിപ്പെട്ട് മുറിയിലേക്കു കയറി. അയൽപക്കത്തെ വീട്ടിൽചെന്നു വാങ്ങിക്കൊണ്ടുവന്ന പത്രം വായിച്ചു കൊണ്ട് കട്ടിലിൽ കിടക്കുകയാണ് ജോർജുകുട്ടി.

“ദേ, പോളച്ചനും ഷൈനീംകൂടി വരുന്നൊണ്ട്. ഇങ്ങോട്ടാണെന്നു തോന്നുന്നു. ഒന്നെഴുന്നേറ്റു വാ...”

ജോർജുകുട്ടി എഴുന്നേറ്റ് പത്രം മടക്കിവെച്ച് തിണ്ണയിലേക്കിറങ്ങി വന്നു. അപ്പോഴേയ്ക്കും പോളച്ചനും ഷൈനിയും മുറ്റത്തിനു താഴെ എത്തിയിരുന്നു. അവർ മുറ്റത്തേക്കു കയറി വന്നു. ജോർജുകുട്ടി ഇറങ്ങിച്ചെന്നു സ്വീകരിച്ചു.

“കേറി വാ... രണ്ടുപേരും കൂടെ വന്നിട്ടെത്ര കാലമായി. ഇങ്ങോട്ടു തന്നെ വന്നതാണോ?”

“രണ്ടു ദിവസമായിട്ട് വിചാരിക്കുവാ ഇങ്ങോട്ടു വരണംന്ന്. ഇപ്പഴാ ഒത്തത്.” പോളച്ചൻ പറഞ്ഞു.

പോളച്ചനേയും ഷൈനിയേയും ജോർജുകുട്ടി ഊണുമുറിയിലേക്കു കൊണ്ടു പോയിരുത്തി. അതാണവിടുത്തെ ഇരിപ്പുമുറിയും. ടിവി റൂമും എല്ലാം. ഷൈനി ഒരു വലിയ സഞ്ചി തൂക്കിപ്പിടിച്ചു കൊണ്ടുവന്നിട്ടുണ്ട്. ഷൈനി അത് ഊണുമേശയുടെ മീതെ വെച്ചു.

“കാളാഞ്ചി കറിവെച്ചതാ.” ഷൈനി ബിൻസിയോട് പറഞ്ഞു. “പപ്പാ പാലായിപ്പോയിട്ട് വന്നപ്പം നാലുകിലോന്റെ ഒരെണ്ണം മേടിച്ചോണ്ടു വന്നു.”

സഞ്ചിയിൽനിന്ന് രണ്ടു കാസറോളുകൾ ഷൈനി പുറത്തെടുത്തു.

“ഇത് കാളാഞ്ചിക്കറി... ഇതിനകത്ത് പോർക്ക് ഫ്രൈയാ... പണ്ട് നമ്മളി ങ്ങനെയല്ലാരുന്നോ അങ്ങോട്ടുമിങ്ങോട്ടും കൊടുത്തും പങ്കിട്ടും...” ഷൈനി ഓർമ്മിപ്പിച്ചു.

“ഇതിനു തക്കതായിട്ട് എന്നാ വിശേഷമാ ഒണ്ടായത്?” ജോർജുകുട്ടി ചോദിച്ചു.

“ഒന്നുമില്ലെന്നേ, മിനിഞ്ഞാന്ന് റോബിച്ചൻ ആശുപത്രീന്നു ഡിസ്ചാർ ജായി വന്നു.”

“അസുഖമൊക്കെ മാറിയോ?” ബിൻസി ചോദിച്ചു.

“എല്ലാം മാറി. ഒരു കൊഴപ്പോം ഇല്ല. നേര് പറഞ്ഞാ ഡോക്ടർമാ രൊന്നുമല്ല അവനെ രക്ഷപ്പെടുത്തിയത്. ബിയാമോളാ.”

“ഓ... അവളെന്നാ ചെയ്തെന്നാ? ഡോക്ടർമാരല്ലേ ചികിത്സിക്കു ന്നതും മരുന്നെഴുതുന്നതുമൊക്കെ.” ബിൻസി പറഞ്ഞു.

“മരുന്നു കൊടുത്താ എല്ലാ രോഗോം മാറുവോ? ഇല്ല. ബിയാമോള് റോബിച്ചനെ നല്ലപോലെ നോക്കി. ആയുസ് തീർന്നപോലെ കെടന്നതാ അവൻ. ഡോക്ടർക്കും വെല്യ പ്രതീക്ഷയില്ലാരുന്നു. വെന്റിലേറ്ററിപ്പോലും കേറ്റേണ്ടി വന്നില്ലേ. അവിടുന്നവനെ തിരിച്ചുകൊണ്ടുവന്നത് ബിയാ മോളാ.” ഷൈനി വെളിപ്പെടുത്തി.

“റോബിച്ചൻ ഐസിയുവിലൊണ്ടെന്ന് ബിയാ പറഞ്ഞാരുന്നു.” ബിൻസി പറഞ്ഞു.

“അവന് തീർന്നുപോയേനേ ജോർജുകുട്ടീ...” പോളച്ചൻ പറഞ്ഞു. “ബിയാ മോൾടെ ഉത്സാഹോം ഉപദേശോം ശുശ്രൂഷേം എല്ലാംകൊണ്ടാ രക്ഷപ്പെട്ടത് റോബിച്ചൻ പറയുമ്പം അവന്റെ കണ്ണുനിറയും. അവക്ക് വേണെങ്കി അവനെ ഒഴിവാക്കാരുന്നു. അല്ലെങ്കി എന്തേലും ചെയ്തെന്നു വരുത്തിത്തീർത്താ മതിയാരുന്നു. അങ്ങനൊന്നും ചെയ്യാതെ അവളവനെ സ്വന്തം കൂടെപ്പിറപ്പിനെപോലെ നോക്കി. അവനു നല്ലതു പറഞ്ഞു കൊടുത്ത് തിരുത്തി. ഞങ്ങള് അവളോടു കാണിച്ച അനീതി ഓർത്താ

അവളു വല്യ പുണ്യമല്ലേ ചെയ്തത്. വേറെ ആരാണേലും ചെയ്യുവോ... വലിയ മനസ്സല്ലേ ജോർജുകുട്ടീ അത്."

ജോർജുകുട്ടിക്ക് അതുകേട്ട് മനസ്സലിയുകയും മകളേക്കുറിച്ചുള്ള അഭിമാനംകൊണ്ട് കണ്ണ് നിറയുകയും ചെയ്തു.

"അവള് പണ്ടുമുതലേ അങ്ങനെയാ. എല്ലാരേം സഹായിക്കണ മെന്നാ..." ബിൻസി പറഞ്ഞു.

"കഴിഞ്ഞതൊന്നും മനസ്സിൽ വെച്ചോണ്ടിരിക്കാതെ ബിയാമോള് സ്നേഹമായിട്ട് പെരുമാറിയപ്പോ റോബിച്ചന് വല്യ സങ്കടം വന്നു. അവന വളോടു ചെയ്ത തെറ്റിന് ക്ഷമ പറഞ്ഞു. ഇനി കുടിക്കത്തില്ലെന്ന് അവൾക്ക് വാക്കും കൊടുത്തു. അവനിപ്പം ആളാകെ മാറി ജോർജുകുട്ടീ. നല്ല ഉത്സാഹത്തിലാ... കുടിച്ചു ചാകാൻ പോയവനാണെന്നോർക്കണം."

"എല്ലാം നല്ലതിനാണെന്നു കരുതിയാ മതി പോളച്ചാ." ജോർജുകുട്ടി പറഞ്ഞു.

"ഞങ്ങള് നന്ദി പറയാൻ വേണ്ടി വന്നതാ ബിൻസീ..." ഷൈനി ബിൻസിയുടെ കൈ പിടിച്ചു. "ബിയാമോളോട് ഹോസ്പിറ്റലിൽവെച്ചു തന്നെ ഞങ്ങള് പറഞ്ഞാരുന്നു. അവൾക്കിതൊന്നും വെല്യ കാര്യമല്ലെന്നാ പറയുന്നെ. അവൾടെ ഡ്യൂട്ടി ചെയ്തെന്നേയുള്ളത്രേ. എന്നാലും ഞങ്ങക്ക് മറക്കാൻ പറ്റുവോ..."

"റോബിച്ചൻ ഇനി അമേരിക്കയ്ക്ക് തിരിച്ചു പോകുവാരിക്കും അല്ലേ?" ജോർജു കുട്ടി ചോദിച്ചു.

"ഒന്നും തീരുമാനിച്ചിട്ടില്ല. എന്നാ പറയാനാ. ഞങ്ങടെ അത്യാഗ്രഹം കാരണം അവന്റെ ജീവിതോംകൂടി തകരാറിലായി. മിന്നുന്നതെല്ലാം പൊന്നല്ലെന്ന് കേട്ടിട്ടേയുള്ളൂ. അവന്റെ കുറ്റമല്ല കേട്ടോ ജോർജുകുട്ടീ. അവനു ബിയാമോളെന്നു വെച്ചാ ജീവനാരുന്നു. ഞങ്ങളെല്ലാരുംകൂടെ നിർബന്ധിച്ചും ഭീഷണിപ്പെടുത്തീം അവന്റെ മനസ്സുമാറ്റിക്കളഞ്ഞതാ. ഇല്ലാരുന്നെങ്കി അവരിപ്പം എന്തു സന്തോഷമായിട്ട് കഴിയേണ്ടതാ." പോള ച്ചൻ പശ്ചാത്താപവിവശനായി.

"അതെല്ലാം കഴിഞ്ഞുപോയ കാര്യങ്ങളല്ലേ. ഇനിയെന്തിനാ പറ യുന്നെ." ജോർജു കുട്ടി ലഘൂകരിക്കാൻ ശ്രമിച്ചു.

"ബിയാമോൾക്കും രക്ഷപ്പെടാൻ പറ്റിയില്ലല്ലോ. എത്രകാലമായി ഓരോരോ ആശുപത്രിതോറും ജോലി ചെയ്യുന്നു. നമ്മുടെ നാട്ടിൽ മാത്രം ഈ ജോലിക്ക് ഒരിക്കലും നല്ല ശമ്പളം കിട്ടത്തില്ല. അതുകൊണ്ടല്ലേ നഴ്സുമാരെല്ലാം വിദേശത്തോട്ട് കേറിപ്പൊയ്ക്കൊണ്ടിരിക്കുന്നേ." ഷൈനി പരിതപിച്ചു.

"ബിയാമോള് വിദേശത്തോട്ട് പോകാൻ വല്ല പ്ലാനും ഒണ്ടോ?" പോള ച്ചൻ ചോദിച്ചു.

"അവള് പാസ്പോർട്ടും വിസായുമൊക്കെ എടുത്താരുന്നു. കുവൈറ്റി പ്പോയി കുറേനാള് ജോലി ചെയ്തു. ശമ്പളം കുറവായതുകൊണ്ട് തിരിച്ചു

പോന്നു. ഇംഗ്ലണ്ടിലും അയർലൻഡിലുമൊക്കെ കേറിപ്പോണെങ്കി ലക്ഷ ക്കണക്കിനു രൂപ വേണ്ടേ." ജോർജുകുട്ടി വിശദീകരിച്ചു.

ബിൻസി കട്ടൻകാപ്പിയിട്ട് രണ്ടുപേർക്കും കൊടുത്തു.

"പാലില്ലാഞ്ഞിട്ടാണ് കേട്ടോ..." ബിൻസി ക്ഷമാപണം പറഞ്ഞു.

"ഓ, നമ്മളൊക്കെ എന്നാ പാൽകാപ്പി കുടിച്ചു തൊടങ്ങിയത്. പണ്ടൊക്കെ കട്ടൻകാപ്പി കുടിച്ചതിന് വല്ല കയ്യും കണക്കും ഒണ്ടോ?" പോളച്ചൻ ചിരിച്ചു.

കുറേനേരംകൂടി സംസാരിച്ചിരുന്നശേഷം പോളച്ചനും ഷൈനിയും മടങ്ങിപ്പോയി.

അന്നു വൈകുന്നേരം ജോർജുകുട്ടിയുടെ ഫോണിലേക്ക് പോളച്ചന്റെ വിളി വന്നു. "നേരം കിട്ടുവാണെങ്കി പാറക്കടവിലോട്ടു വാ. നമുക്ക് പണ്ട ത്തേപ്പോലൊന്നു കൂടാം."

ആദ്യം മനസ്സ് വിലക്കിയെങ്കിലും ജോർജുകുട്ടി സന്ധ്യയായപ്പോൾ പാറക്കടവിലെ പരന്ന പാറപ്പുറത്തെത്തി. അവിടെ പോളച്ചൻ കാത്തിരി പ്പുണ്ടായിരുന്നു. പോളച്ചൻ പ്ലാസ്റ്റിക് കണ്ടെയ്നറുകളിൽ കൊണ്ടുവന്ന ടച്ചിങ്സ് കൂട്ടി രണ്ടുപേരും മദ്യപിച്ചു. പഴയ സ്മരണകൾ അയവിറക്കി. ഒൻപതുമണിയോടെ നല്ല രാത്രി ആശംസിച്ചു പിരിഞ്ഞു.

രണ്ടു ദിവസം കഴിഞ്ഞ് ശനിയാഴ്ച വൈകുന്നേരം വീണ്ടും നെല്ലി ക്കുന്നേൽ പോളച്ചന്റെ ക്ഷണം വന്നു. ജോർജുകുട്ടി ഇത്തവണ അര ലിറ്ററിന്റെ മദ്യക്കുപ്പിയുമായിട്ടാണ് ചെന്നത്.

"കുപ്പി ഞാൻ കൊണ്ടുവന്നിട്ടൊണ്ടാരുന്നു." പോളച്ചൻ പറഞ്ഞു.

"അത് സാരമില്ലെന്നേ... ഇന്നിപ്പം ഞാൻ കൊണ്ടുവന്നത് കഴിക്കാം. നമ്മളങ്ങനല്ലാരുന്നോ പണ്ടുമുതലേ..."

"ആയിക്കോട്ടെ... ആയിക്കോട്ടെ..." പോളച്ചൻ സമ്മതിച്ചു.

ചിപ്സും വറുത്ത നിലക്കടലയുമായിരുന്നു ടച്ചിങ്സ്. പലകാര്യങ്ങളും സംസാരിക്കുന്നതിനിടയിൽ പോളച്ചൻ പറഞ്ഞു:

"ജോർജുകുട്ടീ... എനിക്കു മനസ്സിത്തോന്നിയ ഒരു കാര്യം പറഞ്ഞോട്ടെ. അതായത് വേറൊന്നും വിചാരിക്കരുത്. ഞങ്ങടെ റോബിച്ചന്റെ കാര്യം അറിയാവല്ലോ. അവനു മുപ്പത്തിമൂന്നുവയസ്സേ ഒള്ളൂ. അതിനിടയ്ക്ക് ഒരു തട്ടുകേട് പറ്റി. ഞങ്ങളതീന്നൊരു പാഠം പഠിച്ചു. അവനിപ്പം വീട്ടിൽ വെറുതെ നിക്കുവാ. അമേരിക്കയ്ക്ക് പോണംന്നൊണ്ട്. അവിടത്തെ പൗരത്വോം ഒണ്ട് അവന്. ബിയാമോളും ഇതുവരെ ഒരിടത്തും എത്തി യില്ലല്ലോ."

ജോർജുകുട്ടി ഒന്നും മിണ്ടാതെ ഗ്ലാസെടുത്ത് അതിലേക്ക് മദ്യം പകർന്നു. മിനറൽ വാട്ടറിന്റെ ബോട്ടിലിൽനിന്ന് വെള്ളവും ഒഴിച്ചു.

"പോളച്ചൻ പറഞ്ഞോ..."

“ഞാൻ വെട്ടിത്തൊറന്നങ്ങ് ചോദിക്കുവാ. നാണക്കേട് വിചാരിച്ചോണ്ടിരുന്നാ കാര്യം നടക്കത്തില്ലല്ലോ. നിങ്ങക്ക് സമ്മതമാണെങ്കി നമുക്ക് റോബിച്ചനും ബിയാമോളും തമ്മിലൊള്ള കല്യാണം നടത്താം.”

ജോർജുകുട്ടിയുടെ അഭിമാനപ്രതലങ്ങളിൽ മൊട്ടുസൂചികൾ കുത്തനെ വന്നു തറഞ്ഞു.

“കല്യാണം കഴിച്ചാ അവന് ബിയാമോളെ ഈസിയായിട്ട് അമേരിക്കയ്ക്ക് കൊണ്ടുപോകാം. അവിടെച്ചെന്നാ മൂന്നുമൂന്നര ലക്ഷം രൂപാ ശമ്പളമായിട്ട് കിട്ടും നഴ്സിന്റെ ജോലിക്ക്. റോബിച്ചന് ആ ശമ്പളമൊന്നും വേണ്ട. അതുമുഴുവൻ നിങ്ങക്ക് അയച്ചു തരും. അവനവിടെ നല്ല ശമ്പളത്തി ജോലിചെയ്തോണ്ടിരുന്നതാ. അങ്ങോട്ടു ചെന്നാ അതുതന്നെ കിട്ടുകേം ചെയ്യും. റോബിച്ചനും രക്ഷപ്പെടും ബിയാമോളും രക്ഷപ്പെടും. നിങ്ങടെ കുടുംബോം രക്ഷപ്പെടും.”

“റോബിച്ചൻ രണ്ടാംകെട്ടല്ലേ പോളച്ചാ.”

“അതങ്ങ് മറന്നേക്കണം. പൊന്നും പണോം ഒന്നും വേണ്ടല്ലോ. പകരം അവൾടെ ശമ്പളം മുഴുവന് അങ്ങോട്ടു തരികേം ചെയ്യുമല്ലോ. ക്ഷമിക്കാനും മറക്കാനും പറ്റുമെങ്കി നമ്മളിനീം ഒരു കുടുംബംപോലെ ജീവിക്കും ജോർജുകുട്ടീ.”

ജോർജുകുട്ടി ഒന്നും മിണ്ടാതെ ഗ്ലാസിലെ മദ്യം കുടിച്ചു തീർത്തു.

നാല്പത്തിയൊന്ന്

നെല്ലിക്കുന്നേൽ പോളച്ചൻ മകനുവേണ്ടി നടത്തിയ വിവാഹാഭ്യർത്ഥ നയെക്കുറിച്ച് ഭാര്യയോടും മകളോടും വിവരിക്കുകയായിരുന്നു ജോർജു കുട്ടി.

"സ്ത്രീധനമായിട്ടോ പൊന്നായിട്ടോ ഒന്നും കൊടുക്കണ്ടാന്നാ പറ യുന്നെ."

"അങ്ങോട്ടുചെന്ന് കെട്ടാനായിട്ടു നിന്നുകൊടുത്താ മതിയാരിക്കും." ജോസ്നയ്ക്കു ദേഷ്യം വന്നു. "അങ്ങേര് കാരണമല്ലേ ചേച്ചീം റോ ബിൻസുചേട്ടനുമായിട്ടുള്ള കല്യാണം പണ്ട് നടക്കാണ്ടു പോയത്?"

"ഇപ്പം അവരടെ മനസ്സു മാറി." ജോർജുകുട്ടി പറഞ്ഞു.

"ഇപ്പം മനസ്സുമാറും. മകന്റെ രണ്ടാംകെട്ടല്ലേ." ബിൻസി പറഞ്ഞു.

"എന്നതായാലും പോളച്ചന് കഴിഞ്ഞ കാര്യങ്ങളോർത്ത് വല്യ മന സ്താപമൊണ്ട്."

"മകന്റെ ജീവിതം കോഞ്ഞാട്ടയായത് കണ്ടിട്ടായിരിക്കും." ബിൻ സിക്ക്, മകളെ നാണംകെടുത്തുകയും നിർദ്ദയം ഉപേക്ഷിക്കുകയും ചെയ്ത നെല്ലിക്കുന്നേൽ കുടുംബത്തോടുള്ള അതൃപ്തി ഇനിയും ബാക്കി യാണ്.

"ചേച്ചിയോട് ഇതൊന്നും പറയാൻ നിക്കണ്ട കേട്ടോ പപ്പാ. ചേച്ചി എന്നതാ അനുഭവിച്ചേന്ന് എനിക്കറിയാം." ജോസ്ന ഓർമ്മപ്പെടുത്തി. "പപ്പ യ്ക്കും അറിയാവല്ലോ."

"നിങ്ങള് പോളച്ചനോട് എന്നാ പറഞ്ഞിട്ടു പോന്നു?" ബിൻസി ചോദിച്ചു.

"ഞാനങ്ങനെ പ്രത്യേകിച്ചൊന്നും പറഞ്ഞില്ല. പിള്ളേര് കാര്യപ്രാപ്തീം തിരിച്ചറിവും ഒള്ളവരല്ലേ പോളച്ചാ അതവര് തമ്മിൽ ചോദിക്കോ പറ യുവോ എന്താന്നുവെച്ചാ ചെയ്യട്ടെ. എന്റെ കുടുംബം നോക്കുന്നത് എന്റെ മോളാ... അവൾക്കിനി ഞാനൊന്നും പറഞ്ഞുകൊടുക്കേണ്ട കാര്യമില്ല എന്നു പറഞ്ഞു."

"പപ്പാ തീർത്തങ്ങ് പറഞ്ഞാ മതിയാരുന്നു ആ പരിപ്പ് ഇനിയിവിടെ വേവത്തില്ലെന്ന്."

ജോസ്ന വൈകാരികമായി അല്പം തീവ്രവാദിയാണ്. കണ്ണിനു കണ്ണ്.. പല്ലിനു പല്ല്.. എന്നതാണ് അവളുടെ നിയമം.

ഓഫ് കിട്ടിയ ദിവസം ജിബിയ വീട്ടിലെത്തിയപ്പോൾ അത്താഴസമയത്ത് ബിൻസി പോളച്ചന്റെ മനംമാറ്റത്തേക്കുറിച്ച് അവളോടു വെളിപ്പെടുത്തി. ജിബിയ ഒരു പ്രതികരണവുമില്ലാതെയിരുന്ന് ഭക്ഷണം കഴിക്കുന്നതുകണ്ട് ബിൻസിയും ജോർജുകുട്ടിയും അർത്ഥഗർഭമായി പരസ്പരം നോക്കി.

"നിനക്ക് ഒരഭിപ്രായം പറയാനില്ലേ?" ഒടുവിൽ ബിൻസിക്ക് ക്ഷമ കെട്ടു.

"നല്ല ആലോചനയാ അവര് മുന്നോട്ടുവെച്ചത്."

"ബെസ്റ്റ്! നല്ലതാണെന്നോ... നിനക്ക് നാണോം മാനോം ഇല്ലേടീ?" ബിൻസിക്ക് അമർഷമായി.

"എന്തുവാ മമ്മീ നാണോം മാനോം? ഓരോതരം രോഗം വന്ന് അടിമുടി ചീഞ്ഞളിഞ്ഞ് പുഴുവരിച്ച് ഐസിയുവിലെ ബെഡ്ഡിൽ പ്രാണവായുവിനു പോലും യന്ത്രസഹായം വേണ്ടിവരുന്ന രോഗിക്ക് എവിടെയാ നാണോം മാനോം? ഒരു മിനിറ്റ് നേരത്തെ ശ്വാസത്തിന്റെ വിലയില്ല അതിന്. പക്ഷേ, അങ്ങനൊരവസ്ഥ വരണം അതു തിരിച്ചറിയണെങ്കിൽ ആർക്കും വരാം. രാജാവിനും വരാം... പിച്ചക്കാരനും വരാം."

"എന്നാപ്പിന്നെ പോളച്ചനോട് സമ്മതം പറഞ്ഞേക്കട്ടെ."

"മമ്മിക്ക് നിലവിലിപ്പം പപ്പായൊണ്ടല്ലോ. എനിക്കല്ലേ ആരുമില്ലാത്തെ. എന്നോടു ചോദിക്കുമ്പം ഞാൻ പറഞ്ഞോളാം." ജിബിയ ചിരിച്ചുകൊണ്ട് പറഞ്ഞു.

"അല്ല, നിന്റെ വർത്തമാനം കേട്ടാത്തോന്നും അവനെ കെട്ടാൻ നീ റെഡിയാണെന്ന്. അവന്റെ കെട്ടിയവളും ഉപേക്ഷിച്ചുപോയി, കരളും പോയി. ചാകാൻകെടന്ന നേരത്താണല്ലോ അവന് നല്ലബുദ്ധി തോന്നിയത്. അതുവരെ എവിടാരുന്നു?"

"മമ്മീ ആർക്കും ഇങ്ങനൊക്കെ വരാം. ഒരാൾക്ക് രോഗോം ദുരിതോം വരുമ്പം അവരെ കുറച്ചു കാണണ്ട." ജിബിയ പറഞ്ഞു.

"ഞാനും അതുകൊണ്ടാ പോളച്ചനോട് ഒന്നും പറയാഞ്ഞത്." ജോർജുകുട്ടി വെളിപ്പെടുത്തി.

"ചേച്ചിക്കിപ്പഴും റോബിൻസ് ചേട്ടനോട് ഇഷ്ടമാണല്ലേ?" ജോസ്ന ചോദിച്ചു. "ചേച്ചീടെ സ്ഥാനത്ത് ഞാനാണെങ്കി തിരിഞ്ഞു നോക്കത്തില്ല."

"എന്റെ സ്ഥാനത്ത് ബുദ്ധിയുള്ളവരാണെങ്കി ഈ ഓഫർ സ്വീകരിക്കും. കുറച്ചു വ്യവസ്ഥകൾ മുന്നോട്ടു വെക്കും. ആറ്റിറമ്പത്തൊള്ള തോട്ടത്തീന്ന് ഒരേക്കർ സ്ഥലം തീറെഴുതി വാങ്ങിക്കും. അൻപതു പവന്റെ സ്വർണം വാങ്ങിത്തരാൻ പറയും. പിന്നെ ഈ വീട് ഒന്നു പുതുക്കിപ്പണിയാനുള്ള കാശ്... അവര് തരുമെന്ന് എനിക്കറിയാം. റോബിച്ചായൻ രണ്ടാം കെട്ടല്ലേ. ഞാൻ പുതിയ പെണ്ണ്."

"നീ ഇതൊക്കെ ചോദിക്കാൻ പോകുവാണോ?" ബിൻസി അന്തം വിട്ടു.

"ബുദ്ധിയൊള്ളവരുടെ കാര്യമാ ഞാൻ പറഞ്ഞത്. എനിക്ക് പക്ഷേ ബുദ്ധിയില്ലല്ലോ. ഉണ്ടായിരുന്നെങ്കി നല്ലൊന്നാന്തരമൊരു ഡോക്ടറെ കല്യാണം കഴിച്ച്, ബെൻസ് കാറുമോടിച്ച്, ഡെല്ലീലെ ഒരു മൂന്നുനില വീട്ടിൽ ഞാൻ സുഖമായിട്ട് ജീവിച്ചേനേ."

ജോർജുകുട്ടി, വാരിക്കൊണ്ടുപോയി വായിലേക്കു വെക്കാനൊരുങ്ങിയ ചോറുരുള കയ്യിൽ പിടിച്ച് മകളെ നോക്കി രണ്ടു നിമിഷം അങ്ങനെതന്നെ ഇരുന്നു.

"ബുദ്ധിയൊണ്ടോ എനിക്ക്, നിങ്ങളു പറ."

ആ ചോദ്യത്തിനു മറുപടിയുണ്ടായില്ല.

പിറ്റേന്നു രാവിലെ തീക്കോയി പള്ളിയിൽ ഞായറാഴ്ച കുർബ്ബാന കണ്ടിറങ്ങിയപ്പോൾ ഷൈനി ജിബിയയെ വീട്ടിലേക്ക് ക്ഷണിച്ചു.

"എത്ര നാളായി ഞങ്ങടെ വീട്ടിൽ വന്നിട്ട് ഒന്നു കേറീട്ടു പോ മോളേ..."

"അതിനെന്നാ മമ്മീ... വരാല്ലോ."

പോളച്ചനും റോബിൻസും കാറിലാണ് പള്ളിയിൽനിന്നു മടങ്ങിയത്.

"നമുക്കു വർത്തമാനം പറഞ്ഞു നടക്കാം" എന്നു ജിബിയ പറഞ്ഞതിനാൽ ഷൈനി കാറിൽ കയറാതെ ജിബിയയോടൊപ്പം നടന്നു പോയി.

അഞ്ചു മിനിറ്റ് നടക്കാനുള്ള ദൂരമേയുള്ളൂ.

വീട്ടിലെത്തിയപ്പോൾ ഷൈനി ജിബിയയ്ക്ക് ബ്രേക്ഫാസ്റ്റ് വിളമ്പി. കള്ളപ്പവും പോത്തിറച്ചിക്കറിയും. റോബിൻസും ജിബിയയും പോളച്ചനും ഷൈനിയും കൂടിയിരുന്നു കഴിച്ചു. ഷൈനി ഷാലിമയുടെ കല്യാണം നടന്നതിനെക്കുറിച്ചും അവൾ ഭർത്താവിനൊപ്പം ആസ്ട്രേലിയയ്ക്കു പോയതിനെപ്പറ്റിയും ജിബിയയോടു വിവരിച്ചു.

"ഞങ്ങള് പുന്നയ്ക്കാട്ടു വന്നു കല്യാണം വിളിച്ചാരുന്നു. പക്ഷേ... ജോർജുകുട്ടി മാത്രേ വന്നൊള്ളൂ." പോളച്ചൻ പരിഭവം പറഞ്ഞു. "അതും പള്ളീ വന്നിട്ട് പോയി. വീട്ടിക്കേറിയില്ല."

"പപ്പാ വന്നല്ലോ... അതുതന്നെ വല്യ കാര്യം." ജിബിയ പറഞ്ഞു.

"ഞാൻ ജോർജുകുട്ടിയോട് ഒരു കാര്യം പറഞ്ഞാരുന്നു. മടിച്ചു മടിച്ചാ പറഞ്ഞത്. അതെന്താന്നുവെച്ചാ എന്റെ ഭാഗത്ത്ന്ന് കുറച്ചു പോരായ്മ ഒണ്ടായിട്ടൊണ്ട്. നീയും റോബീം തമ്മിലൊള്ള കല്യാണം നടത്താൻ എനിക്കായിരുന്നല്ലോ എതിർപ്പ്. നമ്മടെ അന്നത്തെ ഒരു സ്ഥിതിവെച്ച് നോക്കിയാ എന്റെ സ്ഥാനത്ത് വേറെ ആരായിരുന്നാലും അതേ ചെയ്യത്തൊള്ളു. ഞാൻ ചെയ്തത് ശരിയാണെന്നു പറയുവല്ല. തെറ്റായിപ്പോയി. ഞാൻ പണം മാത്രേ നോക്കിയൊള്ളൂ. മനസ്സു കണ്ടില്ല. റോബീടെ കൊഴപ്പമല്ല. ഷൈനീടെ കൊഴപ്പമല്ല. ഞാനൊറ്റയാളാ എല്ലാം മാറ്റിമറിച്ചത്."

പോളച്ചൻ ഒരു കുമ്പസാരംപോലെ പറഞ്ഞുകൊണ്ടിരുന്നു. "ഞാനൊരു ലാഭക്കൊതിയനായ അപ്പനായിപ്പോയി. മറ്റുള്ളോരടെ മൊതല് കൈവശപ്പെടുത്തുകയല്ല വേണ്ടത്, നമ്മടെ മൊതല് കാത്തു സൂക്ഷിക്കയാ ചെയ്യേണ്ടത് എന്ന പാഠം അന്നു ഞാൻ പഠിച്ചിട്ടില്ല. പിന്നെ ദൈവംതമ്പുരാൻ എന്നെയതു പഠിപ്പിച്ചു."

"എല്ലാരും അങ്ങനാണ് ഡാഡീ. അനുഭവത്തീന്നാ പഠിക്കുന്നെ." ജിബിയ പറഞ്ഞു.

"ചോദിക്കാനും പറയാനും എനിക്ക് നാണക്കേടൊണ്ട്. എന്നാലും ചോദിക്കുവാ... എനിക്ക് പഴയ തെറ്റ് തിരുത്താൻ ഒരവസരം തരണം. നിങ്ങള് രണ്ടുപേരും ഒന്നിച്ചു ജീവിക്കുന്നതു കാണാൻ ഞങ്ങൾക്കെല്ലാം ആഗ്രഹമൊണ്ട്. ഞാൻ ഭൂമിയോളം താഴ്ന്നുനിന്നോണ്ടാ ഇതൊക്കെ പറയുന്നെ. ഈ കല്യാണം നടക്കുവാണെങ്കി ഒരു പൈസേം നിങ്ങളാരും ചെലവാക്കണ്ട. സ്വർണോം ചെലവിനൊള്ള പൈസേം ഇവിടുന്ന് തരും. പിന്നെ ഇവന്റെ ഓഹരി നിങ്ങടെ രണ്ടുപേരടേം പേരിലോട്ട് എഴുതിത്തരും. പിന്നെ ബിയാമോളെ അമേരിക്കയ്ക്കു കൊണ്ടുപോകാനൊള്ള എല്ലാ ചെലവും... നിങ്ങടെ കടങ്ങളു വല്ലതുമൊണ്ടെങ്കി അതും..." പോളച്ചൻ പറഞ്ഞു നിർത്തി.

ജിബിയ ഭക്ഷണം കഴിക്കുന്നതു മതിയാക്കി പ്ലെയ്റ്റിൽ വിരലുകളോടിച്ച് ഏതാനും നിമിഷം ഇരുന്നു.

"ബിയാമോളെന്നാ മിണ്ടാതിരിക്കുന്നെ." ഷൈനി ചോദിച്ചു. റോബിൻസും അവളെത്തന്നെ നോക്കി ഉത്കണ്ഠാഭരിതനായി ഇരിക്കുകയാണ്.

"ആരായാലും ഈ ഓഫർ സ്വീകരിക്കും. കാരണം, ആരേയും മോഹിപ്പിക്കുന്ന വലിയ ലാഭങ്ങളാ ഡാഡി വെച്ചു നീട്ടുന്നെ. എന്റെ കുടുംബം ഇതുവരെ രക്ഷപ്പെട്ടിട്ടില്ല. കുറേ കടങ്ങളൊണ്ട്. എനിക്കു ജോലി സ്ഥിരത ആയിട്ടില്ല. യുകെയിലോ അയർലൻഡിലോ പോകാൻ നോക്കീട്ട് അതിനൊള്ള പൈസയില്ല."

"ആ വെഷമങ്ങളൊക്കെ തീരും. എല്ലാം ശരിയാകും." പോളച്ചൻ ഉറപ്പിച്ചു പറഞ്ഞു.

"എന്റെ പ്രശ്നം എന്താന്നുവെച്ചാ... ഞാൻ റോബിച്ചായനുവേണ്ടി മരിക്കാനും റെഡിയായിരുന്നവളാ. അത്ര സ്നേഹായിരുന്നു എനിക്ക്. അതൊന്നും പറഞ്ഞറിയിക്കാൻ പറ്റില്ല. പെൺകുട്ടികളങ്ങനാ... ഹൃദയം പറിച്ചുകൊടുത്ത് സ്നേഹിക്കും. പക്ഷേ ഒരിക്കൽ അവരുടെ മനസ്സീന്ന് സ്നേഹിച്ച പുരുഷൻ ഇറങ്ങിപ്പോയാ പിന്നെ ആ വാതിൽ തുറക്കാൻ വല്യ പാടാ. എനിക്ക് കുറച്ചു ലാഭങ്ങളൊക്കെ കിട്ടുമായിരിക്കും. ഭാര്യാഭർത്താക്കന്മാരായിട്ട് ജീവിക്കാനും പറ്റും. പക്ഷേ എപ്പഴും മനസ്സിൽ ആ ഓർമ കിടക്കും. സൂക്ഷിക്കണം, ഒരിക്കൽ ഉപേക്ഷിച്ച ആളാണ്. സ്വന്തം കാര്യം നോക്കി നിന്നോണം. ഇല്ലെങ്കി ചെലപ്പോ പണികിട്ടും എന്നൊക്കെ."

"റോബിച്ചൻ അങ്ങനൊന്നും ഒരിക്കലും ചെയ്യത്തില്ല മോളേ." ഷൈനി പറഞ്ഞു. "അവന്റെ അന്നത്തെ വെഷമം ഇപ്പഴും മാറീട്ടില്ല."

“റോബിച്ചായൻ ചെലപ്പോ അന്നത്തേക്കാളും കൂടുതൽ എന്നെ സ്നേഹിക്കുമായിരിക്കും. പക്ഷേ ഞാനും സ്നേഹിക്കണ്ടേ. പണ്ടങ്ങനെയായിരുന്നു.”

“വിശ്വാസക്കുറവാണോ?” പോളച്ചൻ ചോദിച്ചു.

“പണോം പദവീം സൗന്ദര്യോം എല്ലാം മുന്നിൽക്കണ്ട് എന്നെ വിട്ടുകളഞ്ഞ ആളല്ലേ. അതെനിക്കു മരണംവരെ മറക്കാൻ പറ്റത്തില്ല... അതും മനസ്സിൽ വെച്ചോണ്ട് ഞാനെങ്ങനെ സ്നേഹിക്കും?” ജിബിയ നിഷേധാർത്ഥത്തിൽ തലയാട്ടി.

റോബിൻസിന്റെ മാത്രമല്ല, പോളച്ചന്റെയും ഷൈനിയുടെയും മുഖം വാടി.

“റോബിച്ചായന് കണ്ണാടിപോലെ തെളിഞ്ഞ മനസ്സൊള്ള ഒരു പെണ്ണിനെ കിട്ടും. അതാ നല്ലത്. എന്നെ സ്നേഹിച്ചോണ്ടിരിക്കുന്നതിനിടയ്ക്ക് വേറൊരു കല്യാണം ആലോചിച്ചാപ്പോലും സഹിക്കാൻ പറ്റാത്തവളാ ഞാൻ. ആ എന്റടുത്ത് വേറൊരുത്തിയെ കല്യാണം കഴിച്ച് കുറേക്കാലം ഒന്നിച്ചു ജീവിച്ചിട്ട് വന്നാലോ! താങ്ങാൻ പറ്റത്തില്ല. എനിക്കാരോടും വെറുപ്പോ വിരോധമോ ഒന്നുമില്ല... എന്റെ മനസ്സൊന്നു കാണണം.” ഒടുവിൽ ജിബിയയുടെ കണ്ഠമിടറി.

“സോറി...” റോബിൻസ് പറഞ്ഞു. പിന്നെ എഴുന്നേറ്റ് കൈ കഴുകാനായി വാഷ്ബേസിനടുത്തേക്കു പോയി.

പോളച്ചനും ഷൈനിയും മുഖത്തോടു മുഖം നോക്കി. ഇനി ഒന്നും പറയാനില്ലെന്ന് രണ്ടുപേർക്കും ബോധ്യപ്പെട്ടു.

* * *

എറണാകുളത്തുനിന്ന് ഇന്ദുമതി ടീച്ചറും കുടുംബക്കാരും വരുമെന്ന് മുൻകൂട്ടി അറിയിച്ചിരുന്നതിനാൽ സുദർശനൻ അന്നത്തെ ജനസേവനത്തിൽ നിന്ന് അവധിയെടുത്ത് വീട്ടിലിരിക്കുകയാണ്. പവിത്രയുടെ വിവാഹാലോചനയാണ് വിഷയം.

അജിതമ്മ, ഞണ്ടുകല്ലിൽ നിന്ന് തന്റെ കുടുംബാംഗങ്ങളെ ക്ഷണിച്ചു വരുത്തിയിട്ടുണ്ടായിരുന്നു. ഇടമറുകിൽ നിന്ന് സുദർശനന്റെ വീട്ടുകാരും എത്തിച്ചേർന്നിട്ടുണ്ട്.

പവിത്രയും അപ്പുവും എറണാകുളത്ത് പള്ളിക്കരയിലെ വീട്ടിലായിരുന്നു. ഇന്ദുമതി ടീച്ചറും ബന്ധുക്കളും വരുന്ന കൂട്ടത്തിലാണ് പവിത്രയും എത്തിച്ചേരുക.

അജിതമ്മയുടെ വീട്ടിൽ ബാക്കിയുള്ളവർ ഒത്തുകൂടിയിരുന്ന് പവിത്രയുടെ അസാന്നിധ്യത്തിൽ ഈ രണ്ടാം വിവാഹത്തെ എങ്ങനെ അഭിമുഖീകരിക്കണമെന്ന് ചർച്ച ചെയ്തു. പവിത്രയുടെ വിവാഹമോചനം അനുവദിച്ചിരുന്നതിനാൽ പുതിയൊരു വിവാഹാലോചനയെ എങ്ങനെ എതിർക്കണം എന്നാലോചിച്ചിട്ട് അജിതമ്മയ്ക്ക് ഒരെത്തും പിടിയും കിട്ടിയില്ല.

“അവളൊരുപാട് കഷ്ടപ്പാടും ദുരിതോം അനുഭവിച്ചതല്ലേ. രക്ഷപ്പെട്ട് പോട്ടെ. നമ്മളെക്കൊണ്ട് പറ്റത്തില്ല രക്ഷിക്കാൻ.” അജിതമ്മയുടെ അച്ഛൻ സത്യാനന്ദൻ പറഞ്ഞു. അജിതമ്മയുടെ സഹോദരൻമാരും അതിനോട് അനുകൂലിച്ചു.

ഇടമറുകിൽനിന്ന് എത്തിയവർക്ക് പ്രത്യേകിച്ച് എതിർപ്പൊന്നുമില്ല. അപ്പുവിന്റെ കാര്യത്തിൽ ഒരു തീരുമാനം ഉണ്ടാകണ്ടേ എന്നാണ് അവരുടെ ചോദ്യം.

അതോടെ എല്ലാവരുടേയും നോട്ടം അജിതമ്മയുടെ നേർക്കായി.

“എന്നെ ആരും നോക്കണ്ട. എനിക്ക് രണ്ടു മക്കളു കൂടി ബാക്കിയൊണ്ട്. അവരെക്കൂടെ കരപറ്റിച്ചിട്ടു വേണം എനിക്കു സ്വസ്ഥമായിട്ട് ഒരിടത്തിരിക്കാൻ.”

“അവരെക്കൂടെ എന്നു പറയുമ്പം നീ ആരെയൊക്കെയോ കരപറ്റിച്ചിട്ടൊണ്ടെന്നാണല്ലോ അതിനർത്ഥം.” സുദർശനന്റെ അമ്മ ഓമനയമ്മ ഗൂഢാർത്ഥത്തിൽ പറഞ്ഞു.

“എന്റെ മക്കളെ വളർത്തിയത് വേറാരെങ്കിലുമാണോ?” അജിതമ്മ തിരിച്ചു ചോദിച്ചു.

“മക്കളെ വളർത്തിയ കാര്യം വിട്. അത് എല്ലാ അമ്മമാരും ചെയ്യുന്നതാ. ഞാനും മക്കളെ വളർത്തീട്ടൊണ്ട്. നീ ആരെയാ കരപറ്റിച്ചതെന്നു പറ.”

“ഇല്ലെങ്കി ഇല്ല. അത്രേയൊള്ളൂ.”

“പവിമോളെ കെട്ടിച്ചുവിട്ട കാര്യമായിരിക്കും നീ ഉദ്ദേശിച്ചെ. അവളെ നീ ചെകുത്താൻ കയത്തിലോട്ട് തള്ളിയിടുകയല്ലേ ചെയ്തെ. എങ്ങനെങ്കിലും തല്ലിപ്പതച്ച് മുങ്ങിച്ചാകാതെ കെടന്നപ്പഴും നീയൊരു കൈ നീട്ടിക്കൊടുത്തില്ല. എന്നുമാത്രമല്ല, അവളാ ബന്ധത്തീന്നു രക്ഷപ്പെടാൻ ശ്രമിച്ചപ്പോഴൊക്കെ നീ അവളെ തടഞ്ഞു. അതല്ലേടീ സത്യം?” ഓമനയമ്മ വെട്ടിത്തുറന്നു ചോദിച്ചു.

“ഇപ്പം ഞാൻ തടയുന്നില്ലല്ലോ. അവള് രക്ഷപ്പെടുന്നതൊന്നു കണ്ടാമതി.”

“അതെന്നാടീ പ്രാക്കുപോലൊരു വർത്തമാനം. അവളെ ഒരു ഡോക്ടറല്ലേ കല്യാണമാലോചിച്ചു വരുന്നെ. അതും അയർലൻഡ് ജോലിയുള്ളവൻ. അവരുടെ കുടുംബത്തോട്ട് എത്തിനോക്കാനുള്ള യോഗ്യതപോലും നമുക്കില്ലെന്നാണല്ലോ പറഞ്ഞു കേട്ടത്. എന്നിട്ടും നിനക്കു തൃപ്തിയില്ലേ?”

“അയാൾക്കൊരു കൊച്ചൊണ്ട്. ആദ്യത്തെ കെട്ടില്. ആ വിവരം അറിയാവോ? അതിനെ നോക്കാൻ അവർക്കൊരു ജോലിക്കാരിയെ വേണം. ഇത്രേം നാളും ശമ്പളം കൊടുത്ത് പവിത്രയെക്കൊണ്ട് ആ ജോലി ചെയ്യിച്ചു, അപ്പഴാ അവർക്ക് കുരുട്ടുബുദ്ധി വന്നത്. പവിത്രയെ അയാളങ്ങ് കല്യാണം കഴിച്ചാപ്പിന്നെ ശമ്പളം കൊടുക്കണ്ടല്ലോ. കാര്യോം നടക്കും. അവര് നോക്കിയപ്പം ലാഭകച്ചവടം. ഇല്ലെങ്കി രൂപായെത്ര

കൊടുക്കണം. ജോലിക്കാരിക്ക്. എന്നാലും കൊച്ചിനെ നല്ലപോലെ നോക്കുവോ? അതും ഇല്ല. എങ്ങനെ നോക്കിയാലും കല്യാണമാ ലാഭം." അജിതമ്മ അനിഷ്ടം മറച്ചുവെക്കാതെ പറഞ്ഞു.

"ഡോക്ടർക്കു മാത്രമല്ലല്ലോ കുഞ്ഞുള്ളത്. പവിത്രയ്ക്കുമില്ലേ ഒരു മോൻ? അവളും രണ്ടാംകെട്ടല്ലേ." ഓമനയമ്മ ചോദിച്ചു.

"ഡോക്ടറുടെ കൊച്ചിനെ നോക്കാൻ അവളൊണ്ട്. അവൾടെ മോനെ ആര് നോക്കും. അവിടല്ലേ പ്രശ്നം. കൊച്ചിനെ കൂടെ കൊണ്ടുപോകാൻ പറ്റ്വോ ഇല്ല. അവനെ ഇവിടെ നിർത്തീട്ട് അവള് പുതുപ്പെണ്ണിന്റെ വേഷം കെട്ടി സുഖിക്കാൻ പോണത് ശരിയാണോ?"

"നിന്റെ വർത്തമാനം കേട്ടാത്തോന്നുമല്ലോടീ നിനക്കവളോട് കുശുമ്പാണെന്ന്. അവള് കൊറച്ചു സുഖിച്ചാലെന്താ തരക്കേട്. കൊറേ നരക യാതന അനുഭവിച്ചതല്ലേ?"

"എനിക്കൊരു കുശുമ്പും ഇല്ല. അവനോന്റെ മക്കളാ വലുതെന്ന ഓർമ്മ വേണം. ഞാനങ്ങനെയാ ജീവിച്ചത് ഇപ്പഴും അങ്ങനെയാ..."

"അപ്പുമോന്റെ കാര്യം അവര് രണ്ടുപേരും കൂടി എന്നതാന്നുവെച്ചാ തീരുമാനിക്കട്ടെ. അവര് രണ്ടുപേരും തീരെ വിവരമില്ലാത്തവരല്ലല്ലോ." സത്യാനന്ദൻ പറഞ്ഞു.

പതിനൊന്നു മണിയോടുകൂടി ഇന്ദുമതിയും അടുത്ത ബന്ധുക്കളും പവിത്രയും അപ്പുവും മിന്നുമോളുംകൂടി എത്തിച്ചേർന്നു. ദീപയും വിഷ്ണുവുംകൂടി അവരെ സ്വീകരിച്ചിരുത്തി സോഫ്റ്റ് ഡ്രിങ്ക് നൽകി. കുശലാന്വേഷണങ്ങൾക്കുശേഷം ഇന്ദുമതി ടീച്ചർ വിഷയത്തിലേക്കു കടന്നു.

"എന്റെ മകൻ വിജയാനന്ദും ഇവിടുത്തെ പവിത്രമോളും തമ്മിൽ കല്യാണം നടത്തിയാലോ എന്നൊരു ആലോചനയൊണ്ടെന്ന് കുറേ മാസങ്ങൾക്കു മുൻപേ ഇവിടെ പറഞ്ഞിട്ടൊണ്ട്. അന്നു കുറേ തടസ്സങ്ങളൊണ്ടാരുന്നു. പവിത്രയ്ക്ക് ഡിവോഴ്സ് ആയില്ലാന്നൊള്ളതായിരുന്നു പ്രധാനപ്പെട്ട തടസ്സം. അത് മാറി. പവിത്ര ഫ്രീയായി. ഏകദേശം ഒരു വർഷത്തോളമായിട്ട് പവിത്ര ഞങ്ങൾടെ കൂടെയാ. അയർലൻഡിലും പള്ളിക്കരയിലുമൊക്കെയായിട്ട്."

ഇന്ദുമതി ടീച്ചർ പവിത്രയുടെ കുടുംബാംഗങ്ങളെ ആകമാനം നോക്കി. അവരുടെ മറുപടിക്കായി കാത്തു.

"ആർക്കെങ്കിലും എന്തെങ്കിലും അഭിപ്രായം പറയാനൊണ്ടെങ്കി തുറന്നു പറയണം. നമുക്കിവിടെവച്ച് കല്യാണം ഒറപ്പിക്കാൻ വേണ്ടിയാ പറയുന്നെ. വെറുതെയെന്തിനാ നീട്ടിക്കൊണ്ടു പോകുന്നെ."

"ടീച്ചറുടെ മകന്റേം കുഞ്ഞിന്റേം കാര്യം കല്യാണത്തോടെ രക്ഷപ്പെട്ടു. പവിത്ര നോക്കിക്കോളുമല്ലോ. ഇവിടെ പവിത്രയ്ക്കും ഒരു മോനൊണ്ട്. അവനെ എന്നാ ചെയ്യുണം?" അജിതമ്മ ചോദ്യമിട്ടു കൊടുത്തിട്ട് ഒന്നിളകിയിരുന്നു.

നാല്പത്തിരണ്ട്

അജിതമ്മ ഇങ്ങനൊരു തടസ്സവാദം ഉന്നയിക്കുമെന്നും അതിനു മറുപടി പറയേണ്ടത് താനല്ലെന്നും ഇന്ദുമതി മുൻകൂട്ടിത്തന്നെ തീരുമാനിച്ചിരുന്നു.

ഇന്ദുമതി ആ ചോദ്യം ഒരു നോട്ടംകൊണ്ട് പവിത്രയ്ക്ക് കൈമാറി.

"ഒരാറുമാസം കഴിയുമ്പം അപ്പുമോനേം ഞാനങ്ങു കൊണ്ടുപൊയ്ക്കോളാം." പവിത്ര പറഞ്ഞു.

"എങ്ങോട്ട്?" അജിതമ്മ പിടിവിട്ടില്ല.

"അയർലൻഡിന്."

"ആറുമാസം എന്തിനാ ഇവിടെ നിർത്തുന്നെ?" അജിതമ്മ ചൊടിച്ചു.

"അവൻ പഠിച്ചോണ്ടിരിക്കുവല്ലേ. ഈ വർഷത്തെ ക്ലാസ്സും പഠിത്തോം കളയണ്ട. അവന്റെ എക്സാം കഴിഞ്ഞോട്ടെ."

"അതുവരെ എവിടെ നിർത്തും?"

"ഇവിടെ, ഈ വീട്ടിൽ."

"കൊച്ചിനെ ബാക്കിയൊള്ളോരടെ കയ്യിൽ വളർത്താനേൽപിച്ചിട്ട് നീ സ്വന്തം കാര്യം നോക്കിയങ്ങ് പോകുവാണോ? അങ്ങനാണോ വേണ്ടത്?" അജിതമ്മ ചൊടിച്ചു.

"വല്ലേടത്തും കൊണ്ടുപോയി ഏൽപ്പിച്ചേക്കുവല്ലല്ലോ. എന്റെ വീട്ടിലല്ലേ..."

"നിന്റെ വീടോ?"

"പിന്നല്ലാതെ എനിക്ക് വേറെയേതാ വീട്?"

"ഒണ്ടാരുന്നല്ലോ...ഇല്ലാതാക്കീത് ആരാ?"

"എന്നാ ഞാനങ്ങോട്ട് തിരിച്ചു പോട്ടെ?"പവിത്ര ചോദിച്ചു.

"കഴിഞ്ഞ കാര്യങ്ങള് വിട്ടുകള. ഇനിയെന്നതാ ചെയ്യേണ്ടതെന്നല്ലേ..." സത്യാനന്ദൻ ഇടപെട്ടു.

"എനിക്കിവിടെ പിടിപ്പതു ജോലിയൊണ്ട്. കൊച്ചിനെ നോക്കിക്കൊണ്ടിരിക്കാൻ പറ്റത്തില്ല." അജിതമ്മ പറഞ്ഞു.

"അവൻ സ്കൂളിൽ പൊയ്ക്കൊണ്ടിരിക്കുവല്ലേ?" ഓമനയമ്മ പറഞ്ഞു.

"സ്കൂൾ മൂന്നോ നാലോ മണിക്കൂർ നേരം സ്കൂളിലിരുന്നിട്ട് ഇങ്ങോട്ടു തന്നെയല്ലേ വരുന്നത്." അജിതമ്മ തർക്കിച്ചു.

"നിങ്ങളാരും വിഷമിക്കണ്ട. അപ്പുമോനെ ഞാൻ എറണാകുളത്തോട്ട് കൊണ്ടു പൊയ്ക്കോളാം." ഇന്ദുമതി പറഞ്ഞു.

"എറണാകുളത്ത് കൊണ്ടുപോയിട്ട് എന്നാ ചെയ്യാനാ?" അജിതമ്മ ചോദിച്ചു.

"അതു നിങ്ങളറിയണ്ട. നിങ്ങളെക്കൊണ്ടു പറ്റില്ലല്ലോ. ബാക്കി ഞങ്ങള് നോക്കിക്കോളാം."

"അവൻ പഠിച്ചോണ്ടിരിക്കുവാ... അവന് സ്കൂളിപ്പോകണ്ടേ." അജിതമ്മ ചോദിച്ചു.

"മിണ്ടരുത് നീ." സുദർശനൻ രോഷംപൂണ്ട് വിരൽചൂണ്ടി. "നിനക്കു പറ്റത്തില്ലല്ലോ. വിട്ടേക്കണം. അവരെന്താന്നുവെച്ചാ ചെയ്യട്ടെ."

"അല്ലപിന്നെ!" ഓമനയമ്മ മകനെ പിന്താങ്ങി.

"ആറുമാസം കഴിയുമ്പം അപ്പുമോനെ ഇവര് അയർലൻഡിനു കൊണ്ടുപോകുമെന്ന് എന്നതാ ഒറപ്പ്. അന്നേരം പറ്റത്തില്ലെന്നു പറഞ്ഞാ എന്നാ ചെയ്യും? ബലമായിട്ട് കേറ്റി വിടാൻ പറ്റുവോ?" അജിതമ്മ പിന്നെയും തർക്കിച്ചു.

"അവരെന്നതെങ്കിലും ചെയ്തോട്ടെ അജിതേ." സത്യാനന്ദൻ ഗുണദോഷിച്ചു. "നീ തെരക്കെണ്ടെന്നു പറഞ്ഞില്ലേ."

"അവസാനം എല്ലാംകൂടി എന്റെ തലേലോട്ടുതന്നെ വരും. ഇപ്പക്കണ്ടില്ലേ, ഒരുത്തിയെ എട്ടൊമ്പതു വർഷം മുൻപ് കെട്ടിച്ചു വിട്ടതാ. കെട്ടിയോനേം ഉപേക്ഷിച്ച് ഒരു കൊച്ചുമായിട്ട് തിരിച്ചു വീട്ടിൽ വന്നു നിൽക്കുന്നു."

സുദർശനൻ ഇരുന്നയിരുപ്പിൽ മുന്നോട്ടാഞ്ഞ് അജിതമ്മയുടെ ചെകിട്ടത്ത് ഒറ്റയടിവെച്ചു കൊടുത്തു.

"മിണ്ടരുതെന്നു പറഞ്ഞാ മിണ്ടരുത്."

അടി കനത്തതൊന്നും ആയിരുന്നില്ല. പക്ഷേ അജിതമ്മയ്ക്ക് അത് അപ്രതീക്ഷിതമായിരുന്നു. അവർ അച്ഛനേയും അമ്മയേയും ആങ്ങളമാരെയും ദയനീയമായി നോക്കി.

"നിനക്കിത് കിട്ടേണ്ടതുതന്നെയാ..." സത്യാനന്ദൻ പറഞ്ഞതും അജിതമ്മ എഴുന്നേറ്റ് വെട്ടിത്തിരിഞ്ഞ് മുറിയിലേക്കു കയറിപ്പോയി.

ഇരിപ്പുമുറിയിൽ ആ അടി ഒരു സ്തംഭനാവസ്ഥ സൃഷ്ടിച്ചിരുന്നു.

"അതൊന്നും കണക്കാക്കണ്ട. നമുക്ക് ബാക്കി കാര്യങ്ങള് ആലോചിക്കാം." ഇന്ദുമതിയോട് സുദർശനൻ പറഞ്ഞു.

തുടർന്നു നടന്ന ചർച്ചയിൽ മൂന്നുമാസത്തിനകം, വിജയാനന്ദും പവിത്രയും തമ്മിലുള്ള വിവാഹം നടത്താൻ തീരുമാനമായി. ജാതകങ്ങൾ ജ്യോത്സ്യരെ കാണിച്ച് വിധിപ്രകാരം ഒത്തു നോക്കി കല്യാണ

നിശ്ചയത്തിന്റെയും വിവാഹത്തിന്റെയും തീയതികൾ കുറിപ്പിക്കാമെന്ന ധാരണയിലെത്തി.

പവിത്ര സുദർശനനോട് മുൻകൂട്ടി പറഞ്ഞ് കേറ്ററിങ് യൂണിറ്റിൽ നിന്ന് ഊണ് കൊണ്ടുവരാൻ ഏർപ്പാടാക്കിയിരുന്നു.

ഊണുവിളമ്പാനും അതിഥികളെ ഇരുത്താനും മറ്റുമായി ഇന്ദിരാമ്മ ചെന്ന് മകളെ വിളിച്ചു. അജിതമ്മ തയ്യൽമെഷീന്റെ പിന്നിലെ സ്റ്റൂളിൽ പിണങ്ങിയിരിക്കുകയായിരുന്നു.

"അജിതേ... കോലം കെട്ടരുത്, പറഞ്ഞേക്കാം. നിനക്ക് എന്തിന്റെ കേടാ? നീ വിചാരിക്കുന്നതും പറയുന്നതും ചെയ്യുന്നതും മാത്രമാണോ ശരി? വീട്ടിൽ വന്നവരെ അപമാനിക്കാതെ നോക്കേണ്ടത് നീയാ, ഞങ്ങ ളല്ല."

ഒടുവിൽ അജിതമ്മ എഴുന്നേറ്റുചെന്നു. ചോറും കറികളും വിളമ്പാൻ സഹായിച്ചു. മുഖം അപ്പോഴും മൂടിക്കെട്ടിയതുപോലെയിരുന്നു.

* * *

ജിബിയ ജോലി കഴിഞ്ഞ് ഹോസ്റ്റൽ റൂമിലിരിക്കുമ്പോഴായിരുന്നു, പവിത്ര യുടെ ഫോൺകോൾ.

"എടീ മോളേ, ഡോക്ടറും ഞാനും കൂടിയുള്ള കല്യാണം ഉറപ്പിച്ചു."

"ഇത് നീ ഒരാഴ്ച മുമ്പേ പറഞ്ഞതല്ലേ. എറണാകുളത്ത്ന്ന് ടീച്ചറും ആങ്ങളേം മറ്റും വന്നതും മാരേജ് മൂന്നു മാസത്തിനകം നടത്താൻ നിശ്ച യിച്ചതും..." ജിബിയ ചോദിച്ചു.

"ഇതങ്ങനെയല്ല. എന്റേം ഡോക്ടർടേം ജാതകം ഒത്തു നോക്കി. ഒരു കുഴപ്പോം ഇല്ല. നിശ്ചയത്തിന്റേം കല്യാണത്തിന്റേം ഡേറ്റ് തീരുമാനിച്ചു."

"നീ കല്യണം കഴിഞ്ഞും ഡോക്ടർ എന്നേ വിളിക്കത്തൊള്ളോ?"

"പോടീ അവിടന്ന്." പവിത്ര ചിരിച്ചു.

"എന്നാണ് നിശ്ചയോം കല്യാണോം?"

"ജനുവരിമാസം ഡോക്ടർ ലീവിനു വരും. മുപ്പത്തൊന്നാം തീയതി വ്യാഴം കല്യാണനിശ്ചയം. കല്യാണത്തിന്റെ ഡേറ്റ് ഫെബ്രുവരി പത്ത് ഞായർ. ഇതിപ്പം രണ്ടായിരത്തി പതിനെട്ട് നവംബറല്ലേ."

"പത്തൊൻപതിൽ നീ വീണ്ടും പറക്കും അയർലൻഡിലോട്ട്, അല്ലേ?"

"മിക്കവാറും..."

"നിന്റെ ആദ്യത്തെ കല്യാണം കൂടാൻ എനിക്ക് പറ്റിയില്ല. ഇതിന് എന്തായാലും ഞാനുണ്ടാകും."

"എന്റെ ആദ്യത്തെ കല്യാണം നടക്കാൻ പോകുന്നതേയുള്ളൂ."

"മുമ്പ് നടന്നതോ?"

"എനിക്കിഷ്ടമില്ലാതെ, എന്നെ വീട്ടീന്ന് ഇറക്കിവിടാൻ വേണ്ടി വീട്ടു കാര് കണ്ടുപിടിച്ചു നടപ്പാക്കിയ ഒരു ഗൂഢതന്ത്രം. ആടിനേം കോഴിയേം

ഒക്കെ കുരുതികൊടുത്ത് പൂജിക്കുന്ന ചില ചടങ്ങുകളില്ലേ. അതു പോലൊരു ചടങ്ങ്. എന്നെ കുരുതികൊടുത്തു."

"ശരിയാണ്..." ജിബിയ സമ്മതിച്ചു.

"പക്ഷേ നിനക്ക് എന്റെയീ കല്യാണവും കൂടാൻ പറ്റില്ല."

"അതെന്താ നീ അങ്ങനെ പറയുന്നെ?"

"രണ്ടുമാസത്തിനുള്ളിൽ നിന്റെ വിസ ശരിയാകും. അയർലൻഡിലോട്ട്... ഡോക്ടറും നിരഞ്ജനച്ചേച്ചീം കൂടി അതെല്ലാം ശരിയാക്കുന്നുണ്ട്."

ജിബിയ ശ്വാസം വിലങ്ങിയപോലെ ഇരുന്നു പോയി.

"എന്താടീ മിണ്ടാത്തെ?"

"നീ വെറുതെ പറഞ്ഞതാണോ?"

"അല്ല മോളേ... ഡോക്ടർടെ അടുത്ത് എന്റെയൊരു ഡിമാൻഡ് അതാരുന്നു. നിനക്കൊരു ജോലി - അയർലൻഡിൽതന്നെ. അത് ഡോക്ടറവിടെ ശരിയാക്കുന്നുണ്ട്. ഡോക്യുമെന്റ്സിന്റെയെല്ലാം സ്കാൻഡ് കോപ്പി നീയെന്റെ വാട്സാപ്പിലിട്ടാ മതി. പിന്നൊരു ചെറിയ തടസ്സമേ ഒണ്ടാവത്തൊള്ളൂ. മെഡിക്കൽ. അതുംകൂടി കഴിഞ്ഞാൽ നിനക്ക് പറക്കാം."

"അതിനെല്ലാം കൂടി ലക്ഷക്കണക്കിനു രൂപ വേണ്ടിവരില്ലേ പവീ?"

"ഞാനവിടെ അഞ്ചുമാസത്തോളം ജോലിചെയ്ത ശമ്പളം എന്റെ അക്കൗണ്ടിലിട്ടു തന്നു. ഇനി കല്യാണം വരെയുള്ള ശമ്പളോം തരും. നീയൊരു പൈസ പോലും മുടക്കണ്ട."

"എനിക്ക്...എനിക്കിതു വിശ്വസിക്കാമോ?

"ബിയാ...എനിക്കുവേണ്ടീട്ട് നീ നിന്റെ പെറ്റമ്മേടെ താലിമാല പണയം വെച്ച് പൈസ തന്നതുകൊണ്ടാ ഞാനിന്ന് ജീവിച്ചിരിക്കുന്നെ. അത്രയും വല്യ സഹായമൊന്നും ചെയ്യാൻ എന്നെക്കൊണ്ട് പറ്റില്ല. എന്തൊക്കെ ചെയ്താലും വീട്ടാൻ പറ്റാത്ത ചില കടങ്ങളൊണ്ടെനിക്ക്, നിന്റടുത്ത്."

കണ്ണു നിറഞ്ഞ്, തൊണ്ട നനഞ്ഞ്, മിണ്ടാനാവാതെ ഇരുന്നുപോയി ജിബിയ.

"പിന്നെ വേറൊരു കാര്യംകൂടി പറയാനൊണ്ട്. ഞാനിപ്പം ഡ്രൈവിങ് പഠിച്ചോണ്ടിരിക്കുവാ."

"എവിടെ?"

"പള്ളിക്കര തന്നെ. ഇവിടൊരു ഡ്രൈവിങ് സ്കൂളൊണ്ട്. ലേഡി ഡ്രൈവറൊണ്ട് പഠിപ്പിക്കാൻ. ഡോക്ടറുടെ അമ്മേടെ നിർബന്ധമാ... ആദ്യം പേടിയാരുന്നു. ഇപ്പം എനിക്കും ഇന്ററസ്റ്റായി. സ്റ്റിയറിങ് ബാലൻസൊക്കെ കിട്ടിക്കഴിഞ്ഞൂന്നു പറഞ്ഞാ നീ വിശ്വസിക്കോ?"

"എത്ര നാളായി പഠിക്കാൻ തുടങ്ങീട്ട്?"

"രണ്ടാഴ്ച."

"ലേണേഴ്സ് കിട്ടിയാരുന്നോ?"

"പിന്നില്ലാതെ... ടൂവീലറും പഠിക്കുന്നൊണ്ട്. സൈക്കിളെനിക്ക് പണ്ടേ അറിയാല്ലോ."

"അതു കൊള്ളാം. എന്നെ കാണാൻ ഒരു ദിവസം നീ സ്വന്തം കാറോടിച്ചു വരും. നിന്റെ കാറോടിച്ച്..." അതു പറഞ്ഞ് ജിബിയ പൊട്ടിച്ചിരിച്ചു. ബാക്കി പവിത്രയാണ് പൂരിപ്പിച്ചത്.

"കെയർഅസിസ്റ്റന്റ്മാരോട് എങ്ങനെയാണ് പെരുമാറേണ്ടതെന്ന് അന്ന് ഞാൻ നിനക്ക് കാണിച്ചു തരുന്നുണ്ട്ട്ടോ."

ജിബിയയുടെ ചിരികേട്ട് അടുത്ത ബെഡ്ഡിൽ ഫോണിൽ നോക്കിക്കൊണ്ടിരുന്ന ജിഷ തലതിരിച്ചു നോക്കി.

"സോറി... സോറീഡാ..."

ജിബിയ കൈകാട്ടി അവളോട് ക്ഷമാപണം നടത്തി.

* * *

ജോർജ്കുട്ടിക്ക് ആദ്യം വിശ്വാസമായില്ല.

"അങ്ങനെ ആരെങ്കിലും ചെയ്യുമോ? എത്ര നന്ദീം സ്നേഹോം കടപ്പാടും ഒണ്ടെങ്കിലും?" അയാൾ ബിൻസിയോട് സംശയം പ്രകടിപ്പിച്ചു.

"അവര് രണ്ടുപേരും ഒന്നാം ക്ലാസ് മുതലേ കൂട്ടുകാരികളല്ലേ." ബിൻസി ഓർമ്മിപ്പിച്ചു.

"ബിൻസീ, ഇപ്പത്തന്നെ ബിയാ അവൾക്ക് രണ്ടു രണ്ടര ലക്ഷം കൊടുക്കാനൊണ്ട്. അതിന്റെ കൂടെ ഇനീം അവള് പൈസമൊടക്കുവോ?"

അയർലണ്ടിലേക്ക് പോകാനുള്ള വിസ കിട്ടിയപ്പോൾ ജിബിയ പപ്പയോടും മമ്മിയോടും പറഞ്ഞു.

"ഞാനെത്ര പറഞ്ഞിട്ടും രണ്ടുപേർക്കും വിശ്വാസമില്ലായിരുന്നല്ലോ. മമ്മീടെ മാല വാങ്ങി പണയം വെച്ച് ഞാനവൾക്ക് പൈസ കൊടുത്തപ്പം മമ്മി പറഞ്ഞത് ഇപ്പം ഓർമ്മയൊണ്ടോ? സ്വന്തം അച്ഛനും അമ്മയ്ക്കും ഇല്ലാത്ത കടമേം കടപ്പാടുമൊന്നും കാണിക്കേണ്ട ഒരാവശ്യോം ഇല്ലാരുന്നെന്ന്. ഞാനൊന്നും പ്രതീക്ഷിച്ചോണ്ടല്ല അവളെ ഹെൽപ്പ് ചെയ്തത്. പക്ഷേ ഇപ്പക്കണ്ടോ നൂറിരട്ടിയായിട്ട് അവൾ അത് തിരിച്ചു തരുന്നത്. ഞാൻ ഒന്നും ചോദിച്ചിട്ടല്ല. അവൾക്കറിയാം."

മെഡിക്കലും കഴിഞ്ഞ് ഫ്ളൈറ്റ് ടിക്കറ്റ് കൂടി ഓക്കെ ആയ ശേഷമാണ് ജിബിയ ജെയ്സണെ ഫോണിൽ വിളിച്ച് യാത്രാവിവരം അറിയിച്ചത്.

ജെയ്സൺ കുറച്ച് പരിഭവം പറഞ്ഞു.

"നേരത്തെ അറിയിക്കാമായിരുന്നു. ഇനി നാലുദിവസം കൂടിയല്ലേയുള്ളൂ."

"മതിയല്ലോ നേരത്തെ അറിഞ്ഞിട്ടെന്തിനാ. കാണണം യാത്ര പറയണം. അത്രയല്ലേയുള്ളൂ. അത് എയർപോർട്ടിൽ വച്ച് ആകാമല്ലോ."

ജിബിയ സൗമ്യമായിട്ടാണ് പറഞ്ഞത്.

"അത്രേയുള്ളൂ എനിക്ക് തന്ന സ്ഥാനം."

"ഞാനിതുവരെ വേറെ കല്യാണാലോചനയൊന്നും നടത്തീട്ടില്ല."

"കുത്തുവാക്ക്! അത് ഇടയ്ക്കിടയ്ക്ക് പറഞ്ഞില്ലെങ്കി സമാധാനമില്ല അല്ലേ?"

"ഇല്ല... എന്റെ മരണംവരെ ഞാനോർക്കും. തരം കിട്ടുമ്പോഴൊക്കെ പറയേം ചെയ്യും. അതിനുള്ള റൈറ്റൊണ്ട് എനിക്ക്."

"ഓകെ...ഓകെ... തർക്കിക്കാൻ എനിക്ക് താൽപര്യമില്ല. ജോലിയുടെ കാര്യം ഡീറ്റെയിലായിട്ട് പറയാമോ?"

"പവിത്രേടെ കെയറോഫിലാ എല്ലാം. അവൾ ആ ഡോക്ടറെ കല്യാണം കഴിക്കാൻ പോകുവാ. അവൾ റെക്കമെന്റ് ചെയ്തിട്ട് ഡോക്ടറാണെനിക്ക് ജോലി ശരിയാക്കിയത്. പൈസയൊക്കെ അവൾ തന്നെ മുടക്കി. ആദ്യം കെയററായിട്ട് ജോലി ചെയ്യണം. പിന്നെ അവിടുത്തെ ഒരു ടെസ്റ്റ് എഴുതി പാസ്സാകണം. പിന്നെ നേഴ്സിങ് പ്രൊഫഷനിലേക്കു മാറാം." ജിബിയ എല്ലാം വിശദീകരിച്ചു.

* * *

നെടുമ്പാശ്ശേരി എയർപോർട്ടിൽ ആദ്യം എത്തിയത് പവിത്രയും ഇന്ദുമതി ടീച്ചറും അപ്പുവും മിന്നുമോളുമായിരുന്നു.

കാൽ മണിക്കൂർ കൂടി കഴിഞ്ഞപ്പോൾ ജോർജുകുട്ടിയും ബിൻസിയും ജോസ്നയും ജിബിയയും കൂടി വന്നു. അല്പം കഴിഞ്ഞപ്പോൾ ജെയ്സണും എത്തിച്ചേർന്നു.

യാത്ര പറച്ചിൽ ഹ്രസ്വമായിരുന്നു.

ജിബിയയ്ക്ക് സങ്കടമോ വേവലാതിയോ ഒന്നുമുണ്ടായിരുന്നില്ല. നേഴ്സിന്റെ കുപ്പായം അണിഞ്ഞശേഷം അവൾ കുറച്ചധികം യാത്ര ചെയ്തു കഴിഞ്ഞിരിക്കുന്നു.

ജോർജുകുട്ടിക്കും ബിൻസിക്കും വലിയ സങ്കടമുണ്ടായിരുന്നു. അവർ രണ്ടുപേരും മകളെ ആശ്ലേഷിച്ച് കണ്ണുനിറഞ്ഞ് ആശംസകൾ നേർന്നു.

"എനിക്ക് കരച്ചിലൊന്നും വരുന്നില്ല. നല്ല ധൈര്യമാ. ചെന്നിട്ട് എനിക്കും കൂടി ടിക്കറ്റ് അയച്ചു തന്നാ മതി." ജോസ്ന ചിരിയോടെ പറഞ്ഞു.

"പോയി വരാം..." ജിബിയ ജെയ്സണോടു പറഞ്ഞു. അത് വെറും വാക്കായിരുന്നെങ്കിലും അവന്റെ കണ്ണിലേക്ക് അവൾ നോക്കി നിന്ന നിമിഷങ്ങൾക്ക് ധാരാളം അർത്ഥങ്ങളുണ്ടായിരുന്നു.

ഇന്ദുമതി ടീച്ചർ ജിബിയയോട് പറഞ്ഞു.

"രജനീഷും നീരുവും ഡബ്ലിനിലെ എയർപോർട്ടിലുണ്ടാകും. നീ ചെല്ലുമ്പോഴേക്കും അവരെത്തും. അവരുടെ വീട്ടിൽ രണ്ടോ മൂന്നോ ദിവസം താമസിച്ച് റെസ്റ്റ് ചെയ്യുക. അത് കഴിയുമ്പം രവീണ വന്നു നിന്നെ

വാട്ടർഫോർഡ് കൗണ്ടിയിലെ അപ്പാർട്ട്മെന്റിലേക്ക് കൂട്ടിക്കൊണ്ടു പോകും. അവളുടെ റൂം ഷെയർ ചെയ്യാം. അവൾ ജോലി ചെയ്യുന്ന ഹോസ്പിറ്റലിൽ തന്നെ ജോലി. തൽക്കാലം ഇത്രേം അറിഞ്ഞിരുന്നാ മതി."

"പവിത്ര സൂചിപ്പിച്ചിട്ടൊണ്ടാരുന്നു. എന്നാ ഞാൻ പോയി വരട്ടെ."

"ശരി മോളെ ഗോഡ് ബ്ലെസ്സ് യൂ." ഇന്ദുമതി ആശിർവാദം ചൊരിഞ്ഞു.

ജിബിയ പവിത്രയെ മുറുകെ കെട്ടിപ്പിടിച്ചു.

"നിന്നോടെനിക്ക് ഒന്നും പറയാനില്ല."

"ഒണ്ടേലും പറയണ്ട. നമുക്ക് അവിടെ വെച്ചു കാണാം."

ആംഗ്യങ്ങൾകൊണ്ടും നോട്ടംകൊണ്ടും എല്ലാവരോടും ഒരിക്കൽ കൂടി യാത്ര പറഞ്ഞ് ബാഗും പെട്ടിയും ഹാൻഡ് ബാഗുമായി ജിബിയ ചെക്ക് ഇൻ ക്യൂവിലേക്കു പോയി.

"ഇനി അവളങ്ങ് പൊയ്ക്കോളും. നമ്മള് നിക്കണ്ട." ഇന്ദുമതി മറ്റു ള്ളവരോടായി പറഞ്ഞു.

എല്ലാവരും തിരിച്ചു പോകാനൊരുങ്ങുമ്പോൾ ജെയ്സൺ മാത്രം അവിടെത്തന്നെ നിൽക്കുന്നതു കണ്ട് പവിത്ര അടുത്തേക്കു ചെന്നു.

"എല്ലാരും പോകുവാ..." പവിത്ര പറഞ്ഞു.

"ഞാൻ കുറച്ചു കഴിഞ്ഞിട്ടേയുള്ളൂ,"

"ഇനി കാണാനും പറയാനുമൊന്നും പറ്റില്ല."

"വിമാനം പുറപ്പെടുന്നതുവരെ ഫോണിൽ വിളിക്കാല്ലോ. എനിക്ക് അവൾ പോയതിനുശേഷം പോകാനാ ഇഷ്ടം! കാണാൻ പറ്റില്ലെങ്കിലും ഞാനവളുടെ അടുത്തുതന്നെ ഒണ്ടല്ലോ."

"ഓകെ... ഞങ്ങളു പോട്ടെ."

പവിത്ര യാത്ര പറഞ്ഞ് അപ്പുവിനേയും മിന്നുമോളെയും കൂട്ടി നടന്നു. ഇന്ദുമതി കുറച്ചപ്പുറം ചെന്ന് കാർ വരാൻ വേണ്ടി കാത്തുനിൽക്കുന്നു ണ്ടായിരുന്നു.

* * *

പവിത്രയുടെ വീടിന്റെ അറ്റകുറ്റപ്പണികൾ നടക്കുകയാണ്. വീടിന്റെ വലതുഭാഗത്ത് ഒരു മുറി പുതുതായി നിർമ്മിച്ചു. ഇനി പെയിന്റിങ്ങിന്റെ ചില മിനുക്കു പണികൾ മാത്രമേ ബാക്കിയുള്ളൂ.

ജനുവരി ഇരുപത്തഞ്ചിന് ഡോക്ടർ വിജയാനന്ദ് നെടുമ്പാശ്ശേരി എയർപോർട്ടിൽ വിമാനമിറങ്ങി.

വിജയാനന്ദും പവിത്രയും തമ്മിലുള്ള വിവാഹനിശ്ചയത്തിന് ഇനി ആറ് ദിവസം കൂടിയേ അവശേഷിച്ചിരുന്നുള്ളൂ.

വിവാഹ വസ്ത്രങ്ങളും ആഭരണങ്ങളും വാങ്ങുന്നതൊഴികെ മറ്റ് ഒരു ക്കങ്ങളെല്ലാം ഏകദേശം പൂർത്തിയായിക്കഴിഞ്ഞു.

ജനുവരി മുപ്പത്തൊന്നാം തീയതി രാവിലെ പത്തിനും പതിനൊന്നിനുമിടയ്ക്ക്, മുൻകൂട്ടി നിശ്ചയിച്ച മുഹൂർത്തത്തിൽ തന്നെ ഡോക്ടർ വിജയാനന്ദും പവിത്രയും തമ്മിലുള്ള വിവാഹനിശ്ചയം യഥാവിധി നടന്നു. ഭിന്നതകളെല്ലാം മറന്നും ക്ഷമിച്ചും ഇരുവീട്ടുകാരുടെയും ബന്ധുജനങ്ങൾ ഒത്തുകൂടി ആ മംഗളകർമ്മത്തിനു സാക്ഷികളായി.

അയർലണ്ടിൽ നിന്നു പവിത്രയ്ക്ക് ജിബിയയുടെ വാട്സാപ്പ് കോൾ വന്നു.

"എടീ മോതിരംമാറ്റമൊക്കെ ഭംഗിയായിട്ട് നടന്നോ?"

"അതെല്ലാം ഓകെ. ആരും പോയിട്ടില്ല. ഊണ് കഴിച്ചോണ്ടിരിക്കുവാ. പപ്പേം മമ്മീം ജോസ്നേം വന്നിട്ടുണ്ട് ട്ടോ."

അവർ മൂന്നുപേരും ഒന്നിച്ചിരുന്ന് ഊണ് കഴിക്കുന്ന വീഡിയോ ദൃശ്യം പവിത്ര ജിബിയയ്ക്ക് ലൈവായി കാട്ടി കൊടുത്തു.

"ബിയാ...അയർലണ്ടീന്ന്."

ജോർജുകുട്ടിക്കും ബിൻസിക്കും ജോസ്നയ്ക്കും അഭിമുഖമായി പവിത്ര ഫോൺ പിടിച്ചു. അവർ ജിബിയയുടെ മുഖം കണ്ട് ചിരിച്ചു കൈ പൊക്കി കാട്ടി.

"കഴിച്ചോ കഴിച്ചോ... എന്റെ പങ്കും കൂടി തട്ടിക്കോ." ജിബിയ വിളിച്ചു പറഞ്ഞു. എന്നിട്ട് പവിത്രയോട് അഭ്യർത്ഥിച്ചു. "മോളെ ഡോക്ടർക്ക് ഒന്ന് കൊടുത്തേ... ഒരു ആശംസ പറയട്ടെ."

പവിത്ര വിജയാനന്ദിന്റെ കയ്യിൽ ഫോൺ കൊടുത്തു.

"ഹായ്... ബിയാ... ഹൗ ആർ യു?"

"ഫൈൻ, താങ്ക് യൂ. എല്ലാവർക്കും സന്തോഷമല്ലേ?"

"അതെ... അതെ... ഹാപ്പിയാണ്."

"വിഷ് യു ആൾ ദ് ബെസ്റ്റ് ഡോക്ടർ..."

"താങ്ക് യൂ വെരിമച്ച്."

തുടർന്ന് ഡോക്ടർ ഇന്ദുമതിക്ക് ഫോൺ കൊടുത്തു.

"എന്തുണ്ട് മോളെ വിശേഷം?" ഇന്ദുമതി തിരക്കി.

"ഇവിടെ നേരം വെളുത്തേയുള്ളൂ. എട്ടുമണി. അവിടെ ലഞ്ച് ടൈം."

"ജോലിയൊക്കെ എങ്ങനെ പോണ്?"

"നന്നായിട്ട് പോകുന്നു. പഠിക്കുന്നുമുണ്ട്. എക്സാം പാസ്സാകണ്ടേ. ഫസ്റ്റ് ചാൻസിൽ തന്നെ കടന്നു കൂടണം."

"ട്രൈ ചെയ്തോളൂ. വിഷ് യു ഗുഡ് ലക്ക്."

ഇന്ദുമതി ഫോൺ പവിത്രയ്ക്കുതന്നെ തിരിച്ചു നൽകി.

പത്തു ദിവസങ്ങൾക്കുശേഷം പാലാ കടപ്പാട്ടൂർ മഹാദേവ ക്ഷേത്രത്തിൽ വച്ച് ഡോക്ടർ വിജയാനന്ദും പവിത്രയും തമ്മിലുള്ള വിവാഹവും നടന്നു.

* * *

ഡോക്ടർ വിജയനന്ദിന് ഇരുപത്തിയഞ്ചു ദിവസത്തെ അവധിയേ ഉണ്ടായിരുന്നുള്ളൂ. പിന്നെ പവിത്രയുടെ വിസാ പേപ്പറുകൾ ശരിയാക്കാനായി അഞ്ച് ദിവസംകൂടി നീട്ടിയെടുത്തു. അത്യാവശ്യം ചില ബന്ധുവീടുകളിൽ വിരുന്നു പോയി. പവിത്രയുടെ പഞ്ചായത്ത്പടിവീട്ടിൽ രണ്ടു ദിവസം തങ്ങി. ഇടമറുകിലേക്ക് ഓമനയമ്മയും ഞണ്ടുകല്ലിലേക്ക് സത്യാനന്ദനും മാമന്മാരും ക്ഷണിച്ചുവെങ്കിലും പവിത്രയ്ക്ക് പോകാൻ തരപ്പെട്ടില്ല. വിരലിലെണ്ണുന്നതുപോലെ ദിവസങ്ങൾ മറഞ്ഞുപൊയ്ക്കൊണ്ടിരുന്നു.

ഒടുവിൽ പവിത്രയ്ക്കും ഡോക്ടർക്കും അയർലണ്ടിലേക്ക് മടങ്ങി പോകേണ്ട ദിവസമെത്തി. ഇത്തവണ പവിത്രയെ യാത്ര അയയ്ക്കാൻ, സുദർശനോടൊപ്പം അജിതമ്മയും വിഷ്ണുവും ദീപയും നെടുമ്പാശ്ശേരിയിൽ വന്നു.

ഡോക്ടറുടെ വീട്ടിൽനിന്ന് ഇന്ദുമതി ടീച്ചറും നിരഞ്ജനയും രജനീഷും ഉണ്ട്. വിവാഹത്തിൽ പങ്കുകൊള്ളാൻ അയർലൻഡിൽ നിന്നും വന്ന അവർ ഇനി നാൽപത് ദിവസം കഴിഞ്ഞിട്ടേ മടങ്ങുന്നുള്ളൂ. ഇത് അവരുടെ അവധിക്കാലമാണ്.

പവിത്ര അപ്പുമോനെ അരികെ ചേർത്തുപിടിച്ചു യാത്ര പറഞ്ഞു.

"ഇന്ദുവമ്മ വരുന്നൊണ്ട് മൂന്നുമാസം കഴിയുമ്പം മോൻ അവരുടെ കൂടെ കേറിപ്പോരണം. അമ്മ എല്ലാം പറഞ്ഞ് ഏർപ്പാടാക്കീട്ടൊണ്ട്. ഇവിടുത്തെ പരീക്ഷ എഴുതി കഴിഞ്ഞാ ഒടനെ അങ്ങോട്ടു പോരണേ."

അപ്പുമോൻ അതെല്ലാം സമ്മതിച്ച് തലയാട്ടി. സങ്കടം കൊണ്ട് അവന്റെ കണ്ണ് നിറഞ്ഞിരുന്നു. കെട്ടിപ്പിടിച്ച് ഉമ്മകൾ നൽകി പവിത്ര അവനെ ആശ്വസിപ്പിച്ചു.

"മൂന്നുമാസം കൂടി കഴിഞ്ഞാ പിന്നെ നമ്മളൊന്നിച്ച് അയർലൻഡിലാണല്ലോ. പിന്നെന്തിനാ സങ്കടപ്പെടണെ?"

ദീപ വന്ന് അവനെ എടുത്തു.

"ഇത്രേം വല്യ ചെക്കനെയാണോ എടുക്കണെ?" വിഷ്ണു ചോദിച്ചപ്പോൾ നാണം പൂണ്ട് അവൻ ഊർന്നിറങ്ങി.

* * *

പരീക്ഷ എഴുതി പാസായതിനുശേഷം ജിബിയ കെയറർ ജോലി അവസാനിപ്പിച്ചു. വാട്ടർഫോർഡ് കൗണ്ടിയിലെ ഹോസ്പിറ്റലിൽ രവീണയ്ക്കൊപ്പം നഴ്സായി അവൾ ജോലിയിൽ പ്രവേശിച്ചു. ഏതാനും മാസങ്ങൾക്കുശേഷം ജിബിയ ജെയ്സൺ ഫോൺ ചെയ്തിട്ട് ചോദിച്ചു.

"എവിടെയെങ്കിലും ജോലിക്ക് പോകുന്നുണ്ടോ?"

"മെഡിക്കൽ സെന്ററിൽ..."

"അയർലൻഡിന് വരാനിഷ്ടമാണോ?"

"ഞാൻ ഇടയ്ക്കിടെ അവിടെ വന്നു പോകുന്നുണ്ട് നീ അറിയുന്നില്ലെന്നേയുള്ളൂ."

"അങ്ങനെയല്ല... ഇവിടെ വന്ന് ജോലി ചെയ്യണം."

"എന്റെ കയ്യിൽ ഒന്നുമില്ലല്ലോ."

"കയ്യിലെന്തെങ്കിലും ഒണ്ടോന്ന് ഞാൻ ചോദിച്ചില്ലല്ലോ. വരാൻ റെഡി യാണോ?"

"എപ്പോഴേ..."

"എന്തു ജോലിയും ചെയ്യുമോ?"

"എന്താ സംശയം?"

"എന്നാൽ അതിനുള്ള പേപ്പറുകളൊക്കെ ശരിയാക്കിക്കോ. ഇവി ടുത്തെ കാര്യം ഞാനേറ്റു."

ജെയ്സണ് തന്റെ നെഞ്ചിൽ ഇടിച്ചിറങ്ങിയ, ശ്വാസംമുട്ടിച്ചുകൊണ്ടി രുന്ന വലിയൊരു ഭാരം നീങ്ങിപ്പോയതുപോലെ തോന്നി.

പവിത്ര രാത്രി വിളിച്ചപ്പോൾ ജിബിയ പറഞ്ഞു. "ഞാൻ ജയ്സണോട് വരാൻ പറഞ്ഞിട്ടുണ്ട്. രണ്ടുപേരുംകൂടി ഒത്തുപിടിച്ചാൽ കടങ്ങൾ വീട്ടാം. നിന്റെ കടമുൾപ്പടെ... രണ്ടു കുടുംബവും രക്ഷപ്പെടും. കല്യാണം ഒരു വർഷം കഴിഞ്ഞിട്ട് മതി."

"അത് നന്നായെടീ മോളെ. ജെയ്സൺ ചേട്ടായി നിനക്കു വേണ്ടിയാ കാത്തിരുന്നെ. ഇടയ്ക്ക് ഒരിടർച്ച ഉണ്ടായെന്നേ ഒള്ളൂ. അതിൽ നല്ല വിഷമോം ഒണ്ട്."

"നിനക്കെന്തെങ്കിലും വിശേഷം ഒണ്ടോടീ?"

"ഒരു സംശയം ഇല്ലാതില്ല. കാർഡ് വാങ്ങിച്ച് നോക്കണം."

"ഒണ്ടെങ്കിലോ?"

"ഒണ്ടായിക്കോട്ടെ. അതിനിടയ്ക്ക് മോനേം കൊണ്ടുവരണം. ഇവിടെ പഠിപ്പിക്കണം. പറ്റുമെങ്കിൽ വിഷ്ണുവിനേം ഇവിടെത്തിക്കണം. അതി നുള്ള കോഴ്സ് പഠിപ്പിക്കണം."

കടൽ കടന്നു പോകുന്ന നഴ്സുമാരുടെ സ്വപ്നങ്ങളും ചുമതലകളും അനവധിയാണ്. ഉറ്റവരിലൂടെ ഉടയവരിലൂടെ അത് ചങ്ങലപോലെ നീണ്ടു പോകുന്നു. ആ സ്വപ്നസാക്ഷാത്ക്കാരത്തിനായി എന്തു യാതനകൾ സഹിച്ചും ക്ഷമിച്ചും അവർ തങ്ങളിൽ അർപ്പിക്കപ്പെട്ടിരിക്കുന്ന കർത്തവ്യം ആതുരസേവനം നിർവഹിച്ചുകൊണ്ടേയിരിക്കുന്നു.

■

സ്വപ്നങ്ങൾക്ക് സ്വയം ചിറക് തുന്നിച്ചേർത്ത
പവിത്രയുടെയും ജിബിയയുടെയും
പൂർവ്വകാലം എങ്ങനെയായിരുന്നു?

വായിക്കുക

ദേശാടനപ്പക്ഷികൾ

ജിബിയ: *അയൽപ്പക്കത്തെ റോബിൻസുമായി ചെറുപ്പം തൊട്ടേയുള്ള പ്രണയത്തിന് രണ്ടു കുടുംബത്തിന്റെയും മൗനാനുവാദം. സ്ത്രീധനത്തിന്റെ പെരുമയിൽ മനം മയങ്ങിപ്പോയ റോബിൻസും വീട്ടുകാരും ജിബിയയെ കയ്യൊഴിഞ്ഞപ്പോൾ, ജീവൻ ഉപേക്ഷിക്കുവാൻ വേണ്ടി പാതിരായ്ക്ക് മീനച്ചിലാർ പുഴയിലേക്ക് പോകുന്നു അവൾ. പിന്നീട് അപ്രതീക്ഷിത സംഭവങ്ങളിലൂടെ ജിബിയയുടെ ജീവിതചക്രം കറങ്ങുന്നു.*

പവിത്ര: *ജിബിയയുടെ കൂട്ടുകാരി. ജാതകദോഷത്തിന്റെ പേരിൽ, പതിനെട്ടു വയസ്സാകുമ്പോഴേക്കും വിവാഹമണ്ഡപത്തിൽ ജീവിതം ബലി കഴിക്കേണ്ടി വന്നവൾ. സ്ത്രീധനത്തിന്റെ പേരിലുള്ള പീഡനം, കൂടെക്കിടക്കുന്ന പെണ്ണ് ഏതാണെന്ന് തിരിച്ചറിയാനുള്ള ബോധം പോലുമില്ലാതെ കുടിച്ചു കുന്തംമറിഞ്ഞു പേക്കൂത്തു നടത്തുന്ന ഭർത്താവ്, പാരമ്പര്യമാമൂലുകളെ മുറുകെപ്പിടിക്കുന്ന മാതാപിതാക്കൾ എന്നീ ദുരിതങ്ങളിൽ നിന്ന് ആകാശച്ചില്ലകളിലേക്ക് ചേക്കേറുന്ന പവിത്രയുടെ ജീവിതം അത്യന്തം ഹൃദയഹാരിയായ സംഭവവികാസങ്ങളിലൂടെ മുന്നേറുന്നു.*

(ദേശാടനപ്പക്ഷികൾ)